ഗ്രീൻ ബുക്സ്

കാട്ടുവഴികളിൽ കാലിടറാതെ

ജോജോ ജെയ്ക്കബ്

1954ൽ തൃശ്ശൂർ, കുന്നംകുളത്ത് ജനനം.
പിതാവ്: ജെയ്ക്കബ്. മാതാവ്: ബേബി.
വിദ്യാഭ്യാസം: കുന്നംകുളം സർക്കാർ ബോയ്സ് ഹൈസ്കൂൾ,
പെരുമ്പിലാവ് T.M. ഹൈസ്കൂൾ.
ഗുരുവായൂർ ശ്രീകൃഷ്ണ കോളേജിൽനിന്നും
ജന്തുശാസ്ത്രത്തിൽ ബിരുദം.
1977–ൽ കേരള ഫോറസ്റ്റ്
ഡവലപ്പ്മെന്റ് കോർപ്പറേഷനിൽ (KFDC)
ഫീൽഡ് അസിസ്റ്റന്റ് ആയി ജോലിയിൽ പ്രവേശിച്ചു.
മുപ്പത്തിയഞ്ചു വർഷത്തെ സേവനത്തിനു ശേഷം
2012–ൽ ഡിവിഷണൽ മാനേജർ പദവിയിൽ
ഔദ്യോഗിക ജീവിതത്തിൽനിന്നും വിരമിച്ചു.

Email: jojofloram@gmail.com

അനുഭവം

കാട്ടുവഴികളിൽ കാലിടറാതെ

ജോജോ ജെയ്ക്കബ്

ഗ്രീൻ ബുക്സ്

green books private limited
gb building, civil lane road, ayyanthole,
thrissur- 680 003, kerala, ph: +91 487-2381066, 2381039
website: www. greenbooksindia. com
e-mail: info@greenbooksindia. com

branches:
thrissur 8589095302
thiruvananthapuram 8589095301
calicut 8589095307

malayalam
kattuvazhikalil kaalidarathe
experience
by
jojo jacob

published july 2024

cover design : s mahendra

printed in india
manipal technologies ltd

isbn : 978-81-973342-6-9

₹ 450.00
GBPL/1369/2024

സമർപ്പണം

ദുർഘടമായ വഴികളിൽ
എന്റെ കൂടെ നടന്ന
പ്രിയ സഖി
ഫ്ളോറിയുടെ ഓർമ്മയ്ക്ക്

ഉള്ളടക്കം

ആമുഖം 09

അവതാരിക
കാട്ടുവഴികളിലെ
നിശ്ശബ്ദസംഗീതം 11
എ.ഒ. സണ്ണി

കാട് വിളിക്കുന്നു 17

പരിശീലനക്കളരി 27

കഠിനം, പരിശീലനം 31

ഒരു ദിവസം ഇങ്ങനെ 35

മരങ്ങളെ അറിയാൻ
കാട്ടിലേക്ക് 38

വിനോദത്തിനും
ഇത്തിരി നേരം 42

വിനോദ യാത്രകളല്ല
പഠനയാത്രകൾ 45

ടൂർ പരീക്ഷ 48

വനവികസന കോർപ്പറേഷൻ
പിറവിയും വളർച്ചയും 49

നയങ്ങൾ രൂപപ്പെടുന്നത് 52

ഫീൽഡ് പരിശീലനങ്ങൾ 54

ഒരു ആത്മഹത്യാശ്രമം 58

പാസിങ് ഔട്ട് 60

കാട്, കറുത്ത കാട് 63

ടോർച്ചുമായി ഒരു ഭൂതം 66

ആദ്യത്തെ ഇടപെടൽ 69

കൂപ്പ് 71

പട്രോളിംഗിനിടെ
ഒരു കൊമ്പൻ 73

വനവാസം 75

ആനക്കൂട്ടം മുറ്റത്ത് 79

ഒരു ഇടക്കാല പരിശീലനം 81

സെയിൽ കൂപ്പ് വിശേഷങ്ങൾ 83

വനവാസത്തിന്
അർദ്ധവിരാമം 87

കാട്ടിലേക്ക് മടക്കം 92

ബോംബേറും സംഘർഷവും 94

റൗഡി ആനയും
മോഹൻലാലും 98

വിവാഹവും
പ്രേതബാധയുള്ള വീടും 101

കാര്യസാധ്യത്തിന്
പുതുവഴികൾ 104

മരണം
ആഘോഷമാക്കുന്നവർ 108

പൂച്ചയ്ക്ക് മണികെട്ടിയ
കുഞ്ഞെലി 111

മനസ്സിലാകാത്ത
മനശ്ശാസ്ത്രം 113

ആദ്യത്തെ ഗവി നാളുകൾ 115

തൊപ്പി വെയ്ക്കാതെ
മൂന്നരക്കൊല്ലം 119

ജീവിതം അതിജീവനം 122

നൂൽപ്പാലത്തിൽ
ഒരു ജീവൻ 125

കപ്പയും കമ്മ്യൂണിക്കേഷനും 127

ദിശ തെറ്റി
ഏഴു ദിവസം കാട്ടിൽ 130

ആപത്തുകളുടെ കൂട്ടുകാർ 132

ബൈ ബൈ ടു ഗവി 136

കാട്ടിലും തീ, മനസ്സിലും തീ 138

ഓണക്കാലത്ത്
ഒരു സ്പെഷ്യൽ ഡ്യൂട്ടി 140

പിതാവിന്റെ മരണം 142
ആദ്യത്തെ സ്ഥാനക്കയറ്റം 144
ഒരു വിജിലൻസ്
അന്വേഷണം 146
പൊലീസും കോടതിയും
തഥൈവ 150
പത്തൊമ്പത് ലക്ഷത്തിന്റെ
ഓഡിറ്റ് തടസ്സം 154
നെല്ലിയാമ്പതി മലയിലേക്ക് 158
വേഴാമ്പലുകൾ 160
വീരപ്പൻകാട്ടിലൂടെ
ഒരു യാത്ര 162
ഒരേ സമയം മലയിലും
താഴെയും 165
ഇത്തിരി കാലം
മൂന്നാറിലും 168
വയനാട്, എന്റെ വാട്ടർലൂ 170
വിളവെടുപ്പ് മാമാങ്കം 173
ഡിവിഷണൽ മാനേജർ
പദവിയിലേക്ക് 175
വിളവെടുപ്പിന്
വേറിട്ട രീതി 178
സംഘർഷം നിറഞ്ഞ
നാളുകൾ 181
പ്രതികാരത്തിനു മുന്നിൽ
പ്രതിരോധമില്ലാതെ 186
കെ.എഫ്.ഡി.സിയോട്
തൽക്കാലം വിട 191
കേരള സ്റ്റേറ്റ് വുഡ്
ഇൻഡസ്ട്രീസ് ലിമിറ്റഡ് 193
സർക്കാർ
ഉത്തരവിലെ ചതി 197
വീണ്ടും ഹോട്ട് സീറ്റിലേക്ക് 201
വയനാടിനോട് വിട 203
പമ്പയിലേക്ക് വീണ്ടും 205
ആനകളുമായി മുഖാമുഖം 207
ഗവി ഡിവിഷനിലേക്ക് 213
ഗവി ഇക്കോടൂറിസം 215
വിദേശികളിൽനിന്നും
പഠിക്കാനുണ്ട് ചിലത് 222
അതിഥിയായി ജഡ്ജിയും 226
പൊന്നമ്പലമേട്ടിൽ 230
സായോനാര ഗവി 233
കാടിനോട്
ഒരിക്കൽകൂടി വിട 235
യെസ് പറഞ്ഞാലും അടി,
നോ പറഞ്ഞാലും അടി 238
പുതിയ മാനേജിംഗ്
ഡയറക്ടർ 241
ജുഡീഷ്യറിയുടെ അപചയം 244
സ്പോർട്സ് ഓഫീസറും
ചില പരിഷ്കാരങ്ങളും 247
തിടുക്കത്തിൽ
ഒരു സ്ഥാനചലനം 251
അച്ചൻകോവിലും
വിഷപ്പാമ്പുകളും 260
ആനയെ പ്രതിരോധിക്കാൻ
മന്ത്രം കുഴിച്ചിടുന്നവർ 262
തേക്കുതടി ലേലം 264
കള്ളനോട്ടിനും
ചില ദൗത്യങ്ങൾ 269
കാട്ടാനയുടെ ജഡം 272
യൂക്കാലി, അക്കേഷ്യ
ഗോ ബാക്ക് 276
കാലം കരുതിവെച്ച കനൽ 279
To Be Too Good is not Good 282
അനിശ്ചിതത്വം
നിറഞ്ഞ നാളുകൾ 284
ഒരിക്കൽകൂടി പുനലൂർ 287
ഒരു വിധവയും മകന്റെ ജീപ്പും 292
വീണ്ടും ചില
സ്വന്തം പ്രശ്നങ്ങൾ 295
അവസാന രംഗം 297
അവസാനത്തെ ലേലം 301
അരങ്ങൊഴിയുന്നു 305
പറയാനുണ്ട് ചിലതുകൂടി 309

ആമുഖം

വനപാലകന്റെ കുപ്പായമണിഞ്ഞ് 35 വർഷം കാട്ടിൽ കഴിയാൻ ഭാഗ്യം കിട്ടിയ ഒരാളാണ് ഞാൻ. സംഭവബഹുലം എന്നൊന്നും പറയാനില്ലെങ്കിലും ഏറെ അനുഭവങ്ങളും അന്തസ്സംഘർഷങ്ങളും നിറഞ്ഞ എന്റെ ഔദ്യോഗിക ജീവിതയാത്രയിലേക്ക് ഒരു തിരിഞ്ഞുനോട്ടമാണ് ഈ പുസ്തകം. മഹാരഥന്മാർ എഴുതിവെച്ച സർവീസ് സ്റ്റോറികൾ വല്ലാതെ മോഹിപ്പിച്ചിട്ടുണ്ട്. അതതു കാലത്തെ രാഷ്ട്രീയ സംഭവവികാസങ്ങളും ഭരണത്തിലെ അന്തർനാടകങ്ങളും മൂടിവയ്ക്കപ്പെട്ട ഭരണരഹസ്യങ്ങളും സ്വന്തം അനുഭവങ്ങളോട് ചേർത്തുവെച്ച് അവർ പറഞ്ഞു പോയത് കണ്ണിമ ചിമ്മാതെ വായിച്ചിരുന്നിട്ടുണ്ട്. ഉന്നതരായ അവർ ഭരണചക്രം തിരിച്ചപ്പോൾ ചക്രത്തോടൊപ്പം കറങ്ങിക്കൊണ്ടിരിക്കുക മാത്രം ചെയ്ത എന്നെപ്പോലെയുള്ള ചെറിയ ഒരു സേവകന്റെ അനുഭവങ്ങൾക്ക് അതുപോലെ ഉദ്വേഗമോ കൗതുകമോ ഉണർത്താൻ ആവില്ല എന്നറിയാം. അത്ര കണ്ട് വെളിച്ചമോ തിളക്കമോ ഉണ്ടാകില്ല. എന്നാലും നല്ല സർവീസ് സ്റ്റോറികൾ വായിച്ചപ്പോൾ മുതൽ മനസ്സിൽ മങ്ങി എരിഞ്ഞ് അണയാൻ കൂട്ടാക്കാതെ കിടന്ന ഒരു കനലിനെ ഓർമ്മക്കുഴലിലൂടെ ഊതിക്കത്തിക്കാനുള്ള എളിയ ശ്രമമാണ് ഇവിടെ. ഒരു ചെറിയ വനപാലകന്റെ കാടനുഭവങ്ങളിലും നേരറിവുകളിലും സാധാരണക്കാരന് അറിയാനും രസിക്കാനും ചിലതൊക്കെ ഉണ്ടാകും എന്ന വിശ്വാസമാണ് എനിക്ക് ഈ എഴുത്തിനു ധൈര്യം തരുന്നത്.

ഔദ്യോഗിക കൃത്യനിർവ്വഹണത്തെ സംബന്ധിച്ച ദിനക്കുറിപ്പുകൾ എഴുതി നിശ്ചിതമായ ഇടവേളകളിൽ

മേലേയ്ക്ക് സമർപ്പിക്കുക എന്നത് ജോലിയുടെ ഭാഗമായിരുന്നു. അതിനു പുറമേ ദൈനംദിന അനുഭവക്കുറിപ്പുകൾ എഴുതിവയ്ക്കുന്ന ശീലവും ഉണ്ട്. എന്നാൽ അനേകം സ്ഥലംമാറ്റങ്ങൾക്കിടയിൽ ഡയറികൾ പലതും നഷ്ടപ്പെട്ടു പോയി. ഭദ്രമായി സൂക്ഷിച്ച ചിലതൊക്കെ ചിതലരിച്ചും നശിച്ചു. അധികവും ഓർമ്മയെ മാത്രം ആശ്രയിച്ചുള്ള എഴുത്താണ്. വിരമിച്ച് പത്തുവർഷം കഴിഞ്ഞാണ് ഞാനീ സാഹസത്തിനു മുതിരുന്നത്. അതുകൊണ്ട് ഈ പുസ്തകത്തിൽ പറയുന്ന കാല, സമയ സൂചികകളിൽ ആധികാരികതക്കുറവ് ഉണ്ടാകും എന്ന് ക്ഷമാപണത്തോടെ സമ്മതിക്കട്ടെ. എന്നാലും പറയുന്ന കാര്യങ്ങൾ സത്യസന്ധമായിരിക്കാൻ ശ്രമിച്ചിട്ടുണ്ട്. ആരെയും കുറിച്ച് മോശമായൊന്നും പറയരുത് എന്നുണ്ടായിരുന്നു. എന്നാൽ അതിരുവിട്ട് നോവിച്ചവരെപ്പറ്റി പറയേണ്ടിവന്നപ്പോൾ പേരെടുത്ത് പറയാതിരിക്കാനും പരമാവധി സംയമനം പാലിക്കാനും ശ്രദ്ധിച്ചിട്ടുണ്ട്.

കാടാണ്, മുൻഗാമികൾ നടന്നുപോയ പല വഴിത്താരകൾ ഉണ്ട്. ചിലരൊക്കെ അപകടം നിറഞ്ഞ വഴികളിലൂടെ നടന്നു കുടുങ്ങിപ്പോയിട്ടുണ്ട്. ചില വഴികൾ വല്ലാതെ പ്രലോഭിപ്പിക്കും. സുരക്ഷിതമായ വഴികൾ മാത്രം തിരഞ്ഞെടുക്കുന്നവരാണ് അധികവും. അവർ കാര്യമായ പരുക്കുകൾ ഏൽക്കാതെ യാത്ര പൂർത്തിയാക്കി പുറത്തു വരുന്നു. അതേസമയം ഏറ്റവും സുരക്ഷിതമായ വഴികളിലൂടെ മാത്രമേ നടക്കൂ എന്ന് വാശിപിടിച്ച ചിലരെങ്കിലും സമയദോഷം കൊണ്ട് സങ്കീർണമായ നാൽക്കവലകളിൽ വഴിതെറ്റി അപകടങ്ങളിൽ പെട്ടിട്ടുമുണ്ട്. മോഹിപ്പിക്കുന്ന അപകടവഴികളിലൂടെ നടന്ന് സമയഗുണം കൊണ്ട് പരുക്കേൽക്കാതെ പുറത്തുവന്ന ഭാഗ്യാന്വേഷികളും ഉണ്ട്. കാട്ടിലെ നടവഴികളല്ല ഉദ്ദേശിച്ചതെന്ന് വർത്തമാനകാല നടപ്പുവഴികളറിയുന്ന വായനക്കാർക്ക് മനസ്സിലായിട്ടുണ്ടാകും. വഴിതെറ്റാതെ നടക്കാൻ എനിക്ക് വഴികാട്ടിത്തന്ന എന്റെ പിതാവിനും പ്രിയപ്പെട്ടവർക്കും ഈ പുസ്തകം സമർപ്പിക്കുന്നു.

ജോജോ ജെയ്ക്കബ്

അവതാരിക

കാട്ടുവഴികളിലെ നിശ്ശബ്ദസംഗീതം

എ. ഒ. സണ്ണി
അസിസ്റ്റന്റ് കൺസെർവേറ്റർ ഓഫ് ഫോറസ്റ്റ് (Retd)

ഇന്നിന്റെ സ്വാസ്ഥ്യത്തിലിരുന്ന് തണലേൽക്കുന്ന പുതിയ തലമുറ സൗകര്യപൂർവ്വം വിസ്മരിക്കുന്ന ഒന്നുണ്ട്. മുൻ തലമുറ കൊണ്ട വെയിലാണ് അവർ ഇരിക്കുന്ന തണൽ എന്ന സത്യം. മുൻതലമുറ കടന്നുപോയ കനൽവഴികളും തീരാദുരിതങ്ങളും സഹനപർവ്വങ്ങളും കല്പിത കഥ കളിലെ അയഥാർത്ഥ അത്യുക്തികൾ മാത്രമാണെന്ന സാമാന്യവൽക്കരണം ഭൂതകാലത്തെ നിഷ്ക്കരുണം നിരാ കരിക്കുന്നുണ്ട്. മറവിയുടെ അഗാധഗർത്തങ്ങളിലേക്ക് നിപതിക്കും മുമ്പ് ഓർമ്മകളുടെ വീണ്ടെടുപ്പ് കാലം ആവശ്യപ്പെടുന്ന ഒരു അനിവാര്യതയാണ്. അത്തരമൊരു ദൗത്യമാണ് ജോജോ ജെയ്ക്കബ് എഴുതിയ 'കാട്ടുവഴി കളിൽ വഴിതെറ്റാതെ' എന്ന ഈ ഓർമ്മപ്പുസ്തകം നിർവ ഹിക്കുന്നത്.

1975ൽ രൂപീകൃതമായെങ്കിലും കേരള വനവികസന കോർപ്പറേഷനെ (Kerala Forest Development Corporation, KFDC) പ്പറ്റി പൊതുജനങ്ങൾക്കിടയിൽ അറിവ് ലഭിക്കു ന്നത് ഗവി, മീശപ്പുലിമല, നെല്ലിയാമ്പതി തുടങ്ങിയ ഇക്കോ ടൂറിസം പദ്ധതികളിലൂടെയാണ്. KFDC പിച്ചവെച്ച് തുടങ്ങിയ നാൾ മുതൽ മൂന്നര പതിറ്റാണ്ടു കാലം കൂടെ നടന്ന ഒരു മനുഷ്യന്റെ സത്യസന്ധമായ കുറേ അനുഭവ ങ്ങളാണ് ഈ പുസ്തകം. അതുകൊണ്ടുതന്നെ ഒരു ഉദ്യോ ഗസ്ഥന്റെ ഓർമ്മക്കുറിപ്പുകൾ എന്ന പരിമിതപ്പെടലിനപ്പുറം

മഹത്തായ ഒരു സ്ഥാപനത്തിന്റെ ചരിത്രപാഠം കൂടിയാണിത്. 1977ൽ ആണ് ശ്രീ. ജോജോ KFDCയിൽ ഫീൽഡ് അസിസ്റ്റന്റ് ആയി നിയമിതനാകുന്നത്. മുപ്പത്തിയഞ്ചു വർഷത്തെ സേവനത്തിനുശേഷം ഡിവിഷണൽ മാനേജർ എന്ന തസ്തികയിൽ തന്റെ ഔദ്യോഗിക ജീവിതത്തിന് വിരാമമിടുന്നു. ഇതിനിടയിൽ പകർന്നാടിയ വിവിധ വേഷപ്പകർച്ചകളുടെ ഇടർച്ചയില്ലാത്ത, അനസ്യൂതമായ ഒഴുക്കാണ് ഈ പുസ്തകത്തിന്റെ കാതൽ.

തൊഴിൽ അന്വേഷകന്റെ പ്രതീക്ഷാനിർഭരമായ കാത്തിരിപ്പിന്റെ ചൂടും വേവും പകർന്നേകിക്കൊണ്ടാണ് 'കാട്ടുവഴികളിലേക്ക്' എഴുത്തുകാരൻ നമ്മെ ആനയിക്കുന്നത്. കാട് എന്ന ഭൂമികയുടെ നിഗൂഢത അറിയാനുള്ള കൗതുകമാണോ പ്രകൃതിയോടുള്ള ഇഷ്ടമാണോ എന്ന് തീർച്ചയില്ലാതെയാണ് ഇദ്ദേഹം KFDCയിലേക്ക് കടന്നുവരുന്നത്. അല്ലെങ്കിൽ അത് തന്നെയായിരുന്നു അദ്ദേഹത്തെ കാട്ടുവഴികളിലേക്ക് മോഹിപ്പിച്ചത്. ഇഷ്ടപ്പെട്ട തൊഴിലിടങ്ങൾ തിരഞ്ഞെടുക്കാൻ യാതൊരു സാധ്യതയും ഇല്ലാത്ത കാലത്ത് ആഗ്രഹിച്ച ഒരിടം കിട്ടുക എന്നത് അപൂർവമായി ചിലർക്ക് മാത്രം കിട്ടുന്ന സൗഭാഗ്യമാണ്.

പരിശീലനത്തിന്റെ കാഠിന്യവും കാർക്കശ്യവും വായനക്കാരിലേക്ക് അതുപോലെ പകർന്നു നൽകാനുള്ള ജോജോയുടെ ശ്രമം വിജയിച്ചിട്ടുണ്ട്. വരാനിരിക്കുന്ന സർവീസ് കാലത്തിന്റെ പാരുഷ്യങ്ങളെ കാലിടറാതെ നേരിടാനുള്ള പരുവപ്പെടുത്തലാണ് ഇത്തരം മയമില്ലാത്ത പരിശീലന മുറകൾ. ഗതാഗത സൗകര്യങ്ങളോ വൈദ്യുതിയോ വാർത്താ വിനിമയ സൗകര്യങ്ങളോ സുരക്ഷിതമായ താമസ സൗകര്യങ്ങളോ ഒന്നുമില്ലാത്ത വനാന്തർ ഭാഗങ്ങളിൽ ഒറ്റപ്പെട്ടു ജോലി ചെയ്യാനുള്ള മനക്കരുത്ത് ഇത്തരം പരിശീലനങ്ങളിലൂടെയാണ് ആർജ്ജിക്കുന്നത്. കുറവുകളിൽ പരാതിപ്പെടാതെ തങ്ങളിൽ അർപ്പിതമായ ചുമതലകൾ നിർവഹിക്കാൻ വനംവകുപ്പിലെ ഉദ്യോഗസ്ഥർ നീന്തിക്കയറുന്ന വൈതരണികൾ ഒട്ടും അതിശയോക്തി ഇല്ലാതെ മിഴിവോടെ ഗ്രന്ഥകാരൻ വരച്ചു കാട്ടുന്നുണ്ട്. ഒന്നോ രണ്ടോ ദിവസത്തേക്ക് വിരുന്നിനെത്തുന്ന

ടൂറിസ്റ്റുകൾക്ക് അവാച്യമായ അനുഭൂതികൾ സമ്മാനിക്കുന്ന പറുദീസകളാണ് കാടുകൾ. അതേസമയം അവിടെ കാലങ്ങളോളം ജീവിക്കുന്ന ഉദ്യോഗസ്ഥർക്ക് അതങ്ങനെ അല്ല. സുഖകരമായ അനുഭവങ്ങളല്ല അവർക്ക് പകർന്നു കിട്ടുക. ഗവിയിലെ ഉൾവനത്തിൽ കുടുംബവുമായി താമസിച്ച കാലത്ത് ഗർഭിണിയായ സഹധർമ്മിണിക്ക് അടിയന്തിര വൈദ്യസഹായം ആവശ്യമായി വന്ന ഒരു സന്ദർഭം ഉണ്ട്. നട്ടപ്പാതിരാ നേരത്ത് വന്യമൃഗങ്ങൾ വിഹരിക്കുന്ന കൊടുംവനത്തിലൂടെ ബോധമറ്റ് കിടക്കുന്ന ഭാര്യയേയും കൊണ്ട് നാല്പത് കിലോമീറ്റർ ദൂരം അതിദുർഘടമായ വഴി താണ്ടേണ്ടി വന്ന യാത്രയുടെ വിവരണം വായനക്കാരന്റ മനസ്സിൽ ഉൾക്കിടിലമുണ്ടാക്കും. ഇത്തരം നിരവധി നേരനുഭവങ്ങളാൽ സമ്പന്നമാണ് ഈ പുസ്തകം. മരണം ആഘോഷമാക്കുന്ന 'കാണി' വിഭാഗത്തിൽ പെട്ടവർ താമസിക്കുന്ന ആദിവാസി ഊരിലെ മരണാഘോഷങ്ങളിൽ പങ്കെടുത്ത അനുഭവം ഗ്രന്ഥകാരൻ സവിസ്തരം പറയുന്നുണ്ട്. സംസാരദുഃഖങ്ങൾ ഇല്ലാത്ത ലോകത്തേക്ക് പോകുന്നത് ആഘോഷിക്കുകയല്ലേ വേണ്ടത് എന്ന ആത്മഗതം തികച്ചും ചിന്തനീയമാണ്.

ഔദ്യോഗിക ജീവിതത്തിലെ ഒരിക്കലും ഓർക്കാൻ ഇഷ്ടപ്പെടാത്ത, (ഒരിക്കലും മറക്കാനും കഴിയാത്ത) ഒട്ടനവധി അനുഭവങ്ങളുടെ തുറന്നെഴുത്ത് ഈ ഓർമ്മക്കുറിപ്പുകളെ വേറിട്ടതാക്കുന്നു. സർവീസ് സ്റ്റോറികളിൽ മിക്കവരും മനഃപൂർവ്വം ഒഴിവാക്കുന്ന, പച്ചയായ അത്തരം അനുഭവങ്ങളുടെ സമൃദ്ധി ഈ പുസ്തകത്തെ സത്യസന്ധമായ ഒരു വെളിപാട് പുസ്തകമായി അടയാളപ്പെടുത്തുന്നുണ്ട്. ഔദ്യോഗിക രംഗത്തെ അഭിലഷണീയമല്ലാത്ത പ്രവണതകൾ, കുറ്റമറ്റതെന്ന് നാം വിശ്വസിക്കുന്ന നീതിപീഠങ്ങളുടെ പോലും പക്ഷപാതപരമായ സമീപനങ്ങൾ, നിയമപാലകരുടെ അധികാര ദുർവിനിയോഗങ്ങൾ എന്നിവയൊക്കെ നേരനുഭവങ്ങളോട് ചേർത്തുവെച്ച് പറഞ്ഞുപോകുന്നു. മേലുദ്യോഗസ്ഥർ നൽകിയ പീഡനങ്ങൾ, രാഷ്ട്രീയ അതിപ്രസരം സൃഷ്ടിക്കുന്ന തീരാനഷ്ടങ്ങൾ എന്നിവ മറയില്ലാതെ ഗ്രന്ഥകാരൻ വെളിപ്പെടുത്തുമ്പോൾ

അറിയാതെ ദുഷിച്ച വ്യവസ്ഥിതിയോടുള്ള രോഷം നമ്മളിൽ നുരഞ്ഞു പൊന്തും.

ഒരു വനം ഉദ്യോഗസ്ഥന്റെ ജീവിതം വന്യമൃഗങ്ങളിൽ നിന്നും അകറ്റി നിർത്തി കാണാനാകില്ല. അവയുടെ ജീവിതവുമായി പല തരത്തിൽ ബന്ധപ്പെട്ടു കിടക്കുന്നു അയാളുടെ നിത്യജീവിതം. സൗഹാർദത്തിലും പരസ്പര വിശ്വാസത്തിലും അധിഷ്ഠിതമായ തലങ്ങളിലാണ് അത് വ്യാപാരിക്കുന്നത്. വന്യമൃഗങ്ങളെ പ്രകോപിപ്പിക്കാതെ, അവയെ ശത്രുക്കളായി കാണാതെ ക്ഷമ കാണിക്കുക എന്നതാണ് പ്രധാനം. പ്രതീക്ഷിക്കാത്ത സ്ഥലത്ത്, പ്രതീക്ഷിക്കാത്ത സമയത്ത് കണ്ടുമുട്ടുന്നത് മാത്രമാണ് പ്രശ്നം. അപ്പോൾ രണ്ടുകൂട്ടരേയും ഭയം കീഴടക്കും. പിന്നെ സംഭവിക്കുന്നത് എന്തെന്ന് മുൻകൂട്ടി പറയാനാകില്ല. ഒരു രാത്രിയിൽ രണ്ട് ആനക്കൂട്ടങ്ങൾക്കിടയിൽ അകപ്പെട്ടുപോയ ഒരനുഭവം ജോജോ പറയുന്നുണ്ട്. മുന്നിൽ ആനക്കൂട്ടം കണ്ട് അവയ്ക്ക് പിറകിൽ സുരക്ഷിതമായ അകലം പാലിച്ചുകൊണ്ട് ജീപ്പ് മെല്ലെ മെല്ലെ നീങ്ങുമ്പോഴാണ് പിറകിൽ മറ്റൊരു കൂട്ടം പ്രത്യക്ഷപ്പെടുന്നത്. ആരുടേയും മനസ്സാന്നിധ്യം നഷ്ടപ്പെട്ടുപോകുന്ന അവസ്ഥ. പരിശീലനവും അനുഭവപാഠങ്ങളാണ് ഇത്തരം സന്ദർഭങ്ങളിൽ ഒരു വനപാലകന്റെ രക്ഷയ്ക്കെത്തുന്നത്. ആനക്കൂട്ടത്തിന് അലോസരമുണ്ടാക്കാതെ പത്തു മിനിറ്റോളം പതുക്കെ പിൻതുടർന്നപ്പോൾ മുന്നിലെ കൂട്ടം താഴെ കാട്ടിലേക്ക് ഇറങ്ങിപ്പോയി. ഇത്തരം പല അനുഭവങ്ങളും ഈ പുസ്തകത്തിൽ അവിടവിടെ പറഞ്ഞു പോകുന്നുണ്ട്.

വനം ഉദ്യോഗസ്ഥർക്ക് കുടുംബവുമൊത്തുള്ള ജീവിതം മിക്കവാറും അസാധ്യമാണ്. വിദ്യാഭ്യാസത്തിനുള്ള സൗകര്യങ്ങളോ യാത്രാ ഉപാധികളോ ഇല്ലാത്തതാണ് പ്രശ്നം. അതുകൊണ്ടുതന്നെ കുടുംബ ബന്ധങ്ങളുടെ ഊഷ്മളത വളരെ കൂടുതലായിരിക്കും. തന്റെ പ്രിയതമയുടെ അകാലത്തിലുള്ള വേർപാട് കുറഞ്ഞ വാക്കുകളിൽ ഗ്രന്ഥകാരൻ കുറിച്ചിടുന്നുണ്ട്. ഹ്രസ്വമായ ആ വരികളുടെ വായന അറിയാതെ കണ്ണുകളെ ഈറനണിയിക്കും. ആ വിയോഗം തീർക്കുന്ന ശൂന്യതാബോധത്തിൽനിന്നും

മുക്തി നേടാനുള്ള ജോജോയുടെ വഴികൾ അത്ര സാധാരണമല്ലെങ്കിലും അത് നമ്മുടേതുകൂടിയായി മാറുന്ന പോലെ തോന്നും.

ഈ പുസ്തകത്തിന്റെ ഏറ്റവും വലിയ പ്രത്യേകത അതിലെ സത്യസന്ധമായ തുറന്നുപറച്ചിലാണ്. അതുകൊണ്ടുതന്നെ ആലങ്കാരികമായ ഭാഷാപ്രയോഗങ്ങളോ നെടുങ്കൻ പ്രകൃതി വർണ്ണനകളോ ഈ പുസ്തകത്തിൽ കാണാൻ കഴിയില്ല. മറിച്ച് ഒരു പുരുഷായുസ്സു മുഴുവൻ കാട്ടുവഴികളിൽ വഴിതെറ്റാതെ നടന്ന ഒരു സാധാരണ മനുഷ്യൻ തന്റെ അനുഭവ കഥകൾ മറകളില്ലാതെ ഏറ്റുപറയുകയാണ്. കാട്ടുപുഴയുടെ കുത്തൊഴുക്കു പോലെ മൂന്ന് പതിറ്റാണ്ടോളം ഒരു വനപാലകനായി ജോലി ചെയ്ത എനിക്ക് ജോജോയുടെ ഓർമ്മക്കുറിപ്പുകൾ എന്റേതുകൂടിയാണെന്ന ബോധ്യം യാദൃച്ഛികമല്ല. കേവലം ഓർമ്മക്കുറിപ്പുകളിൽനിന്നും KFDCയുടെ ചരിത്രവും ഈ പുസ്തകത്തിലൂടെ അനാവൃതമാകുന്നുണ്ട്. മഹത്തായ ഒരു സ്ഥാപനത്തിന്റെ വളർച്ചയുടെ ഓരോ പിരിവുകളിലും ഒപ്പം നടന്ന ഒരാളുടെ നേർസാക്ഷ്യങ്ങൾ അതുകൊണ്ടുതന്നെ ഒരു റഫറൻസ് പുസ്തകത്തിന്റെ ധർമ്മവും നിർവഹിക്കുന്നുണ്ട്. കാടിനെയും വന്യജീവികളെയും സ്നേഹിക്കുന്ന ഏതൊരാൾക്കും ജോജോ ജെയ്ക്കബ് എഴുതിയ 'കാട്ടുവഴികളിൽ കാലിടറാതെ' എന്ന സർവീസ് സ്റ്റോറി അനിർവചനീയമായ വായനാനുഭവം പകർന്നു നൽകും. തീർച്ച.

■

കാട് വിളിക്കുന്നു

1976ൽ ജന്തുശാസ്ത്രത്തിൽ നേടിയ ബിരുദവുമായി അന്നത്തെ ഒരു ശരാശരി ചെറുപ്പക്കാരനെ പോലെ ഞാനും തൊഴിൽ അന്വേഷണം എന്ന ഗോദയിലേക്കിറങ്ങി. ഗുരുവായൂർ ശ്രീകൃഷ്ണ കോളേജിലാണ് ഞാൻ പഠിച്ചത്. ബിരുദാനന്തര ബിരുദപഠനത്തിനുള്ള മാർക്ക് ഇല്ലാത്തവർ അന്ന് സാധാരണ ചെയ്യുംപോലെ ഞാനും മത്സരപരീക്ഷകൾ എഴുതി ഒരു സർക്കാർ ജോലി തരമാക്കാനുള്ള ശ്രമങ്ങളിൽ മുഴുകി. അന്നുകാലത്ത് ഒരു ജോലി തരപ്പെടുന്നതിന്റെ ഇടവേളയിലെ ഒരു നേരമ്പോക്കാണ് ടൈപ്പ് റൈറ്റിങ് ഷോർട്ട് ഹാൻഡ് പഠനം. ട്യൂട്ടോറിയൽ അധ്യാപനമാണ് മറ്റൊന്ന്. അധ്യാപനം എനിക്ക് പറ്റിയ പണിയല്ല എന്ന് തോന്നിയിട്ടുണ്ട്. മാത്രമല്ല ട്യൂട്ടോറിയലുകളിൽ കണക്കിനും ഇംഗ്ലീഷിനും ഉള്ളതുപോലെ സാധ്യതയുള്ള വിഷയവുമല്ല ജന്തുശാസ്ത്രം.

ആ സാഹചര്യത്തിൽ ടൗണിലെ ഒരു ഇൻസ്റ്റിറ്റ്യൂട്ടിൽ ടൈപ്പ് റൈറ്റിങ്ങിനു ചേർന്നു. അതോടൊപ്പം മുനിസിപ്പാലിറ്റി ലൈബ്രറിയിൽ പോയി ആനുകാലികങ്ങളും കരിയർ ഗൈഡുകളും വായിക്കുക എന്നതും ഒരു ദിനചര്യയാക്കി. സയൻസ് ടുഡേ, ഇലക്ട്രോണിക്സ് ഫോർ യു തുടങ്ങിയ പ്രസിദ്ധീകരണങ്ങളിൽനിന്നും ചിലത് കോപ്പിയടിച്ച് മലയാളത്തിലാക്കി ബാലരമയ്ക്കും, ബാലമംഗളത്തിനും അയച്ചു കൊടുക്കുന്ന കള്ളത്തരവും ശീലമാക്കിയിരുന്നു. സ്വന്തം പേരിൽ ബോക്സുകളിൽ അവ അച്ചടിച്ചു വരും. അപ്പോൾ ഞാനൊരു എഴുത്തുകാരനാണെന്ന് തോന്നും. അങ്ങനെ ചെറിയ തോതിലുള്ള പൊതുവിജ്ഞാന സമ്പാദനവുമായി കഴിയുമ്പോഴാണ് മനോരമ ദിനപത്രത്തിലെ ഒരു തൊഴിൽ പരസ്യം ശ്രദ്ധയിൽപ്പെടുന്നത്. കേരള ഫോറസ്റ്റ് ഡെവലപ്മെന്റ് കോർപ്പറേഷൻ (KFDC) എന്ന പൊതുമേഖലാ സ്ഥാപനം ഫീൽഡ് അസിസ്റ്റന്റ് ട്രെയിനികളെ തെരഞ്ഞെടുക്കുന്നു. നാൽപതു ഒഴിവുകളുണ്ട്. പുരുഷന്മാർക്ക് മാത്രമാണ് അവസരം. പ്രീഡിഗ്രിയാണ്

മിനിമം യോഗ്യത. കോട്ടയത്ത് വച്ച് നടത്തുന്ന എഴുത്തുപരീക്ഷയും തുടർന്ന് മറ്റ് യോഗ്യതാ പരീക്ഷകളും ഉണ്ട്. പഠിച്ചത് ജന്തു ശാസ്ത്രവും സസ്യശാസ്ത്രവും ആയതുകൊണ്ട് ഫോറസ്റ്റ് എന്ന് കേട്ടപ്പോൾ വല്ലാത്ത ഒരിഷ്ടം. കാടിന്റെ നിഗൂഢതകളറിയാനുള്ള കൗതുകമാണോ അതോ കുഞ്ഞു നാളുതൊട്ട് പ്രകൃതിയോടുള്ള ഇഷ്ടമാണോ കാരണമെന്നറിയില്ല.

മഹാരാഷ്ട്രയിലെ ഒരു പട്ടാളഗ്രാമത്തിൽ പിതാവിന്റെ ക്വാർട്ടേഴ്സിന് പുറകിലുള്ള കുന്നിൻപുറത്തെ കുറ്റിച്ചെടികളിൽ തൂങ്ങിക്കിടന്ന അനേകം തൂക്കണാംകുരുവിക്കൂടുകളിൽ പക്ഷിക്കുഞ്ഞുങ്ങളെ തിരഞ്ഞു നടന്ന നാലു വയസ്സുകാരന്റ കുതൂഹലങ്ങൾ ഇരുപത്തി രണ്ടാം വയസ്സിലും ശമിച്ചിരുന്നില്ല. തിടുക്കത്തിൽ അപേക്ഷയയച്ചു. താമസിയാതെ പരീക്ഷയെഴുതാൻ അറിയിപ്പ് കിട്ടി. മത്സരപരീക്ഷകൾ എഴുതി ശീലമായിട്ടില്ല, പൊതുവിജ്ഞാന സംഭരണം ആരംഭ ദിശയിൽ ആയിട്ടേ ഉള്ളൂ. പരിമിതമായ അറിവുകൾ പൊടിതട്ടിയെടുത്ത് കോട്ടയത്തെ CMS കോളേജിൽ പരീക്ഷയ്ക്ക് പോയി. ആയിരത്തിലേറെ വരുന്ന പുരുഷാരം കണ്ടപ്പോൾ അങ്കലാപ്പു തോന്നി. അത്രയ്ക്ക് ജനബാഹുല്യം പ്രതീക്ഷിച്ചതല്ല. ചിലരൊക്കെ വരാന്തയിലും മരത്തണലുകളിലും ഇരുന്ന് തടിയൻ പൊതുവിജ്ഞാന ഗൈഡുകൾ നോക്കി പഠിക്കുന്നതുകൂടി കണ്ടപ്പോൾ മനസ്സൊന്നിളകി. എഴുതാതെ തിരിച്ചു പോന്നാലോ എന്നൊരു നിമിഷം മനസ്സ് പതറി. പിന്നെ ഓർത്തു, എന്റെ മോശം പ്രകടനം ആരു കാണാനാണ്. ആ ധൈര്യത്തിൽ പരീക്ഷ എഴുതി.

രണ്ടു മണിക്കൂർ പരീക്ഷ വലിയ പരീക്ഷണമായില്ല. ഞാൻ ഭയന്ന ശിപായി ലഹളയും, അശോക ചക്രവർത്തിയും ഉച്ചകോടികളും കേരളപാണിനീയവും നവോത്ഥാനവും ബോസ്റ്റൺ ടീപാർട്ടിയും ഒന്നും ഇല്ല. പൊതുവിജ്ഞാനം ഇല്ലേ ഇല്ല. യുക്തിബോധം (Reasoning abiltiy) അളക്കുന്നതിൽ മാത്രമാണ് ഊന്നൽ. ഉദാഹരണത്തിന് പല ഓപ്ഷനുകൾ തന്നിട്ട് ഡോക്ടർ എന്ന പദത്തിനോട് ഏറ്റവും യോജിക്കുന്ന പദം ഏതെന്നു തിരഞ്ഞെടുക്കണം. രോഗി, രോഗം, മരുന്ന്, നഴ്സ് എന്നിങ്ങനെ നാലു ഓപ്ഷനുകൾ. ഇതിൽ ഡോക്ടർ എന്നതിനോട് ഏറ്റവും അടുത്തുനിൽക്കുന്ന പദം ഏതെന്നു അടയാളപ്പെടുത്തണം. ഇങ്ങനെയുള്ള കുറെ ഒബ്ജക്റ്റീവ് ടൈപ്പ് ചോദ്യങ്ങളാണ്. ഏറ്റവുമൊടുവിൽ പത്തു മാർക്കിന്റെ ഒരു ഉപന്യാസവും ഉണ്ട്. Why do I choose this job ആംഗലേയ ഭാഷയിലാണ് ചോദ്യപേപ്പർ.

പൊതുവിജ്ഞാനമോ ഗണിതസൂത്രങ്ങളോ ഭാഷാനൈപുണ്യമോ ആവശ്യമില്ലാത്ത ഇത്തരത്തിലുള്ള പരീക്ഷ ആർക്കും

ബുദ്ധിമുട്ടായി തോന്നില്ല. വളരെ എളുപ്പം എന്ന് പറയും. അതേ സമയം മത്സരാർത്ഥികളുടെ എണ്ണം ഓർത്തപ്പോൾ വലിയ പ്രതീക്ഷ തോന്നിയതുമില്ല. നാല്പത് ഒഴിവുകളും ആയിരത്തിലേറെ അപേക്ഷകരും ആകുമ്പോൾ എന്ത് ആശിക്കാനാണ്. ഞാൻ ആദ്യമായാണ് കോട്ടയം പട്ടണം കാണുന്നത്. ആ സാംസ്കാരിക നഗരത്തെ ബഹുമാനത്തോടെ പരിചയപ്പെട്ട് വീട്ടിലേക്ക് മടങ്ങി.

പരീക്ഷ എഴുതിയിട്ട് രണ്ടുമാസത്തിലേറെ ആയിക്കാണും. ഒരു ദിവസം KFDCയുടെ മുദ്രയുള്ള ഒരു കത്ത് കിട്ടുന്നു. എഴുത്തു പരീക്ഷയിൽ ഞാൻ വിജയിച്ചിരിക്കുന്നു. ശാരീരിക അളവുകളും മറ്റ് യോഗ്യതകളും പരിശോധിക്കാനായി കോട്ടയം ഹെഡ് ഓഫീസിൽ ഹാജരാകണം. അതാണ് ഉള്ളടക്കം. ആവശ്യമായ ശാരീരിക അളവുകളും സൂചിപ്പിച്ചിട്ടുണ്ട്. നാലു മണിക്കൂറിനുള്ളിൽ 24 കിലോമീറ്റർ നടക്കുക എന്ന ഒരു പരീക്ഷയും ഉണ്ട്. ആശയ്ക്ക് വകയില്ലെന്ന് തീർച്ചപ്പെടുത്തിയ പരീക്ഷയെപ്പറ്റി വാസ്തവത്തിൽ ഞാൻ മറന്നേ പോയിരുന്നു. പിന്നെ ചെറിയ പ്രതീക്ഷയുമായി എന്റെ രണ്ടാമത്തെ കോട്ടയം യാത്ര. പ്രൈവറ്റ് ബസ് സ്റ്റാൻഡിനടുത്തുള്ള കുറഞ്ഞ ഒരു ലോഡ്ജിൽ മുറിയെടുത്തു. എഴുത്തുപരീക്ഷയില്ലാത്തതുകൊണ്ട് പിരിമുറുക്കമില്ലാതെ ശാന്തമായിരുന്നു മനസ്സ്. അന്ന് രാത്രിയാണ് വയനാടിന്റെ കഥ പറയുന്ന നെല്ല് എന്ന മനോഹരമായ സിനിമ ഞാൻ കാണുന്നത്. രാമു കാര്യാട്ടും ബാലു മഹേന്ദ്രയും ചേർന്ന് ഒരുക്കിയെടുത്ത, വയനാടൻ വയലേലകളുടെയും കാടിന്റെയും സൗന്ദര്യം അനന്യമായി ഒപ്പിയെടുത്ത ആ ചലച്ചിത്രകാവ്യത്തിന്റെ ദൃശ്യാനുഭവം, കാട്ടിൽ പാർക്കാൻ കഴിയുന്ന ഒരു ജോലി എന്ന ഇഷ്ടത്തെ ഒരു സ്വപ്നമാക്കി മാറ്റി. അതിനപ്പുറം ആ ജോലി ആവശ്യപ്പെടുന്ന വെല്ലുവിളികളെയോ കഷ്ടപ്പാടുകളെയോപ്പറ്റി ചിന്തിച്ചതേയില്ല. ഒന്നും അറിയില്ലായിരുന്നു. കാട്ടുചോലക്കരയിൽ, വാകമരത്തണലിൽ ഓടക്കുഴൽ വായിച്ചിരിക്കുന്ന ഒരു യുവാവിന്റെ ചിത്രത്തിൽ ഞാൻ എന്നെ ചേർത്തു നിർത്തി സ്വപ്നങ്ങൾ നെയ്തു.

അന്ന് തരക്കേടില്ലാതെ ഞാൻ ഓടക്കുഴൽ വായിക്കുമായിരുന്നു. കാട് എന്ന് കേൾക്കുമ്പോൾ അല്പം കാല്പനിക വിചാരങ്ങൾ ഉണരുക സ്വാഭാവികം. കവി പാടിയതുപോലെ ‘കാനനഛായയിൽ ആടുമേയ്ക്കാൻ’ ആർക്കാണ് കൊതിയില്ലാത്തത്. പിന്നീട് ജോലിയിൽ അനുഭവിച്ച മാനസികവും ശാരീരികവുമായ കഷ്ടപ്പാടുകളെ ആ യുവാവിന്റെ ചിത്രവുമായി ചേർത്തുവെച്ച് പലതവണ നെടുവീർപ്പിട്ടിട്ടുണ്ട്. സ്വപ്നവർണ്ണങ്ങൾ ചാലിച്ച് നമ്മൾ മനസ്സിൽ കൊണ്ടുനടക്കുന്ന മനോഹര ചിത്രങ്ങൾക്കുമേലെ കാലം എഴുതുന്ന

ചിത്രങ്ങൾ ആർക്കാണ് മുൻകൂട്ടി കാണാനാവുക? കാലം അതിന് കരുതിവച്ചിട്ടുള്ള മഷിക്കൂട്ടുകൾ ആർക്കുമറിയില്ലല്ലോ. മനോഹരമായ സ്വപ്നങ്ങൾകണ്ട് അന്നു രാത്രി ഞാനുറങ്ങി. സിനിമയിൽ കണ്ട് മോഹിച്ച വയനാട് തന്നെയാണ് ഔദ്യോഗിക യാത്രയ്ക്കിടയിൽ എന്നെ കരയിപ്പിച്ചത് എന്നത് വലിയ വിരോധാഭാസമായി.

രാവിലെ അഞ്ചു മണിക്ക് നാഗമ്പടത്തുള്ള ഓഫീസിൽ റിപ്പോർട്ട് ചെയ്യണം. നാലു മണിക്കൂറിൽ 24 കിലോമീറ്റർ നടത്തമാണ് ആദ്യം ക്ലിയർ ചെയ്യേണ്ടത്. ദീർഘദൂരം നടക്കുക എന്നത് വനംവകുപ്പിലെ ജോലികൾ ആവശ്യപ്പെടുന്ന ഒരു കായിക ബലമാണ്. വകുപ്പിലെ ഒട്ടുമിക്ക ജോലികൾക്കുമുണ്ട് ഈ പരീക്ഷ. വെളുപ്പിനുണർന്ന് പ്രഭാതകൃത്യങ്ങളൊക്കെ കഴിച്ച് അഞ്ചുമണിക്കുതന്നെ സ്ഥലത്ത് ഹാജരായി. മത്സരപരീക്ഷയിൽ കടന്നുകൂടിയ ഉദ്യോഗാർത്ഥികളുടെ എണ്ണം ആയിരത്തിൽനിന്നും മുന്നൂറോളമായി കുറഞ്ഞിരിക്കുന്നു. ഞങ്ങളെ ഓഫീസ് വളപ്പിനകത്താക്കി ഗേറ്റ് അടച്ചു. ഒരു ഫോറസ്റ്റ് റേഞ്ച് ഓഫീസർ വന്ന് ആവശ്യമായ നിർദ്ദേശങ്ങൾ തന്നു. നടന്നു തീർക്കേണ്ട വഴികളുടെ റൂട്ട്മാപ്പും തന്നു. കോട്ടയം പട്ടണത്തിലെ സാമാന്യം കയറ്റിറക്കങ്ങൾ ഉള്ള വഴികളാണ്. ആകെ 24 കിലോമീറ്റർ ദൂരമാണ് നടക്കേണ്ടത്. ഇടയ്ക്ക് ഇരിക്കുകയോ വിശ്രമിക്കുകയോ ഓടുകയോ എന്തുവേണമെങ്കിലും ആകാം. നാലുമണിക്കൂർ കൊണ്ട് ലക്ഷ്യസ്ഥാനത്ത് എത്തണം. അത്രയേ ഉള്ളൂ.

ആരംഭിച്ച സ്ഥലത്തുതന്നെ തിരിച്ചെത്തുന്ന വിധമാണ് റൂട്ട് ക്രമീകരിച്ചിട്ടുള്ളത്. ഇതൊരു മത്സരപരീക്ഷയല്ല, യോഗ്യതാ പരീക്ഷ മാത്രമാണ്. ആദ്യമാദ്യം എത്തുന്നവർക്ക് പ്രത്യേക പരിഗണനയൊന്നും കിട്ടില്ല. നാലു മണിക്കൂർ കൊണ്ട് അത്രയും ദൂരം നടക്കാനുള്ള കഴിവുണ്ടോ എന്ന് മാത്രമാണ് നോക്കുന്നത്. നടത്തത്തിനിടയിൽ ആറ് പോയിന്റുകളിൽ നിന്നും സീൽ ചെയ്ത സ്ലിപ്പുകൾ കൈപ്പറ്റണം. പട്ടണവഴികൾ പരിചയമുള്ളവർ എളുപ്പവഴികളിലൂടെ നടക്കാതിരിക്കാനുള്ള മുൻകരുതലാണത്.

എല്ലാം വിശദമായി പറഞ്ഞുതന്ന ശേഷം കൃത്യം അഞ്ച് മുപ്പതിന് ഓഫീസ് ഗേറ്റ് മലർക്കേ തുറന്നു. നേരം പരപരാ വെളുത്തു വരുന്നതേയുള്ളൂ. വലക്കൂട് അഴിച്ചുവിട്ട താറാവുകൂട്ടത്തെപ്പോലെ അത്യുത്സാഹത്തോടെ ഞങ്ങൾ പുറത്തിറങ്ങി. പിന്നെ എല്ലാം മറന്നുള്ള നടത്തമാണ്. ഒരു ജോലിക്ക് വേണ്ടിയുള്ള ഓട്ടപ്പാച്ചിൽ. തിരിച്ചെത്തേണ്ടുന്ന ഒമ്പത് മുപ്പത് എന്ന സമയവും, 24 കിലോമീറ്റർ എന്ന ദൂരവും മാത്രമാണ് മനസ്സിൽ. റൂട്ട്മാപ്പു നോക്കിയും ചെക്ക്പോയിന്റുകളിൽനിന്നും സ്ലിപ്പുകൾ കൈപ്പറ്റിയും തിരഞ്ഞു നോക്കാതെയുള്ള ദ്രുതഗമനം. ശാരീരികക്ഷമത വേറെ വേറെ

ആയതു കൊണ്ടാകണം കുറച്ച് നേരത്തെ കൂട്ടനടത്തത്തിനിടെ ഞങ്ങൾ തുണ്ടു, തുണ്ടു സംഘങ്ങളായി മാറി. വെയിൽ പതുക്കെ ചൂടാവുകയും പാതകൾ പയ്യെ കയറ്റങ്ങളിലേക്ക് നയിക്കുകയും ചെയ്തപ്പോൾ മടുപ്പും ക്ഷീണവും തോന്നാൻ തുടങ്ങി. ഓരോ കിലോമീറ്റർ പിന്നിടുമ്പോഴും ഉത്സാഹം കുറഞ്ഞു കുറഞ്ഞു വരുന്നതറിഞ്ഞു.

ഞാൻ കുടുങ്ങിയ സംഘത്തിലെ ആറടി പൊക്കക്കാരൻ ഗോപി പറഞ്ഞുകൊണ്ടിരുന്ന തമാശകളാണ് മടുപ്പിനെ മറികടക്കാൻ കുറച്ചൊക്കെ സഹായിച്ചത്. അന്ന് ഗോപി പറഞ്ഞ ഒരു തമാശ ഇപ്പോഴും ഓർമ്മയുണ്ട്. ഒരു തുണിക്കടയിലെ ഇംഗ്ലീഷ് വശമില്ലാത്ത സെയിൽസ്മാനും മലയാളം അറിയാത്ത ഒരു സായിപ്പും തമ്മിൽ നടന്ന സംഭാഷണമാണ്. കടുംനിറത്തിലുള്ള ഒരു തുണി എടുത്തു കാണിച്ചിട്ട് അതിന്റെ നിറം മങ്ങുമോ എന്ന് ആംഗ്യ ഭാഷയും ചില ശബ്ദങ്ങളും പ്രയോഗിച്ച് കഷ്ടപ്പെട്ട് സായിപ്പ് ചോദിച്ചു. ചോദ്യം പിടികിട്ടിയ സെയിൽസ്മാൻ നിസ്സാരമായി പറഞ്ഞു. 'കളർ നോ ഗോ, ബട്ട് വാഷ് വാഷ് വാഷ്, വൈറ്റ് വൈറ്റ് വൈറ്റ്.' കഴുകും തോറും നിറം മങ്ങുമെന്നാണ് സെയിൽസ്മാൻ പറഞ്ഞതെന്ന് സായിപ്പിന് തിരിയുകയും ചെയ്തു. ഇങ്ങനെ ഇടതടവില്ലാതെ ഗോപി പറഞ്ഞുകൊണ്ടിരുന്ന ഒരുപാട് തമാശകളാണ് ക്ഷീണവും മടുപ്പും അറിയാതിരിക്കാൻ സഹായിച്ചത്.

മോട്ടോർസൈക്കിളുകളിലും ജീപ്പുകളിലുമായി ഓഫീസർമാർ ഞങ്ങളെ നിരീക്ഷിക്കുന്നുണ്ടായിരുന്നു. ആർക്കെങ്കിലും ആരോഗ്യ പ്രശ്നങ്ങൾ ഉണ്ടാകുന്നുണ്ടോ എന്നറിയാനും ആരെങ്കിലും ഉപായ വഴികൾ തേടുന്നുണ്ടോ എന്നറിയാനും. പലരും നടക്കുന്നതിനു പകരം ഓടുക തന്നെയായിരുന്നു. കുറഞ്ഞ സമയത്തിൽ എത്തുന്നതുകൊണ്ട് പ്രത്യേകിച്ചൊന്നുമില്ല എന്നറിയാമെങ്കിലും ആദ്യമാദ്യം എത്തണം എന്ന തോന്നൽ എല്ലാവരുടെയുള്ളിലുമുണ്ട്. അത് നമ്മുടെ പൊതുസ്വഭാവത്തിന്റെ ഒരംശമാണ്. ഒഴിഞ്ഞ സീറ്റുകൾ ധാരാളമുള്ള ബസ്സിലും ആദ്യം കേറാൻ നമ്മൾ ഇടികൂടും. ദീർഘദൂരം നടന്നു പരിചയമില്ലാത്തതുകൊണ്ട് സമയവും ദൂരവും എങ്ങനെ ബാലൻസ് ചെയ്യണം എന്നറിയാത്തതിന്റെ അങ്കലാപ്പുമുണ്ട്. അങ്ങനെ നടന്നും ഓടിയും കിതച്ചും ഏകദേശം മൂന്നര മണിക്കൂർ കൊണ്ട് ഞങ്ങളുടെ ബാച്ച് നടത്തം പൂർത്തിയാക്കി തിരിച്ച് ഗെയ്റ്റിനകത്തു കയറി. കുറേ പേരെങ്കിലും പാതിവഴിയിൽ നടത്തം ഉപേക്ഷിച്ചു പോയിരുന്നു. തീരെ നടന്നു ശീലമില്ലാത്തവരും ശരിയായ പാദരക്ഷകൾ ധരിക്കാത്തവരുമാണ് അധികവും ഈ പരീക്ഷയിൽ പരാജയപ്പെട്ടത് എന്നു തോന്നുന്നു. കുറച്ചു ദൂരം നടന്നപ്പോഴേക്കും പലരുടെയും കാൽപാദങ്ങൾ ചെരിപ്പുരഞ്ഞു പൊട്ടി

വേദനിക്കാൻ തുടങ്ങി. വെളുപ്പിന് പ്രൈവറ്റ് ബസുകൾ ഓടാൻ തുടങ്ങിയപ്പോൾ പലരും ഇത് പറഞ്ഞ് നടത്തം മതിയാക്കി ബസ് കയറി പോകുന്നത് കണ്ടു. ചിലരെങ്കിലും ഇത് തനിക്ക് പറ്റിയ പണിയല്ല എന്ന് തോന്നി കളഞ്ഞിട്ട് പോയിട്ടുണ്ടാകും. അവരൊക്കെ പരാജിതരാണെന്ന് പറയാനും കഴിയില്ല. ചില തോൽവികൾ താത്കാലിക നിരാശയ്ക്ക് ഇടയാക്കുമെങ്കിലും ചിലപ്പോഴെങ്കിലും അനുഗ്രഹമായി ഭവിക്കുന്നത് നമ്മൾ കാണാറുണ്ട്. അന്നത്തെ നടത്ത പരീക്ഷയിൽ തോറ്റുപോയ ഒരാൾ പിന്നീട് സിവിൽ സർവീസ് പരീക്ഷ ജയിച്ചതായി അറിയാം. എപ്പോഴും ജയിക്കണം എന്ന വാശി നല്ലതാണോ അല്ലയോ എന്ന ചോദ്യത്തിന് ഉത്തരം നൽകാൻ കാലത്തിന് മാത്രമേ കഴിയൂ.

കൃത്യം നാലു മണിക്കൂറായപ്പോൾ, അതായത് 9.30ന് ഓഫീസ് ഗെയ്റ്റ് അടഞ്ഞു. ഇനിയും അകത്തു കയറാൻ കഴിയാത്തവർ സെലക്ഷന് പുറത്തായി. എല്ലാവർക്കും അറിയുന്ന ഒരു ബൈബിൾ കഥയാണ് എനിക്കോർമ്മവന്നത്. നോഹ് എന്ന പിതാമഹൻ പേടകമുണ്ടാക്കിയ കഥ. ഭൂമിയിൽ പാപികൾ പെരുകി വന്നതുകണ്ട് സഹികെട്ട ദൈവം എല്ലാം നശിപ്പിച്ച് കളഞ്ഞിട്ട് ഒന്നെന്ന് തുടങ്ങാൻ തീരുമാനിച്ചു. ദൈവം തന്റെ ഭക്തനായ നോഹിനെ വിളിച്ചിട്ട് പറഞ്ഞു, 'ഭൂമിയിൽ ഞാൻ വലിയ പ്രളയം സൃഷ്ടിക്കും. വലിയൊരു കപ്പൽ ഉണ്ടാക്കി നീയും നിന്റെ കുടുംബവും രക്ഷപ്പെട്ടുകൊൾക. ഭൂമിയിലെ എല്ലാ ജീവജാലങ്ങളെയും ഓരോ ജോടി വീതം കപ്പലിൽ രക്ഷപ്പെടുത്തണം.'

നോഹ അങ്ങനെ ചെയ്തു. ഭൂമിയിൽ തോരാ മഴ തുടങ്ങി. എല്ലാം നശിപ്പിച്ചുകൊണ്ട് പ്രളയജലം പൊങ്ങി. ഒരു ദിവസം ദൈവം പേടകത്തിന്റെ വാതിൽ അടച്ചു. പിന്നെ വന്നവർക്കാർക്കും അകത്തു കയറാനായില്ല. രാവും പകലും തോരാതെ പെയ്ത മഴയിൽ അവർ അത്രയും ചത്തുപോയി. വാതിൽ അടയും മുമ്പ് പേടകത്തിൽ കയറിയവർ മാത്രം രക്ഷപ്പെട്ടു. കൃത്യം 9.30ന് ഓഫീസ്ഗെയ്റ്റ് അടഞ്ഞപ്പോൾ എനിക്ക് ഈ കഥ ഓർമ്മവന്നു. അകത്തുകയറാൻ കഴിയാത്തവരെക്കുറിച്ച് സങ്കടം വന്നു. പിന്നെ സമാധാനിച്ചു, ഇവിടെ എനിക്കുശേഷം പ്രളയം ഇല്ലല്ലോ. അവർക്ക് കൂടുതൽ മെച്ചപ്പെട്ട ജോലികൾ കിട്ടട്ടെ എന്ന് പ്രാർത്ഥിച്ചു.

ശാരീരിക അളവുകളുടെ പരിശോധനയാണ് അടുത്തത്. ഉയരം, തൂക്കം, നെഞ്ചളവ്, അങ്ങനെ ചിലത്. കുറച്ചുപേർ ആ പരിശോധനകളിലും പരാജയപ്പെട്ട് പുറത്തായി. പ്രത്യേക പരിശീലനമൊന്നും ഇല്ലെങ്കിലും ബലംപിടിച്ച് നെഞ്ചുവിരിച്ചങ്ങനെ നിന്നപ്പോൾ ഞാൻ കയറിക്കൂടി. അത്രയുമായപ്പോൾ ഞങ്ങളുടെ എണ്ണം നൂറോ നൂറ്റി

ഇരുപതോ ആയി കുറഞ്ഞു. ഇനിയും രണ്ട് കടമ്പകൾ കൂടി ബാക്കി യുണ്ട്. അഭിരുചി പരീക്ഷയും അഭിമുഖവും.

വലിയൊരു ഹാളിൽ ഞങ്ങളെ കൊണ്ടുപോയി ഇരുത്തി. കുറച്ച് നിർദ്ദേശങ്ങൾ തന്നിട്ട്, Yes, അല്ലെങ്കിൽ No എന്ന് മാത്രം അടയാ ളപ്പെടുത്തേണ്ടതായ 200 ചോദ്യങ്ങൾ അടങ്ങുന്ന ഒരു പേപ്പർ തന്നു. ചോദ്യങ്ങളല്ല, ഇംഗ്ലീഷിലുള്ള കുറേ പ്രസ്താവനകളാണ്. (Statements). ഉദാഹരണത്തിന്, I prefer coffee to tea, Iam afraid of thunder bolt, I read detective stories, I watch horror movies, I like tall women, ഇങ്ങനെ പരസ്പരബന്ധമില്ലാത്ത പ്രസ്താവനകളാണ്. Yes/No ടിക് ചെയ്യുകയേ വേണ്ടൂ. അനുവദിച്ചിട്ടുള്ള സമയം വെറും മുപ്പത് മിനിറ്റ്.

ആദ്യമൊന്ന് അമ്പരന്നെങ്കിലും നിശ്ചിത സമയത്തിനുള്ളിൽ തന്നെ എല്ലാത്തിനും Yes അല്ലെങ്കിൽ No ടിക്കടിച്ചു പേപ്പർ മടക്കി. പ്രത്യേക രീതിയിലുള്ള ആദ്യത്തെ മത്സരപരീക്ഷ ഓർമ്മവന്നു. അഭി രുചിപരീക്ഷയും ഇപ്പോൾ ഇങ്ങനെ ഒരുമാതിരി. തെരഞ്ഞെടുപ്പിന്റെ എല്ലാം ഘട്ടങ്ങളിലും ഒരു മനശ്ശാസ്ത്ര വിദഗ്ധൻകൂടി ഉണ്ടായിരു ന്നത്രെ. അതുകൊണ്ടാണ് എല്ലാ പരീക്ഷകൾക്കും സാധാരണ പതി വില്ലാത്ത ഈ വിചിത്ര സ്വഭാവം. KFDCയിൽ ജോലി ചെയ്യുന്ന വർക്ക് ശാരീരികക്ഷമതയ്ക്കൊപ്പം നല്ല മാനസിക ആരോഗ്യം കൂടി വേണമെന്ന് തീരുമാനിച്ചതാകണം. സാധാരണ PSC പരീക്ഷകളിൽ വായിച്ചറിവുകളും ഓർമ്മശക്തിയും മാത്രമാണല്ലോ പരീക്ഷിക്ക പ്പെടുന്നത്. ഇവിടെ അഭിരുചിപരീക്ഷയിൽ ഉദ്യോഗാർത്ഥിയുടെ മറ്റുചില യോഗ്യതകളാണ് പരീക്ഷിക്കുന്നത്. സത്യസന്ധമല്ലാതെയോ അർത്ഥം ശരിയായി ഗ്രഹിക്കാൻ മെനക്കെടാതെയോ ഉദാസീന മായി ഇരുന്നൂറ് പ്രസ്താവനകളെ സമീപിച്ചാൽ കുഴപ്പമാകും. ഒരേ ആശയത്തിന് പരസ്പര വിരുദ്ധമായി Yes/No ടിക് ചെയ്താൽ, വേണ്ടത്ര ഗൗരവത്തോടെയല്ല അയാൾ ആ പേപ്പർ കൈകാര്യം ചെയ്തത് എന്നുവരും. ഇരുന്നൂറ് പ്രസ്താവനകൾക്ക് വെറും അര മണിക്കൂർ സമയം എന്നാകുമ്പോൾ അതിന്റ സമ്മർദ്ദവും ഉണ്ടാകും. ഇംഗ്ലീഷ് ഭാഷയുടെ പ്രയോഗങ്ങൾ നന്നായി ശ്രദ്ധിച്ചില്ലെങ്കിലും അബദ്ധം പറ്റും.

ഉദ്യോഗാർത്ഥിയുടെ സത്യസന്ധതയാണ് (Integrtiy) ഇവിടെ പരീക്ഷിക്കപ്പെടുന്നത്. അഭിരുചിപരീക്ഷ (Aptitude Test) എന്നാണ് പറഞ്ഞതെങ്കിലും ഇതിന് ഈ പ്രത്യേക ജോലിയോടുള്ള അഭിരുചി യുമായി എന്തെങ്കിലും ബന്ധമുണ്ടോ എന്ന് ചോദിച്ചാൽ സംശയ മാണ്. അതൊരുപക്ഷേ അഭിമുഖത്തിൽ പരീക്ഷിക്കാം എന്ന് വെച്ചു കാണും.

ഇനി ബാക്കിയുള്ളത് അഭിമുഖ പരീക്ഷയാണ്. ഞാൻ ആദ്യമായാണ് ഒരു ഇന്റർവ്യൂ ബോർഡിനെ നേരിടുന്നത്. അതിന്റെ എല്ലാ പരിഭ്രമത്തോടും കൂടിയാണ് ഹാളിലേക്ക് പ്രവേശിച്ചത്. വനംവകുപ്പ് മേധാവി, KFDCയുടെ മാനേജിംഗ് ഡയറക്ടർ, പിന്നെ എനിക്കറിയാത്ത രണ്ടു പേരുമാണ് ബോർഡിൽ. എന്റെ മാനസികാവസ്ഥ മനസ്സിലാക്കിയിട്ടാകണം, ജോജോ എന്ന പേര് ആരിട്ടതാണെന്നും പേരിന് എന്തെങ്കിലും അർത്ഥമുണ്ടോ എന്നും ചോദിച്ച് ടീമിലെ മനശ്ശാസ്ത്രജ്ഞൻ എന്ന് തോന്നിച്ച ആൾ എന്നെ ഒന്ന് തണുപ്പിച്ചു. പക്ഷേ വനം മേധാവി ആദ്യം എറിഞ്ഞ ചോദ്യം എന്നെ പരുങ്ങലിലാക്കി. മുമ്പ് കാട് കണ്ടിട്ടുണ്ടോ, വനത്തിൽ പോയിട്ടുണ്ടോ എന്നായിരുന്നു ചോദ്യം. ഇല്ല എന്ന് സത്യസന്ധമായി ഞാൻ പറഞ്ഞു. പിന്നെ എന്തറിഞ്ഞിട്ടാണെന്നും ഈ ജോലിയുടെ സ്വഭാവത്തെക്കുറിച്ച് വല്ല ധാരണയും ഉണ്ടോ എന്നും ചോദിച്ച് അദ്ദേഹം എന്നെ സമ്മർദ്ദത്തിലാക്കി. വനവും വന്യജീവികളെയും സംരക്ഷിക്കുക എന്നതായിരിക്കും ജോലി എന്ന് ഒരു വിധം ഞാൻ പറഞ്ഞൊപ്പിച്ചു.

വനവികസന കോർപ്പറേഷനിലേക്കാണ് ഇന്റർവ്യൂ എന്നാണെങ്കിലും വനം വികസിപ്പിക്കുന്നത് എങ്ങനെയെന്നു പറയാൻ എനിക്കറിയില്ലായിരുന്നു. ആനയെ പേടിയുണ്ടോ എന്നായിരുന്നു അടുത്ത ചോദ്യം. പേടിയാണ് എന്ന് പറയാൻ ഞാൻ മടിച്ചില്ല. ഏതാനും മിനിറ്റുകൾക്ക് മുമ്പ് നടന്ന അഭിമുഖ പരീക്ഷയിലെ ആനയെ പേടി എന്ന ചോദ്യത്തിന് YES എന്ന് ടിക് ചെയ്തിരുന്നത് എനിക്ക് ഓർമ്മ വന്നു. കാട്ടിലെ ജോലി ആയതുകൊണ്ട് ഞാനത് ഇനി മാറ്റി പറയുമോ എന്നായിരിക്കാം ഒരുപക്ഷേ അവർ പരീക്ഷിച്ചത്. കുറച്ചു മുമ്പ് ഇരുന്നൂറ് പ്രസ്താവനകൾക്ക് ടിക്കടിച്ചു നൽകിയ കടലാസുകൾ അവരുടെ മേശപ്പുറത്തുള്ളത് ഞാൻ ശ്രദ്ധിച്ചു. അതിലെ പലതും വീണ്ടും ചോദിച്ചു. ഓരോരുത്തരും എത്രമാത്രം ഗൗരവത്തോടെയും സത്യസന്ധമായും ആണ് ആ പ്രസ്താവനകളെ സമീപിച്ചതെന്ന് അറിയാൻ അതുമതി അവർക്ക്.

എന്തുകൊണ്ട് ഈ ജോലി ഇഷ്ടപ്പെടുന്നു എന്ന ചോദ്യത്തിന് പ്രകൃതിയോട് ഇഷ്ടമുണ്ടെന്നും പഠിച്ചത് സുവോളജിയും ബോട്ടണിയും ആണെന്നും പറഞ്ഞു. ഇംഗ്ലീഷും മലയാളവും കൂട്ടിക്കലർത്തിയാണ് ചോദ്യങ്ങൾ. പിതാവ് എന്ത് ചെയ്യുന്നു എന്ന് ചോദിച്ചു. പട്ടാളത്തിലാണെന്ന് പറഞ്ഞു. അപ്പോൾ ഉണ്ടായത് ഒരു സാങ്കൽപ്പിക ചോദ്യമാണ്. ഈ ജോലിയിൽ ചേരേണ്ടതില്ല എന്ന് അദ്ദേഹം പറഞ്ഞാൽ താങ്കൾ എന്ത് ചെയ്യും എന്നായിരുന്നു അത്. അച്ഛൻ ഒരിക്കലും അങ്ങനെ പറയില്ല എന്ന തന്ത്രപരമായ മറുപടി പറഞ്ഞു

ഞാൻ. അപ്പോൾ ഒരു സപ്പോസ് കൂട്ടിച്ചേർത്തുകൊണ്ട് അതേ ചോദ്യം അവർ കടുപ്പിച്ചു. ഒരിക്കലും പിതാവ് അങ്ങനെ പറയില്ല എന്ന് ഒരിക്കൽ കൂടി ഞാൻ ആവർത്തിച്ചു. അവർ പ്രകോപിതരായ പോലെ തോന്നി. സപ്പോസ് എന്ന വാക്ക് അല്പം കടുപ്പിച്ചാണ് പിന്നെ ചോദിച്ചത്. "Suppose he says No, what decision will you take?" കൃത്യമായ ഉത്തരമാണ് വേണ്ടത്.

ഞാൻ ആശയക്കുഴപ്പത്തിലായി. അച്ഛനെ ധിക്കരിച്ച് ഈ ജോലി തന്നെ സ്വീകരിക്കും എന്നു പറഞ്ഞാൽ ഞാൻ അനുസരണയില്ലാത്ത മോശം വ്യക്തിയാകും. മറിച്ച് പറഞ്ഞാൽ ഈ ജോലിയോട് വേണ്ടത്ര താല്പര്യമില്ലാത്ത ആളാണെന്നും വരും. ഒടുവിൽ ഇങ്ങനെ പറയാനാണ് എനിക്ക് തോന്നിയത്. "അച്ഛൻ No പറഞ്ഞാൽ ഞാൻ ഈ ജോലി വേണ്ടെന്നു വയ്ക്കും." പിന്നെ ചോദ്യങ്ങളൊന്നും ഉണ്ടായില്ല. "That is all, you can go". അധ്യക്ഷൻ പറഞ്ഞതും ഞാൻ തിടുക്കത്തിൽ സ്ഥലം കാലിയാക്കി.

പിന്നെ ചിന്തിച്ചത് ഇങ്ങനെയാണ്. അച്ഛൻ No പറഞ്ഞാൽ ഈ ജോലിക്ക് വരില്ല എന്ന് പറഞ്ഞപ്പോൾ ഈ ജോലിയോട് താല്പര്യമുള്ള ആളല്ല ഞാൻ എന്ന് ബോർഡിന് തോന്നിയിട്ടുണ്ടാവില്ലേ. അതുകൊണ്ടല്ലേ തുടർചോദ്യങ്ങൾ ഇല്ലാതെ you can go എന്ന് പറഞ്ഞ് അവസാനിപ്പിച്ചത്. തിരിച്ചു വീട്ടിലേക്കുള്ള യാത്രയിലുട നീളം മനസ്സിൽ മുള്ളായി നിന്നു ഈ ചിന്ത. അങ്ങനെ പറയേണ്ടിയിരുന്നില്ല എന്ന് തോന്നി. ആലോചനക്കുറവുകൊണ്ട് ഒരു സർക്കാർ ജോലി കൈവിട്ട് കളഞ്ഞു എന്ന് ഇച്ഛാഭംഗമുണ്ടായി. ആയിരത്തിലേറെ പേരിൽനിന്നും അവസാന അഭിമുഖംവരെ എത്തിയിട്ട് ചെറിയ ബുദ്ധിമോശംകൊണ്ട് പുറത്താകുക. കപ്പിനും ചുണ്ടിനും ഇടയിൽവെച്ച് മധുരം തട്ടിക്കളഞ്ഞതുപോലെ.

എല്ലാം മറന്ന്, ടൈപ്പ് റൈറ്റിംങ്ങും വായനശാലയുമായി പതിവ് ദിനചര്യകളിൽ മുഴുകിക്കഴിയവേ, 1977 മാർച്ച് മാസം പകുതിയോടെ, എന്നെ അത്ഭുതപ്പെടുത്തിക്കൊണ്ടും ആഹ്ലാദിപ്പിച്ചുകൊണ്ടും KFDC യിൽ നിന്നും എനിക്ക് നിയമന ഉത്തരവ് കിട്ടുന്നു. ഫീൽഡ് അസിസ്റ്റന്റ് ട്രെയിനി ആയിട്ടാണ്. 40 പേരുടെ ലിസ്റ്റിൽ ഇരുപതാമത്തെ പേരാണ് എന്റെ. ആറുമാസം പരിശീലനമാണ്. അത് വിജയകരമായി പൂർത്തിയാക്കിയാൽ ഫീൽഡ് അസിസ്റ്റന്റായി സ്ഥിര നിയമനം. (പിന്നീട് ഈ തസ്തികയുടെ പേര് ഫീൽഡ് ഓഫീസർ എന്ന് മാറ്റി). ഇനിയും ചില കടമ്പകൾ കൂടി ബാക്കിയുണ്ട്. പരിശീലനം സർക്കാർ ചെലവിൽ ആയതുകൊണ്ട് അഞ്ച് വർഷത്തേക്ക് ജോലി വിട്ടുപോകാൻ പാടില്ല എന്നതിന്റെ ഉറപ്പിനായി ബോണ്ടുകൾ

വെക്കണം. ഗസറ്റഡ് ഓഫീസർമാർ ഒപ്പിട്ട പതിനായിരം രൂപയ്ക്കുള്ള രണ്ടു ബോണ്ടുകൾ വേണം. ഇത് പ്രശ്നമായി. പതിനായിരം രൂപ എന്നത് എഴുപതുകളിൽ വലിയ തുകയാണ്. പരിചയത്തിലുള്ള ഗസറ്റഡ് ഓഫീസർമാരൊക്കെ ഓരോ ഒഴിവുകഴിവുകൾ പറഞ്ഞ് പിന്മാറി. എന്റെ പേരിൽ റിസ്ക്കെടുക്കാൻ ആരും തയ്യാറല്ല. അന്നത്തെ എന്റെ രക്ഷാകർത്താവായിരുന്ന വല്യപ്പച്ചനും (പിതാവിന്റെ ജ്യേഷ്ഠൻ) നിസ്സഹായത പറഞ്ഞുകൊണ്ട് കൈമലർത്തി. അദ്ദേഹത്തിൽനിന്നും യാതൊരു ശ്രമവും ഉണ്ടാകില്ല എന്നുറപ്പായപ്പോൾ അന്ന് മദ്രാസിൽ ജോലിയിലായിരുന്ന പിതാവിനെത്തന്നെ അടിയന്തിരമായി നാട്ടിൽ വരുത്തി. ഒരു ബോണ്ട് അദ്ദേഹം ഒപ്പിട്ടു. രണ്ടാമത്തേത് അദ്ദേഹത്തിന്റെ കസിൻ ഒരു ഡോക്ടറും. ഈ സമയങ്ങളിൽ എല്ലാ സഹായവുമായി തന്റെ പഴയ ലാംബ്രെട്ട സ്കൂട്ടറുമായി നിഴൽ പോലെ കൂടെ നിന്ന എന്റെ കസിനും സമപ്രായക്കാരനുമായ അഡ്വക്കേറ്റ് ആന്റണിയെ, എന്റെ പ്രിയപ്പെട്ട സണ്ണിയെ ഇതെഴുതുമ്പോൾ നന്ദിയോടെ ഓർമ്മിക്കുന്നു. (എന്റെ ഈ നന്ദിവാക്കുകൾ വായിക്കാൻ ഇന്നദ്ദേഹം ഇല്ല. അദ്ദേഹത്തിന്റെ ആത്മാവിന് നിത്യശാന്തി നേരുന്നു.)

അങ്ങനെ കടമ്പകൾ ഓരോന്നായി തരണം ചെയ്ത് അടുത്ത യാത്രയ്ക്ക് തയ്യാറായി. ട്രെയിനിംഗിനു റിപ്പോർട്ട് ചെയ്യണം. ഇവിടെ സന്ദർഭവശാൽ ഒരു കാര്യം സൂചിപ്പിക്കാൻ ആഗ്രഹിക്കുന്നു. അന്നത്തെ മുഴുവൻ സെലക്ഷൻ നടപടികളും നടന്നത് അടിയന്തരാവസ്ഥ നിലനിന്ന നാളുകളിലാണ്. ഒരു പൊതുമേഖല സ്ഥാപനത്തിലേക്കുള്ള നേരിട്ടുള്ള നിയമനത്തിന് (പിന്നീടാണ് നിയമനങ്ങൾ PSCക്ക് വിട്ടത്). ശുപാർശകളോ മറ്റു സ്വാധീനങ്ങളോ ഇല്ലാതെ ഞാൻ തെരഞ്ഞെടുക്കപ്പെട്ടത് അടിയന്തരാവസ്ഥ നിലനിന്നിരുന്നതുകൊണ്ട് മാത്രമാണ് എന്ന് ഉറച്ച് വിശ്വസിക്കുന്നു. അടിയന്തരാവസ്ഥ പ്രഖ്യാപിച്ചതിലെ ശരി, തെറ്റുകളെക്കുറിച്ചോ അതിലെ നൈതികതയെക്കുറിച്ചോ പറയാൻ ഞാൻ ആളല്ല. എന്നാൽ അന്ന് കാര്യങ്ങൾ കുറെയൊക്കെ നീതിപൂർവ്വം നടന്നിരുന്നു എന്നത് ഒരു നേരാണ്. അഴിമതി കാണിക്കാൻ ആളുകൾ ഭയന്നിരുന്നു.

പരിശീലനക്കളരി

1977 ഏപ്രിൽ മാസം ഒന്നാം തീയതിയാണ് ട്രെയിനിങ് സെന്ററിൽ റിപ്പോർട്ട് ചെയ്യേണ്ടത്. കുളത്തൂപ്പുഴ ഫോറസ്റ്റ് റേഞ്ചിൽ അരിപ്പ എന്നാണ് പരിശീലന കേന്ദ്രം സ്ഥിതി ചെയ്യുന്ന സ്ഥലത്തിന്റെ പേര്. തിരുവനന്തപുരം ചെങ്കോട്ട റോഡിൽ തിരുവനന്തപുരത്തുനിന്നും അമ്പത് കിലോമീറ്റർ കിഴക്കു മാറിയാണ് അന്നാരും കേട്ടിട്ടില്ലാത്ത ഈ കൊച്ചു ഗ്രാമം. പരിശീലനത്തിന് പോകുമ്പോൾ കൂടെ കൊണ്ടുപോകേണ്ടതായ സാധനസാമഗ്രികളുടെ നീണ്ട ഒരു ലിസ്റ്റ് അയച്ചു തന്നിട്ടുണ്ട്. പട്ടാളക്കാർ ഉപയോഗിക്കുന്നപോലെ ഒരു വലിയ ട്രങ്കുപെട്ടി, കറുത്ത ലതർ ഷൂ, രണ്ട് ജോടി വെളുത്ത പാന്റ്, വെള്ള ഫുൾകൈ ഷർട്ട്, കൈയുള്ളതും ഇല്ലാത്തതുമായ കുറേ ബനിയനുകൾ, വെള്ള കാൻവാസ് ഷൂ, കാക്കി സ്റ്റോക്കിൻസ്, കുറെ നോട്ടുപുസ്തകങ്ങൾ, എഴുതാനും വരയ്ക്കാനുള്ള ഏതാനും സാമഗ്രികൾ അങ്ങനെ വളരെ നീണ്ട ലിസ്റ്റാണ്. എല്ലാം ഓരോന്നായി സംഘടിപ്പിച്ചു.

അരിപ്പ എന്ന വിചിത്രനാമം പേറുന്ന സ്ഥലം, കണ്ടുപിടിക്കുന്നത് ഒരു വെല്ലുവിളിയായി. കേട്ടിട്ടുള്ള ആരുമില്ല. മൊബൈൽ ഫോണും ഗൂഗിൾ മാപ്പും ഇല്ലാത്ത കാലം. ഒടുവിൽ പല പല ഭൂപടങ്ങൾ നോക്കി കണ്ടുപിടിച്ചു. കൊല്ലം ജില്ലയിൽ പുനലൂരിനടുത്ത് എവിടെയോ ആണ് എന്ന് മനസ്സിലായി. 1977 മാർച്ച് 31ന് വലിയ ഇരുമ്പുപെട്ടിയുമായി വൈകുന്നേരത്തോടെ പുനലൂർ സ്റ്റാൻഡിൽ ബസ്സിറങ്ങി. അപ്പോഴാണ് അറിയുന്നത് അന്നിനി അരിപ്പ പിടിക്കാൻ ബസ്സില്ല. ചുറ്റും ഒന്നു കണ്ണോടിച്ചപ്പോൾ വലിയ ട്രങ്ക് പെട്ടികളുമായി വേറെ രണ്ട് ഒരേ തൂവൽപ്പക്ഷികൾ. തൃശ്ശൂർക്കാരായ ബഷീറും ഭരതനും. ബഷീറിന്റെകൂടെ അദ്ദേഹത്തിന്റെ പിതാവും ഉണ്ട്. ഞങ്ങൾ വേഗം പരിചയത്തിലായി. അന്ന് രാത്രി ഞങ്ങൾക്ക് ബസ്സ്റ്റാൻഡിൽ തന്നെ കഴിച്ചുകൂട്ടേണ്ടിവന്നു. ട്രങ്ക്

പെട്ടിമേൽ കുത്തിയിരുന്നും തറയിൽ കിടന്നുറങ്ങിയും ഒരുവിധം നേരം വെളുപ്പിച്ചു. ലോഡ്ജ് മുറി അന്വേഷിക്കാൻ തടസ്സമായത് കൂടെയുള്ള കനത്ത ട്രങ്ക്പെട്ടികളാണ്. ബസ്സ്റ്റാൻഡിൽ കിടന്നുറങ്ങിയ അനുഭവം ആദ്യമാണ്. പരിശീലന കാലത്ത് നേരിടേണ്ട കഷ്ടപ്പാടുകളുടെ ഒരു സൂചനയായിരുന്നു കൊതുകുകടി കൊണ്ടുള്ള ആ രാത്രിയിലെ തറയിലുറക്കം എന്ന് ഇപ്പോൾ തിരിഞ്ഞ് നോക്കുമ്പോൾ തോന്നുന്നുണ്ട്.

അടുത്ത ദിവസം അതായത് 1977 ഏപ്രിൽ മാസം ഒന്നാം തീയതി രാവിലെ ഭാരമുള്ള പെട്ടിയും അതിലും ഭാരമുള്ള മനസ്സുമായി ഞങ്ങൾ അരിപ്പയിലെ പരിശീലനകേന്ദ്രത്തിൽ ബസ്സിറങ്ങി. ട്രെയിനിങ് സെന്റർ എന്ന് മനസ്സിൽ ഉറപ്പിച്ചിരുന്ന മനോഹര ചിത്രം ആദ്യ കാഴ്ചയിൽത്തന്നെ വീണുടഞ്ഞു. തിടുക്കത്തിൽ തട്ടിക്കൂട്ടിയത് പോലെ ഓല മേഞ്ഞ നാലു വലിയ ഷെഡ്ഡുകൾ. നാട്ടുമ്പുറത്തെ പണ്ടുകാലത്തെ സിനിമാകൊട്ടകങ്ങൾ പോലെ തോന്നിച്ചു. സമാന്തരമായി കെട്ടിയ നെടുനീളൻ രണ്ടു ബാരക്കുകൾ. ട്രെയിനികളുടെ താമസത്തിനുള്ളതാണത്. അല്പം മാറി അതേ രൂപത്തിലുള്ള മറ്റൊരു വലിയ ഷെഡ്ഡ്. അടുക്കളയും ഡൈനിങ് ഹാളും. സാമാന്യം വലിയ ഇനിയൊരു ഷെഡ്ഡ് ലക്ചർ ഹാളാണ്. പിന്നെ ഒരു ടോയ്‌ലറ്റ് ബ്ലോക്ക്, രണ്ട് ചെറിയ ക്വാർട്ടേഴ്സുകൾ. ഇഷ്ടിക കൊണ്ട് അരഭിത്തി, അതിന് മുകളിൽ മുളംപനമ്പ് കൊണ്ടുള്ള ചുമരും ജാലകങ്ങളും. വൈദ്യുതി ഉണ്ട്. ചുറ്റിനും കണ്ണെത്താദൂരം വിശാലമായി പരന്നു കിടക്കുന്ന യൂക്കാലി, ആൽബിസിയ തോട്ടങ്ങൾ. ആകപ്പാടെ വിജനമായ അന്തരീക്ഷം. ഇത്രയുമായാൽ പരിശീലനകേന്ദ്രത്തിന്റെ ഏകദേശ ചിത്രമായി.

താമസത്തിന് രണ്ട് ബാരക്കുകൾ ആണെന്ന് പറഞ്ഞല്ലോ. ഓരോന്നിലും രണ്ട് നിരയായിയിട്ട 20 കട്ടിലുകൾ. ആശുപത്രികളിലെ ജനറൽ വാർഡിനെ ഓർമ്മിപ്പിക്കും. ഓരോ കട്ടിലിനരികിലും താഴിട്ടു പൂട്ടാവുന്ന ചെറിയ അലമാരകൾ. ഹാളിന്റെ ഒരറ്റം ഡ്രസിങ്റൂമായി വേർതിരിച്ചിട്ടുണ്ട്. ആവശ്യത്തിന് ബെഞ്ചുകളും ഡസ്കുകളും ഉള്ള ഡൈനിങ് ഹാളും ലക്ച്ചർ ഹാളും.

35 പേർ മാത്രമേ റിപ്പോർട്ട് ചെയ്തിട്ടുള്ളൂ. രണ്ട് റേഞ്ച് ഓഫീസർമാർ വന്ന് എല്ലാവരുടെയും രേഖകൾ പരിശോധിച്ചു. എന്നിട്ട് അടുത്ത ദിവസത്തെ പരിപാടികൾ വിശദീകരിച്ചു. രാവിലെ കൃത്യം ആറ് മുപ്പതിന് വെള്ള നിക്കറും ബനിയനും കാൻവാസ് ഷൂസും ധരിച്ചു പരേഡ് ഗ്രൗണ്ടിൽ ഹാജരാകണം. തൊട്ടടുത്തു തന്നെയാണ് ഗ്രൗണ്ട്. രാത്രി എട്ടു മണിക്ക് മെസ് ഹാളിൽ നിന്നും അത്താഴം കഴിക്കാം.

ഏറക്കുറെ സമപ്രായക്കാരായിരുന്നു ഞങ്ങൾ. കോളേജ് വിട്ടിട്ട് അധികകാലം ആയിട്ടില്ല. തിരുവനന്തപുരം മുതൽ കാസർകോഡ് വരെ ഒട്ടുമിക്ക ജില്ലക്കാരും ഉണ്ട്. പരസ്പരം പേരും ഊരുമൊക്കെ ചോദിച്ചറിഞ്ഞ് അത്ഭുതകരമായ വേഗത്തിലാണ് ഞങ്ങൾ പരിചയത്തിലായത്. ഏതോ അപകടത്തിൽപ്പെട്ടിരിക്കുന്നു എന്ന തോന്നലായിരുന്നു എല്ലാവർക്കും. അപ്പോൾ പെട്ടെന്ന് ഉടലെടുക്കുന്ന ഒരു തരം ചങ്ങാത്തമുണ്ട്.

എല്ലാവരും ആദ്യമായി വീടുകളിൽ നിന്നും മാറി നിൽക്കുന്നവരാണ്. പരിചയമില്ലാത്ത പുതിയ അന്തരീക്ഷം എല്ലാവരിലും ഒരു തരം ഉത്കണ്ഠ ഉണ്ടാക്കിയിട്ടുണ്ട്. പരസ്പരം ബഹുമാനിക്കുകയും സഹായിക്കുകയുമല്ലാതെ മറ്റു വഴികൾ ഇല്ല എന്ന ബോധ്യമാകാം ഞങ്ങളെ പെട്ടെന്ന് അടുപ്പിച്ചത്.

കുഞ്ഞുനാളിൽ കണ്ട രസകരമായ ഒരു കാഴ്ചയാണ് ഇത് എഴുതുമ്പോൾ ഓർമ്മ വരുന്നത്. എനിക്ക് പന്ത്രണ്ട് അല്ലെങ്കിൽ പതിമ്മൂന്ന് വയസ്സ്. ഒരു വേനലവധിക്കാലം. നാട്ടിൻപുറത്തെ വീടിന്റെ പുറകുവശത്തുള്ള മുത്തശ്ശിമാവിന്റെ ചുവട്ടിൽ പഴുത്തുവീഴുന്ന മാമ്പഴം തിരഞ്ഞു ചെന്നതാണ് ഞാൻ. അപ്പോഴതാ, ഒരു പട്ടി കോഴിയെ പിടിക്കാനായി വാശിയോടെ അതിന്റ പിറകെ ഓടുകയാണ്. പുരയിടത്തിന്റെ കുറച്ചു ഭാഗം കഴിഞ്ഞാൽ അപ്പുറം അരിഞ്ഞെടുത്ത പോലെ താഴ്ചയാണ്. കോഴിയും പട്ടിയും ഓടിയ ദിശയിൽ, താഴെ വെള്ളം വറ്റിക്കിടന്ന ഒരു പൊട്ടക്കിണറുമാണ്. ആ ഭാഗത്ത് വെച്ച് കോഴിയും പട്ടിയും കാഴ്ചയിൽ നിന്നും അപ്രത്യക്ഷ്യമായി. താഴെ കിണറാണ് എന്നറിയാവുന്നതുകൊണ്ട് വെറുതെ ഒരു കൗതുകത്തിന് ഞാൻ ചെന്ന് നോക്കി. കോഴിയെ അതിനകം പട്ടി ശാപ്പിട്ടു കാണും എന്ന് വിചാരിച്ച എനിക്കു തെറ്റി. തീരെ ആഴം കുറഞ്ഞ ആ പൊട്ടക്കിണറ്റിൽ വെറും പത്തടി മാത്രം അകലത്തിൽ രണ്ടു പേരും ബഹുമാനത്തോടും പരസ്പര വിശ്വാസത്തോടും കൂടി പതുങ്ങി ഇരിപ്പാണ്. അത്രയും ദൂരം വാശിയോടെ ഓടിച്ചിട്ട കോഴിയെ പട്ടിക്ക് വേണ്ട. അപകടത്തിൽപ്പെട്ടു എന്ന തിരിച്ചറിവ് ഒരുതരം സമരസപ്പെടലിനും അതിനുമപ്പുറം ചങ്ങാത്തത്തിനും കളമൊരുക്കും. അതായിരിക്കണം ഞങ്ങൾ ട്രെയിനികൾ തമ്മിൽ അതിവേഗം ഉടലെടുത്ത സൗഹൃദത്തിന്റെ മനശ്ശാസ്ത്രം എന്ന് തോന്നുന്നു. എന്തോ അപകടത്തിൽ ചെന്ന് ചാടിയിരിക്കുന്നു എന്ന തോന്നലായിരുന്നു എല്ലാവർക്കും.

അത്താഴം കഴിഞ്ഞുള്ള ഒന്നൊന്നര മണിക്കൂർ ആകെ ബഹളമായിരുന്നു. അതിനകം ഞങ്ങൾ ആ അന്തരീക്ഷത്തോട് പൊരുത്തപ്പെട്ടു കഴിഞ്ഞിരുന്നു. വർത്തമാനങ്ങളും തമാശകളും കൗതുകമുണർത്തുന്ന

തദ്ദേശ ഭാഷാപ്രയോഗങ്ങളും ചിരിയും കളിയും ഒക്കെയായി തൽക്കാലം വീടും നാടും മറന്നു ഞങ്ങൾ. അതിനിടെ കൂട്ടത്തിൽ ഒരാളെ പ്രത്യേകം ശ്രദ്ധിക്കാനിടയായി. കൂട്ടുകൂടാതെ, ആരോടും മിണ്ടാതെ, ഒറ്റയ്ക്കിരുന്ന് എന്തോ കാര്യമായി വായിച്ചുകൊണ്ടിരിക്കുകയാണ് ചങ്ങാതി. തന്റെ കട്ടിലിൽ അനങ്ങാതിരുന്ന് ഗാഢമായ വായന. അയാൾ വായിക്കുന്നത് എന്തെന്നറിയാനുള്ള ജിജ്ഞാസയിൽ ഒരു കുസൃതിക്കാരൻ ചെന്ന് ഒളിഞ്ഞുനോക്കി. ഒരു തടിയൻ ഓക്സ്ഫോർഡ് ഡിക്ഷണറിയായിരുന്നു അത്. ആദ്യദിവസം തന്നെ ഒറ്റയ്ക്കിരുന്ന് ഡിക്ഷണറി പഠിക്കുന്ന ഫെലിക്സിന് (പേര് സാങ്കൽപ്പികം) എന്തോ പ്രശ്നമുണ്ടെന്ന് ഞങ്ങൾക്ക് തോന്നി. അയാളെ കൂട്ടുചേർക്കാൻ ഞങ്ങൾ നടത്തിയ ശ്രമങ്ങളൊന്നും വിജയിച്ചില്ല. അതീവ ഗൗരവക്കാരനാണ് അയാൾ. പിന്നീട് ഒരു ദിവസം ട്രെയിനിങ് രീതികളുടെ സമ്മർദ്ദം താങ്ങാനാവാതെ അയാൾ ആത്മഹത്യയ്ക്ക് ശ്രമിച്ചതും പരിശീലനത്തിൽ നിന്നും പുറത്താക്കപ്പെട്ടതുമായ സങ്കട കഥ ഇനിയൊരിടത്ത് പറയാം.

കഠിനം, പരിശീലനം

പരിശീലനത്തിന്റെ രീതികളെയും ദിനചര്യകളെയും പറ്റി ചിലത് പറയാം. രാവിലെ കൃത്യം ആറര മണിക്ക് പരേഡ് ഗ്രൗണ്ടിൽ ഹാജരാകണം. ഓരോരോ സന്ദർഭത്തിലും ധരിക്കേണ്ട പ്രത്യേക വേഷങ്ങൾ ഉണ്ട്. പരേഡിന് കാക്കി നിക്കർ, കയ്യുള്ള വെളുത്ത ബനിയൻ, വെള്ള കാൻവാസ് ഷൂ. ഫിസിക്കൽ ട്രെയിനിങ്ങിന് വെള്ള നിക്കർ, കയ്യില്ലാത്ത സാന്റോ ബനിയൻ, ലക്ചർക്ലാസ്സിൽ കാക്കി പാന്റ്സ്, വെള്ള ഷർട്ട് അങ്ങനെയൊക്കെയാണ്. ക്ലീൻ ഷേവ് ചെയ്തിരിക്കണം. രാവിലെ അഞ്ചുമണിക്കെങ്കിലും ഉണർന്നാലേ പ്രാഥമിക കൃത്യങ്ങൾ നിർവഹിച്ച് വേഷം മാറി ആറരയ്ക്ക് ഗ്രൗണ്ടിൽ എത്താൻ കഴിയൂ. ടോയ്‌ലറ്റ് ബ്ലോക്കിൽ ശുചീമുറികൾ കുറവാണ്.

പരിശീലനം തുടങ്ങുന്ന ആദ്യത്തെ ദിവസമായി. എല്ലാവരും തിടുക്കത്തിലാണ്. നേരത്തേ എഴുന്നേറ്റ് വേഗത്തിൽ പ്രാഥമിക കൃത്യങ്ങൾ നിർവഹിച്ച് വേഷം മാറി മെസ്സ് ഹാളിൽ ചെന്നപ്പോൾ ഒരു കട്ടൻ കാപ്പി കിട്ടി. അഞ്ച് മിനിറ്റ് നേരത്തെ, അതായത് 6.25നു തന്നെ ഞാൻ ഗ്രൗണ്ടിൽ ഹാജരായി. മറ്റുള്ളവരും ഓടി എത്തിക്കൊണ്ടിരുന്നു. കൃത്യം ആറരയ്ക്ക് നീണ്ട ഒരു വിസിൽ മുഴങ്ങി. എന്താണെന്ന് പിടികിട്ടാതെ ഞങ്ങൾ കൂട്ടം കൂടിത്തന്നെ നിന്നു. പിന്നെ ഒരു അലർച്ച കേട്ടാണ് ഞെട്ടിത്തിരിഞ്ഞ് നോക്കിയത്. പി.ടി. ഇൻസ്ട്രക്ടറുടെ 'ഫാൾ ഇൻ' എന്ന കമാൻഡ് ആയിരുന്നു അത്. റിട്ടയേർഡ് മിലിട്ടറി ക്യാപ്റ്റൻ, കൊമ്പൻ മീശക്കാരൻ ശിവരാമ പിള്ളയാണ്. ഒരു ട്രൂപ്പിന് കമാൻഡർ നൽകുന്ന കമാൻഡുകൾ അങ്ങനെ ഉച്ചത്തിൽ അലറിക്കൊണ്ടു വേണം എന്ന ആദ്യ പാഠം ക്യാപ്റ്റൻ സാബ് ഞങ്ങളെ പഠിപ്പിച്ചതായിരിക്കണം ഉച്ചത്തിലുള്ള ആ അലർച്ച. പഠിക്കുന്ന കാലത്ത് എൻ.സി.സിയിൽ ഉണ്ടായിരുന്നു. രണ്ടു മൂന്നു പേരൊഴികെ എല്ലാവരും വല്ലാതെ ഭയന്നു. പിന്നെ അവർ പറഞ്ഞുതന്നപ്പോൾ ഞങ്ങൾ ഒറ്റ വരിയായി നിന്നു.

വൺ, ടൂ, ത്രീ പറഞ്ഞ് എണ്ണമെടുത്തപ്പോൾ രണ്ടുപേർ കുറവ്. സമയം ആറര കഴിഞ്ഞ് രണ്ട് മിനിട്ട് ആയിട്ടുണ്ട്. അപ്പോളതാ രണ്ട് ചങ്ങാതിമാർ സാവധാനം അന്നനടയിൽ വരുന്നു. പഠിക്കുന്ന കാലത്ത് ക്ലാസുകൾ കട്ട് ചെയ്തും സ്ഥിരമായി വൈകി ക്ലാസ്സിൽ എത്തിയും അങ്ങനെ ശീലിച്ചുപോയതാകണം. വെറും രണ്ടു മിനിറ്റല്ലേ, ടോയ്‌ലറ്റിൽ ഒഴിവ് ഉണ്ടായിരുന്നില്ല എന്നോ വെള്ളം കമ്മിയായിരുന്നു എന്നോ ഒഴികഴിവുകൾ പറഞ്ഞാൽ തീരുന്ന പ്രശ്നമായേ അവർ കരുതിയുള്ളൂ. പക്ഷേ കാര്യത്തിന്റെ ഗൗരവം ബോധ്യപ്പെടാൻ അധികം താമസമുണ്ടായില്ല. 'ഡബിൾ അപ്പ്,' ക്യാപ്റ്റൻ സാബ് അവരെ നോക്കി അലറി. അന്നനട ഉപേക്ഷിച്ച് അവർ ഓടിയെത്തി. ഗ്രൗണ്ടിന് ചുറ്റും ഒരു റൗണ്ട് തവളച്ചാട്ടമായിരുന്നു താമസിച്ചെത്തിയതിനു ശിക്ഷ. തവളച്ചാട്ടം എങ്ങനെയെന്ന് ക്യാപ്റ്റൻതന്നെ കാണിച്ചുകൊടുത്തു. താഴെ തറയിൽ കുത്തിയിരുന്ന് കൈകൾ കാലുകൾക്കിടയിലൂടെ തറയിൽ ഊന്നിക്കൊണ്ട് തവളയെ പോലെ ചാടിച്ചാടി പോകുന്ന ഒരു കായിക വിനോദമാണത്. കാണുന്നവർക്കാണ് വിനോദം എന്നുമാത്രം. ചാടിച്ചാടി വശംകെട്ടു നമ്മുടെ ചങ്ങാതിമാർ. പിന്നീടൊരിക്കലും ഒരാളും ഒരു മിനിറ്റുപോലും ഗ്രൗണ്ടിൽ വൈകി എത്തിയില്ല.

ഉയരക്രമത്തിൽ, തുല്യമായ അകലം പാലിച്ചുകൊണ്ട് നിൽക്കാനുള്ള രീതികളും ചില വ്യായാമ മുറകളുമാണ് അന്ന് പഠിപ്പിച്ചത്. പിന്നീട് ഒന്നിടവിട്ട ദിവസങ്ങളിൽ ഫിസിക്കൽ ട്രെയിനിങ്ങും പരേഡും ആണ്. ഫിസിക്കൽ ട്രെയിനിങ്ങിൽ വ്യായാമമുറകളും ആഴ്ചയിൽ ഒരിക്കലുള്ള ക്രോസ്കൺട്രി ഓട്ടവും ആണ്. അടുത്തുള്ള ചോഴിയക്കോട് അങ്ങാടി വരേയും തിരിച്ചും നിർത്താതെ ഓടണം. അറുപതുകാരൻ ക്യാപ്റ്റൻ സാബും കൂടെ ഓടും.

അല്പം കൂടി കർക്കശമാണ് പരേഡ്. അണുകിട താളം തെറ്റാതെയുള്ള മാർച്ച്, സ്ലോമോഷൻ മാർച്ച്, സല്യൂട്ട് ഒക്കെയായി സംഗതി അല്പം കട്ടിയാണ്. തെറ്റുകൾ ആവർത്തിച്ചാലുള്ള ശിക്ഷയ്ക്കും മയമുണ്ടാകില്ല. തവളച്ചാട്ടം, ഗ്രൗണ്ടിന് ചുറ്റിനുമുള്ള സാദാ ഓട്ടം, കൈകൾ ഉയർത്തി പിടിച്ചുകൊണ്ടുള്ള ഓട്ടം, നിന്നിടത്തുതന്നെ നിന്നുകൊണ്ടുള്ള മാർച്ച്, അങ്ങനെ പോകും ശിക്ഷാരീതികൾ. ഏതെങ്കിലും ശിക്ഷകൾ കിട്ടാത്തവരായി ആരുമുണ്ടായിരുന്നില്ല. വല്ലാതെ ശുണ്ഠി വരുമ്പോൾ, ഞാൻ വെടിവെക്കും എന്ന് പറഞ്ഞുകൊണ്ട് ക്യാപ്റ്റൻ സാബ് പറയുന്ന ഒരു കഥയുണ്ട്. ഹിറ്റ്ലറുടെ പട്ടാളം മാർച്ച് ചെയ്യുമ്പോൾ നിശ്ചിത ഇടവേളകളിൽ കാലുകൾക്കിടയിലൂടെ, വെടിയുണ്ടകൾ പായിക്കുമായിരുന്നത്രെ. ടൈമിംഗ് പൊടിപോലും തെറ്റിക്കുന്ന പട്ടാളക്കാരന്റെ കാലിൽ വെടി കൊള്ളും. അത്രയ്ക്ക്

കണിശമായിരിക്കണം ഓരോ കാൽവെപ്പും എന്ന് സാരം. ഇവിടെ തോക്കും ഉണ്ടയും ഒന്നുമില്ലെങ്കിലും വെടിപൊട്ടും പോലെയുള്ള ക്യാപ്റ്റന്റെ ഒറ്റ അലർച്ച മതിയായിരുന്നു. നിസ്സാര പിഴവുകൾക്കു പോലും ശിക്ഷ ഉറപ്പാണ്. ദിവസവും ഷേവ് ചെയ്യാതെ വരുന്ന താണ് സാധാരണ സംഭവിക്കുന്ന പിഴവുകളിലൊന്ന്. രാവിലത്തെ തിരക്ക് പിടിച്ച ഒരുക്കങ്ങൾക്കിടയിൽ ചിലപ്പോൾ അതിനു സമയം കിട്ടാതെവരും. ചിലപ്പോഴൊക്കെ അത് മറന്നു പോയി എന്നും വരും. കണ്ടുപിടിക്കപ്പെടില്ല എന്ന ധൈര്യം കാണിക്കുന്നവരും ഉണ്ട്. എന്നാൽ ക്യാപ്റ്റൻ സാബിന്റെ പരിശോധനയിൽനിന്നും രക്ഷപ്പെ ടുക ഏറക്കുറെ അസാധ്യമാണ്.

ഗ്രൗണ്ടിൽ ഫോളിൻ ആയിക്കഴിഞ്ഞാൽ അദ്ദേഹത്തിന്റെ സസൂ ക്ഷ്മമായ ഒരു പരിശോധനയുണ്ട്. ഓരോരുത്തരുടെയും മുഖമാണ് ആദ്യം നോക്കുക. സംശയം തോന്നിയാൽ കൈയുടെ പുറംഭാഗം കൊണ്ട് തടവി നോക്കും. കുടുങ്ങിപ്പോയാൽ അപ്പോൾത്തന്നെ ഫോൾഔട്ടും ശിക്ഷയുമാണ്. അദ്ദേഹത്തിന് അപ്പോൾ വായിൽ വരുന്നത് എന്താണോ അതാണ് ശിക്ഷ. അല്ലാതെ ഇന്ന കുറ്റത്തിന് ഇന്ന ശിക്ഷ എന്നൊന്നുമില്ല. നല്ല മൂഡിൽ ആണെങ്കിൽ മൂന്നു റൗണ്ട് ഓട്ടത്തിൽ ശിക്ഷ തീരും. അല്ലെങ്കിൽ തവളച്ചാട്ടം എക്സ്ട്രാ പരേഡ്, കൈ പൊക്കിപ്പിടിച്ചുകൊണ്ടുള്ള ഓട്ടം അങ്ങനെയൊക്കെ യാണ്.

പിന്നെ നോക്കുന്നത് യൂണിഫോം ആണ്. ധൃതിയിൽ ഒരുങ്ങു മ്പോൾ ഷർട്ടിന്റ ചില ബട്ടനുകൾ ഇടാൻ വിട്ടുപോകുന്നതാണ് സാധാരണ സംഭവിക്കുന്ന ഒരു പിഴവ്. അതിനും കാര്യമായ ശിക്ഷ കിട്ടും. അതേസമയം ക്യാപ്റ്റൻസാബിനെ ഏറ്റവുമധികം രോഷാ കുലനും പ്രകോപിതനും ആക്കുന്നത് മറ്റൊന്നാണ്. ബെൽറ്റ് മുറുക്കി കഴിഞ്ഞാൽ അതിനിടയിലൂടെ കൈവിരലുകൾ പോലും കടക്ക രുത് എന്ന കാര്യത്തിൽ ഒരു വിട്ടുവീഴ്ചയും ഇല്ല. സംശയം തോന്നു ന്നവരുടെ ബെൽറ്റിന് ഇടയിലൂടെ കൈകടത്തി പരിശോധിക്കും. ബെൽറ്റ് ലൂസാണ് എന്ന് കണ്ടാൽ അദ്ദേഹത്തിന്റേതായ ഒരു പ്രത്യേക വിനോദമുണ്ട്. ബെൽറ്റ് കൂട്ടിപ്പിടിച്ച് അയാളെ രണ്ട് സെക്കൻഡ് അന്തരീക്ഷത്തിൽ പൊക്കിനിർത്തും. എന്നിട്ട് താഴെ യിടും. എന്നിട്ട് ബെൽറ്റിൽ നിന്നും കൈവിടാതെ മുന്നോട്ടും പിന്നോ ട്ടുമായി അഞ്ചാറ് കുലുക്കലുമാണ്. പിന്നെ ഫാൾ ഔട്ടും ശിക്ഷയും വേറെ. അത്രയും ആയാലേ അദ്ദേഹത്തിന് അരിശമടങ്ങൂ.

പരേഡ് പലർക്കും വലിയ പ്രശ്നമായിരുന്നു. നന്നായി പരേഡ് ചെയ്യണമെങ്കിൽ അല്പം താളബോധം ആവശ്യമാണ് എന്ന് എനിക്ക് തോന്നിയിട്ടുണ്ട്. ടൈമിങ്ങിനു നല്ല പ്രാധാന്യമുണ്ട്. ചിലർ

വല്ലാതെ വിഷമിക്കുന്നത് കണ്ടിട്ടുണ്ട്. കമാൻഡുകൾ തെറ്റിക്കാതെ ട്രൂപ്പിനൊപ്പം താളത്തിൽ മാർച്ച് ചെയ്യാൻ അവർ കഷ്ടപ്പെട്ടു. ഒരുപാട് ശിക്ഷകളും കളിയാക്കലുകളും ഏറ്റുവാങ്ങേണ്ടി വന്നു അവർക്ക്. ഇയാളെന്താ കാക്കയെ പിടിക്കാൻ പോവുകയാണോ എന്നൊക്കെ ചോദിച്ച് കളിയാക്കും. എനിക്ക് പരേഡ് അത്ര പ്രശ്നമായില്ല. മാത്രമല്ല ട്രെയിനിങ് കഴിഞ്ഞുള്ള പാസ്സിംഗ് ഔട്ട് പരേഡിൽ ട്രൂപ്പിനെ നയിക്കാൻ തിരഞ്ഞെടുക്കപ്പെട്ട അവസാന രണ്ടുപേരിൽ ഒരാൾ ഞാനായിരുന്നു. കോളേജ് എൻസിസിയിൽ അണ്ടർ ഓഫീസറും മുഴങ്ങുന്ന ശബ്ദത്തിന് ഉടമയുമായ തൃശ്ശൂർക്കാരൻ ബഷീറിനാണ് പക്ഷേ ഒടുവിൽ ആ ഭാഗ്യം കിട്ടിയത്. മുഴക്കമില്ലാത്ത പതിഞ്ഞ സ്വരമാണ് എനിക്ക് അയോഗ്യതയായത്.

ഒരു ദിവസം ഇങ്ങനെ

ട്രെയിനിങ് കേന്ദ്രത്തിലെ പൊതുവായ ദിനചര്യകൾ കൂടി ചുരുക്കി പറയാം. രാവിലെ ആറരയ്ക്ക് തുടങ്ങുന്ന പി.റ്റി, പരേഡ് തുടങ്ങിയ കസർത്തുകൾ ഏഴരയ്ക്ക് തീരും. പിന്നെ എട്ടരവരെ കുളിക്കാനും പ്രാതലിനും ഉള്ള സമയമാണ്. വാഷ് റൂമുകൾ ഒഴിവുണ്ടെങ്കിൽ ഒരു കുളി പാസാക്കാൻ ഭാഗ്യം കിട്ടും. ഡ്രസ്സ് മാറി പ്രാതലിനായി മെസ്സ് ഹാളിലേക്കാണ് പിന്നെ. സ്റ്റീൽ പ്ലേറ്റുകളുമായി വരിനിന്ന് കൗണ്ടറിൽനിന്നും വിഭവങ്ങൾ വാങ്ങാം. ഇഡ്ഡലി, ദോശ, ഉപ്പുമാവ് എന്നിവയൊക്കെയാണ് പതിവ് വിഭവങ്ങൾ. കൂടെ സാമ്പാർ, ചട്ണി, കടലക്കറി അങ്ങനെ വല്ലതും. ചായയോ കാപ്പിയോ എന്തെന്ന് വെച്ചാൽ അതും. ഞങ്ങൾ ട്രെയിനികൾ തന്നെയാണ് മെനു നിശ്ചയിക്കുന്നത്. സ്റ്റൈഫന്റായി കിട്ടുന്ന 150 രൂപയിൽ പിടിച്ചുനിർത്തണം മെസ്സ് ചിലവുകൾ. ഒരു പൊലീസ് സബ് ഇൻ സ്പെക്ടർക്ക് അഞ്ഞൂറോ അറുനൂറോ മാത്രം ശമ്പളം കിട്ടുന്ന അക്കാലത്ത് 150 രൂപ ധാരാളം തികയുമായിരുന്നു. രാധാകൃഷ്ണൻ ആയിരുന്നു സ്ഥിരം ഞങ്ങളുടെ മെസ്സ് സെക്രട്ടറി. ആ സ്ഥാനം അദ്ദേഹം മറ്റാർക്കും ഒരിക്കലും വിട്ടുകൊടുത്തില്ല. പല രാധാ കൃഷ്ണന്മാർ ഉണ്ടായിരുന്നതുകൊണ്ട്, മെസ്സ് രാധാകൃഷ്ണൻ എന്നാണ് ഇന്നും അദ്ദേഹത്തിന്റെ ഐഡന്റിറ്റി.

ഉച്ചയൂണിന് ചോറും കറികളും തന്നെയാണ്. ഒന്നിടവിട്ട ദിവസങ്ങളിൽ മീനോ മുട്ടയോ ഉണ്ടാവും. ആഴ്ചയിൽ ഒരിക്കൽ മട്ടൻ കറിയുണ്ടാവും. പരിപ്പുകറിയും ചപ്പാത്തിയുമാണ് അത്താഴ ത്തിന്. മെസ്സ് ഹാളിലും കണിശമായ ഡ്രസ്സ് കോഡ് ഉണ്ട്. പ്രാത ലിനും ഉച്ചയൂണിനും കാക്കി പാന്റ്, വെളുത്ത ഷർട്ട്, ഷൂ. അത്താഴ സമയത്ത് വെള്ള ഫുൾ പാന്റ്, വെള്ള ഫുൾക്കൈ ഷർട്ട്, കറുത്ത ലെതർ ഷൂ. ചിലപ്പോഴൊക്കെ അപ്രതീക്ഷിതമായി ഓഫീസർമാർ പരിശോധനയ്ക്ക് വരും. ഡ്രസ്സ്കോഡ് പാലിക്കാത്തവർ അടുത്ത ദിവസം പരേഡ് സമയത്ത് ശിക്ഷകൾ നേരിടേണ്ടിവരും.

രാവിലെ 9 മണിക്കാണ് ക്ലാസുകൾ തുടങ്ങുന്നത്. ഒരു മണി വരെയാണ് ക്ലാസുകൾ. ഫോറസ്റ്റ് റെയ്ഞ്ച്ഓഫീസർമാരാണ് ക്ലാസുകൾ എടുക്കുക. സോയിൽ സയൻസ്, ഫോറസ്റ്റ് ബോട്ടണി, ഫോറസ്റ്റ് എൻജിനീയറിങ്, സിൽവികൾച്ചർ പ്രാക്ടീസസ്, ലോഗിങ്, മെൻസുറേഷൻ, ഫോറസ്റ്റ് സർവ്വേ, ഫോറസ്റ്റ് ലോ തുടങ്ങി പത്തോളം വിഷയങ്ങൾ ഉണ്ട്. അതികണിശക്കാരനായ ഡി.എഫ്.ഒ ശ്രീ. ടി.കെ. ദിവാകരൻ സാറാണ് പ്രിൻസിപ്പാൾ. ഓരോ മാസവും പരീക്ഷകളും ചിലപ്പോഴൊക്കെ സർപ്രൈസ് ടെസ്റ്റുകളും ഉണ്ട്. തികഞ്ഞ ഗൗരവം പ്രകടിപ്പിക്കുന്നവരാണ് ഓഫീസർമാർ. അതേസമയം ക്ലാസുകൾ മുഷിയാതിരിക്കാനും അവർ ശ്രദ്ധിക്കാറുണ്ട്. പട്ടാളച്ചിട്ടയാണെങ്കിലും ചിലപ്പോൾ ചില തമാശ സന്ദർഭങ്ങൾ സൃഷ്ടിച്ചെടുക്കും അവർ. ഒരിക്കൽ സർവ്വേ ക്ലാസ്സിനിടയിൽ ജോഷിയോട് ഒരു ചോദ്യം. What is the length of a twenty meter tape? 20 മീറ്റർ ടെയ്പ്പിന്റെ നീളം എത്ര എന്നാണ് ചോദ്യം. മറ്റെന്തോ ചിന്തിച്ചു കൊണ്ടിരുന്ന ജോഷി അന്തം വിട്ട പോലെ നിന്നു. ട്വന്റി മീറ്റർ എന്ന് പലവട്ടം ആവർത്തിച്ചിട്ടും പല പല ഉത്തരങ്ങൾ പറഞ്ഞ് ജോഷി പകച്ചുനിന്നു. 10 മീറ്റർ എന്നും 15 മീറ്റർ എന്നും 25 മീറ്റർ എന്നും മാറിമാറി പറഞ്ഞെങ്കിലും 20 മീറ്റർ എന്ന് മാത്രം പറഞ്ഞില്ല. അച്ചടക്കമൊക്കെ മറന്ന് കൂട്ടച്ചിരിയായി ക്ലാസ്സിൽ. ഒടുവിൽ, ആകെ പരിഭ്രമിച്ചുപോയ ജോഷിയെ ട്വന്റി മീറ്റർ ടെയ്പ്പിന്റെ നീളം 20 മീറ്റർ ആണെന്ന് പറഞ്ഞു മനസ്സിലാക്കാൻ ഒരുപാട് കഷ്ടപ്പെടേണ്ടി വന്നു. വല്ലാതെ പരിഭ്രമിച്ചു പോയാൽ ചിലപ്പോഴൊക്കെ നമുക്ക് സാമാന്യബോധം നഷ്ടപ്പെട്ടു എന്ന് വരും. ഒരു കിലോഗ്രാം ഇരുമ്പിനാണോ ഒരു കിലോഗ്രാം പഞ്ഞിക്കാണോ കൂടുതൽ ഭാരം എന്ന ചോദ്യത്തിന് മുന്നിൽ പോലും നമ്മൾ ചിലപ്പോൾ പതറിപ്പോകുന്നതുപോലെ.

ഒന്നു മുതൽ രണ്ടു വരെയാണ് ലഞ്ച് ബ്രേക്ക്. ഉച്ചതിരിഞ്ഞ് പ്രായോഗിക പരിശീലനങ്ങളാണ്. ഫോറസ്റ്റ് ബോട്ടണിയും ഫോറസ്റ്റ് സർവ്വേയും ആണ് പ്രധാനം. പരിശീലനത്തിന്റെ ഭാഗമായി പ്രിസ്മാറ്റിക് കോമ്പസും സർവ്വേ ചെയ്നും ഒക്കെയായി ചുറ്റുപാടിലും ഉള്ള യൂക്കാലി, അൽബിസിയ, കമ്പകം തോട്ടങ്ങൾ ഒരുപാട് തവണ അളന്നു ഞങ്ങൾ. സർവ്വേ പോലെ ഒന്നിൽകൂടുതൽ പേർ കൂട്ടായി ചെയ്യേണ്ട പരിശീലനങ്ങൾക്കായി ഏഴു പേർ അടങ്ങുന്ന ഗ്രൂപ്പുകളായി തിരിച്ചിട്ടുണ്ട്. ഓരോ ടീമിനും ഓരോ ഗ്രൂപ്പ് ക്യാപ്റ്റന്മാരുണ്ട്. ടീമിന്റെ മൊത്തം ഉത്തരവാദിത്തം അയാൾക്കാണ്. ടീമുകൾ തയ്യാറാക്കുന്ന സ്കെച്ചുകളും ചാർട്ടുകളും കൃത്യസമയത്ത് സമർപ്പിക്കേണ്ടത് അയാളാണ്. എന്റെ ഗ്രൂപ്പിന്റെ ക്യാപ്റ്റൻ സ്ഥാനം എന്റെ തലയിലാണ് വീണത്. ട്രെയിനിങ് കഴിയുന്നതുവരെ എന്റെ തലയിൽ നിന്ന് അത് പോയതുമില്ല.

ഇൻസ്ട്രക്ടർമാർ ട്രെയിനികളോട് ഇടപെടുന്നതിൽ യാതൊരു മയവും ഉണ്ടാകില്ല. ഒരിക്കൽ സർവ്വേ പോയന്റ് അടയാളപ്പെടുത്താൻ വേണ്ടി തറയിൽ അടിച്ച കുറ്റി അല്പം നീളം കുറഞ്ഞുപോയി. ഇതു കണ്ട എൻബികെ എന്ന് ഞങ്ങൾ വിളിക്കുന്ന ബാലകൃഷ്ണപിള്ള സാർ 'Is this your bloody index peg' എന്ന് ആക്രോശിച്ചുകൊണ്ട് കാലുകൊണ്ട് തട്ടിത്തെറിപ്പിച്ച കുറ്റി എന്റെ കാലിൽ വന്നു കൊണ്ടു. വേദനിക്കാൻ മാത്രമൊന്നും ഉണ്ടായില്ലെങ്കിലും അദ്ദേഹം അപ്പോൾ തന്നെ എന്നോട് സോറി പറഞ്ഞു. കഠിനഹൃദയർ എന്ന മുഖം മൂടി ഇൻസ്ട്രക്ടർമാർ ബോധപൂർവ്വം എടുത്തണിയുന്നതാണ്. ഒന്നാന്തരം മനുഷ്യസ്നേഹികളും പക്വതയുള്ളവരും ആണ് പരിശീലകർ. കൊമ്പൻ മീശക്കാരൻ ക്യാപ്റ്റൻസാബ് പോലും. കാട്ടിലെ പരുക്കൻ ചുറ്റുപാടുകളിൽ ജോലി ചെയ്യേണ്ടിവരുന്ന ഓഫീസർമാരെ ശാരീരികമായും മാനസികമായും അതിനായി പരുവപ്പെടുത്തി എടുക്കുന്നതിന്റ ഭാഗമാണ് അവർ എടുത്തണിയുന്ന രൗദ്രഭാവങ്ങളും വിട്ടുവീഴ്ച്ചയില്ലാത്ത പെരുമാറ്റവും.

ജീവിതത്തിന്റെ നല്ലൊരു ഭാഗം വനത്തിൽ കഴിച്ചുകൂട്ടേണ്ടവരാണ് വനംവകുപ്പിലെ ഉദ്യോഗസ്ഥർ. എണ്ണിയാലൊടുങ്ങാത്ത അസൗകര്യങ്ങളും കായിക പരീക്ഷണങ്ങളും മാനസിക സമ്മർദ്ദങ്ങളും അവരുടെ ജീവിതത്തിന്റെ ഭാഗമാണ്. വനംകൊള്ളക്കാരോടും മൃഗവേട്ടക്കാരോടുമൊക്കെ ഇടപെടേണ്ടി വരുമ്പോൾ മാർദ്ദവമില്ലാത്ത സമീപനം വേണ്ടിവരും. ക്രിമിനൽ മനസ്സുള്ളവരോട് മൃദു സമീപനം വിലപ്പോവില്ല. ഫോറസ്റ്റ് ആക്റ്റും CRPCയും പഠിപ്പിച്ചിരുന്ന ഹാരി സാർ പറഞ്ഞുതന്നത് ഇങ്ങനെയാണ്. വരൂ തസ്കരാ വാഹനത്തിൽ കയറൂ എന്ന് പറഞ്ഞുകൊണ്ട് ഒരു കള്ളനെ കസ്റ്റഡിയിൽ എടുക്കാൻ കഴിയില്ല. അല്പം മാന്യമല്ലാത്ത ഭാഷയും കുറച്ച് ബലപ്രയോഗവും ഒക്കെ വേണ്ടിവരും. അതിനൊക്കെ ആവശ്യമായ കഴിവുകളും മാനസികാവസ്ഥയും ഉണ്ടാക്കിയെടുക്കുക എന്നതുകൂടി പരിശീലനത്തിന്റെ ലക്ഷ്യമാണ്. വനശാസ്ത്രം മാത്രം അറിഞ്ഞിരുന്നാൽ മതിയാവില്ല. അപകടകരമായ സാഹചര്യങ്ങളെ അതിജീവിക്കാനുള്ള വിവേകവും മനക്കരുത്തും ആർജ്ജിക്കണം. അതുകൊണ്ടാണ് ഇത്തരം പരിശീലനങ്ങൾ കുറച്ച് കഠിന സ്വഭാവത്തിൽ രൂപപ്പെടുത്തിയിട്ടുള്ളത്. പരിശീലനം കഴിഞ്ഞിറങ്ങുമ്പോഴേക്കും ശരാശരി കഴിവുകൾ ഉള്ള ഏതൊരാളും ശാരീരിക കഷ്ടപ്പാടുകളും മാനസിക സമ്മർദ്ദങ്ങളും നിറഞ്ഞ അന്തരീക്ഷത്തിൽ ജോലിചെയ്യാൻ പ്രാപ്തനായിട്ടുണ്ടാകും.

മരങ്ങളെ അറിയാൻ കാട്ടിലേക്ക്

പ്രായോഗിക പരിശീലനങ്ങളിൽ പ്രധാനപ്പെട്ട ഒന്നാണ് ഫോറസ്റ്റ് ബോട്ടണി. സസ്യശാസ്ത്രത്തിലെ അടിസ്ഥാന തത്വങ്ങളെക്കുറിച്ചും വൃക്ഷങ്ങളെയും ചെടികളെയും കുറിച്ചും സാമാന്യമായി ഒരു വനപാലകൻ അറിഞ്ഞിരിക്കേണ്ടതുണ്ട്. നമ്മൾ കേട്ടിട്ടുപോലും ഇല്ലാത്ത ഒരുപാട് ഇനം മരങ്ങളാണ് കാട്ടിൽ. ഓരോ ഇനം വൃക്ഷങ്ങളുടെയും പാരിസ്ഥിതികവും വ്യാവസായികവുമായ പ്രാധാന്യം, അവയുടെ ശാസ്ത്രീയ നാമങ്ങൾ എന്നിവയൊക്കെ ഒരു വനം വകുപ്പ് ഉദ്യോഗസ്ഥൻ അറിഞ്ഞിരിക്കേണ്ടത് ആവശ്യമാണ്. ഓരോ വൃക്ഷത്തേയും കണ്ട് അതിന്റ ഇനം തിരിച്ചറിയുക എന്നത് പ്രധാനമാണ്. പരിശീലനകേന്ദ്രത്തിന് അടുത്തുതന്നെ മനോഹരമായ ഒരു കുട്ടിവനമുണ്ട്. 'അമ്മയമ്പലം പച്ച' എന്നാണ് ഈ സ്ഥലം അറിയപ്പെടുന്നത്.

നിത്യഹരിത വനത്തിന്റ മിനി പതിപ്പാണ് ഈ പ്രദേശം. അത്തരം കാടുകളിൽ കാണുന്ന ഒട്ടുമിക്ക വൃക്ഷ, സസ്യ ഇനങ്ങളും ആവാസ വൈവിധ്യങ്ങളും ഇവിടെയുണ്ട്. ചതുപ്പ് നിലവും 'ലയണ' എന്നറിയപ്പെടുന്ന തടിയൻ കാട്ടുവള്ളികളും കൂടി ആകുമ്പോൾ ശരിക്കും വൃക്ഷനിബിഡമായ ഒരു കാട്ടിൽ ചെന്ന് പെട്ട അനുഭവമാണ്. ഈ കുട്ടിവനത്തിലാണ് ഫീൽഡ് ബോട്ടണിയുടെ പ്രായോഗിക ക്ലാസുകൾ. ആവാസ വ്യവസ്ഥകളുടെ സങ്കീർണ്ണതകൾ മനസ്സിലാക്കുക, വൃക്ഷങ്ങളെയും ചെറുസസ്യങ്ങളെയും അടുത്തറിയുക, അവയെ ഉപജീവിച്ച് കഴിയുന്ന ചെറുജീവികളെയും പക്ഷികളെയുമൊക്കെ കണ്ടു മനസ്സിലാക്കുക, വൃക്ഷങ്ങളെ അവയുടെ ഇല, തടി, പുറംതൊലി, ഉയരം, വളരുന്ന രീതി, ശാഖാവിന്യാസം, ഇലകളുടെ ക്രമീകരണം, ഗന്ധം, തുടങ്ങിയ ബാഹ്യ ലക്ഷണങ്ങൾ നിരീക്ഷിച്ച് തിരിച്ചറിയുക എന്നതൊക്കെയാണ് ഇത്തരം ഫീൽഡ് പഠനങ്ങൾ കൊണ്ട് ഉദ്ദേശിക്കുന്നത്. വൃക്ഷവൈവിധ്യങ്ങൾ അധികം ഇല്ലാത്ത തൃശ്ശൂർ പോലെയുള്ള സ്ഥലങ്ങളിൽനിന്നും വരുന്നവർക്ക്,

പ്രത്യേകിച്ചും പട്ടണ പ്രദേശങ്ങളിൽ നിന്നും വരുന്നവർക്ക് പല യിനം വൃക്ഷങ്ങൾ തിരിച്ചറിയുന്നതും അവയുടെ പേരുകൾ ഓർമ്മ വയ്ക്കുന്നതും അല്പം ബുദ്ധിമുട്ടുള്ള കാര്യമാണ്. പല വൃക്ഷങ്ങ ളുടെയും പേരുകൾ മുൻപ് കേട്ടിട്ടുപോലും ഉണ്ടാവില്ല. മരുതി, വേ ങ്ങ, തേമ്പാവ്, ചടച്ചി, കുമ്പിൾ, വെൺതേക്ക്, ചീനി തുടങ്ങി കേൾ ക്കാത്തതും കാണാത്തതുമായ ഒരുപാടൊരുപാട് ഇനങ്ങൾ ഉണ്ട്. കടിച്ചാൽ പൊട്ടാത്ത അവയുടെ ശാസ്ത്രീയ നാമങ്ങൾകൂടി ഓർ മ്മയിൽ സൂക്ഷിക്കണം. Macaranga pelteta, Mesua ferrea, Dalbergea paniculata, Calycopteris floribunda എന്നൊക്കെ ഓർ മിച്ചു വയ്ക്കുക വലിയ പാടാണ്. അന്നും ഇന്നും എനിക്ക് ഏറെ ബുദ്ധിമുട്ടുള്ള ഒന്നാണ് ഈ സ്പീഷീസ് ഐഡന്റിഫിക്കേഷൻ എന്ന വൃക്ഷങ്ങളുടെ തിരിച്ചറിയൽ. അവസാന പരീക്ഷയ്ക്ക് കൂട്ടുകാർ സഹായിച്ചാണ് ഉപായത്തിൽ കടന്നുകൂടിയത്.

ഫീൽഡ് ബോട്ടണി പഠനത്തിന് ആദ്യമായി കുട്ടിവനത്തിൽ പോയപ്പോൾ എനിക്കുണ്ടായ ചമ്മലിന്റെ അനുഭവം പറയാനുണ്ട്. ഓർഡർലി ഓഫീസറാണ് മറ്റുള്ളവരെ മാർച്ച് ചെയ്യിച്ച് കൊണ്ടു പോകേണ്ടത്. ഓരോ ആഴ്ചയിലും ഓരോരുത്തർക്കായി മാറിമാറി ഊഴംവച്ചു കിട്ടുന്ന ഒരു ചുമതലയാണ് ഓർഡർലി ഓഫീസറുടേത്. ഒരാഴ്ചത്തേക്ക് മൊത്തം ട്രെയിനുകളുടെ ലീഡറാണ് അയാൾ. സ്കൂൾ ക്ലാസുകളിലെ മോണിറ്റർ പോലെ. അച്ചടക്കലംഘനം നട ത്തുന്നവരെ കണ്ടെത്തി റിപ്പോർട്ട് ചെയ്യുക, ട്രെയിനികളെ ഫീൽഡ് പരിശീലനങ്ങൾക്കായി ക്യാമ്പിന് പുറത്തുകൊണ്ടുപോകുമ്പോൾ അച്ചടക്കത്തോടെ മാർച്ച് ചെയ്യിച്ച് കൊണ്ടുപോവുക ഇത്യാദി ചുമ തലകളാണ് ഓർഡർലി ഓഫീസർക്കുള്ളത്.

ആദ്യമായി ക്യാമ്പിന് പുറത്ത് കുട്ടിവനത്തിൽ പോയ ദിവസം ഞാനാണ് ഓർഡർലി ഓഫീസർ. അന്ന് ഏകദേശം മൂന്ന് മണി ക്കൂറാണ് ഞങ്ങൾ ഫീൽഡിൽ ചെലവഴിച്ചത്. ഒരുപാട് വൃക്ഷ ങ്ങളുടെ സവിശേഷതകളും അവയെ തിരിച്ചറിയാനുള്ള ലക്ഷണ ങ്ങളും മനസ്സിലാക്കി നടന്നപ്പോൾ സമയം പോയതറിഞ്ഞില്ല. വൃക്ഷത്തലപ്പുകൾ മേലാപ്പ് തീർത്ത കുട്ടിവനത്തിൽ പെട്ടെന്നാണ് ഇരുട്ട് പരന്നത്. ബാരക്കിലേക്ക് മടങ്ങാനുള്ള ഉത്തരവ് കിട്ടി. മടങ്ങും മുമ്പ് റോൾകോൾ എടുക്കണം. വനത്തിൽ വഴിതെറ്റിയോ ശാരീ രിക അവശതകൾകൊണ്ടോ ആരെങ്കിലും ഒറ്റപ്പെട്ടു പോകാതെ എല്ലാവരും സുരക്ഷിതരാണെന്ന് ഉറപ്പുവരുത്താനാണ് റോൾകോൾ എടുക്കുന്നത്. ഞാൻ ഫോൾഇൻ പറഞ്ഞ് എല്ലാവരെയും വരിയായി നിർത്തി. വൺ ടൂ ത്രീ പറയിച്ച് എണ്ണമെടുത്ത് എല്ലാവരും ഉണ്ടെന്ന് ഉറപ്പുവരുത്തി. എന്നിട്ട് അല്പം മാറി എല്ലാം വീക്ഷിച്ചുകൊണ്ട്

നിന്ന NBK എന്ന് ഞങ്ങൾ വിളിക്കുന്ന ബാലകൃഷ്ണൻ സാറിന്റെ സമീപത്തേക്ക് സാവധാനം നടന്നു ചെന്ന് ലോഹ്യം പറഞ്ഞു. “എല്ലാവരും ഉണ്ട് സാർ.” അത്യുച്ചത്തിലുള്ള ഒരു ശകാരമായിരുന്നു പ്രതികരണം. ഇങ്ങനെയാണ് അദ്ദേഹം പറഞ്ഞത്. ‘This is not a bloody railway station, come on, report in proper manner.’ പരേഡ് ഗ്രൗണ്ട് അല്ലല്ലോ എന്നോർത്താണ് എല്ലാവരും ഉണ്ട് സാർ എന്ന് പട്ടാളച്ചിട്ടയിലല്ലാതെ ഞാൻ ലോഹ്യം പറഞ്ഞത്. സംഗതി പാളിപ്പോയി. തിരിച്ചു ട്രൂപ്പിനടുത്തേക്ക് തന്നെ ചെന്ന്, പത്തടി അകലെനിന്നും സ്മാർട്ടായി മാർച്ച് ചെയ്തു ഓഫീസറുടെ മുന്നിലെത്തി, നല്ലൊരു സല്യൂട്ട് പാസാക്കിയിട്ട് ഞാൻ ഉച്ചത്തിൽ അലറിപ്പറഞ്ഞു, ‘All the forty cadets are present sir’. പരേഡ് ഗ്രൗണ്ടിൽ മാത്രമല്ല എവിടെ ആയാലും വെറും മൂന്ന് അടി അകലത്തിൽ നിൽക്കുന്ന ഓഫീസറോട് വടിപോലെ നിന്ന് ഉച്ചത്തിൽ അലറിക്കൊണ്ട് വേണം ട്രെയിനികൾ റിപ്പോർട്ട് ചെയ്യേണ്ടത് എന്ന പാഠം അന്ന് ഞാൻ പഠിച്ചു. എന്റെ ചമ്മലിന്റെ ചെലവിൽ ബാക്കി 39 പേർക്കും അത് പഠിക്കാനായി.

തികഞ്ഞ ഗൗരവം നിറഞ്ഞുനിൽക്കുന്ന ഇത്തരം ഫീൽഡ് ക്ലാസുകളിൽ ചിരിക്ക് വകനൽകുന്ന ചില തമാശകളും അപൂർവമായി ഉണ്ടായിട്ടുണ്ട്. ഓർമ്മയിൽ വന്ന ഒരെണ്ണം പറയാം. കുട്ടിവനത്തിലെ നടപ്പിനിടയിൽ ഒരു ദിവസം വെൺതേക്ക് എന്ന മരത്തെ പരിചയപ്പെട്ടു. Lagerstroemia lanceolata എന്ന് ശാസ്ത്രീയ നാമമുള്ള ഈ മരത്തിന്റെ പെട്ടെന്ന് ശ്രദ്ധിക്കപ്പെടുന്ന സവിശേഷതയാണ് വെളുത്ത നിറവും നല്ല മിനുസവും ഉള്ള അതിന്റ പുറംതൊലി. അതുകൊണ്ട് നേയ്ക്കഡ് മെയ്ഡൻ ഓഫ് ഫോറസ്റ്റ് (Naked maiden of forest) എന്ന ഒരു തമാശപ്പേരും കിട്ടിയിട്ടുണ്ട് ഈ സുന്ദരിമരത്തിന്. ഇതിന്റെ മറ്റ് പ്രത്യേകതകൾ, ഉപയോഗം, ശാസ്ത്രീയനാമം എന്നിവ പറഞ്ഞു തന്ന കൂട്ടത്തിൽ ആ തമാശപ്പേരും പറഞ്ഞുതന്നു. മറ്റു പലതും കണ്ടും പഠിച്ചും സംഘം മുന്നോട്ടുപോയി. കുറെ കഴിഞ്ഞ് തിരിച്ചു നടക്കുമ്പോൾ നേരത്തെ കണ്ട വെൺതേക്കിനടുത്തെത്തി. ഓർമ്മ പുതുക്കാനായി ആ മരത്തിന്റെ പേര് എന്താണെന്നു കരീമിനോട് ഇൻസ്ട്രക്ടർ ഒന്നുകൂടി ചോദിച്ചു. പക്ഷേ അതിന്റ പേരോ ശാസ്ത്രീയ നാമമോ ഓർത്തെടുക്കാൻ അയാൾക്ക് കഴിഞ്ഞില്ല. പിന്നെ അല്പം ആലോചിച്ച ശേഷം ഒരു സങ്കോചവും കൂടാതെ അയാൾ പറഞ്ഞു, ‘നഗ്നസുന്ദരി’. നേയ്ക്കഡ് മെയിഡൻ എന്നതിന്റെ ശുദ്ധമായ മലയാളം. വെൺതേക്കും ലാഗർസ്ട്രോമിയോയും മറന്നെങ്കിലും നഗ്നസുന്ദരിയെ അയാൾ മനസ്സിൽ പ്രതിഷ്ഠിച്ചിരുന്നു.

ഞങ്ങൾക്കും ഗൗരവക്കാരനായ സാറിനും ഏറെനേരത്തെ ചിരിക്ക് വക നൽകി അയാളുടെ ആ പ്രയോഗം.

ശനിയാഴ്ചകളിൽ ക്ലാസ്സുകൾ ഉണ്ടാകില്ല. ഉച്ചവരെ ഇല്ലാത്ത കൂലിപ്പണിയാണ്. ചുറ്റുമുള്ള പ്ലാന്റേഷനുകളിലെ അടിക്കാടുകൾ വെട്ടുക, കളിക്കളങ്ങളുടെ നീളവും വീതിയും കൂട്ടുക, നിലം കിളച്ച് മണ്ണൊരുക്കി നഴ്സറി ബെഡുകൾ ഉണ്ടാക്കുക തുടങ്ങി നല്ല കായിക അദ്ധ്വാനം ആവശ്യപ്പെടുന്ന പണികളാണ്. അരിവാൾ കത്തികളും തൂമ്പയും പിക്കാസും ഇരുമ്പുചട്ടികളും എല്ലാം ആവശ്യത്തിന് ഉണ്ട്. വെയിലേറ്റ് ചിലരുടെയൊക്കെ പുറം പൊള്ളി തൊലി ഇളകി. വെയിലത്തും മഴയത്തും പണിയെടുക്കുന്ന സാധാരണ കൂലിവേലക്കാരുടെ അദ്ധ്വാനം സ്വയം അനുഭവിച്ചറിയുക എന്നതാണ് ഇതുകൊണ്ട് ഉദ്ദേശിക്കുന്നത്. ശരാശരി ആരോഗ്യമുള്ള ഒരാളിൽ നിന്നും പ്രതീക്ഷിക്കാവുന്ന കായിക അദ്ധ്വാനം എത്രത്തോളം ആണ് എന്നതിനെക്കുറിച്ച് ഒരു ഫീൽഡ് ലെവൽ ഓഫീസർക്ക് ഏകദേശ ധാരണ ഉണ്ടാകണം. സ്വയം അത്തരം പണികൾ ചെയ്ത ഒരാൾക്കേ അതുണ്ടാകൂ.

ഉച്ചവെയിൽ കൊണ്ടിട്ട് എന്റെ പുറം അവിടവിടെ തൊലി പോയി വെളുത്ത പാടുകൾ വീണു. ഒരു ചെറിയ ഇടവേളയിൽ വീട്ടിൽ ചെന്ന എന്റെ പുറം കണ്ടിട്ട് അമ്മ കരഞ്ഞു. മകന്റെ മുഖം കറുക്കുകയും പുറം വെളുക്കുകയും ചെയ്തു കണ്ടാൽ ഏത് അമ്മയ്ക്കാണ് സങ്കടം വരാതിരിക്കുക. കൂലിപ്പണി എടുപ്പിക്കുന്നതിൽ ഉദ്ദേശ്യശുദ്ധി ഉണ്ടെങ്കിലും ഞങ്ങളുടെ ശനിയാഴ്ചകൾ ഞങ്ങളെ വല്ലാതെ പരീക്ഷീണിതരാക്കിയിരുന്നു എന്ന് പറയാതെ വയ്യ. ഉച്ചവരെ കൂലിപ്പണിയും അതുകഴിഞ്ഞ് വസ്ത്രം കഴുകലും ഇമ്പോസിഷനുകൾ എഴുതിത്തീർക്കലുമാണ് ശനിയാഴ്ചകളിലെ ചടങ്ങുകൾ.

വിനോദത്തിനും ഇത്തിരി നേരം

രാത്രി എട്ടു മുതൽ ഒമ്പതു വരെ അത്താഴത്തിനും ചെറിയ വിനോദങ്ങൾക്കും ഉള്ള സമയമാണ്. ചപ്പാത്തി കഴിച്ചു കഴിഞ്ഞാൽ പിന്നെ കുറച്ചുനേരം പാട്ടും ചെറിയ കലാപരിപാടികളുമായി എല്ലാവരും മെസ്സ് ഹാളിൽ കൂടും. ഒരു ദിവസത്തെ കഷ്ടപ്പാടുകളും ഏറ്റുവാങ്ങിയ ശിക്ഷകളും ശകാരങ്ങളും മറക്കാനുള്ള സമയമാണത്. അന്ന് ഓരോരുത്തർക്കും കിട്ടിയ ശിക്ഷകൾ പറഞ്ഞ് ഞങ്ങൾ പരസ്പരം കളിയാക്കും. മിമിക്രിയും പാട്ടും ഉണ്ടാകും. ഭരതനും ഗോപിയും നന്നായി പാടും. ഞാൻ ഫ്ളൂട്ടോ ബുൾബുൾതാരയോ വായിക്കും. ശ്രീനി ഊണുമേശയിൽ താളം കൊട്ടും. ഒരു രാത്രിയിൽ ഗാനമേള നടത്തി അടുത്തദിവസം രാവിലെ സമ്മാനമായി തവളച്ചാട്ടം കിട്ടിയ ഒരനുഭവം ഓർമ്മയിലുണ്ട്. ഗോപിയും ഭരതനും ചേർന്ന് 'പാടാം പാടാം ആരോമൽ ചേകവർ അങ്കം വെട്ടിയ കഥകൾ' പാടി തകർത്തു. ഞാൻ ഫ്ളൂട്ടിൽ അകമ്പടി വായിച്ചു. ശ്രീനി ഡസ്കിൽ താളം കൊട്ടി. മറ്റുള്ളവർ ചുറ്റും നിന്ന് സബാഷ് പറഞ്ഞ് ഞങ്ങളെ പ്രോത്സാഹിപ്പിച്ചു. ചുറ്റിനും കാടല്ലേ, ആളുകളാരുമില്ലല്ലോ എന്ന ധൈര്യംകൊണ്ടാവാം ഞങ്ങളുടെ ഗാനമേള ഉച്ചസ്ഥായിയിൽ ആയി. ആ ലഹരിയിൽ അതിന്റെ ഘോരവീചികൾ അങ്ങ് നൂറു മീറ്ററിനപ്പുറമുള്ള പ്രിൻസിപ്പാളിന്റെ സ്റ്റാഫ് ക്വാർട്ടേഴ്സ് വരെ എത്തിയത് ഞങ്ങൾ അറിഞ്ഞില്ല.

ഒരു ഇൻസ്ട്രക്ടർ വന്ന് ഗാനമേള സംഘത്തെ കൃത്യമായി സ്കെച്ച് ചെയ്തു. സംഘത്തിലെ നാലുപേർക്കും അപ്പോൾത്തന്നെ പ്രിൻസിപ്പാളിന്റെ മുന്നിൽ ഹാജരാവാൻ സമൻസ് കിട്ടി. കച്ചേരി കൈവിട്ടുപോയി എന്ന് ഞങ്ങൾക്ക് മനസ്സിലായി. ചങ്കിടിപ്പോടെ ഞങ്ങൾ നാലുപേർ പ്രിൻസിപ്പാളിന് മുന്നിൽ ഹാജരായി. നാട്ടിലേതിനേക്കാൾ ശബ്ദനിയന്ത്രണം പാലിക്കേണ്ടത് കാട്ടിൽ ആണെന്നും അവിടെ പ്രതികരിക്കാൻ കഴിയാത്ത ഒരുപാട് പാവം ജീവികൾ ജീവിക്കുന്നുണ്ടെന്നും കാട്ടിലൂടെ പോകുന്ന വാഹനങ്ങൾ ഹോൺ

മുഴക്കുന്നതുപോലും നിരോധിച്ചിട്ടുള്ളത് അതുകൊണ്ടാണ് എന്നു മൊക്കെ ആ രാത്രിയിൽ പത്തു മിനിറ്റ് അറ്റൻഷനിൽ നിർത്തി അദ്ദേഹം ഞങ്ങൾക്ക് ക്ലാസ്സെടുത്തു. തിരിച്ചുപോകാൻ അനുവാദം കിട്ടിയ ഞങ്ങൾ തിരിഞ്ഞതും ഡബിൾ അപ്പ് എന്ന് അദ്ദേഹം അലറി. ഞങ്ങൾ ഓടി. ഒരു ശകാരംകൊണ്ട് തീർന്നല്ലോ എന്ന ആശ്വാസ ത്തോടെ ബാരക്കിലെത്തി. എന്നാൽ അടുത്ത ദിവസത്തെ പരേഡി നിടയിൽ സംഭവത്തിന്റെ ആന്റി ക്ലൈമാക്സ് ഞങ്ങളെ കാത്തിരി പ്പുണ്ടായിരുന്നു. മറ്റു വിശദീകരണങ്ങൾ ഒന്നുമില്ല. ഗാനമേളക്കാർ നാലുപേർക്കും രണ്ടു റൗണ്ട് തവളച്ചാട്ടം. പിന്നീടങ്ങോട്ട് അത്താഴ ത്തിനു ശേഷമുള്ള പാട്ടു കച്ചേരികൾക്ക് ഞങ്ങൾ സ്വയം നിരോധ നമേർപ്പെടുത്തി. മിമിക്രിയും ഫ്ളൂട്ടും ബുൾബുളും മാത്രമായി കാക്കിക്കുള്ളിലെ വായ്പ്പാട്ട് വാസനകളെ ഞങ്ങൾ താഴിട്ടു പൂട്ടി വെച്ചു.

നിർബന്ധിത കായികവിനോദങ്ങളും ഒരു ദിവസത്തെ പരിപാ ടികളിൽപെടും. വൈകീട്ട് 5.30 മുതൽ 6.30 വരെയാണ് അതിനുള്ള സമയം. ഏതെങ്കിലും കളികളിൽ നിർബന്ധമായും പങ്കെടുക്കണം. സ്ഥല പരിമിതി കാരണം വോളിബോളും ബാഡ്മിന്റണും കബ ഡിയും മാത്രമേ ഉള്ളൂ. ആർക്കെങ്കിലും ശിക്ഷകൾ കിട്ടാൻ കുടിശ്ശി കയുണ്ടെങ്കിൽ അതും ഈ സമയത്താണ് നടപ്പാക്കുക. ഒരു ദിവസം ഞാനും കരാട്ടേയിൽ തല്പരനായ സുഹൃത്തും തമാശയ്ക്ക് കരാട്ടെ കളിച്ചു. വരാന്തയിലെ അരമതിലിന്റെ ഒരു ഭാഗം കാല്കൊണ്ട് അബദ്ധത്തിൽ മറിഞ്ഞുവീണു. ആ മതിൽ കെട്ടി കളിക്കലായിരുന്നു അന്നത്തെ ഞങ്ങളുടെ കായിക വിനോദം. ചുടുകട്ടയും മണലും സിമന്റും ഉപയോഗിച്ച് അഞ്ചടി നീളവും മൂന്നടിയോളം ഉയരവും ഉള്ള അരമതിൽ ഒരു മണിക്കൂറിനുള്ളിൽ കെട്ടിത്തീർത്തു. ഫോറസ്റ്റ് എൻജിനീയറിങ് ക്ലാസിൽ പഠിപ്പിച്ച ബ്രിട്ടീഷ് ബോണ്ട് ശൈലി യിൽ തന്നെ മനോഹരമായി ഞങ്ങൾ അത് കെട്ടി. പരിശീലന കാലത്തെ കളി വെറും കളിയല്ല, കാര്യമാണ്.

ഞായറാഴ്ച അവധിയാണ്. രാവിലെ എട്ടു മുതൽ വൈകീട്ട് ആറു വരെ പ്രത്യേക അനുമതിയോടെ ട്രെയിനികൾക്ക് ക്യാമ്പിന് പുറത്ത് പോകാം. അപ്പോഴും ഡ്രസ്സ് കോഡ് നിർബന്ധമാണ്. വെള്ള പാന്റ്, വെളുത്ത ഫുൾക്കൈ ഷർട്ട്, ബ്ലാക്ക് ലെതർ ഷൂ എന്നിവ ധരിച്ചേ പോകാൻ പാടുള്ളൂ. എവിടെവെച്ചു കണ്ടാലും ട്രെയിനികളെ തിരിച്ചറിയണം. ചെറുപ്രായമല്ലേ കുരുത്തക്കേടുകൾ ഒപ്പിക്കാതിരി ക്കാനും അപകടങ്ങളിൽ ചെന്ന് ചാടാതിരിക്കാനും ഉള്ള മുൻകരു തലാണ് ഈ ഡ്രസ്സ് കോഡ്. ഞങ്ങൾ നാലഞ്ച് അച്ചായന്മാർ രാവിലെ മൂന്ന് കിലോമീറ്റർ ദൂരെയുള്ള ചെറിയ ഒരു പള്ളിയിൽ

പോകും. കഠിനശിക്ഷകൾ ഒഴിവാക്കണേ എന്ന് കർത്താവിനോട് പ്രാർത്ഥിക്കും. പ്രാതലിന് സമയമാകുമ്പോഴേക്കും തിരിച്ച് ക്യാമ്പിലെത്തും.

വീട്ടിലേക്കും കൂട്ടുകാർക്കും കത്തുകൾ എഴുതുക, (അന്ന് അങ്ങനെയാണല്ലോ. സ്വന്തം കൈപ്പടയിൽ കത്തെഴുതാനും പ്രിയപ്പെട്ടവരുടെ, കൈയക്ഷരങ്ങളിലെ ഹൃദയത്തുടിപ്പുകൾ തൊട്ടറിയാനും കഴിഞ്ഞിരുന്ന കാലം) ഹോംവർക്കുകളും ഇമ്പോസിഷനുകളും ഉണ്ടെങ്കിൽ ചെയ്തു തീർക്കുക, വസ്ത്രങ്ങൾ കഴുകി ഇടുക എന്നിവയൊക്കെയാണ് ഞായറാഴ്ചകളിലെ മറ്റു പരിപാടികൾ. ക്യാമ്പിനകത്തുതന്നെ ചെറിയ ഒരു വെള്ളച്ചാട്ടം ഉണ്ട്. ബാത്തിങ് ഘട്ട് എന്ന് വിളിക്കുന്ന അവിടത്തെ ചെറുജലാശയത്തിലുള്ള വിസ്തരിച്ചുള്ള സ്പെഷ്യൽ കുളിയാണ് ഞായറാഴ്ചകളിലെ മറ്റൊരു വിനോദം. മനസ്സും ശരീരവും നന്നായി തണുത്തു കിട്ടും. ഏത് ദിവസവും ഏതു സമയത്തും റോൾ കാൾ ഉണ്ടാകാം. ഒരു ദിവസം രാത്രി ഒമ്പതരയ്ക്ക് റെയ്ഞ്ച് ഓഫീസർ ഫിലിപ്പ് സാർ കയറി വന്ന് റോൾ കാൾ എടുക്കാൻ ആവശ്യപ്പെട്ടു. ഞാനാണ് ഓർഡർലി ഓഫീസർ. വിസിൽ മുഴക്കി എല്ലാവരെയും ബാരക്കിന്റെ മുറ്റത്ത് ഹാജരാക്കി. അഞ്ച് മിനിട്ടിനുള്ളിൽ പരേഡിന് അണിയുന്ന വേഷത്തിൽ ഹാജരാകണം എന്നാണ്. എണ്ണമെടുത്തപ്പോൾ ഒരാൾ കുറവ്. രാത്രി ആ സമയത്ത് ഒരാളെ കാണാനില്ല എന്നത് അതീവ ഗൗരവമുള്ള കാര്യമാണ്. തൃശ്ശൂർക്കാരൻ സതീശനാണ് മിസ്സിംഗ് എന്ന് മനസ്സിലായി. സാറും ഓർഡർലി ഓഫീസറായ ഞാനും ബാക്കിയുള്ളവരും വല്ലാതെ ഭയന്നു. പിന്നെ ഏതോ ഒരു ഉൾപ്രേരണ കൊണ്ട് കുറച്ച് മാറിയുള്ള ടോയ്‌ലറ്റ് ബ്ലോക്കിൽ ഞാൻ പോയി നോക്കി. വിസിൽ മുഴങ്ങിയതും ഇവിടെ നടക്കുന്നതും ഒന്നും അറിയാതെ അവിടെയിരുന്ന് സോക്സ് കഴുകുകയാണ് നമ്മുടെ ചങ്ങാതി. അവിടെ നിന്നും കൈയ്യോടെ പിടിച്ചു കൊണ്ടുവന്ന് ലുങ്കി വേഷത്തിൽതന്നെ ക്യൂവിൽ നിർത്തി. ഉദ്വേഗജനകമായ നിമിഷങ്ങൾക്ക് അങ്ങനെ അറുതിയായി. രാത്രി സമയത്ത് ഹോസ്റ്റലിന്റെ മതിൽ ചാടി ശീലമുള്ളവർ കൂട്ടത്തിൽ ഉണ്ടാകാം. അവർക്ക് മുന്നറിയിപ്പാണ് അസമയങ്ങളിലെ റോൾ കാളുകൾ. വനപ്രദേശം ആയതുകൊണ്ട് സുരക്ഷയും ഉറപ്പുവരുത്തണമല്ലോ.

വിനോദ യാത്രകളല്ല പഠനയാത്രകൾ

അഞ്ചുമാസത്തെ കഠിനമായ ക്യാമ്പസ് ട്രെയിനിങ്ങിനു ശേഷം ഒരാഴ്ചയോളം നീണ്ടുനിൽക്കുന്ന പഠനയാത്രയാണ്. പശ്ചിമഘട്ട വനങ്ങളുടെ വൈവിധ്യങ്ങൾ അടുത്തറിയുക, പാരിസ്ഥിതി സന്തുലനത്തിൽ അവയുടെ പങ്കും പ്രാധാന്യവും നേരിട്ട് കണ്ടും അനുഭവിച്ചും മനസ്സിലാക്കുക എന്നൊക്കെയാണ് ഈ യാത്രകൊണ്ട് ലക്ഷ്യമാക്കുന്നത്. തടിവ്യവസായവുമായി ബന്ധപ്പെട്ട വ്യവസായ ശാലകളിലേക്കുള്ള സന്ദർശനവും ഉണ്ട്. അടച്ചിട്ട ക്യാമ്പിന് പുറത്തേക്കുള്ള ഏത് യാത്രകളും ഞങ്ങൾക്ക് ആവേശമായിരുന്നു. തൊട്ടടുത്തുള്ള കുട്ടിവനത്തിലേക്കുള്ള നടപ്പ് പോലും. സ്വാതന്ത്ര്യത്തിന്റെ എന്തെന്നില്ലാത്ത സുഖമാണ് അത്.

ഒരു ദിവസം അത്യാവശ്യം വസ്ത്രങ്ങളും മറ്റു ക്യാമ്പിംഗ് ഉപകരണങ്ങളുമായി സ്പെഷ്യൽ ബസ്സിൽ ഞങ്ങൾ യാത്ര പുറപ്പെട്ടു. ഒരാഴ്ചത്തെ യാത്രയാണ്. സ്കൂൾ, കോളേജ് പഠനകാലത്തെ ടൂറുകൾ ഓർമ്മ വന്നു. ഇപ്പോഴത്തെ ന്യൂജെൻ ഭാഷയിൽ പറഞ്ഞാൽ അടിച്ചുപൊളിക്കാം എന്ന അത്യുത്സാഹത്തോടെയാണ് എല്ലാവരും ബസ്സിൽ കയറിയത്. എന്നാൽ യാത്ര പുറപ്പെട്ട് വെറും രണ്ടു മണിക്കൂറിനുള്ളിൽ ആ ധാരണ മാറി. ബസ്സിലിരുന്നു ഉറങ്ങിപ്പോയതിന് ആദ്യ ശിക്ഷ കിട്ടിയത് എനിക്കാണ്. സീറ്റിൽനിന്നും എഴുന്നേറ്റു അരമണിക്കൂറോളം കമ്പിയിൽ തൂങ്ങിപ്പിടിച്ച് നിൽക്കേണ്ടിവന്നു. പഠനയാത്ര എന്നാൽ വിനോദയാത്രയല്ല എന്ന് അതോടെ എല്ലാവർക്കും ബോധ്യമായി. കണ്ണും കാതും തുറന്നിരിക്കാനുള്ളതാണ് ഓരോ നിമിഷവും. ഒരാഴ്ചത്തെ യാത്രയ്ക്കിടയിൽ തേക്കടി, ഗവി, മൂന്നാർ, ഇടുക്കി, കുളമാവ് തുടങ്ങി പശ്ചിമഘട്ടത്തിലെ വിവിധ വനമേഖലകൾ ഞങ്ങൾ സന്ദർശിച്ചു. പിന്നെ പുനലൂരിലുള്ള ട്രാവൻകോർ പ്ലൈവുഡ് ഫാക്ടറിയും. ഓരോ സ്ഥലത്ത് ക്യാമ്പ് ചെയ്യുമ്പോഴും അവിടത്തെ ഭൂപ്രകൃതിയുടെയും വനങ്ങളുടെയും

സ്വഭാവവിശേഷങ്ങൾ, അവിടെ വളരുന്ന വൃക്ഷങ്ങളുടെയും ചെറു സസ്യങ്ങളുടെയും പ്രത്യേകതകൾ, ആ പ്രദേശത്തിന്റെ ആവാസ വ്യവസ്ഥയിൽ അവയ്ക്കുള്ള സ്വാധീനം, വന നശീകരണം മൂലം ആ പ്രദേശം നേരിടുന്ന പാരിസ്ഥിതിക പ്രശ്നങ്ങൾ എന്നിവയെ പ്പറ്റിയൊക്കെ ഇൻസ്ട്രക്ടർമാർ വിശദമായ ക്ലാസുകൾ എടുക്കും. അവിടത്തെ പക്ഷി, മൃഗാദിസമ്പത്തിനെക്കുറിച്ചും പറഞ്ഞുതരും. ഓരോ പ്രദേശങ്ങളിലെയും പ്രത്യേക ആവാസവ്യവസ്ഥകളിൽ ഓരോ ഇനത്തിൽപ്പെട്ട വന്യമൃഗങ്ങൾ എങ്ങനെ അതിജീവനം നിർ വഹിക്കുന്നു എന്നും ഏതൊക്കെ ഘടകങ്ങളാണ് അവയുടെ പ്രജന നത്തെയും എണ്ണത്തെയും നിയന്ത്രിക്കുന്നത് എന്നുമൊക്കെയുള്ള കാര്യങ്ങൾ പറയും. തിയറി ക്ലാസ്സുകളിൽ പഠിക്കുന്ന ചിലതൊക്കെ നേരിട്ട് കാണാനും മനസ്സിലുറപ്പിക്കാനും കഴിയും എന്നതാണ് പഠനയാത്രകളുടെ മെച്ചം. ഓരോന്നും വിശദമായി പറഞ്ഞു തരാൻ കഴിയുന്നവർ കൂടെ ഉണ്ടാവുക എന്നത് പ്രധാനമാണ്.

ഞങ്ങളുടെ പഠനസംഘം ഗവി കാടുകളിലൂടെ നടന്നപ്പോൾ ഉണ്ടായ കാര്യം പറയാം. ഒരു മാനിന്റെ ദയനീയമായ കരച്ചിൽ കേട്ട് നോക്കുമ്പോൾ ഞങ്ങൾ കണ്ടത് ഒരു കൂട്ടം കാട്ടുനായ്ക്കൾ (ചെന്നായയുടെ ഒരു വകഭേദം) ഒരു മാനിനെ പിടിക്കാനായി ഓടി ക്കുന്നതാണ്. ഞങ്ങളെ കണ്ടതുകൊണ്ടാണോ എന്നറിയില്ല, രക്ഷി ക്കണേ എന്ന് നിലവിളിക്കും പോലെയാണ് മാനിന്റ കരച്ചിലും ഞങ്ങ ളുടെ നേർക്കുള്ള അതിന്റ ഓട്ടവും. മനുഷ്യന്റെ സമീപത്തേക്ക് ആ കാട്ടുനായ്ക്കൾ വരില്ല എന്ന് അതിനറിയാം. മാൻകൂട്ടങ്ങളെ അധിക മായി റോഡരുകിൽ കാണുന്നത് വന്യമൃഗസങ്കേതങ്ങളിലൂടെ യാത്ര ചെയ്തിട്ടുള്ളവർ ശ്രദ്ധിച്ചിട്ടുണ്ടാകും. ഉൾക്കാട്ടിലെ പുലിയിൽ നിന്നും കടുവയിൽനിന്നും രക്ഷ നേടാനാണ് അവ ആൾസഞ്ചാര മുള്ള റോഡരികിൽ വന്നു നിൽക്കുന്നത്. മനുഷ്യസാന്നിദ്ധ്യം കൂടു തലുള്ള സ്ഥലത്തേക്ക് കടുവയും പുലിയും വരില്ല എന്നവർക്ക റിയാം. ഞങ്ങളുടെ അടുത്തേക്ക് പ്രാണരക്ഷാർത്ഥം ഓടിവന്ന ആ മാനിനോട് ഞങ്ങളിൽ കുറച്ചു പേർക്ക് ദയ തോന്നി. ഒച്ചവെച്ചും കല്ലെറിഞ്ഞും ചെന്നായ്ക്കളെ പിന്തിരിപ്പിക്കാൻ ഞങ്ങൾ ശ്രമിച്ചു. ഇത് ശ്രദ്ധയിൽപ്പെട്ട ഓഫീസർമാർ ഞങ്ങളെ തടയുകയാണ് ചെയ്തത്. മാനിനെ ചെന്നായ്ക്കൾ പിടിച്ചു തിന്നട്ടെ എന്നാണ് അവർ പറഞ്ഞത്. സ്വാഭാവികമായ ഭക്ഷ്യചങ്ങല ആണത്. ചെന്നാ യയ്ക്ക് പുല്ല് തിന്ന് ജീവിക്കാൻ കഴിയില്ല. വിശന്നാൽ അവ മാനിനെ പിടിച്ച് തിന്നും. പ്രകൃതിനിയമമാണത്. അതിൽ മനുഷ്യന്റെ ഇടപെടൽ നന്നല്ല. മനുഷ്യനുമായി ഏറ്റുമുട്ടലുകൾ ഉണ്ടാകുന്ന സമയത്തു മാത്രം ശാസ്ത്രീയമായ രീതികളിലൂടെ (Standard

Operating Procedure അഥവാ SOP) മയക്കുവെടി വെച്ചോ കൂടുകൾ വച്ചോ അവയെ പിടിച്ച് സുരക്ഷിത സ്ഥലങ്ങളിൽ കൊണ്ടുവിടാം. അല്ലാതെയുള്ള ഇടപെടലുകൾ ആ പ്രദേശത്തെ ആവാസവ്യവസ്ഥയുടെ സന്തുലനാവസ്ഥയെയും താറുമാറാക്കും.

പലയിടത്തും മനുഷ്യനും വന്യമൃഗങ്ങളും തമ്മിലുണ്ടായിക്കൊണ്ടിരിക്കുന്ന ഏറ്റുമുട്ടലുകളെപ്പറ്റി സൂചിപ്പിച്ചതാണവർ. യാദൃച്ഛികമായി ചെന്നായക്കൂട്ടത്തെ കണ്ടതുകൊണ്ട് അവയുടെ സവിശേഷമായ ഒരു ജീവിതക്രമത്തെപ്പറ്റിയും ഓഫീസർ അപ്പോൾ ഞങ്ങൾക്ക് പറഞ്ഞു തന്നു. അതായത് പെരുപ്പം (എണ്ണം), ഒരു നിശ്ചിത ആവാസവ്യവസ്ഥയ്ക്ക് (Ecosystem) താങ്ങാവുന്നതിനപ്പുറം വർദ്ധിക്കുന്നു എന്ന് കണ്ടാൽ, എണ്ണം ക്രമപ്പെടുന്നതുവരെ (Optimum population) അത്രയും കാലം ചെന്നായ്ക്കൾ ഇണചേരലിൽ നിന്നും സ്വയം മാറിനിൽക്കുമത്രേ. ഇങ്ങനെ അവിശ്വസനീയവും രസകരവുമായ ഒരുപാട് കാര്യങ്ങളുണ്ട് വന്യമൃഗശാസ്ത്രത്തിൽ. ഈ വിഷയങ്ങളിലും ഒരു വനപാലകന് അടിസ്ഥാന ധാരണകൾ വേണം.

വന്യമൃഗങ്ങളുടെ പൊതുവായ സ്വഭാവ വിശേഷങ്ങൾ എന്തൊക്കെയാണ്, ഏതൊക്കെ സാഹചര്യങ്ങളിലാണ് ഓരോ മൃഗങ്ങളും ആക്രമണത്തിന് മുതിരുക, ആക്രമണോത്സുകനായ ഒരു മൃഗത്തിന്റെ ശരീരഭാഷ എങ്ങനെയാണ് എന്നതൊക്കെ സാമാന്യമായി അറിഞ്ഞിരിക്കണം. വൃക്ഷ, സസ്യസമ്പത്ത് സംരക്ഷിക്കുന്നതിനോടൊപ്പം വന്യമൃഗസംരക്ഷണവും അയാളുടെ ചുമതലകളുടെ ഭാഗമാണ്. അവയുമായി നിരന്തരം ഇടപഴകേണ്ടിവരുമ്പോൾ ചങ്ങാതിമാരുടെ സ്വഭാവരീതികൾ സാമാന്യമായി അറിഞ്ഞില്ലെങ്കിൽ പണികിട്ടും. അങ്ങനെ ഒരുപാട് അറിവുകളും അനുഭവങ്ങളും തരുന്നതാണ് പരിശീലനകാലത്തെ പഠനയാത്രകൾ.

ടൂർ പരീക്ഷ

ടൂർ കഴിഞ്ഞ് ക്യാമ്പിൽ തിരിച്ചെത്തിയിട്ട് ടൂർ പരീക്ഷയുണ്ട്. കണ്ട റിഞ്ഞതും കേട്ടറിഞ്ഞതുമായ കാര്യങ്ങൾ അപ്പോഴപ്പോൾ മനസ്സിലും നോട്ട്പാഡിലുമായി കുറിച്ചുവെച്ചിട്ടുണ്ടാകും. ഓരോ സ്ഥലത്തും ചെന്നിറങ്ങുമ്പോൾ ഓഫീസർമാർ പറഞ്ഞുതരുന്ന കാര്യങ്ങൾ എഴുതിയെടുക്കും. സ്വയം നിരീക്ഷിച്ചറിയുന്ന കാര്യങ്ങളും കുറിച്ചു വെക്കണം. നിരീക്ഷണപാടവത്തിനും ഉണ്ട് മാർക്ക്. ഒരു വനപാല കന് അവശ്യം വേണ്ട ഗുണമാണ് നിരീക്ഷണ പാടവം. വനത്തിനു ള്ളിൽ നടക്കുന്ന ഒരു മൃഗവേട്ടയുടെയോ തടിമോഷണത്തിന്റെയോ ഏതാനും സൂചനകൾ മാത്രമാണ് സാധാരണ അവശേഷിക്കുക. സൂക്ഷ്മ നിരീക്ഷണത്തിലൂടെ മാത്രമേ കുറ്റകൃത്യങ്ങൾ കണ്ടെത്താൻ പോലും കഴിയൂ. വനാന്തരങ്ങളിൽ നടക്കുന്ന കുറ്റകൃത്യങ്ങൾ നേരിട്ട് കാണുക എന്നത് ഏറക്കുറെ അപൂർവവും അസാധ്യവുമാണ്.

കൃത്യം നടന്ന സ്ഥലത്തുനിന്നും ലഭിക്കുന്ന സൂചനകളെ പിന്തു ടർന്ന്, സമയം ഏറെ എടുത്തു നടത്തുന്ന അന്വേഷണത്തിലൂടെ മാത്രമാണ് കുറ്റകൃത്യങ്ങൾക്ക് തുമ്പുണ്ടാക്കുന്നതും പ്രതികളെ പിടി കൂടുന്നതും. ദൃക്സാക്ഷികൾ ഉണ്ടാകില്ല എന്നതുകൊണ്ടാണ് സ്ഥലത്തുനിന്നും ലഭിക്കുന്ന സൂചനകളെ മാത്രം പൂർണ്ണമായി ആശ്ര യിക്കേണ്ടി വരുന്നത്. അതുകൊണ്ടാണ് വനംസംബന്ധമായ കേസു കൾ കോടതിയിൽ വിചാരണയ്ക്ക് വരുമ്പോൾ ദൃക്സാക്ഷികൾ ആവശ്യമില്ല എന്ന് പറയുന്നത്. ഞങ്ങളുടെ നിരീക്ഷണ പാടവം അളക്കുന്നതിനുവേണ്ടി ടൂർപരീക്ഷയിൽ ഉണ്ടായ ചില ചോദ്യങ്ങൾ രസകരമാണ്. തേക്കടി തടാകത്തിലൂടെ നിങ്ങൾ സഞ്ചരിച്ച ബോട്ടിന്റെ പേരെന്ത്, നിങ്ങൾ സഞ്ചരിച്ച ടൂറിസ്റ്റ് ബസ്സിന്റെ നമ്പർ എത്ര, പെരി യാർ കടുവ സങ്കേതത്തിന്റെ വിസ്തീർണ്ണം എത്ര, പ്ലൈവുഡ് ഫാക്ട റിയിൽ കണ്ട ജപ്പാൻ നിർമ്മിതമായ peeling മെഷീൻ ഏത് കമ്പനി യുടേതാണ്. അങ്ങനെയൊക്കെയായിരുന്നു ചില ചോദ്യങ്ങൾ. ക്യാമ്പി ലെടുത്ത ക്ലാസുകളിൽനിന്നുള്ള ചോദ്യങ്ങൾക്ക് പുറമെയാണ് ഇത്യാദി ചോദ്യങ്ങൾ. ഒരുപാട് അറിവുകളും അനുഭവങ്ങളും തരുന്നു എങ്കിലും അടിച്ചു പൊളിക്കാനൊന്നും യാതൊരു സ്കോപ്പും ഇല്ലാ ത്തതാണ് ട്രെയിനിംഗ്കാലത്തെ പഠന യാത്രകൾ.

വനവികസന കോർപ്പറേഷൻ പിറവിയും വളർച്ചയും

അഞ്ചു മാസത്തെ ക്യാമ്പസ് ട്രെയിനിങ്ങിനും ടൂറിനും ശേഷം KFDCയുടെ തന്നെ വിവിധ യൂണിറ്റുകളിലേക്ക് പ്രായോഗിക പരിശീലനത്തിന് നിയോഗിക്കുകയായിരുന്നു ഞങ്ങളെ. ബാച്ചുകളായി തിരിഞ്ഞ് വിവിധ യൂണിറ്റുകളിൽ നടന്നുകൊണ്ടിരുന്ന പ്രവർത്തനങ്ങളിൽ പങ്കെടുക്കണം. ഓരോ സ്ഥലത്തും ക്യാമ്പ് ചെയ്ത് ആ സ്ഥലങ്ങൾ പരിചയപ്പെടുക, അവിടത്തെ പ്രവർത്തനങ്ങളിൽ അവിടെയുള്ള സ്റ്റാഫിനെ സഹായിക്കുക, അതൊക്കെയാണ്. തിയറി ക്ലാസുകളിൽ പഠിച്ചതിനപ്പുറം ഫീൽഡിലെ പ്രായോഗിക ബുദ്ധിമുട്ടുകൾ കൂടി അനുഭവിച്ചറിയണമല്ലോ.

ഇവിടെ കേരള ഫോറസ്റ്റ് ഡെവലപ്മെന്റ് കോർപ്പറേഷൻ എന്ന പൊതുമേഖലാ സ്ഥാപനത്തിന്റെ രൂപീകരണത്തെപ്പറ്റിയും ഉദ്ദേശ്യലക്ഷ്യങ്ങളെക്കുറിച്ചും പ്രവർത്തനശൈലിയെക്കുറിച്ചും ചെറിയ വിവരണം വേണ്ടിവരും. 1975ലെ നാഷണൽ ഫോറസ്റ്റ് പോളിസി അനുസരിച്ച് മിക്ക സംസ്ഥാനങ്ങളിലും വനവികസന കോർപ്പറേഷനുകൾ രൂപീകരിക്കപ്പെട്ടു. നൂറു ശതമാനവും സർക്കാർ ഓഹരിയുള്ള കമ്പനികളാണ്. രാജ്യത്തെ വനസംരക്ഷണ പ്രവർത്തനങ്ങൾക്കും മെച്ചപ്പെട്ട വനം മാനേജ്മെന്റിനുമായി അന്താരാഷ്ട്ര ഏജൻസികളിൽ നിന്നും ലഭിക്കുന്ന പ്രത്യേക ഫണ്ടുകൾ ഇത്തരത്തിൽ രൂപീകരിക്കുന്ന കമ്പനികൾ മുഖേന മാത്രമേ അന്ന് ലഭ്യമായിരുന്നുള്ളൂ. ഓരോ സംസ്ഥാനങ്ങൾക്കും അവയുടെ കാലാവസ്ഥയ്ക്കും ഭൂപ്രകൃതിക്കും അനുസൃതമായും സംസ്ഥാനങ്ങളുടെ പ്രത്യേക ആവശ്യകതകൾക്ക് മുൻഗണന നൽകിക്കൊണ്ടും അനുയോജ്യമായ പദ്ധതികൾ നടപ്പാക്കാൻ കഴിയുമായിരുന്നു. ഇവിടെ കേരളത്തിൽ അന്ന് വനാധിഷ്ഠിത അസംസ്കൃത വസ്തുക്കൾ വൻതോതിൽ ആവശ്യമുള്ള വൻകിട ഫാക്ടറികൾ പലതും പ്രവർത്തിക്കുന്നുണ്ടായിരുന്നു. അവയ്ക്ക് ആവശ്യമുള്ള അസംസ്കൃത വസ്തുക്കൾ നിർബാധം നൽകാൻ കഴിയുംവിധം വലിയ സോഫ്റ്റ്വുഡ് പ്ലാന്റേഷനുകൾ ഉണ്ടാക്കുന്നതിനാണ് നമ്മുടെ സംസ്ഥാനം മുൻഗണന നൽകിയത്.

ഹിന്ദുസ്ഥാൻ പേപ്പർ ലിമിറ്റഡ്, പുനലൂർ പേപ്പർ മിൽസ്, ട്രാവൻകൂർ പ്ലൈവുഡ് ലിമിറ്റഡ്, ഗ്വാളിയോർ റയോൺസ് എന്നിവയൊക്കെ അന്ന് നല്ല നിലയിൽ ഇവിടെ പ്രവർത്തിച്ചുകൊണ്ടിരുന്ന ചില വമ്പൻ കമ്പനികളാണ്. വൻകിട കമ്പനികൾ പ്രവർത്തിക്കുന്നതു കൊണ്ട് സംസ്ഥാനത്തിനുണ്ടാകുന്ന നേട്ടങ്ങളാണ് സർക്കാർ ഉന്നം വെച്ചത്. ഒരുപാട് പണം പലയിനം നികുതികളായി ഖജനാവിന് ലഭിക്കും. നേരിട്ടും പരോക്ഷമായും അനേകം പേർക്ക് തൊഴിൽ കിട്ടും. അവർക്ക് ശമ്പളമായി കിട്ടുന്ന പണം അതത് പ്രദേശത്തെ കമ്പോളങ്ങൾക്ക് ഉണർവ് നൽകും. വിപണികൾ കൂടുമ്പോൾ വില്പന നികുതിയിൽനിന്നുള്ള വരുമാനവും വർദ്ധിക്കുന്നു. ഒരു സംസ്ഥാനത്തിന്റെ മൊത്തത്തിലുള്ള സാമ്പത്തിക വളർച്ചയ്ക്കും ഭദ്രതയ്ക്കും വൻകിട വ്യവസായ ശാലകൾ ഉണ്ടാകേണ്ടത് ആവശ്യമാണ്. ഇടയ്ക്കൊന്നു പറയട്ടെ, നിർഭാഗ്യവശാൽ നമ്മുടെ ജനങ്ങളുടെ പൊതുബോധവും നമ്മുടെ രാഷ്ട്രീയ സംസ്കാരവും, വേറെ ദിശയിൽ ആയതുകൊണ്ടാവാം വൻകിട വ്യവസായ ശാലകൾ പുതിയതായി ഇവിടെ ഉണ്ടാകുന്നില്ല. ഉണ്ടായിരുന്നവ പലതും പൂട്ടിക്കെട്ടുകയും ചെയ്തു. പുനലൂർ പേപ്പർമിൽസും ഗ്വാളിയോർ റയോൺസും ട്രാവൻകൂർ പ്ലൈവുഡും ഇന്നില്ല. നമ്മുടെ അയൽ സംസ്ഥാനങ്ങൾ ഇക്കാര്യത്തിൽ കാണിക്കുന്ന ദിശാബോധവും അതിലൂടെ അവർ കൈവരിക്കുന്ന സമൃദ്ധിയും വികസനവും എന്നെ അസൂയാലുവാക്കുന്നുണ്ട്. ഞാൻ വിഷയത്തിൽനിന്നും അല്പം തെന്നിമാറി എന്ന് തോന്നുന്നു. പറഞ്ഞു വന്നപ്പോൾ പെട്ടെന്നൊരു നിരാശാബോധം പിടികൂടിയതാണ്.

മേല്പറഞ്ഞ കമ്പനികളെ പിടിച്ചുനിർത്താൻ വലിയ സോഫ്റ്റ് വുഡ് പ്ലാന്റേഷനുകൾ ഉണ്ടാക്കുക എന്നതായിരുന്നു KFDCയുടെ രൂപീകരണത്തിന്റ പ്രധാന ലക്ഷ്യം. ഈ കമ്പനികൾക്കും തമിഴ് നാട്ടിലെ തമിഴ്നാട് ന്യൂസ് പ്രിന്റ് ലിമിറ്റഡ് (TNPL) എന്ന കമ്പനിക്കും ആവശ്യമായ തടികൾ ഏറിയ പങ്കും പിൽക്കാലത്ത് KFDCയാണ് നൽകിപ്പോന്നത്. സോഫ്റ്റ്‌വുഡ് തോട്ടങ്ങൾ വച്ചു പിടിപ്പിക്കുക എന്നതിന് പുറമേ മറ്റൊരു നിയോഗം കൂടി കെഎഫ്ഡിസിക്ക് വന്നു ചേർന്നു. ഇന്ദിരാഗാന്ധി-സിരിമാവോ ഉടമ്പടി പ്രകാരം ഇന്ത്യയിലേക്ക് കുടിയേറിയ ശ്രീലങ്കൻ അഭയാർത്ഥികളെ പുനരധിവസിപ്പിക്കുക എന്നതായിരുന്നു അത്. ഇവർക്ക് തൊഴിൽ നൽകാനായി ഗവി, മൂന്നാർ, വയനാട്, നെല്ലിയാമ്പതി എന്നിവിടങ്ങളിൽ പുതിയ ഏലം, തേയില തോട്ടങ്ങളും KFDC ഉണ്ടാക്കി. സോഫ്റ്റ് വുഡ് പ്ലാന്റേഷനുകൾക്കായി വൻതോതിൽ സ്വാഭാവിക വനങ്ങൾ വെട്ടി വെളുപ്പിക്കേണ്ടിവന്നു. പിന്നീട് കർശനമായ വന നിയമങ്ങൾ

ഉണ്ടാവുകയും യാതൊരു ആവശ്യത്തിനുവേണ്ടിയും വനങ്ങൾ വെട്ടാൻ കഴിയില്ല എന്ന് വരുകയും ചെയ്തപ്പോൾ പുതിയ പ്ലാന്റേഷനുകൾ ഉണ്ടാക്കുന്നതിൽ നിന്നും KFDCപിന്മാറി. അത് കമ്പനിയുടെ സാമ്പത്തിക ഭദ്രതയേയും നിലനിൽപ്പിനെയും ബാധിക്കും എന്നായപ്പോൾ കമ്പനിയുടെ പ്രവർത്തനങ്ങളിൽ വൈവിധ്യവൽക്കരണം ആവശ്യമായിവന്നു. അതിന്റെ ഭാഗമായി ഇക്കോ ടൂറിസം, ചന്ദനതൈല നിർമ്മാണം, സുഗന്ധദ്രവ്യങ്ങളുടെ വിപണനം തുടങ്ങിയ മേഖലകളിലേക്ക് കമ്പനി ചുവടുവെച്ചു. ഗവി, മൂന്നാർ, നെല്ലിയാമ്പതി, അരിപ്പ, വയനാട് തുടങ്ങിയ ഇക്കോ ടൂറിസം പ്രോജക്ടുകളും മറയൂരിലെ ചന്ദനതൈല ഫാക്ടറിയും മറ്റും അങ്ങനെ ഉണ്ടായതാണ്. KFDCയുടെ അഭിമാന പദ്ധതിയായ ഗവി ഇക്കോടൂറിസത്തെപ്പറ്റി കേൾക്കാത്തവർ ചുരുക്കമായിരിക്കും. ഗവിയെപ്പറ്റിയും പറയാം.

നയങ്ങൾ രൂപപ്പെടുന്നത്

എല്ലാ മേഖലകളിലും നിരന്തരമായി സംഭവിച്ചുകൊണ്ടിരിക്കുന്ന ഒന്നാണ് കാലികമായ നയം മാറ്റങ്ങൾ. അതതു കാലത്തെ ആവശ്യ ങ്ങളും ബോധ്യങ്ങളും തിരിച്ചറിവുകളും ആണല്ലോ നയങ്ങളെയും നിയമങ്ങളെയും രൂപപ്പെടുത്തുന്നത്. അങ്ങനെ ഉരുത്തിരിഞ്ഞു വന്നതാണ് ഇന്നത്തെ വനനിയമങ്ങളും മാനേജ്മെന്റ് രീതികളും. വിദേശികൾ നമ്മളെ ഭരിച്ചപ്പോൾ വനസമ്പത്ത് പരമാവധി ചൂഷണം ചെയ്യുക എന്നതായിരുന്നു നയം. അന്ന് കുറേ കാടും അതിൽ നിറയെ മരങ്ങളും നമുക്കുണ്ടായിരുന്നു. ഭക്ഷ്യക്ഷാമം രൂക്ഷമായ ഒരു കാലത്ത് ഭക്ഷ്യ ഉൽപ്പന്നങ്ങളുടെ വർദ്ധിച്ച ഉൽപാദനം ലക്ഷ്യമാക്കി Grow more food തുടങ്ങിയ പദ്ധതികൾ ഉണ്ടായി.

കാട് വെട്ടിത്തെളിച്ച് കൃഷിഭൂമികളാക്കാൻ അന്ന് സർക്കാർതന്നെ ജനങ്ങളെ പ്രോത്സാഹിപ്പിച്ചു. അന്നിന്റെ ആവശ്യവും അതായിരുന്നു. അങ്ങനെയും വൻതോതിൽ വനഭൂമികൾ നമുക്ക് നഷ്ടമായി. പിന്നീട് അത് നന്നല്ല എന്നറിഞ്ഞ് അത്തരം പദ്ധതികൾ ഉപേക്ഷി ക്കപ്പെട്ടു. അപ്പോഴും വനങ്ങൾ സർക്കാരിന്റെ നല്ലൊരു വരുമാന സ്രോതസ്സായിരുന്നു. എക്കാലവും വർദ്ധിച്ച ഡിമാൻഡ് ഉണ്ടായി രുന്നു കാട്ടിലെ തടികൾക്ക്. അപ്പോൾ ആ പ്രകൃതിവിഭവത്തെ നിയ ന്ത്രിതമായി ചൂഷണം ചെയ്യാം എന്ന ഒരു നയം സ്വീകരിച്ചു. അതി നായി സെലക്ഷൻ ഫെല്ലിംഗ് എന്ന പേരിൽ ഒരു നയമുണ്ടായി. ആ പേര് സൂചിപ്പിക്കും പോലെ കൂടുതൽ മൂല്യമുള്ള വളർച്ചയെ ത്തിയ മരങ്ങൾ മാത്രം പ്രത്യേകം അടയാളപ്പെടുത്തി വെട്ടി എടു ക്കുക എന്ന രീതിയാണത്. നമ്മുടെ വനങ്ങൾ വീണ്ടും ശോഷിച്ചു കൊണ്ടിരുന്നു. പിന്നീട് ആഗോളതാപനത്തിനും ഭയാനകമായ കാലാവസ്ഥാ വ്യതിയാനങ്ങൾക്കും പ്രകൃതിക്ഷോഭങ്ങൾക്കും കാരണം വനഭൂമിയുടെ ശോഷണമാണെന്നുള്ള തിരിച്ചറിവ് ലോകരാഷ്ട്രങ്ങൾക്കാകപ്പാടെ ഉണ്ടായി. അവശേഷിക്കുന്ന വനങ്ങൾ അതുപോലെ സംരക്ഷിക്കുക എന്ന ഉദ്ദേശ്യത്തോടെ 1980ൽ കേന്ദ്ര സർക്കാർ Forest Conservation Act കൊണ്ടുവന്നു. പിന്നീട് 1988ലും

അതിനുശേഷവും ആവശ്യമായ ഭേദഗതികൾ വരുത്തിയ നിയമങ്ങളിലൂടെ മരങ്ങൾ മുറിക്കുന്നതിനും വനഭൂമി മറ്റ് ആവശ്യങ്ങൾക്ക് ഉപയോഗിക്കുന്നതിനും ശക്തമായ നിയന്ത്രണങ്ങൾ കൊണ്ടുവന്നു. അതോടെയാണ് കാട് വെട്ടിത്തെളിച്ച് സോഫ്റ്റ് വുഡ് പ്ലാന്റേഷനുകൾ ഉണ്ടാക്കുക എന്ന പ്രവർത്തനത്തിൽനിന്ന് KFDC പിൻമാറിയത്.

സംസ്ഥാനത്ത് അനേകം ഹെക്ടർ വനഭൂമി അതിനകം പ്ലാന്റേഷനുകളായി മാറിക്കഴിഞ്ഞിരുന്നു. പ്ലാന്റേഷൻ കോർപ്പറേഷൻ ലിമിറ്റഡ്. (RPL), Oil palm India Ltd. റീഹാബിലിറ്റേഷൻ പ്ലാന്റേഷൻസ് Ltd. (RPL) തുടങ്ങിയ സമാന രംഗത്തുള്ള മറ്റു കമ്പനികളും ഒട്ടേറെ വനഭൂമി വെട്ടിത്തെളിച്ച് പ്ലാന്റേഷനുകളാക്കി മാറ്റിയിരുന്നു. വനഭൂമിയുടെ ശോഷണം ഒരു തിരിച്ചുപോക്ക് അസാധ്യമാക്കും വിധമുള്ള പാരിസ്ഥിതിക പ്രശ്നങ്ങൾക്ക് വഴിയൊരുക്കും. പ്ലാന്റേഷനുകളിലും വളരുന്നത് മരങ്ങൾ തന്നെയല്ലേ, സ്വാഭാവിക വനവും അതും തമ്മിൽ എന്താണ് വ്യത്യാസം, പ്ലാന്റേഷനുകൾ എന്തിന് നിരുത്സാഹപ്പെടുത്തണം എന്ന് ചോദിച്ചേക്കാം. എന്നാൽ സ്വാഭാവിക വനവും പ്ലാന്റേഷനുകളും തമ്മിലുള്ള താരതമ്യം പോലും അസാധ്യമാണ് എന്നതാണ് വസ്തുത.

സ്വാഭാവിക വനങ്ങളുടെ പാരിസ്ഥിതിക മേന്മകൾ ഒന്നുംതന്നെ പ്ലാന്റേഷനുകൾക്ക് ഉണ്ടാകില്ല. പല തട്ടുകളായുള്ള ശാഖാ വിന്യാസവും സ്പോഞ്ച് പോലുള്ള അടിമണ്ണും വൃക്ഷ, സസ്യ വൈവിധ്യങ്ങളും അവിടെ ജീവിക്കുന്ന മൃഗങ്ങൾ, പക്ഷികൾ, പ്രാണികൾ, സൂക്ഷ്മ ജീവികൾ എന്നിവയുമൊക്കെ ചേർന്ന് സ്വാഭാവിക വനങ്ങൾ പ്രകൃതിക്കും ആവാസവ്യവസ്ഥയ്ക്കും നൽകുന്ന നന്മകൾ, എത്ര നന്നായി പരിപാലിക്കപ്പെടുന്നവയാണെങ്കിലും പ്ലാന്റേഷനുകൾക്ക് നൽകാനാവില്ല. കുഞ്ഞുകുഞ്ഞു ഉറവകളും അരുവികളും പുഴകളും എല്ലാം സ്വാഭാവിക വനങ്ങളുടെ വരദാനങ്ങളാണ്. എത്ര പണിപ്പെട്ടാലും എത്ര പണം മുടക്കിയാലും കൃത്രിമമായി ഒരു ഏക്കർ പോലും സ്വാഭാവിക വനം ഉണ്ടാക്കാൻ നമുക്ക് ആവില്ല എന്നു പറഞ്ഞാൽ അതിലെ സങ്കീർണ്ണതകൾ മനസ്സിലാവും. നൂറ്റാണ്ടുകളുടെ സ്വാഭാവിക പരിണാമം കൊണ്ട് രൂപപ്പെടുന്ന വനഭൂമിയുടെ മൂല്യം നമുക്ക് കണക്കാക്കാവുന്നതിലും അപ്പുറമാണ്. അതിന്റെ സാങ്കേതികതയിലേക്ക് പോകുന്നില്ല. ഒരു പുസ്തകം മുഴുവൻ എഴുതിയാലും തീരാത്തത്ര സങ്കീർണമായ വിഷയമാണത്. വന വികസനത്തിനു വേണ്ടി രൂപം കൊടുത്ത വനവികസന കോർപ്പറേഷന് കാലക്രമത്തിൽ സംഭവിച്ച പരിണാമത്തെക്കുറിച്ച് അല്പം വിശദമായി പറഞ്ഞുപോയതാണ്. അതതു കാലത്തെ വന പരിപാലന നയങ്ങളുമായി അഭേദ്യമായി ബന്ധപ്പെട്ടു കിടക്കുന്നു KFDCയുടെ പ്രവർത്തനങ്ങൾ എന്നതുകൊണ്ടാണ് ദീർഘമായി പറയേണ്ടിവന്നത്.

ഫീൽഡ് പരിശീലനങ്ങൾ

അങ്ങനെ ട്രെയിനിങ്ങിന്റെ ആറാം മാസത്തിൽ ഞങ്ങൾ യഥാർത്ഥ ഫീൽഡുകളിൽ എത്തുകയാണ്. പല ബാച്ചുകളായി വിവിധ ഡിവിഷനുകളിലാണ് ഞങ്ങളെ വിന്യസിച്ചത്. എന്റെ ബാച്ച് ആദ്യം പോയത് ഇടുക്കിയിലെ കുളമാവിലാണ്. അന്നവിടെ പുതിയ യൂക്കാലിപ്സ് പ്ലാന്റേഷൻ ഉണ്ടാക്കുന്നതിന്റെ പണികൾ നടക്കുകയാണ്. പല വലിപ്പമുള്ള അനേകം ചിരട്ടകൾ കമഴ്ത്തി വെച്ചപോലെ കണ്ണെത്താദൂരം മൊട്ടക്കുന്നുകളാണ് അവിടെ. തൈകൾ നടാൻ അനുയോജ്യമായ സ്ഥലങ്ങൾ സർവ്വേ ചെയ്തെടുക്കുന്ന പണിയാണ് ഞങ്ങൾക്ക് കിട്ടിയത്. കാര്യമായി ക്ലേശങ്ങൾ സഹിക്കേണ്ടിവന്നു. നൂല് പോലെ പെയ്യുന്ന, ഒരിക്കലും മാറാത്ത ചാറ്റൽ മഴയും അതിശൈത്യമുള്ള കാലാവസ്ഥയുമാണ്. സദാ വീശിയടിക്കുന്ന തണുത്ത കാറ്റും. ഇടയ്ക്കിടയ്ക്ക് മഴ ശക്തിയാകും. മഴത്തുള്ളികൾ ദേഹത്ത് കൊണ്ടാൽ സൂചികൊണ്ട് കുത്തുന്നതുപോലെ വേദനിക്കും.

കുന്നുകൾക്കിടയിൽ ചോലവനങ്ങളാണ്. ഈ തുണ്ട് വനങ്ങളുടെ അരികുപറ്റി വേണം സർവ്വേ ചെയ്തു പോകാൻ. പകൽസമയങ്ങളിൽ കുന്നുകളിൽ ആളനക്കം ഉള്ളതുകൊണ്ട് ഈ ചോലവനങ്ങളിലാണ് ആനകൾ ഒളിച്ചു കഴിയുക. പ്രതികൂലമായ കാലാവസ്ഥയെക്കാൾ ഞങ്ങളെ വിഷമിപ്പിച്ചത് ആനകളാണ്. നാലോ അഞ്ചോ പേർ മാത്രം അടങ്ങുന്ന ചെറിയ സംഘമായാണ് സർവ്വേയ്ക്ക് പോകുന്നത്. കോമ്പസും ട്രിപൊയ്ഡ് സ്റ്റാൻഡും അളവ് ചങ്ങലയും ലഘുഭക്ഷണവും വെള്ളവും ചുമന്നുകൊണ്ടാണ് പോക്ക്.

ക്യാമ്പ് ചെയ്യുന്ന സ്ഥലത്തുനിന്നും ഏറെ ദൂരം നടന്നുവേണം ഓരോ ദിവസത്തേയും സർവ്വേ പോയന്റുകളിൽ എത്താൻ. പല ദിവസങ്ങളിലും ആനക്കൂട്ടങ്ങൾ വഴിമുടക്കി. ബഹളം വയ്ക്കുമ്പോൾ മാറിപ്പോകുമെങ്കിലും ചിലപ്പോൾ വെല്ലുവിളിച്ചുകൊണ്ട് വഴിമാറാതെ നിൽക്കും. അന്ന് പിന്നെ തിരിച്ച് ക്യാമ്പിലേക്ക്

മടങ്ങുകയേ മാർഗ്ഗമുള്ളൂ. ഒരു ദിവസം സർവ്വേ ചെയ്തുകൊണ്ടിരിക്കുമ്പോഴാണ് ഒറ്റയാൻ ഞങ്ങളെ ചാർജ് ചെയ്തത്. ഇരുട്ട് മൂടിയ ചോലവനങ്ങളുടെ അരികിലൂടെ സമാധാനമായി സർവ്വേ ചെയ്തു മുന്നോട്ടു പോകുകയായിരുന്നു ഞങ്ങളുടെ സംഘം. അപ്രതീക്ഷിതമായാണ് ആന ഞങ്ങൾക്ക് നേരെ പാഞ്ഞടുത്തത്. മരങ്ങൾക്ക് മറവിൽ ഒളിച്ചു നിൽക്കുകയായിരുന്നു ആ കൊമ്പൻ. മനുഷ്യന്റെ സാമീപ്യം അറിഞ്ഞാൽ ആനകൾ അങ്ങനെയാണ്. ശബ്ദമുണ്ടാക്കാതെ, ചെവിയാട്ടാതെ, നിന്നിടത്തുനിന്നും അനങ്ങാതെ പതുങ്ങി നിൽക്കും. ഭയം കൊണ്ടും അടുത്തുവരുന്ന ശത്രുവിനെ നിരീക്ഷിക്കാനുമാണ് ആനകൾ അങ്ങനെ ചെയ്യുന്നത്. അതുകൊണ്ടുതന്നെ തൊട്ടടുത്ത് എത്തുമ്പോൾ മാത്രമേ നമുക്ക് അവരെ കാണാൻ കഴിയുള്ളൂ. ഗന്ധംകൊണ്ട് കുറെയൊക്കെ ആനകളുടെ സാന്നിധ്യം അറിയാൻ സാധിക്കുമെങ്കിലും അത്തരം പ്രദേശങ്ങളിൽ സദാ തങ്ങി നിൽക്കുന്ന ആനമണം ഗൗനിച്ച് നമുക്ക് സർവ്വേ എന്നല്ല ഒരു പണിയും ചെയ്യാൻ സാധിക്കില്ല. പെട്ടെന്ന് ആന ചാടി മുന്നോട്ടുവന്നതും സർവ്വേ ഉപകരണങ്ങൾ ഉപേക്ഷിച്ച് ഞങ്ങൾ ഓടി. ഞങ്ങളെ ഒന്ന് വിരട്ടി വിടുക എന്ന ഉദ്ദേശ്യമേ ആനയ്ക്ക് ഉണ്ടായിരുന്നുള്ളൂ എന്ന് തോന്നുന്നു. കുറച്ചു ദൂരം പിന്നാലെ ഓടി അത് ഓട്ടം നിർത്തി. എന്നാലും അപ്പോൾ തിരിച്ച് അങ്ങോട്ട് ചെല്ലാൻ ധൈര്യമുണ്ടായില്ല. അന്നത്തെ സർവ്വേ അതോടെ അവസാനിപ്പിച്ച് ഞങ്ങൾ മടങ്ങി.

അടുത്ത ദിവസമാണ് വീണ്ടും അവിടെ ചെന്നത്. ഞങ്ങൾ ഉപേക്ഷിച്ചുപോന്ന വസ്തുക്കളെയൊന്നും ആന വെറുതെ വിട്ടിട്ടില്ല. കോമ്പസ് ചവിട്ടി അരിമുറുക്ക് പോലെ ആക്കി. ട്രിപ്പൊഡ് സ്റ്റാൻഡിന്റെ ഒരു കാല് മാത്രമാണ് കണ്ടുകിട്ടിയത്. ചങ്ങല പല തുണ്ടുകളാക്കി വലിച്ചെറിഞ്ഞിരിക്കുന്നു. മനുഷ്യന്റെ മണം പേറിയ ആ വസ്തുക്കളോട് അവന് എന്തോ വൈരാഗ്യം ഉണ്ടായിരുന്നതു പോലെ. തുറന്ന പുൽമേടുകളിൽ പുല്ലു തിന്നിരുന്ന അവരെ അവിടെ നിന്നും ആട്ടിപ്പായിച്ചതിന്റ വിരോധമാകും. അതോടെ ഞങ്ങളുടെ ടീമിന്റെ സർവ്വേയും അവസാനിച്ചു.

കുളമാവിൽനിന്നും ഞങ്ങളുടെ ബാച്ച് പിന്നെ എത്തിയത് ഗവിയിലാണ്. ഇന്നത്തെപ്പോലെയല്ല അന്ന് ഗവി. ഏലത്തോട്ടങ്ങൾ വികസനത്തിന്റെ പാതയിലാണ്. പ്രാഥമിക സൗകര്യങ്ങൾ പോലും ഇല്ല. യാത്രാസൗകര്യങ്ങളില്ല. വിദ്യുച്ഛക്തി എത്തിയിട്ടില്ല. വെറും തകര ഷെഡ്ഡുകളാണ് താമസിക്കാൻ. ഇന്ന് 2000 ഏക്കറിലധികം വ്യാപിച്ചു കിടക്കുന്ന ഏലത്തോട്ടം ഏഷ്യയിലെ തന്നെ ഏറ്റവും വലിയ ഏലം പ്രോജക്ടാണ്. വൻവൃക്ഷങ്ങൾ തഴച്ചുവളരുന്ന

നിത്യഹരിത വനപ്രദേശമാണ് ഗവി. ആന, കാട്ടുപോത്ത്, കടുവ, പുലി, കരടി, മാൻവർഗ്ഗങ്ങൾ, കുരങ്ങ് വർഗ്ഗങ്ങൾ അങ്ങനെ സമൃദ്ധമായ വന്യമൃഗസമ്പത്തുണ്ട്. പക്ഷി വൈവിധ്യം കൊണ്ടും അനുഗൃഹീതമാണ്.

നല്ല തണുപ്പും മഴയും ചോലയും (വൃക്ഷത്തണൽ) ആണ് ഏലകൃഷിക്ക് വേണ്ടത്. അടിക്കാടുകളും കുറ്റിമരങ്ങളും മാത്രം വെട്ടിനീക്കിയിട്ടാണ് തൈകൾ നടുന്നത്. വന്മരങ്ങൾ വളരുന്ന വനമായിട്ടേ ഒറ്റനോട്ടത്തിൽ ഏലക്കാടുകൾ കണ്ടാൽ തോന്നൂ. സർവ്വേ തന്നെയാണ് ഇവിടെയും എന്റെ ടീമിന് കിട്ടിയ പണി. നൂൽമഴയും കാഴ്ചമറയ്ക്കുന്ന കോടമഞ്ഞുമാണ്. ആനയും അതിനേക്കാൾ ഭീകരന്മാരായ അട്ടകളും സമൃദ്ധിയായി ഉണ്ട്. തറയിൽ കാലൊന്ന് തൊടുന്ന നിമിഷം ദേഹത്ത് കയറിപ്പറ്റി ചോര കുടിക്കുന്ന ഭീകരന്മാരാണ് ഈ ഇനം അട്ടകൾ. നമ്മൾ അറിയുകപോലുമില്ല. വെറും മൊട്ടുസൂചിയുടെ മാത്രം വലുപ്പമുള്ള ഇവ ചോര കുടിച്ച് ഒരു ചെറിയ നെല്ലിക്കയോളം വീർക്കും. താഴെ വീണു കിടക്കുന്ന ഇലകളിലും വളർന്നുനിൽക്കുന്ന പുല്ലിലുമായി ലക്ഷക്കണക്കിനാണ് ഇവരുടെ സാന്നിദ്ധ്യം. എത്രയൊക്കെ ശ്രദ്ധിച്ചാലും അഞ്ചാറെണ്ണത്തിനെങ്കിലും ചോര സപ്ലൈ ചെയ്യാതെ കാട്ടിൽ നിന്നും മടങ്ങാനാവില്ല.

കോട്ടൺ തുണികൊണ്ട് പ്രത്യേകം തയ്ച്ചെടുക്കുന്ന ലീച്ച് പ്രൂഫ് സോക്സ്, മൂക്ക്പൊടി, പുകയില തുടങ്ങിയ ചില്ലറ കൗശലങ്ങളൊക്കെ ഉണ്ടെങ്കിലും അവ നൂറു ശതമാനം ഫലപ്രദമല്ല. സർവ്വേ കഴിഞ്ഞ് തിരിച്ചെത്തി ഷൂസ് അഴിക്കുമ്പോൾ അഞ്ചാറ് എണ്ണമെങ്കിലും ചോര കുടിച്ച് വീർത്ത് കാലിൽ പറ്റിപ്പിടിച്ചിരിക്കുന്നുണ്ടാകും. അല്പം അശ്രദ്ധമായിട്ടാണ് വേഷം ധരിച്ചതെങ്കിൽ കക്ഷത്തുനിന്നും മറ്റു രഹസ്യ ഭാഗങ്ങളിൽ നിന്നുമൊക്കെ അട്ടകളെ പെറുക്കികളയേണ്ടിവരും. മൂക്കിനകത്തും ചെവിയിലും കയറി പ്രശ്നങ്ങൾ ഉണ്ടാക്കാറുണ്ട്. പ്രത്യേക രീതിയിൽ സഞ്ചരിക്കുന്ന അട്ടകൾ ദേഹത്ത് കയറിപ്പറ്റുന്നത് അറിയില്ല. ആദ്യ കടിയിൽ തന്നെ ഹിറുഡിൻ (Hirudin) എന്ന ഒരുതരം എൻസൈം മുറിവായിൽ കുത്തിവയ്ക്കും. ഇതുകൊണ്ട് രണ്ടുകാര്യങ്ങളാണ് അവർ സാധിക്കുന്നത്. ഒന്ന് കടിക്കുന്ന വേദന ഇര അശേഷം അറിയില്ല. രണ്ട്, രക്തത്തിന്റെ കട്ടപിടിക്കാനുള്ള കഴിവിനെ (Coagulation) ഈ എൻസൈം നിർവീര്യമാക്കുന്നതുകൊണ്ട് തടസ്സമില്ലാതെ ഒഴുകിവരുന്ന രക്തം വയറു വീർക്കുവോളം കുടിക്കാം. ശരീരം മുഴുവനും ആമാശയമുള്ള ഈ ജീവി, തണുപ്പുള്ള വനപ്രദേശങ്ങളിലെ പ്രധാന ഭീഷണിയാണ്. അതിശയോക്തി ഏതുമില്ലാതെ പറയാം, ഒരാഴ്ചത്തെ സർവ്വേ

കഴിഞ്ഞ് മടങ്ങുമ്പോഴേക്കും നൂറിലേറെ അട്ടകൾക്ക് ഞങ്ങൾ ഓരോ രുത്തരും രക്തദാനം ചെയ്തിരുന്നു.

വൻ വൃക്ഷങ്ങൾ ഇടതൂർന്ന് വളരുന്ന ഗവി കാടുകളിൽ ആന കൾക്കും കുറവില്ല. പരിശീലനകാലത്ത് ആർക്കും പരിക്കേൽക്കു കയോ ജീവഹാനി സംഭവിക്കുകയോ ചെയ്തില്ലെങ്കിലും പല ഓഫീ സർമാർക്കും ആനയുടെ ആക്രമണത്തിൽ പരിക്കേൽക്കുകയും ഞങ്ങളുടെ കൂട്ടത്തിലെ ഒരാൾക്ക് ജീവാഹാനി സംഭവിക്കുകയും ചെയ്തിട്ടുണ്ട്. ആ സംഭവങ്ങൾ പറയാം.

സർവ്വേയിൽ മിടുക്കന്മാരാണ് എന്ന് തോന്നിയതുകൊണ്ടാണോ എന്നറിയില്ല ഗവിയിലെ ഞങ്ങളുടെ ബാച്ചിന്റെ സർവ്വേ പരിശീലന കാലം മൂന്നാഴ്ചയോളം നീണ്ടുനിന്നു. അടിസ്ഥാന സൗകര്യങ്ങൾ ഇല്ലാത്ത വെറും കാടാണ് അന്നത്തെ ഗവി. പുല്ലു മേഞ്ഞ താൽ ക്കാലിക തകരഷെഡ്ഡുകളിലാണ് താമസം. വൈദ്യുതിയില്ല. കൊടും തണുപ്പിൽ ഉറങ്ങാനാവാതെ തീ കൂട്ടി ഇരുന്നാണ് പല രാത്രി കളും വെളുപ്പിച്ചത്. ജോലി ഉപേക്ഷിച്ചു പോയാലോ എന്ന് തോന്നി യിട്ടുണ്ട്. പക്ഷേ ഡെമോക്ലീസിന്റെ വാൾ പോലെ കഴുത്തിനു മുക ളിൽ തൂങ്ങിക്കിടക്കുന്ന പതിനായിരം രൂപയുടെ ബോണ്ടിന്റെ കാര്യം ഓർക്കുമ്പോൾ ആ ചിന്ത പതിയെ ഒഴിഞ്ഞുപോകും. അഞ്ചു വർഷ മെങ്കിലും പിടിച്ചു നിന്നില്ലെങ്കിൽ പതിനായിരം രൂപ പിഴയട യ്ക്കണം.

ഒരു മാസത്തെ ഫീൽഡ് പരിശീലനത്തിനുശേഷം വീണ്ടും ട്രെയി നിങ് സെന്ററിലേക്ക് തന്നെ മടങ്ങി. പഠിച്ചതും അറിഞ്ഞതും ആയ എല്ലാം വിലയിരുത്തപ്പെടുന്ന ഫൈനൽ പരീക്ഷകളാണ് ഇനി. പത്തോളം തിയറി പേപ്പറുകളും പ്രായോഗിക പരീക്ഷകളും ഉണ്ട്. നാൽപതു പേരും ഒരേ ദിവസം സർവീസിൽ പ്രവേശിക്കുന്നവരാ യതുകൊണ്ട് അവസാന പരീക്ഷയിൽ കിട്ടുന്ന റാങ്കിന് വലിയ പ്രാധാന്യമുണ്ട്. ഈ റാങ്കുകളാണ് സർവീസിലെ സീനിയോറിറ്റിയെ നിശ്ചയിക്കുക. ഇരുപതോ മുപ്പതോ അതിലധികമോ വർഷങ്ങൾ നീണ്ടുനിൽക്കുന്ന സേവനകാലത്തെ പ്രൊമോഷനുകളെയും മറ്റും ബാധിക്കുന്നതാണ് ലഭിക്കുന്ന റാങ്ക്. അതുകൊണ്ട് ഒരാഴ്ചത്തെ പഠനാവധി പരമാവധി പ്രയോജനപ്പെടുത്താനുള്ള ഉത്സാഹത്തി ലാണ് എല്ലാവരും. പരേഡും പി.റ്റിയും ഇല്ല, നിർബന്ധിത കളി കളും ഇല്ല, കടുത്ത സമയനിയന്ത്രണങ്ങൾ ഇല്ല. ഒരു സാധാരണ കോളേജിലെ ഹോസ്റ്റൽ അന്തരീക്ഷം. പഠിക്കേണ്ടവർക്ക് പഠിക്കാം, ഉഴപ്പേണ്ടവർക്ക് ഉഴപ്പാം.

ഒരു ആത്മഹത്യാശ്രമം

പരീക്ഷയുടെ ആദ്യ ദിനം തന്നെ നിർഭാഗ്യകരവും ദുഃഖകരവുമായ ഒരു സംഭവമുണ്ടായി. ട്രെയിനിങ്ങിന് റിപ്പോർട്ട് ചെയ്ത ആദ്യ ദിവസം രാത്രി ആരോടും കൂട്ടുകൂടാതെ ഒറ്റയ്ക്കിരുന്ന് ഡിക്ഷണറി വായിച്ചുകൊണ്ടിരുന്ന ഒരു ഫെലിക്സിനെപ്പറ്റി പറഞ്ഞിരുന്നല്ലോ. അയാളാണ് ദുരന്തനായകൻ.

രാവിലെ ഒമ്പതു മണിക്ക് പരീക്ഷ തുടങ്ങി. 'സോയിൽ സയൻസ്' എന്ന പേപ്പർ ആയിരുന്നു എന്നാണ് ഓർമ്മ. ഒന്നരമണിക്കൂർ പരീക്ഷയാണ്. പതിനഞ്ചു മിനിറ്റ് പോലും ആയില്ല, ഉത്തരക്കടലാസ് ഡെസ്ക്കിൽ മടക്കിവെച്ചിട്ട് ഫെലിക്സ് ഹാളിൽനിന്നും ഇറങ്ങിപ്പോയി. പന്തികേട് തോന്നിയ ഹാരി സാർ മടക്കിവെച്ച ആ പേപ്പർ തുറന്നു നോക്കി. ഒരേ ഒരു വാചകം മാത്രമേ അതിലുള്ളൂ. 'Many people fail in their attempt to suicide. But I wont.' അനേകം പേർ ആത്മഹത്യാ ശ്രമത്തിൽ പരാജയപ്പെടുന്നു. ഞാൻ തോൽക്കില്ല. അപ്പോൾതന്നെ പരീക്ഷ സസ്പെൻഡ് ചെയ്തിട്ട് ഫെലിക്സിനെ സെർച്ച് ചെയ്ത് കണ്ടുപിടിക്കാൻ അദ്ദേഹം ഉത്തരവിട്ടു. പത്ത് മിനിറ്റ് ആവുന്നതേ ഉള്ളൂ അയാൾ ഇറങ്ങിപ്പോയിട്ട്. സമയം പാഴാക്കാതെ ഞങ്ങൾ ടീമുകളായി തിരിഞ്ഞ് തിരച്ചിൽ ആരംഭിച്ചു.

അതിദൂരത്തിൽ പരന്നുകിടക്കുന്ന പ്ലാന്റേഷനുകളാണ് ചുറ്റിനും. അതിനപ്പുറം കൊടും കാടാണ്. ഭക്ഷണവും വിശ്രമവും ഉപേക്ഷിച്ച് സന്ധ്യ മയങ്ങുംവരെ ഞങ്ങൾ തിരഞ്ഞു. ഒന്നോ രണ്ടോ കിലോമീറ്റർ ചുറ്റളവ് പ്രദേശം അരിച്ചുപെറുക്കി. ഇരുട്ട് പരന്നിട്ടും ഒരു സൂചനയും കിട്ടിയില്ല. മിസ്സിംഗ് എന്ന് പൊലീസിലും വീട്ടുകാരെയും അറിയിച്ചു. തൽക്കാലം വേറെ ഒന്നും ചെയ്യാനില്ലായിരുന്നു.

ഭയാശങ്കകളോടെയാണ് അന്നുരാത്രി ഞങ്ങൾ കഴിച്ചുകൂട്ടിയത്. മാനസികനില തെറ്റിയ ഫെലിക്സ് രാത്രി ബാരക്കിൽ കയറിവന്ന് അയാൾക്ക് വിദ്വേഷമുള്ള ആരെയെങ്കിലും ഉപദ്രവിക്കുമോയെന്നു

ഞങ്ങൾ ഭയന്നു. വെറും മുളംപനമ്പുകൊണ്ട് ചുമരുകൾ തീർത്ത ബാരക്കിനുള്ളിലേക്ക് പനമ്പ് തട്ടികൾ പൊളിച്ച് കടന്നുവരുന്ന ഫെലിക്സിനെ ഞങ്ങൾ സങ്കല്പിച്ചു. കാട്ടിലിറങ്ങുമ്പോൾ കൊണ്ടു നടക്കുന്ന വെട്ടുകത്തികൾ എല്ലാവരും ഭദ്രമായി പൂട്ടിവച്ചു. അന്നു രാത്രി ആരും സമാധാനമായി ഉറങ്ങിയില്ല.

അടുത്ത ദിവസം രാവിലെ അടുത്ത പരീക്ഷ തുടങ്ങി. അര മണിക്കൂർ കഴിഞ്ഞു കാണും, കുതിരക്കുളമ്പടി പോലെ ശബ്ദം കേട്ട് ഞങ്ങൾ നോക്കി. കുറച്ച് അകലെനിന്ന് ഭയാനകമായ അലർച്ചയോടെ ഓടിവരുന്ന ഫെലിക്സിനെയാണ് ഞങ്ങൾ കണ്ടത്. കഴിഞ്ഞദിവസം ഹാളിൽനിന്നും ഇറങ്ങിപ്പോയപ്പോൾ ഉണ്ടായിരുന്ന അതേ വേഷം. മുടി ഉലഞ്ഞും മുഖം വീർത്തും ആൾ പ്രാകൃത രൂപത്തിൽ ആയിട്ടുണ്ട്. കാലിലെ ക്യാൻവാസ് ഷൂ അഴിച്ചിട്ടില്ല. കയ്യിൽ ഉയർത്തിപ്പിടിച്ച ഒരു ചെറിയ കുപ്പി ഓട്ടത്തിനിടയിൽതന്നെ വായിലേക്ക് കമിഴ്ത്താൻ അയാൾ ശ്രമിക്കുന്നു. ഹാളിന് പുറത്ത് ജാഗരൂകനായി നിന്നിരുന്ന ഞങ്ങളുടെ ക്യാപ്റ്റൻ സാബ് ഓടിച്ചെന്ന് ആ കുപ്പി അയാളുടെ കയ്യിൽ നിന്നും തട്ടിത്തെറിപ്പിച്ചു.

ഫെലിക്സ് ബോധരഹിതനായി നിലത്തു വീണു. വായിൽ നിന്നും നുരയും പതയും ഒഴുകി. എക്കാലക്സ് എന്ന മാരക വിഷമായിരുന്നു കുപ്പിയിൽ. അല്പം മാത്രം വിഷമേ ഉള്ളിൽ ചെന്നിരുന്നുള്ളൂ. ഉടനെ ആശുപത്രിയിൽ എത്തിച്ചു വേണ്ട ചികിത്സകൾ നൽകി. വീട്ടുകാരെ വിളിച്ചുവരുത്തി, പരിശീലനത്തിൽനിന്നും വിടുതൽ ചെയ്ത് അയാളെ പറഞ്ഞുവിട്ടു. പിന്നീട് അയാളെക്കുറിച്ച് ഒന്നുംതന്നെ അറിയാൻ കഴിഞ്ഞിട്ടില്ല. എവിടെയാണെന്നോ എന്താണെന്നോ അറിയില്ല. ക്യാപ്റ്റൻസാബിന്റെ സമയോചിതമായ ഇടപെടൽ ഒന്നുകൊണ്ടു മാത്രമാണ് അയാൾ മരണത്തിൽനിന്നും രക്ഷപ്പെട്ടത്. ഇത്തരം പരിശീലനങ്ങളിലെ സമ്മർദ്ദം അതിജീവിക്കാനാവാതെ ജോലിതന്നെ ഉപേക്ഷിച്ചുപോകുന്നവർ ഒരുപാടുണ്ട്. ആത്മഹത്യയ്ക്ക് തുനിഞ്ഞവരും മരിച്ചുപോയവരും കുറവല്ല. ഒരു രാത്രി മുഴുവൻ കാട്ടിൽ കഴിച്ചു കൂട്ടിയിട്ടും അവിടെ മരിക്കാൻ ഒരുപാട് സൗകര്യങ്ങൾ ഉണ്ടായിട്ടും ഫെലിക്സ് വിഷക്കുപ്പിയുമായി എന്തിന് ഞങ്ങളുടെ അടുത്തുതന്നെ വന്നു എന്നത് വിശദീകരിക്കാൻ പ്രയാസമാണ്. ഒരുപക്ഷേ കഠിനമായ ശാരീരിക, മാനസിക പീഡകൾ നൽകി എന്ന് അയാൾ വിശ്വസിക്കുന്ന വ്യക്തികളേയും സംവിധാനത്തേയും സാക്ഷിയാക്കി വേണം മരിക്കാൻ എന്ന ഒരുതരം പ്രതികാര ബുദ്ധിയാകാം അയാളെക്കൊണ്ട് അങ്ങനെ ചെയ്യിച്ചത് എന്നു വേണം കരുതാൻ.

പാസിങ് ഔട്ട്

1977 ഒക്ടോബർ മാസം ഏഴാം തീയതി ആയിരുന്നു ഞങ്ങളുടെ പാസ്സിംഗ് ഔട്ട്. മുപ്പത്തിയാറു പേരാണ് അവശേഷിച്ചത്. എഴുത്തു പരീക്ഷ, പ്രാക്ടിക്കൽ പരീക്ഷകൾ, പരേഡിലും ഫിസിക്കൽ ട്രെയിനിങ്ങിലും കാട്ടിയ മികവ്, മൊത്തത്തിലുള്ള പ്രകടനം എന്നിവയുടെ അടിസ്ഥാനത്തിൽ റാങ്ക് ലിസ്റ്റും അന്നുതന്നെ പ്രസിദ്ധീകരിക്കപ്പെട്ടു. ഒമ്പത് ആണ് എനിക്ക് കിട്ടിയ റാങ്ക്. അന്നത്തെ വനംവകുപ്പ് മന്ത്രി ശ്രീ ചാക്കേരി അഹമ്മദ് കുട്ടി ആയിരുന്നു ചടങ്ങിലെ മുഖ്യ അതിഥി. വനം വകുപ്പ് മേധാവി, KFDCയുടെ മാനേജിങ് ഡയറക്ടർ പിന്നെ മറ്റു ചില വിശിഷ്ടാതിഥികളും ഉണ്ടായിരുന്നു. KFDCയിലെ ആദ്യ ബാച്ച് ഓഫീസർമാരായ ഞങ്ങളുടെ കയ്യിലാണ് നവജാത ശിശുവായ കമ്പനിയുടെ ഭാവി എന്നും കമ്പനിയുടെ വളർച്ചയാണ് ഞങ്ങളുടെ വളർച്ച എന്നുമൊക്കെ പറഞ്ഞ് മന്ത്രിയും ആശംസാപ്രാസംഗികരും ഞങ്ങൾക്ക് പ്രോത്സാഹനവും നന്മയും നേർന്നു. (വനം വകുപ്പിൽനിന്നും ഡെപ്യൂട്ടേഷനിൽ വന്ന ഉദ്യോഗസ്ഥർ മാത്രമാണ് അതുവരെ KFDCയിൽ ഉണ്ടായിരുന്നത്.) പരിശീലനകാലത്തെ കഷ്ടപ്പാടുകളൊക്കെ ഞങ്ങൾ അപ്പോൾ മറന്നു. അത്യുഗ്രൻ ഗാർഡ് ഓഫ് ഹോണറും പരേഡും ഉണ്ടായി. ചുരുങ്ങിയ കാലംകൊണ്ട് ഇത്രയും കേഡറ്റുകളെ മാർച്ചും പരേഡും പരിശീലിപ്പിച്ചെടുത്ത ഞങ്ങളുടെ പ്രിയപ്പെട്ട ക്യാപ്റ്റൻ സാബ് അഭിനന്ദനങ്ങൾ ഏറ്റുവാങ്ങി. അച്ചടക്കമുള്ള ഒരു ബാച്ചിനെ വാർത്തെടുക്കുന്നതിൽ കാണിച്ച മികവിന് പ്രിൻസിപ്പാളിനെയും ക്ലാസുകൾ കൈകാര്യം ചെയ്ത റെയ്ഞ്ച് ഓഫീസർമാരെയും പ്രകീർത്തിക്കാൻ മന്ത്രി മറന്നില്ല.

അങ്ങനെ 1977 ഒക്ടോബർ മാസം എട്ടാം തീയതി കുറേ അധികാരങ്ങളും അതിലേറെ ഉത്തരവാദിത്തങ്ങളുമായി ഫീൽഡ് അസിസ്റ്റന്റ് എന്ന തസ്തികയിൽ ഞങ്ങൾ നിയമിതരായി. പ്രീഡിഗ്രി

ആയിരുന്നു ആവശ്യമായ മിനിമം യോഗ്യത എങ്കിലും ഇന്നത്തെ പോലെത്തന്നെ അധികവും ബിരുദധാരികളോ ബിരുദാനന്തര ബിരുദധാരികളോ ആണ്. റിസർവ് വനങ്ങളായി പ്രഖ്യാപിക്കപ്പെട്ട കാടുകൾ തന്നെയാണ് KFDCയുടെയും പ്രവർത്തന മേഖല എന്നതു കൊണ്ട് വനംവകുപ്പിലെ ഓഫീസർമാർക്ക് നൽകിയിട്ടുള്ള അതേ അധികാരങ്ങൾ ഒരു പ്രത്യേക സർക്കാർ ഉത്തരവിലൂടെ KFDCയിലെ ഉദ്യോഗസ്ഥർക്കും നൽകിയിട്ടുണ്ട്. വനസംബന്ധമായ കുറ്റകൃത്യങ്ങൾ തടയാനും കുറ്റവാളികൾക്കെതിരെ പ്രോസിക്യൂഷൻ നടപടികൾ സ്വീകരിക്കുവാനും അത് അത്യാവശ്യമായിരുന്നു. ഉത്തരവിന്റെ പൂർണ്ണ രൂപം ഇതാണ്.

"For protection, transport and disposal of the tree growth and other forest produces the Corporation will have to function the same way as the Forest department. The status of the land leased to the Corporation will continue to be that of Reserve Forests under Kerala Forest Act. It is therefore considered necessary that the persons holding offices under KFDC are declared as Forest officers and vested with powers to carry out the duties and functions of the Forest Officers under the provisions of Kerala Forest Act and Rules made thereafter.

As per Kerala Govt. Gazette Notification Dtd. 16-12-1975, ranks of KFDC Officers are in par with Forest Department.

Managing Director	:	Conservator Of Forest.
Regional Manager	:	Deptuy Conservator Of Forest.
Assistant Manager	:	Forest Range Officer.
Field Assistant	:	Deptuy Range Officer.

ഇതിൽ, Regional Manager എന്നത് Divisional Manager എന്നും Field Assistant എന്നത് Field Officer എന്നും പിന്നീട് പുനർനാമകരണം ചെയ്യപ്പെട്ടു.

അധികാര ചിഹ്നങ്ങളുള്ള യൂണിഫോമും കുറെ അധികാരങ്ങളുമായി ഞങ്ങൾ പരിശീലനകേന്ദ്രത്തിന് പുറത്തു കടന്നു. അസിസ്റ്റന്റ് സബ് ഇൻസ്പെക്ടറുടേതിനു സമാനമായ യൂണിഫോം ആണ്. ചിഹ്നങ്ങൾക്ക് മാത്രമാണ് വ്യത്യാസങ്ങൾ. 35 വർഷം നീണ്ടുനിന്ന ഒരു യാത്രയുടെ തുടക്കമായിരുന്നു എനിക്കത്. അധികാരം ഒരു വ്യക്തിയുടെ കയ്യിൽ വന്നുചേരുന്നതെങ്ങനെ എന്ന് ഞാൻ ഒരുപാട് ചിന്തിച്ചിട്ടുണ്ട്. ഇന്നലെവരെ തങ്ങളിൽ ഒരാൾ

മാത്രമായിരുന്ന ഒരാളുടെ കയ്യിലേക്ക് തങ്ങളെ നിയന്ത്രിക്കാനുള്ള അധികാരം ജനങ്ങൾ തന്നെ വെച്ചു കൊടുക്കുകയാണ്. ഉത്തമ വിശ്വാസത്തോടെ അയാൾ പ്രയോഗിക്കുന്ന അധികാരത്തിന്റെ കൂടെ നിൽക്കാൻ ഒരു സ്റ്റേറ്റിന്റെ മുഴുവൻ സംവിധാനങ്ങളും ഉണ്ടാകും. ആരെങ്കിലും അയാളെ തടയാൻ ശ്രമിച്ചാൽ അത് ഭരണകൂടത്തിന്റെ പരമാധികാരത്തിനു നേർക്കുള്ള വെല്ലുവിളി എന്ന ഗൗരവമുള്ള കുറ്റമാകും. ഔദ്യോഗിക കൃത്യനിർവഹണം തടസ്സപ്പെടുത്തി എന്ന് കേസെടുത്ത് അകത്തിടും.

'മരുഭൂമികൾ ഉണ്ടാകുന്നത്' എന്ന ആനന്ദിന്റ നോവലിൽ അധികാരത്തിന്റെ സങ്കീർണ്ണതകളെക്കുറിച്ച് ചില നിരീക്ഷണങ്ങളുണ്ട്. എനിക്കിന്നും പ്രഹേളികയായ ഒരു വിഷയമാണിത്. ഒരു പൗരന്റെ മേൽ കുറ്റം ചാർത്താനും അയാളെ ബലമായി പിടിച്ചു വെക്കാനുമൊക്കെ ഒരു വ്യക്തിക്ക് ഒരു സുപ്രഭാതത്തിൽ അധികാരം കിട്ടുന്നു. അധികാരത്തിന്റെ ക്രയവിക്രയങ്ങളെക്കുറിച്ച് ചിന്തിച്ചു ഒരുപാട് തല പുണ്ണാക്കിയിട്ടുണ്ട്. യൂണിഫോമിൽ മിന്നുന്ന അധികാര ചിഹ്നങ്ങളാണോ എന്നെ സർക്കാരിന്റെ ഭാഗമാക്കിയിരിക്കുന്നു എന്നതിന് തുല്യം ചാർത്തിയ ഉത്തരവാണോ ഏതാണ് എന്റെ കയ്യിൽ അധികാരങ്ങൾ വെച്ചുതന്നത് എന്നറിയില്ല.

കാട്, കറുത്ത കാട്

പരിശീലനത്തിന്റ എല്ലാ ഘട്ടങ്ങളും കഴിഞ്ഞിരിക്കുന്നു. നിഗൂഢതകൾ ഒളിഞ്ഞിരിക്കുന്ന കറുത്ത കാട്ടിലേക്കാണിനി. ഇത്രനാളും സംരക്ഷിക്കുകയും വഴികാട്ടുകയും ചെയ്ത അച്ഛനും അമ്മയും ഇനി കൂടെയില്ല. എല്ലാത്തിനും കൂടെ നിന്ന സുഹൃത്തുക്കളുമില്ല. അധികാരത്തോടൊപ്പം ചുമലിൽ വച്ചു തരുന്ന ചുമതലകളുടെ ചുമട് ഒറ്റയ്ക്കു തന്നെ ചുമക്കണം. വേറെ ആർക്കും സഹായിക്കാൻ കഴിയില്ല. ഇരുൾമൂടിയ കാനനപാതകൾക്കപ്പുറം അങ്ങ് ദൂരെ ദൂരെയാണ് പുറത്തേക്കുള്ള കവാടം. ആ വെളിച്ചത്തിലേക്ക് ഒറ്റയ്ക്കുള്ള യാത്രയാണ്. ഉൾപ്പിരിഞ്ഞു പോകുന്ന ഒരുപാട് വഴികളാണ്. ചിലതൊക്കെ തിരിച്ചുകയറാൻ കഴിയാത്ത വൻഗർത്തങ്ങളിലേക്കാണ് നയിക്കുക. ചിലതിൽ വഴിമുറിഞ്ഞൊഴുകുന്ന പുഴകളുണ്ടാകും. ഒഴുക്കിനെതിരെ നീന്തേണ്ടിവരും. അപകടകരമായ ചുഴികൾ തിരിച്ചറിഞ്ഞ് ഒഴിഞ്ഞു പോകണം. മലമ്പാതകളിൽ കാലിടറാതെ നടക്കണം. അപകടം പതിയിരിക്കുന്ന പാതകൾ തിരിച്ചറിഞ്ഞ് വഴി മാറി പോകണം. അധികാരമാണ് ബലമെങ്കിലും അതുതന്നെയാണ് ബലഹീനതയും എന്ന് തിരിച്ചറിയണം.

ഞങ്ങൾക്കുള്ള നിയമന ഉത്തരവുകൾ തയ്യാറായിട്ടുണ്ട്. എവിടെ ആയിരിക്കും ആദ്യ നിയമനം എന്ന ആകാംക്ഷ എല്ലാവരിലും ഉണ്ട്. തിരുവനന്തപുരം മുതൽ വയനാട് വരെ എവിടെയും ആകാം. വീടിനടുത്ത് ആകണേ എന്നാണ് എല്ലാവരുടെയും പ്രാർത്ഥന. കവർ പൊട്ടിച്ചു നോക്കിയ എനിക്ക് നിരാശയാണ് ഉണ്ടായത്. ഏറ്റവും അകലെയുള്ള തിരുവനന്തപുരം ഡിവിഷൻ ആണ് കിട്ടിയത്. ഈ ഡിവിഷന്റെ കീഴിൽ മൂന്ന് യൂണിറ്റുകൾ ഉണ്ട്. അതിൽ ഏതെന്ന് അടുത്ത ദിവസമേ അറിയാൻ കഴിയൂ. തിരുവനന്തപുരത്ത് ഡിവിഷണൽ മാനേജറിൽ നിന്നുവേണം അതിനുള്ള ഉത്തരവ് കൈപ്പറ്റാൻ. ഏത് യൂണിറ്റിൽ നിയമിക്കണമെന്ന് അദ്ദേഹമാണ് തീരുമാനിക്കുക.

അടുത്ത ദിവസം രാവിലെ ഡിവിഷണൽ മാനേജരുടെ മുന്നിൽ ഔദ്യോഗിക വേഷത്തിൽ റിപ്പോർട്ട് ചെയ്തു. വനംവകുപ്പിൽനിന്നും ഡെപ്യൂട്ടേഷനിൽ വന്ന മിതഭാഷിയും കർക്കശ സ്വഭാവക്കാരനും ആയ DFO കൃഷ്ണൻ നായർ സാറാണ് ഡിവിഷണൽ മാനേജർ. ഏല്പിക്കുന്ന ജോലികൾ ആത്മാർത്ഥതയോടെ ചെയ്യണമെന്നും എന്തും ധൈര്യത്തോടെ നേരിടണമെന്നും ഉദ്ദേശ്യശുദ്ധിയോടെ ചെയ്യുന്ന ഏതു കാര്യത്തിനും തന്റെ പിന്തുണയുണ്ടാകുമെന്നും മാത്രം പറഞ്ഞു അദ്ദേഹം. ഓഫീസ് മാനേജരിൽനിന്നും ഉത്തരവ് കൈപ്പറ്റി. ട്രെയിനിങ് നടന്ന അതേ അരിപ്പ യൂണിറ്റ് ആണ് എനിക്ക്. പരിചിതമായ സ്ഥലം എന്ന ഒരാശ്വാസം ഉണ്ടായി. യൂണിറ്റിലെ ഏതൊക്കെ ചാർജുകൾ ഏൽപ്പിക്കണം എന്ന് തീരുമാനിക്കുന്നത് യൂണിറ്റിന്റെ ചാർജുള്ള അസിസ്റ്റന്റ് മാനേജർ ആണ്. അടുത്ത ദിവസം അദ്ദേഹത്തിന്റെ ഓഫീസിൽ റിപ്പോർട്ട് ചെയ്തു.

വനം വകുപ്പിൽനിന്നും വന്ന റെയ്ഞ്ച് ഓഫീസർ ശശാങ്കൻ സാറാണ് അസിസ്റ്റന്റ് മാനേജർ. ശങ്കിലി എന്ന് പേരുള്ള കുറച്ചു കൂപ്പുകൾ, ഒരു റിസർച്ച് പ്ലോട്ട്, വനജോത്സന എന്ന കാട്ടിനുള്ളിലെ ക്യാമ്പ് ഹൗസ്, യൂണിറ്റിലെ സ്റ്റോറുകൾ, ഇതൊക്കെയാണ് എന്റെ ചാർജിൽ തന്നത്. ആ ചാർജുകൾ വഹിച്ചിരുന്ന ഡെപ്യൂട്ടി റേയ്ഞ്ചർ അലിയാർകുഞ്ഞു സാറിൽനിന്നും കടലാസുകൾ ഒപ്പിട്ട് ചാർജ് ഏറ്റെടുത്തു. ഇന്നുമുതൽ എന്റെ ചാർജിലുള്ള സ്ഥലങ്ങളിൽ എന്തു പ്രശ്നങ്ങൾ ഉണ്ടായാലും ഞാനാണ് ഉത്തരം പറയേണ്ടത്. എന്തെങ്കിലും നഷ്ടപ്പെടുകയോ മോഷണം പോവുകയോ ചെയ്താൽ സമാധാനം പറയേണ്ടിവരും. സർക്കാരിന്റെ കുറച്ചു മുതലുകൾ സംരക്ഷിക്കാനായി എന്നെ ഏൽപ്പിച്ചിരിക്കയാണ്. സ്റ്റേറ്റിന്റെ തുറന്ന ഖജനാവ് എന്ന് വിശേഷിപ്പിക്കപ്പെടുന്ന കാടുകളാണ്. മതിലോ വേലിക്കെട്ടുകളോ ഇല്ല. സർക്കാരിന് നഷ്ടമുണ്ടാക്കിയാൽ നടപടികൾ നേരിടേണ്ടിവരും. സ്വതന്ത്ര ചാർജ് എന്ന് പറയുമ്പോൾ ചിത്രം ആകെ മാറുകയാണ്. ജാഗ്രതക്കുറവുണ്ടായാൽ കാര്യങ്ങൾ കുഴപ്പത്തിലാകും. അഞ്ചോ ആറോ കിലോമീറ്ററുകൾക്കകത്ത് ചിതറിക്കിടക്കുകയാണ് ചാർജിലുള്ള ഫീൽഡുകളും സ്റ്റോറുകളും. ഫീൽഡ് അസിസ്റ്റന്റിന് സർക്കാർ വാഹനങ്ങളൊന്നും അനുവദിച്ച് തരില്ല. കാൽനട മാത്രമാണ് ശരണം. വനം ആയതുകൊണ്ട് മറ്റു വാഹന സൗകര്യങ്ങളൊന്നും ഉണ്ടാകില്ല എന്ന് പറയേണ്ടതില്ലല്ലോ.

പത്തുപതിനഞ്ച് കിലോമീറ്റർ ദിവസേന അങ്ങോട്ടുമിങ്ങോട്ടും നടന്നാലേ ഓരോ സ്ഥലങ്ങളിലും എത്തിപ്പെടാൻ കഴിയൂ. ഏതാനും വാച്ചർമാർ മാത്രമാണ് സഹായത്തിന് ഉണ്ടാവുക. മോഷണങ്ങൾ

തടയാനായി നിരന്തരം പട്രോളിംഗ് നടത്തുക, മോഷണങ്ങൾ ശ്രദ്ധയിൽപ്പെട്ടാൽ കേസെടുക്കുക, അന്വേഷണം നടത്തി പ്രതികളെ കണ്ടെത്തുക. അറസ്റ്റ് ചെയ്ത പ്രതികളെ കോടതിയിൽ ഹാജരാക്കുക എന്നതൊക്കെയാണ് പ്രധാന ഉത്തരവാദിത്തങ്ങൾ. ഇതിന് പുറമേ റിസർച്ച് പ്ലോട്ടിൽ വളർന്നുവരുന്ന പലയിനം വൃക്ഷത്തൈകളുടെ ഉയരം, വണ്ണം, ആരോഗ്യസ്ഥിതി എന്നിവ നിശ്ചിത ഇടവേളകളിൽ നിരീക്ഷിച്ച് രജിസ്റ്ററിൽ എഴുതി സൂക്ഷിക്കണം. വനജോത്സന എന്ന ക്യാമ്പ്ഹൗസിൽ ഉന്നത ഉദ്യോഗസ്ഥർ ക്യാമ്പ് ചെയ്യുന്നുണ്ടെങ്കിൽ അവരുടെ സുരക്ഷയും സൗകര്യങ്ങളും ഉറപ്പാക്കണം. ഇത്രയൊക്കെയാണ് അന്നത്തെ എന്റെ ഉത്തരവാദിത്തങ്ങളിൽ പെടുന്നത്. ഒരുപാടുകാലത്തെ അനുഭവസമ്പത്തുള്ള ഡെപ്യൂട്ടി റെയ്ഞ്ചർ അലിയാർ കുഞ്ഞു സാറിൽനിന്നുമാണ് പ്രായോഗിക വനസംരക്ഷണം പഠിച്ചത്. എന്റെ എല്ലാ സംശയങ്ങളും ക്ഷമയോടെ തീർത്തു തന്ന, നന്മയുള്ള മനുഷ്യനായിരുന്നു അദ്ദേഹം.

ട്രെയിനിങ്ങിനു ശേഷം ആരുമില്ലാതെ ഒഴിഞ്ഞുകിടന്ന അതേ ബാരക്കിലാണ് താമസം. യൂണിറ്റിലെ മറ്റു ചാർജുകൾ വഹിക്കുന്ന മൂന്നുപേരും കൂടെയുണ്ട്. രാവിലെ ഞങ്ങൾ പല വഴിക്ക് പിരിയും. അവരവർക്ക് ചാർജുള്ള സ്ഥലങ്ങളിൽ പട്രോളിംഗിന് പോകും. രാത്രി ഞങ്ങൾ ഒന്നിച്ച് കൂടും. അന്നുണ്ടായ അനുഭവങ്ങൾ പങ്കുവെയ്ക്കും. ആ കൂടിച്ചേരലാണ് വീട്ടിൽനിന്നും അകന്നിരിക്കുമ്പോഴത്തെ ഒരേ ഒരു ആശ്വാസം. ഫോൺ ഇല്ല. കത്തെഴുതി പോസ്റ്റ് ചെയ്താൽ ഒരാഴ്ച കഴിയണം വീട്ടിലെത്താൻ. തിരിച്ചുള്ള കത്തുകളും അതുപോലെതന്നെ.

ടോർച്ചുമായി ഒരു ഭൂതം

അങ്ങനെ ബാരക്കിൽ താമസിച്ചിരുന്ന ഒരു രാത്രിയിൽ എന്നെ ഒരു ഭൂതം ടോർച്ചടിച്ച് ഭയപ്പെടുത്തി. ഇത് വായിക്കുന്നവർക്ക് ഒരു പക്ഷേ ഭൂത, പ്രേതങ്ങളെക്കുറിച്ച് ഒരു ശാസ്ത്രീയ അവബോധം കിട്ടിയേക്കും എന്ന് തോന്നുന്നതുകൊണ്ട് ആ സംഭവം പറയാം. ഒരു ഓണ അവധിക്ക് കൂടെ താമസിച്ചിരുന്ന മൂന്നുപേരും ഏതാനും ദിവസത്തെ അവധിയിൽ പോയി. ഞാൻ തനിച്ചായി. നേരത്തെ പറഞ്ഞിരുന്നതുപോലെ ചുടുകട്ട കൊണ്ടുള്ള അരഭിത്തിയും മുളം പനമ്പുകൊണ്ട് ചുവരുമാണ് ബാരക്കിന്. സുരക്ഷിതത്വം പേരിനു പോലും ഇല്ല. പഴക്കംകൊണ്ട് എല്ലാം അല്പം ജീർണാവസ്ഥയിലും ആണ്. ചുറ്റുപാടും വിശാലമായ പ്ലാന്റേഷനുകളാണ്. മൃഗങ്ങളല്ലാതെ മനുഷ്യരാരും സമീപത്തെങ്ങും ഇല്ല. അലറി വിളിച്ചാൽ പോലും കേൾക്കാൻ ആരുമില്ല. അത്യാവശ്യം ധൈര്യശാലിയാണെങ്കിലും വിജനമായ അന്തരീക്ഷത്തിന് നടുവിലുള്ള ഏകാന്തത, എന്തിനെന്നറിയാത്ത ഒരു ഭയം എന്നിൽ ജനിപ്പിച്ചിരുന്നു. വൈദ്യുതിയും വെളിച്ചവും ഉള്ളതുകൊണ്ട് വന്യമൃഗങ്ങൾ അടുത്തു വരില്ല. പനമ്പുവാതിലുകളൊക്കെ ഭദ്രമായി കയറിട്ടു കെട്ടി. പിന്നെ എന്തോ വായിച്ചിരുന്ന ഞാൻ ലൈറ്റ് ഓഫാക്കി ഉറക്കത്തിലേക്ക് വഴുതി വീണു.

അധികം സമയം കഴിഞ്ഞില്ല, അതിശക്തിയായി ഒരു വെളിച്ചം എന്റെ കണ്ണുകളിലേക്ക് വന്നു വീഴുന്നു. നരച്ചു വെളുത്ത കൊമ്പൻ മീശയുള്ള ഒരാൾ എന്റെ മുഖത്തേക്ക് ടോർച്ച് അടിക്കുകയാണ്. അസാധാരണമായി വലിപ്പമുള്ള വട്ടമുഖം, വലിയ വട്ടത്തിലുള്ള ഗാന്ധിക്കണ്ണട ധരിച്ചിട്ടുണ്ട്. മുഖത്ത് ക്രൂരമായ ഭാവം. എനിക്ക് എല്ലാം വ്യക്തമായി കാണാം. സഹായത്തിനായി അലറി വിളിക്കാൻ ശ്രമിച്ചു. ശബ്ദം പുറത്തു വന്നില്ല. കട്ടിലിൽനിന്നും എഴുന്നേറ്റോടാൻ ശ്രമിച്ചു. കൈകാലുകൾ അനങ്ങുന്നില്ല. ഹൃദയമിടിപ്പ് എനിക്കു

തന്നെ കേൾക്കാം. ആ അവസ്ഥയിൽ ഞാൻ സാവധാനം ഉറക്കത്തിൽ നിന്നും ഉണർന്നു. അപ്പോൾ ഞാൻ വ്യക്തമായി കണ്ടു, പനമ്പ്ചുവരില ചെറിയ സുഷിരത്തിൽ കൂടി വരാന്തയിൽ കത്തിക്കൊണ്ടിരുന്ന ബൾബിന്റെ രശ്മി കൃത്യമായി എന്റെ കണ്ണിൽ വന്ന് പതിക്കുന്നു. യഥാർത്ഥത്തിൽ സംഭവിച്ചത് എന്തെന്ന് വിയർത്ത് കുളിച്ച് കിടക്കുന്ന ആ അവസ്ഥയിലും എനിക്ക് തിരിച്ചറിയാനായി. നേർരേഖയിൽ വന്ന ആ പ്രകാശരശ്മി കണ്ണിൽ തറച്ചപ്പോൾ എന്റെ മനസ്സിൽ ഉണ്ടായ വിഭ്രാന്തിയാണ് ഞാൻ കണ്ടുഭയന്ന ഭൂതം. കാര്യം വ്യക്തമായി മനസ്സിലായ ഞാൻ പിന്നെ സുഖമായി ഉറങ്ങി.

ഭൂത, പ്രേതപിശാചുക്കളെക്കുറിച്ച് ഒരു ധാരണ രൂപപ്പെടുത്തി എടുക്കാൻ ഈ സംഭവം എന്നെ സഹായിച്ചു എന്നതാണ് വാസ്തവം. ഇതുതന്നെയാണ് ചില മനുഷ്യർ കണ്ടു എന്ന് പറയുന്ന ഭൂതവും പ്രേതവും പിശാചും എന്ന് ഞാൻ വിശ്വസിക്കുന്നു. ബാഹ്യമായ ഏതെങ്കിലും ഉത്തേജക ശക്തി(External Stimulai) നമ്മുടെ ഉപബോധമനസ്സിൽ ഉറങ്ങിക്കിടക്കുന്ന ചില ഭയങ്ങളേയും വിശ്വാസങ്ങളേയും ഉണർത്തുമ്പോഴാണ് ഇത്തരം വിഭ്രാന്തികൾ ഉണ്ടാകുന്നത്. പാതിയുറക്കത്തിൽ കേൾക്കുന്ന അവ്യക്തമായ ശബ്ദങ്ങൾ സ്വപ്നങ്ങളായി രൂപാന്തരപ്പെട്ട അനുഭവം പലർക്കും ഉണ്ടായിട്ടുണ്ടാകും. ടോയ്‌ലറ്റിലെ പൈപ്പിൽ നിന്നും വെള്ളം ഇറ്റു വീഴുന്ന ശബ്ദം കേട്ട് കോളിംഗ് ബെൽ അടിക്കുന്നതുപോലെയും ദൂരെ കരയുന്ന പക്ഷിയുടെ കരച്ചിൽ കേട്ട് ആരോ വാതിൽ തള്ളി തുറക്കുന്നതു പോലെയും സ്വപ്നം കണ്ടവർ ഉണ്ടാകും.

മീശമാധവൻ എന്ന പഴയ സിനിമ തുടങ്ങുന്നത് ഇങ്ങനെ ഒരു സീനോട് കൂടിയാണ്. ജോർജ് ബുഷിനെ (ജഗതി ശ്രീകുമാർ) ബിൻ ലാദൻ (ദിലീപ്) എ.കെ. 47 തോക്കുകൊണ്ട് തുരു തുരാ വെടിവെക്കുന്ന സ്വപ്നം കണ്ട് പേടിച്ച് കട്ടിലിലിൽനിന്നും ഉരുണ്ടു വീഴുന്ന ദിലീപിന്റെ സീനോട് കൂടിയാണ് സിനിമ തുടങ്ങുന്നത്. കുമ്മാട്ടിയായി വന്ന പിള്ളേർ പുറത്ത് പടക്കം പൊട്ടിച്ചതാണ് ദിലീപിന് അങ്ങനെ ഒരു സ്വപ്നമായി മാറിയത്. വിജനമായ സ്ഥലങ്ങളിലൂടെ തനിയെ നടന്നുപോയ ചിലരെങ്കിലും പ്രേതത്തെയും പിശാചിനെയും കാണുന്നത് ഇതുപോലുള്ള ഒരു പ്രതിഭാസം മാത്രമാണ്. കണ്ടു എന്നുള്ള അവരുടെ സാക്ഷ്യപ്പെടുത്തലുകൾ അവിശ്വസിക്കേണ്ടതില്ല. അവർ കണ്ടതുതന്നെയാണ് സത്യസന്ധമായി അവർ പറയുന്നത്. ആഴത്തിലുള്ള ഭൂത, പ്രേത ഭയം മനസ്സിൽ കൊണ്ടു നടക്കുന്നവർ ഉണർന്നിരിക്കുമ്പോൾ തന്നെ ഒരു നിമിഷാർദ്ധത്തിൽ കാണുന്ന സ്വപ്നമാണ് അവർ കണ്ടു എന്ന് പറയുന്ന പ്രേതവും

പിശാചും. സ്വന്തം നിഴലുകൾ പോലും ചിലപ്പോൾ അവരെ കബളിപ്പിക്കും. പെട്ടെന്ന് കണ്ടു, രണ്ടാമതൊന്നുകൂടി നോക്കിയപ്പോൾ കണ്ടില്ല എന്നാണ് എല്ലാവരും പറയുക. അതാണ് അവരെ കൂടുതൽ ഭയപ്പെടുത്തുന്നതും. അങ്ങനെ ഒന്ന് അവിടെ ഇല്ലാത്തതുകൊണ്ടാണ് രണ്ടാമതൊരിക്കൽ കാണാൻ കഴിയാത്തത്. അവരേ കണ്ടുള്ളൂ, അവർ മാത്രമേ കണ്ടുള്ളു എന്നതാണ് നേര്.

മനശ്ശാസ്ത്രം ഞാൻ പഠിച്ചിട്ടില്ലാത്ത വിഷയമാണ്. എനിക്കറിഞ്ഞുകൂടാ. എന്നാലും എനിക്ക് അന്നുണ്ടായ അനുഭവത്തെ ശരിക്കും വിശകലനം ചെയ്ത് ഞാൻ എത്തിച്ചേർന്ന നിഗമനമാണ്. ഇതിനോട് വിയോജിപ്പുള്ളവർ ക്ഷമിക്കുക. ഇക്കാര്യത്തിലുള്ള ഉറച്ച ഭയമില്ലായ്മയാണ് എന്റെ ആത്മവിശ്വാസം. ഭൂത, പ്രേത ബാധയുള്ള ഒരിടമുണ്ടായിരുന്നു ഒരിക്കൽ എന്റെ ചാർജിൽ. പൊട്ടിക്കുണ്ട് എന്ന് നാട്ടുകാർ വിളിക്കുന്ന അവിടെ പകൽ സമയത്തു പോലും പോകാൻ ആളുകൾക്ക് ഭയമാണ്. ആളുകളെ വഴിതെറ്റിക്കുന്ന പൊട്ടിയുണ്ടത്രേ അവിടെ. സന്ധ്യാസമയങ്ങളിലും ഞാൻ അവിടെ ഒറ്റയ്ക്ക് പട്രോളിംഗിന് പോകാറുണ്ട്. പല കാടുകളിൽ പലനാൾ അലഞ്ഞിട്ടും ഒരു പൊട്ടിയേയോ യക്ഷിയേയോ പ്രേതത്തേയോ ഞാൻ കണ്ടില്ല.

ആദ്യത്തെ ഇടപെടൽ

സർവീസ് ഒരു കൊല്ലം തികയുംമുമ്പ് നയപരമായ ഒരു കാര്യത്തിൽ ഇടപെടാൻ എനിക്ക് അവസരം കിട്ടി. വലിയ ആത്മവിശ്വാസം തന്ന ഒന്നാണ് അത്. മരങ്ങൾ മുഴുവനായി മുറിച്ചു മാറ്റാനുള്ള ഒരു കൂപ്പിന്റെ സർവ്വേ ആണ് എനിക്കും സതീശനും കിട്ടിയ ആദ്യത്തെ കാര്യമായ പണി. 250 ഏക്കറോളം വരുന്ന ചെറിയൊരു മലയാണത്. കോൺ ആകൃതിയാണ്. 'ശങ്കിലി മൂന്ന്' എന്നാണ് അറിയപ്പെടുന്നത്. ഈ മലയുടെ പ്രത്യേക രൂപം നേരത്തേ ഞങ്ങളുടെ ശ്രദ്ധയിൽപ്പെട്ടിരുന്നു. ഒരു ഫണൽ കമഴ്ത്തി വെച്ച പോലെയാണ്. അറുപത് ഡിഗ്രിയോളം ചെരിവുണ്ട് വശങ്ങൾക്ക്.

ആദ്യ ദിവസം സർവ്വേ ഉപകരണങ്ങളുമായി മലയുടെ താഴെ ചെന്ന ഞങ്ങൾക്ക് ഒരു ആശയം തോന്നി. മലയുടെ നെറുകയിൽ കുറച്ചു ഭാഗം മരങ്ങൾ വെട്ടാതെ കാടായി തന്നെ നിർത്തിയാലോ. കുത്തനെയുള്ള ചെരുവുകൾ ആയതുകൊണ്ട് മരങ്ങൾ മുറിക്കലും തൈകൾ നടാൻ കുഴി എടുക്കലും ആകുമ്പോൾ തീവ്രമായ മണ്ണൊലിപ്പ് ഉണ്ടാകാൻ സാധ്യതയുണ്ട്. മലയുടെ നെറുകയിൽ അല്പം സ്വാഭാവിക വനം നിലനിർത്തിയാൽ അത് മണ്ണൊലിപ്പിനെ തടയാൻ കുറച്ചൊക്കെ സഹായിക്കും.

വകുപ്പിൽ തന്നെ ഇങ്ങനെ ഒരു ചിന്ത ഉണ്ടാകുന്നത് ആദ്യമാണ്. അതുവരെ ആരും അങ്ങനെ ചിന്തിച്ചിട്ടില്ല. സർവ്വെ തുടങ്ങും മുമ്പ് ഈ ആശയം ഒരു റിപ്പോർട്ടാക്കി ഞങ്ങൾ മേലേക്ക് സമർപ്പിച്ചത് അതുപോലെ അംഗീകരിക്കപ്പെട്ടു. മലയുടെ നെറുകയിൽ 25 ഏക്കർ വരുന്ന ഒരു ബ്ലോക്ക്, മരങ്ങൾ മുറിക്കാതെ കാടായിത്തന്നെ നിർത്താൻ ഉത്തരവായി. ഔദ്യോഗിക ശ്രേണിയിൽ ഏറ്റവും താഴെയുള്ള ഞങ്ങളുടെ ഒരു ആശയം അംഗീകരിക്കപ്പെട്ടു എന്നതിൽ ഞങ്ങൾക്ക് വലിയ സന്തോഷം തോന്നി. ഏറ്റവും താഴെയുള്ള ഉദ്യോഗസ്ഥർക്കുപോലും ചിലപ്പോൾ ചില നല്ല കാര്യങ്ങൾ മുന്നോട്ടു

വെക്കാൻ കഴിയും. എത്ര മികച്ചതെന്നും കുറ്റമറ്റതെന്നും കരുതപ്പെടുന്ന കീഴ്വഴക്കങ്ങളിലും ഒരു പടി കൂടി മെച്ചപ്പെടുത്താനുള്ള എന്തെങ്കിലും സാധ്യതകൾ തീർച്ചയായും ഉണ്ടാകും. അല്പം ലോചന വേണം എന്ന് മാത്രം. ഈ കാഴ്ചപ്പാട് വ്യക്തിജീവിതത്തിലും ഔദ്യോഗിക ജീവിതത്തിലും മുറുകെ പിടിച്ചിരുന്നു. സാധ്യമായ എല്ലായിടത്തും ഇത്തരത്തിലുള്ള ഇടപെടലുകൾ ഞാൻ നടത്തിയിട്ടുണ്ട്. മാറ്റുവിൻ ചട്ടങ്ങളെ എന്നത് എനിക്ക് ഏറ്റവും പ്രിയപ്പെട്ട ഒരു ആഹ്വാനമാണ്. ഇത്തരത്തിലുള്ള ആദ്യത്തെ ഇടപെടലിന്റെ ഫലമാണ് ആ കുന്നിൻ നെറുകയിൽ അവശേഷിച്ച ഇത്തിരി കാട്.

വർഷങ്ങൾക്കു ശേഷം ആ ഭാഗത്ത് പോയപ്പോൾ പച്ചക്കിരീടം ശിരസ്സിലണിഞ്ഞ പോലെ ആ കുട്ടിവനം അവിടെ വേറിട്ട് കണ്ടിട്ടുണ്ട്. ഇതുമായി ബന്ധപ്പെടുത്താവുന്ന ഒരു കഥ പണ്ടൊരിക്കൽ പറഞ്ഞു കേട്ടിട്ടുണ്ട്. നേരാണോ എന്നറിയില്ല. കഥ ഇങ്ങനെയാണ്. ഇന്ത്യൻ റെയിൽവേയിൽ എൻജിനുകളിലും ബോഗികളിലും റെയിൽവേ ഡിവിഷനുകളുടെ പേരുകൾ എഴുതുന്നതിനെപ്പറ്റിയാണ്. ഇന്ന് നമ്മൾ കാണുന്ന NR, SR, ER, WR എന്നതൊക്കെ Northern Railway, Southern Railway, Eastern Railway, Western Railway എന്നിവയുടെ ചുരുക്കപ്പേരുകൾ ആണെന്ന് നമുക്കറിയാം. ഒരു കാലത്ത് ഈ രണ്ട് അക്ഷരങ്ങൾക്ക് പകരം മുഴുവനായും നീട്ടി വലിച്ച് എഴുതുകയായിരുന്നു. ഒരു സാധാരണ പെയിന്റർ ആണത്രെ ഇപ്പോൾ കാണുന്ന ചുരുക്കെഴുത്ത് നിർദ്ദേശിച്ചത്. ആയിരക്കണക്കിന് ബോഗികളിലും എൻജിനുകളിലും ആകുമ്പോൾ ഈ മാറ്റം കൊണ്ട് റെയിൽവേ ലാഭിക്കുന്നത് എത്രയോ ലക്ഷങ്ങളായിരിക്കും. പെയ്ന്റിന്റെ വിലയിലും പണിക്കൂലിയിലുമായി വലിയ ലാഭമുണ്ടാകും. വെറും ഒരു പെയിന്ററുടെ ബുദ്ധിയിൽ ഉദിച്ചതാണത്. താഴെ, ഇങ്ങേയറ്റത്ത് കിടക്കുന്ന ഒരാൾക്കുപോലും ചിലപ്പോൾ നല്ല ആശയങ്ങൾ മുന്നോട്ടു വെക്കാൻ കഴിയും. അതിന് വലിയ ഡിഗ്രികളോ പദവികളോ വേണ്ട. അല്പം വഴിമാറി ചിന്തിക്കാനുള്ള മനസ്സ് മാത്രം മതി.

കൂപ്പ്

കൂപ്പ് എന്ന വാക്ക് ഒന്ന് രണ്ടിടത്ത് ഞാൻ ഉപയോഗിച്ചിട്ടുണ്ട്. മരങ്ങൾ മുറിച്ചു നീക്കാൻ ഉദ്ദേശിക്കുന്നതും സർവ്വേ ചെയ്തു വേർതിരിച്ചിട്ടുള്ളതുമായ വനഭൂമിയെയാണ് സാധാരണ കൂപ്പ് എന്ന് പറയുന്നത്. വനഭൂമിയെ പ്ലാന്റേഷനുകളാക്കി മാറ്റലാണല്ലോ KFDCയുടെ നിയോഗം. കാട് എങ്ങനെയാണ് കൂപ്പും പിന്നെ പ്ലാന്റേഷനുകളുമായി രൂപാന്തരപ്പെടുന്നത് എന്ന് ചുരുക്കി പറയാം. രണ്ടു ഘട്ടങ്ങളിലായിട്ടാണ് കാടിന്റെ വെടുപ്പാക്കൽ പ്രക്രിയ നടക്കുക. ആദ്യത്തേതിന് സപ്ലൈ കൂപ്പ് അല്ലെങ്കിൽ സെലക്ഷൻ ഫെല്ലിങ് കൂപ്പ് എന്നും രണ്ടാമത്തേതിന് സെയിൽ കൂപ്പ് അല്ലെങ്കിൽ ക്ലിയർ ഫെല്ലിങ് കൂപ്പ് എന്നും സാമാന്യമായി പറയും. സെലക്ഷൻ ഫെല്ലിങ്ങിൽ ആ പേര് സൂചിപ്പിക്കുന്നതുപോലെ തെരഞ്ഞെടുത്ത് അടയാളപ്പെടുത്തിയ വില കൂടിയതും വളർച്ചയെത്തിയതുമായ മരങ്ങൾ മാത്രം വെട്ടിയെടുത്ത് സർക്കാർവക ഡിപ്പോകളിൽ എത്തിച്ച് ലേലം ചെയ്തു വിൽക്കും. ക്ലിയർ ഫെല്ലിങ്ങിൽ കൂപ്പുകളിലെ മരങ്ങൾ, മൂല്യനിർണ്ണയം ചെയ്ത ശേഷം അതേ അവസ്ഥയിൽ മൊത്തമായി ലേലം ചെയ്ത് വിൽക്കും. ഇങ്ങനെ ക്ലിയർ ചെയ്ത് എടുക്കുന്ന വനഭൂമിയിലാണ് പുതിയ തൈകൾ നട്ട് പ്ലാന്റേഷനുകൾ ഉണ്ടാക്കുന്നത്. തുടർന്നുള്ള എന്റെ ദിവസങ്ങൾ ഇത്തരം ജോലികളിലേക്ക് കടക്കുന്നു എന്നതുകൊണ്ടാണ് ഇതിനെപ്പറ്റി അല്പം പറഞ്ഞു പോയത്.

മേൽപ്പറഞ്ഞ സെലക്ഷൻ ഫെല്ലിങ്ങിനു ശേഷമാണ് KFDCക്ക് വനംവകുപ്പിൽനിന്നും വനഭൂമി കൈമാറിക്കിട്ടുന്നത്. ഏകദേശം 250 ഏക്കർ വരുന്ന വലിയ ബ്ലോക്കുകളായിട്ടാണ് ഇങ്ങനെ കിട്ടുക. ഈ ഭൂമി വീണ്ടും സർവ്വേ ചെയ്തു സുമാർ 25 ഏക്കർ വീതമുള്ള ചെറിയ ബ്ലോക്കുകളാക്കും. മൂല്യനിർണ്ണയം ചെയ്യാനുള്ള സൗകര്യത്തിനും മരങ്ങൾക്ക് മെച്ചപ്പെട്ട വില കിട്ടാനുമായിട്ടാണ് ഇങ്ങനെ ചെറിയ ബ്ലോക്കുകൾ, അല്ലെങ്കിൽ സബ് കൂപ്പുകൾ ആക്കുന്നത്.

ഇങ്ങനെയുള്ള ഓരോ ബ്ലോക്കിലും ആയിരത്തിനടുത്ത് മരങ്ങൾ കാണും. ഓരോ മരത്തിന്റെയും അളവെടുത്ത്, മരങ്ങൾ ഇനം തിരിച്ച് സബ്കൂപ്പുകളുടെ മൂല്യം നിർണ്ണയിക്കലാണ് ആദ്യപടി. എന്യുമറേഷൻ ആൻഡ് വാല്യുവേഷൻ എന്നാണ് ഇതിനെ പറയുന്നത്. ഒരു പാട് സമയം വേണ്ടിവരുന്ന ഒരു ജോലിയാണിത്. ഓരോ മരത്തിന്റെയും അടുത്ത് ചെല്ലണം, അതിന്റ ഇനം തിരിച്ചറിയണം, കേടുള്ളതോ കവരങ്ങളായി വളരുന്നതോ ആണോ എന്നെല്ലാം നോക്കണം, ഓരോ മരത്തിന്റെയും നെഞ്ചുയരത്തിലുള്ള ചുറ്റളവ് എടുക്കണം. തൊലിയിൽ ചെറുതായി ചെത്തി ഓരോ മരത്തിനും നമ്പറിടണം. അത്രയും പണിയുണ്ട്. ആയിരക്കണക്കിന് മരങ്ങൾ ആകുമ്പോൾ ഈ പ്രവർത്തി ദിവസങ്ങളോളം നീണ്ടു പോകും.

ഈ പ്രവർത്തനങ്ങളിലേക്കാണ് ഞാൻ പിന്നെ കടന്നത്. ഈ പണിയിൽ മുഴുകിയിരിക്കുമ്പോൾ, മറ്റു കൂപ്പുകളുടെ സംരക്ഷണ ജോലികളിൽ വേണ്ടത്ര ശ്രദ്ധിക്കാൻ കഴിയാതെ വരും. പട്രോളിംഗിന് വേണ്ടത്ര സമയം കിട്ടാതെ വരും. സെലക്ഷൻ ഫെല്ലിങ്ങിന്റെ ഭാഗമായി മുറിച്ചുമാറ്റിയ വന്മരങ്ങളുടെ തലപ്പുകളും ധാരാളം വിറകും മറ്റു ബ്ലോക്കുകളിൽ അവശേഷിക്കുന്നുണ്ടാകും. ഇവ കള്ളന്മാർ കടത്തിക്കൊണ്ടു പോകാതെ നോക്കണം. വന്മരങ്ങളുടെ തലപ്പുകളായതുകൊണ്ട് ചെറിയ തടികൾ തന്നെയായിരിക്കും അവ.

പട്രോളിംഗിനിടെ ഒരു കൊമ്പൻ

പട്രോളിംഗിന് പോയ ഒരു ദിവസം ഞങ്ങളെ ആന ഓടിച്ചത് പറയാം. സതീശനും ഞാനുമാണ് അന്നുണ്ടായിരുന്നത്. വിറക് വെട്ടുന്ന ശബ്ദം കേട്ടാണ് ഞങ്ങൾ ആ ഭാഗത്തേക്ക് പോയത്. നാലഞ്ച് സ്ത്രീകളാണ്, ചെറിയ കമ്പുകൾ മാത്രമാണ് അവർ വെട്ടിയെടുക്കുന്നത്. ഞങ്ങളെ കണ്ട് ഭയന്നുനിന്ന അവരോട് ശേഖരിച്ച വിറകുമായി ഇറങ്ങിപ്പോകാൻ പറഞ്ഞു. വനത്തിൽ പ്രവേശിക്കുന്നതുപോലും കുറ്റകരമാണ് എന്നൊക്കെയാണെങ്കിലും ചുള്ളിക്കമ്പുകൾ പെറുക്കാൻ വരുന്ന പാവങ്ങളെയൊന്നും ഞങ്ങൾ വിലക്കാറില്ല. അങ്ങനെ നിന്നപ്പോൾ കുറച്ച് അപ്പുറത്തുനിന്നും അത്ര പന്തിയല്ലാത്ത ഒരു ശബ്ദം. അസാധാരണ വലിപ്പമുള്ള ഒരാനയാണ്. നിലം തൊടുന്ന കൊമ്പുകൾ. ആന എന്ന് ഞങ്ങൾ വിളിച്ചു പറഞ്ഞതും വിറക് ഉപേക്ഷിച്ച് സ്ത്രീകൾ ഓടി.

ആനയുടെ ഭാവം നിരീക്ഷിച്ചുകൊണ്ട് ഞങ്ങൾ രണ്ട് മിനിറ്റ് അവിടെ നിന്നു. ഞങ്ങളുടെ ആ ധൈര്യം അവന് ഇഷ്ടപ്പെട്ടില്ല. വാല് ചുരട്ടി അത് ഓടിവന്നു. കുറച്ച് താഴെയായി ഒരു കൂപ്പ് റോഡ് ഉണ്ട്. അവിടെ താഴേക്ക് അല്പം താഴ്ചയുള്ള കട്ടിംഗ് ആണ്. ആന ചാർജ് ചെയ്യാൻ വന്നാൽ റോഡിലേക്ക് ചാടി രക്ഷപ്പെടാം എന്ന ധൈര്യത്തിലാണ് ഞങ്ങൾ കുറച്ചുനേരം അവിടെത്തന്നെ നിന്നത്. ആന മുന്നോട്ടാണ് എന്ന് കണ്ടപ്പോൾ ഞങ്ങൾ ഓടി. സാമാന്യം ഉയരമുള്ള കട്ടിങ്ങിൽ നിന്നും റോഡിലേക്ക് ചാടിയപ്പോൾ കാൽ ഉളുക്കി ഞാൻ വീണു. നൊടിയിടയിൽ മുകളിൽ എത്തിയ ആന തിട്ടയിലെ മണ്ണ് ചവിട്ടി എന്റെ ദേഹത്തേക്കിട്ടു. താഴേക്ക് ഇറങ്ങാൻ ശ്രമിച്ചതായിരിക്കണം. അതിന് ഇറങ്ങാൻ കഴിഞ്ഞില്ല. ഉളുക്കിയ കാലുമായി ഞൊണ്ടി ഞൊണ്ടി ഞാൻ രക്ഷപ്പെട്ടു. ആന താഴെ ഇറങ്ങിയിരുന്നെങ്കിൽ എന്ത് സംഭവിക്കും എന്ന് ഊഹിക്കാമല്ലോ. ഇത്തരം അനുഭവങ്ങൾ ഞങ്ങളിൽ മിക്കവർക്കും ഉണ്ടായിട്ടുണ്ട്.

പലർക്കും പരിക്കുകളേറ്റിട്ടുണ്ടെങ്കിലും ജീവഹാനി ഉണ്ടായത് അപൂർവ്വമാണ്. പൊതുവെ വനപാലകരെ വന്യമൃഗങ്ങൾ ഉപദ്രവിക്കില്ല എന്ന് പറഞ്ഞാൽ വിശ്വസിക്കുമോ എന്നറിയില്ല. രണ്ടു കാരണങ്ങൾ ഉണ്ടതിന്. ഒന്നാമതായി അവയെ പ്രകോപിപ്പിക്കാതെയും അലോസരപ്പെടുത്താതെയും കാട്ടിലൂടെ നടക്കാൻ പരിശീലനവും പരിചയവും കിട്ടിയവരാണ് വനപാലകർ. രണ്ടാമതായി അവർ അറിയാതെതന്നെ പ്രത്യേക യൂണിഫോം ധരിച്ചു നടക്കുന്ന അവരെ പലവട്ടം കണ്ട് ശത്രുക്കളല്ല, എന്ന് മൃഗങ്ങൾക്ക് ബോധ്യമായിട്ടുണ്ടാകാം. യൂണിഫോമിൽ അല്ലാതെ ഉദ്യോഗസ്ഥർ ഒരിക്കലും കാട്ടിലൂടെ നടക്കില്ല. അത്യപൂർവമായ സാഹചര്യങ്ങളിൽ മാത്രമേ വന്യമൃഗങ്ങൾ വനപാലകരെ ആക്രമിക്കാൻ മുതിരാറുള്ളൂ. അല്ലെങ്കിൽ അവരെ ആക്രമിച്ച വാർത്തകൾ നിത്യേന നമ്മൾ കേൾക്കേണ്ടതാണ്. ബീറ്റ് സഞ്ചരിക്കുന്ന ഗാർഡുമാർ എത്രയോ സമയമാണ് ദിവസേന കാട്ടിലൂടെ നടക്കുന്നത്.

വനവാസം

എനിക്കും കൂട്ടുകാരൻ സതീശനും അഞ്ചുവീതം കൂപ്പുകളുടെ ചാർജാണ് അന്നുള്ളത്. ക്വാർട്ടേഴ്സിൽനിന്നും നാലഞ്ചു കിലോമീറ്റർ നടന്നുവേണം കൂപ്പുകളിൽ എത്തിപ്പെടാൻ. പിന്നെ നേരം സന്ധ്യയാകുംവരെ കാട്ടിലാണ്. എന്യുമറേഷൻ ജോലികളും പട്രോളിംഗും. സമീപത്തുള്ള ഒരു ചായക്കടയിൽ നേരത്തെ പറഞ്ഞാൽ ഉച്ചയ്ക്ക് ചോറ് കിട്ടും. അതില്ലെങ്കിൽ കയ്യിൽ കരുതുന്ന ബ്രെഡ്ഡോ പഴമോ ആവും ഉച്ചഭക്ഷണം. ആകപ്പാടെ വല്ലാത്ത ക്ലേശം നിറഞ്ഞ ദിവസങ്ങളായിരുന്നു അത്. അങ്ങനെ ഒരു ദിവസം ക്ഷീണിച്ചു അവശരായി സന്ധ്യയോടെ ക്വാർട്ടേഴ്സിൽ തിരിച്ചെത്തുമ്പോൾ വരാന്തയിൽ ഒരു കവർ കിടക്കുന്നു. ആകാംക്ഷയോടെ തുറന്നു നോക്കി. ഒരു കാരണം കാണിക്കൽ നോട്ടീസാണ്. ഞങ്ങളുടെ ചാർജിലുള്ള കൂപ്പുകളിൽ നിന്നും തടിയും വിറകും മോഷണം പോകുന്നതായി അറിയുന്നുവെന്നും ഞങ്ങളുടെ ജാഗ്രതക്കുറവ് കൊണ്ടാണതെന്നും അതുകൊണ്ട് സംരക്ഷണ പ്രവർത്തനങ്ങൾ കൂടുതൽ കാര്യക്ഷമമാക്കാനായി താമസം കാട്ടിലേക്ക് മാറ്റണം എന്ന ഉത്തരവും ഉണ്ട്. സന്ധ്യവരെ കാട്ടിൽ അലഞ്ഞു, ക്ഷീണിതരായി തിരിച്ചെത്തിയപ്പോൾ കിട്ടിയ മെമ്മോ വല്ലാത്ത വിഷമവും നിരാശയും ഉണ്ടാക്കി. ഉത്തരവുകൾ അനുസരിക്കാതെ നിവൃത്തിയില്ല. പരാതികൾക്കും പ്രതിഷേധങ്ങൾക്കും സ്ഥാനമില്ല. ഒരു യഥാർത്ഥ വനവാസത്തിനായി ഞങ്ങൾ തയ്യാറെടുത്തു.

കാട്ടിൽ ഒരു ഷെഡ്ഡ് ഉണ്ടാക്കാനുള്ള ശ്രമങ്ങൾ തുടങ്ങി. അനുയോജ്യമായ ഇടം കണ്ടുപിടിക്കണം. വെള്ളത്തിന്റെ ലഭ്യതയാണ് ആദ്യം നോക്കേണ്ടത്. അതേസമയം വെള്ളം ഉള്ളിടത്തു മൃഗങ്ങൾ അധികമായി വരും എന്ന പ്രശ്നവും ഉണ്ട്. ആനത്താരികൾ ഒഴിവാക്കണം. വൈകാതെ അനുയോജ്യമായ സ്ഥലം കണ്ടെത്തി. സമീപത്തായി ഒരു അരുവി ഒഴുകുന്നുണ്ട്. ചെറിയൊരു കുഴി കുഴിച്ചാൽ ആവശ്യത്തിന് വെള്ളം കിട്ടും. ഉൾവനത്തിലേക്ക്

പോകുന്ന പ്രധാന റോഡിൽ നിന്നും 500 മീറ്റർ മാത്രമേ അകല മുള്ളൂ. അധികം ദൂരെയല്ലാതെ ഒരു ചായക്കടയുണ്ട്. പറഞ്ഞേൽ പ്പിച്ചാൽ ഭക്ഷണം കിട്ടും. പത്തു ദിവസംകൊണ്ട് സാമാന്യം വലിയ മനോഹരമായ ഒരു ഷെഡ്ഡ് ഉണ്ടാക്കി. കാട്ടുകല്ലുകൾ അടുക്കിവെച്ച് രണ്ടടി ഉയരത്തിൽ തറ. അതിനുമേലെ കാട്ടുമരങ്ങൾകൊണ്ട് ഏതാനും തൂണുകൾ. തടിയൻ മുള അടിച്ചു പരത്തി അതുകൊണ്ട് ചുമരുകൾ. പനമ്പു പായകൊണ്ട് ജനലും വാതിലും. കാട്ടുപുല്ല് കൊണ്ട് മേൽക്കൂര. രണ്ടു മുറികളും നടുക്ക് വരാന്തയും. കുറച്ചു മാറി, മുളംതട്ടികൊണ്ട് മറച്ച ഒരു ടോയ്‌ലറ്റ്.

സതീശനും എനിക്കും വേറെവേറെ മുറികളാണ് ഉണ്ടാക്കിയ തെങ്കിലും ഞങ്ങൾ ധൈര്യശാലികൾ ആയിരുന്നതുകൊണ്ട് ഒരേ മുറിയിലായിരുന്നു അന്തിയുറക്കം. ഇതിനൊരു കാരണമുണ്ട്. താമസം തുടങ്ങുന്നതിന് രണ്ട് ദിവസം മുമ്പാണ് നാട്ടുകാർ ചിലർ പറഞ്ഞത് ഷെഡ്ഡ് ഇരിക്കുന്നത് ആനത്താരിയിൽ ആണത്രേ. കുറച്ച് അപ്പുറമുള്ള പുരയിടങ്ങളിൽ ചക്ക വിളയുന്ന കാലത്ത് അത് പറിച്ചു തിന്നാൻ ആനകൾ വരുന്നത് ഷെഡ്ഡിന് മുന്നിലുള്ള വഴിയിലൂടെയാണ്. ഇനി മറ്റൊരു ഷെഡ്ഡ് ഉണ്ടാക്കാനുള്ള ഫണ്ടില്ല. വേറെ പോംവഴി കളില്ലാതെ അവിടെത്തന്നെ താമസം തുടങ്ങാൻ ഞങ്ങൾ നിർബ ന്ധിതരായി. വരാന്തയിൽ നീളമുള്ള മുളംകമ്പിൽ കെട്ടിത്തൂക്കുന്ന റാന്തൽ വിളക്കിന്റെ സുരക്ഷയിൽ കഴിയാം എന്ന് തീരുമാനിച്ചു. വെളിച്ചം കാണുന്നിടത്തേക്ക് സാധാരണയായി ആനകൾ വരില്ലെ ന്നാണ്. ഇന്നത്തെ ആനകൾക്ക് വെളിച്ചവും ശബ്ദവും ഒന്നും ഭയമില്ലാ തായിട്ടുണ്ട്. കണ്ടുകണ്ടു ഭയമില്ലാതായതാകും. എത്രക്കൊക്കെ പ്രതി രോധം തീർത്തിട്ടും നാട്ടിലിറങ്ങി നാശമുണ്ടാക്കുന്ന ആനകൾ ഇന്ന് നിത്യേനയുള്ള വാർത്തയാണ്. ഞാൻ തനിച്ചു കിടന്ന ഒരു രാത്രി യിൽ ആനക്കൂട്ടത്തെ ഷെഡ്ഡിന് മുന്നിൽ കണ്ട് നിസ്സഹായനായി നിന്ന ഒരനുഭവം ഉണ്ടായി.

ചെറിയൊരു ശിക്ഷയുടെ രൂപത്തിലാണ് കാട്ടിലേക്കുള്ള താമസ മാറ്റമെങ്കിലും ഞങ്ങൾക്കത് ഉർവശിശാപം ഉപകാരം എന്ന പോലെ യായി. കൂപ്പുകളുടെ മൂല്യനിർണയം, (Enumeration) നടത്തിക്കൊണ്ടി രിക്കുന്ന സമയമായിരുന്നു അത്. ക്വാർട്ടേഴ്സിൽനിന്നും നാലഞ്ചു കിലോമീറ്റർ നടന്നു ചെന്നിട്ട് വേണമായിരുന്നു മരങ്ങൾ അളക്കാ നായിട്ടുള്ള മലകയറ്റം. കാട്ടിൽത്തന്നെ ഷെഡ്ഡ് കെട്ടിയുള്ള താമസ മായപ്പോൾ നടത്തം കുറഞ്ഞുകിട്ടി. ഓരോ മരത്തിന്റെയും അടുത്തു ചെന്ന് അളവെടുത്ത് വിവരങ്ങൾ രജിസ്റ്ററിൽ രേഖപ്പെടുത്തണം. വലിയ മലകളാണ്. ആന, കരടി തുടങ്ങിയ വന്യമൃഗങ്ങൾ ഉണ്ട്. ഇഴജന്തുക്കൾക്കും ക്ഷാമമില്ല. സഹായത്തിന് കാടറിയാവുന്ന

ഒന്നോ രണ്ടോ സാധാരണ തൊഴിലാളികൾ മാത്രമാണ് ഉണ്ടാവുക.

അതിരാവിലെ ബ്രെഡ്ഡും പഴവും കുറച്ചു വെള്ളവുമായി കാടു കയറിയാൽ തിരിച്ചെത്തുമ്പോൾ മൂന്നോ മൂന്നരയോ ആകും. വന്യ മൃഗങ്ങളെക്കാൾ അപകടകാരികളായ ചില കാട്ടുച്ചെടികളും ഉണ്ട്. ഇവ ദേഹത്ത് തൊട്ടാൽ പ്രശ്നമാണ്. ആനവിരട്ടി (Leportea crenulata) എന്ന് നാട്ടുകാർ വിളിക്കുന്ന ഒരു ചെടിയിൽ ഒരു ദിവസം എന്റെ പുറംകൈ ഒന്ന് തൊട്ടതേ ഉള്ളൂ, ശരീരമാകെ നീരുവന്ന് രണ്ട് ദിവസം പനിച്ചു കിടന്നു. അടിക്കാടുകൾ വകഞ്ഞുമാറ്റി ഓരോ മരത്തിനടുത്തേക്കും നടക്കുമ്പോൾ ഇത്തരം അപകടകാരികളായ ചെടികളെ ശ്രദ്ധിക്കില്ല. മുള്ളും മൂർച്ചയുള്ള പുല്ലും കൊണ്ട് കൈകൾ രണ്ടിലും ഒരുപാട് ടാറ്റൂകൾ വരയും. വിചിത്രമായ നിറങ്ങളിലുള്ള പലയിനം പാമ്പുകൾ കാലുകൾക്കിടയിലൂടെ വെപ്രാളപ്പെട്ടു പായും. ആന ക്കൂട്ടങ്ങൾ ഒച്ചവെയ്ക്കുമ്പോൾ മാറിത്തരും. ഇങ്ങനെയുള്ള ഒരു മലകയറ്റത്തിനിടയിലാണ് പുല്ലാനി (Calycopteris floribunda) എന്ന് വിളിക്കുന്ന ഒരു വള്ളിമരത്തെ പരിചയപ്പെടുന്നത്. ഇവയുടെ വള്ളി പോലെയുള്ള മരത്തിൽ ധാരാളം വെള്ളം സൂക്ഷിച്ചു വച്ചിട്ടുണ്ട്. ഈ തടിയൻ വള്ളി ഏകദേശം ഒരു മീറ്റർ നീളത്തിൽ വെട്ടിയെടുത്താൽ യാതൊരു രുചിഭേദവും ഇല്ലാത്ത ശുദ്ധമായ ഒരു ഗ്ലാസ് വെള്ളം കുടിക്കാം. കൂടെ ഉണ്ടായിരുന്ന നടരാജൻ എന്ന തൊഴിലാളിയാണ് എനിക്കിത് കാണിച്ചുതന്നത്. വള്ളിയുടെ അറ്റം നേരെ വായിലേക്ക് കമഴ്ത്തിപ്പിടിച്ച് ഞാൻ ആ വെള്ളം കുടിച്ചു. മണമോ രുചിവ്യത്യാസമോ ഇല്ലാത്ത ശുദ്ധമായ വെള്ളം. ജീവൻ നിലനിർത്താൻ ഉതകുന്ന ഇങ്ങനെ പലതുമുണ്ട് കാട്ടിൽ. ഒരു കത്തിയെങ്കിലും കയ്യിൽ കരുതണം എന്നു മാത്രം.

രാവിലെ കാട്ടിൽ ഇങ്ങനെ ചെലവിട്ട്, രാത്രി മണ്ണെണ്ണ വിളക്കിന്റെ വെളിച്ചത്തിലാണ് ബാക്കി കടലാസ് പണികൾ. പലയിനം മരങ്ങൾക്കും പല വിലയായതുകൊണ്ട് ഓരോ മരങ്ങളെയും ഇനം തിരിച്ചെടുക്കണം. പിന്നെ ഓരോ മരത്തിന്റെയും ചുറ്റുവണ്ണം അനുസരിച്ച് അവയുടെ വ്യാപ്തം (Volume) കണ്ടുപിടിക്കണം. അതിന് N. R. Nairs Volume table എന്ന ഒരു പട്ടികയാണ് ഉപയോഗിക്കുന്നത്. (NR നായർ എന്ന് പേരുള്ള ഒരു യുവ IFS ഓഫീസറാണ് കേരളത്തിലെ കാടായ കാടൊക്കെ കയറിയിറങ്ങി ഈ Ready Reckoner പട്ടിക ഉണ്ടാക്കിയത്.

നാൽപത്തിയഞ്ചാം വയസ്സിൽ ഒരു കാട്ടാനയുടെ ആക്രമണത്തിൽ അദ്ദേഹത്തിന് ജീവൻ നഷ്ടപ്പെട്ടു.) ഓരോ ബ്ലോക്കിലും ഓരോ ഇനത്തിൽപ്പെട്ട എത്ര മരങ്ങളുണ്ടെന്നും അതിൽനിന്നും

എത്രമാത്രം തടിയും വിറകും ലഭ്യമാകും എന്നും കണക്ക് കൂട്ടണം. അത്രയൊക്കെ ചെയ്തിട്ടാണ് കൂപ്പുകളുടെ മൂല്യം കണക്കാക്കുന്നതും വില നിശ്ചയിക്കുന്നതും. ഇലക്ട്രോണിക് കാൽക്കുലേറ്ററുകൾ അന്നില്ല എന്നു പറഞ്ഞാൽ വിശ്വസിക്കുമോ എന്നറിയില്ല. FACIT എന്ന ഒരു തടിയൻ യന്ത്രത്തിൽ കൈകൊണ്ട് കറക്കിക്കറക്കിയാണ് കൂട്ടലും കിഴിക്കലുമൊക്കെ. കറക്കിക്കറക്കി കൈ കഴയ്ക്കും.

ആനക്കൂട്ടം മുറ്റത്ത്

കൂപ്പിൽ ഷെഡ്ഡ് കെട്ടി താമസിച്ച ഒരു രാത്രിയിൽ ചെറിയ ഒരാന ക്കൂട്ടം ഷെഡ്ഡിനരികെ വന്ന് എന്നെ വല്ലാതെ ഭയപ്പെടുത്തിയ ഒരു സംഭവം ഉണ്ടായി. അത്യാവശ്യമായി കൂട്ടുകാരൻ നാട്ടിൽ പോയി രുന്ന ഒരു ദിവസമായിരുന്നു അത്. ഞാൻ തനിച്ചേ ഷെഡ്ഡിലുള്ളൂ. പതിവുപോലെ റാന്തൽ വിളക്ക് കത്തിച്ച് മുളംകമ്പിൽ കെട്ടി വരാന്ത യിൽ തൂക്കിയിട്ടിട്ട് പതിനൊന്നു മണിയോടെ ഉറങ്ങാൻ കിടന്നു. അരമണിക്കൂർ ആയിട്ടുണ്ടാകും ഷെഡ്ഡിന്റെ പരിസരത്ത് ആനയുടെ സാന്നിദ്ധ്യം പോലെ തോന്നി. ചെറിയ മരച്ചില്ലകൾ ഒടിക്കുന്ന ശബ്ദം കേൾക്കാം. ഒച്ചയുണ്ടാക്കാതെ പതുക്കെ എഴുന്നേറ്റ് മുളംതട്ടി കൊണ്ടുള്ള ചുവരിന്റെ വിടവിലൂടെ പുറത്തേക്ക് നോക്കി.

നല്ല നിലാവുള്ള രാത്രിയായിരുന്നു. മൂന്ന് ആനകളെ നിലാ വെട്ടത്തിൽ വ്യക്തമായി കാണാം. അവർ എത്ര പേരുണ്ട് എന്ന് വ്യക്തമല്ല. ഇരുപത് മീറ്ററോളം അടുത്തെത്തിയിരിക്കുന്നു അവ. അടുത്തുള്ള പുരയിടത്തിലെ ചക്കമണം പിടിച്ചുള്ള കാടിറക്കമാണ്. ഷെഡ്ഡിന്റെ മുന്നിലൂടെയാണ് അവയ്ക്ക് പോകാനുള്ള വഴി. റാന്തൽ വെളിച്ചം ഉള്ളതുകൊണ്ട് ആനകൾ പ്രശ്നമുണ്ടാക്കാതെ വഴിമാറി പൊയ്ക്കൊള്ളും എന്ന വിശ്വാസത്തിലും ധൈര്യത്തിലും ഞാൻ ശ്വാസം അടക്കിപ്പിടിച്ച് നിന്നു. ഒന്നുരണ്ടെണ്ണം ഷെഡ്ഡിന് അടുത്തേ ക്കുതന്നെ നടന്നുവരുന്നത് കാണാം. ഒരു കുസൃതിക്കാരൻ ഒരു തൂണിൽ പിടിച്ച് പതുക്കെ ഒന്ന് വലിച്ചാൽ മതി ഷെഡ്ഡ് അപ്പാടെ തകർന്നു വീഴും. ഇങ്ങനെ ഒരു നിസ്സഹായാവസ്ഥ ഞാൻ നേരിട്ടി ട്ടില്ല. ഹൃദയം പടപട മിടിച്ചുകൊണ്ടിരുന്നു. ഒന്നും ചെയ്യാനില്ലാതെ അനങ്ങാതെ അങ്ങനെ നിന്നു.

പുറത്തേ കാഴ്ചകൾ എനിക്ക് വ്യക്തമായി കാണാം. രണ്ട് ആന കൾ ഷെഡ്ഡിനേയും വെളിച്ചത്തേയും ഗൗനിക്കാതെ മുറ്റത്തുകൂടി താഴോട്ട് ഇറങ്ങിപ്പോയി. പിന്നെ വന്ന ഇടത്തരം വലിപ്പമുള്ള ഒരു

കുറുമ്പൻ കൗതുകം കൊണ്ടാവാം കത്തിക്കൊണ്ടിരുന്ന റാന്തൽ വിളക്ക് ഒരു കളിപ്പാട്ടം പോലെ തൂക്കിയിട്ടിരുന്ന കമ്പോടുകൂടി വലിച്ചെടുത്തു. പെട്ടെന്നുള്ള ഇളക്കത്തിൽ അത് ആളിക്കത്തി. ഭയന്നുപോയ ആന അതവിടെ ഇട്ടിട്ട് കൂട്ടത്തോടൊപ്പം ഓടിപ്പോയി. എന്റെ ഹൃദയമിടിപ്പ് സാധാരണഗതിയിൽ ആകാനും ശ്വാസം നേരെ വീഴാനും പിന്നെയും കുറെ സമയമെടുത്തു. വിളക്ക് കണ്ടാൽ ആന വരില്ല എന്ന എന്റെ വിശ്വാസം അതോടെ ഇല്ലാതായി. ഒരുപക്ഷേ സ്ഥിരമായി കാണുന്ന ആ മങ്ങിയ വെളിച്ചം പ്രശ്നമുള്ളതല്ല എന്ന് ആനകൾക്ക് മനസ്സിലായിട്ടുണ്ടാകും. തുമ്പിക്കൈയിലെടുത്തപ്പോൾ ആളിക്കത്തുന്നതിനുപകരം ആ വിളക്ക് അണഞ്ഞു പോയിരുന്നെങ്കിൽ ചിലപ്പോൾ ചിത്രം വേറൊന്നാകുമായിരുന്നു. ഭയന്നുപോയ ആന കത്തുന്ന ആ റാന്തൽ വിളക്ക് ഷെഡ്ഡിന്റെ നേർക്ക് വലിച്ചെറിഞ്ഞിരുന്നെങ്കിൽ നിമിഷനേരം കൊണ്ട് ആ ഓലപ്പുര കത്തി ചാമ്പലായേനേ. ഭാഗ്യത്തിന് ഒന്നും സംഭവിച്ചില്ല. പിന്നെ ചക്കസീസൺ കഴിയുന്നതുവരെ ഷെഡ്ഡിന്റെ മുറ്റത്ത് തീക്കനൽ കൂട്ടി ഒരു വാച്ചർ കാവലിന് ഉണ്ടായിരുന്നു. കാട്ടിൽ വിറകിന് ക്ഷാമം ഇല്ലല്ലോ. കത്തിക്കൊണ്ടിരിക്കുന്ന തീ ആനയ്ക്ക് ഭയമാണ്. അടുത്ത് വരില്ല.

ഒരു ഇടക്കാലപരിശീലനം

ഇതിനിടയിൽ എനിക്ക് മറ്റൊരു ഹ്രസ്വകാല പരിശീലനത്തിനുള്ള അവസരം കിട്ടി. മൂന്നു പേരെയാണ് അതിന് തെരെഞ്ഞെടുത്തത്. കോയമ്പത്തൂരിലെ സതേൺ ഫോറസ്റ്റ് റേഞ്ചേഴ്സ് കോളേജിലെ ലോഗിങ് ഇൻസ്ട്രക്ടേഴ്സ് കോഴ്സിനാണ് ഞങ്ങൾ പോയത്. ശാസ്ത്രീയമായ മരം മുറിക്കലും സുരക്ഷിതമായും അല്പംപോലും പാഴാവാതേയും മുറിച്ച് ഒരുക്കുന്ന രീതികളും ഫോറസ്റ്റ് മാനേജ്മെന്റിന്റെ ഭാഗമാണ്. തൽക്കാലം കാടിനോട് വിടപറഞ്ഞ് ഞാൻ കോയമ്പത്തൂർക്ക് വിട്ടു. അവിടെ താമസസൗകര്യം ഉണ്ട്. ഭക്ഷണത്തിന് പ്രത്യേക അലവൻസും ഉണ്ട്. ഒരു മാസം രസകരമായി കഴിഞ്ഞുപോയി.

ആഴ്ചയിൽ ഒരിക്കൽ എനിക്ക് കുന്നംകുളത്തുള്ള വീട്ടിൽ വന്നുപോകാം. ക്ലാസ് കഴിഞ്ഞാൽ കോയമ്പത്തൂർ സിറ്റിയിൽ ചുറ്റിയടിക്കാം. ഉച്ചവരെ തിയറി ക്ലാസുകളും ഉച്ചയ്ക്കുശേഷം പ്രായോഗിക പരിശീലനവും ആണ്. ആന്ധ്ര, തമിഴ്നാട്, കേരളം എന്നീ മൂന്ന് സംസ്ഥാനങ്ങളിൽ നിന്നായി 15 പേരുണ്ട് ആ ബാച്ചിൽ. കേരളത്തിൽനിന്നും ഞങ്ങൾ മൂന്നു പേർ. സുരക്ഷിതമായി എങ്ങനെ മരങ്ങൾ മുറിക്കാം, തൊഴിലാളികളുടെ സുരക്ഷ, ചില ഉപകരണങ്ങളുടെ ഉപയോഗനീതികൾ, തടി ഒരുക്കി എടുക്കുന്ന വിധങ്ങൾ, തടി കേടുവരാതെ ദീർഘകാലം സൂക്ഷിക്കൽ, അങ്ങനെ ചിലതാണ് തിയറി ക്ലാസുകളിൽ പഠിപ്പിക്കുന്നത്. പലതരം വാളുകൾ, Forest Devil, യന്ത്രവാൾ എന്നിവ പോലെയുള്ള ലഘു യന്ത്രങ്ങൾ പരിചയപ്പെടലും അവയുടെ പരിചരണവും ഒക്കെയാണ് പ്രാക്ടിക്കൽ ക്ലാസുകളിൽ. പരീക്ഷയിൽ പാസ്സായില്ലെങ്കിൽ സർട്ടിഫിക്കറ്റു കിട്ടില്ല.

കേരളത്തിലായിരുന്നു പരിശീലനത്തിന്റെ രണ്ടാം ഘട്ടം. അച്ചൻകോവിൽ, കുളത്തൂപ്പുഴ എന്നീ കാടുകളിൽ മരങ്ങൾ മുറിക്കലായിരുന്നു പണി. പട്ടാള വണ്ടി പോലെ പ്രത്യേകം ഡിസൈൻ ചെയ്ത ഒരു ട്രക്കിലാണ് കോയമ്പത്തൂരിൽ നിന്നും കേരളത്തിലേക്കും

തുടർന്നും ഉള്ള എല്ലാ യാത്രകളും. ഫോറസ്റ്റ് ഗസ്റ്റ് ഹൗസുകളിലും താൽക്കാലിക ടെന്റുകൾ അടിച്ചുമാണ് താമസം. ഞങ്ങളെ നന്നായി വിഷമിപ്പിച്ചു ഈ പ്രായോഗിക പരിശീലനം. പലയിനം വാളുകളു പയോഗിച്ച് കുറെ മരങ്ങൾ ഞങ്ങൾ മുറിച്ചു. പൂർണ്ണ വളർച്ചയെ ത്തിയ വന്മരങ്ങൾ തന്നെയാണ് മുറിച്ചത്. ശരിയായ താമസ സൗകര്യങ്ങൾ ഇല്ലാതേയും സമയത്ത് ഭക്ഷണം കിട്ടാതെയും കുറെ കഷ്ടപ്പെട്ടു.

അങ്ങനെ കേരളത്തിലെ ഒരു മാസത്തെ പ്രയോഗിക പരിശീല നങ്ങൾക്കുശേഷം വീണ്ടും കോയമ്പത്തൂരിൽ തിരിച്ചെത്തി. പിന്നെ പരീക്ഷ. സർട്ടിഫിക്കറ്റും വാങ്ങി പഴയ ലാവണത്തിലേക്ക് മടക്കം. കുറച്ച് കഷ്ടപ്പാടുകൾ അനുഭവിക്കേണ്ടിവന്നുവെങ്കിലും പിന്നീട് എക്സ്ട്രാക്ഷൻ യൂണിറ്റിന്റെ ചാർജ് വഹിക്കേണ്ടി വന്നപ്പോൾ ഈ പരിശീലനം എനിക്ക് ഉപകാരമായി. മരം മുറിക്കുന്ന അനേകം തൊഴിലാളികൾ ആ യൂണിറ്റിൽ ജോലി ചെയ്തിരുന്നു. ഒരു വർഷ ത്തിലേറെ നീണ്ട കാലയളവിൽ ഒരു ചെറിയ അപകടം പോലും എന്റെ ഫീൽഡിൽ ഉണ്ടായില്ല. അന്നത്തെ പരിശീലനത്തിൽനിന്നും കിട്ടിയ അറിവുകൾ ഫീൽഡിൽ പാലിക്കപ്പെടുന്നു എന്ന് നിരന്തരം ഉറപ്പ് വരുത്തിയിട്ടാണ് അത് സാധ്യമാക്കിയത്.

സെയിൽ കൂപ്പ് വിശേഷങ്ങൾ

കോയമ്പത്തൂരിലെ പരിശീലനം കഴിഞ്ഞ് തിരിച്ചെത്തുമ്പോഴേക്കും നേരത്തെ പറഞ്ഞ സെയിൽ കൂപ്പുകളുടെ ലേലം കഴിഞ്ഞിരുന്നു. താമസിയാതെ കൂപ്പു കോൺട്രാക്ടർമാർ വന്ന് മരങ്ങൾ മുറിക്കുന്ന ജോലികൾ തുടങ്ങി. വലിയ സന്നാഹങ്ങൾ വേണ്ടതാണ് കൂപ്പു കളിലെ മരം മുറിക്കൽ. ഒരുപാട് മുന്നൊരുക്കങ്ങളും ആസൂത്രണവും വേണ്ടിവരും. വിദഗ്ധരും അല്ലാത്തവരുമായ നൂറു കണക്കിന് തൊഴി ലാളികൾ വേണം. കുറെ പേരെങ്കിലും കൂപ്പിൽ തന്നെ താമസിച്ച് പണിയുന്നവരായിരിക്കും. അവർക്ക് താമസിക്കാൻ ഷെഡ്ഡുകൾ ഉണ്ടാക്കണം. അവരുടെ ഭക്ഷണത്തിനുള്ള ക്രമീകരണങ്ങൾ വേണം. അടച്ചുറപ്പുള്ള ഓഫീസ് ഷെഡ്ഡ് വേണം. തടികൾ വലിച്ചു കയറ്റാൻ ആനകൾ വേണം. അങ്ങനെ കുറേ തയ്യാറെടുപ്പുകൾ ആവശ്യമാണ്. ഒറ്റപ്പെട്ട ഉൾപ്രദേശങ്ങളും വനവും ആയതുകൊണ്ട് എല്ലാം മുൻ കൂട്ടി കാണണം. ഇവിടെ അന്ന് പത്ത് ബ്ലോക്കുകളിലായി 250 ഏക്ക റോളം വരുന്ന സ്ഥലത്താണ് ജോലികൾ നടക്കുന്നത്. നൂറു കണ ക്കിന് തൊഴിലാളികളാണ് തമ്പടിക്കുക. രണ്ടു മൂന്ന് മാസത്തേക്ക് ആ പ്രദേശമാകെ ഒരു ഉത്സവ പ്രതീതിയിലാകും. ശേഖരിക്കുന്ന തടിയും വിറകും അനേകം ലോഡുകൾ ഉണ്ടാകും. സതീശനും എനിക്കുമാണ് അഞ്ചു കൂപ്പുകളുടെ വീതം ചാർജ്. ഞങ്ങളുടെ നി യന്ത്രണത്തിലാണ് എല്ലാ പ്രവർത്തികളും നടക്കുക. നാട്ടിൽനിന്നും എന്നെ കാണാൻ വന്ന ഒരു സുഹൃത്ത് അവിടത്തെ ബഹളം കണ്ട് അന്തം വിട്ട് നിന്നിട്ടുണ്ട്. നിറയെ ലോഡുമായി ആനകേറാമലയി റങ്ങിവരുന്ന ലോറികൾ അതിശയത്തോടെ വാ പൊളിച്ച് നോക്കി നിന്നിട്ടുണ്ട്.

നേരത്തേ താമസിച്ച അതേ ഷെഡ്ഡിൽ ഇരുന്നാണ് ഞങ്ങൾ എല്ലാം കൈകാര്യം ചെയ്തത്. അതായിരുന്നു ഞങ്ങളുടെ ഓഫീസും വീടും എല്ലാം. ലേലം ചെയ്തു കൊടുത്തുകഴിഞ്ഞ കൂപ്പുകളിൽ എന്താണിത്ര നിയന്ത്രിക്കാനുള്ളത് എന്ന് ചോദിച്ചേക്കാം. കുറച്ചു

കാര്യങ്ങൾ ഉണ്ട്. ചുരുക്കിപ്പറയാം. കൂപ്പുകളുടെ അതിരുകൾ റിസർവ് വനങ്ങളാണ്. അവിടെ വിലകൂടിയ ധാരാളം മരങ്ങൾ ഉണ്ടാകും. കൂപ്പുകളിലെ മരങ്ങൾ മുറിക്കുന്ന കൂട്ടത്തിൽ ഈ മരങ്ങൾ കൂടി അറിഞ്ഞോ അറിയാതെയോ വെട്ടി കടത്തപ്പെടാം. കൂപ്പിൽ നിന്നും പോകുന്ന ലോഡ് കണക്കിന് തടികളുടെ കൂട്ടത്തിൽ ഇവ ഒളിപ്പിച്ച് കടത്തിക്കൊണ്ട് പോവുക എളുപ്പമാണ്. കാട്ടുകല്ലുകൾ കൂട്ടിവെച്ച് ഉണ്ടാക്കുന്ന ജണ്ട എന്ന് വിളിക്കുന്ന താൽക്കാലിക അതിർത്തികളെ റിസർവ് വനവുമായി വേർതിരിക്കാനുള്ളൂ. ഒരു സാങ്കൽപ്പിക വരയ്ക്കപ്പുറം കാട്ടിൽ നിൽക്കുന്ന വില കൂടിയ മരങ്ങൾ ചില മുതലാളിമാരെ വല്ലാതെ പ്രലോഭിപ്പിക്കും. നിരന്തരമായ ജാഗ്രത ഉണ്ടായില്ലെങ്കിൽ റിസർവ് വനത്തിൽനിന്നും കളവായി മരങ്ങൾ വെട്ടിയെടുക്കും. അതിരു കുറിക്കുന്ന ജണ്ടകൾ ചിലപ്പോൾ അല്പസ്വല്പം സഞ്ചാര സ്വാതന്ത്ര്യം എടുക്കും. ജണ്ടകൾ കാടിന്റെ ഭാഗത്തേക്ക് നീക്കിവെച്ച് അവിടെയുള്ള മരങ്ങളും മുറിച്ചെടുക്കാൻ ശ്രമമുണ്ടാകും. ഇത്തരം കേസുകൾ അപൂർവമായെങ്കിലും കണ്ടുപിടിച്ച് കേസുകൾ എടുക്കേണ്ടി വന്നിട്ടുണ്ട്. അതുകൊണ്ട് നിരന്തരം കൂപ്പുകളുടെ അതിരുകൾ പരിശോധിക്കുക എന്നത് പ്രധാനപ്പെട്ട ഒരു പണിയാണ്. സഹായത്തിന് വാച്ചർമാർ ഉണ്ടാകുമെങ്കിലും നൂറും ഇരുന്നൂറും ഏക്കർ എന്നാകുമ്പോൾ അല്പം ബുദ്ധിമുട്ടുള്ള പണി തന്നെയാണത്. നടന്നു തന്നെ ചെല്ലണം, ഓരോ മുക്കിലും മൂലയിലും. പശ്ചിമഘട്ടത്തിലെ ചെറുതും വലുതുമായ മലകളാണ്.

ഇത്തരം കളവുകൾ ഇല്ലാതാക്കാൻ ഒരു സംവിധാനം കൂടിയുണ്ട്. കൂപ്പിൽ വെട്ടി അടുക്കി വെക്കുന്ന തടികൾ ഉദ്യോഗസ്ഥൻ സ്റ്റാമ്പ് ചെയ്തതിനു ശേഷം മാത്രമേ ലോറികളിൽ കയറ്റാൻ പാടുള്ളൂ എന്നാണ്. ലോറികളിൽ കൊണ്ടുപോകുന്ന തടികൾ നിയമാനുസൃതം ആയിട്ടുള്ളവയാണെന്ന് വഴിയിൽ പരിശോധിക്കുന്ന അധികാരികളെ ബോധ്യപ്പെടുത്താനാണ് ഇങ്ങനെ സ്റ്റാമ്പ് ചെയ്യുന്നത്. സ്റ്റാമ്പ് പതിക്കാത്ത ഒരു കഷ്ണം തടിയെങ്കിലും ലോറിയിൽ കണ്ടാൽ ആ വാഹനം ഉൾപ്പെടെ പിടിച്ചെടുക്കാൻ നിയമമുണ്ട്. കൂപ്പുകളിൽ നിന്നും ശേഖരിക്കപ്പെടുന്ന തടികൾക്ക്, അവയുടെ നേര് ബോധ്യപ്പെട്ട് സ്റ്റാമ്പ് അടിച്ചു കൊടുക്കുക എന്നത് ഫീൽഡ് ഓഫീസറുടെ ഉത്തരവാദിത്തമാണ്. ചെറിയൊരു ആഘോഷച്ചടങ്ങാണ് ഈ സ്റ്റാമ്പിങ്. വകുപ്പിലെ പൂർവികർ ഉണ്ടാക്കിവെച്ചിട്ടുള്ള ചില മാമൂലുകൾ ഉണ്ട്. സ്റ്റാമ്പിങ് ദിവസത്തെ ഫീൽഡ് ഓഫീസറുടെ ഉച്ചഭക്ഷണം കോൺട്രാക്ടറുടെ ഓഫീസ് ഷെഡ്ഡിലാണ്. ഊണിനു ചിക്കൻ നിർബന്ധമാണ്. വേണമെങ്കിൽ അല്പം മദ്യസേവയും ആവാം. തലമുറകളായി പ്രായമുള്ള ഫോറസ്റ്റർമാർ ശീലിപ്പിച്ച് വെച്ചിട്ടുള്ള ചടങ്ങുകളാണ്. ഞങ്ങൾ പ്രായം കുറഞ്ഞവരും

പുതുതലമുറക്കാരും ആണെങ്കിലും ഇത്യാദി ചടങ്ങുകൾ വേണ്ടെന്ന് വെയ്ക്കാൻ മുതലാളിമാർക്കും ധൈര്യക്കുറവുണ്ട്. എന്താണ് സ്റ്റാമ്പിങ് എന്നു പറയാം. ഉളികൊണ്ട് നമ്പർ കൊത്തിയ തടികൾ നിരയായി അടുക്കി വച്ചിട്ടുണ്ടാകും. കോൺട്രാക്ടർ തരുന്ന ലിസ്റ്റുമായി ഒത്തു നോക്കി, അവയുടെ ഇനവും അളവുകളും ബോധ്യപ്പെട്ട് സ്റ്റാമ്പ് തടിയിൽ അടിച്ചു കൊടുക്കും. നീളമുള്ള ഒരു കമ്പിൽ ചുറ്റിക പോലെ ഉറപ്പിക്കുന്ന ഭാരമുള്ള ഇരുമ്പ് കട്ടയാണ് സ്റ്റാമ്പ്. പത്തു സെന്റി മീറ്റർ ചതുരത്തിലുള്ള ഇതിൽ സർക്കാർ മുദ്രയുണ്ടാകും. അതീവ സുരക്ഷയിൽ സൂക്ഷിക്കേണ്ട ഒന്നാണ് സർക്കാർ മുദ്രയുള്ള ഈ സ്റ്റാമ്പ്. ദുരുപയോഗം ചെയ്യപ്പെടാനുള്ള സാധ്യത തന്നെ കാരണം. ഈ മുദ്രയുള്ള തടികൾ മാത്രമേ പാസ്സോടുകൂടിയാണെങ്കിൽ പോലും നിയമതടസ്സമില്ലാതെ കയറ്റിക്കൊണ്ട് പോകാൻ കഴിയൂ.

ഓരോ കൂപ്പിൽ നിന്നും തടിയും വിറകുമായി നൂറിൽപരം ലോഡുകളുണ്ടാകും. ലോഡ് കയറ്റിയ ലോറികൾ പരിശോധിച്ച് അവയ്ക്ക് പാസ്സ് കൊടുക്കുന്നത് ഫീൽഡ് ഓഫീസറുടെ മറ്റൊരു പണിയാണ്. ഇതിന് സർക്കാർ അംഗീകരിച്ച പ്രത്യേക ഫോമുകൾ ഉണ്ട്. വണ്ടി നമ്പർ, ഡ്രൈവറുടെ പേര്, കൊണ്ടുപോകേണ്ട സ്ഥലം, അനുവദിച്ചിട്ടുള്ള സമയം, തീയതി എന്നിവ രേഖപ്പെടുത്തിയിട്ടുള്ള പാസുകൾ ഒപ്പിട്ട് നൽകും. സബ്സിഡിയറി പാസ് എന്നറിയപ്പെടുന്ന മഞ്ഞ നിറത്തിലുള്ള ഈ പാസ്സില്ലാതെ റോഡിൽ ഇറങ്ങുന്ന ലോറികൾ പൊലീസോ ഫോറസ്റ്റ് അധികാരികളോ പിടിച്ചാൽ വാഹനം ഉൾപ്പെടെ അകത്താകും. കണ്ടുകെട്ടാനും നിയമമുണ്ട്.

ഓരോ കൂപ്പിലേയും ജോലികൾ തീരുന്ന മുറയ്ക്ക്, ലയബിലിറ്റി മഹസ്സർ തയ്യാറാക്കുക എന്നൊരു ചടങ്ങുണ്ട്. അതായത് എഗ്രിമെന്റിൽ നിഷ്കർഷിച്ചിട്ടുള്ള എല്ലാ പ്രവർത്തികളും കൃത്യമായി ചെയ്തിട്ടുണ്ടെന്നും വസ്തുക്കൾ മുഴുവനും നീക്കം ചെയ്തിട്ടുള്ളത് നിയമാനുസൃതമായിട്ടാണെന്നും കുറ്റകൃത്യങ്ങളൊന്നും നടന്നിട്ടില്ലെന്നും ഉള്ള സാക്ഷ്യപ്പെടുത്തലാണ് ഈ മഹസ്സർ. മുഖവുരയായി ഒരുപാട് കാര്യങ്ങൾ പറഞ്ഞശേഷം കൂപ്പിൽ നിന്നും കൊണ്ടുപോയ ഓരോ ലോഡിന്റെയും വിവരങ്ങൾ മഹസ്സറിൽ കാണിക്കണം. അതായത്, ലോഡ് പോയ തിയതി, ലോറിയുടെ നമ്പർ, നൽകപ്പെട്ട പാസ്സുകളുടെ നമ്പറും തിയതിയും കൊണ്ടുപോയ വസ്തു (തടി/വിറക്) അതിന്റ അളവ് അങ്ങനെ എല്ലാം വിവരിച്ചെഴുതണം. ഓരോ ലോഡിന്റേയും വിവരങ്ങൾ എഴുതുന്നത് ഇങ്ങനെയാണ്. 8/3/82 തിയതിയിലെ മെയിൻ പാസ്സ് നമ്പർ 2/82 പ്രകാരവും 10/3/82ലെ സബ് സിഡിയറി പാസ്സ് നമ്പർ 8/82 പ്രകാരവും KLT 4672 നമ്പർ ലോറിയിൽ 12 ടൺ വിറകും...' ഇങ്ങനെ വിസ്തരിച്ചാണ് എഴുതുന്നത്. ഈ വിധം നൂറ് ലോഡിന്റെ കാര്യങ്ങൾ

എഴുതിവരുമ്പോൾ കുറേ കടലാസും കുറേയധികം സമയവും ചില വാകും. അടിയിൽ കാർബൺ പേപ്പർ വെച്ച് അമർത്തി എഴുതണം. സെയിൽ കൂപ്പുകൾ തുടങ്ങിയ കാലം തൊട്ട് നിലവിലുള്ള രീതി യാണത്. അങ്ങനെ വേണം ഈ മഹസ്സർ തയ്യാറാക്കാൻ എന്നാണ് ഞങ്ങളുടെ മുൻഗാമികൾ പറഞ്ഞു തന്നതും. പക്ഷേ ഞാൻ അല്പം വഴി മാറി ചിന്തിച്ചു. കുറേ കോളങ്ങൾ വരച്ച് മേല്പറഞ്ഞ വിവര ങ്ങൾ പരത്തി പറയുന്നതിന് പകരം ടാബുലാർ കോളങ്ങളിലാക്കി. അപ്പോൾ പതിനഞ്ചു പേജ് എന്നത് നാലു പേജിൽ ഒതുങ്ങി. വായി ക്കുന്നവർക്ക് ഒറ്റനോട്ടത്തിൽ മനസ്സിലാവുകയും ചെയ്യും. ഇങ്ങനെ പരിഷ്ക്കരിച്ചെഴുതിയ മഹസ്സർ മേലധികാരിക്ക് സമർപ്പിക്കാൻ മൂന്ന് കിലോമീറ്റർ ദൂരെയുള്ള അദ്ദേഹത്തിന്റെ ഓഫീസിലേക്ക് നടക്കു മ്പോൾ സതീശനും കൂടെ ഉണ്ട്. ഈ രീതിയിൽ എഴുതിയ മഹ സ്സർ മേലാപ്പീസർ ചുരുട്ടിക്കൂട്ടി എന്റെ മുഖത്തേക്ക് വലിച്ചെറിയും എന്ന് സുഹൃത്ത് എന്നെ ഭയപ്പെടുത്തി. പക്ഷേ പുതിയ രീതിയിൽ എഴുതിയതിന് അദ്ദേഹം എന്നെ അഭിനന്ദിക്കുകയാണ് ചെയ്തത്. ആ പരിഷ്കാരം അതേപടി അംഗീകരിക്കപ്പെട്ടു. കേട്ടറിഞ്ഞ് കേട്ടറി ഞ്ഞ് പിന്നെ അങ്ങനെ ആയിത്തീർന്നു എല്ലായിടത്തും ലയബിലിറ്റി മഹസ്സറുകളുടെ രീതി. പത്തും പതിനഞ്ചും പേജുകളിൽ പരത്തി പ്പരത്തി എഴുതുന്ന മാമൂൽ രീതി എല്ലാവരും ഉപേക്ഷിച്ചു. അല്പം മാറി ചിന്തിച്ചാൽ എന്തിനും കുറച്ചുകൂടി മെച്ചപ്പെട്ട ഒരു രീതി ഉണ്ടാകും എന്ന് ചിന്തിക്കാൻ ഇഷ്ടമാണ് എനിക്ക്.

ഇത്രയൊക്കെയാണ് സെയിൽ കൂപ്പുകളിൽ ഫീൽഡ് ഓഫീസ റുടെ ഔദ്യോഗിക ചുമതലകൾ. ഇതിനുപുറമേ തൊഴിലാളികൾ തമ്മിലുള്ള കശപിശകൾ, ലോഡിങ് തൊഴിലാളികളും ലോറിക്കാരും തമ്മിലുള്ള തർക്കങ്ങൾ, ലോഡിങ് തൊഴിലാളികൾ തമ്മിൽ തമ്മി ലുള്ള പ്രശ്നങ്ങൾ, ചില്ലറ അടിപിടിക്കേസുകൾ എന്നിവയിൽ ഇട പെട്ട് തീർപ്പ് കൽപ്പിക്കേണ്ടിയുംവരും. നൂറ് കണക്കിന് തൊഴിലാ ളികളും കുറെ ലോറിക്കാരും എല്ലാം കൂടി ആകുമ്പോൾ ചെറിയ ചെറിയ പ്രശ്നങ്ങൾ സ്വാഭാവികമാണ്. തടി പിടിക്കുന്ന ആനകൾ ചൂട് സഹിക്കാൻ കഴിയാതെ ഇടയ്ക്കൊക്കെ പിണങ്ങി ഓടി ചില്ലറ പ്രശ്നങ്ങൾ ഉണ്ടാക്കും. കൂപ്പിലെ പൊലീസ് സ്റ്റേഷനും കോടതിയും ഞങ്ങളുടെ പുല്ല്ഷെഡ്ഡ് തന്നെയാണ്.

മൂന്നോ നാലോ മാസങ്ങൾ നീണ്ടുനിന്ന ഒരുത്സവംപോലെ കൂപ്പു പണികൾ തീർന്നു. 250ഓളം ഏക്കർ വരുന്ന കാട് വെളുത്തു. അവിടെ നട്ടുവളർത്താനുള്ള വൃക്ഷത്തൈകൾ നഴ്സറികളിൽ തയ്യാറാക്കി എടുത്തിട്ടുണ്ട്. യൂക്കാലി, അൽബീസിയാ, അക്കേഷ്യ അങ്ങനെ. ജൂൺ, ജൂലൈ മാസത്തോടെ അത് നടുന്ന ജോലികളും കഴിഞ്ഞു. അതോടെ എനിക്ക് അവിടെനിന്നും സ്ഥലമാറ്റമായി.

വനവാസത്തിന് അർദ്ധവിരാമം

തിരുവനന്തപുരത്തെ സർക്കാർ വിറക് വിതരണ കേന്ദ്രത്തിലേക്കാണ് എനിക്ക് മാറ്റം. മാർക്കറ്റിംഗ് യൂണിറ്റ് എന്നാണ് അത് അറിയപ്പെടുന്നത്. തൽക്കാലം കാടിനോട് വിടപറഞ്ഞ് എല്ലാം കെട്ടിപ്പെറുക്കി തലസ്ഥാനനഗരിയിലേക്ക് യാത്രയായി. നഗരത്തിൽ നിന്നും അല്പം മാറി പി.ടി.പി നഗറിൽ ആണ് വിറക് ഡിപ്പോ. ഇന്നത്തെ LP ഗ്യാസിന്റെ സ്ഥാനമാണ് തൊള്ളായിരത്തി എൺപതുകളിലെ വിറകിന് എന്ന് പറഞ്ഞാൽ ഇപ്പോഴത്തെ തലമുറ വിശ്വസിക്കുമോ എന്നറിയില്ല. സിറ്റിയിൽ പോലും വിറകും മണ്ണെണ്ണയും മാത്രമാണ് പാചകത്തിനുള്ള ഇന്ധനം. LPG പ്രചാരത്തിൽ ആയിട്ടേ ഇല്ല. പൊതുവെ ഇന്ധനത്തിന് ക്ഷാമം ഉണ്ടായിരുന്നു. കുറഞ്ഞ വരുമാനമുള്ള പൊതുജനങ്ങൾക്ക് ന്യായമായ വിലയ്ക്ക് വിറക് ലഭ്യമാക്കുന്നതിനായി എല്ലാ ജില്ലാ ആസ്ഥാനങ്ങളിലും വിറക് ഡിപ്പോകൾ സ്ഥാപിക്കാൻ സർക്കാർ തീരുമാനിച്ചു. അതിന്റെ പ്രവർത്തനങ്ങൾ ഏൽപ്പിച്ചത് KFDCയെയാണ്.

തുടക്കം എന്ന നിലയിൽ ഏതാനും ജില്ലാ ആസ്ഥാനങ്ങളിൽ KFDC വിറക് ഡിപ്പോകൾ ആരംഭിച്ചു. വനവികസന കോർപ്പറേഷൻ എന്നാണ് പേരെങ്കിലും വനം വെട്ടിത്തെളിച്ച് തടിയും വിറകുമായി വിൽക്കുക എന്നത് വിരോധാഭാസമായി തോന്നാം. പക്ഷേ ഞാൻ നേരത്തെ ഒരിടത്ത് പറഞ്ഞതുപോലെ ഓരോ കാലത്തെയും ആവശ്യങ്ങളും ബോധ്യങ്ങളുമാണ് അതതു കാലത്തെ നയരൂപീകരണത്തെ സ്വാധീനിക്കുന്നത്. അത്രയേ ഉള്ളൂ. അവശ്യവസ്തുവായ ഇന്ധനത്തിന് പരിഗണന കൊടുത്തേ പറ്റൂ എന്ന അവസ്ഥയായിരുന്നു. ഇതിനായി KFDC രൂപം കൊടുത്ത മാർക്കറ്റിംഗ് ഡിവിഷനിൽ ഒരു എക്സ്ട്രാക്ഷൻ യൂണിറ്റും ഒരു സെയിൽസ് യൂണിറ്റും ഉണ്ട്. കാട് വെട്ടി വിറക് ശേഖരിച്ച് ഡിപ്പോകളിലേക്ക് അയയ്ക്കുക എന്നതാണ് എക്സ്ട്രാക്ഷൻ യൂണിറ്റിന്റെ പണി. വിറകും തടിയും വിൽക്കാൻ സെയിൽസ് യൂണിറ്റും. ഞാൻ സെയിൽസ് യൂണിറ്റിൽ

തിരുവനന്തപുരം ഡിപ്പോയിൽ ചാർജെടുത്തു. അത്ര സുഖമമായിരുന്നില്ല ഡിപ്പോയുടെ പ്രവർത്തനം. ആവശ്യവും ലഭ്യതയും തമ്മിലുള്ള വലിയ അന്തരം സ്ഥിരം സംഘർഷങ്ങൾക്ക് ഇടയാക്കി. ഞങ്ങൾ രണ്ടുപേരുണ്ടായിരുന്നു ഡിപ്പോയുടെ ചാർജിൽ. എന്റെ തന്നെ ബാച്ചിലെ ശ്രീനിവാസനും ഞാനും. 500 രൂപയിൽ താഴെ മാസവരുമാനമുള്ള റേഷൻ കാർഡിന് മൂന്ന് മാസത്തിലൊരിക്കൽ ഇരുന്നൂറ്റി അമ്പത് കിലോ വിറക് എന്നാണ്. 250 കിലോയ്ക്ക് 75 രൂപയാണ് വില. രാവിലെ 9 മണിക്കാണ് ഡിപ്പോ തുറക്കുക. അപ്പോഴേക്കും നൂറും ഇരുന്നൂറും ആളുകൾ തടിച്ചു കൂടിയിട്ടുണ്ടാവും. ഒരു ദിവസം 25 ടൺ (അതായത് 100 കാർഡിന്) വിതരണം ചെയ്യാനുള്ള ശേഷിയെ ഡിപ്പോയ്ക്ക് ഉള്ളൂ. ദിനംപ്രതി രണ്ട് ലോഡ് വിറക് മാത്രമാണ് കാട്ടിൽനിന്നും വരുന്നത്. രൂക്ഷമായ ഇന്ധനക്ഷമം ഉണ്ടായിരുന്നതുകൊണ്ട് വിറകിന് വേണ്ടി ആളുകൾ തമ്മിൽ അടിക്കുന്ന അവസ്ഥയാണ്. ജനത്തെ നിയന്ത്രിക്കാൻ പല ദിവസങ്ങളിലും പൊലീസിനെ വിളിക്കേണ്ടി വന്നു. ഇന്ന് ഇത് വായിക്കുന്നവർക്ക് തമാശ തോന്നുന്നുണ്ടാവും. വിറകിനു വേണ്ടി തല്ലുകൂടുക. ബഹളം നിയന്ത്രിക്കാൻ പൊലീസിനെ വിളിക്കുക.

ശാസ്തമംഗലത്തെ ഒരു നാലുനില കെട്ടിടത്തിന്റെ ഏറ്റവും താഴെയുള്ള ഒരു മുറിയിലാണ് ഞാൻ താമസിച്ചത്. ബാത്ത് അറ്റാച്ച്ഡ് ആയിട്ടുള്ള ഒരു ഡബിൾ റൂം. 150 രൂപയാണ് മാസ വാടക. സെന്റർ ഫോർ എർത്ത് സ്റ്റഡീസ് സെന്ററിലെ യുവശാസ്ത്രജ്ഞൻ മധുര ജില്ലക്കാരനായ വാസുദേവനാണ് കൂടെ. അയാൾ നന്നായി ഗിറ്റാർ വായിക്കും. ആ അസുഖം കുറേശ്ശെയായി എന്നിലേക്കും പകർന്നു. പഴയ ഒരു ഗിറ്റാർ സംഘടിപ്പിച്ച് ഞാനും ശ്രമിച്ചു. പക്ഷേ 'രാകേന്ദു കിരണങ്ങൾ ഒളിവീശിയില്ല' എന്ന പാട്ടിനപ്പുറം പോയില്ല എന്റെ പഠനം. സംഗീത ഉപകരണങ്ങളോടും അവ വായിക്കുന്ന കലാകാരന്മാരോടും വലിയ ബഹുമാനമാണെനിക്ക്. ആ കെട്ടിടത്തിന്റെ മുകളിലെ നാലു നിലകളിലുമായി പോസ്റ്റൽ അക്കൗണ്ട്സിന്റെ ഓഫീസാണ്. അതിന്റ ടെറസ്സിൽ നാടക റിഹേഴ്സൽ കാണാനും അഭിനേതാക്കളെ പരിശീലിപ്പിക്കാനും വന്നിരുന്ന നെടുമുടി വേണുവിനെ കാണാനും പരിചയപ്പെടാനും അവസരമുണ്ടായിട്ടുണ്ട്. 'തകര'യിലെ ചെല്ലപ്പനാശാരിയായി അദ്ദേഹം തിളങ്ങി നിൽക്കുന്ന കാലമായിരുന്നു അത്. എന്റെ മുറിക്ക് മുന്നിലെ വരാന്തയിലൂടെ നടന്നു പോയ അദ്ദേഹത്തെ എന്റെ ഒരു സ്നേഹിതൻ, 'ഇത് വേണു' എന്ന് പരിചയപ്പെടുത്തിയപ്പോൾ, ഹസ്തദാനം നടത്തിയിട്ട് എവിടെയാണ് വർക്ക് ചെയ്യുന്നത് എന്ന് ഞാൻ ചോദിച്ചു. സർക്കാർ ഉദ്യോഗസ്ഥരുടെ പട്ടണമാണല്ലോ തിരുവനന്തപുരം. അതുകൊണ്ടാണ് ആളറിയാതെ ഞാൻ അങ്ങനെ ചോദിച്ചത്. പ്രത്യേകിച്ച് പണിയൊന്നും

ഇല്ല എന്ന് മാത്രം പറഞ്ഞ് അദ്ദേഹം നടന്നുപോയി. പിന്നെയാണ് സുഹൃത്ത് പറഞ്ഞത്, അത് നെടുമുടി വേണു ആണെന്ന്. പുറകെ ഓടിച്ചെന്ന് ഞാൻ ക്ഷമ പറഞ്ഞു. പിന്നെ പല തവണ കണ്ടപ്പോഴൊക്കെ ആ പ്രത്യേക കള്ളച്ചിരികൊണ്ട് അദ്ദേഹം എന്നെ കളിയാക്കി.

കാട്ടിൽ നിന്നും മഹാനഗരത്തിലേക്കുള്ള പറിച്ച്നടൽ എന്നെ കുറച്ചൊന്നുമല്ല കുഴപ്പിച്ചത്. നാലഞ്ചു മാസമെടുത്തു നഗരജീവിതത്തോട് ഒന്നിണങ്ങിച്ചേരാൻ. ഭക്ഷണമായിരുന്നു പ്രധാന പ്രശ്നം. മൂന്ന് നേരവും ഹോട്ടലുകളെ ആശ്രയിക്കണം. ചുരുങ്ങിയ ശമ്പളത്തിൽ ഹോട്ടൽ ചെലവുകളും മുറിവാടകയും പിടിച്ചുനിർത്തുക എന്നത് വെല്ലുവിളിയായി. കാട്ടിലാവുമ്പോൾ ഈ രണ്ടു പ്രശ്നങ്ങളും ഇല്ല. സാവധാനം ഞാൻ നഗരജീവിതത്തോട് പൊരുത്തപ്പെട്ടു. നഗരങ്ങളിൽ പാർക്കുമ്പോൾ ലിവിങ് സീക്രട്ട് എന്നൊന്ന് ഉണ്ട് എന്ന് കേട്ടിട്ടുണ്ട്. കുറഞ്ഞ ചെലവിൽ നല്ല ഭക്ഷണം കിട്ടുന്ന ഹോട്ടലുകൾ കണ്ടുപിടിക്കുക, നഗരക്കാഴ്ചകളിൽ മതിമറക്കാതെ, വരവിനൊത്ത് ചിലവ് ചെയ്യുക എന്നതൊക്കെ തന്നെയാണ് ഈ രഹസ്യം. തമ്പാനൂരിലുള്ള ശരവണ ഹോട്ടലിലേക്ക് ദിവസവും നാല് കിലോമീറ്റർ നടന്ന് അത്താഴത്തിന് പോകും. മറ്റു ഹോട്ടലുകളിലൊക്കെ അന്ന് അളവുപാത്രത്തിൽ കിട്ടുന്ന സ്റ്റാൻഡേർഡ് ഊണാണ്. അല്പം കൂടി ചോറ് ആവശ്യപ്പെട്ടാൽ വേറെ കാശു കൊടുക്കണം. ചെറിയ ശമ്പളം വാങ്ങുന്ന ജീവനക്കാരെ അകലെയുള്ള പട്ടണങ്ങളിൽ നിയമിക്കുന്നത് അവരുടെ മനോവീര്യം കെടുത്താൻ കാരണമാക്കും എന്ന് തോന്നിയിട്ടുണ്ട്. അവർ കൈക്കൂലിക്കാരും അഴിമതിക്കാരും ആകാനുള്ള സാധ്യത ഏറെയാണ്. അത്തരം പരീക്ഷണങ്ങൾ എനിക്കും ഉണ്ടായിട്ടുണ്ട്.

പട്ടണത്തിൽ ഇന്ധനക്ഷാമം അതിരൂക്ഷമായിരുന്നു എന്ന് പറഞ്ഞല്ലോ. പൊലീസിലേയും സെക്രട്ടറിയേറ്റിലേയും ഉയർന്ന റാങ്കിൽ ഉള്ള ഉദ്യോഗസ്ഥർ പോലും കാൽ ടൺ വിറകിനുവേണ്ടി സ്വകാര്യമായി ഞങ്ങളെ സമീപിച്ചിട്ടുണ്ട്. സായാഹ്നങ്ങളിൽ കനകക്കുന്നിലോ മറ്റോ വെറുതെ കാറ്റുകൊള്ളാൻ ഇരിക്കുന്ന ഞങ്ങളെ തിരിച്ചറിഞ്ഞ് ചിലർ അടുത്തു വരും. സ്വയം പരിചയപ്പെടുത്തിയിട്ട് കുറച്ച് വിറക് അഡ്ജസ്റ്റ് ചെയ്ത് തരാമോ എന്ന് ചോദിക്കും. ചിലരൊക്കെ പാരിതോഷികങ്ങളും തരാൻ തയ്യാറായിരുന്നു. മക്കളുടെ കല്യാണക്കാത്തുമായിട്ടാണ് ചിലർ വിറക് ആവശ്യപ്പെട്ട് വരുക. ദയനീയാവസ്ഥ കണ്ട് ചിലരെയൊക്കെ സഹായിച്ചിട്ടുണ്ട്. ഒരു ദിവസം ജനങ്ങളൊക്കെ പൊയ്ക്കഴിഞ്ഞും മാന്യമായി വേഷം ധരിച്ച ഒരാൾ ഡിപ്പോയുടെ വരാന്തയിൽ യാചിക്കുന്ന മുഖവുമായി നിൽക്കുന്നു. കുറച്ചു വിറക്

കിട്ടാൻ എന്തെങ്കിലും സാധ്യതയുണ്ടോ എന്നറിയാൻ നിൽക്കുകയാണ്. അദ്ദേഹം പരിചയപ്പെടുത്തിയപ്പോൾ എനിക്ക് സങ്കടമാണ് വന്നത്. ഒരു പ്രത്യേക ഈണത്തിൽ ആകാശവാണിയിൽ കൗതുക വാർത്തകളും മറ്റും വായിക്കുന്ന അദ്ദേഹം എന്നെപ്പോലെയുള്ള ഒരു ചെറിയ ഉദ്യോഗസ്ഥന്റെ കരുണയ്ക്കായി കൈകൂപ്പി നിൽക്കുകയാണ്. തീർച്ചയായും എന്റെ പ്രത്യേക അധികാരം ഉപയോഗിച്ച് അടുത്ത ദിവസം തന്നെ അദ്ദേഹത്തിന് അത് സാധിച്ചു കൊടുത്തു. അന്നത്തെ ഇന്ധനക്ഷാമത്തിന്റ രൂക്ഷത സൂചിപ്പിക്കാൻ പറഞ്ഞതാണിത്.

ഡിപ്പോയിലെ തിരക്ക് അനുദിനം വർദ്ധിക്കാൻ തുടങ്ങി. ആവശ്യക്കാർ ഒരുപാടായപ്പോൾ കരിഞ്ചന്ത പോലുള്ള പ്രവണതകൾ വ്യാപകമായി. 500 രൂപയിൽ താഴെ വരുമാനമുള്ള റേഷൻ കാർഡുകൾക്ക് മോഹവില കിട്ടുന്നത് വരെയെത്തി കാര്യങ്ങൾ. കാർഡുകൾ പലരിൽനിന്നായി സംഭരിച്ച്, വിറകു വാങ്ങി കൂടിയ വിലയ്ക്ക് വിൽക്കുന്ന വിറക് മാഫിയാ സംഘങ്ങൾ രംഗപ്രവേശം ചെയ്തു. ഒരാൾക്ക് ഒരു കാർഡിനുള്ള വിറകേ നൽകൂ എന്ന് ഞങ്ങൾ നിലപാടെടുത്തപ്പോൾ, വഴിയേ പോകുന്ന കുട്ടികളേയും വെറുതെ ഇരിക്കുന്ന വൃദ്ധന്മാരെയും കൊണ്ടുവന്ന് വരിയിൽ നിർത്തി. വെളുക്കും മുമ്പ് വന്ന് ചെരിപ്പോ മറ്റു വസ്തുക്കളോ വെച്ച് വരിയിൽ സ്ഥാനം പിടിച്ചു അവർ. അപ്പോൾ യഥാർത്ഥ ഉപഭോക്താവിന് വിറക് ലഭിക്കുക എന്നത് ബാലികേറാമലയായി. ഈ സാഹചര്യം ഒഴിവാക്കാനായി പോസ്റ്റ് കാർഡ് സിസ്റ്റം എന്ന് പേരിട്ട ഒരു സംവിധാനം ഞങ്ങൾ പരീക്ഷിച്ചു. ഇതിനായി ഡിപ്പോയിൽ ഒരു പോസ്റ്റ് ബോക്സ് സ്ഥാപിച്ചു. ആവശ്യക്കാർക്ക് വിലാസവും റേഷൻ കാർഡിലെ വിവരങ്ങളും എഴുതിയ പോസ്റ്റ് കാർഡ് അതിൽ നിക്ഷേപിച്ചിട്ട് പോകാം. ആദ്യം കിട്ടുന്നത് ആദ്യമാദ്യം എന്ന രീതിയിൽ വിറക് വാങ്ങേണ്ട തീയതി രേഖപ്പെടുത്തിയിട്ട് ആ കാർഡുകൾ ഓരോ ദിവസവും 100 എണ്ണം വീതം മേൽവിലാസക്കാരന് തിരിച്ചയയ്ക്കും. അതിൽ കാണിച്ചിട്ടുള്ള ദിവസം അവർക്ക് ഡിപ്പോയിൽ വന്ന് അടിവയ്ക്കാതെയും ക്യൂ നിൽക്കാതെയും വിറകു വാങ്ങി പോകാം. ഞങ്ങൾ കണ്ടെത്തി പരീക്ഷിച്ച ഈ രീതി വിജയകരമാണ് എന്ന് ആദ്യ ഘട്ടത്തിൽ തോന്നി. പങ്കപ്പാടില്ലാതെ വിറക് ലഭിച്ചവർ ഞങ്ങളെ അഭിനന്ദിച്ചു. ഞങ്ങൾക്ക് വലിയ അഭിമാനം തോന്നി. തിരക്കൊഴിഞ്ഞപ്പോൾ പൊലീസു വേണ്ടാതായതിന്റെ ആശ്വാസവും തോന്നി.

പക്ഷേ പരിപൂർണ്ണ വിജയം എന്ന് ഞങ്ങൾ അഹങ്കരിച്ച ഈ സംവിധാനം അധികകാലം മുന്നോട്ടു പോയില്ല. ദിവസവും 200ഉം 300ഉം വരെ പോസ്റ്റ് കാർഡുകൾ പെട്ടിയിൽ വീഴുകയും 100 എണ്ണം

മാത്രം തിരിച്ചയയ്ക്കാൻ കഴിയുകയും ചെയ്തപ്പോൾ കാർഡുകൾ കെട്ടിക്കിടക്കാൻ തുടങ്ങി. പിന്നെപ്പിന്നെ കാർഡിന് പകരം ഇൻലെന്റുകൾ കിട്ടാൻ തുടങ്ങി. ഒരു ഘട്ടത്തിൽ തിരുവനന്തപുരം സിറ്റിയിലെ പോസ്റ്റ് ഓഫീസുകളിൽ കാർഡും ഇൻലെന്റും കിട്ടാതെയായി എന്നു പറഞ്ഞാൽ ഇന്നാരും വിശ്വസിക്കില്ല. ഇതെല്ലാം എവിടെപ്പോകുന്നു എന്നറിയാൻ പോസ്റ്റ് മാസ്റ്റർ ജനറലിന്റെ (PMG) ഓഫീസിൽ നിന്നും അന്വേഷിച്ച് വന്നു എന്നു പറഞ്ഞാൽ ഞങ്ങളുടെ അലമാരയിൽ ലോക്കപ്പിലായ കാർഡുകളുടെയും ഇൻലെന്റുകളുടെയും ബാഹുല്യം ഊഹിക്കാമല്ലോ. ആളുകൾ ധാരാളമായി കത്തെഴുതിയിരുന്ന ഒരു കാലത്ത് കാർഡും ഇൻലെന്റും കിട്ടാതാകുന്ന അവസ്ഥ ഒന്നാലോചിച്ചു നോക്കൂ. ഡിപ്പോയിലെ അലമാരകളെല്ലാം പോസ്റ്റുകാർഡുകളും ഇൻലെന്റുകളുംകൊണ്ട് നിറഞ്ഞപ്പോൾ ആ സംവിധാനം നിർത്തിവെക്കേണ്ടി വന്നു. മാസങ്ങൾ എടുത്താണ് അത്രയും പേർക്ക് പിന്നെ വിറക് കൊടുത്തു തീർക്കാനായത്. പെട്ടിയിൽ കാർഡുകൾ നിക്ഷേപിച്ചിട്ട് ആഴ്ചകളും മാസങ്ങളും കാത്തിരുന്നിട്ടും അറിയിപ്പ് ലഭിക്കാതായപ്പോൾ പരാതികളും ഉയരാൻ തുടങ്ങി. വിറക് വിതരണത്തിൽ അഴിമതി നടക്കുന്നുണ്ടെന്നും ഉദ്യോഗസ്ഥർ കൈക്കൂലി വാങ്ങി മുൻഗണനാക്രമം അട്ടിമറിക്കുന്നു എന്നും നഗരത്തിൽ ശ്രുതി പരന്നു. പല ദിവസങ്ങളിൽ വന്ന് ഞങ്ങളുടെ പ്രവർത്തനങ്ങൾ നിരീക്ഷിച്ചിരുന്ന രാജശേഖരൻ എന്ന പൊലീസുകാരനാണ് കുറെ കഴിഞ്ഞ് ഞങ്ങളോട് ഇത് പറഞ്ഞത്. രഹസ്യമായി ഞങ്ങളുടെ പ്രവർത്തനങ്ങൾ നിരീക്ഷിക്കാൻ നിയോഗിക്കപ്പെട്ട വിജിലൻസുകാരനായിരുന്നു അയാൾ. അക്കാലത്തെ വിറക് വെറും പുകഞ്ഞ കൊള്ളി അല്ല എന്ന് പറയാനാണ് ഇത്രയും പറഞ്ഞത്. ലഭ്യതയും വിതരണവും തമ്മിലുള്ള വലിയ അന്തരം ഏതു കാര്യത്തിലായാലും പ്രശ്നം തന്നെയാണ്.

കാട്ടിലേക്ക് മടക്കം

അതിനിടയിൽ കൊല്ലം പട്ടണത്തിലും വിറകു ഡിപ്പോ വേണമെന്ന് ആവശ്യമുയർന്നു. അതിന്റെ പ്രവർത്തനങ്ങൾക്കായി എന്നെ കൊല്ല ത്തേക്ക് മാറ്റി. 1980 ജനുവരി അവസാനത്തോടെ ഞാൻ കൊല്ലം പട്ടണത്തിൽ പാർപ്പുറപ്പിച്ചു അഡ്വക്കേറ്റ് ജമീല ഇബ്രാഹിമിന്റ ഒരു ലൈൻ മുറി നൂറ് രൂപ മാസവാടകയ്ക്ക് സംഘടിപ്പിച്ചു. പുതിയ കെട്ടിടം ഉണ്ടാക്കിയിട്ടു വേണം ഡിപ്പോ തുടങ്ങാൻ. കെഎസ്ആർ ടിസി ബസ്സ്റ്റാന്റിനടുത്ത് അഷ്ടമുടിക്കായലിന്റെ തീരത്തു മനോ ഹരമായ 20 സെന്റ് പുറമ്പോക്ക് സ്ഥലം ഇതിനായി അനുവദിച്ച് കിട്ടി. അന്നത്തെ മുനിസിപ്പൽ കമ്മീഷണർ ശ്രീ. കരുമാലിൽ സുകുമാരൻ അവർകൾ എല്ലാ സഹായവും ചെയ്തു തന്നു. അങ്ങനെ 1980 ഏപ്രിൽ മാസം ഒന്നാം തീയതി വനം വകുപ്പ് മന്ത്രി ഡിപ്പോ ഉദ്ഘാ ടനം ചെയ്തു. ഞാൻ തനിച്ചാണ് ഡിപ്പോയുടെ ചാർജ് വഹിച്ചത്.

ഒരു വർഷം ആയപ്പോൾ എനിക്ക് വിറക് കച്ചവടം മടുത്തു. സ്വസ്ഥമായ ജീവിതമാണെങ്കിലും വെല്ലുവിളികൾ ഇല്ലാത്ത, പുതു തായി ഒന്നും ചെയ്യാൻ ഇല്ലാത്ത മുഷിഞ്ഞ ജോലി. കൊല്ലം പട്ടണവും മടുത്തു. കാട്ടിൽനിന്നും വിട്ടുപോന്നിട്ട് അപ്പോഴേക്കും മൂന്നു വർഷ ങ്ങൾ കഴിഞ്ഞിരുന്നു. കാട്ടിലേക്ക് മടങ്ങി പോകണം എന്ന മോഹം കലശലായി. മേലധികാരിയായ റെയ്ഞ്ച് ഓഫീസർ പാട്രിക് ഗോമസ് സാറിനോട് ആഗ്രഹം ഉണർത്തിച്ചു. അങ്ങനെ 1982 മെയ്മാസത്തിൽ ഞാൻ കാട്ടിൽതന്നെ തിരിച്ചെത്തി. മാർക്കറ്റിംഗ് ഡിവിഷനിൽ എക്സ്ട്രാക്ഷൻ യൂണിറ്റിന്റെ ചാർജ്ജായിരുന്നു. ഡിപ്പോകളിലേക്ക് ആവശ്യമുള്ള വിറക് വെട്ടി അയയ്ക്കലാണ് ഈ യൂണിറ്റിന്റെ പണി.

വെല്ലുവിളികൾ ഇല്ലെന്ന് പരിതപിച്ച ഞാൻ ചെന്ന് ചാടിയത് ഒരുപാട് പ്രശ്നങ്ങളുടെ നടുവിലേക്കാണ്. ഡിപ്പോയിലിരുന്ന് ബില്ലെ ഴുതി വിറക് വിൽക്കുന്നതുമായി ലവലേശം താരതമ്യമില്ല പുതിയ പണിക്ക്. കാട്ടിൽ താമസിക്കണം. വിറകുണ്ടാക്കി ഡിപ്പോകളിലേക്ക് മുടങ്ങാതെ കയറ്റി അയയ്ക്കണം. ഇടയ്ക്കിടെ ഒരു കാട്ടിൽ നിന്നും മറ്റൊരു കാട്ടിലേക്ക് തമ്പുകൾ മാറ്റണം. മരം വെട്ടുകാരും വിറക്

ചുമട്ടുകാരും ഒക്കെയായി നൂറിനടുത്ത് തൊഴിലാളികൾ ദിവസവും പണിക്കുണ്ടാകും. തടി വലിക്കാൻ ആനകൾ ഉണ്ടാകും. വിറക് കയറ്റാൻ വരുന്ന ലോറിക്കാരും ലോഡിങ് തൊഴിലാളികളും വേറെ. ഒരാളുടെ നിയന്ത്രണത്തിലാണ് എല്ലാം നടക്കേണ്ടത്. ദിവസവേതന ക്കാരായ രണ്ട് സൂപ്പർവൈസർമാർ സഹായത്തിന് ഉണ്ടെങ്കിലും അവർക്ക് പ്രവർത്തിക്കാൻ പരിമിതികൾ ഉണ്ട്. എല്ലാ പ്രശ്നങ്ങളും തനിച്ചു തന്നെ കൈകാര്യം ചെയ്യണം. ഓരോ സ്ഥലത്തും ജോലി കൾ തുടങ്ങുന്നതിനു മുമ്പ് അവിടത്തെ പ്രാദേശിക യൂണിയൻ നേതാക്കളുമായി ചർച്ചകൾ നടത്തി പ്രശ്നങ്ങളില്ലാതെ ജോലി കൾ സുഗമമായി മുന്നോട്ടുകൊണ്ടുപോകാനുള്ള ധാരണയിലെ ത്തണം. ചിലപ്പോൾ എത്രവട്ടം ചർച്ച ചെയ്താലും യൂണിയനുകൾ തമ്മിൽ ചേരില്ല. എത്രയൊക്കെ തയ്യാറെടുപ്പുകളോടെ തുടങ്ങി യാലും ഓരോ ദിവസങ്ങളും സംഘർഷം നിറഞ്ഞതാകും. തൊഴി ലാളികൾ തമ്മിലുള്ള വഴക്കുകൾ, ലോറിക്കാർ തമ്മിലുള്ള മത്സരം, അങ്ങനെ എന്തെങ്കിലുമൊക്കെ പ്രശ്നങ്ങൾ ഇല്ലാത്ത ദിവസങ്ങൾ അപൂർവമാണ്. രണ്ടോ മൂന്നോ മാസങ്ങൾ കൊണ്ട് ഒരു പ്രദേശ ത്തെ ജോലികൾ തീരും. പിന്നെ അടുത്ത കാട് അന്വേഷിച്ച് പോക്കാണ്. വർക്കിംഗ് പ്ലാൻ അനുസരിച്ച് അതിനായി നീക്കിവെച്ചി ട്ടുള്ള കൂപ്പുകൾ ഉണ്ട്. ഞങ്ങളുടെ ടീം അവിടെ പോയി കൂടാരമടി ക്കും. കാട്ടിൽ ഷെഡ്ഡ് കെട്ടിയിട്ടാണ് താമസം. വനപ്രദേശങ്ങൾ ആയതുകൊണ്ട് വാടക വീടുകൾ കിട്ടാൻ പ്രയാസമാണ്.

ഒരു വർഷത്തോളം എന്റെ ചാർജിൽ ആയിരുന്നു ഈ യൂണിറ്റ് പ്രവർത്തിച്ചത്. അന്ന് എന്റെ വലംകൈയായി നിന്നത് സൂപ്പർ വൈസർ മാധവൻ പിള്ളയായിരുന്നു. കൂപ്പു ജോലികളിൽ അസാ മാന്യമായ അറിവുണ്ടായിരുന്നു അദ്ദേഹത്തിന്. പുതിയ റോഡു കൾ അലൈൻ ചെയ്യുന്നതിലൊക്കെ അനന്യമായ മിടുക്കാണ്. ഞാൻ യൂണിറ്റിന്റെ ചുമതലയിൽനിന്നും മാറി രണ്ട് വർഷങ്ങൾക്കു ശേഷം അദ്ദേഹത്തിന്റെ മരണവാർത്തയാണ് കേട്ടത്. തികഞ്ഞ മദ്യപാനി യായി മാറിയ അദ്ദേഹം ആത്മഹത്യ ചെയ്യുകയായിരുന്നു. അദ്ദേ ഹത്തിന്റെ മരണവുമായി ബന്ധപ്പെട്ട് എന്നെ വല്ലാതെ അസ്വസ്ഥ നാക്കിയ ഒന്നുണ്ടായി. മരിക്കുമ്പോൾ ധരിച്ചിരുന്ന അദ്ദേഹത്തിന്റെ ഷർട്ടിന്റെ പോക്കറ്റിൽനിന്നും പൊലീസ് കണ്ടെടുത്ത ചില കടലാ സുകളുടെ കൂട്ടത്തിൽ ജോജോ സാറിന് (എനിക്ക്) എന്നെഴുതിയ ഒരു കുറിപ്പും ഉണ്ടായിരുന്നു. ആരോ വശം കൊടുത്തയയ്ക്കാൻ വേണ്ടി എഴുതിയതാവണം. ചെറിയ സാമ്പത്തിക സഹായം അഭ്യർ ത്ഥിച്ചുകൊണ്ടുള്ള കത്താണ്. പക്ഷേ എനിക്ക് എന്തെങ്കിലും ചെയ്യാൻ കഴിയും മുമ്പ് സാമ്പത്തികം ആവശ്യമില്ലാത്ത ലോക ത്തിലേക്ക് യാത്രയായിരുന്നു അദ്ദേഹം.

ബോംബേറും സംഘർഷവും

എക്സ്ട്രാക്ഷൻ യൂണിറ്റുമായി പല കാടുകളിൽ തമ്പടിച്ച് പ്രവർത്തിച്ചിരുന്ന കാലത്ത് നിർഭാഗ്യകരമായ ഒരു സംഭവമുണ്ടായി. രണ്ടു വിഭാഗം തൊഴിലാളികൾ തമ്മിലടിച്ച് കുറച്ചുപേർക്ക് പരിക്ക് പറ്റി. ഞാൻ അതിനൊരു നിമിത്തമായതാണ് സങ്കടമായത്. അഞ്ചൽ ഫോറസ്റ്റ് റെയ്ഞ്ചിൽ പണികൾ നടക്കുമ്പോഴാണ് സംഭവം. തിരുവനന്തപുരം ചെങ്കോട്ട പാതയ്ക്ക് സമാന്തരമായി ഒരു കിലോമീറ്റർ നെടു നീളത്തിൽ കിഴക്കു പടിഞ്ഞാറായി കിടക്കുകയാണ് പത്തു കൂപ്പുകൾ. കിഴക്കേ ഭാഗത്ത് ചോഴിയക്കോട് എന്ന ചെറുപട്ടണവും പടിഞ്ഞാറുഭാഗത്ത് മടത്തറ എന്ന പ്രദേശവുമാണ്. ചോഴിയക്കോട് ഭാഗത്തെ INTUC തൊഴിലാളികളും മടത്തറ ദേശത്തെ CITUകാരും തമ്മിലാണ് ഏറ്റുമുട്ടിയത്. ലോഡുകൾ കയറ്റാനുള്ള അവകാശ ത്തർക്കമാണ് സംഘട്ടനത്തിൽ കലാശിച്ചത്. ഏതു പ്രദേശത്തുകൂടിയാണോ ലോറികൾ പ്രധാന പാതയിലേക്ക് പ്രവേശിക്കുന്നത്, ആ പ്രദേശത്തുള്ള യൂണിയനുകൾക്കാണ് ലോഡുകൾ കയറ്റാനുള്ള അവകാശം അതാണ് കീഴ്വഴക്കം. ഭൂമിശാസ്ത്രപരമായി രണ്ടു ഭാഗത്തുള്ളവർക്കും പപ്പാതി ലോഡുകൾ ലഭിക്കേണ്ടതാണ്. അതേ സമയം പ്രവേശനവഴി ഒരു ഭാഗത്തുകൂടി മാത്രം ആയതുകൊണ്ട് മുഴുവൻ ലോഡുകളുടേയും അവകാശം അവിടെയുള്ള INTUC യൂണിയൻകാർ കയ്യടക്കി വെച്ചിരിക്കുകയാണ്. അവർ ഒരു വിട്ടുവീഴ്ചയ്ക്കും തയ്യാറല്ല. കോൺഗ്രസ് മന്ത്രിസഭയാണ് ഭരിക്കുന്നത് എന്ന സാഹചര്യം അവർ ശരിക്കും മുതലെടുത്തു.

ഒരു ദിവസം മടത്തറ സിഐടിയു നേതാവ് സ്റ്റാലിൻ ഒരു അപേക്ഷയുമായി എന്നെ സമീപിച്ചു. എന്റെ ചാർജിലുള്ള ഒരു ബ്ലോക്കിലൂടെ വെറും 200 മീറ്റർ താൽക്കാലിക വഴി ഉണ്ടാക്കിയാൽ ലോഡ് കയറ്റിയ ലോറികൾക്ക് അവരുടെ ഭാഗത്ത് കൂടി (മടത്തറ) പ്രധാന പാതയിലേക്ക് ഇറങ്ങാൻ കഴിയും. അപ്പോൾ പകുതി ലോഡുകൾ അവരുടെ യൂണിയന് കിട്ടും. ഞാൻ അനുവദിച്ചാൽ റോഡ് അവർ

തന്നെ വെട്ടും. അവരുടെ ദേശത്തു കൂടി വ്യാപിച്ചു കിടക്കുന്ന പണികളാണ്. റോഡില്ലാത്തതിന്റെ പേരിൽ ലോഡ് കയറ്റാനുള്ള അവകാശം നാലു കിലോമീറ്റർ അകലെയുള്ള മറ്റൊരു യൂണിയൻ കയ്യടക്കി വയ്ക്കുന്നത് അധാർമ്മികമാണ്. അതേ സമയം പുതിയ വഴി തുറക്കാൻ അനുവദിച്ചാൽ ഞാൻ ഐഎൻടിയുസിയുടെ ശത്രുവും ആകും. ചെറിയ ഉദ്യോഗസ്ഥനായ എന്നെ അവർ വെറുതെ വിടില്ല. അവരുടെ ഭരണമാണ്. അതേ സമയം മറ്റേ യൂണിയന്റെ ആവശ്യം ന്യായവുമാണ്. ഒടുവിൽ ന്യായത്തിന്റെ കൂടെ നിൽക്കാൻ ഞാൻ തീരുമാനിച്ചു. വരുന്നത് വരട്ടെ എന്നുറപ്പിച്ച് പുതിയ റോഡുണ്ടാക്കാൻ ഞാൻ അനുമതി നൽകി. തുടർന്ന് ഒരുപാട് അനിഷ്ട സംഭവങ്ങൾക്ക് വഴിവെച്ചു എന്റെ ആ മൗനസമ്മതം.

ഒറ്റരാത്രികൊണ്ട് മടത്തറക്കാർ 200 മീറ്റർ റോഡ് വെട്ടിയുണ്ടാക്കി. ഇതറിഞ്ഞ് INTUC നേതാവ് ലത്തീഫിന്റെ നേതൃത്വത്തിൽ ഒരാൾക്കൂട്ടം വന്ന്, തങ്ങളുടെ മന്ത്രിയാണ് ഭരിക്കുന്നതെന്നും കാണിച്ചു തരാം എന്നും പറഞ്ഞ് എന്നെ ഭീഷണിപ്പെടുത്തി. പുതിയ റോഡിലൂടെ ലോഡുകൾ ഇറക്കാൻ അനുവദിക്കില്ലെന്നും ലോറികൾ തടയുമെന്നും സംഘർഷം ഉണ്ടായാൽ ഞാൻ മാത്രമായിരിക്കും ഉത്തരവാദി എന്നും മുന്നറിയിപ്പ് തരാൻ കൂടി അവർ മറന്നില്ല.

അടുത്ത ദിവസം എനിക്ക് ചില രഹസ്യ വിവരങ്ങൾ കിട്ടി. പുതിയ റോഡിലൂടെ CITUക്കാർ കയറ്റിയ ലോഡുമായി ലോറികൾ ഇറങ്ങി വന്നാൽ INTUC തൊഴിലാളികൾ തടയുമെന്നും ഇരു യൂണിയനുകളും തുറന്ന സംഘട്ടനത്തിന് കോപ്പുകൂട്ടുന്നുണ്ട് എന്നും ആയിരുന്നു അത്. എന്നെ കൈകാര്യം ചെയ്യാനും പദ്ധതി ഇട്ടിട്ടുണ്ട്. ഈ വിവരം ഞാൻ എന്റെ മേലാധികാരി റേഞ്ച് ഓഫീസർ വിജയകുമാർ സാറിനെ അറിയിച്ചു. കാര്യത്തിന്റെ ഗൗരവം മനസ്സിലാക്കിയ അദ്ദേഹം എന്നോട് തൽക്കാലം സ്ഥലത്തുനിന്നും മാറി നിൽക്കാൻ ആവശ്യപ്പെട്ടു. സതീശനെ ചാർജ് ഏൽപ്പിച്ചിട്ട് മൂന്ന് ദിവസത്തെ ലീവെടുത്ത് ഞാൻ നാട്ടിലേക്ക് പോയി.

അടുത്ത ദിവസം രാവിലെ പത്രം വായിച്ചുകൊണ്ടിരുന്ന എന്റെ പിതാവ് എന്നെ വിളിച്ചിട്ട് ഇത് ഞാൻ ജോലി ചെയ്യുന്ന സ്ഥലങ്ങളല്ലേ, മടത്തറ, ചോഴിയക്കോട് ഒക്കെ എന്ന് ചോദിച്ചു. ഇരുവിഭാഗം തൊഴിലാളികൾ ഏറ്റുമുട്ടിയതും ലോഡുമായി വന്ന ലോറിക്ക് ബോംബെറിഞ്ഞതും ആയ വാർത്ത പത്രത്തിൽ കണ്ടാണ് അദ്ദേഹം ചോദിച്ചത്.

ഇത് പറഞ്ഞുകൊണ്ടിരിക്കെ ഒരു ടെലിഗ്രാം കിട്ടുന്നു. വിജയകുമാർ സാറിന്റേതാണ്. 'Report immediately.' രണ്ടു വാക്കുകൾ മാത്രം. കാര്യങ്ങൾ കൈവിട്ടു പോയിരിക്കുന്നു എന്ന് മനസ്സിലായി.

അതിരാവിലെ തിരുവനന്തപുരത്തെത്തി അദ്ദേഹത്തെ കണ്ടു. തലേന്ന് ഉണ്ടായ സംഭവങ്ങളെക്കുറിച്ച് കുറേ വിവരങ്ങൾ അതിനകം അദ്ദേഹത്തിന് ലഭിച്ചിട്ടുണ്ട്.

ഏറ്റുമുട്ടലിലും ബോംബേറിലും പരിക്കേറ്റ് അഞ്ചു പേർ ആശുപത്രിയിലാണ്. രാത്രി ചോഴിയക്കോട് ഭാഗത്തുനിന്നും വന്ന പന്തം കൊളുത്തി പ്രകടനം എന്റെ ക്വാർട്ടേഴ്സ് വരെ എത്തിയിട്ട് തിരിച്ചു പോയി. പൊലീസ് കുറെ കേസുകൾ ചാർജ് ചെയ്തിട്ടുണ്ട്. പൊലീസ് സ്ഥലത്ത് ക്യാമ്പ് ചെയ്യുന്നു. സംഭവസ്ഥലത്ത് പോയി കാര്യങ്ങൾ നേരിട്ട് മനസ്സിലാക്കാനും അന്നുതന്നെ റിപ്പോർട്ട് നൽകാനും അദ്ദേഹം എന്നോടാവശ്യപ്പെട്ടു. ഞാൻ സ്ഥലത്തെത്തുമ്പോൾ എല്ലാം ശാന്തമാണ്. സംഭവസ്ഥലത്ത് അധികം ആളുകൾ ഇല്ല. വിശ്വസനീയമായ ഉറവിടങ്ങളിൽനിന്നും ലഭിക്കാവുന്നത്ര വിവരങ്ങൾ ശേഖരിച്ചു. പൊലീസ് പാർട്ടിയെ കണ്ടു സംസാരിച്ചു.

പുതുതായി വെട്ടി ഉണ്ടാക്കിയ റോഡിലൂടെ സിഐടിയു തൊഴിലാളികൾ കയറ്റിയ ലോഡുമായി ഇറങ്ങിവന്ന ആദ്യത്തെ ലോറിക്ക് നേരെ ഐഎൻടിയുസി തൊഴിലാളികൾ നാടൻബോംബ് എറിഞ്ഞു. തുടർന്ന് ഇരുവിഭാഗക്കാരും തമ്മിൽ രൂക്ഷമായ അടി നടന്നു. ബോംബ് പൊട്ടിയും അടിപിടിയിലും കുറെ പേർക്ക് പരിക്കേറ്റു. ഗുരുതരമായി പരുക്കേറ്റ അഞ്ചു പേർ കുളത്തൂപ്പുഴ സർക്കാർ ആശുപത്രിയിൽ ചികിത്സയിലാണ്.

രാത്രി എന്റെ ക്വാർട്ടേഴ്സിലേക്ക് ചോഴിയക്കോടുള്ള ഐഎൻടിയുസി തൊഴിലാളികളും നാട്ടുകാരും പന്തം കൊളുത്തി ജാഥയായി ചെന്നു. എന്നെ അവർ ലക്ഷ്യം വച്ചിരുന്നതായി അറിഞ്ഞു. അന്തരീക്ഷം അതീവ കലുഷിതമാണെന്നും ഉടനെയൊന്നും ജോലികൾ സുഗമമായി മുന്നോട്ടു കൊണ്ടുപോകാൻ കഴിയില്ല എന്നും എനിക്ക് ബോധ്യമായി. അന്ന് രാത്രി തന്നെ ഇക്കാര്യങ്ങൾ കാണിച്ച് ഞാൻ റിപ്പോർട്ട് നൽകി. ഏകദേശം ഒന്നര മാസം കൂടി ചെയ്യാനുള്ള പണികൾ എന്റെ യൂണിറ്റിന് അവിടെ ബാക്കിയുണ്ട്. ഈ അവസ്ഥയിൽ ജോലികൾ തുടരാൻ ശ്രമിച്ചാൽ അത് യൂണിയനുകൾ തമ്മിലുള്ള കൂടുതൽ സംഘർഷങ്ങൾക്ക് ഇടയാക്കുമെന്നും ജീവഹാനി വരെ സംഭവിച്ചേക്കാം എന്നും ഞാൻ റിപ്പോർട്ടിൽ പറഞ്ഞു. അതുകൊണ്ട് ജോലികൾ തീരുന്നതുവരെ സ്ഥലത്ത് പൊലീസ് സംരക്ഷണം വേണമെന്നും ആവശ്യപ്പെട്ടു.

പിന്നീടുള്ള ഒന്നരമാസംകൊണ്ട് പൊലീസ് സംരക്ഷണയിലാണ് അവിടത്തെ ജോലികൾ ചെയ്തു തീർത്തത്. പുതിയ റോഡ് ഉണ്ടായപ്പോൾ INTUC യൂണിയന് ലഭിച്ചുകൊണ്ടിരുന്ന ലോഡിങ് ജോലി പകുതിയായി കുറഞ്ഞു. ഇതിന് കാരണമൊരുക്കിയ എന്നോടുള്ള

പക അവർ മനസ്സിൽ സൂക്ഷിക്കും എന്ന് എനിക്ക് അറിയാമായിരുന്നു. ഏതായാലും അവിടുത്തെ പണികൾ ഒരുവിധം അവസാനിപ്പിച്ച് എന്റെ യൂണിറ്റ് മുപ്പത് കിലോമീറ്റർ അകലെയുള്ള അടിപ്പറമ്പ് കാടുകളിലേക്ക് തമ്പ് മാറ്റി.

INTUC നേതാക്കൾ ഫോറസ്റ്റ് വിജിലൻസിന് പരാതി കൊടുത്തു. നാട്ടുകാർ വെട്ടിയ റോഡിന്റെ പണം ഞാൻ ചിലവെഴുതി എടുത്തു എന്നും ഞാൻ രാഷ്ട്രീയം കളിച്ചു എന്നുമൊക്കെയാണ് പരാതിയിൽ. അന്വേഷിക്കാൻ വന്ന ഉദ്യോഗസ്ഥർക്ക് മുൻവിധികളും രാഷ്ട്രീയവും ഇല്ലാതിരുന്നതുകൊണ്ട് ഞാൻ പരിക്ക് പറ്റാതെ രക്ഷപ്പെട്ടു.

റൗഡി ആനയും മോഹൻലാലും

ഈ സംഭവങ്ങൾക്കിടയിൽ അവിടെ ഒരു സിനിമാ ഷൂട്ടിങ്ങും നടന്നു. പൊലീസിന്റെ സാന്നിധ്യം ഉണ്ടായിരുന്നതുകൊണ്ട് അവരുടെ പണിയും എളുപ്പമായി. മോഹൻലാൽ അഭിനയിച്ച കൊലകൊമ്പൻ എന്ന സിനിമയുടെ കുറച്ചു ഭാഗങ്ങളാണ് കൂപ്പിനകത്തു വെച്ചു ഷൂട്ട് ചെയ്തത്. ഒരു ദിവസം ഡിവിഷണൽ മാനേജർ ജോൺ തോമസ് സാറിന്റെ കത്തുമായി സിനിമയുടെ പ്രൊഡക്ഷൻ കൺട്രോളർ എന്നെ വന്നു കാണുന്നു. എന്റെ ഫീൽഡിൽ പണി ചെയ്യുന്ന ഒരു ആനയെ ഒരു ദിവസത്തെ ഷൂട്ടിങ്ങിനായി വിട്ടു നൽകണമെന്നാണ് കത്തിൽ. കുറച്ച് രംഗങ്ങൾ കാട്ടിൽവെച്ച് ചിത്രീകരിക്കാനും അനുവദിക്കണം.

ജോൺതോമസ് സാറിന്റെ സുഹൃത്താണ് സിനിമയുടെ ഡയറക്ടർ ശശികുമാർ. കൂപ്പിൽ തടി വലിച്ചു കൊണ്ടിരുന്ന രണ്ട് ആനകളിൽ വലിയ ആനയെ ഒരു ദിവസത്തെ ഷൂട്ടിങ്ങിനായി വിട്ടു കൊടുക്കണം എന്നാണ് വന്ന ആളുടെ ആവശ്യം. ആ ആനയെ എന്നും കാണുന്ന എനിക്ക് അവന്റെ രീതികളെപ്പറ്റി നല്ല ധാരണയുണ്ട്. ഒറ്റച്ചട്ടം (ഒരാളെ മാത്രം അനുസരിക്കുന്ന സ്വഭാവം) ഉള്ള കുറുമ്പനാണ് ഈ ആന. രണ്ടുപേരെ വകവരുത്തിയ ചരിത്രമുള്ള ചട്ടമ്പി. അവന്റെ അടുക്കൽ പോകാൻ ആരും ധൈര്യം കാണിക്കാറില്ല. ഒരിക്കൽ മുകളിലിരുന്ന പാപ്പാനോട് ഞാൻ എന്തോ ചോദിച്ചതിന് എന്നെ കുറച്ചു ദൂരം ഓടിച്ചു. പാപ്പാൻ മുകളിലിരുന്ന് നിയന്ത്രിച്ചതുകൊണ്ടാണ് കഷ്ടിച്ചു ഞാൻ രക്ഷപ്പെട്ടത്.

കാട്ടിൽ പണി ചെയ്യുമ്പോൾ ആനകൾക്ക് ചങ്ങലയും മറ്റു ബന്ധനങ്ങളും ഉണ്ടാകില്ല. കൈവിട്ടുപോയാൽ നിയന്ത്രിക്കാൻ ബുദ്ധിമുട്ടാണ്. ഇവന്റെ സ്വഭാവം നന്നായി അറിയാവുന്നതുകൊണ്ട് വലിയതിനെ വേണ്ട, ചെറിയ ആനയെ ഒന്നോ രണ്ടോ ദിവസത്തെ ഷൂട്ടിങ്ങിനായി വിട്ടു തരാം എന്ന് ഞാൻ പറഞ്ഞു. എന്നാൽ

പ്രൊഡക്ഷൻ കൺട്രോളർ തൃപ്തനായില്ല. വലിയ ആന ആണെങ്കിലേ ഉദ്ദേശിച്ച ഇഫക്ട് കിട്ടൂ എന്നയാൾ വാശിപിടിച്ചു. ഡിവിഷണൽ മാനേജരുടെ ആളായതുകൊണ്ട് എനിക്ക് അയാളെ പിണക്കാനും വയ്യ. ഒടുവിൽ വലിയ ആനയെതന്നെ വിട്ടുകൊടുക്കാം എന്ന് എനിക്ക് സമ്മതിക്കേണ്ടിവന്നു. ഒട്ടും ഇഷ്ടമില്ലാതിരുന്ന ആനക്കാരനെ ഒരുവിധം പറഞ്ഞു സമ്മതിപ്പിച്ചു.

രണ്ടുദിവസം കഴിഞ്ഞ് ഡയറക്ടർ ശശികുമാർ സാർ വന്നു. വലിയ ശരീരവുമായി വെയിലത്ത് ഒരു സ്റ്റൂളിൽ ഇരുന്നുകൊണ്ട് അദ്ദേഹം അസിസ്റ്റന്റുമാർക്ക് നിർദ്ദേശങ്ങൾ നൽകി. കാട്ടുജാതിക്കാരുടെ വേഷം അണിഞ്ഞ കുറെ പെണ്ണുങ്ങൾ നായികയോടൊപ്പം (മേനക ആണെന്നാണ് ഓർമ്മ) നൃത്തം ചെയ്യുന്ന കുറെ രംഗങ്ങൾ കാടിന്റെ പശ്ചാത്തലത്തിൽ ആദ്യം ഷൂട്ട് ചെയ്തു. മോഹൻലാലിനെ കാട്ടാന ഓടിക്കുന്ന രംഗമാണ് ഇനി എടുക്കേണ്ടത്. അതിനായി കൂപ്പ് റോഡിൽ നിരപ്പുള്ള സ്ഥലത്തായി അമ്പതു മീറ്റർ അകലത്തിൽ ചോക്കുപൊടി കൊണ്ട് ചില വരകൾ മാർക്ക് ചെയ്തു. ആദ്യത്തെ മാർക്കിൽ നിന്നും മോഹൻലാൽ ഓടണം. രണ്ടാമത്തെ മാർക്ക് വരെ പിറകെ ഓടിയിട്ടു ആന നിൽക്കണം. അത്രയുമേ ഷൂട്ട് ചെയ്യാനുള്ളൂ.

ആനയെ ആദ്യത്തെ വരയുടെ കുറച്ച് പിന്നിലായി കൊണ്ടുനിർത്തിയിട്ട് എന്താണ് ചെയ്യേണ്ടത് എന്ന് വ്യക്തമായ നിർദ്ദേശങ്ങൾ പാപ്പാന് നൽകി. എത്ര വേഗത്തിലാണ് ഓടേണ്ടത് എന്നും ക്യാമറയുടെ ഫ്രെയിമിൽ പെടാതെ എങ്ങനെയാണ് ആനയെ പിന്തുടരേണ്ടത് എന്നും ആന ഓട്ടം നിർത്തേണ്ടത് എവിടെ ആണെന്നും വ്യക്തമായി പറഞ്ഞ് മനസ്സിലാക്കി. പല പോയിന്റ് കളിലായി വെച്ച രണ്ടോ മൂന്നോ ക്യാമറകളുമായി എല്ലാം തയ്യാർ. ആക്ഷൻ പറഞ്ഞതും ആനയിൽ നിന്നും 30 അടിയോളം മുന്നിൽ നിന്ന ലാൽ ഓടി. പറഞ്ഞു കൊടുത്തതുപോലെ പിറകിലായി ആനയും പാപ്പാനും. പക്ഷേ പാപ്പാനും ഞാനും ഭയപ്പെട്ടിരുന്നതുപോലെ ആന കൈവിട്ടുപോയി. രണ്ടാമത്തെ വെളുത്ത വരയിൽ ആന ഓട്ടം നിർത്തിയില്ല. ലാലിന്റെ പിറകെ അത് പിന്നെയും ഓടി. കുറച്ച് അപ്പുറത്തായി വെട്ടി ഉണ്ടാക്കിയിരുന്ന ചെറിയ സ്റ്റെപ്പുകളിലൂടെ ലാൽ റോഡിൽ നിന്നും താഴെ കട്ടിങ്ങിലേക്ക് ഇറങ്ങി. അതൊരു മുൻകരുതലായിരുന്നു. ആ ആനയുടെ സ്വഭാവം അറിയാവുന്നതുകൊണ്ട് ഞാൻ നിർബന്ധിച്ച് എടുപ്പിച്ച ഒരു മുൻകരുതൽ. ആനയ്ക്ക് എളുപ്പത്തിൽ ആ സ്റ്റെപ്പുകളിലൂടെ താഴേക്ക് ഇറങ്ങാൻ കഴിയില്ല. അപ്പോഴേക്കും ഓടിയെത്തിയ പാപ്പാൻ കാലിൽ തോട്ടിയിട്ട് ആനയെ നിയന്ത്രിച്ചു. താഴെക്കിറങ്ങാതെ റോഡിലൂടെ തന്നെ

ഓടാൻ ലാൽ ശ്രമിച്ചിരുന്നെങ്കിൽ ഒരുപക്ഷേ കഥ മറ്റൊന്നായേനേ.

വന്യജീവികളുമായിട്ടുള്ള ഷൂട്ടിംഗ് എപ്പോഴും അപകടം നിറഞ്ഞതാണ്. എത്ര ഇണക്കമുള്ളവയായാലും ചിലപ്പോഴൊക്കെ അവയുടെ മേലുള്ള നിയന്ത്രണം നഷ്ടപ്പെട്ടേക്കാം. മുൻകരുതലുകൾ വളരെ പ്രധാനമാണ്. ഇന്നാണെങ്കിൽ ലാൽ ഒരു ദിവസവും ആന മറ്റൊരു ദിവസവും ഓടി രംഗം കൊഴുപ്പിച്ചേനേ. ആന തന്നെ അനിമേഷൻ ആനയായേനേ. അന്ന് അതിനുള്ള സാങ്കേതികമായ സാധ്യതകൾ ഇല്ലാഞ്ഞിട്ടാണോ കൂടുതൽ ഒറിജിനാലിറ്റിക്ക് വേണ്ടിയാണോ ഇങ്ങനെ ചെയ്തത് എന്നറിയില്ല. എന്തായാലും എന്റെ ഭയവും മുൻകരുതലും കാരണം വലിയ ഒരത്യാപത്താണ് ഒഴിഞ്ഞുപോയത്.

വിവാഹവും പ്രേതബാധയുള്ള വീടും

എന്റെ യൂണിറ്റ് അരിപ്പയിൽനിന്നും വിതുരയ്ക്ക് അടുത്തുള്ള അടിപ്പറമ്പ് എന്ന സ്ഥലത്തേക്ക് മാറിയ കാര്യം പറഞ്ഞിരുന്നല്ലോ. ഇവിടെ എക്സ്ട്രാക്ഷൻ ജോലികൾ നടക്കുന്ന കാലത്താണ് എന്റെ വിവാഹം. 1983 ഫെബ്രുവരി ആറിനായിരുന്നു അത് സംഭവിച്ചത്. എന്റെ ഗ്രാമത്തിൽത്തന്നെയുള്ള അറിയാവുന്ന ഒരു പെൺകുട്ടിയെ ആണ് വിവാഹം കഴിച്ചത്. കഠിനമായ പ്രണയം ഇല്ലായിരുന്നു. കുഞ്ഞുനാളിലേ കണ്ട് ഇഷ്ടമായതാണ്. പിന്നെ ഒരേ പള്ളിയിൽ കുർബാനയ്ക്ക് വരുമ്പോഴുള്ള കണ്ടുമുട്ടലുകൾ മാത്രം. പള്ളിയിലും സ്കൂളിലും നടക്കുന്ന കലാപരിപാടികളിലെ സ്ഥിരം നൃത്തക്കാരിയാണ്. കുറച്ച് ഭരതനാട്യമൊക്കെ പഠിച്ചിട്ടുണ്ട്. പ്രണയിച്ച് നടക്കാനൊന്നും സ്കോപ്പുള്ള കാലമായിരുന്നില്ല അത്. മാത്രമല്ല എന്റെ കോളേജ്പഠനം കഴിഞ്ഞ് അധികം താമസിയാതെ ട്രെയിനിങ്ങും ജോലിയും ആയി ഞങ്ങൾ അകലങ്ങളിലായി. രണ്ടാം വർഷം BAക്ക് പഠിച്ചിരുന്ന അവളുടെ വിദ്യ അഭ്യസിക്കൽ വിവാഹത്തോടെ അവസാനിച്ചു. അതിനകം കാട്ടിലെ താമസം മതിയാക്കി അടിപ്പറമ്പ് ഗ്രാമത്തിൽ ചെറിയൊരു വീട് വാടകയ്ക്കെടുത്തിരുന്നു.

ഒരാഴ്ചത്തെ ലീവേ ഉള്ളൂ. വിവാഹം കഴിഞ്ഞ് അഞ്ചാറ് ദിവസങ്ങൾക്കുള്ളിൽ ഞങ്ങൾ ആ വീട്ടിൽ പൊറുതി തുടങ്ങി. ഹണിമൂൺ ടൂറുകൾ അന്ന് ഫാഷൻ ആയിട്ടില്ല. അതിനുള്ള പാങ്ങും ഇല്ലായിരുന്നു. മേഘം താഴെ ഇറങ്ങുന്ന ബോണക്കാട് കാടുകളിൽ ചുറ്റി നടന്നും കൂപ്പുകളിലെ കാവൽ ഷെഡ്ഡുകളിൽ അന്തിയുറങ്ങിയും ഒക്കെയായിരുന്നു ഞങ്ങളുടെ മധുവിധു. ആ ദിവസങ്ങളിലാണ് ആദ്യമായി ചെറിയൊരു വാഹനം സ്വന്തമാക്കുന്നത്. ഒരു സെക്കൻഡ് ഹാൻഡ് യെസ്ഡി മോട്ടോർ സൈക്കിൾ. താമസ സ്ഥലത്തു നിന്നും ഫീൽഡിലേക്ക് പോയി വരാൻ അത് സഹായമായി. പൊന്മുടിയിലേക്കും അഗസ്ത്യാർകൂടം മലകളിലേക്കും പലതവണ ഞങ്ങളതിൽ യാത്ര പോയി. എവിടെയും സുരക്ഷിതമായി ഞങ്ങളെ

കൊണ്ടുപോയ ആ പഴയ ബൈക്ക് നീണ്ട 12 വർഷം ഞങ്ങളുടെ കൂടെ ഉണ്ടായിരുന്നു.

ഇവിടെ ഞങ്ങൾ താമസിച്ച കൊച്ചു വീടിനെപ്പറ്റി ചെറിയ ഒരു കഥ പറയാനുണ്ട്. ഒരു അമ്മൂമ്മയുടെ പ്രേതം ഞങ്ങളെ ഭയപ്പെടുത്തിയ കഥയാണത്. രണ്ട് കിടപ്പുമുറികളും ഊണുമുറിയും അടുക്കളയും വരാന്തയും ഉള്ള ആ വീടിന് വെറും 75 രൂപയായിരുന്നു മാസ വാടക. എൺപതുകളിൽ ആണെങ്കിലും അങ്ങനെ ഒരു വീടിന് അത് തുലോം തുച്ഛമായ വാടകയാണ്. പുതിയത് എന്നുപോലും പറയാവുന്ന പോലത്തെ, തട്ടിട്ട് ഓട് മേഞ്ഞ വീടാണ്. കുറച്ചുകാലമായി ആൾതാമസം ഇല്ലാതെ ഒഴിഞ്ഞുകിടക്കുകയായിരുന്നു. വളരെ കുറഞ്ഞ വാടകയിൽ അത് ഒത്തുകിട്ടിയതിൽ ഞാൻ ഏറെ സന്തോഷിച്ചു. എന്നാൽ താമസം തുടങ്ങി രണ്ടാഴ്ച കഴിഞ്ഞാണ് ആ ഭീകരസത്യം അറിയുന്നത്. നാട്ടുകാരിൽ ഒരാൾ സ്വകാര്യമായി പറഞ്ഞതാണ്. ആ വീട്ടിൽവെച്ച് മരിച്ചുപോയ ഒരു മുത്തശ്ശിയുടെ പ്രേതം അവിടെ കുടിയിരിപ്പുണ്ട്. മച്ചിന്റെ മുകളിൽനിന്നും മധ്യാഹ്നങ്ങളിൽ അപശബ്ദങ്ങൾ കേൾക്കുമത്രെ. അതുകൊണ്ടാണ് ആ വീട് ആളില്ലാതെ ഒഴിഞ്ഞുകിടന്നതും തുച്ഛമായ വാടകയ്ക്ക് എനിക്ക് കിട്ടിയതും. അതുവരെ അസ്വാഭാവികമായ ശബ്ദങ്ങളൊന്നും ഞാൻ കേട്ടിരുന്നില്ല. ഇത്തരം കാര്യങ്ങളിൽ അല്പം പോലും വിശ്വാസമില്ലാത്ത ആളാണ് ഞാൻ. ഏതായാലും ഈ വിവരം ഭാര്യയോട് പറഞ്ഞില്ല. ഞാൻ ഫീൽഡിൽ പോകുന്ന സമയമത്രയും അവൾ തനിച്ചല്ലേ വീട്ടിൽ. പ്രേതകഥ അവളെ ഭയപ്പെടുത്തിയാലോ. നാട്ടിൻപുറത്ത് വളർന്ന കുട്ടിയാണ്. പോരാത്തതിന് പത്താം ക്ലാസ്സ് വരെ ഒരു ക്രിസ്ത്യൻ കോൺവെന്റ് സ്കൂളിലാണ് പഠിച്ചത്. കൊമ്പും വാലും ഉള്ള സാത്താന്റെയും ദുരാത്മാക്കളുടെയും കഥകൾ പറഞ്ഞ് കന്യാസ്ത്രീകൾ അവളേയും ഭയപ്പെടുത്തിയിട്ടുണ്ടാവും.

ഒരു ദിവസം സന്ധ്യയ്ക്ക് വീട്ടിൽ വന്ന് കയറിയപ്പോൾ ഭാര്യ അല്പം ആശങ്കയോടെ ഒരു കാര്യം പറഞ്ഞു. നട്ടുച്ചനേരത്ത് മച്ചിൽ നിന്നും വിറകൊടിയുന്ന പോലെ ഒരു ശബ്ദം കേട്ടെന്നും ഇത് മുമ്പും ചില ദിവസങ്ങളിൽ കേട്ടിട്ടുണ്ടെന്നും. പ്രേതകഥ ഓർമ്മയുണ്ടെങ്കിലും രാവിലെ നോക്കാം എന്ന് മാത്രം ഞാൻ പറഞ്ഞു. എലിയോ മരപ്പട്ടിയോ മറ്റോ ആകും എന്ന് പറഞ്ഞ് അവളെ സമാധാനിപ്പിച്ചു. മരംകൊണ്ട് തട്ടുള്ള വീടാണ്. മച്ചിന് മുകളിലേക്ക് കയറാൻ ചെറിയൊരു വിടവുണ്ട്. ഒരു ചെറിയ മരക്കോണിയും. അടുത്ത ദിവസം രാവിലെ ഞാൻ പതിയെ മച്ചിന് മുകളിലോട്ട് കയറി. ജനലുകൾ ഇല്ലാത്തതുകൊണ്ട് കൂരാക്കൂരിരുട്ടാണ്. വായുസഞ്ചാരം ഇല്ലാത്തതിന്റെ പ്രത്യേക ഗന്ധവുമുണ്ട്. ടോർച്ച് എടുത്ത് തട്ടിൻപുറമാകെ പരിശോധിച്ചു. വലിയ ചെമ്പുപാത്രങ്ങൾ, ഒന്നുരണ്ടു കാലൊടിഞ്ഞ

മരക്കസേരകൾ, കിണ്ടി, കിണ്ണം, കോളാമ്പി തുടങ്ങിയ കുറച്ച് ഓട്ടുപാത്രങ്ങൾ എന്നിവ കണ്ടു. സൂക്ഷ്മമായ പരിശോധനയിൽ, കോട്ടിയ കവുങ്ങിൻപാളയിൽ കുറച്ച് ഭസ്മം കഴുക്കോലിൽ തൂക്കി യിട്ടതും കണ്ടു. മരിച്ചുപോയ മുത്തശ്ശിയുടേതായിരിക്കണം. വേറെ അസ്വഭാവികമായി ഒന്നും കണ്ടില്ല.

ഗവേഷണം അവസാനിപ്പിച്ച് ഞാൻ താഴെ ഇറങ്ങി. നല്ല വേനൽ മാസമാണ്. മാർച്ചോ ഏപ്രിലോ. നട്ടുച്ചയ്ക്ക് ഒറ്റ തവണ മാത്ര മാണ് ഈ വിറകൊടി ശബ്ദം കേൾക്കുന്നത് എന്നത് വിചിത്രമായി തോന്നി. ഏതായാലും അടുത്ത ചില ദിവസങ്ങളിൽ ഉച്ചയൂണിന് വീട്ടിൽ വരാമെന്നും പ്രേതശബ്ദത്തിന് കാതോർത്തിരിക്കാം എന്നും തീരുമാനിച്ചു. ഒരു ദിവസം ഏകദേശം ഒന്നര മണിയോടെ ഞാനും കേട്ടു ആ ശബ്ദം. ഭാര്യയുടെ വെറും തോന്നൽ അല്ലെന്നു ബോധ്യ മായി. ഉണങ്ങിയ വിറകുകൊള്ളി ബലംപ്രയോഗിച്ച് ഒടിച്ചാൽ ഉണ്ടാ കുന്ന പോൊലെയുള്ള ശബ്ദം. ഒരുമണിക്കും രണ്ടുമണിക്കും ഇട യിൽ ഒരു പ്രാവശ്യം മാത്രം കേൾക്കുന്ന ശബ്ദം. ഇതിന്റെ രഹസ്യം കണ്ടു പിടിച്ചേ അടങ്ങൂ എന്ന് വാശിയായി. അടുത്ത ദിവസവും അതിന് അടുത്ത ദിവസവും നട്ടുച്ച നേരത്തെ കടുത്ത ചൂടും സഹിച്ചുകൊണ്ട് ഞാൻ മച്ചിന്റെ മുകളിൽ കുത്തിയിരുന്നു. അന്നും ആ ശബ്ദം കേട്ടതല്ലാതെ ഒന്നും മനസ്സിലായില്ല. മൂന്നാം ദിവസ മാണ് എനിക്ക് അത് ഏകദേശം ഊഹിക്കാനായത്. ചൂട് കനക്കു മ്പോൾ മേൽക്കൂരയിലെ ഒരു പട്ടിക വെട്ടി നിവരുന്നതിന്റെ ശബ്ദ മാണ്. മേൽക്കൂരയുടെ ചട്ടക്കൂട്ടിൽ പ്രകമ്പനം കൊള്ളുന്നതു കൊണ്ടാണ് സാമാന്യം ഉച്ചത്തിലുള്ള മുഴക്കമായി താഴോട്ട് കേൾ ക്കുന്നത്. വെയിലാറുമ്പോൾ സാവധാനം തണുക്കുന്ന ഈ പട്ടിക സന്ധ്യയാകുമ്പോഴേക്ക് പഴയ സ്ഥിതിയിലാകും. അടുത്ത ദിവസം ഉച്ചച്ചൂടിൽ വീണ്ടും ഞെളിപിരി കൊണ്ട് പൊട്ടി നിവരും. കുറേ പഴയ തുണിയെടുത്ത് സംശയം തോന്നിയ ഭാഗങ്ങളിൽ തിരുകി വെക്കുകയും അവിടവിടെ കുറച്ചു വെള്ളം നനയ്ക്കുകയും ചെയ്ത പ്പോൾ ഈ പ്രേതം നിശ്ശബ്ദമായി. ഉറപ്പു വരുത്താനായി രണ്ടു ദിവ സം കൂടി ഈ പരീക്ഷണം ആവർത്തിച്ചു. അന്നൊന്നും പ്രേതം ആ വഴിക്ക് വന്നില്ല. മുമ്പ് താമസിച്ച ആരോ ആ ശബ്ദം കേട്ട് ഭയ ന്നതുകൊണ്ടാകാം വീട് അങ്ങനെ ഒഴിഞ്ഞു കിടന്നത്.

ഈ വീട്ടിൽ താമസിക്കുമ്പോഴാണ് ഞാൻ ഒരു അച്ഛനായത്. ഞങ്ങൾക്ക് ആദ്യത്തെ കണ്മണി, ടിനു പിറന്നു. മച്ചിലെ ഭൂതമോ പ്രേതമോ അവളെ ഉപദ്രവിച്ചില്ല. അവൾ ഇന്ന് പ്രശസ്തമായ ഒരു ബഹുരാഷ്ട്ര കമ്പനിയിൽ സോഫ്റ്റ്‌വെയർ എൻജിനീയറായി ജോലി ചെയ്യുന്നു. അവൾക്ക് ഒരു വയസ്സ് തികയുന്നതിന് മുമ്പ് എനിക്ക് അവിടെ നിന്നും സ്ഥലം മാറ്റമായി.

കാര്യസാധ്യത്തിന് പുതുവഴികൾ

എക്സ്ട്രാക്ഷൻ യൂണിറ്റിൽ ജോലി ചെയ്ത ഇക്കാലത്ത് ഉണ്ടായ വേറിട്ട ഒരു അനുഭവം പറയാതെ വയ്യ. എന്നെ ആ യൂണിറ്റിൽ നിന്നും മാറ്റി, ആ സ്ഥാനം തട്ടിയെടുക്കാൻ മറ്റൊരു സുഹൃത്ത് ശ്രമിച്ചതിന്റെ കഥയാണ്. മറ്റു യൂണിറ്റുകളിൽ ജോലി ചെയ്യുന്നവർക്ക് ഇല്ലാത്ത ചില സൗകര്യങ്ങളൊക്കെയുണ്ട് എക്സ്ട്രാക്ഷൻ യൂണിറ്റിലെ ഫീൽഡ് ഓഫീസർക്ക്. സാധാരണ യൂണിറ്റുകളിലാണെങ്കിൽ പലയിടത്തായി കിലോമീറ്ററുകൾ അകലത്തിൽ ചിതറിക്കിടക്കുന്ന ഒരുപാട് ബ്ലോക്കുകളുടെ ചാർജ് ഉണ്ടാകും. നിരന്തരമായ പട്രോളിംഗും കേസ് അന്വേഷണങ്ങളും കോടതി ഡ്യൂട്ടികളും വേണ്ടിവരും.

എന്നാൽ തത്സമയം മാത്രം പണികൾ നടന്നുകൊണ്ടിരിക്കുന്ന ഒന്നോ രണ്ടോ ബ്ലോക്കിന്റെ ചാർജ് മാത്രമാണ് എക്സ്ട്രാക്ഷൻ യൂണിറ്റിലെ ഫീൽഡ് ഓഫീസർക്ക് ഉണ്ടാവുക. ഒരുപാട് അലയേണ്ടതില്ല. അല്പം സ്വസ്ഥതയുണ്ടാകും. ഫീൽഡിൽ നടക്കുന്ന പണികൾക്കാണെങ്കിൽ കുറച്ചൊരു ഓട്ടോമാറ്റിക് സ്വഭാവവുമുണ്ട്. മരം മുറിച്ച് വിറകും തടിയും ആക്കലാണല്ലോ നടക്കുന്ന പണി. പ്രവർത്തനങ്ങൾക്കെല്ലാം ഒരു താളമുണ്ട്. ഒന്ന് സെറ്റ് ചെയ്തു വെച്ച് കൊടുത്താൽ അതങ്ങനെ പ്രവർത്തിച്ചുകൊള്ളും. കാര്യപ്രാപ്തിയുള്ള സൂപ്പർവൈസർമാരുണ്ട്. ഫീൽഡ് ഓഫീസർ കുറേ സമയം ഫീൽഡിൽ നിന്നും മാറി നിന്നാൽ പോലും പ്രശ്നമില്ല. എല്ലാം സുഗമമായി നടക്കും. ഇക്കാരണങ്ങൾ കൊണ്ട് അല്പം ഡിമാൻഡ് ഉള്ള ഒരു പോസ്റ്റാണ് എക്സ്ട്രാക്ഷൻ യൂണിറ്റിലെ ഫീൽഡ് ഓഫീസറുടേത്. എന്നെ ആ സ്ഥാനത്തുനിന്ന് നീക്കി, അവിടെ കയറിപ്പറ്റാൻ വേറെ ഒരു ഫീൽഡ് ഓഫീസർ ശ്രമം നടത്തി.

സർക്കാർ ജോലികളിൽ ഇത് ഒരു സാധാരണ കാര്യമാണ്. ഇഷ്ടമുള്ള പോസ്റ്റിനു വേണ്ടി ആളുകൾ പല തന്ത്രങ്ങളും പയറ്റും. ഓരോരുത്തർക്കും ഓരോരോ രീതിയാണ്. രാഷ്ട്രീയ സ്വാധീനങ്ങൾ ഉപയോഗിക്കലാണ് സർവ്വസാധാരണമായ രീതി. പിന്നെ മേലുദ്യോഗസ്ഥരെ

മണിയടിക്കുക, ദ്രവ്യങ്ങളോ പണമോ തന്നെയും അധികാരികൾക്ക് കാഴ്ചവയ്ക്കുക, കുഞ്ഞുകുട്ടി പരാധീനതകൾ പറഞ്ഞ് അനുകമ്പ നേടുക, അങ്ങനെ പലതാണ് വഴികൾ. എന്റെ സുഹൃത്ത് ഉപയോഗിച്ച വഴിയും തീരെ അസാധാരണമല്ലെങ്കിലും പ്രയോഗിച്ച രീതിക്ക് ഒട്ടും അവധാനതയില്ലാതെപോയി. പച്ചയ്ക്ക് പിടിച്ചുപറിക്കാൻ നോക്കിയത് പോലെയായി.

ഒട്ടും പ്രതീക്ഷിക്കാതിരുന്ന ഒരു ദിവസം, യാതൊരു മുന്നറിയിപ്പും ഇല്ലാതെ ഓപ്പറേഷൻ മാനേജർ പരിശോധനയ്ക്ക് വരുന്നു. ദൂരെ കോട്ടയം ഹെഡ് ഓഫീസിൽ നിന്നാണ് വിതുരയിലെ എന്റെ ഫീൽഡിൽ അദ്ദേഹം വരുന്നത്. മുതിർന്ന IFS ഉദ്യോഗസ്ഥനാണ്. അദ്ദേഹത്തെ അനുഗമിച്ചുകൊണ്ട് എന്റെ തൊട്ടുമുകളിലുള്ള അസിസ്റ്റന്റ് മാനേജറും അതിനുമുകളിലുള്ള ഡിവിഷണൽ മാനേജറും ഉണ്ട്. അടിയന്തിര സാഹചര്യങ്ങളിലല്ലാതെ മുതിർന്ന ഉദ്യോഗസ്ഥർ മുൻകൂട്ടി അറിയിക്കാതെ കാട്ടിലെ പരിശോധനകൾക്ക് വരില്ല. കാട്ടിലെ പ്രത്യേക സാഹചര്യങ്ങൾക്കൊണ്ടാണ് അങ്ങനെ. അവരുടെ ഒരു മാസത്തെ അഡ്വാൻസ് ടൂർ പ്രോഗ്രാം വരെ നേരത്തേ അയച്ചു തരുന്ന പതിവുണ്ട്.

ജീപ്പ് വരുന്നത് അകലെ നിന്ന് കണ്ട് മലയിറങ്ങി ഓടിക്കിതച്ച് ഞാൻ താഴെ വന്നു. ജീപ്പിൽ നിന്നും ഇറങ്ങിയ ഉദ്യോഗസ്ഥവൃന്ദത്തെ കണ്ട് അല്പം പരിഭ്രമിച്ച് നിന്ന എന്നോട് യാതൊരു മുഖവുരയും ഇല്ലാതെ വിറകിന്റെ സ്റ്റോക്ക് രജിസ്റ്റർ കാണിക്കാൻ ഓപ്പറേഷൻ മാനേജർ ആവശ്യപ്പെട്ടു. ഒരു കള്ളനെ പിടിക്കാൻ വന്നതുപോലെയാണ് അദ്ദേഹത്തിന്റെ മട്ടും ഭാവവും. അങ്ങനെ ഒരു രജിസ്റ്റർ സൂക്ഷിക്കേണ്ടതില്ല എന്ന് അറിഞ്ഞുകൊണ്ട് തന്നെയാണ് ആ ചോദ്യം. ശേഖരിക്കുന്ന വിറക് അപ്പോഴപ്പോൾ ലോറികളിൽ കയറ്റി പോവുകയാണ്. ചുമടേറി വരുന്ന വിറകിനായി ലോറികൾ കാത്തു കിടക്കുകയാണ്. ഓരോ ലോഡും വെയ്ബ്രിഡ്ജുകളിൽ തൂക്കിയാണ് അതിന് കണക്കുണ്ടാക്കുന്നത്. വിറക് ഫീൽഡിൽ അട്ടിവെച്ച്, അളവെടുത്ത് റജിസ്റ്റർ സൂക്ഷിക്കുക എന്നത് ഇവിടത്തെ സാഹചര്യത്തിൽ അപ്രായോഗികമാണ്. ഇതെല്ലാം അറിഞ്ഞുകൊണ്ടുതന്നെയാണ് അദ്ദേഹം സ്റ്റോക്ക് രജിസ്റ്റർ ആവശ്യപ്പെട്ടത്.

ഞാൻ നിസ്സഹായനായി കൈമലർത്തി. എന്റെ മേലാപ്പീസർമാർ എന്നെ പ്രതിരോധിക്കാൻ ശ്രമിച്ചെങ്കിലും അദ്ദേഹം വഴങ്ങിയില്ല. ഡിപ്പോയിൽ എത്തിക്കുന്നതിന് പകരം വിറക് പുറത്തുകൊണ്ടുവിറ്റാൽ എങ്ങനെ അറിയും എന്നൊക്കെ പറഞ്ഞ് ആംഗല ഭാഷയിൽ എന്നെ കുറെ ശകാരിച്ചു. സ്റ്റോക്ക് രജിസ്റ്റർ സൂക്ഷിക്കാത്തതിന് നടപടികൾ നേരിടേണ്ടി വരും എന്ന് എനിക്ക് താക്കീതു തന്നു.

അപ്പോഴേക്കും ലോക്കൽ ചാർജ് വഹിച്ചിരുന്ന ഫീൽഡ് ഓഫീസർ ചാക്കോയും സ്ഥലത്തെത്തി. ഒരു ഗാർഡ് ഓഫ് ഹോണർ പോലെ നിരന്നു നിന്നിരുന്ന ഞങ്ങളുടെ യൂണിഫോമിലെ നെയിം പ്ലേറ്റുകളിൽ സൂക്ഷിച്ചുനോക്കി അദ്ദേഹം ഉറക്കെ പേരുകൾ വായിച്ചു. എം.ജെ. ചാക്കോ, ജോജോ ജെയ്ക്കബ്, പാട്രിക് ഗോമസ്, പിന്നെ ജോൺ തോമസ്. ഉള്ളിലെ അസഹിഷ്ണുത ധ്വനിക്കും പോലെ ഉറക്കെ ഒരു പ്രത്യേക ഈണത്തിലാണ് വായന. പേരിന്റെ അറ്റത്തു വാലുകൾ ഇല്ലാത്ത നാല് ഒരേ തൂവ്വൽപക്ഷികൾ. അദ്ദേഹമാണെങ്കിൽ പേരിന്റെ അറ്റത്തെ വാല് അലങ്കാരമായി കൊണ്ടുനടക്കുന്ന ആളുമാണ്. അനിഷ്ടം ധ്വനിപ്പിക്കുന്ന ചേഷ്ടകളുമായി, മറ്റു പണികൾ ഒന്നും പരിശോധിക്കാതെ, മറ്റു റെക്കോർഡുകൾ ഒന്നും നോക്കാതെ, മറ്റു പ്രവർത്തനങ്ങളൊന്നും കാണാൻ പോലും മെനക്കെടാതെ അദ്ദേഹം അപ്പോൾ തന്നെ ജീപ്പിൽ കയറി തിരിച്ചുപോയി. അദ്ദേഹത്തിന്റെ പെരുമാറ്റത്തിൽ വല്ലാത്ത അസ്വഭാവികത തോന്നി എനിക്ക്. ശുഭകരമല്ലാത്ത എന്തോ സംഭവിക്കാൻ പോകുന്നു എന്ന ഒരു ആപൽശങ്കയുണ്ടായി. നടന്നതൊന്നും ഞാൻ ഭാര്യയോട് പറഞ്ഞില്ല. ഒരു സ്ഥലംമാറ്റത്തിനു സാധ്യതയുണ്ടെന്നും കെട്ടുമുറുക്കി തയ്യാറായി ഇരുന്നുകൊള്ളാനും മാത്രം പറഞ്ഞു. ഒരു കുഞ്ഞുവാവയും ഉണ്ടല്ലോ.

പ്രതീക്ഷിച്ചതുപോലെ രണ്ടാഴ്ച കഴിഞ്ഞപ്പോൾ എനിക്ക് സ്ഥലംമാറ്റത്തിനുള്ള ഉത്തരവ് കിട്ടി. ആറു പേരുണ്ട് ലിസ്റ്റിൽ. അതങ്ങനെയാണ്. ഒന്നോ രണ്ടോ പേരെ മാത്രം പരസ്പരം മാറ്റി ഉത്തരവുകൾ ഇറക്കിയാൽ സംശയങ്ങൾക്ക് ഇട നൽകും. അതുകൊണ്ട് ഇങ്ങനെയുള്ള ഉത്തരവുകളിൽ കുറച്ചു പേരുകൾകൂടി തിരുകിക്കയറ്റും. ഭാഗ്യമോ സ്വാധീനമോ ഉള്ളവർക്ക് അത് ഗുണത്തിനാവും. അതില്ലാത്തവർ വറചട്ടിയിൽ നിന്ന് എരിതീയിലേക്ക് എന്നപോലെ എടുത്തെറിയപ്പെടുകയും ചെയ്യും.

ഇടുക്കി ഡാമിന്റെ താഴെയായി കൂട്ടക്കുഴി എന്ന് പേരുള്ള ഒരു ഏലം പ്രൊജക്റ്റ് ഉണ്ട്. അവിടേക്കാണ് എനിക്ക് മാറ്റം. ഏറ്റവും ദുർഘടം പിടിച്ച യൂണിറ്റുകളിൽ ഒന്നാണത്. ബസ്സിറങ്ങി പത്ത് കിലോമീറ്റർ നടന്നുവേണം യൂണിറ്റ് ഓഫീസിൽ എത്താൻ. ആനകളുടെ വിഹാര കേന്ദ്രമാണ്. നിറയെ ചോരകുടിയൻ അട്ടയും. രൂക്ഷമായ തൊഴിൽപ്രശ്നങ്ങളും തൊഴിലാളികളുമായുള്ള ഏറ്റുമുട്ടലുകളും സ്ഥിരമാണ്. ഒരു ഫീൽഡ് ഓഫീസർക്ക് തൊഴിലാളിയുടെ കുത്തേറ്റിട്ട് ഏതാനും ആഴ്ചകളെ ആയിട്ടുള്ളൂ. കാര്യശേഷിയുള്ളവനും മിടുക്കനുമായ എന്റെ സേവനം ഇനി അവിടെയാണ് ആവശ്യമുള്ളത് എന്ന് ബഹുമാന്യനായ ആ ഓപ്പറേഷൻ മാനേജർക്ക് തോന്നിയതിൽ അത്ഭുതമില്ല.

എന്നാൽ രണ്ടുപേരുടെ കാര്യത്തിൽ മാത്രം ഈ ഉത്തരവ് നടപ്പിലായില്ല. എന്റെയും പകരക്കാരന്റെയും ഉത്തരവുകൾ ഫ്രീസറിൽ ഇരുന്നു. എന്നെ ഡിവിഷനിൽനിന്നും വിടുതൽ ചെയ്യാതിരുന്നതാണ് കാരണം. ഡിവിഷണൽ മാനേജറാണ് എനിക്ക് വിടുതൽ ഉത്തരവ് തരേണ്ടത്. നടപടിയിൽ ദുരുദ്ദേശ്യമുണ്ട് എന്ന് ബോധ്യപ്പെട്ട അദ്ദേഹം ആ ഉത്തരവിനെ അവഗണിക്കാൻ തീരുമാനിക്കുകയായിരുന്നു. ഹെഡ് ഓഫീസിൽ നിന്നുള്ള ഉത്തരവുകൾ ധിക്കരിക്കുക എന്നത് അങ്ങേയറ്റം അസാധാരണമാണ്.

വനംവകുപ്പിൽ നിന്നും വന്ന പ്രഗത്ഭനായ ഒരു ഡി എഫ് ഓ ആണ് ജോൺ തോമസ് സാർ. ആരെയും പരിധിക്കപ്പുറം വകവയ്ക്കില്ല. എന്ത് നഷ്ടം സഹിച്ചും അനീതികളോട് കലഹിക്കും. ഉത്തരവുണ്ടായിട്ടും നീണ്ട പത്തു മാസമാണ് എന്നെ റിലീവ് ചെയ്യാതെ അതേ ഡിവിഷണിൽ തന്നെ നിലനിർത്തിയത്. എക്സ്ട്രാക്ഷൻ യൂണിറ്റിന്റെ പ്രവർത്തനം അവസാനിക്കും വരെ എന്നെ ആ യൂണിറ്റിൽ നിലനിർത്തേണ്ടത് ആവശ്യമാണ് എന്ന് അദ്ദേഹം എഴുതിയത് വായിച്ച്, ആ ഓപ്പറേഷൻ മാനേജർ പാസ്സാക്കിയ ഒരു കമന്റ് പിന്നീട് ആരോ പറഞ്ഞു ഞാൻ കേട്ടിട്ടുണ്ട്. ജോജോ എന്താ ആനയാണോ എന്നായിരുന്നു ആ പരിഹാസം.

മരണം ആഘോഷമാക്കുന്നവർ

എന്റെ ഫീൽഡിനകത്ത് ഒരു കാണി സെറ്റിൽമെന്റ് ഉണ്ട്. ആദിവാസികളായ പത്തു പതിനഞ്ചു കാണി കുടുംബങ്ങൾ താമസിക്കുന്ന ഒരു കോളനി. അതിലെ മല്ലനും മാതേവനും ഞങ്ങളുടെ വാച്ചർമാരാണ്. ചുറുചുറുക്കുള്ള രണ്ട് യുവാക്കൾ. കാട്ടിൽ നടക്കുന്ന കുറ്റകൃത്യങ്ങളെക്കുറിച്ച് ഏറ്റവും വിലപ്പെട്ട സൂചനകൾ ഞങ്ങൾക്ക് കിട്ടുക ഇവരിൽനിന്നാണ്. അഗസ്ത്യർകൂടമലകളൊക്കെ കൈവെള്ളയിലെ രേഖപോലെ പരിചയമാണ് അവർക്ക്. മൂപ്പൻ, വലിയ മല്ലൻ കാണിയുടെ സമ്പൂർണ്ണ നിയന്ത്രണത്തിലാണ് കോളനി മൊത്തം. അയാളുടെ വാക്കിനപ്പുറം ഒരു സ്വരം ഉയരില്ല. ഞങ്ങൾ ഫോറസ്റ്റുകാരാണ് അവരുടെ പൊലീസും കോടതിയും. ശരിക്കുള്ള പൊലീസിനെ അവർക്ക് ഭയവുമാണ്. വിശ്വാസവും ഇല്ല.

അത്യപൂർവ്വമായി മൂപ്പന്റെ കയ്യിൽ നിൽക്കാത്ത പ്രശ്നങ്ങൾ പരിഹാരത്തിനായി ഞങ്ങളുടെ അടുത്താണ് വരുക. ഞങ്ങൾ, ഫോറസ്റ്റുകാർ തീർപ്പു കല്പിച്ചാൽ പിന്നെ അതിൽ എതിർശബ്ദങ്ങൾ ഉണ്ടാകില്ല. പ്രായം ചെന്ന പുരുഷന്മാർ ഒരു കൗപീനം മാത്രമാണ് ധരിക്കുക. അല്ലാത്തവർ ലുങ്കിയും. സ്ത്രീകൾ മുണ്ടുടുത്ത് തോർത്തുകൊണ്ട് മാറു മറയ്ക്കും. ബ്ലൗസ് ധരിക്കുന്നവരും അന്നുണ്ട്. സഹവാസം കൊണ്ട് ഇവരുടെ ജീവിതരീതികളെപ്പറ്റി അടുത്തറിയാൻ എനിക്ക് അവസരമുണ്ടായിട്ടുണ്ട്. നാല്പതോ അമ്പതോ വർഷങ്ങൾക്ക് മുമ്പുള്ള കാര്യമാണ് ഞാൻ പറയുന്നത്.

നല്ല സൗന്ദര്യബോധത്തോടെ ഉണ്ടാക്കുന്ന മനോഹരമായ വീടുകളാണ് ഇവരുടെ. കാട്ടുകല്ലുകൊണ്ട് തറകെട്ടും. കാട്ടിൽനിന്നു തന്നെ കിട്ടുന്ന കമ്പും പുല്ലും തന്നെയാണ് നിർമ്മാണ വസ്തുക്കൾ. വൃത്താകൃതിയിലാണ് എല്ലാ വീടുകളും. ചുറ്റിനും വലിയ, വിശാലമായ വരാന്തയും നടുവിലായി ഒന്നോ രണ്ടോ മുറികളും. അധികസമയവും വരാന്തയിലാണ് അവർ കഴിച്ചുകൂട്ടുക. ചില കുടികളിൽ (വീടിനെ കുടി എന്നാണവർ പറയുക.) പക്ഷികളെയും

കാട്ടുമൃഗങ്ങളെയും ഇണക്കി വളർത്തുന്നുണ്ടാകും. കൂടൊന്നുമുണ്ടാകില്ല. വിശാലമായ വരാന്തകളിൽ വീട്ടുകാരോടൊപ്പം സഹവസിക്കും അവർ. കാട്ടുപന്നി, മാൻ, കൂമൻ എന്നിവയൊക്കെ അങ്ങനെ അവരുമായി ഇണങ്ങി കഴിയുന്നത് കണ്ടിട്ടുണ്ട്. നെടുവൻ എന്നൊരു കാട്ടുകിഴങ്ങാണ് മുഖ്യഭക്ഷണം. കാട്ടിൽനിന്നും മാന്തിയെടുക്കുന്ന തള്ളവിരലിന്റ മാത്രം കനമുള്ള, നമ്മുടെ മരച്ചീനിപോലെയുള്ള ഒരുതരം വേരാണത്. നല്ല കൊഴുപ്പുള്ള ഇതിൽ ധാരാളം അന്നജവും പ്രോട്ടീനും അടങ്ങിയിട്ടുണ്ട്. പുഴയിൽനിന്നും അരുവികളിൽ നിന്നും ചൂണ്ടയിട്ടും തോർത്ത് വിരിച്ചും പിടിക്കുന്ന ചെറുമീനുകളാണ് കൂടെ കഴിക്കാൻ. വിശേഷ ദിവസങ്ങളിൽ മാത്രമാണ് അരിയാഹാരം.

ഒരിക്കൽ ഒരു വിശേഷത്തിന് എന്നെ ക്ഷണിച്ചപ്പോൾ ചേച്ചിയേ കൂടി (അവരുമായി അത്യാവശ്യം ചങ്ങാത്തത്തിലായിരുന്ന ഭാര്യയെ അവർ അങ്ങനെയാണ് വിളിച്ചിരുന്നത്) കൊണ്ടുവരണം എന്ന് മൂപ്പൻ നിർബന്ധം പിടിച്ചു. മൂപ്പനും കൂട്ടർക്കും അവളോട് മമതയുണ്ട്. കുടിയിലെ കുട്ടികളെ വലിയ ഇഷ്ടമായിരുന്നു അവൾക്ക്. ചിലപ്പോൾ കുറേ മിട്ടായിയും രണ്ടുമൂന്നു പായ്ക്കറ്റ് ബിസ്കറ്റുമായി അവളും എന്റെ കൂടെ ഫീൽഡിലേക്ക് വരും. എന്റെ ജോലികളുമായി കാട് കയറി പോകുമ്പോൾ കുടിയിലെ കുട്ടികളുമായി അവൾ സമയം കളയും. പാട്ട് പാടിയും കഥ പറഞ്ഞും ഡാൻസ് പഠിപ്പിച്ചും അവരുമായി കൂട്ടുകൂടും. അതാണവർക്ക് ചേച്ചിയോടുള്ള ഇഷ്ടം.

ഒരു യുവാവ് അപകടത്തിൽ മരിച്ചതിന്റ മരണാനന്തര ‘ആഘോഷം’ ആയിരുന്നു ഞങ്ങൾ ക്ഷണിക്കപ്പെട്ട ആ വിശേഷം. ഇരുപത്തിരണ്ടു വയസ്സു മാത്രമുള്ള ആരോഗ്യവാനായ ആ യുവാവ് തേനെടുക്കാൻ വലിയൊരു മരത്തിൽ കയറിയതാണ്. താഴെ വീണ് മരിച്ചു. ഒരമ്മയുടെ ഏക മകനാണ്. അച്ഛനില്ല. ആ മരണമാണ് അവർ ആഘോഷിക്കുന്നത്. പരലോക ജീവിതത്തിൽ വിശ്വാസമുണ്ടെങ്കിൽ ഇഹലോകവാസം വെടിയുന്നതിൽ എന്തിന് ദുഃഖിക്കണം എന്നായിരിക്കണം. സംസാര ദുഃഖങ്ങൾ ഇല്ലാത്ത ലോകത്തേക്ക് പോകുന്നത് ആഘോഷിക്കുകയല്ലേ വേണ്ടത്.

രാത്രിയിലാണ് ആഘോഷങ്ങൾ. ഞാൻ താമസിക്കുന്ന വീട്ടിൽ നിന്നും അഞ്ചു കിലോമീറ്റർ ദൂരമേ ഉള്ളൂ. അവൾക്കും ഒരനുഭവമാകട്ടെ എന്നു കരുതി ഭാര്യയെയും കൂട്ടി. മൂപ്പനെ പിണക്കാനും പറ്റില്ല. ഒരു കുടിയുടെ വിശാലമായ മുറ്റത്താണ് ആഘോഷ പരിപാടികൾ. ഒരു മണിക്കൂറിലധികം നീണ്ടുനിൽക്കുന്ന സമൂഹ നൃത്തമാണ് ആദ്യം. അധികവും സ്ത്രീകളാണ് ഇതിൽ ചേരുന്നത്. കുറച്ചു പുരുഷന്മാരും ഉണ്ട്. ആ ചടങ്ങിന് പാടുന്ന പാട്ടിന് ചാറ്റു പാട്ട്

എന്നാണ് പറയുക. കൊക്കര എന്ന് ഇവർ വിളിക്കുന്ന ഒരു വാദ്യോപകരണമാണ് പാട്ടിന് അകമ്പടി. നീളമുള്ള ഒരു അരിവാൾ ആണിത്. അകവശത്തു വാളുപോലെ പല്ലുകൾ ഉണ്ടാകും. ഒരു ഇരുമ്പുകുഴൽ കൊണ്ട് ഇതിൽ താളത്തിൽ ഉരയ്ക്കുമ്പോൾ ഇരുമ്പും ഇരുമ്പും ഉരഞ്ഞുണ്ടാകുന്ന ശബ്ദമാണ് പാട്ടിന് താളവും ശ്രുതിയും. അതിനൊപ്പിച്ച് പാട്ടുപാടി മനോഹരമായി അവർ ചുവടുവെക്കും. പ്രത്യേക ഭാഷയിലുള്ള പാട്ടിലെ ഒരു വാക്കുപോലും നമുക്ക് പിടിച്ചെടുക്കാൻ കഴിയില്ല. അങ്ങനെ പാട്ടും നൃത്തവും കഴിഞ്ഞപ്പോൾ ഏകദേശം ഒമ്പതു മണിയായി. പിന്നെ അരമണിക്കൂർ മാത്രം നീണ്ടുനിൽക്കുന്ന കുറച്ച് പൂജകളും പ്രാർത്ഥനകളും. അതുകഴിഞ്ഞാൽ ഭക്ഷണമാണ്. കഴിക്കാതെ പോന്നാൽ അവർ ദേഷ്യപ്പെടും. അവരെ അപമാനിച്ചതായി തോന്നും.

ഞാൻ ഒന്നുരണ്ടു വട്ടം കഴിച്ചിട്ടുണ്ടെങ്കിലും ഭാര്യ ആദ്യമാണ്. വരാന്തയിൽ വൃത്തിയായി ചാണകം മെഴുകിയ തറയിലിരുന്നാണ് ഭക്ഷണം. അന്നത്തെ വിശേഷ ഇനമാണ് ചോറ്. അന്ന് മത്സ്യം ഉപയോഗിച്ചു കണ്ടില്ല. നെടുവൻ കിഴങ്ങുകൊണ്ടുള്ള സാമ്പാറാണ് ഒഴിച്ചുകൂട്ടാൻ. പിന്നെ നെല്ലിക്കയും പച്ചമുളകും ചേർത്തരച്ച ചമ്മന്തിയും. വേറെ കറികൾ ഒന്നുമില്ല. ചോറ് തന്നെയാണ് സ്പെഷ്യൽ വിഭവം. നെടുവൻ കിഴങ്ങുകൊണ്ടുള്ള സാമ്പാറിന് വല്ലാത്ത കൊഴുപ്പാണ്. കയ്യിൽ നൂലുപോലെ ഒട്ടിപ്പിടിക്കും. നൂലുകൾ വായിലേക്ക് കൂടെപ്പോരും. ഉപ്പ് പേരിനു മാത്രമേ കാണൂ. ശീലമില്ലാത്തതുകൊണ്ട് ചോറിലൊഴിച്ചു കഴിക്കാൻ ബുദ്ധിമുട്ടാണ്.

ഭാര്യ ഇലയ്ക്ക് മുമ്പിലിരുന്ന് കഷ്ടപ്പെടുന്നത് കണ്ടിട്ട് അവൾക്ക് മാത്രം അവർ പെട്ടെന്നൊരു സ്പെഷ്യൽ ഐറ്റം ഉണ്ടാക്കി കൊടുത്തു. ഉപ്പും എണ്ണയും ഇല്ലാതെ പൊരിച്ച കോഴിമുട്ട. കഴിക്കാൻ വലിയ പാടാണ്. കാറ്റിൽ ചിമ്മിനിവിളക്കിന്റെ നാളമൊന്നുലഞ്ഞ്, വെട്ടമൊന്നു കുറഞ്ഞനേരം കുറേ ചോറും ആ മുട്ടയും ആരും കാണാതെ എന്റെ ഇലയിലേക്ക് നിക്ഷേപിച്ചിട്ട് എല്ലാം കഴിച്ചെന്നു വരുത്തി അവൾ മിടുക്കിയായി. അന്ന് രാത്രി പതിനൊന്നു മണി കഴിഞ്ഞു ഞങ്ങൾ കാട്ടിൽനിന്നിറങ്ങുമ്പോൾ. ചേച്ചിയുമായി വന്നതിന് മൂപ്പൻ ഞങ്ങൾക്ക് നന്ദി പറഞ്ഞു. കാട്ടുപന്നികൾ കൂട്ടമായിറങ്ങുന്ന കാട്ടുവഴിയിലൂടെ ബൈക്കോടിച്ച് സുരക്ഷിതരായി ഞങ്ങൾ വീട്ടിലെത്തി.

പൂച്ചയ്ക്ക് മണികെട്ടിയ കുഞ്ഞെലി

ഒരിക്കൽ ആ നാട് വിറപ്പിച്ച ഒരു റൗഡിയുടെയും അയാളെ വക വരുത്തിയ ഒരു പാവത്താന്റെയും കഥയാണിത്. എന്റെ പഴയ മോട്ടോർസൈക്കിളുമായി കാട്ടിലെ റൗണ്ട് കഴിഞ്ഞ് തിരിച്ചുവരുംവഴി വഴിയരികിലുള്ള ഒരു ചായക്കടയിൽ നിത്യവും ഞാൻ കയറുമായിരുന്നു. ശിവദാസന്റെ കൊച്ചു ചായക്കട. കുറച്ച് പ്രദേശവാസികൾ സ്ഥിരമായി അവിടെ ഉണ്ടാകും. നാട്ടുകാരുമായി അത്യാവശ്യം ബന്ധം സ്ഥാപിക്കുക എന്നതാണ് ചായകുടിയുടെ പ്രധാന ഉദ്ദേശ്യം. ഫീൽഡ് ലെവൽ സ്റ്റാഫുകൾ സാധാരണ ചെയ്യുന്ന ഒരു തന്ത്രമാണിത്. ചായക്കടയിലും പറ്റുമെങ്കിൽ കള്ളുഷാപ്പിലും ചെന്നിരുന്ന് ന്യൂസ് പിടിക്കും. കുറച്ചുനേരം നാട്ടുകാരുമായി സല്ലപിച്ചിരിക്കും. കാട്ടിൽ നടക്കുന്ന മോഷണങ്ങളേയും നായാട്ടിനേയും പറ്റി ചില സൂചനകൾ നാട്ടുകാരിൽനിന്നും കിട്ടും. ആളൊഴിഞ്ഞ ഒരു ദിവസം ശിവദാസന്റെ വ്യക്തിജീവിതത്തിലേക്ക് ഞാനൊന്ന് എത്തിനോക്കി. ഇയാളെക്കുറിച്ച് ചില ഭീകരകഥകൾ ഞാൻ കേട്ടിരുന്നു. അയാൾ ഒരു ഭീകരനാണെന്നും എന്തിനും മടിക്കാത്തവനാണെന്നും ആ കടയിൽ കയറരുത് എന്നും ചിലർ എന്നെ ഉപദേശിച്ചിട്ടുണ്ട്. മിതഭാഷിയായ അയാൾ അധികം സംസാരിച്ചു കണ്ടിട്ടില്ല. പക്ഷേ, അന്ന് അദ്ദേഹം പറഞ്ഞ സ്വന്തം കഥ കേട്ട് ശരിക്കും ഞാൻ ഞെട്ടി. അഞ്ച് അടി പൊക്കവും നാല്പത്തിയഞ്ച് കിലോഗ്രാം ഭാരവും മാത്രമുള്ള ഈ മനുഷ്യനാണ് അത് ചെയ്തത് എന്ന് വിശ്വസിക്കാനാവാതെ ഞാൻ മിഴിച്ചിരുന്നു. കഥ ഇങ്ങനെയാണ്.

കൊലപാതകക്കുറ്റത്തിന് ശിക്ഷിക്കപ്പെട്ട്, പത്തു വർഷം ജയിലിൽ കിടന്ന് തിരിച്ചെത്തിയിട്ട് രണ്ടുവർഷമേ ആയിട്ടുള്ളൂ ശിവദാസൻ. പതിമ്മൂന്ന് വർഷങ്ങൾക്കു മുമ്പ് ഇയാൾ ഒരാളെ കൊന്നു. വെറും സാധാരണക്കാരനെ അല്ല. നാട് വിറപ്പിച്ച് വിലസിയിരുന്ന ക്രൂരനായ ഒരു റൗഡിയെ. ആജാനുബാഹുവായ ളാലം ശങ്കരപ്പിള്ള എന്ന തെമ്മാടിയെ. അറുപതുകളുടെ അവസാന കാലം. തീർത്തും അവികസിതമായ ഒരു ഉൾപ്രദേശമാണ് അന്ന് അടിപ്പറമ്പ്. അയാൾക്ക് ഇഷ്ടമുള്ളതൊക്കെ ചെയ്ത് അവിടെ വിലസിയിരുന്ന റൗഡിയാണ്

കൊല ചെയ്യപ്പെട്ട ഈ പിള്ള. ആറടി ഉയരം, അതിനൊത്ത തടി, കൊമ്പൻമീശ. അമ്പതിനോട് അടുത്ത പ്രായം. ആരെയും ഭയമില്ല. അതായിരുന്നു അയാൾ. ആരുടെ തൊടിയിലും ഇഷ്ടമുള്ളപ്പോഴൊക്കെ കയറിച്ചെന്ന് അയാൾക്ക് വേണ്ടതെല്ലാം എടുത്തുകൊണ്ടു പോകും. വാഴക്കുലയോ നാളികേരമോ അങ്ങനെ അയാൾക്ക് വേണ്ടതൊക്കെ. സ്ത്രീകളാണ് അയാളുടെ ഏറ്റവും വലിയ ദൗർബല്യം. അതിന് അയാൾക്ക് അയാളുടേതായ രീതിയാണ്. ലക്ഷ്യം വെച്ച വീട്ടിലേക്ക് നേരെ കയറി ചെല്ലും. ആ നേരം ആ വീട്ടിലെ പുരുഷന്മാർ എവിടെ യെങ്കിലും പോയി ഒളിക്കും. അയാൾ ഇറങ്ങിപ്പോയതിനു ശേഷമേ പിന്നെ അവർ പുറത്തിറങ്ങൂ. ജീവനിൽ ഭയം ഉള്ളതുകൊണ്ട് സ്വന്തം സ്ത്രീകളെ കൈയൊഴിഞ്ഞ് കരഞ്ഞ് കഴിച്ചുകൂട്ടുകയാണ് അന്നാ ട്ടിലെ പുരുഷന്മാർ. പൊലീസിനും ഭയമായിരുന്നു അയാളെ. നാട്ടു കാരുടെ പരാതികൾ അവർ കേട്ടില്ല എന്ന് നടിച്ചു.

അങ്ങനെയിരിക്കെ ചെറിയ കൃഷിയുമൊക്കെയായി കഴിഞ്ഞിരുന്ന നമ്മുടെ ശിവദാസന്റെ ഒരു ബന്ധുവിന്റ വീട്ടിലും പിള്ള അതിക്രമം കാട്ടി. ആ വീട്ടിലെ വീട്ടമ്മയെ അയാൾ ഉപദ്രവിച്ചു. അന്ന് ശിവദാ സൻ ഒന്നുറപ്പിച്ചു. ക്രൂരനായ ഈ റൗഡിയെ എങ്ങനെയും വക വരുത്തണം. അതിനായി പല പദ്ധതികൾ ആലോചിച്ചു. ഒടുവിൽ ഒരു ദിവസം ശങ്കരപ്പിള്ള സ്ഥിരമായി പോകുന്ന ഒരു വീട്ടിൽ നീള മുള്ള വാക്കത്തിയുമായി കതകിനു പിറകിൽ ഒളിച്ചുനിന്നു. പട്ടാ പ്പകൽ ആണ്. ശങ്കരപിള്ള അകത്തു കടന്നതും ശിവദാസൻ അയാ ളുടെ കഴുത്തിന് ആഞ്ഞു വെട്ടി. അപ്രതീക്ഷിതമായ ആക്രമണ ത്തിൽ പരിഭ്രമിച്ചുപോയ ശങ്കരപ്പിള്ള പാതി മുറിഞ്ഞ കഴുത്തുമായി താഴെ റോഡിലേക്ക് ഓടി. ഉറക്കെ കൂവിവിളിച്ച് ശിവദാസൻ ആളെ ക്കൂട്ടി. പ്രതികരിക്കാനോ പ്രതിരോധിക്കാനോ കഴിയാതെ ഭയന്ന് കഴിഞ്ഞിരുന്ന വലിയ പുരുഷാരം ഓടിക്കൂടി അവരുടെ പക കൂടി തീർത്തപ്പോൾ പിള്ള പിന്നെ എഴുന്നേറ്റില്ല. ആ ദുഷ്ടസാന്നിധ്യം എന്നന്നേക്കുമായി ഇല്ലാതെയായി. പൊലീസ് വന്നു, കേസായി, ശിവദാസൻ കൊലക്കേസിൽ പ്രതിയുമായി.

നീണ്ട ജയിൽവാസവും ഇളവുകളും കഴിഞ്ഞ് നാട്ടിൽ തിരിച്ചെ ത്തിയ ശിവദാസൻ ചെറിയ ചായക്കട നടത്തി ഉപജീവനം കഴിക്കുക യാണ്. നാട്ടിലെ പുതിയ തലമുറ ഇദ്ദേഹത്തെ കൊലയാളിയായ ഒരു ഭീകരനായിട്ടാണ് കാണുന്നത്. പഴയ ആളുകൾക്ക് ശിവദാസൻ ഒരു ഹീറോ ആണ്. ധീരനായ സാഹസികൻ. ഞാൻ കണ്ടതിൽ വച്ച് ഏറ്റവും ദുർബലനും സാധുവുമായ ഒരു മനുഷ്യനാണ് ശിവദാസൻ. സഹിക്കാവുന്നതിലപ്പുറം ആകുമ്പോൾ പൂച്ചയ്ക്ക് മണി കെട്ടാൻ പാവമെങ്കിലും ധീരനായ ഒരു എലി ഉണ്ടാകും. അള മുട്ടിയാൽ ചേരയും കടിക്കും എന്ന് നാട്ടിലൊരു ചൊല്ലുണ്ട്.

മനസ്സിലാകാത്ത മനശ്ശാസ്ത്രം

ഇക്കാലത്ത് അല്പം വിചിത്രമായ ഒരു അനുഭവമുണ്ടായി എനിക്ക്. ഒരു കൊടുംകുറ്റവാളിയെ അസമയത്ത് തനിച്ച് കണ്ടുമുട്ടിയതാണ് അത്. ഒരു ദിവസം എന്റെ പഴയ ആസ്ഥാനമായ അരിപ്പയിലേക്ക് എന്തോ അത്യാവശ്യത്തിന് രാത്രിയിൽ പോകേണ്ടതായി വന്നു. വിതുരയിൽ നിന്നും തിരിക്കുമ്പോൾ തന്നെ സമയം രാത്രി ഒമ്പതു കഴിഞ്ഞിരുന്നു. പത്തു മണിയോടെ വെങ്കോല്ല എന്ന ചെറിയ കവല യിൽ എത്തിയപ്പോൾ ബൈക്ക് കേടായി വഴിയിൽ നിന്നു. അവിടെ ആകെ ഉണ്ടായിരുന്ന ഒരു ചായക്കടയും അടച്ചു പോയിരുന്നു. സമീപ ത്തൊന്നും അധികം വീടുകളും ഇല്ല. ഒരു തെരുവുവിളക്കിന്റെ ചുവട്ടി ലേക്ക് ബൈക്ക് തള്ളി നീക്കിയിട്ട് എനിക്കാവുന്ന സൂത്രപ്പണി കളൊക്കെ ചെയ്തിട്ടും അതിന് ജീവൻ വെച്ചില്ല.

അങ്ങനെ വിഷമിച്ചു നിൽക്കുമ്പോൾ ഒരാൾ ഒറ്റയ്ക്ക് റോഡി ലൂടെ നടന്നു വരുന്നു. ഉദ്ദേശ്യം മുപ്പത്തിയഞ്ച് വയസ്സ് തോന്നിക്കും. പാന്റ്സും സ്ലാക്ക് ഷർട്ടും ആണ് വേഷം. അയാൾ സഹാനുഭൂതി യോടെ ചോദിച്ചു, "എന്തുപറ്റി സാർ." അരിപ്പയിലേക്ക് പോവുക യാണെന്നും ബൈക്ക് കേടായി, സ്റ്റാർട്ട് ആവുന്നില്ല എന്നും ഞാൻ പറഞ്ഞു. രണ്ടോ മൂന്നോ പ്രാവശ്യം കിക്കർ ചവിട്ടി, പിന്നെ സ്പാർക്ക് പ്ലഗ്ഗും ഊരി നോക്കിയിട്ട് അയാൾ പറഞ്ഞു, "കരണ്ട് വരാത്തതാണ് പ്രശ്നം. വണ്ടിയിൽ സ്ക്രൂഡ്രൈവർ ഉണ്ടോ സാർ" എന്ന് ചോദിച്ചു. ഞാനത് എടുത്തു കൊടുത്തു. ഡെൽക്കോ എന്നു പറയുന്ന അത്യാവശ്യം സങ്കീർണ്ണമായ ഒരു ഭാഗം അയാൾ ഊരി യെടുത്തു. അതിനകത്ത് ഒരു പ്ലാറ്റിനം പോയിന്റ് ഉണ്ട്. അത് അയാളുടെ തന്നെ പാന്റിൽ ഉരച്ച് ക്ലീൻ ചെയ്ത് ഇട്ടപ്പോൾ വണ്ടി സ്റ്റാർട്ട് ആയി.

എനിക്ക് അയാളോട് എന്തെന്നില്ലാത്ത നന്ദിയും ബഹുമാനവും തോന്നി. അയാൾ വന്നില്ലായിരുന്നെങ്കിൽ ഞാൻ ബൈക്ക് അവിടെ വച്ചിട്ട് കാട്ടുപന്നിയും കരടിയും ഇറങ്ങുന്ന റോഡിലൂടെ നാല്

കിലോമീറ്ററോളം ആ ഇരുട്ടത്ത് നടക്കേണ്ടി വന്നേനേ. എന്റെ കൈയ്യിൽ വേറെ വെളിച്ചവും ഇല്ല. എന്റെ നന്ദി വാക്കുകൾ കേട്ടതിനു ശേഷം അദ്ദേഹം എന്നോട് ചോദിച്ചു.

"സാറിന് എന്നെ മനസ്സിലായോ?"

ക്ഷമിക്കണം, ഓർക്കുന്നില്ല എന്ന് ഞാൻ പറഞ്ഞു. വളരെ നാടകീയമായി അയാൾ പറഞ്ഞു.

"ഒരു വർഷം മുമ്പ് അരിപ്പ ഗസ്റ്റ് ഹൗസിൽ വച്ച് നമ്മൾ പരിചയപ്പെട്ടിട്ടുണ്ട്. എന്റെ പേര് എടപ്പാളയം രാമു. മന്തി രാമു എന്നും വിളിക്കും."

എന്റെ ഉള്ളിലൂടെ ഒരു കൊള്ളിയാൻ മിന്നി. ഒരു ആനക്കൊമ്പ് കേസിൽ അരിപ്പയിലെ ഫോറസ്റ്റ് ഗസ്റ്റ് ഹൗസിൽ കൊണ്ടുവന്ന് ഇയാളെ ചോദ്യം ചെയ്ത സംഘത്തിൽ ഞാനും ഉണ്ടായിരുന്നു. അല്പം മർദ്ദനമുറകൾ ആവശ്യം വന്ന ഒരു ചോദ്യം ചെയ്യലായിരുന്നു അത്. ആ രാത്രിയിൽ, വഴിവിളക്കിന്റെ വെളിച്ചത്തിൽ എനിക്ക് അയാളെ തിരിച്ചറിയാൻ കഴിഞ്ഞില്ലെങ്കിലും അയാൾക്ക് വ്യക്തമായി എന്നെ ഓർമ്മയുണ്ട്. മന്തി രാമു എന്ന് ഫോറസ്റ്റുകാരുടെ ഇടയിൽ അറിയപ്പെടുന്ന കുപ്രസിദ്ധനായ ഒരു ആനവേട്ടക്കാരനാണ് അയാൾ. ഉന്നം തെറ്റാതെ വെടിവെക്കുന്ന ഷാർപ്പ്ഷൂട്ടർ. ആനകളെയും കരിങ്കുരങ്ങിനേയും മാത്രമേ അയാൾ വേട്ടയാടൂ. കരിങ്കുരങ്ങിനെ കരിമന്തി എന്നും പറയും. അങ്ങനെയാണ് അയാൾക്ക് മന്തി രാമു എന്ന് പേരുവന്നത്.

ഒരുപാട് തവണ ഫോറസ്റ്റുകാരുടെ പിടിയിലായി മർദ്ദനങ്ങൾ ഏറ്റു വാങ്ങേണ്ടിവന്ന സ്ഥിരം കുറ്റവാളിയാണ്. നിരായുധനായി ഒറ്റയ്ക്ക് ആ രാത്രിയിൽ അവിടെ നിന്ന എന്നെ അയാൾക്ക് എന്തു വേണമെങ്കിലും ചെയ്യാമായിരുന്നു. സഹായിക്കാതെ നടന്നു പോകുകയെങ്കിലും ആകാമായിരുന്നു. രാത്രി അസമയത്ത് ഒറ്റയ്ക്ക് അതു വഴി വന്ന അയാളുടെ കയ്യിൽ തീർച്ചയായും ആയുധങ്ങൾ ഉണ്ടായിരിക്കണം. പക്ഷേ അങ്ങേയറ്റത്തെ സംസ്കാരത്തോടെ പെരുമാറി എന്റെ ബൈക്കും നന്നാക്കിത്തന്ന് ശുഭരാത്രി ആശംസിച്ചിട്ട് പോവുകയാണ് അയാൾ ചെയ്തത്.

ഇന്നും ആലോചിച്ച് മനസ്സിലാക്കാൻ കഴിയാത്തതാണ് ഇതിന്റെ പിന്നിലുള്ള മനശ്ശാസ്ത്രം. രണ്ട് കാര്യങ്ങളാണ് എനിക്ക് തോന്നുന്നത്. ഒന്ന്, തെറ്റ് ചെയ്തിട്ടാണ് മർദ്ദനം ഏൽക്കേണ്ടിവന്നത് എന്ന കുറ്റബോധം ഉണ്ടാക്കുന്ന ഒരു തരം സമരസപ്പെടൽ. അല്ലെങ്കിൽ ഏത് കുറ്റവാളിയുടെയും ഉള്ളിൽ അതേ അളവിലുള്ള നന്മ. അറിവുള്ളവർ വിശകലനം ചെയ്യട്ടെ.

ആദ്യത്തെ ഗവി നാളുകൾ

എനിക്ക് അടുത്ത സ്ഥലംമാറ്റ ഉത്തരവ് വന്നു. ഗവി ഡിവിഷനിലേക്കാണ്. അന്ന് പച്ചക്കാനം ഡിവിഷൻ എന്നാണ് അത് അറിയപ്പെട്ടിരുന്നത്. ഭാര്യയേയും കുഞ്ഞിനേയും നാട്ടിൽ കൊണ്ടാക്കി. പ്രേതബാധയുള്ള ആ കൊച്ചുവീട് ഒഴിയാൻ ഞങ്ങൾക്ക് സങ്കടമായിരുന്നു. ചെറുതെങ്കിലും ഭംഗിയുള്ള വീടായിരുന്നു. സ്നേഹവും സഹകരണവും ഉള്ള അയൽവീട്ടുകാർ. സ്വന്തം കൂടപ്പിറപ്പിനെപോലെ ഭാര്യയെ സ്നേഹിച്ച അടുത്ത വീട്ടിലെ ശാരദ ചേച്ചി. ഭാര്യയെ സഹായിക്കാൻ വന്നിരുന്ന സൂസ. നല്ലവരായ നാട്ടുകാർ. വലിയ സങ്കടത്തോടെയാണ് ഞങ്ങൾ ആ വീടും നാടും വിട്ടത്. കൊതിയുണ്ടായിരുന്നെങ്കിലും പിന്നീട് ഒരിക്കലെങ്കിലും ആ സ്ഥലത്തു പോകാനും ഒരുപാട് സ്നേഹം തന്നവരെ ഒരിക്കൽ കൂടി കാണാനും മധുവിധു കാലത്ത് കറങ്ങി നടന്ന കാടുകളിൽ ഒരിക്കൽ കൂടി നടക്കാനും ഞങ്ങൾക്ക് പറ്റിയില്ല. അതിനു മുമ്പ് കാലം എന്നെ ഒറ്റയ്ക്കാക്കി. പങ്കു വെയ്ക്കാൻ പ്രിയപ്പെട്ടവർ കൂടെയില്ലെങ്കിൽ മധുരമുള്ള ഓർമ്മകൾക്കും കൈപ്പുരസമല്ലേ?>

1985 ഓഗസ്റ്റ് മാസത്തിലെ ഒരു ദിവസം പച്ചക്കാനത്തേക്കുള്ള (ഇന്നത്തെ ഗവി) ബസ് കയറുമ്പോൾ കാര്യമായ വീട്ടുസാമാനങ്ങൾ ഒന്നും കൂടെ ഇല്ലായിരുന്നു. എല്ലാം കുടുംബത്തോടൊപ്പം നേരത്തെ നാട്ടിലേക്ക് പായ്ക്ക് ചെയ്തിരുന്നു. ഒരു സൂട്ട്കേസും ചെറിയ ഒരു എയർബാഗും മാത്രമാണ് കയ്യിൽ. ഏഴ് വർഷം മുമ്പ് ട്രെയിനിങ് കാലത്ത് ഒരാഴ്ച താമസിച്ചതല്ലാതെ പച്ചക്കാനത്തെക്കുറിച്ച് അധികം ധാരണയില്ല. അന്ന് കുപ്രസിദ്ധമായിരുന്നു ഈ ഡിവിഷൻ. ഇന്നത് സുപ്രസിദ്ധമായ ഗവി ഡിവിഷൻ ആണ്. അന്ന് ആരും ജോലി ചെയ്യാൻ ഇഷ്ടപ്പെടാത്ത സ്ഥലം. യാത്രാക്ലേശം, അടിസ്ഥാന സൗകര്യങ്ങളുടെ കുറവ്, വാർത്താവിനിമയ മാർഗങ്ങൾ ഇല്ലാത്തത്, അങ്ങേയറ്റം പ്രതികൂലമായ തണുപ്പുള്ള കാലാവസ്ഥ

ഇതൊക്കെയാണ് അവിടുത്തെ പ്രശ്നങ്ങൾ. തേക്കടിക്കടുത്തുള്ള വണ്ടിപ്പെരിയാർ പട്ടണത്തിൽ നിന്നും മുപ്പതു കിലോമീറ്റർ ഉൾ വനത്തിലേക്ക് മാറി കിടക്കുന്ന ഒരു ഏലം പ്രോജക്ടാണ്. കോട്ട യത്തു നിന്നും ആനത്തോട് ഡാം വരെ പോകുന്ന ഒരു കെഎസ് ആർടിസി ബസും കൊല്ലത്തു നിന്നും പമ്പാ ഡാം വരെ പോകുന്ന മറ്റൊരു കെഎസ്ആർടിസി ബസും ആണ് ആകെയുള്ള യാത്രാ മാർഗ്ഗം.

പമ്പാ ഡാമിന് അടുത്തുള്ള പച്ചക്കാനം ഡിവിഷണൽ ഓഫീ സിലാണ് എനിക്ക് റിപ്പോർട്ട് ചെയ്യേണ്ടത്. സ്ഥലം കൃത്യമായി അറി യാത്തതുകൊണ്ട് ഓഫീസ് എത്തുമ്പോൾ നിർത്തിത്തരാൻ കണ്ട ക്ടറെ ചട്ടം കെട്ടിയിരുന്നു. ഏഷ്യയിലെ ഏറ്റവും വലിയ ഏലം പ്രോജ ക്ടിന്റെ ഡിവിഷണൽ ഓഫീസ് സ്ഥിതി ചെയ്യുന്ന സ്ഥലമല്ലേ, ഒരു കൊച്ചു കവലയുടെയോ അങ്ങാടിയുടെയോ ചിത്രമായിരുന്നു മന സ്സിൽ. ഉച്ചയ്ക്ക് കൃത്യം ഒരു മണിക്ക് കണ്ടക്ടർ പറഞ്ഞ സ്ഥലത്ത് ബസ്സിറങ്ങിയ ഞാൻ ശരിക്കും ഭയന്നുപോയി. ഒരുതരം സ്ഥലകാല വിഭ്രാന്തിയാണ് ഉണ്ടായത്. വന്നിറങ്ങിയ ബസ്സിന്റെ ചുവന്ന പിൻ വെളിച്ചം അര മിനിറ്റിനകം മൂടൽ മഞ്ഞിൽ മറഞ്ഞു. സ്ഥലം മാറി പ്പോയതാണോ എന്ന് ആശങ്കയുണ്ടായി. വെറും പത്ത് അടി ദൂര ത്തിനപ്പുറം ഒന്നും കാണാനില്ല. ആ നട്ടുച്ചനേരത്തും കനത്ത മൂടൽ മഞ്ഞാണ്. കവലയും അങ്ങാടിയും പോയിട്ട്, സമീപത്തൊന്നും മനുഷ്യവാസം ഉള്ളതിന്റെ യാതൊരു ലക്ഷണങ്ങളും ഇല്ല. പൂർണ്ണ മായ നിശ്ശബ്ദത. മങ്ങിയ നിഴലായിപ്പോലും ഒരു കെട്ടിടം കാണാ നില്ല. വെറുതെ പത്തു പതിനഞ്ചടി മുന്നോട്ടു നടന്നു നോക്കി. നല്ല പഴക്കം തോന്നിക്കുന്ന കുറച്ച് ചവിട്ടുപടികൾ കാണാറായി. എന്തും വരട്ടെ എന്ന് കരുതി മുകളിലേക്ക് പടികൾ കയറി. ഒരു ചെറു മുറ്റവും ഒരു ചെറിയ കെട്ടിടവും കണ്ടു. ചുറ്റിനും ചില്ലു ജനാലകളുള്ള പൂമു ഖവുമായി ബ്രിട്ടീഷ് ശൈലിയിൽ പണിതിട്ടുള്ള ഒരു ചെറിയ വീട്. പൂമുഖവാതിൽ അകത്തുനിന്നോ പുറത്തുനിന്നോ പൂട്ടിയിട്ടില്ല. ആരാണ് എന്താണ് എന്നൊന്നും അറിയില്ല. കയറിച്ചെന്ന് പ്രധാന വാതിലിൽ പലതവണ മുട്ടി നോക്കി. പ്രതികരണം ഒന്നുമില്ല.

എനിക്ക് നന്നായി തണുക്കുവാനും വിശക്കുവാനും തുടങ്ങി. ദിക്കറിയാതെ വിജനഭൂമിയിൽ ഒറ്റപ്പെട്ടുപോയവന്റെ അവസ്ഥ. ട്രെയി നിങ് കാലത്ത് പഠിച്ച ചില അതിജീവന തന്ത്രങ്ങൾ ഓർത്തെടുത്തു. താരതമ്യേന സുരക്ഷിതം എന്ന് തോന്നുന്ന ഒരു ഇടം കണ്ടെത്തി യാൽ പിന്നെ അതുപേക്ഷിച്ച് അലയരുത്. ഏതായാലും വിജന മായ ആ സ്ഥലത്ത് ഒരു രാത്രി സുരക്ഷിതമായി കഴിച്ചു കൂട്ടാൻ

അടച്ചുറപ്പുള്ള ആ പൂമുഖം മതിയാകും എന്ന് കണക്കുകൂട്ടി. ജനാലകളും വാതിലും അടച്ചാൽ വീശി അടിക്കുന്ന തണുത്ത കാറ്റിൽ നിന്നും രാത്രിയിലെ അതിശൈത്യത്തിൽ നിന്നും രക്ഷപ്പെടാം. വന്യമൃഗങ്ങളെയും ഭയക്കേണ്ടതില്ല. എങ്ങനേയും ഒരു രാത്രി അവിടെ കഴിച്ചു കൂട്ടാം. ആരുടെ വീടെങ്കിലും ആകട്ടെ, രാവിലെ ആരെങ്കിലും വരാതിരിക്കില്ല.

രാത്രി തറയിൽ കിടന്നുറങ്ങാനുള്ള ഇടം നിശ്ചയിച്ച് തറയിൽ വെറുതെ അങ്ങനെ കുത്തിയിരുന്നു. സമയം ഏകദേശം മൂന്ന് മണി ആയപ്പോൾ ഒരു ചാറ്റൽ മഴ പെയ്തു. മഴ പെയ്തൊഴിഞ്ഞപ്പോൾ പുറത്തെ കനത്ത മൂടൽമഞ്ഞിന് ചെറിയ അയവുണ്ടായി. ഹൈറേഞ്ചുകളിൽ അതങ്ങനെയാണ്. നിനച്ചിരിക്കാതെ അന്തരീക്ഷത്തിൽ പൊടുന്നനെ മാറ്റങ്ങൾ സംഭവിക്കും. മഞ്ഞല്പം മാറി, കുറച്ച് അപ്പുറത്തേക്ക് കാണാം എന്നായപ്പോൾ ഞാൻ പുറത്തിറങ്ങി ചുറ്റിനും ഒരു നിരീക്ഷണം നടത്തി. മുറ്റത്തിന്റെ ഒരു കോണിൽ നിന്നും താഴോട്ടിറങ്ങാനുള്ള ഏതാനും പടികൾ കണ്ടു. ആ പടികൾ ഇറങ്ങവേ ഓടിട്ട മറ്റൊരു കെട്ടിടം. മുറ്റത്ത് ചെറിയ പൂന്തോട്ടമുണ്ട്. ഇറങ്ങിച്ചെന്ന് വാതിലിൽ പതുക്കെ മുട്ടി വിളിച്ചു. ഏകദേശം എന്റെ സമപ്രായക്കാരനായ ഒരാൾ വന്ന് വാതിൽ തുറന്നു. ഭയപ്പെടുത്തുന്ന വിജനതയുടെ നടുവിൽ കണ്ട ആദ്യത്തെ മനുഷ്യരൂപം. സ്വാഗത മരുളുന്ന മുഖഭാവം.

KFDCയുടെ ഓഫീസ് എവിടെ എന്ന് അറിയാമോ, ഞാൻ ചോദിച്ചു. ജോജോസാറാണോ എന്ന മറുചോദ്യമായിരുന്നു ഉത്തരം. “എന്റെ പേര് മാത്യു. ഞാൻ KFDC ഡിവിഷണൽ ഓഫീസിലെ സ്റ്റാഫ് ആണ്. സാറിനെ പ്രതീക്ഷിച്ചിരിക്കുകയായിരുന്നു. മൂന്നു പേർ ഇന്നലെ വന്നിട്ട് ഗവി യൂണിറ്റിലേക്കു പോയിട്ടുണ്ട്. ഇനിയുള്ളത് സാറാണ്.” അദ്ദേഹം പറഞ്ഞു നിർത്തി.

നീണ്ട നാലുവർഷത്തെ സഹവാസത്തിന്റെയും പിന്നീട് ഒരു നാളും കണ്ണിയറ്റ് പോകാത്ത സൗഹൃദത്തിന്റെയും തുടക്കമായിരുന്നു ആ കൂടിക്കാഴ്ച. സഹധർമ്മിണി ചാച്ചമ്മയും ഇളയമകൾ ഒരു വയസ്സുകാരി മഞ്ജുഷയും ആയി ആ ക്വാർട്ടേഴ്സിൽ താമസിക്കുകയാണ് ശ്രീ. മാത്യു. വെറുംകയ്യോടെ കയറിച്ചെന്ന എനിക്ക് അന്ന് ഉച്ചഭക്ഷണവും അത്താഴവും തന്നത് അവരാണ്. സമീപത്തെങ്ങും അതിന് മറ്റ് ഉപാധികൾ ഇല്ല. അര കിലോമീറ്റർ ചുറ്റളവിൽ മനുഷ്യവാസം പോലുമില്ല. ഇരട്ടക്വാർട്ടേഴ്സിന്റെ ഒഴിഞ്ഞു കിടന്ന ഭാഗം അവർ എനിക്ക് തുറന്നു തന്നു. വൈദ്യുതിയും വെള്ളവും അത്യാവശ്യം ഫർണിച്ചറും ഉണ്ട്. തികച്ചും ഒറ്റപ്പെട്ട ആ

സ്ഥലത്ത് ഭാര്യയും ചെറിയ കുഞ്ഞുമായി താമസിക്കുകയാണ് മാത്യുവിന്റെ കുടുംബം. ആനയും കാട്ടുപോത്തും ചിലപ്പോൾ സന്ദർശകരായി എത്താറുണ്ടത്രേ. കൂട്ടിലിട്ടു വളർത്തിയ പട്ടിയെ പുലി പിടിച്ചു കൊണ്ടുപോയത് ഒരാഴ്ച മുമ്പാണ്. അദ്ദേഹം പറഞ്ഞ കാര്യങ്ങൾ കേട്ട് ചെറിയ ഭയം തോന്നാതിരുന്നില്ല.

ജീവിതം എന്ന മഹാവെല്ലുവിളിക്കു മുന്നിൽ ആനയും പുലിയും ഒക്കെ എന്ത്, അല്ലേ. അന്ന് ആ കുടുംബത്തെ കാണാൻ കഴിഞ്ഞില്ലായിരുന്നെങ്കിൽ ഞാൻ ആദ്യം കണ്ട ചെറിയ കെട്ടിടത്തിന്റെ പൂമുഖത്ത് തറയിൽ ചുരുണ്ട് കൂടി കിടന്ന് നേരം വെളുപ്പിക്കേണ്ടി വന്നേനേ. ഞാൻ അങ്ങനെ തീരുമാനിച്ചതും ആയിരുന്നല്ലോ. അതൊരു ഒഴിവുദിവസം ആയിരുന്നു.

തൊപ്പി വെയ്ക്കാതെ മൂന്നരക്കൊല്ലം

അടുത്ത ദിവസം രാവിലെ പത്തു മണിയോടെ അതേ സമുച്ചയത്തിലുള്ള ഡിവിഷൻ ഓഫീസിൽ ഡിവിഷണൽ മാനേജരെ കാത്തു നിന്നു. വർഷങ്ങൾക്ക് മുമ്പ് നിർമ്മിച്ച കരിങ്കൽഭിത്തികളുള്ള വലിയ ഒരു കെട്ടിടമാണത്. പത്തിരുപതു പേർക്കെങ്കിലും ഇരുന്ന് ജോലി ചെയ്യാൻ സൗകര്യമുള്ള മനോഹരമായ കെട്ടിടം. അങ്ങനെ കാത്തിരുന്നപ്പോൾ ആദ്യം എത്തിയത് ഫോറസ്റ്റർ അബ്രഹാം ആണ്. യൂണിഫോമിൽ നിന്ന ഞാൻ റിപ്പോർട്ട് ചെയ്യാൻ വന്ന പുതിയ ഫീൽഡ് ഓഫീസർ ആണെന്ന് അദ്ദേഹത്തിന് മനസ്സിലായി. ഞാൻ എന്നെ പരിചയപ്പെടുത്തി. അദ്ദേഹവുമായി സംസാരിച്ചിരുന്നപ്പോൾ ചില കാര്യങ്ങൾ മനസ്സിലായി. അത്രയും വലിയ ആ ഓഫീസിൽ ആകെ നാലേ നാലു പേരാണ് ജോലി ചെയ്യുന്നത്.

ശ്രീ. അബ്രാഹം ഓഫീസ് ക്ലാർക്ക് ആണ്. ഒരേ ഒരു ക്ലാർക്ക്. വനംവകുപ്പിൽനിന്നും ഡെപ്യൂട്ടേഷനിലുള്ള ഫോറസ്റ്ററാണ്. പിന്നെയുള്ളത് ഒരു സ്റ്റെനോഗ്രാഫറും ഒരു ലാസ്റ്റ് ഗ്രേഡ് ജീവനക്കാരനും. ഓഫീസ് മേധാവിയായി ഡിവിഷണൽ മാനേജരും. അത്രയേ ഉള്ളു. ഏഷ്യയിലെ തന്നെ ഏറ്റവും വലിയ കാർഡമം പ്രോജക്ടിന്റെ ഭരണസിരാകേന്ദ്രമായ ആ ഓഫീസ് നിയന്ത്രിക്കുന്നത് നാല് പേർ മാത്രം ചേർന്ന്. എനിക്ക് വല്ലാത്ത അതിശയവും കൗതുകവും തോന്നി. ഡിവിഷന്റെ കീഴിൽ നാല് യൂണിറ്റുകൾ ഉണ്ടെന്നും അവിടങ്ങളിൽ റെയ്ഞ്ച് ഓഫീസർ തസ്തികയിൽ ഉള്ള മാനേജർമാരും മറ്റ് സ്റ്റാഫുകളും ഉണ്ടെന്നും പിന്നീടാണ് മനസ്സിലായത്. അങ്ങനെ ഒരു പ്രത്യേക സംവിധാനമാണ്. ശരിയായ വികേന്ദ്രീകൃത ഭരണം.

കാത്തു നിന്നപ്പോൾ വെളുപ്പും പച്ചയും നിറത്തിൽ റാംപാലിന്റെ ഫൈബർ ബോഡിയുള്ള ഒരു ജീപ്പ് കയറി വന്നു. ജീപ്പിൽനിന്നും ഇറങ്ങിയ ആൾ നേരെ ഡിവിഷണൽ മാനേജറുടെ മുറിയിലേക്ക്

കയറിപ്പോയി. ശ്രീ. അബ്രഹാം ചെന്ന് എനിക്ക് അദ്ദേഹത്തെ കാണുവാനുള്ള അനുവാദം വാങ്ങി. ഞാൻ കയറിച്ചെന്ന് അഭിവാദ്യം ചെയ്തിട്ട് എന്റെ ജോയിനിങ് റിപ്പോർട്ട് സമർപ്പിച്ചു. കൂടുതൽ സംസാരം ഒന്നുമില്ല. അടുത്ത മുറിയിൽ കാത്തിരിക്കാൻ പറഞ്ഞു. മിതഭാഷിയാണ് എന്ന് മനസ്സിലായി. കാർഡമം ബോർഡിൽനിന്നും ഡെപ്യൂട്ടേഷനിൽ വന്ന ഡെപ്യൂട്ടി ഡയറക്ടറാണ്. ഡിവിഷണൽ മാനേജർ ശ്രീ. കോശി ജോൺ. അപ്പുറത്തെ മുറിയിൽ കാത്തിരിക്കുമ്പോൾ എനിക്കൊപ്പം സ്ഥലംമാറി വന്ന മറ്റ് മൂന്നു ഫീൽഡ് ഓഫീസർമാരും റിപ്പോർട്ട് ചെയ്യാൻ എത്തി.

ഞങ്ങൾ പോസ്റ്റിംഗ് ഓർഡറിനായി കാത്തിരുന്നു. നാല് യൂണിറ്റുകൾ ഉണ്ടെന്നറിയാം. അതിൽ എവിടേക്കാണ് എന്നറിയില്ല. സ്റ്റെനോഗ്രാഫർ ശ്രീ. ഗോപാലകൃഷ്ണനും അപ്പോൾ എത്തി. ഒരു മണിക്കൂർ കഴിഞ്ഞപ്പോൾ ഞങ്ങളുടെ പോസ്റ്റിംഗ് ഓർഡറുകൾ അടിച്ചു കിട്ടി. മൂന്നു പേരെ യൂണിറ്റുകളിലേക്ക് പോസ്റ്റ് ചെയ്തപ്പോൾ ഡിവിഷണൽ ഓഫീസിൽ ഗുമസ്തൻ ആയിട്ടാണ് എനിക്ക് കിട്ടിയ പോസ്റ്റിങ്ങ്. സാങ്കേതിക പരിശീലനം കിട്ടിയ യൂണിഫോം ധാരികളെ സാധാരണയായി ഗുമസ്തപ്പണിക്ക് നിയോഗിക്കാറില്ല. അതേസമയം അടിസ്ഥാന സൗകര്യങ്ങൾ തീരെയില്ലാത്ത ഒറ്റപ്പെട്ട സ്ഥലങ്ങളിൽ ജോലി ചെയ്യാൻ ക്ലറിക്കൽ സ്റ്റാഫുകളെ അധികം കിട്ടില്ല. യൂണിഫോം ധാരികൾ ആകുമ്പോൾ എവിടെയും പോയി കിടന്നു ജോലി ചെയ്തുകൊള്ളും. അതുകൊണ്ടാണ് ദുർഘടം പിടിച്ച ഇത്തരം സ്ഥലങ്ങളിൽ ഓഫീസ് ജോലിക്കായി ചിലപ്പോഴൊക്കെ ഫീൽഡ് സ്റ്റാഫുകൾ നിയോഗിക്കപ്പെടുന്നത്. പല ഡിപ്പാർട്ടുമെന്റുകളിലും ഇങ്ങനെയുണ്ട്. ഗുമസ്തന്റെ റോളിൽ ആകുമ്പോൾ യൂണിഫോമും തൊപ്പിയും വേണ്ട എന്നൊരു സൗകര്യമുണ്ട്.

ഗുമസ്തനായതിൽ എനിക്ക് വിഷമം തോന്നിയില്ല. ഫീൽഡ് ഡ്യൂട്ടികളെക്കാൾ സ്വാതന്ത്ര്യക്കുറവ് ഉണ്ടാകും എന്നത് മാത്രമാണ് ഒരു പോരായ്ക. ഓഫീസ് സമയങ്ങൾ കൃത്യമായി പാലിക്കേണ്ടി വരും. അതിനു പകരമായി മറ്റ് കുറേ സൗകര്യങ്ങൾ ഉണ്ട്. കാട്ടിൽ നടന്ന് അട്ടകടി കൊള്ളണ്ട, ആനയെ പേടിക്കണ്ട, തോട്ടം തൊഴിലാളികളുമായുള്ള സ്ഥിരം കശപിശകൾ വേണ്ടിവരില്ല. യൂണിറ്റുകളിൽ താമസിക്കാൻ ഡോർമിറ്ററികൾ ആണ്. കുടുംബവുമായി താമസിക്കാൻ സാധിക്കില്ല. ഇവിടെ ഫാമിലി ക്വാർട്ടേഴ്സ് ഉണ്ട്. വേണമെങ്കിൽ കുടുംബവുമായി താമസിക്കാം.

വായനയും എഴുത്തും ഇഷ്ടമായിരുന്നതുകൊണ്ട് ഓഫീസ് ഗുമസ്തനായുള്ള നിയമനം സന്തോഷത്തോടെയാണ് ഞാൻ സ്വീകരിച്ചത്. സർക്കാർ ഓഫീസുകളിലെ എഴുത്തു കുത്തുകളും പ്രവർത്തന

രീതികളും പഠിക്കാൻ ഫീൽഡ് സ്റ്റാഫുകൾക്ക് പൊതുവേ അവസരം കുറവാണ്. കിട്ടിയ അവസരം നന്നായി ഉപയോഗിക്കാൻതന്നെ ഞാൻ തീരുമാനിച്ചു. നാട്ടിൽനിന്നും ഭാര്യയെയും കുഞ്ഞിനേയും കൂട്ടിക്കൊണ്ടുവന്ന് ക്വാർട്ടേഴ്സിൽ താമസമാക്കി. അവിടന്നങ്ങോട്ട് നീണ്ട മൂന്നര വർഷമാണ് ആ ഓഫീസിൽ ജോലി ചെയ്തത്. ഞാൻ ആ സംവിധാനത്തിന്റെ ഒരു ഭാഗമായി അലിഞ്ഞു ചേരുകയായിരുന്നു. മാറിമാറി വന്ന മൂന്ന് ഡിവിക്ഷണൽ മാനേജർമാരുടെ കൂടെ ജോലി ചെയ്തു. ആർക്കും ഞാൻ അനഭിമതൻ ആയില്ല. ഡിവിഷണൽ ഓഫീസിലെ ഒരേ ഒരു ക്ലാർക്കായും ഓഫീസിന്റെ പൂർണ്ണ ചുമതലയുള്ള ഓഫീസ് മാനേജരായും ജോലി ചെയ്തു. അത്യാവശ്യ ഘട്ടങ്ങളിൽ ഡിവിഷണൽ മാനേജരുടെയും ആംബുലൻസ് വാനിന്റെയും പോലും ഡ്രൈവറായി. ആരുമായും എനിക്ക് പിണങ്ങേണ്ടി വന്നില്ല. ആരെയും പിണക്കിയുമില്ല.

നാല് യൂണിറ്റുകളുടെ സിരാകേന്ദ്രമായ ഡിവിഷണൽ ഓഫീസ് സാമാന്യം ജോലിത്തിരക്കുള്ള ഒന്നാണ്. അറന്നൂറിനടുത്തു സ്ഥിരം തൊഴിലാളികൾ, റെയ്ഞ്ച് ഓഫീസർമാരായ നാല് യൂണിറ്റ് മാനേജർമാർ, പത്തു പന്ത്രണ്ട് ഫീൽഡ് ഓഫീസർമാർ, ഡ്രൈവർ, പ്യൂൺ തുടങ്ങി ഒട്ടേറെ മറ്റു ജീവനക്കാർ, ഒരു ഡിസ്പെൻസറി, ഫാർമസിസ്റ്റ്, സ്റ്റാഫ് നേഴ്സ്, ജീപ്പ്, ആംബുലൻസ്, ട്രാക്ടർ, ബൈക്കുകൾ തുടങ്ങി കുറെ വാഹനങ്ങൾ, അത്രയും വിപുലമായ സംവിധാനമാണ്. ജീവനക്കാരുടെ ശമ്പള, സർവീസ് കാര്യങ്ങളുടേയും, തൊഴിലാളികളുടെ വേതനം, പ്രൊവിഡന്റ് ഫണ്ട്, മറ്റ് ആനുകൂല്യങ്ങൾ എന്നിവയുടെയൊക്കെ മേൽനോട്ടം ഡിവിഷണൽ ഓഫീസിനാണ്. ഓഫീസിൽ ഉണ്ടായിരുന്ന ശ്രീ. അബ്രഹാമിനെ യൂണിറ്റിലേക്ക് മാറ്റിയിരുന്നു. പിന്നെ ഓഫീസിൽ ഞങ്ങൾ മൂന്നേ മൂന്നു പേർ മാത്രമായി. സ്റ്റെനോഗ്രാഫർ ഗോപാലകൃഷ്ണൻ, മാത്യു, പിന്നെ ഞാനും.

രാത്രി ഏഴും എട്ടും മണി വരെ ജോലി ചെയ്താണ് ഓഫീസ് ജോലികൾ തീർത്തത്. വൈകുന്നേരങ്ങളിൽ മകളുമായി വന്ന് ഭാര്യ കൂട്ടിരിക്കും. ഇത്രയും കഠിനമായി അധ്വാനിക്കേണ്ടി വന്ന നാളുകൾ എനിക്ക് ഉണ്ടായിട്ടില്ല. പിന്നീട് വർഷങ്ങൾക്ക് ശേഷം പടവുകൾ ഓരോന്നായി കയറി ഭരണച്ചുമതലയുള്ള സീറ്റുകളിൽ എത്തിയപ്പോൾ അന്നത്തെ കഠിനപ്രയത്നത്തിൽനിന്നും നേടിയ അറിവുകൾ എന്നെ ഏറെ സഹായിച്ചു എന്നത് വാസ്തവമാണ്. എന്നെ അന്ന് ഓഫീസ് ഗുമസ്തന്റെ കസേരയിൽ പിടിച്ചിരുത്തിയ ഡിവിഷണൽ മാനേജർ കോശി ജോൺ സാറിനോട് കടപ്പാട് തോന്നുന്നുണ്ട്.

ജീവിതം അതിജീവനം

രണ്ട് വയസ്സുകാരി ടിനുവുമായി ഞങ്ങൾ ഗവിയിൽ താമസം തുടങ്ങി. മൂന്നര വർഷങ്ങൾക്കുശേഷം ഇവിടെ നിന്നും പടിയിറങ്ങും മുമ്പ് ടിനുവിന് ഒരനുജത്തികൂടി ഉണ്ടായി, ടിങ്കിൾ. രണ്ടു പിഞ്ചുകുഞ്ഞുങ്ങളുമായി അന്നത്തെ ജീവിത സാഹചര്യങ്ങളെ എങ്ങനെ അതിജീവിച്ചു എന്ന് തിരിഞ്ഞുനോക്കുമ്പോൾ അതിശയം തോന്നുന്നുണ്ട്. ഒരു വലിയ മലയുടെ താഴ്‌വാരത്തിൽ മറ്റൊരു ചെറു കുന്നിലാണ് ക്വാർട്ടേഴ്സുകൾ അടങ്ങുന്ന ഓഫീസ് സമുച്ചയം. മനോഹരമായ പുൽമേടുകളാണ് ചുറ്റിനും. കുറച്ചു ദൂരെ പമ്പാ ഡാമിന്റെ ജലാശയവും കാണാം.

വണ്ടിപ്പെരിയാർ പട്ടണത്തിൽ നിന്നും വിട്ടാൽ ആങ്ങമൂഴി വരെ എഴുപതു കിലോമീറ്റർ നിബിഡ വനമാണ്. ഇതിന്റെ ഏകദേശം മധ്യഭാഗത്താണ് കെഎഫ്ഡിസിയുടെ ഈ ഓഫീസും ക്വാർട്ടേഴ്സുകളും. ഒറ്റപ്പെട്ട വിജനമായ സ്ഥലം. ഒരു കിലോമീറ്റർ ദൂരെ ഒരു കെഎസ്ഇബി കോളനി ഉണ്ട്. പൊട്ടിപ്പൊളിഞ്ഞ പഴയ ക്വാർട്ടേഴ്സുകളിൽ കുറച്ച് ജീവനക്കാർ ഇവിടെ താമസിക്കുന്നുണ്ട്. പമ്പാ ഡാമിന്റെ പ്രവർത്തനങ്ങൾ നിയന്ത്രിക്കുന്നവരാണ്. അവർക്കായി ചെറിയ ഒരു കാന്റീനും ഒരു അണ്ണാച്ചിയുടെ പലചരക്ക് കടയുമുണ്ട്. ഒരു ഒറ്റമുറി പോസ്റ്റ് ഓഫീസും. അത്രയുമാണ് ജനവാസം.

വന്യ മൃഗങ്ങൾ ധാരാളമുണ്ട്. ആനയും കാട്ടുപോത്തും ആണ് കൂടുതൽ. കരടിയും കടുവയും പുലിയും മാനും ഉണ്ട്. രണ്ടു വയസ്സുകാരി ടിനു രാവിലെ അവളുടെ കുഞ്ഞ് ടൂത്ത്ബ്രഷുമായി മുറ്റത്തിറങ്ങി വിളിച്ചു പറയും, ആന ആന. അങ്ങേ മലഞ്ചെരുവിൽ ആനകൾ കൂട്ടത്തോടെ മേയുന്നുണ്ടാവും. ചിലപ്പോൾ കാട്ടുപോത്തുകളുടെ ചെറു കൂട്ടങ്ങളെയാകും കാണുക. ക്വാർട്ടേഴ്സുകൾക്ക് ചുറ്റും കിടങ്ങുകളോ സുരക്ഷാവേലികളോ ഒന്നുമില്ല. രാത്രി പുറത്തു കത്തിച്ചിടുന്ന ബൾബുകൾ മാത്രമാണ് സുരക്ഷ. രണ്ട് തവണ മുറ്റത്തെ

പേരമരത്തിന്റെ ചില്ലകൾ ഒടിച്ചു തിന്ന് മുറ്റം നിറയെ പിണ്ഡവും നിക്ഷേപിച്ച് ഞങ്ങളെ ഉപദ്രവിക്കാതെ പോയിട്ടുണ്ട് ആനക്കൂട്ടം.

വിനോദസഞ്ചാരിയായി വന്ന് ഒന്നോ രണ്ടോ ദിവസം താമസിച്ച് തിരിച്ചുപോകുന്നവർക്ക് സ്വർഗ്ഗഭൂമിയായി തോന്നും ഈ സ്ഥലം. ഇത്രയ്ക്കും പ്രകൃതിരമണീയവും നല്ല കാലാവസ്ഥയുമുള്ള മറ്റ് സ്ഥലങ്ങൾ അധികമുണ്ടാവില്ല. അതേസമയം കുടുംബവും കുഞ്ഞുകുട്ടികളുമായി താമസിക്കുന്നവർക്ക് അത്രയ്ക്ക് സുഖകര മാവില്ല ഇവിടുത്തെ ജീവിതം. പുറംലോകവുമായി ബന്ധമില്ലാത്തത് സമ്മർദ്ദങ്ങൾ നിറയ്ക്കും. ഒരുതരം അരക്ഷിതാബോധം വിട്ടുമാറാതെ പിടികൂടും. അവിടെ കുടുംബവുമായി താമസിച്ച ഒരു വാച്ചർക്ക് അയാളുടെ ഭാര്യയെ നഷ്ടമായ ദുഃഖകരവും ഭീതിജനകവുമായ സംഭവമുണ്ടായിട്ടുണ്ട്. അയാൾ വീട്ടിൽ ഇല്ലാതിരുന്ന ഒരു രാത്രി അവരെ കാണാതായി. തുറന്നു കിടന്ന മുൻവാതിലും പാതി കഴിച്ച അത്താഴവും ആരോ അവരെ തട്ടിക്കൊണ്ടുപോയതാണ് എന്ന സൂചന നൽകി. വർഷങ്ങൾ നീണ്ടുനിന്ന പൊലീസ് അന്വേഷണം എവിടെയും എത്തിയില്ല. അപായപ്പെടുത്തി കിലോമീറ്ററുകളോളം പരന്നുകിടക്കുന്ന നിബിഡവനങ്ങളിൽ ഉപേക്ഷിച്ചാൽ ഒരു തുമ്പും കിട്ടില്ല. അത്രയും വന്യമൃഗങ്ങൾ ഉള്ളപ്പോൾ അവശിഷ്ടങ്ങൾ പോലും കണ്ടുകിട്ടില്ല. തൊട്ടടുത്ത് പമ്പ അണക്കെട്ടും ആണ്. അങ്ങനെയുള്ള ഒരു സ്ഥലത്താണ് ഞങ്ങൾ വെറും നാലഞ്ചുപേർ മാത്രമായി മൂന്നര വർഷത്തോളം കഴിഞ്ഞത്. അടിസ്ഥാന സൗക ര്യങ്ങളൊന്നും ഇല്ലാത്തതുകൊണ്ട് ഞങ്ങൾ കടന്നുപോയ ചില നിർണ്ണായക അവസ്ഥകളെക്കുറിച്ച് വഴിയേ പറയുന്നുണ്ട്. തികച്ചും ഒറ്റപ്പെട്ടു കിടക്കുന്ന ഇവിടുത്തെ ജീവിതം ഒരുതരം അതിജീവന മാണ്.

പത്തു കിലോമീറ്റർ അപ്പുറത്തുള്ള കെഎഫ്ഡിസിയുടെ തന്നെ ഡിസ്പെൻസറിയാണ് ഏക വൈദ്യസഹായ കേന്ദ്രം. ഡോക്ടറില്ല. ഒരു ഫാർമസിസ്റ്റും ഒരു സ്റ്റാഫ് നേഴ്സും മാത്രമാണ് അവിടെ ഉള്ളത്. കാര്യമായ അസുഖമോ അപകടമോ ആണെങ്കിൽ നാല്പത് കിലോ മീറ്റർ ആനക്കാട്ടിലൂടെ സഞ്ചരിച്ചുവേണം വണ്ടിപ്പെരിയാറിലെ പ്രാഥ മിക ആരോഗ്യ കേന്ദ്രത്തിൽ എത്താൻ. ഒരു ആംബുലൻസ് വാനും അത്യാവശ്യ ഘട്ടങ്ങളിൽ ഉപയോഗിക്കാൻ ഡിവിഷണൽ മാനേജ രുടെ ജീപ്പും ആണ് ഉള്ളത്. ദിവസത്തിൽ ഒരു ട്രിപ്പ് മാത്രം ഓടുന്ന കെഎസ്ആർടിസി ബസ്സിനെ വിശ്വസിക്കാനാവില്ല. രാവിലെ പോയ ബസ് ചിലപ്പോൾ തിരിച്ചുവന്നില്ല എന്നിരിക്കും. ചില ദിവസം വന്നി ല്ലെന്നും വരും. വൈകുന്നേരം ഏഴു മണി കഴിഞ്ഞാൽ റോഡിൽ

ആന ഇറങ്ങും. പ്രകൃതിഭംഗിയും കാലാവസ്ഥയും എല്ലാം നല്ലതാണ്. പക്ഷേ കുടുംബവുമായുള്ള താമസം ഇത്തരം സ്ഥലങ്ങളിൽ അത്രയ്ക്ക് സുഖകരമല്ല. എന്നാലും എത്രയോ മനുഷ്യർ ഇത്തരം അസൗകര്യങ്ങളുടെയും വെല്ലുവിളികളുടെയും നടുവിൽ ഇങ്ങനെ ജീവിക്കുന്നുണ്ട്. അവരെപ്പോലെ എനിക്കും എന്റെ കുടുംബം പുലർത്തണം. അതിജീവിച്ചല്ലേ പറ്റുള്ളൂ. ഇങ്ങനെയുള്ള സ്ഥലങ്ങളിൽ ജീവിക്കാൻ ഞങ്ങൾക്ക് ലഭിച്ചിട്ടുള്ള പരിശീലനം പര്യാപ്തമാണ്. പക്ഷേ ഭാര്യയും കുഞ്ഞു കുട്ടികളും ഒക്കെ ആകുമ്പോഴാണ് പ്രശ്നം. മൂന്നര വർഷമാണ് ഇവിടെ ഇങ്ങനെ ഞങ്ങൾ കഴിഞ്ഞത്.

നൂൽപ്പാലത്തിൽ ഒരു ജീവൻ

ഗവിയിലെ താമസത്തിനിടയിൽ നേരിട്ട അനേകം പ്രതിസന്ധി കളിൽ ഞങ്ങളെ വല്ലാതെ ഭയപ്പെടുത്തിയ ഒരു സംഭവം പറയാം. ഒരു ദിവസം രാത്രി പതിനൊന്നു മണി. ഭാര്യയ്ക്ക് കഠിനമായ വയറുവേദന തുടങ്ങി. രണ്ടുമാസം ഗർഭിണിയാണ് അന്നവൾ. താമസിയാതെ ബ്ലീഡിങ് തുടങ്ങി. അത് കൂടിക്കൂടി വന്നു. എത്രയും പെട്ടെന്ന് ആശുപത്രിയിൽ എത്തിക്കണം എന്ന അവസ്ഥയായി. ആംബുലൻസും ഓഫീസ് ജീപ്പും സ്ഥലത്തില്ല. ആരോടെങ്കിലും സഹായമഭ്യർത്ഥിക്കാൻ ഫോണോ മറ്റ് ഉപാധികളോ ഇല്ല. ഏതെ ങ്കിലും വാഹനം കിട്ടുമോ എന്ന് അറിയാൻ മാത്യുവും ഡ്രൈവർ ലക്ഷ്മണനും കൂടി ഒരു കിലോമീറ്റർ അകലെയുള്ള കെഎസ്ഇബി കോളനിയിലേക്ക് ഓടി. ആ അർദ്ധരാത്രിയിൽ ആനയിറങ്ങുന്ന റോഡിലൂടെ ആണവർ ഓടിയത്. ഭാഗ്യത്തിന് അവിടെ കെഎസ് ഇബിയുടെ ഒരു ജീപ്പ് ഉണ്ടായിരുന്നു.

ഭാര്യയെ താങ്ങിയെടുത് നാല്പതു കിലോമീറ്റർ ദൂരെയുള്ള വണ്ടിപ്പെരിയാർ പ്രാഥമിക ആരോഗ്യ കേന്ദ്രത്തിലേക്ക് പുറപ്പെട്ടു. സമയം രാത്രി പന്ത്രണ്ട് കഴിഞ്ഞിരുന്നു. ദുർഘടം പിടിച്ച റോഡി ലൂടെ വഴിനീളെ ആനക്കൂട്ടങ്ങളെ ഒഴിച്ചുമാറ്റി ആശുപത്രിയിലെ ത്തുമ്പോൾ സമയം വെളുപ്പിന് രണ്ട് മുപ്പത്. രക്തം വാർന്നു പോയി ബോധം നഷ്ടപ്പെട്ടിരുന്നു അവൾക്ക്. ജീവനറ്റപോലെ എന്റെ മടി യിൽ കിടക്കുകയാണ്. കെഎഫ്ഡിസിയുമായി നല്ല ബന്ധമുള്ള ഡോക്ടർ വേണു ഏതാനും നിമിഷങ്ങൾക്കുള്ളിൽ ഓപ്പറേഷൻ തിയേറ്ററിൽ എത്തി. അടിയന്തരമായി ഇവാക്കുവേഷൻ. ഒരു മണി ക്കൂർ കഴിഞ്ഞാണ് അവൾക്ക് ബോധം തിരിച്ചുകിട്ടിയത്. ആശു പത്രിയിലെത്താൻ അല്പംകൂടെ താമസിച്ചിരുന്നെങ്കിൽ ചിത്രം മറ്റൊന്നായേനെ എന്നാണ് ഡോക്ടർ പറഞ്ഞത്. നേരം വെളുത്ത തിന് ശേഷം മെച്ചപ്പെട്ട പരിചരണത്തിനായി കുമളിയിലെ സെന്റ്

അഗസ്റ്റിൻ ആശുപത്രിയിലേക്ക് മാറ്റി. ഒരുപാട് കുപ്പി രക്തം നൽ കേണ്ടി വന്നു. എന്റെ സഹപ്രവർത്തകർ തന്നെയാണ് ആവശ്യ മുള്ള രക്തം അത്രയും തന്നത്.

ദിവസങ്ങൾ ആശുപത്രിയിൽ കിടക്കേണ്ടി വന്നു. അത്രയും ദിവസം രണ്ടര വയസ്സുകാരി ടിനുവിനെ സംരക്ഷിച്ചത് മാത്യുവിന്റെ സഹധർമ്മിണിയാണ്. അവരോടുള്ള കടപ്പാട് വാക്കുകളിൽ ഒതു ക്കാൻ തുനിയുന്നില്ല. എല്ലാ സഹായവുമായി കൂടെ നിന്ന സഹ പ്രവർത്തകരോടും തീർത്താൽ തീരാത്ത നന്ദിയുണ്ട്. പമ്പയിലെ ജീവിതത്തിനിടയിൽ ഞങ്ങൾ നേരിട്ട ഏറ്റവും വലിയ പ്രതിസ ന്ധിയെ പറ്റി മാത്രമാണ് പറഞ്ഞത്. മകൾ വീണ് നെറ്റി മുറിഞ്ഞതും സ്റ്റിച്ച് ഇടേണ്ടിവന്നതും ഒറ്റയാൻ വന്ന് കുളിമുറിയുടെ വെന്റിലേറ്റ റ്റർ പറിച്ചെടുത്തതും ഒക്കെയായി ഞങ്ങൾ അനുഭവിച്ച മറ്റ് അനേകം ദുരന്തങ്ങൾ വിസ്താരഭയം കൊണ്ട് പറയുന്നില്ല. അന്ന് KSEBയുടെ ആ ജീപ്പ് അവിടെ ഇല്ലായിരുന്നെങ്കിൽ എന്നേ എന്റെ കുട്ടികൾക്ക് അമ്മയില്ലാതെയായേനെ. എനിക്കെന്റെ ജീവിതപങ്കാളിയും.

കപ്പയും കമ്മ്യൂണിക്കേഷനും

കപ്പയും കമ്മ്യൂണിക്കേഷനും തമ്മിൽ എന്താണ് എന്നാവും ചിന്തിക്കുക. പുറംലോകവുമായി ബന്ധപ്പെടാൻ മാർഗ്ഗമില്ലാത്തതു കൊണ്ട് ഒരു ഡിവിഷണൽ മാനേജർക്ക് മുപ്പതു മണിക്കൂർ ബന്ദി യായി ഇരിക്കേണ്ടിവന്ന ഒരു സംഭവമുണ്ടായി അക്കാലത്ത്. ഡി എഫ് ഒ ശശിധരൻ സാറാണ് വെള്ളമോ ആഹാരമോ ഇല്ലാതെ കുടുങ്ങിപ്പോയത്. സംഭവത്തിന്റെ പശ്ചാത്തലത്തിന് അല്പം പ്രത്യേ കതയുണ്ട്. ഒരിക്കൽ രൂക്ഷമായ സാമ്പത്തിക പ്രതിസന്ധിയെ തുടർന്ന് ഏലത്തോട്ടത്തിലെ തൊഴിലാളികൾക്കുള്ള ശമ്പള വിത രണം കുറച്ച് താമസിച്ചു. ഏലക്കായയ്ക്ക് ക്രമാതീതമായ വില ത്തകർച്ച ഉണ്ടായതാണ് കാരണം. ആ കാട്ടിനകത്ത് ഏലത്തോട്ട ത്തിലെ ജോലിയല്ലാതെ തൊഴിലാളികൾക്ക് വേറെ വരുമാന മാർഗ്ഗങ്ങളൊന്നും ഇല്ല.

തൊഴിലാളി കുടുംബങ്ങൾ പട്ടിണിയിലേക്ക് നീങ്ങും എന്ന് തോന്നിയ അന്നത്തെ മാനേജിങ് ഡയറക്ടർക്ക് ഒരു ആശയം തോന്നി. തിരുവനന്തപുരം ഡിവിഷനിൽ പരീക്ഷണാർത്ഥം കൃഷി ചെയ്ത മരച്ചീനിയുടെ (കപ്പ) വിളവെടുപ്പ് നടക്കുന്നുണ്ടായിരുന്നു. ഗവിയിലെ തൊഴിലാളികൾക്ക് രണ്ട് ലോഡ് കപ്പ സൗജന്യമായി എത്തിച്ചു കൊടുക്കാൻ അദ്ദേഹം തീരുമാനിച്ചു. നിറയെ കപ്പയു മായി രണ്ട് ലോറികൾ ഗവിയിൽ എത്തി. നേരത്തെ അറിയിക്കാൻ സൗകര്യമില്ലാതിരുന്നതുകൊണ്ട് ഡിവിഷണൽ മാനേജർ ഇക്കാര്യം അറിഞ്ഞിരുന്നുമില്ല. മാനേജിങ് ഡയറക്ടരുടെ ഈ തൊഴിലാളി സ്നേഹം പക്ഷേ തിരിച്ചടിച്ചു. വേതനത്തിന് പകരം കപ്പ നൽകി അവരെ അപമാനിച്ചു എന്നായി തൊഴിലാളികൾ. അവർ ലോറികൾ തടഞ്ഞിട്ടു. പത്തു കിലോമീറ്റർ അപ്പുറം ഗവിയിൽ നടന്ന ഈ സംഭവങ്ങളൊന്നുമറിയാതെ പമ്പയിലെ ഓഫീസിൽനിന്നും (ഓഫീസ് നിൽക്കുന്ന സ്ഥലം പമ്പ എന്നാണ് അറിയപ്പെടുക.) ജീപ്പുമായി

KSEB കാന്റീനിലേക്ക് ഉച്ചഭക്ഷണത്തിനിറങ്ങിയ ഡിവിഷണൽ മാനേജറെ ഒരു കൂട്ടം തൊഴിലാളികൾ വഴിയിൽ തടഞ്ഞു. ഭക്ഷണത്തിന് പോകാൻ അനുവദിക്കാതെ അദ്ദേഹത്തെ അവർ തിരിച്ച് ഓഫീസിലേക്ക് തന്നെ കൊണ്ടുവന്നു. അദ്ദേഹമാണ് കപ്പവിതരണത്തിന് പിന്നിൽ എന്നവർ വിശ്വസിച്ചു. അദ്ദേഹത്തെ ഓഫീസ് മുറിയിൽ ഇരുത്തിയിട്ട് ഓഫീസിന് ചുറ്റും അവർ വലയം തീർത്തു. ക്രമേണ തൊഴിലാളികളുടെ എണ്ണം വർദ്ധിക്കാൻ തുടങ്ങി. മുദ്രവാക്യങ്ങളും ഭീഷണികളുമായി. അവർ അക്രമാസക്തരാകുമോ എന്ന് ഞങ്ങൾ ഭയന്നു. കാര്യങ്ങൾ പുറത്തറിയിക്കാൻ മാർഗ്ഗങ്ങൾ ഒന്നുമില്ല. മൂന്നോ നാലോ പൊലീസുകാർ മാത്രമുള്ള ചെറിയൊരു ഔട്ട് പോസ്റ്റാണ് പമ്പയിൽ ഉള്ളത്. അവർക്ക് ഒന്നും ചെയ്യാൻ കഴിയില്ല.

ഓഫീസ് മുറ്റത്തു തന്നെ തീ കൂട്ടി, കഞ്ഞിവെച്ചും തീ കാഞ്ഞും രാത്രിയിലും അവർ അവിടെത്തന്നെ കഴിഞ്ഞു. ഡിവിഷണൽ മാനേജറെ ഒരു കാരണവശാലും പുറത്തു പോകാൻ അനുവദിക്കില്ല എന്ന വാശിയിലാണവർ. രാവിലെ രണ്ട് ദോശ കഴിച്ചതിനുശേഷം യാതൊന്നും കഴിക്കാൻ അദ്ദേഹത്തിന് കഴിഞ്ഞിട്ടില്ല. പട്ടിണിയും വിശപ്പും ഉണ്ടാക്കുന്ന അവശത അദ്ദേഹത്തെ ബോധ്യപ്പെടുത്താനാണത്രേ ഈ സമരരീതി. ചില്ലിട്ട ജനാലകളാണ് ഓഫീസ് മുറിക്ക്. അദ്ദേഹം സദാ അവരുടെ നിരീക്ഷണത്തിലാണ്. ഇത്തിരി അത്താഴം നൽകട്ടേ എന്ന എന്റെ അഭ്യർത്ഥനയ്ക്ക് അവർ വഴങ്ങിയില്ല. രാത്രി ഏറെ വൈകി ഒരു ആഴ്ചപ്പതിപ്പിൽ ഞാൻ കൗശലപൂർവം ഒളിപ്പിച്ചു കടത്തിയ മൂന്ന് ചപ്പാത്തി, കറികൾ ഒന്നുമില്ലാതെ കടിച്ച് തിന്നാണ് അദ്ദേഹം അല്പമെങ്കിലും വിശപ്പടക്കിയത്. അതും അകത്തുള്ള ലൈറ്റുകൾ അണച്ച ശേഷം. ഇതിനിടയിൽ പമ്പ പൊലീസ് ഔട്ട്പോസ്റ്റിലേക്ക് ഞാനൊരു കുറിപ്പ് കൊടുത്തയച്ചു. അവർ കോട്ടയം പൊലീസുമായി വയർലെസിൽ ബന്ധപ്പെട്ടാണ് സംഭവം kfdc ഹെഡ് ഓഫീസിലും പുറംലോകത്തും അറിഞ്ഞത്.

അടുത്ത ദിവസം രാവിലെ പത്തുമണിയോടെ വണ്ടിപ്പെരിയാർ സ്റ്റേഷനിൽ നിന്നും ഒരു വലിയ പൊലീസ് സംഘം എത്തിയാണ് അദ്ദേഹത്തെ മോചിപ്പിച്ചത്. പൊലീസ് ജീപ്പിൽ തന്നെ അവർ അദ്ദേഹത്തെ പമ്പ കടത്തി. തിരിച്ചു വരവില്ലാത്ത പോക്കിനെയല്ലേ നമ്മൾ പമ്പകടത്തുക എന്ന് പറയുക. പിന്നെ അദ്ദേഹം ആ ഓഫീസിലേക്ക് വന്നില്ല. വണ്ടിപ്പെരിയാറിൽ നിന്നാണ് ഡിവിഷൻ ഭരണം നടത്തിയത്. അദ്ദേഹത്തോട് ആലോചിക്കാതെയും മുൻകൂട്ടി അറിയിക്കാതെയും കപ്പ കയറ്റി അയച്ചതിന്റെ പ്രതിഷേധം. വാർത്താവിനിമയ സാധ്യതകളുടെ അപര്യാപ്തത സൂചിപ്പിക്കാനാണ് ഞാൻ ഈ സംഭവം കൂടി പറഞ്ഞത്.

എല്ലാ തരത്തിലുമുള്ള അത്യാഹിതങ്ങൾക്കും ധാരാളം ഇടമുള്ള ഇങ്ങനെയുള്ള ഒരു സ്ഥലത്ത് മൂന്നര വർഷം കുടുംബവുമായി വലിയ ആപത്തുകളില്ലാതെ ജീവിക്കാൻ കഴിഞ്ഞത് പിതൃക്കളുടെ പുണ്യംകൊണ്ട് മാത്രമാണെന്ന് ഇന്ന് തിരിഞ്ഞുനോക്കുമ്പോൾ തോന്നുന്നു. ഗുരുതര അപകടാവസ്ഥകളെ അതിജീവിച്ചു കഴിയുമ്പോൾ പിന്നെ അതൊരു ഹരമായി തോന്നും. അപകടം പിടിച്ച വഴികളിലൂടെ യാത്രചെയ്ത് സുരക്ഷിതരായി പുറത്ത് കടക്കുമ്പോൾ കിട്ടുന്ന ഒരുതരം സന്തോഷമാണത്. ചില സാഹസികർ ആ ഹരത്തിനുവേണ്ടി സാഹസിക യത്നങ്ങളിൽ ഏർപ്പെടുമ്പോൾ ഞങ്ങളെപ്പോലുള്ളവർ കുടുംബം പോറ്റാൻ വേണ്ടി അത്തരം അവസ്ഥകളെ അതിജീവിക്കുന്നു എന്ന വ്യത്യാസമേ ഉള്ളൂ. എല്ലാം കഴിഞ്ഞ് തിരിഞ്ഞുനോക്കുമ്പോൾ അതിൽ ഒരു ഹരമൊക്കെയുണ്ട്.

ദിശ തെറ്റി ഏഴു ദിവസം കാട്ടിൽ

ഇതേ കാലത്ത് വലിയൊരു വനപാലകസംഘം വഴിതെറ്റി ഏഴ് ദിവസം കാട്ടിലകപ്പെട്ട ഒരു സംഭവമുണ്ടായി. വനം വകുപ്പിന്റെ ഒരു ഓപ്പറേഷൻ ആയിരുന്നു അത്. രഹസ്യവിവരം കിട്ടിയിട്ട് ഒരു ഫോറസ്റ്റ് റേഞ്ച് ഓഫീസറുടെ നേതൃത്വത്തിൽ കഞ്ചാവ് വേട്ടയ്ക്കായി കാട് കയറിയതാണ് ഒരു ഒമ്പതംഗ സംഘം. ഉൾക്കാട്ടിലൂടെ കുറേ നടന്നു വേണം ഉദ്ദേശിച്ച സ്ഥലത്തെത്താൻ. മൂന്ന് ദിവസത്തേക്ക് ഭക്ഷണത്തിനും മറ്റുമുള്ള സാധനങ്ങൾ കരുതിയിരുന്നു. രണ്ട് തോക്കും രണ്ടു വയർലെസ് സെറ്റുകളും ഉണ്ട്. കാടുകൾ നന്നായി അറിയാവുന്ന ഒരു ആദിവാസിയാണ് വഴികാട്ടി. വടശ്ശേരിക്കരയിൽ നിന്നും പുറപ്പെട്ട് കാട്ടിലൂടെ കിഴക്കോട്ട് സഞ്ചരിച്ച സംഘത്തിന് വഴിതെറ്റി. കൂടെ കൂട്ടിയ വഴികാട്ടിക്ക് അയാളുടെ നിർണ്ണയങ്ങൾ പിഴച്ചു.

തണുപ്പും കോടമഞ്ഞും ഉള്ള ഓഗസ്റ്റ് മാസമാണ്. ആകാശം മൂടിനിന്ന മൂടൽമഞ്ഞ് സൂര്യനെ സദാസമയവും മറച്ചുപിടിച്ചു. ദിക്കറിയാതെ അവർ കാട്ടിൽ കുടുങ്ങി. മൂന്നു ദിവസം അലഞ്ഞിട്ടും ശരിയായ ദിശ കണ്ടെത്താനാവാതെ അവർ കുഴഞ്ഞു. കരുതിയിരുന്ന ഭക്ഷണവസ്തുക്കൾ തീർന്നു. ചെറുമൃഗങ്ങളെ വെടിവെച്ച് ഉപ്പും മുളകും പുരട്ടി ചുട്ടുതിന്ന് ജീവൻ നിലനിർത്തേണ്ട അവസ്ഥയിലായി. കാട്ടിൽ അകപ്പെട്ടുപോയെന്നുള്ള സന്ദേശം ബന്ധപ്പെട്ടവർക്ക് കൈമാറി. ഒരു ദിവസം കൂടി കഴിഞ്ഞപ്പോൾ അവരുടെ കയ്യിലെ വയർലെസ് സെറ്റുകളും ചാർജ് തീർന്ന് പണിമുടക്കി. അരമണിക്കൂർ ഇടവിട്ടു ആകാശത്തേക്ക് വെടിവെക്കും. അതിന്റെ ശബ്ദം പിന്തുടരണം എന്നതായിരുന്നു അവർക്ക് ഇവിടെനിന്നും നൽകാൻ കഴിഞ്ഞ അവസാനത്തെ സന്ദേശം. പിന്നെ അവരുമായി ബന്ധപ്പെടാൻ കഴിയാതെയായി.

എന്റെ ഓഫീസ് മുറ്റത്താണ് രക്ഷാസന്നാഹങ്ങൾ ഒരുക്കിയത്. മുതിർന്ന ഓഫീസർമാർ വന്ന് ക്യാമ്പ് ചെയ്തു. സുസജ്ജമായ

മെഡിക്കൽ സംഘവും. ഞങ്ങൾ, KFDC ഉദ്യോഗസ്ഥരും ഉണ്ടായിരുന്നു രക്ഷാപ്രവർത്തനങ്ങൾക്ക്. ഓഫീസിന് പുറകിലുള്ള വലിയ മലയുടെ മുകളിൽ കയറി, ഓരോ അര മണിക്കൂർ ഇടവിട്ട് ആകാശത്തേക്ക് വെടിവെച്ചുകൊണ്ടിരുന്നു. മൂടൽമഞ്ഞു കാരണം, തീകൂട്ടി സിഗ്നലുകൾ കൊടുക്കുന്നതും പ്രായോഗികമല്ലായിരുന്നു. പമ്പാ ഡാമിന്റെ ജലാശയമാണ് ഇടയിൽ. വലിയ ചങ്ങാടങ്ങൾ ഉണ്ടാക്കി ഞങ്ങൾ സംഘങ്ങളായി അക്കരെയിറങ്ങി. എന്നിട്ട് എതിർദിശയിൽ കാടിനകത്തേക്ക് കയറി.

വെടിയൊച്ച പിന്തുടർന്ന് സംഘം ഈ ദിശയിൽ വരുന്നുണ്ടെങ്കിൽ എത്രയും നേരത്തേ അവരെ കണ്ടെത്തി സഹായിക്കുക എന്നതാണ് ഉദ്ദേശ്യം. ഭക്ഷണസാധനങ്ങളും ഗ്ലൂക്കോസും ഞങ്ങൾ കരുതിയിരുന്നു. ആരെങ്കിലും അവശരായി വീണു പോയിട്ടുണ്ടാകും എന്ന നിഗമനത്തിൽ മുള വച്ചുകെട്ടിയ രണ്ട് സ്ട്രെക്ച്ചറുകളും കരുതി. ഒടുവിൽ ഞങ്ങൾ അവരെ കണ്ടുമുട്ടുമ്പോൾ അവർ കാട്ടിൽ അകപ്പെട്ടിട്ട് ഏഴ് ദിവസമായിരുന്നു. എല്ലാവരെയും ചങ്ങാടങ്ങളിൽ കയറ്റി ഇക്കരെ എത്തിച്ചു. എത്തിയതും നിലത്ത് വിരിച്ചിട്ട ടാർപായകളിൽ തളർന്നുവീണു, അവർ. എഴുന്നേറ്റു നിൽക്കാൻ പോലും കഴിയാത്ത വിധം അവശരായിരുന്നു. താടി വളർന്നും അവശതകൊണ്ടും തിരിച്ചറിയാൻ പറ്റാത്ത രൂപത്തിലായിട്ടുണ്ട് എല്ലാവരുടെയും രൂപം. കാട്ടിൽ വച്ച് ഒരാളും തളർന്നു വീഴാതിരുന്നതാണ് ഏറ്റവും വലിയ ഭാഗ്യമായത്. തനിയെ നടക്കാൻ പോലും കഴിയാതെ അവശരായിരിക്കുമ്പോൾ മറ്റൊരാളെ ചുമന്നു കൊണ്ടു വരുക എന്നത് മിക്കവാറും അസാധ്യമാണ്. ഏതായാലും ആർക്കും പരിക്കുകളോ ജീവഹാനിയോ സംഭവിച്ചില്ല. സംഘത്തെ നയിച്ച ആ റെയ്ഞ്ച് ഓഫീസർക്ക് പിന്നീട് വകുപ്പ്തല നടപടികൾ നേരിടേണ്ടി വന്നു. വേണ്ടത്ര മുൻകരുതൽ ഇല്ലാതെ ഒരു ആദിവാസിയെ മാത്രം ആശ്രയിച്ച് ദിശയറിയാനുള്ള ഉപകരണങ്ങൾ പോലും കരുതാതെ അത്രയും വലിയ ഒരു സംഘത്തെ നയിച്ച് അപകടത്തിലാക്കിയതിന്.

ആപത്തുകളുടെ കൂട്ടുകാർ

എന്റെ നാളുകൾ ഗവിയിലെ ഇത്തരം സാഹചര്യങ്ങളിൽ കൂടി കടന്നുപോയപ്പോൾ, എന്റെ സഹപ്രവർത്തകർ സമാനമായ അപകടം നിറഞ്ഞ അനുഭവങ്ങൾക്കും ദാരുണമായ സംഭവങ്ങൾക്കും വഴിപ്പെട്ട് ജോലി ചെയ്യുകയായിരുന്നു. അവർക്കുണ്ടായ ചില അനുഭവങ്ങൾ കൂടി പറയണാം. ഇത്തരം വകുപ്പുകളിൽ ജോലി ചെയ്യുന്നവരുടെ ക്ലേശങ്ങളും ആകുലതകളും സാധാരണക്കാർക്ക് അല്പമെങ്കിലും മനസ്സിലാകാൻ ഉപകരിക്കും എന്നതുകൊണ്ടാണ് എന്റെ നേരനുഭവങ്ങളുടെ കൂട്ടത്തിൽ അതുകൂടി പറഞ്ഞു പോകുന്നത്.

ഇടുക്കിയിലെ കുളമാവ് എന്ന സ്ഥലത്ത് ജോലികൾക്ക് മേൽനോട്ടം വഹിക്കാൻ മലയിൽ തന്നെ ഷെഡ്ഡ് കെട്ടി താമസിച്ച രണ്ട് സുഹൃത്തുക്കൾക്കുണ്ടായ, വിചിത്രം എന്ന് തോന്നാവുന്ന അനുഭവമാണ് ഒന്ന്. കിഷോർ, വിനോദ് എന്നീ ഫീൽഡ് ഓഫീസർമാരാണ് കഥാപാത്രങ്ങൾ. നിറയെ കുന്നുകളും പുൽമേടുകളുമാണ് അവിടെ. അതിലൊരു കുന്നിലാണ് അവർ കൊച്ചു ഷെഡ്ഡ് കെട്ടി താമസിച്ചത്. ആനകൾ ധാരാളം ഉള്ള സ്ഥലമാണെങ്കിലും ദിവസേനയുള്ള നടത്തം കുറയ്ക്കാനാണ് അവർ അങ്ങനെ ഫീൽഡിൽ തന്നെ താമസിക്കാൻ തീരുമാനിച്ചത്. ഇവരിൽ വിനോദിന് ഒരു വിനോദം ഉണ്ടായിരുന്നു. കവണകൊണ്ട് കല്ലെറിഞ്ഞു കാട്ടാനകളെ വിരട്ടി ഓടിക്കലാണത്. നീളം കൂടിയ റബ്ബർ ബെൽറ്റുകൾ ഉപയോഗിച്ച് എത്ര ദൂരത്തേക്ക് കല്ലുകൾ പായിക്കാം എന്ന ഗവേഷണത്തിലാണ് ചങ്ങാതി. ഒച്ചയും കല്ലു കൊണ്ടുള്ള ഏറും ആകുമ്പോൾ സാധാരണ ആനക്കൂട്ടങ്ങൾ ഒഴിഞ്ഞുപോകും. രാത്രികാലങ്ങളിൽ ഒരു വാച്ചർ തീ കത്തിച്ച് ഷെഡ്ഡിന് പുറത്ത് കാവലുണ്ടാകും.

ഒരു ശനിയാഴ്ച വൈകുന്നേരം രണ്ടുപേരും കൂടി കുളമാവ് ടൗണിലുള്ള പള്ളിയിലെ അവരുടെ സുഹൃത്തായ യുവവൈദികനെ കാണാനായി പോയി. പിറ്റേന്ന് ഞായറാഴ്ച ഒഴിവാണ്. ടൗണിൽ

ഒന്ന് കറങ്ങുകയും ഒരാഴ്ചത്തേക്ക് ആവശ്യമുള്ള ചില്ലറ സാധനങ്ങൾ വാങ്ങുകയുമായിരുന്നു ഉദ്ദേശ്യം. വാച്ചർക്കും അന്ന് അവധി കൊടുത്തു. അന്ന് രാത്രി അവർ അച്ചന്റെ ആതിഥേയം സ്വീകരിച്ച് പള്ളിമേടയിൽ അന്തിയുറങ്ങി. പിറ്റേന്ന് വൈകുന്നേരം അത്യാവശ്യ സാധനങ്ങളുമൊക്കെയായി മടങ്ങി എത്തിയ അവർ കണ്ടത് ആനക്കൂട്ടം മറിച്ചിട്ട ഷെഡ്ഡാണ്. ആളൊഴിഞ്ഞ ഒറ്റ രാത്രികൊണ്ട് ആനകൾ പ്രതികാരം തീർത്തു. ഷെഡ്ഡ് തകർത്ത് അതിനകത്തെ വസ്തുക്കൾ എല്ലാം വലിച്ചുവാരി ഇട്ടിട്ടുണ്ട്. അതിൽ കൗതുകകരമായ ഒന്നുണ്ടായിരുന്നു. തെറ്റാലി വിദഗ്ധൻ വിനോദിന്റെ വസ്ത്രങ്ങളും യൂണിഫോമും തൊപ്പിയും എല്ലാം തെരഞ്ഞുപിടിച്ച് പിച്ചിച്ചീന്തി ഇട്ടിരിക്കുന്നു. കിഷോറിന്റെ വസ്തുക്കൾ ഒന്നും നശിപ്പിച്ചിട്ടില്ല. തികച്ചും യാദൃച്ഛികം എന്ന് കരുതാൻ പ്രയാസമാണ്. ഒരേ മുറിയിൽ സൂക്ഷിച്ച ഒരുപോലെയുള്ള വസ്ത്രങ്ങളിൽ ഒരാളുടേതു മാത്രം തിരഞ്ഞുപിടിച്ച് നശിപ്പിക്കണമെങ്കിൽ ആനകൾ അവരുടെ യഥാർത്ഥ ശത്രുവിനെ തിരിച്ചറിഞ്ഞിട്ടുണ്ട് എന്നുവേണം അനുമാനിക്കാൻ. ഏതായാലും ആനകൾ കൂടുതൽ പ്രതികാരബുദ്ധി കാണിക്കുന്നതിനു മുമ്പ് വിനോദ് തെറ്റാലി കൊണ്ടുള്ള പരീക്ഷണങ്ങൾ അവസാനിപ്പിച്ചു.

ഓർമ്മകളിൽ നോവ് നിറയ്ക്കുന്ന ഒന്നാണ് മൂന്നാറിലെ മാങ്കുളം എസ്റ്റേറ്റിൽ ഉണ്ടായ ദാരുണമായ ഒരു മരണം. എന്റെ ബാച്ചിലെ ഇടുക്കിക്കാരൻ സുലൈമാനാണ് ആ ഹതഭാഗ്യൻ. 1983 ആഗസ്റ്റ് മാസത്തിലായിരുന്നു ആ സംഭവം. അതിശൈത്യത്തിന്റെ പിടിയിലായിരുന്നു അക്കാലത്ത് മൂന്നാർ മേഖല. മാങ്കുളം വിരിപാറ ഏലം പ്രോജക്ടിലാണ് സുലൈമാൻ അന്ന് ജോലി ചെയ്തിരുന്നത്. ഏറക്കുറെ ഒറ്റപ്പെട്ട സ്ഥലമാണ്. വൈദ്യുതിയോ സുഗമമായി സഞ്ചരിക്കാവുന്ന റോഡുകളോ ഇല്ല. ചില ദിവസങ്ങളിൽ അന്തരീക്ഷ ഊഷ്മാവ് പൂജ്യം ഡിഗ്രിയിലേക്ക് പോലും താഴും. അപ്പോൾ അല്പം ചൂട് കിട്ടാനായി ചിലർ മുറിക്കകത്ത് ഒരു മൂലയിൽ ചെറിയ തീ കത്തിച്ചു വെക്കും. അന്ന് ക്വാർട്ടേഴ്സുകൾ ആയിട്ടില്ല. തകരഷീറ്റ് മേഞ്ഞ ഷെഡ്ഡുകളാണ് താമസിക്കാൻ.

ഒരു ദിവസം രാത്രി ഉറങ്ങാൻ കിടന്ന സുലൈമാൻ രാവിലെ പതിവ് സമയം കഴിഞ്ഞിട്ടും എഴുന്നേറ്റില്ല. ജോലിക്കാർ വിളിച്ചുണർത്താൻ ശ്രമിച്ചപ്പോഴാണ് മരിച്ചു കിടക്കുന്നതായി കണ്ടത്. അതിശൈത്യത്തിൽനിന്നും രക്ഷനേടാൻ ഇടുങ്ങിയ മുറിയിൽ കത്തിച്ച തീയിൽ നിന്നും വിഷപ്പുക ശ്വസിച്ചാണ് മരണം എന്ന് പിന്നീട് വ്യക്തമായി. വിഷപ്പുക ശ്വസിച്ച് സാവധാനം അബോധാവസ്ഥയിൽ ആകുന്ന ആൾ ഒന്ന് അനങ്ങാൻപോലും സാധിക്കാതെ മരണത്തിന്

കീഴടങ്ങുകയാണ് ചെയ്യുക. അപകടങ്ങൾ നിറഞ്ഞ സാഹചര്യങ്ങളുടെ ഇരയായിതീർന്നു ഞങ്ങളുടെ പ്രിയ സുഹൃത്ത്. ഭാര്യയും രണ്ടു പിഞ്ചുകുട്ടികളും അടങ്ങുന്ന കുടുംബത്തെ അനാഥമാക്കിയിട്ടാണ് അദ്ദേഹം പോയത്.

രണ്ടാം ബാച്ചിലെ ഫീൽഡ് ഓഫീസർ രവിയും മൂന്നാറിൽ വെച്ച് അപകടമരണത്തിനിരയായി. ഒരു കാട്ടാനയുടെ ആക്രമണത്തിലാണ് അദ്ദേഹത്തിന് ജീവൻ നഷ്ടമായത്. മൂന്നാറിലെ കടലാർ ഏലം പ്രോജക്ടിൽ ജോലി ചെയ്യുകയായിരുന്നു അദ്ദേഹം. ഒരു ദിവസം മറ്റു രണ്ടു സഹപ്രവർത്തകരോടൊപ്പം മൂന്നാർ ടൗണിലുള്ള ഡിവിഷണൽ ഓഫീസിൽ വന്നതാണ്. തിരിച്ച് പോകുമ്പോൾ സന്ധ്യ മയങ്ങാൻ തുടങ്ങിയിരുന്നു. ടാറ്റയുടെ തേയില എസ്റ്റേറ്റ് മുറിച്ച് കടന്നുവേണം അവർക്ക് താമസ സ്ഥലത്തേക്ക് തിരിച്ചു പോകാൻ. ആ നടത്തത്തിനിടയിൽ മൂവർ സംഘം ഒറ്റയാന്റെ മുന്നിൽ ചെന്ന് പെടുകയായിരുന്നു. അപ്രതീക്ഷിതമായി ആനയെ കണ്ട അവർ തിരിഞ്ഞോടി. ഒരാൾ അതിവേഗം ഓടി ഒരു തൊഴിലാളി ലയത്തിലെത്തി രക്ഷപ്പെട്ടു. ഒരാൾ അടുത്ത് കണ്ട ഒരു കുഴിയിലേക്ക് ചാടി അവിടെ പതുങ്ങിക്കിടന്നു. നടുവിലായി നടന്നിരുന്ന രവിയെ ആന തുമ്പിക്കൈ കൊണ്ട് തട്ടി വീഴ്ത്തി. എന്നിട്ട് തലയിൽ ചവിട്ടി ഉരുട്ടി. പന്തവും വെളിച്ചവുമായി ആളുകൾ ഓടിയെത്തിയെങ്കിലും കാര്യമായിട്ടൊന്നും ചെയ്യാൻ കഴിഞ്ഞില്ല. മൃതപ്രായനായി കിടന്ന അദ്ദേഹത്തെ മൂന്നാറിലെ തന്നെ ടാറ്റയുടെ ആശുപത്രിയിൽ എത്തിച്ചെങ്കിലും ജീവൻ രക്ഷിക്കാനായില്ല. തലയോട്ടി തകർന്നും നാലു വാരിയെല്ലുകൾ പൊട്ടിയും അദ്ദേഹം മരണത്തിന് കീഴടങ്ങി. രക്ഷപ്പെടാനായി കുഴിയിലേക്ക് ചാടിയ ജോസഫ് കിടന്നതിന്റെ വെറും പത്തടി അകലെ വെച്ചാണ് ആന രവിയുടെമേൽ പരാക്രമം കാട്ടിയത്. ശ്വാസമടക്കിപ്പിടിച്ച് കിടന്ന അദ്ദേഹം രവിയുടെ ദീനരോദനം കേൾക്കുന്നുണ്ടായിരുന്നു. ആഴമുള്ള കുഴി എന്ന ധാരണയിലാണ് ചാടിയതെങ്കിലും വേണമെങ്കിൽ ആനയ്ക്ക് തുമ്പിക്കൈ നീട്ടി എത്തിപ്പിടിക്കാവുന്ന താഴ്ചയേ ആ കുഴിക്ക് ഉണ്ടായിരുന്നുള്ളൂ. രവിയെ ഉപദ്രവിച്ച ശേഷം ഓടിപ്പോയ മറ്റേ ആളുടെ പുറകെ കുറേ ദൂരം ആന ഓടിയതുകൊണ്ടാണ് ജോസഫ് രക്ഷപ്പെട്ടത്. അതിനു പകരം ആന അല്പം പുറകോട്ട് തിരിഞ്ഞിരുന്നെങ്കിൽ അദ്ദേഹത്തേയും വാരി എടുത്തേനേ. പിന്നീട് ആ സംഭവം വിവരിക്കുമ്പോൾ അദ്ദേഹം ഒരുതരം മാനസിക വിഭ്രാന്തിയുടെ വക്കോളം എത്തുന്നത് ഞാൻ കണ്ടിട്ടുണ്ട്.

ഗവിയിൽ ജോലി ചെയ്തിരുന്ന ഫീൽഡ് ഓഫീസർ ജോൺസൺ ഒരിക്കൽ തലനാരിഴയ്ക്കാണ് ആനയുടെ ആക്രമണത്തിൽ

നിന്നും രക്ഷപ്പെട്ടത്. ആനയുടെ കുത്തേറ്റ് അദ്ദേഹത്തിന്റെ കയ്യിന് പരിക്കേറ്റെങ്കിലും മരണത്തിൽ നിന്നും അത്ഭുതകരമായി രക്ഷപ്പെടുകയായിരുന്നു. ഒരു രാത്രിയിൽ വലിയ ടോർച്ചുമായി ഒറ്റയ്ക്ക് ഏലത്തോട്ടത്തിൽ പരിശോധനയ്ക്ക് പോയതാണ് അദ്ദേഹം. തോട്ടത്തിൽ ആന കയറാതിരിക്കാൻ ഏറുമാടങ്ങൾ കെട്ടി പടക്കവുമായി വാച്ചർമാർ രാത്രികാലങ്ങളിൽ കാവലിരിക്കാറുണ്ട്. ഇവർ ഉണർന്നിരുന്ന് ജോലി ചെയ്യുന്നുണ്ടോ എന്നറിയാൻ പാതിരായ്ക്ക് ഇറങ്ങിപ്പുറപ്പെട്ടതാണ് ജോൺസൺ. പെട്ടെന്നാണ് ഒറ്റയാന്റെ മുന്നിൽ പെട്ടത്. തിരിഞ്ഞു ഓടിയെങ്കിലും ആന പിന്നാലെ പാഞ്ഞെത്തി. ഓട്ടത്തിനിടയിൽ നിലത്ത് വീണ ജോൺസനെ ആന കുത്തി. കൈത്തണ്ടയിൽ കൊമ്പ് കൊണ്ടെങ്കിലും കുത്തനെയുള്ള ഒരു ചെരുവിലേക്ക് അയാൾ ഉരുണ്ടുവീണു. താഴേക്ക് ഇറങ്ങാൻ പ്രയാസമായതുകൊണ്ട് ആന അയാളെ വെറുതെ വിട്ടു. ആനയുടെ കൊമ്പ് കൊണ്ട് കയ്യിലെ എല്ല് പൊട്ടിയെങ്കിലും ജീവൻ തിരിച്ചുകിട്ടി. തിരുവനന്തപുരത്ത് അരിപ്പയിൽ ഓട്ടത്തിനിടയിൽ നിലത്തു വീണ ഫീൽഡ് ഓഫീസർ മനോഹരന്റെ മേലെ കൂടി ഓടിപ്പോയി ഒരാന. അദ്ദേഹം പക്ഷേ ചവിട്ടു കൊള്ളാതെ അത്ഭുതകരമായി രക്ഷപ്പെട്ടു. ഇങ്ങനെ പറയാനാണെങ്കിൽ ഒരുപാടുണ്ട്. ഓർമ്മയിൽ വന്ന ചിലത് കുറിച്ചു എന്നു മാത്രം.

വെല്ലുവിളികൾ നിറഞ്ഞതും അപകടങ്ങൾ പതിയിരിക്കുന്നതും തന്നെയാണ് ഒട്ടുമിക്ക ജോലികളും. അതേസമയം ഒറ്റപ്പെട്ട സ്ഥലങ്ങളിൽ ഒറ്റപ്പെട്ട് ജീവിക്കുകയും പണിയെടുക്കേണ്ടി വരുകയും ചെയ്യുന്നതാണ് വനംവകുപ്പിലെ ജോലികളെ വ്യത്യസ്തമാക്കുന്നത്. അപകടകരവും അത്യന്തം പ്രതികൂലവുമായ സാഹചര്യങ്ങളിൽ ജോലി ചെയ്യുന്ന അവരെ നിസ്സാര കാരണങ്ങളുടെ പേരിൽ ക്രൂരന്മാരും നിഷ്ഠുരരും ആയി ചില മാധ്യമങ്ങൾ വിശേഷിപ്പിക്കുന്നത് കാണുമ്പോൾ വല്ലാത്ത വിഷമം തോന്നാറുണ്ട്. രാജ്യത്തിന്റെ തുറന്ന ഖജനാവ് സംരക്ഷിക്കുന്ന അവർ അനുഭവിക്കുന്ന കഷ്ടതകളെക്കുറിച്ച് ആരും ഗൗരവമായി ചർച്ച ചെയ്ത് കണ്ടിട്ടില്ല. ഒരുപക്ഷേ അവരുടെ ദുരിതങ്ങൾ പുറംലോകം അധികം കാണാത്തതുകൊണ്ടാവാം. വന്യജീവികളുടെയും വനത്തിനുള്ളിലെ അഴകുള്ള റിസോർട്ടുകളുടെയും സുന്ദര കാഴ്ചകൾക്കപ്പുറം പോകാറില്ല യൂട്യൂബർമാരുടെയും ചാനലുകാരുടെയും ക്യാമറകൾ. പരമാവധി കുറച്ച് ആദിവാസി കഥകളിലും ഒതുങ്ങും അവരുടെ താല്പര്യങ്ങൾ. കറുത്ത കാടുകളിൽ ജോലിചെയ്യുന്ന ജീവനക്കാരെക്കുറിച്ച് നെഗറ്റീവ് വാർത്തകളും റിപ്പോർട്ടുകളും മാത്രമേ കാണാറുള്ളൂ എന്നത് സങ്കടമാണ്.

ബൈ ബൈ ടു ഗവി

ഗവിയിലെ മൂന്നര വർഷങ്ങൾക്കുശേഷം ഒരു സ്ഥലംമാറ്റം അനിവാര്യമായി വന്നു എനിക്ക്. മൂത്ത മകൾക്ക് അഞ്ചു വയസ്സാകുന്നു. അവളെ സ്കൂളിൽ ചേർക്കണം. ഗവിയിൽ അതിനുള്ള സൗകര്യങ്ങൾ ഇല്ല. കുടുംബത്തെ നാട്ടിലാക്കിയാലേ അത് പറ്റൂ. അത്രയും കാലം ഒരേ ഡിവിഷനിൽ ജോലി ചെയ്ത എനിക്ക് ഒരു സ്ഥലംമാറ്റത്തിന് ന്യായമായും അർഹതയുണ്ട്. ഞാൻ അതിനുള്ള ശ്രമം തുടങ്ങി. ഡിവിഷണൽ മാനേജർ ശശിസാറും ഒരു മാറ്റത്തിനുവേണ്ടി ശ്രമിച്ചുകൊണ്ടിരിക്കുകയായിരുന്നു. അദ്ദേഹം മാറിപ്പോയി ഒരു മാസത്തിനകം എറണാകുളം ഡിവിഷനിലെ തൃശ്ശൂർ യൂണിറ്റിലേക്ക് തന്നെ എനിക്ക് മാറ്റം ലഭിച്ചു.

നീണ്ട കാലം ഒരുപാട് പ്രതിസന്ധിഘട്ടങ്ങളിൽ എന്നെ കൈവിടാതിരുന്ന ഗവിയോടും എന്റെ പ്രിയപ്പെട്ട സഹപ്രവർത്തകരോടും യാത്ര പറഞ്ഞ് കുടുംബവുമായി ഞാൻ നാട്ടിലേക്ക് പോന്നു. തൃശ്ശൂർ യൂണിറ്റിലെ പൊറ്റ സെക്ഷനിലാണ് എനിക്ക് പോസ്റ്റിംഗ് കിട്ടിയത്, 1989 ഏപ്രിൽ മാസത്തിലാണ് ഞാൻ അവിടെ ചാർജ് എടുക്കുന്നത്. യൂക്കാലിയുടെയും അൽബിസിയയുടെയും കുറെ തോട്ടങ്ങളാണ് ചാർജിൽ. വിലപിടിപ്പുള്ള വീട്ടിയും തേക്കും ഇടകലർന്നുണ്ട്. ആളുകൾ കളവായി മരങ്ങൾ വെട്ടിക്കൊണ്ട് പോകുന്നതാണ് അക്കാലത്ത് ഇവിടുത്തെ പ്രശ്നം. സ്വന്തം ആവശ്യത്തിന് മുറിക്കുന്നവരും മരം മുറിച്ച് വലിയ വിറകുകെട്ടുകളാക്കി ഹോട്ടലുകളിൽ കൊണ്ട് വിൽക്കുന്നവരും ഉണ്ട്. മൺപാത്രങ്ങൾ ഉണ്ടാക്കി ഉപജീവനം കഴിക്കുന്ന കുംഭാരന്മാർ താമസിക്കുന്ന ഒരു കുമ്പാരത്തെരുവും ഉണ്ട്. അവർക്ക് പാത്രങ്ങൾ മയക്കുന്നതിന് ഒരുപാട് വിറക് വേണം. അവരും തോട്ടങ്ങളിൽനിന്നും മരങ്ങൾ മോഷ്ടിക്കും.

എൽപിജി പ്രചാരത്തിൽ ആയിട്ടില്ലാത്ത കാലത്ത് വിറകിന് ആവശ്യക്കാർ ഏറെയാണ്. തരം കിട്ടിയാൽ ആളുകൾ തോട്ടങ്ങളിൽ കയറി ചെറുമരങ്ങൾ വെട്ടിക്കൊണ്ട് പോകും. അപൂർവമായി

തേക്കും വീട്ടിയും ഉന്നം വയ്ക്കുന്ന കാട്ടുകള്ളന്മാരും ഉണ്ട്. ചെറിയ തോതിൽ നായാട്ട് ശല്യവും. മറ്റു രണ്ടു ഫീൽഡ് ഓഫീസർമാർ കൂടി ഈ സെക്ഷനിൽ ഉണ്ട്. ബഷീറും രാധാകൃഷ്ണനും. രാവെന്നോ പകലെന്നോ ഇല്ലാതെ പ്ലാന്റേഷനുകളിൽ റോന്ത് ചുറ്റ ലാണ് പ്രധാന പണി.

എൻഫീൽഡ് 250 എന്ന പഴയ ഒരു മോട്ടോർസൈക്കിൾ തന്നി ട്ടുണ്ട്. അതിന്റെ പഴക്കം കാരണം അതിൽ കയറിയിരുന്ന് പോകു ന്നതിനേക്കാൾ അധികം ഞങ്ങളതിനെ ഉന്തിക്കൊണ്ടു നടന്നിട്ടു ണ്ടാകും. നിരന്തരം പട്രോളിംഗ് നടത്തുക, മോഷണങ്ങൾ കണ്ടു പിടിക്കുക, പ്രതികളെ കണ്ടെത്തുക, കേസുകൾ എടുക്കുക, വാറ ണ്ടുകൾ കിട്ടുന്ന മുറയ്ക്ക് പ്രതികളെ അറസ്റ്റ് ചെയ്ത് കോടതി യിൽ ഹാജരാക്കുക, എന്നതൊക്കെ ആയിരുന്നു അന്നത്തെ സ്ഥിരം പരിപാടികൾ. ഇവിടത്തെ മോഷണക്കേസുകളിൽ സ്ത്രീകളും പ്രതി കളാവുക സാധാരണമായിരുന്നു. KFDCയിൽ വനിതാ ഫീൽഡ് ഓഫീസർമാർ ഇല്ലാത്തത് ഒരു പ്രശ്നമായിരുന്നു. സ്ത്രീകളായ പ്രതികളെ അറസ്റ്റ് ചെയ്യേണ്ടി വരുമ്പോൾ വനിതാ പൊലീസിനെ കൂടി കൂട്ടണം. ജില്ലാ പൊലീസ് മേധാവിയുടെ ഓഫീസിൽ അപേക്ഷ കൊടുത്താണ് വനിതാ പൊലീസിനെ ലഭ്യമാക്കുന്നത്. സ്ത്രീപ്രതികളെ അറസ്റ്റ് ചെയ്തു റിമാൻഡ് ചെയ്യിച്ച്, സബ്ജയി ലിൽ ഏല്പിക്കുംവരെ വനിതാ പൊലീസ് കൂടെ ഉണ്ടായിരിക്കണം. ചിലപ്പോഴൊക്കെ വനിതാ പൊലീസിനെ കിട്ടാതെ സ്ത്രീകളായ പ്രതികളെ അറസ്റ്റ് ചെയ്യാൻ കഴിയാതെ വന്നിട്ടുണ്ട്. മോഷണങ്ങൾ തടയുന്നതിലും കേസുകൾ അന്വേഷിച്ച് പ്രതികളെ കണ്ടെത്തുന്ന തിലും വീഴ്ച വരുത്തിയാൽ അത് ജോലിയെ ബാധിക്കും എന്നതുകൊണ്ട് ചെറിയ തോതിൽ അടിപിടിയൊക്കെ വേണ്ടിവന്ന തായിരുന്നു തൃശ്ശൂരിലെ ഫീൽഡ് ഓഫീസർ സേവനകാലം. അതിഷ്ട മല്ലെങ്കിലും പട്ടിയുടെ വേഷം കെട്ടിയാൽ കുരച്ചല്ലേ പറ്റൂ. ട്രെയി നിങ് കാലത്ത് ഹാരി സാർ പറഞ്ഞതു പോലെ, 'വരൂ തസ്കരാ, വാഹനത്തിൽ കയറൂ' എന്ന് പറഞ്ഞുകൊണ്ട് കള്ളനെ കസ്റ്റഡി യിൽ എടുക്കാൻ കഴിയില്ലല്ലോ.

കാട്ടിലും തീ, മനസ്സിലും തീ

ഒരു ഏപ്രിൽ മാസത്തിലാണ് ഞാൻ തൃശ്ശൂരിൽ ചാർജ് എടുക്കുന്നത്. ഫയർ സീസൺ (തീക്കാലം) അതിന്റെ ഉച്ചസ്ഥായിയിൽ നിൽക്കുന്ന സമയമാണ്. കടുത്ത വേനൽച്ചൂടിൽ മലകൾ കത്തിയെരിയുന്ന സമയമാണ് ഫെബ്രുവരി, മാർച്ച്, ഏപ്രിൽ മാസങ്ങൾ. വിവരിച്ചാൽ തീരാത്തതാണ് കാടുകൾ കത്തുന്നതിന്റെ നഷ്ടം. അമൂല്യമായ അനേകം ജൈവ സമ്പത്തുകളാണ് വെറും ചാമ്പലായി നഷ്ടപ്പെടുന്നത്. പ്ലാന്റേഷനുകളെ തീയിൽനിന്നും രക്ഷിക്കുക എന്നതാണ് ഈ മാസങ്ങളിൽ ഞങ്ങൾ, ഫീൽഡ് സ്റ്റാഫുകൾ നേരിടുന്ന ഏറ്റവും വലിയ വെല്ലുവിളി. മുൻകരുതൽ എന്ന നിലയിൽ പ്ലാന്റേഷനുകൾക്ക് ചുറ്റും നല്ല വീതിയിൽ ഫയർ ലൈനുകൾ എടുക്കുമെങ്കിലും അതൊന്നും പൂർണ്ണമായി വിജയിക്കില്ല. മനുഷ്യൻ കരുതിക്കൂട്ടി ഉണ്ടാക്കുന്ന വിപത്തിനെ മുൻകരുതലുകൾ കൊണ്ട് പ്രതിരോധിക്കുക എന്നത് ഏറക്കുറെ അസാധ്യമാണ്.

കാട്ടുതീ ഉണ്ടാകുന്നത് എങ്ങനെ എന്ന് നമ്മൾ സ്കൂളിൽ പഠിച്ചതൊന്നുമല്ല യഥാർത്ഥ കാരണങ്ങൾ. മരങ്ങൾ തമ്മിൽ ഉരസിയും മൃഗങ്ങൾ ഓടുമ്പോൾ കല്ലുകൾ തമ്മിൽ കൂട്ടിയുരുമ്മിയും സൂര്യതാപത്തിൽ ഇലകൾ കരിഞ്ഞും കാട്ടുതീ ഉണ്ടാകുന്നു എന്നൊക്കെയല്ലേ നമ്മൾ കുട്ടികളെ പഠിപ്പിക്കുന്നത്. മനുഷ്യന്റെ ക്രൂരതയും കുബുദ്ധിയും ആണ് കാരണം എന്ന് നിഷ്കളങ്ക ബാല്യങ്ങളോട് പറഞ്ഞുകൊടുക്കാൻ കഴിയില്ലല്ലോ. എന്നാൽ തൊണ്ണൂറ്റിയൊമ്പത് ശതമാനവും മനുഷ്യനിർമ്മിതമാണ് കാട്ടുതീ. അപൂർവമായി മാത്രം കാട്ടിലൂടെ പോകുന്ന ഹൈ ടെൻഷൻ വൈദ്യുത ലൈനിൽ നിന്നും തീപ്പൊരി വീണ് തീയുണ്ടാകാറുണ്ട്. എന്റെ അറിവിലും അനുഭവത്തിലും മൂന്ന് കാരണങ്ങൾ കൊണ്ടാണ് മനുഷ്യൻ കാട്ടിൽ തീയിടുന്നത്. കാട് കത്തി ഉണ്ടാകുന്ന ചാരം മഴപെയ്യുമ്പോൾ താഴെ വയലുകളിലേക്ക് ഒലിച്ചിറങ്ങാനായി കർഷകർ കാടിന് തീയിടും.

ചാരം നല്ലൊരു വളമാണല്ലോ. കാലി വളർത്തുകാരാണ് ഇനിയൊരു കൂട്ടർ. അടിക്കാടുകൾ കത്തിയശേഷം വളരുന്ന പുതുനാമ്പുകൾ മേയാൻ കാലികൾക്ക് ഉത്സാഹമാണ്. മൂന്നാമത്തെ കൂട്ടരാണ് ഏറ്റവും അപകടകാരികൾ. ഫോറസ്റ്റുകാരോടുള്ള പക മനസ്സിൽ കൊണ്ടു നടക്കുന്നവരാണവർ. കാടിന് തീപിടിക്കുന്ന കാലമെന്നാൽ മന സ്സിൽ കരുതിവെച്ച പകയുടെ തീ അണക്കാനുള്ള കാലമാണ് അവർക്ക്. വനത്തിനടുത്ത് താമസിക്കുന്നവർ വനസംബന്ധമായ കേസുകളിൽ ഉൾപ്പെടുന്നതും അവരുടെ പേരിൽ കേസുകൾ ഉണ്ടാ കുന്നതും സാധാരണമാണ്. ഇങ്ങനെ കേസെടുക്കുന്ന ഉദ്യോഗസ്ഥ രോട് പകവീട്ടാനുള്ള കാലമാണ് അവർക്ക് തീക്കാലം. വനത്തിൽ പലയിടത്തായി ഒരേസമയം തീയിടും ഇവർ. ഇങ്ങനെ അങ്ങിങ്ങ് പലയിടത്തായി തീ പടർന്നാൽ അതണയ്ക്കുക അതീവ ശ്രമകര മാണ്. ഒരിടത്തെ തീ അണച്ച് അവശരായി നിൽക്കുമ്പോൾ മറ്റൊ രിടത്ത് തീ പടരാൻ തുടങ്ങും. അപ്പോൾ അങ്ങോട്ട് പായും. ഇത് പലയിടത്തായി പലതവണ ആവർത്തിക്കും. ദൂരെ മാറിയിരുന്ന് ഫോറസ്റ്റുകാരുടെ പെടാപ്പാട് കണ്ട് തീയിട്ടവർ നിർവൃതിയടയും. അങ്ങനെയാണ് അവർ കേസെടുത്തതിനുള്ള പ്രതികാരം തീർക്കു ന്നത്.

തീ അണയ്ക്കാൻ ആധുനിക സംവിധാനങ്ങൾ ഒന്നും ഇല്ല എന്നതാണ് സങ്കടകരമായ കാര്യം. ഫയർ എൻജിനുകൾക്ക് കയ റിച്ചെല്ലാൻ സാധ്യമല്ലാത്ത മലകളാണ്. മലകളിലെ നീരുറവകളും വേനലിൽ നിലച്ചിട്ടുണ്ടാകും. പച്ചിലത്തൂപ്പുകൊണ്ട് തല്ലിതല്ലിക്കെടു ത്തുക എന്ന പ്രാചീന രീതിയാണ് ഇന്നും. ചിലപ്പോഴൊക്കെ നാട്ടു കാർ സഹായിക്കും. സംഹാരതാണ്ഡവമാടി ആളിക്കത്തി വരുന്ന തീയിനെ കയ്യെത്തും ദൂരത്തു നിന്നുകൊണ്ട് വേണം കൈകാര്യം ചെയ്യാൻ. ചൂടു കൊണ്ടും നിർജ്ജലീകരണം കൊണ്ടും പലവട്ടം ബോധം നഷ്ടപ്പെട്ട് വീണുപോയിട്ടുണ്ട് ഞങ്ങൾ. തീക്കാലം എന്നാൽ മനസ്സിൽ തീ കൊണ്ടു നടക്കുന്ന കാലമാണ് ഫോറസ്റ്റുകാർക്ക്.

ഓണക്കാലത്ത്
ഒരു സ്പെഷ്യൽ ഡ്യൂട്ടി

ഇതിനിടയിൽ കൂട്ടക്കുഴി ഏലം പ്രോജെക്ടിൽ രണ്ടാഴ്ചത്തെ ഒരു സ്പെഷ്യൽ ഡ്യൂട്ടി കിട്ടി. ഓണക്കാലത്ത് അവിടത്തെ ഏലത്തോട്ടങ്ങളിൽ കളവു വർദ്ധിക്കുമത്രെ. അത് തടയാനാണ് കൂടുതൽ സ്റ്റാഫ്. പന്ത്രണ്ട് പേരടങ്ങുന്ന വലിയൊരു മോഷണ സംഘത്തെ ഞങ്ങൾ പിടിക്കുകയും ചെയ്തു. ഇവിടെ പറയാൻ വന്നത് മറ്റൊരു കാര്യമാണ്. അന്ന് പോകുമ്പോൾ ഞാൻ ഭാര്യയെയും കൂട്ടിയിരുന്നു. കാട് അവൾക്ക് വലിയ ഇഷ്ടമാണ്. രണ്ടാഴ്ച കാട്ടിൽ കഴിയാം എന്ന് വെച്ചു. കൊടുംകാടാണ്. ചുറ്റിനും കിടങ്ങു കുഴിച്ച ക്വാർട്ടേഴ്സ് ഉണ്ട്. ആനയുണ്ടെങ്കിലും പേടിക്കാനില്ല. ഞങ്ങൾ അവിടെ ഒരു ക്വാർട്ടേഴ്സിൽ രണ്ടാഴ്ച താമസിച്ചു.

രാത്രികാലത്താണ് പട്രോളിംഗ്. ഒരു ദിവസം വൈകുന്നേരം മക്കുവള്ളി സിറ്റി വരെ ഒന്നു പോയി വന്നാലോ എന്ന് വാച്ചർമാർ ചോദിച്ചു. കഷ്ടിച്ച് രണ്ടു കിലോമീറ്ററേ ഉള്ളൂ. ഒരു മണിക്കൂർ കൊണ്ട് പോയി വരാം. കൊടുംകാട്ടിന് നടുവിലുള്ള 'സിറ്റി' കാണാൻ ഞങ്ങൾക്ക് കൗതുകം തോന്നി. കാട്ടിലൂടെ നടക്കാം എന്ന് കേട്ടപ്പോൾ ഭാര്യയ്ക്കും ഉത്സാഹമായി. ഞാനും അവളും രണ്ട് വാച്ചർമാരും കൂടി നടന്നു. മെറ്റൽ വിരിച്ച റോഡുണ്ട്. അരമണിക്കൂറിനകം സിറ്റിയിൽ എത്തി. പത്തുപതിനഞ്ച് ആദിവാസി കുടിലുകൾ, ഒരു പെട്ടിക്കട, ഒരു ചായക്കട... കഴിഞ്ഞു. അതാണ് മക്കുവള്ളി സിറ്റി. ഹൈറേഞ്ചുകാർക്ക് ഇതുപോലെ കുറേ 'സിറ്റികൾ' ഉണ്ട്. കുറച്ചു വീടുകളും ഒന്നു രണ്ട് കടകളും ആയാൽ അവർക്കത് സിറ്റിയാണ്.

കാട്ടിലൂടെ ആ സമയത്തുള്ള നടത്തം ഞങ്ങൾ നന്നായി ആസ്വദിച്ചു. ചായക്കടയിൽനിന്നും ഓരോ ചായയും ഉണ്ടപ്പൊരിയും കഴിച്ചിട്ട് തിരികെ നടന്നു. പാതി വഴി എത്തിയതേ ഉള്ളൂ, റോഡിൽ

തന്നെ നിൽക്കുന്നു ഒരു ആനക്കൂട്ടം. അഞ്ചാറെണ്ണമേ ഉള്ളൂ. അല്പം മുമ്പ് ഞങ്ങൾ നടന്നു വന്നപ്പോൾ റോഡിനു വളരെ അടുത്ത് എവിടേയോ അവ നിന്നിട്ടുണ്ടാകണം. അത്ര കുറച്ച് സമയമേ ആയി ട്ടുള്ളൂ. ഭാര്യ കൂടെ ഉള്ളതുകൊണ്ട് അവയെ വിരട്ടി ഓടിക്കാൻ വാച്ചർമാർ മടിച്ചു. എങ്ങാനും അവ ചാർജ്ജ് ചെയ്യാൻ മുതിർന്നാൽ ഓടി രക്ഷപ്പെടാൻ കഴിയില്ല. സാരിയാണ് ഭാര്യയുടെ വേഷം. വേറെ വഴിയില്ലാതെ ഞങ്ങൾ തിരിച്ചു നടന്നു. ഭാര്യ വല്ലാതെ ഭയന്നു പോയി. പതുക്കെ ഇരുട്ട് പരക്കാനും തുടങ്ങി.

തിരിച്ച് ചായക്കടയിൽ കയറി കുത്തിയിരുന്നു. ഇനി ഇന്ന് ആ വഴിയേ ഭാര്യയേയും കൊണ്ട് മടങ്ങാൻ കഴിയില്ല. ഏതെങ്കിലും ആദിവാസി കുടിലിൽ രാത്രി കഴിച്ചുകൂട്ടേണ്ട അവസ്ഥ. നല്ല തണുപ്പും ഉണ്ട്. അങ്ങനെ വിഷാദിച്ചിരിക്കുമ്പോൾ ഒരു വാഹനത്തിന്റ വെട്ടം. ഞങ്ങൾ കൈകാണിച്ചു. നഗരംപാറ ഫോറസ്റ്റ് റെയ്ഞ്ചിന്റെ ജീപ്പാണ്. പട്രോളിംഗ് കഴിഞ്ഞു മടങ്ങുകയാണവർ. ദൈവം പറഞ്ഞുവിട്ടതു പോലെ വന്ന അതിൽകയറി സുരക്ഷിതരായി ഞങ്ങൾ മടങ്ങി. പ്രതിസന്ധികളൊക്കെ അങ്ങനെയാണ്. പ്രതീക്ഷ കൈവിടാതെ ക്ഷമയോടെ ഇരുന്നാൽ ആരെങ്കിലുമെത്തും സഹായത്തിനു. ഒരിക്കലും അതിസാഹസത്തിനു മുതിരരുത്.

പിതാവിന്റെ മരണം

ഞാൻ പഴയന്നൂർ യൂണിറ്റിൽ ഫീൽഡ് ഓഫീസറായി ജോലി നോക്കുന്ന കാലത്താണ് എന്റെ പിതാവിന്റെ മരണം. 1990 ജനുവരി മാസം മൂന്നാം തിയതി. കേന്ദ്ര പ്രതിരോധ സേനയിൽനിന്നും വിരമിച്ച് വിശ്രമജീവിതം നയിക്കുകയായിരുന്നു. കുടലിലെ കാൻസർ കണ്ടുപിടിച്ച് ഒരു മാസത്തിനകം അദ്ദേഹം വിടപറഞ്ഞു. അസുഖം കണ്ടുപിടിക്കാൻ വൈകി.

വ്യക്തി ജീവിതത്തിലും ഔദ്യോഗിക ജീവിതത്തിലും ഏറ്റവുമധികം സ്വാധീനം ചെലുത്തിയ പിതാവ് തന്നെയായിരുന്നു എന്റെ റോൾ മോഡൽ. അത്യാവശ്യം പട്ടാളച്ചിട്ടയിലാണ് ഞങ്ങൾ നാലു മക്കളെ വളർത്തിയത്. മറ്റുള്ളവരെ അലോസരപ്പെടുത്താതെ എങ്ങനെ ജീവിക്കണം എന്നാണ് അദ്ദേഹം ഞങ്ങളെ പഠിപ്പിച്ചത് എന്ന് പറഞ്ഞാൽ അതിൽ എല്ലാം ഒതുങ്ങും. അച്ചടക്കവും മാന്യമായ പെരുമാറ്റവും സഹജീവികളോടുള്ള സഹാനുഭൂതിയും ആത്മാഭിമാനബോധവും എല്ലാം അതിൽ ഉൾച്ചേരും.

തന്റെ ഔദ്യോഗിക ജീവിതത്തിൽ നേരിട്ട പ്രതിസന്ധികളും അവയെ തരണം ചെയ്ത രീതികളും അദ്ദേഹം പലപ്പോഴായി പറഞ്ഞുതന്ന അനേകം പട്ടാളക്കഥകളിലൂടെ എന്റെ മനസ്സിൽ പതിഞ്ഞിരുന്നു. മുത്തച്ഛൻ മുതലിങ്ങോട്ട് കാക്കി ധാരികളായിരുന്നു എന്റെ മുൻ തലമുറകൾ. മുത്തച്ഛൻ ബ്രിട്ടീഷ് പൊലീസും പിതാവും അദ്ദേഹത്തിന്റെ രണ്ടു സഹോദരങ്ങളും പട്ടാളവും. എന്റെ തലമുറയിലെ ഒരേ ഒരു കാക്കിധാരിയായ എന്നോടാണ് പിതാവ് ഒരുപാട് പട്ടാളക്കഥകളും ജോലിക്കിടയിൽ അദ്ദേഹത്തിന് പിണഞ്ഞ അബദ്ധങ്ങളും അത്രയും പറഞ്ഞത്. അതിൽ പലതും എന്റെ ഔദ്യോഗിക ജീവിതത്തിൽ എനിക്ക് ദിശാസൂചികകളായി മാറി.

പാക്കിസ്ഥാൻ യുദ്ധകാലത്ത് അദ്ദേഹത്തിന്റെ ഒരു ചെറിയ നോട്ടക്കുറവുകൊണ്ട്, ആയുധങ്ങളും വെടിക്കോപ്പുകളും നിറച്ച ഒരു

മുഴുനീള ഗുഡ്സ് ട്രെയിൻ ഒരു ദിവസം മുഴുവൻ വഴി മാറി സഞ്ച രിച്ച സംഭവമൊക്കെ ഉദ്വേഗത്തോടെ ഞാൻ കേട്ടിരുന്നിട്ടുണ്ട്. പിഴവ് തിരിച്ചറിഞ്ഞപ്പോഴേക്കും ബഹുദൂരം മറ്റൊരു ദിശയിൽ സഞ്ചരിച്ചു കഴിഞ്ഞിരുന്നു ആ വാഗണുകൾ. ഒറ്റ നോട്ടത്തിൽ ഒരുപോലെ തോന്നിച്ച സ്ഥലപ്പേരുകളായിരുന്നു പ്രശ്നമായത്. പേരുകളിലെ അവസാനത്തെ ഒരു അക്ഷരത്തിനു മാത്രമായിരുന്നു വ്യത്യാസം. ടെലിപ്രിന്ററിൽ കോഡ് ഭാഷയിൽ കിട്ടിയ സന്ദേശം വായിച്ചെടു ക്കുന്നതിൽ അദ്ദേഹത്തിന് നോട്ടപ്പിശകുണ്ടായി. ട്രെയിൻ വേറെ വഴിക്ക് പോയി.

അതിർത്തിയിലേക്ക് നീങ്ങേണ്ട വെടിക്കോപ്പുകളാണ്. സമയ നഷ്ടത്തിനും വലിയ സാമ്പത്തിക നഷ്ടത്തിനും അതിടയാക്കി. ഭീമമായ സാമ്പത്തിക ബാധ്യത ഉണ്ടാകാവുന്നതും ജോലിയെ ത്തന്നെ ബാധിക്കാവുന്നതും ആയ ഗുരുതരമായ വീഴ്ചയാണ്. ആർമി ഹെഡ് ക്വാർട്ടേഴ്സിലെ ചില ഉന്നത മലയാളി ഓഫീസർ മാരുടെ കരുണ കൊണ്ട് വലിയ പരിക്കുകളില്ലാതെ അന്ന് അദ്ദേഹം രക്ഷപ്പെടുകയായിരുന്നു.

അങ്ങനെ കേട്ട കുറേ കഥകൾ ചൂണ്ടുപലകകളായി ഔദ്യോ ഗിക യാത്രയിൽ എന്റെ വഴികളിലുണ്ടായിരുന്നു. എനിക്ക് ലഭിച്ച ആദ്യത്തെ സ്ഥാനക്കയറ്റം പോലും കാണാൻ എന്നെ വഴിനടത്തിയ എന്റെ പിതാവ് ഉണ്ടായില്ല. എന്നേക്കാളേറെ അദ്ദേഹമായിരുന്നു അതിന് മോഹിച്ചത്. അത് വലിയ സങ്കടമായി.

ആദ്യത്തെ സ്ഥാനക്കയറ്റം

ഫീൽഡ് ഓഫീസറായി തൃശ്ശൂരിൽ ജോലി ചെയ്യുന്ന കാലത്താണ് 1991ൽ എനിക്ക് അസിസ്റ്റന്റ് മാനേജരായി പ്രമോഷൻ ലഭിക്കുന്നത്. വനംവകുപ്പിലെ റെയ്ഞ്ച് ഓഫീസർമാർ മാത്രമായിരുന്നു അതു വരെ ആ തസ്തികയിൽ ഉണ്ടായിരുന്നത്. പ്രൊട്ടക്റ്റീവ് സ്റ്റാഫ് എന്നത് വിട്ട് സൂപ്പർവൈസറി പോസ്റ്റാണത്. സ്വാഭാവികമായും ഉത്തരവാദിത്വങ്ങൾ വർദ്ധിക്കും. മെച്ചപ്പെട്ട ശമ്പളത്തിന് പുറമേ മറ്റുചിലതുകൂടി ഉണ്ട്. കൂടുതൽ ഓഫീസ് സൗകര്യങ്ങൾ ഉണ്ടാകും. ഔദ്യോഗിക യാത്രകൾക്ക് ബുള്ളറ്റ് മോട്ടോർ സൈക്കിളും പരിധിയില്ലാതെ പെട്രോൾ അലവൻസും കിട്ടും.

എന്റെ സ്ഥാനക്കയറ്റത്തിൽ ഏറെ സന്തോഷിച്ചത് ഭാര്യയും കുഞ്ഞുങ്ങളുമാണ്. പ്രൊമോഷൻ എന്നതിലപ്പുറം മറ്റ് ഉത്തരവാദിത്തങ്ങളെപ്പറ്റിയൊന്നും അവർക്കറിയില്ലല്ലോ. പീച്ചി ഫോറസ്റ്റ് റെയ്ഞ്ചിൽ പെട്ട യൂണിറ്റ് രണ്ടിന്റെ പൂർണ്ണ ചുമതലയുള്ള അസിസ്റ്റന്റ് മാനേജറായി ഞാൻ ചാർജ്ജെടുത്തു. ആ കാലത്ത് വനശാസ്ത്രത്തിൽ ബി. ടെക് ബിരുദം നേടിയിട്ടുള്ള വളരെ ചുരുക്കം പേരിൽ ഒരാളായ കോശി സാറാണ് യൂണിറ്റ് ഒന്നിലെ അസിസ്റ്റന്റ് മാനേജർ. പ്ലാന്റേഷൻ ജേർണലുകളും യൂണിറ്റിന്റെ ക്യാഷ് ബുക്കും മറ്റുമൊക്കെ കൈകാര്യം ചെയ്യേണ്ടത് എങ്ങനെയെന്ന് അദ്ദേഹത്തിൽനിന്നാണ് ഞാൻ പഠിച്ചത്. നല്ല പണിയും ചുമതലകളും ഉള്ള പോസ്റ്റാണ് അസിസ്റ്റന്റ് മാനേജർ എന്നത്.

ഓഫീസ് ജോലികൾ ഒരുപാടുണ്ടാവും. ഫീൽഡ് ഓഫീസർമാർ തയ്യാറാക്കുന്ന മഹസറുകളും കുറ്റകൃത്യം നടന്ന സ്ഥലവും പരിശോധിച്ച് സാക്ഷ്യപ്പെടുത്തുക, കേസുകൾ കോടതിയിൽ ചാർജ് ചെയ്യുക, കൃത്യമായ ഇടവേളകളിൽ പ്ലാന്റേഷനുകൾ പരിശോധിച്ച്, പ്ലാന്റേഷൻ ജേർണലുകൾ എഴുതി സൂക്ഷിക്കുക, മരങ്ങളിൽ രോഗബാധകൾ ശ്രദ്ധയിൽപ്പെട്ടാൽ ആവശ്യമായ പ്രതിരോധ നടപടികൾ

സ്വീകരിക്കുക, തോട്ടത്തിൽ നടക്കുന്ന പരിപാലന പ്രവർത്തനങ്ങൾ പരിശോധിക്കുക, ഫീൽഡ് ഓഫീസർമാരുടെ ശ്രദ്ധയിൽ പെടാതിരിക്കുകയോ അവർ മനപ്പൂർവ്വം മറച്ചുവെക്കുകയോ ചെയ്യുന്നു കുറ്റകൃത്യങ്ങൾ ശ്രദ്ധയിൽപ്പെട്ടാൽ മേൽനടപടികൾ സ്വീകരിക്കുക, പ്ലാന്റേഷനുകളുടെ അതിർത്തികൾ ഇടയ്ക്കിടെ പരിശോധിച്ച് കയ്യേറ്റങ്ങൾ ഇല്ല എന്ന് ഉറപ്പുവരുത്തുക, ഉണ്ടെങ്കിൽ അവ ഒഴിപ്പിക്കാനുള്ള നടപടികൾ സ്വീകരിക്കുക അങ്ങനെ നീണ്ടു പോകും അസിസ്റ്റന്റ് മാനേജരുടെ ചുമതലകളുടെ ലിസ്റ്റ്. ഫോറസ്റ്റ് ഡിപ്പാർട്ട്മെന്റിലെ റേയ്ഞ്ച് ഓഫീസർക്ക് സമാനമായ പദവിയും അധികാരങ്ങളും ഉണ്ട്. ഇവയ്ക്കെല്ലാം പുറമേയാണ് നാട്ടുകാരും ഫീൽഡ് സ്റ്റാഫും തമ്മിൽ ഉണ്ടാക്കി വെക്കുന്ന പൊല്ലാപ്പുകൾക്കും കശപിശകൾക്കും പരിഹാരം കണ്ടെത്തുക എന്ന തലവേദനയുണ്ടാക്കുന്ന പണി. അക്കാലത്ത് ഒരു ഫീൽഡ് ഓഫീസർ ഉണ്ടാക്കിവച്ച പൊല്ലാപ്പ് ഒരു വർഷത്തോളമാണ് മാനസികമായി എന്നെ സമ്മർദ്ദത്തിലാക്കിയത്. കുറച്ച് പണവും നഷ്ടമായി. ആ കഥ പറയാം.

ഒരു വിജിലൻസ് അന്വേഷണം

ഒരു വിജിലൻസ് എൻക്വയറിയുടെ രൂപത്തിലാണ് ആ കഷ്ടകാലം എന്നെ പിടികൂടിയത്. ഒരു ഫീൽഡ് ഓഫീസറുടെ വിവേകമില്ലായ്മയും എടുത്തുചാട്ടവുമാണ് അതിന് വഴിയൊരുക്കിയത്. രണ്ടു സഹോദരങ്ങൾ തമ്മിലുള്ള പടലപ്പിണക്കം അതിനൊരു നിമിത്തവുമായി. രണ്ടുപേരും രാഷ്ട്രീയമായി എതിർചേരികളിലും തമ്മിൽ വ്യക്തിപരമായി അകൽച്ചയിലുമാണ്. പാടത്ത് കൃഷി ഇറക്കുന്ന കാലത്ത് പച്ചിലവളത്തിനായി പ്ലാന്റേഷനുകളിലെ അടിക്കാട് വെട്ടിയെടുക്കാൻ അനുവാദം ചോദിച്ചുകൊണ്ട് കർഷകർ ഫീൽഡ് ഓഫീസർമാരെ സമീപിക്കാറുണ്ട്. പ്ലാന്റേഷനുകൾ വൃത്തിയായി കിടക്കും എന്നുള്ളതുകൊണ്ട് മിക്കവാറും അത് അനുവദിച്ചുകൊടുക്കാറുമുണ്ട്.

നേരത്തെ പറഞ്ഞ രണ്ട് സഹോദരന്മാരിൽ ഒരാൾക്ക് ഫീൽഡ് ഓഫീസർ അതിനുള്ള അനുമതി നൽകുകയും മറ്റേ സഹോദരനെ അതിന് അനുവദിക്കാതെ, പ്ലാന്റേഷനിൽ കയറിയ അയാളുടെ ജോലിക്കാരുടെ പേരിൽ കേസെടുക്കുകയും ചെയ്തതാണ് പ്രശ്നങ്ങളുടെ തുടക്കം. ആ സഹോദരന് അത് മാനഹാനിക്കും നാട്ടുകാരുടെ മുമ്പിലുള്ള അവഹേളനത്തിനും കാരണമായി. കേസെടുത്ത ഫീൽഡ് ഓഫീസറോട് പക തോന്നാൻ അത് ഇടയാക്കി. അയാൾ നീണ്ട ഒരു പരാതി തയ്യാറാക്കി പൊലീസ് വിജിലൻസിന് അയച്ചു. പ്ലാന്റേഷൻ പ്രവർത്തികളിലെ ക്രമക്കേടും അഴിമതിയും ആണ് ആരോപണങ്ങൾ. മുഴുവൻ സ്ഥലത്തും തൈകൾ നടാതെയും ആവശ്യമായ പരിപാലന പ്രവർത്തികൾ ചെയ്യാതെയും സർക്കാർ പണം തട്ടിയെടുത്തു എന്നാണ്.

അക്കാലത്ത് വേൾഡ് ഫുഡ് പ്രോഗ്രാം എന്ന പേരിൽ സർക്കാരിന്റെ ഒരു ഭക്ഷ്യ വിതരണ പദ്ധതി ഉണ്ടായിരുന്നു. അരിയും എണ്ണയും പയറും നാമമാത്രമായ വിലയ്ക്ക് തൊഴിലാളികൾക്ക് നൽകുന്ന ഒരു പദ്ധതി. ഇതിലെ വസ്തുക്കൾ അർഹരായവർക്ക്

നൽകാതെ മറിച്ചു വിറ്റു എന്നാണ് മറ്റൊരാരോപണം. തൃശ്ശൂർ വിജിലൻസ് പൊലീസ് പരാതിയിന്മേൽ അന്വേഷണം നടത്താൻ തീരുമാനിച്ചു. റെക്കോർഡുകളും കണക്കുകളും കൈകാര്യം ചെയ്യുന്ന ഉദ്യോഗസ്ഥൻ എന്ന നിലയിൽ ഞാനും എന്റെ ഓഫീസുമാണ് അന്വേഷണം നേരിടേണ്ടി വന്നത്. ഒരു ദിവസം കക്ഷത്തൊരു ഫയലുമായി ഒരു വിജിലൻസ് സി.ഐ ഓഫീസിലേക്ക് കയറിവന്നു. സ്വയം പരിചയപ്പെടുത്തിയിട്ട് ഫയലിൽനിന്നും പരാതി എടുത്ത് കാണിച്ചു. അന്വേഷണമായി സഹകരിക്കണം എന്ന് ആവശ്യപ്പെട്ടു.

ഒരു വിജിലൻസ് അന്വേഷണത്തെ നേരിടുക എന്നത് ഒരു സർക്കാർ ഉദ്യോഗസ്ഥനെ സംബന്ധിച്ച് എത്രമാത്രം മാനസിക പിരിമുറുക്കം ഉണ്ടാക്കുന്നതാണെന്ന് പറയേണ്ടതില്ലല്ലോ. എന്തെങ്കിലുമൊക്കെ എഴുതിപിടിപ്പിച്ച് ഒരു കുറ്റപത്രം ഉണ്ടാക്കുക എന്നത് പൊലീസിനെ സംബന്ധിച്ച് വളരെ എളുപ്പമുള്ള കാര്യമാണ്. കേസ് രജിസ്റ്റർ ചെയ്യപ്പെട്ടു കഴിഞ്ഞാൽ പിന്നെ നിരപരാധിത്വം തെളിയിക്കേണ്ടത് ആ ഉദ്യോഗസ്ഥന്റെ മാത്രം ബാധ്യതയായി മാറും. കോടതി ഒടുവിൽ വെറുതെ വിട്ടാലും കേസ് തീർപ്പാകുമ്പോഴേക്കും അയാൾ ഒരു പരുവമായിട്ടുണ്ടാകും.

വിജിലൻസ് അന്വേഷണത്തിന്റെ ഒരു പൊതുസ്വഭാവം അന്നെനിക്ക് മനസ്സിലായി. ഞാൻ സാമാന്യവൽക്കരിക്കുന്നില്ല. എന്റെ അനുഭവം പറയുന്നു എന്നേയുള്ളൂ. അന്വേഷണത്തിന്റ ഭാഗമായി ഒരുപാട് തവണ ആ ഇൻസ്പെക്ടർ എന്നെ അദ്ദേഹത്തിന്റെ ഓഫീസിലേക്ക് വിളിപ്പിച്ചു. എന്റെ ഓഫീസിൽനിന്നും ഒരു കിലോമീറ്റർ ദൂരമേ ഉള്ളൂ തൃശ്ശൂരിലെ പൊലീസ് വിജിലൻസ് ഓഫീസിലേക്ക്. ഓരോ തവണയും ഓരോ ഫയലോ ഓരോ റെക്കോർഡോ മാത്രമാണ് ആവശ്യപ്പെടുക. ഉച്ചയൂണിനോട് അടുത്തുള്ള സമയത്തായിരിക്കും വിളി വരുക. ഒരു സംശയം മാത്രം തീർത്തിട്ട് അദ്ദേഹം സ്നേഹത്തോടെ ചോദിക്കും, 'നമുക്ക് ഭക്ഷണം കഴിക്കണ്ടേ'. അദ്ദേഹം തന്നെ ജീപ്പ് ഓടിക്കും. ഡ്രൈവറെയൊന്നും കൂട്ടില്ല. ഞങ്ങൾ നേരെ പോകുന്നത് നഗരത്തിലെ ഒരു ഇടത്തരം ബാർ ഹോട്ടലിലേക്കാണ്. അവിടെ മുകളിലെ നിലയിൽ അദ്ദേഹത്തിന് സ്ഥിരമായി ഒരു മുറിയുണ്ട്. അതിലിരുന്നാണ് ഭക്ഷണം. ലഭ്യമായ ഏറ്റവും നല്ല വിഭവങ്ങളും രണ്ട് പെഗ്ഗ് മുന്തിയ മദ്യവും ആണ് മെനു. വെയിറ്റർ ബില്ലുമായി വരുന്ന സമയത്ത് സ്വാഭാവികമായും ഒരു സിഗററ്റും പുകച്ചുകൊണ്ട് അദ്ദേഹം വരാന്തയിൽ വിശ്രമിക്കുകയാവും. ഈ രീതിയിലുള്ള അന്വേഷണം ഒരുപാട് തവണ ആവർത്തിച്ചു. ഒരു ദിവസം ഒരു ഫയൽ അല്ലെങ്കിൽ ഒരു ചോദ്യം. അടുത്ത ആഴ്ച മറ്റൊരു ഫയൽ, മറ്റൊരു ചോദ്യം. അതാണ് രീതി. ബകാസുരനെ പോലെ ഓരോ

ദിവസവും ഓരോ ഇരകളായിരിക്കണം ഇയാൾക്ക് എന്ന് തോന്നിയിട്ടുണ്ട്. ഒരുപാടുണ്ടല്ലോ സർക്കാർ വകുപ്പുകൾ. അന്വേഷണം നേരിടുന്ന ഉദ്യോഗസ്ഥർ ഒരുപാടുണ്ടാകും. അതാണ് ഹോട്ടലിൽ സ്ഥിരം മുറിയും സംവിധാനങ്ങളും.

കൃത്രിമ തെളിവുകൾ ഉണ്ടാക്കി ഒരു സർക്കാർ ഉദ്യോഗസ്ഥനെ കേസിൽ കുടുക്കാൻ വിജിലൻസിന് യാതൊരു പ്രയാസവുമില്ല എന്നത് എന്നെ ഭയപ്പെടുത്തിക്കൊണ്ടിരുന്നു. അങ്ങനെ ഒരു ദിവസം വിളിച്ചപ്പോൾ അതേ ഹോട്ടൽ മുറിയിലെ പതിവു മൃഷ്ടാന്നഭോജനത്തിന് ശേഷം അദ്ദേഹം ഇങ്ങനെ പറഞ്ഞു. “നിങ്ങളുടെ പേരിൽ ഒരു ക്രിമിനൽ കേസ് രജിസ്റ്റർ ചെയ്യാൻ ആവശ്യമായ തെളിവുകൾ ഞാൻ ശേഖരിച്ച് കഴിഞ്ഞു. എനിക്ക് ഇത്ര തന്നാൽ നമുക്കത് ഒഴിവാക്കാം.” ഇത് പറഞ്ഞ് അദ്ദേഹം കുറെ കൈവിരലുകൾ നിവർത്തി കാണിച്ചു. വരുംവരായികളെപ്പറ്റി നല്ല ബോധ്യം ഉള്ളതുകൊണ്ട് ഒരു വിലപേശലിന് ഞാൻ നിന്നില്ല. അടുത്ത ആഴ്ച അതേ ഹോട്ടലിൽ അതേ മുറിയിൽ വെച്ച് ഞങ്ങൾ പരസ്പരം വാക്കു പാലിച്ചു. എനിക്കദ്ദേഹം ക്ലീൻ സർട്ടിഫിക്കറ്റ് തന്നു, ഞാൻ അദ്ദേഹത്തിന് ക്ലീൻ നോട്ടുകളും കൈമാറി. കൈക്കൂലി കൊടുക്കുന്നതു തെറ്റാണ് എന്നറിയാം. ഞാൻ നിരപരാധി ആണെന്നും ബോധ്യമുണ്ട്. എന്നാലും ഇത്തരം ഒരു അവസ്ഥയിൽ ഒരു സാധാരണക്കാരന്റെ മുന്നിൽ വേറെ എന്താണ് മാർഗ്ഗമുള്ളത്. അതിവിപുലമായ അധികാരങ്ങൾ കയ്യാളുന്ന ഒരു സംവിധാനത്തോട് മല്ലിട്ട് നിൽക്കാൻ ഒരു സാധാരണ സർക്കാർ ഉദ്യോഗസ്ഥന് കഴിയില്ല. ആദർശധീരതയൊക്കെ ഇങ്ങനെയുള്ള ചില അവസരങ്ങളിൽ പണയം വയ്ക്കേണ്ടി വരും. ആത്മനിന്ദ കടിച്ചമർത്തുകയേ വഴിയുള്ളൂ. പൊലീസിനേയും കോടതിയേയും പറ്റി അവമതിപ്പുണ്ടാക്കിയ സംഭവങ്ങൾ വേറെയുമുണ്ട് എന്റെ ഔദ്യോഗിക ജീവിതത്തിൽ. അതും വഴിയേ പറയുന്നുണ്ട്.

ഇതിനിടെ കോശി സാർ സ്ഥലം മാറിപ്പോയി. അപ്പോൾ എന്നെ യൂണിറ്റ് ഒന്നിലേക്ക് മാറ്റി. കുറച്ചുകൂടി വലിയ യൂണിറ്റ് ആണിത്. ഇവിടത്തെ പ്ലാന്റേഷനുകളിൽ നേരത്തെ ഞാൻ ഫീൽഡ് ഓഫീസറായി ജോലി ചെയ്തിട്ടുള്ളതുകൊണ്ട് അവിടത്തെ പ്രശ്നങ്ങളെക്കുറിച്ച് സാമാന്യധാരണയുണ്ട്. എന്നാലും ഫീൽഡിൽനിന്നും ഉദ്യോഗസ്ഥർ തരുന്ന വിവരങ്ങളെ മാത്രം നൂറു ശതമാനം ആശ്രയിക്കാൻ കഴിയില്ല. അകലങ്ങളിൽ ചിതറിക്കിടക്കുന്ന മലകളിൽ സംഭവിക്കുന്ന പലതും ഒന്നുകിൽ അവർ അറിയാതെ പോകും. അല്ലെങ്കിൽ ഉയർന്ന അധികാരികളിൽ നിന്നും മറച്ചുവെയ്ക്കും. നേരിട്ടുള്ള സ്ഥലപരിശോധനകളിലൂടെ മാത്രമേ പലപ്പോഴും

ശരിയായ വിരങ്ങൾ മനസ്സിലാക്കാൻ കഴിയൂ. അതുകൊണ്ട് വനം വകുപ്പിൽ ജോലി ചെയ്യുന്നവർക്ക് നിരന്തരമായ യാത്രകൾ ആവശ്യമായി വരും. ഫീൽഡ് ലെവൽ ഉദ്യോഗസ്ഥർ ആണെങ്കിൽ കിലോമീറ്ററുകൾ തന്നെ കാൽനടയായി സഞ്ചരിക്കേണ്ടിവരും. കുറ്റകൃത്യങ്ങളും വനം കയ്യേറ്റങ്ങളും കണ്ടുപിടിക്കാൻ അതേയുള്ളൂ വഴി. സൂപ്പർവൈസറി പോസ്റ്റുകളിൽ ആണെങ്കിൽ കാണാമറയത്ത് ജോലി ചെയ്യുന്നവരെയാണ് നിരീക്ഷിക്കുകയും നിയന്ത്രിക്കുകയും ചെയ്യേണ്ടി വരുക. സാധാരണ സർക്കാർ ഓഫീസുകളിലെ പോലെ ഒരു മേൽക്കൂരയ്ക്ക് കീഴെ ഇരിക്കുന്ന ജീവനക്കാരെ നിയന്ത്രിക്കുന്നതുമായി ഇതിന് താരതമ്യമില്ല. പരിചയം കൊണ്ടും അനുഭവങ്ങളിൽകൂടിയും അകലെ ഇരുന്ന് കാര്യങ്ങൾ നിരീക്ഷിക്കാനും നിയന്ത്രിക്കാനും കുറേയൊക്കെ പഠിച്ചില്ലെങ്കിൽ അയാൾ പരാജയപ്പെടും. കൃത്യവിലോപവും അഴിമതിയും ആരോപിക്കപ്പെട്ട് മനസ്സറിയാത്ത കാര്യങ്ങൾക്ക് സസ്പെൻഷനും മറ്റു അച്ചടക്കനടപടികളുമായി കഴിയേണ്ടിവരും. ഇങ്ങനെ കുടുങ്ങിപ്പോയ ഒരുപാട് നിരപരാധികൾ ഉണ്ട് വനം വകുപ്പിൽ. കീഴ് ജീവനക്കാരെ അതിരു കവിഞ്ഞു വിശ്വസിച്ചതുകൊണ്ട് ക്രിമിനൽ കേസുകളിൽ പോലും പ്രതിയാകേണ്ടി വന്നവരുണ്ട്.

പൊലീസും കോടതിയും തഥൈവ

നമ്മുടെ പോലീസിനെക്കുറിച്ചും ജുഡീഷ്യറിയെക്കുറിച്ചും എനിക്കുണ്ടായിരുന്ന വിശ്വാസങ്ങൾക്കു മങ്ങലേറ്റ മറ്റൊരു സംഭവമുണ്ടായി ഇതേ കാലത്തു തന്നെ. ഒരു ദിവസം വൈകിട്ട് അഞ്ചുമണിയോടെ എന്റെ തൃശ്ശൂർ ഓഫീസിലേക്ക് ഒരു സന്ദേശം എത്തുന്നു. പഴയന്നൂർ സെക്ഷനിൽ നിന്നാണ്. അവിടെ പൊറ്റ പ്ലാന്റേഷനിൽ ഒരു കുറ്റകൃത്യം നടന്നിരിക്കുന്നു. പന്ത്രണ്ടോളം യൂക്കാലി മരങ്ങൾ വെട്ടി അടുത്തുള്ള ഒരു പുരയിടത്തിൽ ഒളിപ്പിച്ചുവെച്ചിരിക്കുന്നതായി കണ്ടെത്തുന്നു. പുരയിടത്തിന്റെ ഉടമയെ തിരിച്ചറിഞ്ഞിട്ടുണ്ട്. വിശദമായ മഹസ്സർ തയ്യാറാക്കാൻ സമയക്കുറവുള്ളതുകൊണ്ട് സാധിച്ചിട്ടില്ല. തൽക്കാലം തൊണ്ടിമുതൽ കസ്റ്റഡിയിലെടുത്തതായി രേഖപ്പെടുത്തിയിട്ട് രണ്ട് വാച്ചർമാരെ രാത്രി കാവലിനായി നിയോഗിച്ച ശേഷം ഫീൽഡ് ഓഫീസർ അയാളുടെ ഓഫീസിലേക്ക് തിരിച്ചു പോയി. ഇത്രയും കാര്യങ്ങൾ മേലുദ്യോഗസ്ഥനായ എന്നെ അറിയിച്ചതാണ്. തുടർനടപടികൾ എടുക്കാൻ വെളിച്ചക്കുറവ് പോലെയുള്ള പ്രായോഗികമായ ബുദ്ധിമുട്ടുകൾ ഉള്ളപ്പോഴത്തെ സാധാരണ നടപടിക്രമമാണിത്. തൊണ്ടിമുതലിന് കാവൽ ഏർപ്പെടുത്തിയിട്ട് ബാക്കി നടപടികൾ അടുത്ത ദിവസത്തേക്ക് മാറ്റിവെയ്ക്കും. തൽക്കാലം മറ്റൊന്നും ചെയ്യാനില്ലാത്തതുകൊണ്ട് ഞാൻ വീട്ടിലേക്ക് മടങ്ങി.

വീട്ടിൽ ഉറങ്ങുകയായിരുന്ന എന്നെ വെളുപ്പിന് മൂന്നുമണിക്ക് വന്ന് ആ സെക്ഷനിലെ ഫീൽഡ് ഓഫീസർമാർ വിളിച്ചുണർത്തി. എന്റെ നാട്ടിൽ അന്ന് ഫോൺ ആയിട്ടില്ല. തൊണ്ടിത്തടികൾക്ക് കാവൽ കിടന്ന രണ്ടു വാച്ചർമാരെയും പഴയന്നൂർ പോലീസ് അറസ്റ്റ് ചെയ്തു ലോക്കപ്പിലിട്ടിരിക്കുന്നു. ധൃതിയിൽ യൂണിഫോം എടുത്തണിഞ്ഞ് ഞാൻ അവരുടെ കൂടെ സ്റ്റേഷനിലേക്ക് പുറപ്പെട്ടു. അവിടെയെത്തുമ്പോൾ വെളുപ്പിന് നാലരമണി ആയിട്ടുണ്ടാകും. രണ്ട് വാച്ചർമാരും ലോക്കപ്പിൽ ഉണ്ട്. രണ്ട് പൊലീസ് കോൺസ്റ്റബിൾമാർ

മാത്രമേ അപ്പോൾ സ്റ്റേഷനിൽ ഉള്ളൂ. എന്തിനാണ് വാച്ചർമാരെ കസ്റ്റഡിയിൽ എടുത്തത് എന്ന് ചോദിച്ചപ്പോൾ തേങ്ങ മോഷ്ടിച്ച തിനാണ് എന്നാണ് അവർ പറഞ്ഞത്. എസ്.ഐയുടെ മേശയ്ക്ക രികെ ഒരു ചാക്കിൽ സൂക്ഷിച്ച അഞ്ചുപത്തു ഉണങ്ങിയ നാളികേ രവും കാണിച്ചു തന്നു.

എസ്.ഐയെ അന്വേഷിച്ചപ്പോൾ സ്പെഷ്യൽ കോമ്പിംഗ് ഡ്യൂട്ടി യിലാണ് എന്ന് പറഞ്ഞു. കുറെ നേരം കാത്തുനിന്നപ്പോൾ അദ്ദേഹം സിവിൽ വേഷത്തിൽ സ്റ്റേഷനിൽ എത്തി. ഉദ്ദേശം 50 വയസ്സ് പ്രായം തോന്നിക്കും. രാത്രി നന്നായി മദ്യപിച്ചതിന്റെ ലക്ഷണങ്ങൾ അദ്ദേ ഹത്തിന്റെ സംസാരത്തിലും ശരീരഭാഷയിലും ഉണ്ട്. രണ്ടു വാച്ചർ മാരും ചെറിയ ഭൂവുടമകൾ ആണെന്നും അവർ തേങ്ങ മോഷ്ടി ക്കാൻ സാധ്യതയില്ലെന്നും അവരെ വിട്ടയയ്ക്കണമെന്നും ഞാൻ അദ്ദേഹത്തോട് ആവശ്യപ്പെട്ടു. അയാൾ പ്രതികരിച്ചത് ഇങ്ങനെ യാണ്. "എന്ത് കുറ്റവും ഞാൻ പൊറുക്കും. പക്ഷേ മോഷണത്തോട് വിട്ടുവീഴ്ചയില്ല. ഇവരെ കോടതിയിൽ ഹാജരാക്കി റിമാൻഡ് ചെയ്യിക്കും." വീണ്ടും അഭ്യർത്ഥിച്ചെങ്കിലും അവരെ സ്റ്റേഷൻ ജാമ്യ ത്തിൽ വിടാൻ അദ്ദേഹം തയ്യാറായില്ല. അയാൾ വഴങ്ങില്ല എന്ന് കണ്ടപ്പോൾ സർക്കിൾ ഇൻസ്പെക്ടറെ കാണാൻ ശ്രമം നടത്തി. അദ്ദേഹം സ്ഥലത്തില്ല. വക്കീലിനെ കണ്ട് കോടതിയിൽനിന്നും ജാമ്യം എടുക്കുകയേ ഇനി വഴിയുള്ളൂ.

ഇതൊരു കള്ളക്കേസാണ് എന്ന് എനിക്ക് പൂർണ്ണബോധ്യം ഉണ്ടാ യിരുന്നു. സ്വന്തം ഭൂമിയും കുറേ തെങ്ങും ഉള്ളവരാണ് വാച്ചർമാർ. ആർക്കോവേണ്ടി കെട്ടിച്ചമച്ച ഒരു കേസാണ്. അന്വേഷിച്ചറിഞ്ഞ പിന്നാമ്പുറ കഥ വഴിയേ പറയുന്നുണ്ട്. സമയം പാഴാക്കാതെ വടക്കാ ഞ്ചേരിയിലെ ഒരു വക്കീലിനെ സമീപിച്ചു. അദ്ദേഹം തന്ന ഉപദേശം എന്നെ ശരിക്കും വിസ്മയിപ്പിച്ചു. തൃശ്ശൂരിൽ ഉള്ള മറ്റൊരു വക്കീ ലിന്റെ വിസിറ്റിംഗ് കാർഡ് തന്നിട്ട് അദ്ദേഹത്തെ പോയി കാണാ നാണ് പറഞ്ഞത്. ഫീസ് അല്പം കൂടുമെങ്കിലും ആ വക്കീൽ ഹാജ രായാൽ ജാമ്യം നൂറു ശതമാനം ഉറപ്പാണത്രേ. അയാൾ മജിസ്ട്രേ റ്റിന്റെ ആളാണ് പോലും.

ഉടനെ തൃശ്ശൂർക്ക് വച്ചുപിടിച്ചു. മജിസ്ട്രേറ്റിന്റെ ആ സ്വന്തം വക്കീ ലിനെ കണ്ടുപിടിച്ചു. കാര്യങ്ങൾ പറഞ്ഞു. റിമാൻഡ് ചെയ്യിക്കാതെ വാച്ചർമാരെ ജാമ്യത്തിൽ ഇറക്കണം. അധികമൊന്നും ആലോചി ക്കേണ്ടി വന്നില്ല അദ്ദേഹത്തിന്. രണ്ടായിരം രൂപ ഫീസ് ആകും. ജാമ്യം ഉറപ്പാണ്. തൊണ്ണൂറുകളുടെ തുടക്കത്തിൽ രണ്ടായിരം എന്നത് അത്ര ചെറിയ സംഖ്യയല്ല. പ്രത്യേകിച്ചും നിസ്സാരമായ ഒരു ജാമ്യ ക്കേസിന്. എന്റെ മുഖത്തെ ആശ്ചര്യം ശ്രദ്ധിച്ച അദ്ദേഹം പറഞ്ഞു,

“ആയിരം എനിക്കും ആയിരം മജിസ്ട്രേട്ടിനും ആണ്.” ഒട്ടും മടിയില്ലാതെയാണ് വക്കീൽ അത് പറഞ്ഞത്. അദ്ദേഹം ഉറപ്പു തന്നതുപോലെ രാവിലെ കേസ് കോടതിയിൽ വന്നപ്പോൾ മാജിസ്ട്രേറ്റ് ഉടൻ ജാമ്യം അനുവദിക്കുകയും ചെയ്തു. ജൂഡീഷ്യറിയുടെ പവിത്രതയെക്കുറിച്ച് എനിക്കുണ്ടായിരുന്ന ധാരണകൾ അതോടെ മാറി. അത്രയ്ക്ക് തെളിമയുള്ളതല്ല ആ സംവിധാനം എന്ന തോന്നലുണ്ടായി.

നമ്മുടെ പൊലീസിനെക്കുറിച്ച് നമുക്ക് പൊതുവേ കാര്യമായ മതിപ്പില്ലെങ്കിലും ഇതിലെ പിന്നാമ്പുറ കഥ ഒരു നേരനുഭവമായി. കൗശലപൂർവ്വം രചിക്കപ്പെട്ട ഒരു തിരക്കഥയായിരുന്നു ഈ തേങ്ങാമോഷണക്കേസ്. മരംമുറി കേസിൽ പ്രതി ആകേണ്ടിയിരുന്ന ആൾ പഴയന്നൂരുള്ള ഒരു ദുബായിക്കാരനാണ്. ആൾതാമസമില്ലാത്ത അയാളുടെ വക പുരയിടത്തിലാണ് തൊണ്ടിമുതൽ കണ്ടതും അവിടെ കാവലിനായി വാച്ചർമാരെ നിയോഗിച്ചതും. വിവരം അറിഞ്ഞ അയാൾ വല്ലാതെ പരിഭ്രമിച്ചു. ഫോറസ്റ്റ്കേസിൽ കുടുങ്ങിയാൽ ദുബായിലേക്കുള്ള തിരിച്ചുപോക്ക് പ്രശ്നമാകും എന്ന് ആരോ അയാളെ ഭയപ്പെടുത്തി. പഴയന്നൂർ സ്റ്റേഷനിലെ സുഹൃത്തായ ഒരു പൊലീസുകാരനോട് അയാൾ സംഭവം പറഞ്ഞു. ആ പൊലീസുകാരൻ പറഞ്ഞുകൊടുത്ത തിരക്കഥയാണ് ആ വയസ്സൻ സബ് ഇൻസ്പെക്ടർ അതുപോലെ നടപ്പാക്കിയത്. പാതിരാനേരത്ത് അവിടെ ചെന്ന് തൊണ്ടിമുതലിന് കാവൽക്കിടന്ന വാച്ചർമാരെ പിടിച്ചുകൊണ്ടുപോയി. എന്നിട്ട് നേരം പുലരുംമുമ്പ് അവിടെ സൂക്ഷിച്ചിരുന്ന തടികൾ കാടിന്റെ പല ഭാഗങ്ങളിലായി കൊണ്ടിട്ടു. തെളിവുകളുടെ അഭാവത്തിൽ യഥാർത്ഥ പ്രതിയെ അറസ്റ്റ് ചെയ്യാനോ കേസ് ഉദ്ദേശിച്ചതുപോലെ മുന്നോട്ടു കൊണ്ടുപോകാനോ ഞങ്ങൾക്ക് കഴിഞ്ഞില്ല. മരം മുറിക്കാൻ സഹായിക്കുക മാത്രം ചെയ്ത ചില പാവങ്ങളുടെ പേരിൽ മാത്രമായി കേസ് ഒതുക്കേണ്ടിവന്നു. യഥാർത്ഥ പ്രതിയെ കുരുക്കാൻ കഴിയാതിരുന്നത് വലിയ നിരാശയായി. എല്ലാം അറിഞ്ഞെങ്കിലും പൊലീസുമായി ഏറ്റുമുട്ടി വിജയിക്കാൻ കഴിയില്ലായിരുന്നു. എല്ലാ സംവിധാനങ്ങളും അവരുടെ കൂടെയേ നിൽക്കൂ. ഇന്നാണെങ്കിൽ മാധ്യമങ്ങളെങ്കിലും കൂടെ നിൽക്കാൻ ഉണ്ടാവും.

പിന്നീട് പ്രദേശത്ത് നടത്തിയ രഹസ്യാന്വേഷണത്തിൽ ഞങ്ങൾക്ക് ലഭിച്ച വിവരം ഇങ്ങനെയാണ്. ഫോറസ്റ്റ് കേസിൽ നിന്നും രക്ഷപ്പെടാൻ ദുബായിക്കാരൻ കൈക്കൂലിയായി പൊലീസിന് നൽകിയത് മൂന്ന് പവൻ വരുന്ന സ്വർണ്ണമാലയും ഒരു കുപ്പി വിദേശമദ്യവും

ആണ്. കുറ്റകൃത്യങ്ങൾ തെളിയിക്കാനും പ്രതികളെ പിടികൂടാനുമായി പൊലീസിന് നൽകിയിട്ടുള്ള വിപുലമായ അധികാരങ്ങൾ അർഹിക്കുന്ന കൈകളിൽ അല്ലെങ്കിൽ ദുരുപയോഗം ചെയ്യപ്പെടും. കള്ളക്കേസുകൾ കെട്ടിച്ചമയ്ക്കുന്നതും വാദിയെ പ്രതിയാക്കുന്നതും നിരപരാധികളെ കേസിൽ കുടുക്കുന്നതും ആയ സംഭവങ്ങൾ നമ്മൾ നിത്യേന കാണുന്നതാണ്. നമ്മുടെ സമൂഹത്തിന്റെ പരിച്ഛേദമായ ആ സേനയിലും കറുത്ത വറ്റുകൾ എന്നും ഉണ്ടാകും. അതേസമയം നിസ്സാരമായ ഒരു ജാമ്യക്കേസിൽ ഒരു മജിസ്ട്രേറ്റ്, വക്കീലുമായി ഒത്തുകളിച്ച് ആയിരം രൂപ കൈക്കൂലി വാങ്ങുമെന്ന് ഒരിക്കലും ഞാൻ കരുതിയിരുന്നില്ല. സംശുദ്ധമായ ജുഡീഷ്യറിയും കണ്ണ് കെട്ടിയ നീതിദേവതയും പുസ്തകങ്ങളിലും സ്വപ്നങ്ങളിലും മാത്രം എന്ന് ഞാൻ ആദ്യമായി അറിഞ്ഞു. ജുഡീഷ്യറിയെക്കുറിച്ച് അവമതിപ്പുണ്ടാക്കിയ മറ്റൊരു സംഭവം കൂടി എന്റെ ഔദ്യോഗിക ജീവിതത്തിൽ ഉണ്ടായിട്ടുണ്ട്.

പത്തൊമ്പത് ലക്ഷത്തിന്റെ ഓഡിറ്റ് തടസ്സം

തൊണ്ണൂറ്റി ഒന്ന്, തൊണ്ണൂറ്റിരണ്ട് കാലം പൊതുവേ എനിക്ക് നല്ല കാലമായിരുന്നില്ല. ഗുരുതരമായ ഒരു ഓഡിറ്റ് നിരീക്ഷണത്തിലും ഇക്കാലത്ത് ഞാൻ കുടുങ്ങി. കംപ്ട്രോളർ ആൻഡ് ഓഡിറ്റർ ജനറലിന്റെ (CAG) ഒരു ഓഡിറ്റ് പാര എന്നെ വല്ലാതെ കുഴപ്പിച്ചു കളഞ്ഞു. സർക്കാരിന് ഞാൻ പത്തൊമ്പത് ലക്ഷം രൂപയുടെ നഷ്ടം ഉണ്ടാക്കി എന്നാണ് അവരുടെ കണ്ടെത്തൽ. തുടർന്ന് ഒരു വർഷത്തോളം നീണ്ടുനിന്ന അന്വേഷണ പരമ്പര തന്നെ ഉണ്ടായി. മാനസികമായി ഞാൻ വല്ലാതെ തളർന്നുപോയ ദിവസങ്ങളായിരുന്നു അത്. എന്റെ ചാർജ്ജിലുള്ള ഒരു പ്ലാന്റേഷനിൽനിന്നും വെള്ളൂരിലെ ഹിന്ദുസ്ഥാൻ ന്യൂസ് പ്രിന്റ് (HNL) എന്ന കേന്ദ്രസർക്കാർ കമ്പനിയിലേക്ക് 501 ലോഡ് യൂക്കാലിപ്റ്റസ് തടികൾ കയറ്റി അയച്ചിരുന്നു. ഒരു മീറ്റർ നീളത്തിലുള്ള കഷ്ണങ്ങളാക്കിയാണ് (Billets) അയച്ചത്. അസിസ്റ്റന്റ് മാനേജർ എന്ന നിലയിൽ ഒന്നരക്കൊല്ലം നീണ്ടുനിന്ന ആ പ്രവർത്തിയുടെ മുഴുവൻ മേൽനോട്ടവും വഹിച്ചത് ഞാനാണ്. കയറ്റി അയച്ച വസ്തുവിന്റെ വ്യാപ്തവും (Volume), ഫാക്ടറിയിൽ ലഭിച്ച തൂക്കവും തമ്മിലുള്ള പൊരുത്തക്കേടാണ് CAG ചൂണ്ടിക്കാണിച്ചത്. വ്യാപ്തത്തിന് ആനുപാതികമായ തൂക്കം ഫാക്ടറിയിൽ കിട്ടിയിട്ടില്ല. തൃശ്ശൂരിനും കോട്ടയത്തിനും ഇടയ്ക്ക് വെച്ച് അന്നത്തെ വിലയിൽ പത്തൊമ്പത് ലക്ഷം രൂപ വിലവരുന്ന തടി നഷ്ടപ്പെട്ടിട്ടുണ്ട് എന്നാണ് നിരീക്ഷണം. ഇതിനെക്കുറിച്ച് വിശദമായ അന്വേഷണം വേണം എന്ന് എഴുതി വെച്ചു ഓഡിറ്റ് ടീം. ഈ അന്വേഷണമാണ് നീണ്ട ഒരു വർഷത്തോളം ഞാൻ നേരിടേണ്ടി വന്നത്.

501 ലോഡുകളും പോയിട്ടുള്ളത് ഞാൻ അനുവദിച്ച പാസ്സുകൾ പ്രകാരമാണ്. മുഴുവൻ ജോലികളുടെയും മേൽനോട്ടം നേരിട്ട് വഹിച്ച അസിസ്റ്റന്റ് മാനേജർ എന്ന നിലയിൽ ഇതിന് ഉത്തരം പറയേണ്ടത് ഞാനാണ്. ഫോറസ്റ്റ് വിജിലൻസ് അന്വേഷണം തുടങ്ങി.

പത്തൊമ്പത് ലക്ഷം എന്ന ഭീമമായ തുക തിരിച്ചടയ്ക്കൽ, അഴിമതിക്ക് ശിക്ഷിക്കപ്പെട്ട് ജയിലിൽ പോകൽ, കാട്ടുകള്ളൻ എന്നു വിളിച്ചുള്ള അപമാനം, അങ്ങനെ ഓരോന്നാലോചിച്ച് ഞാൻ ദുഃസ്വപ്നങ്ങൾ കാണാൻ തുടങ്ങി. ഒടുവിൽ ആരോടും പറയാതെ ഒരു പരിഹാരം രഹസ്യമായി മനസ്സിൽ ഒളിപ്പിച്ചു വെച്ചു. അത് രഹസ്യമായി തന്നെ ഇരിക്കട്ടെ.

ഒരു വർഷക്കാലം നീണ്ടുനിന്ന അന്വേഷണ പരമ്പരകളായിരുന്നു പിന്നീടങ്ങോട്ട്. അന്വേഷണ ഉദ്യോഗസ്ഥന്മാരുടെ മുന്നിൽ ഫയൽക്കെട്ടുകളുമായി ഹാജരാകും. ഒരു സിറ്റിംഗ് എറണാകുളത്താണെങ്കിൽ അടുത്തത് തിരുവനന്തപുരത്ത്. പിന്നെ കോട്ടയത്ത്. പിന്നെ തൃശ്ശൂർ. വീണ്ടും എറണാകുളം. അങ്ങനെ പോയി. സർവ്വാധികാരികളെ പോലെ ഉപവിഷ്ടരാകുന്ന അന്വേഷണ ഉദ്യോഗസ്ഥർക്ക് മുന്നിൽ വിനീത വിധേയനായി ഞാനിരിക്കും. 19 ലക്ഷത്തിന്റെ വലിയ കുംഭകോണം നടത്തിയ ഒരു ഭീകരനായിട്ടാണ് അവർ എന്നെ കണ്ടത്. എന്റെ വിശദീകരണങ്ങളൊന്നും ആരും പരിഗണിച്ചില്ല. ദുരൂഹതയുണ്ടെന്നും അതുകൊണ്ട് അന്വേഷണം അടുത്ത ഘട്ടത്തിലേക്ക് ശുപാർശ ചെയ്യുകയാണെന്നും എഴുതിവെച്ച് അവർ സിറ്റിംഗ് അവസാനിപ്പിക്കും. ഞാൻ എന്റെ ഓഫീസിൽ തിരിച്ചുവന്ന് യൂണിറ്റിലെ മറ്റ് പ്രശ്നങ്ങളുമായി മല്ലിട്ട് കഴിയും. ഇതൊരു തുടർക്കഥയായി കുറെ കാലം നീണ്ടുപോയി. മറ്റ് ഉത്തരവാദിത്തങ്ങളുടെയും ജോലിഭാരത്തിന്റെയും കൂടെ പത്തൊമ്പത് ലക്ഷത്തിന്റെ ഭാരവും ചുമന്ന് ഞാൻ അവശനായി. മാസങ്ങൾ അങ്ങനെ കടന്നുപോയി.

ഒടുവിൽ അന്വേഷണത്തിന് ഒരവസാനമുണ്ടായി. എന്റെ ഭാഗ്യമോ പിതൃക്കൾ ചെയ്ത പുണ്യമോ എന്നറിയില്ല, തുറന്ന മനസ്സോടെ കാര്യങ്ങൾ മനസ്സിലാക്കാൻ മനസ്സു കാണിച്ച ഒരു ഉയർന്ന ഉദ്യോഗസ്ഥന്റെ കയ്യിൽ അന്വേഷണത്തിന്റ ആ ഫയൽ ചെന്ന് പെട്ടു. എറണാകുളത്ത് വച്ചായിരുന്നു ആ സിറ്റിംഗ്. എന്നെ പൂർണ്ണമായി കേൾക്കാനും യഥാർത്ഥത്തിൽ സംഭവിച്ചത് എന്താണ് എന്ന് മനസ്സിലാക്കാനും ക്ഷമ കാണിച്ചു അദ്ദേഹം. മൊഴികൾ രേഖപ്പെടുത്തുക എന്ന യാന്ത്രികമായ പതിവു രീതി മാറ്റിവെച്ച് യഥാർത്ഥത്തിൽ സംഭവിച്ചത് എന്താണ് എന്ന് സത്യസന്ധമായി പറയാനാണ് അദ്ദേഹം ആവശ്യപ്പെട്ടത്. സംഭവിച്ച എല്ലാ കാര്യങ്ങളും ഒന്നും മറച്ചുവെക്കാതെ ഞാൻ പറഞ്ഞു. പറഞ്ഞതൊക്കെ അദ്ദേഹം ശ്രദ്ധിച്ചു കേട്ടു. തികച്ചും സാങ്കേതികമായ കാരണം കൊണ്ടാണ് അങ്ങനെ ഒരു നിരീക്ഷണം ഉണ്ടായതെന്നും പ്രായോഗിക തലത്തിൽ ഉണ്ടായ ഒരു പ്രശ്നമാണ് അതിലേക്ക് നയിച്ചതെന്നും

യഥാർത്ഥത്തിൽ തടി എവിടെയും നഷ്ടപ്പെട്ടിട്ടില്ല എന്നും അദ്ദേഹത്തെ ബോധ്യപ്പെടുത്താൻ എനിക്ക് കഴിഞ്ഞു. മുൻവിധികളില്ലാതെ, തുറന്ന മനസ്സോടെ എന്നെ കേൾക്കാൻ അദ്ദേഹം മനസ്സു കാണിച്ചതുകൊണ്ടാണ് എനിക്കതിനു സാധിച്ചത്. ഒടുവിൽ അദ്ദേഹം ഇങ്ങനെ പറഞ്ഞു. ഇംഗ്ലീഷിൽ പറഞ്ഞതിന്റെ ഏകദേശ പരിഭാഷ ഇങ്ങനെയാണ്. ഇതിൽ ക്രമരഹിതമായി ഒന്നും നടന്നിട്ടില്ല എന്ന് ഞാൻ മനസ്സിലാക്കുന്നു. സർക്കാരിന് നഷ്ടമൊന്നും സംഭവിച്ചിട്ടില്ല. അന്വേഷണം അവസാനിപ്പിക്കാൻ ശുപാർശ ചെയ്യുന്നുണ്ട്. നിങ്ങൾ സമാധാനമായി പോകൂ, ഇനിയുള്ള ദിവസങ്ങളിൽ സുഖമായി ഉറങ്ങൂ. മുമ്പൊരിക്കലും ഞാൻ കണ്ടിട്ടുപോലും ഇല്ലാത്ത അദ്ദേഹം ഇത്രയും ക്ഷമയും സഹിഷ്ണുതയും കാണിച്ചത് എന്ത് എന്ന് ഇന്നുമെനിക്കറിയില്ല. അതീവ ഗൗരവമുള്ള ആ ഓഡിറ്റ് പാര അങ്ങനെ റദ്ദാക്കപ്പെട്ടു. അല്ലായിരുന്നെങ്കിൽ വീണ്ടും ഒരു പൊലീസ് വിജിലൻസ് കേസിൽ കുടുങ്ങി എന്റെ ജീവിതം നരകമായേനേ. പത്തൊമ്പത് ലക്ഷത്തിന്റെ കേസാകുമ്പോൾ അന്വേഷണ ഉദ്യോഗസ്ഥന് നിവർത്തി കാണിക്കാൻ കൈയിലേയും കാലിലേയും വിരലുകൾ മതിയാകാതെ വന്നേനേ. ഏതായാലും ഞാൻ രഹസ്യമായി മനസ്സിൽ സൂക്ഷിച്ച ആ ശാശ്വതപരിഹാരം വേണ്ടിവന്നില്ല. ഇതെഴുതാൻ എന്റെ ജീവിതം ബാക്കിയായി.

തികച്ചും സാങ്കേതികമായ കാരണങ്ങൾക്കൊണ്ടുണ്ടായ ഒരു നിരീക്ഷണം മാത്രമായിരുന്നു അത്. വിശദീകരിക്കണമെങ്കിൽ കുറേ അധികം പറയേണ്ടിവരും. അത്രയ്ക്കും സാങ്കേതികമാണ്. ന്യൂസ് പ്രിന്റ് കമ്പനിയുടെ കോൺട്രാക്റ്ററെ കൂപ്പിൽ ജോലിചെയ്ത തൊഴിലാളികളും സൂപ്പർവൈസർമാരും ചേർന്ന് അളവിൽ കൃത്രിമം കാണിച്ച് കബളിപ്പിച്ചതാണ് എന്ന് ചുരുക്കി പറയാനേ കഴിയൂ. ഓഡിറ്റിംഗ് നടന്നുകൊണ്ടിരിക്കുന്ന സമയത്താണെങ്കിൽ നമ്മൾ നൽകുന്ന വിശദീകരണങ്ങളൊന്നും ഓഡിറ്റ് പാർട്ടികൾ സാധാരണ ചെവിക്കൊള്ളാറില്ല. പരമാവധി നിരീക്ഷണങ്ങളും തടസ്സങ്ങളും കണ്ടെത്തലാണല്ലോ അവരുടെ പണി. ഗുരുതരമായ ക്രമക്കേടുകൾ തീർച്ചയായും കണ്ടുപിടിക്കപ്പെടുകതന്നെ വേണം. അതേസമയം മാനുഷികമായ നിസ്സാര വീഴ്ചകൾപോലും എഴുതിപ്പെരുപ്പിക്കും. എല്ലാ ആദിത്യ സൽക്കാരങ്ങളും സ്വീകരിച്ച ശേഷം ഉദ്യോഗസ്ഥരെ തീയിലേക്ക് വലിച്ചിട്ടിട്ടാണ് ഓഡിറ്റ് പാർട്ടികൾ പോവുക. തീർച്ചയായും ഇവിടെ പറഞ്ഞ പ്രത്യേക കേസിനെപ്പറ്റിയല്ല എന്റെ ഈ പരാമർശം. എന്റെ സർവീസിനിടയിൽ ഞാൻ കണ്ടതും അനുഭവിച്ചതും അങ്ങനെയാണ്. മാനുഷിക മുഖം ഇല്ലാത്ത സമീപനമാണ് അവരുടേതെന്നു തോന്നിയിട്ടുണ്ട്. സുപ്രസിദ്ധ കഥാകൃത്തായ അയ്മനം ജോണും ഒരിക്കൽ എന്റെ ഓഫീസിൽ AGയുടെ ഓഡിറ്റിങ്ങിനു

വന്നിട്ടുണ്ട്. ഏറ്റവും സൗമ്യവും നീതിപൂർവ്വവും ആയി ജോലി നിർവഹിച്ചിട്ടുപോയ അദ്ദേഹത്തോടും അതുപോലെ ഉള്ളവരോടും എന്റെ ഈ പരാമർശത്തിന് മാപ്പു ചോദിക്കുന്നു.

KFDCക്ക് നഷ്ടം സംഭവിച്ചിട്ടില്ല എന്ന കണ്ടെത്തൽ ഉണ്ടായിട്ടും ഈ ഓഡിറ്റ് നിരീക്ഷണത്തിന്റ പേരിൽ എന്റെ മൂന്നു ഫീൽഡ് ഓഫീസർമാരും ഞാനും വകുപ്പുതല ശിക്ഷാ നടപടികൾക്ക് വിധേയരാകേണ്ടി വന്നു. ഫീൽഡ് ഓഫീസർമാരുടെ ഒരു വർഷത്തെ ഇൻക്രിമെന്റ് തടഞ്ഞു. എനിക്ക് ശാസന(Censure)യാണ് കിട്ടിയത്. ജാഗ്രതക്കുറവിന്റെ പേരിലാണ് ശിക്ഷകൾ. ചില സർക്കാർ ഫയലുകൾ അങ്ങനെയേ ശാശ്വതമായി അടച്ചുവെയ്ക്കാൻ കഴിയൂ. ആരെയെങ്കിലും ബലികൊടുക്കേണ്ടി വരും.

ഈ കഷ്ടകാലത്തിനിടയ്ക്ക് എനിക്കൊരു ഗുഡ് സർവീസ് എൻട്രിയും കിട്ടി. അമേരിക്കയിലേക്ക് ഒരു ടൺ തേക്കു വിത്ത് ഒരുപാട് കടമ്പകൾ കടന്ന് സമയബന്ധിതമായി ചുരുങ്ങിയ ദിവസങ്ങൾക്കുള്ളിൽ കയറ്റി അയച്ചതിനാണ് അത്. KFCCയുടെ ആദ്യത്തെ export സംരംഭമായിരുന്നു അത്.

നെല്ലിയാമ്പതി മലയിലേക്ക്

തൃശ്ശൂരിലെ രണ്ടു വർഷങ്ങൾക്കുശേഷം എനിക്ക് സ്ഥലംമാറ്റമായി. നെല്ലിയാമ്പതിയിലെ പകുതിപ്പാലം ഏലം പ്രൊജക്റ്റിലേക്കാണ് മാറ്റം. ഞാൻ നെല്ലിയാമ്പതിയിലെ പകുതിപ്പാലം യൂണിറ്റിൽ ചാർജ്ജെടുത്തു. 300 ഏക്കറോളം വരുന്ന ചെറിയ ഏലത്തോട്ടമാണ് പകുതിപ്പാലം പ്രോജക്ട്. നാല്പതോളം സ്ഥിരം തൊഴിലാളികളുണ്ട്. ഏറെ പേരും ശ്രീലങ്കൻ അഭയാർത്ഥികളാണ്. അസിസ്റ്റന്റ് മാനേജർക്ക് താമസിക്കാൻ തരക്കേടില്ലാത്ത ക്വാർട്ടേഴ്സ് ഉണ്ട്.

നെന്മാറ പട്ടണത്തിൽ നിന്നും 30 കിലോമീറ്റർ മലകയറി വേണം തോട്ടത്തിൽ എത്താൻ. യാത്രയ്ക്ക് മോട്ടോർസൈക്കിൾ തന്നിട്ടുണ്ട്. പുറംലോകവുമായി ബന്ധപ്പെടാൻ കാര്യക്ഷമമായ ഉപാധികൾ ഒന്നുമില്ല. ഏലത്തോട്ടങ്ങളിൽ താരതമേന്യ പ്രശ്നങ്ങൾ കുറവാണ്. തടി മോഷണം ഇല്ലാത്തതാണ് കാരണം. പുറത്തേക്കുള്ള വഴികളിൽ വനം വകുപ്പിന്റെ ചെക്പോസ്റ്റുകൾ ഉള്ളതുകൊണ്ട് മരങ്ങൾ കളവായി മുറിച്ച് കടത്തുക മിക്കവാറും അസാധ്യമാണ്. തൊഴിലാളികളെ നിയന്ത്രിക്കലും അവർ തമ്മിലുള്ള പോരുകൾ തീർക്കലും എന്ന തലവേദനകളേ ഇത്തരം എസ്റ്റേറ്റുകളിൽ ഉള്ളൂ. അതേസമയം സൂക്ഷ്മനിരീക്ഷണം വേണ്ടതും അത്യാവശ്യം കാർഷിക പരിജ്ഞാനം ആവശ്യപ്പെടുന്നതും ആണ് ഏലകൃഷി. ഏലത്തോട്ടങ്ങളുടെ പരിപാലനത്തിൽ എനിക്ക് കാര്യമായ അറിവില്ല. കൂടെ ഉണ്ടായിരുന്ന സൂപ്പർവൈസർമാരും ഫീൽഡ് ഓഫീസർ ശ്രീ. നാരായണനും പരിചയസമ്പന്നരായിരുന്നതുകൊണ്ട് കാര്യങ്ങൾ വേഗത്തിൽ പഠിച്ചെടുക്കാനായി.

തടി മോഷണവും കേസും കോടതിയും ഒന്നുമില്ല എന്ന് പറഞ്ഞല്ലോ. അത്രയും ആശ്വാസമാണ്. അതിനുപകരം മറ്റൊരു ചെറിയ പ്രശ്നമാണ് എസ്റ്റേറ്റ് മാനേജർമാർ നേരിടേണ്ടിവരിക. തൊഴിലാളികൾ തമ്മിൽ ഉണ്ടാക്കുന്ന വഴക്കുകൾക്കും അടിപിടികൾക്കും

പരിഹാരം ഉണ്ടാക്കണം. അവിടെത്തന്നെ കുടുംബങ്ങളുമായി താമസിക്കുന്നവരാണവർ. അതിനകത്തുതന്നെ മൊട്ടിടുന്ന പ്രണയങ്ങളും പ്രണയകലഹങ്ങളും കുടുംബവഴക്കുകളും ഒക്കെ ഉണ്ടാവും. എല്ലാ പ്രശ്നങ്ങളും അവസാന പരിഹാരത്തിനായി മാനേജരുടെ മുന്നിലാണെത്തുക. ഞാൻ ചാർജ് എടുത്തിട്ട് രണ്ടു ദിവസമേ ആയിട്ടുള്ളൂ. ഒരു ദിവസം രാത്രി പത്ത് മണിക്ക് ഒരു സ്ത്രീ അവരുടെ ഭർത്താവും കൂടി വന്ന് എന്നെ ഉറക്കത്തിൽ നിന്നും വിളിച്ചുണർത്തി. അവർ കുളിക്കുന്നത് അയൽവീട്ടിലെ ആൾ ഒളിഞ്ഞുനോക്കി എന്നാണ് കടിച്ചാൽ പൊട്ടാത്ത കൊടുംതമിഴിൽ ഭാര്യ പരാതി പറഞ്ഞത്. അപ്പോൾത്തന്നെ അതിന് പരിഹാരം ഉണ്ടാക്കണമെന്നാണ്. ആ രാത്രിയിൽത്തന്നെ പ്രതിയെ വിളിച്ചുവരുത്തി താക്കീത് ചെയ്യേണ്ടി വന്നു. അവരുടെ പൊലീസും കോടതിയും ഒക്കെ എസ്റ്റേറ്റ് മാനേജർ തന്നെയാണ്.

പറമ്പിക്കുളം വന്യമൃഗ സങ്കേതത്തിനോട് ചേർന്ന് കിടക്കുന്ന കാടാണെങ്കിലും ഒരിക്കൽ ഒരു തൊഴിലാളി ലയത്തിൽ ഒരു പുലി കയറിപ്പറ്റിയതല്ലാതെ വന്യമൃഗങ്ങൾ വലിയ പ്രശ്നങ്ങളൊന്നും ഉണ്ടാക്കിയിട്ടില്ല. ആനയും കാട്ടുപോത്തുമൊക്കെ വല്ലപ്പോഴും പ്രത്യക്ഷപ്പെട്ടിട്ട് ആരെയും ഉപദ്രവിക്കാതെ ഉൾക്കാട്ടിലേക്ക് പിൻവലിയും. ഇവിടെ കാട്ടുനായ്ക്കൾ ഉണ്ട്. ഒരാളെ തനിച്ച് കിട്ടിയാൽ ഇവ ആക്രമിക്കാൻ മുതിരും. ഒരിക്കൽ ഞാൻ ഇങ്ങനെ ഒരവസ്ഥയിൽ നിന്നും ഭാഗ്യം കൊണ്ട് രക്ഷപ്പെട്ടിട്ടുണ്ട്. അന്ന് നെന്മാറയിലെ ഡിവിഷൻ ഓഫീസിൽനിന്നും പുറപ്പെട്ടപ്പോൾ കുറച്ചു വൈകി. എന്റെ ക്വാർട്ടേഴ്സിലെത്താൻ കഷ്ടിച്ച് ഒരു കിലോമീറ്റർ ഉള്ളപ്പോൾ ബൈക്ക് കേടായി നിന്നു. അതിനെ സൈഡിലേക്ക് മാറ്റിവെച്ചിട്ട് ബാഗും എടുത്ത് ഞാൻ വേഗത്തിൽ നടന്നു. കാടായതുകൊണ്ട് വേഗം ഇരുട്ട് പരക്കാൻ തുടങ്ങി. പെട്ടെന്ന് ഒരു കാട്ടുനായ എന്റെ പുറകെ കൂടി. ഒരു കല്ലെറിഞ്ഞ് അതിനെ ഓടിക്കാൻ ശ്രമിച്ചു. അത് ദൂരേക്ക് ഓടിയില്ല. അപ്പോൾ മറ്റൊരെണ്ണം എന്റെ ഇടതുവശത്ത് പ്രത്യക്ഷപ്പെട്ടു. അല്പം കഴിഞ്ഞ് വേറെ ഒന്ന് എന്റെ വലതുഭാഗത്തു കൂടിയും എന്നെ പിന്തുടർന്നു. ക്രമേണ അവരുടെ എണ്ണം അഞ്ചായി. അവർ എന്നെ ആക്രമിക്കും എന്നുറപ്പായി. കുറച്ചു കല്ലുകൾ പെറുക്കി എറിഞ്ഞെങ്കിലും അവ പിന്മാറിയില്ല. ഭാഗ്യത്തിന് എസ്റ്റേറ്റിലെ ഏതാനും തൊഴിലാളികൾ ചൂട്ടും പന്തവുമായി അതിലെ വന്നു. റേഷൻ വാങ്ങാൻ കടയിലേക്ക് പോകുന്നവരാണ്. എന്നെ സുരക്ഷിതമായി താമസസ്ഥലത്തെത്തിച്ചിട്ടാണ് അവർ പിന്നെ പോയത്. ആ ജോലിക്കാർ വന്നില്ലെങ്കിൽ ആ നായ്ക്കൾ ഒരുപക്ഷേ എന്നെ കടിച്ചു കൊല്ലുമായിരുന്നു. നാലഞ്ചെണ്ണത്തിന് മുമ്പിൽ ഒരാൾക്ക് ഒറ്റയ്ക്ക് ഒന്നും ചെയ്യാൻ കഴിയില്ല.

വേഴാമ്പലുകൾ

നെല്ലിയാമ്പതിയിലെ ഒരു സുന്ദരക്കാഴ്ചയാണ് മലമുഴക്കി വേഴാമ്പലുകൾ. ഹിമാലയൻ താഴ്വരകളിലും ചില വടക്ക് കിഴക്കൻ സംസ്ഥാനങ്ങളിലും പശ്ചിമഘട്ട മലനിരകളിലും ആണ് ഇവയെ കാണുന്നത്. നമ്മുടെ കാടുകളിൽ വളരെ അപൂർവമായേ ഇവയുടെ സാന്നിധ്യമുള്ളൂ. നമ്മുടെ സംസ്ഥാനത്തിന്റെ ഔദ്യോഗിക പക്ഷി കൂടിയാണ് മലമുഴക്കി വേഴാമ്പൽ അഥവാ Great Indian Hornbill. International Union for Conservation of Nature (IUCN) ചുവന്ന ലിസ്റ്റിൽ പെടുത്തിയിട്ടുള്ള പക്ഷിയാണിത്. വേഴാമ്പലിനെ വേട്ടയാടുന്നത് Wild Life Act സെക്ഷൻ 51 പ്രകാരം മൂന്നു മുതൽ ഏഴു വർഷം വരെ തടവും പിഴയും ലഭിക്കാവുന്ന കുറ്റമാണ്. വളർച്ചയെത്തിയ വേഴാമ്പലിന് മൂന്നു മുതൽ അഞ്ചടി വരെ നീളം ഉണ്ടാകും. രണ്ടര മുതൽ നാലു കിലോഗ്രാം വരെ ഭാരവും. മുപ്പത്തിയഞ്ചു വർഷമാണ് ശരാശരി ആയുസ്സ്. ഓന്ത്, പല്ലി തുടങ്ങിയ ചെറുജീവികളും പഴങ്ങളുമാണ് ഭക്ഷിക്കുന്നത്. ആൽമരത്തിന്റെ പഴമാണ് ഏറ്റവും പഥ്യം. ആലിന്റെ 150 കായകൾ വരെ ഒറ്റ തവണ ഇവയ്ക്ക് അകത്താക്കാനാകും.

കാണാനുള്ള കൗതുകത്തിനും അഴകിനും പ്രൗഢിക്കും പുറമേ മറ്റു കുറേ പ്രത്യേകതകൾ കൂടി ഉള്ള പക്ഷിയാണിത്. ജീവിതകാലം മുഴുവൻ ഒരു ഇണയുടെ കൂടെത്തന്നെ കഴിയുക എന്ന പ്രത്യേകതയുണ്ട് ഇവയ്ക്ക്. വളരെ ഉയരമുള്ള മരപ്പൊത്തുകളിലാണ് ഇവ കൂടൊരുക്കുക. ഇണചേർന്ന് മുട്ടയിടാറാകുമ്പോൾ പെൺപക്ഷി അതിന്റെ തൂവലുകൾ മുഴുവൻ പൊഴിച്ചു കളയും. മുട്ടയിട്ട് അടയിരിക്കുന്ന പെൺപക്ഷി കുഞ്ഞുങ്ങൾ വിരിയുന്നതുവരെ കൂടിന് പുറത്തുപോകില്ല. അക്കാലമത്രയും ആൺപക്ഷി ശേഖരിച്ചു കൊണ്ടുവരുന്ന ഭക്ഷണമാണ് കഴിക്കുക. കൂടിന്റ മുകൾഭാഗം മുഴുവൻ ചെറിയൊരു ദ്വാരമൊഴികെ മണ്ണുകൊണ്ട് അടച്ചു വയ്ക്കും. കാട്ടിൽ നിന്നും കൊക്കുകളിൽ ശേഖരിക്കുന്ന മണ്ണ് വായിലെ ഉമിനീരുമായി കലർത്തി

ആൺപക്ഷി കൊണ്ടുവരുന്ന ചെളികൊണ്ടാണ് മരപ്പൊത്ത് ഇങ്ങനെ അടയ്ക്കുന്നത്.

മഴ പെയ്യാൻ കാത്തിരിക്കുന്ന വേഴാമ്പൽ പോലെ എന്നൊരു പ്രയോഗം ഉണ്ടല്ലോ. ഇറ്റിറ്റ് വീഴുന്ന വെള്ളം മാത്രമേ വേഴാമ്പലുകൾക്ക് കുടിക്കാൻ കഴിയൂ. കൊക്കിന്റ വലിപ്പവും പ്രത്യേക ആകൃതിയും കാരണം അരുവികളിൽ നിന്നും ജലാശയങ്ങളിൽ നിന്നും വെള്ളം കുടിക്കാൻ അവയ്ക്ക് കഴിയില്ല. അതുകൊണ്ടാവാം അധികം വെള്ളം ആവശ്യമില്ലാത്ത പോലെ പരിണമിച്ചതാണ് അവയുടെ ശരീരം. സങ്കടകരമായ ഒരു അവസ്ഥ കൂടിയുണ്ട് ഇവരുടെ ജീവിതത്തിൽ. പെൺകിളി മുട്ടയിട്ട് കുഞ്ഞുങ്ങൾ വിരിഞ്ഞു പറക്കമുറ്റാറാകും മുമ്പ് അവർക്ക് ഭക്ഷണമെത്തിക്കുന്ന ആൺപക്ഷി ചാകാൻ ഇടയായാൽ ആ പെൺകിളിയും കുഞ്ഞുങ്ങളും ആ മരപ്പൊത്തിനകത്തിരുന്ന് ചത്തുപോകും. തൂവൽ പൊഴിച്ചു കളഞ്ഞ അമ്മപ്പക്ഷിക്ക് പുറത്തിറങ്ങിയാൽ പിന്നെ തന്റെ കുഞ്ഞുങ്ങളുടെ അടുത്തേക്ക് തിരികെ പറക്കാൻ കഴിയില്ല. ഹെലികോപ്റ്റർ പറക്കും പോലെ വലിയ ഒച്ചയുണ്ടാക്കി പറക്കുന്ന വേഴാമ്പലുകളെ കാണുമ്പോഴൊക്കെ സങ്കടമുണ്ടാക്കുന്ന ഈ അവസ്ഥയെ ഓർത്ത് വെറുതെ വേവലാതിപ്പെടാറുണ്ട്. ഒറ്റയ്ക്കിരിക്കുന്ന വേഴാമ്പലിനെ കണ്ടാൽ സങ്കടമാണ്. ആപത്തൊന്നുമില്ലാതെ ഇണയുടെയും കുഞ്ഞുങ്ങളുടെയും അടുത്ത് അതെത്തണേ എന്ന് പ്രാർത്ഥിക്കും.

വീരപ്പൻകാട്ടിലൂടെ ഒരു യാത്ര

വീരപ്പൻ എന്ന ഭീകരൻ വാഴുന്ന കാട്ടിലൂടെ ഒരു രാത്രിയിൽ കുറെ ദൂരം യാത്ര ചെയ്യേണ്ടി വന്ന ഒരു അനുഭവമുണ്ടായി ഇക്കാലത്ത്. എസ്റ്റേറ്റിൽ കുറച്ചു കവുങ്ങ് നടാം എന്നൊരു ആശയം ഉണ്ടായി. അത്യുൽപാദനശേഷിയും വേഗത്തിൽ കായ്ക്കുകയും ചെയ്യുന്ന മംഗള, സുമംഗള എന്നീ ഇനങ്ങളുടെ രണ്ടായിരം വിത്തടയ്ക്ക വേണം. കർണ്ണാടകയിലെ കിടു എന്ന സ്ഥലത്തുള്ള കേന്ദ്ര അടയ്ക്കാ ഗവേഷണ സ്ഥാപനത്തിൽ നിന്നും നേരിട്ട് അത് വാങ്ങാൻ തീരുമാനിച്ചു. ഞാനും ഡ്രൈവർ കുട്ടികൃഷ്ണനും കൂടി കിടുവിലേക്ക് യാത്ര തിരിച്ചു. അങ്ങോട്ടും ഇങ്ങോട്ടുമായി ആയിരത്തിലേറെ കിലോമീറ്റർ ദൂരമുണ്ട്. സാമാന്യം പഴക്കമുള്ള ജീപ്പാണ്. വെളുക്കും മുമ്പ് ഞങ്ങൾ പുറപ്പെട്ടു.

കർണ്ണാടക സംസ്ഥാനത്ത് പ്രവേശിച്ച് കുറച്ച് കഴിഞ്ഞപ്പോൾ സന്ധ്യ മയങ്ങാറായി. ഇനിയുള്ള നൂറു കിലോമീറ്റർ സഞ്ചരിക്കേണ്ടത് സത്യമംഗലം കാടുകളിലൂടെയാണ്. ചന്ദനക്കൊള്ളയും ആനവേട്ടയും ഒക്കെയായി വീരപ്പൻ കത്തി നിൽക്കുന്ന കാലം. അയാളുടെ വിഹാര രംഗമാണ് സത്യമംഗലം കാടുകൾ. അനേകം പൊലീസ്, ഫോറസ്റ്റ് ഉദ്യോഗസ്ഥരെ ബന്ധികളാക്കുകയും ഒട്ടേറെ പേരെ നിഷ്കരുണം കൊന്നുകളയുകയും ചെയ്ത സാക്ഷാൽ കാട്ടുകള്ളൻ വീരപ്പൻ. ഞങ്ങൾക്കിനി പോകേണ്ട നൂറു കിലോമീറ്റർ ദൂരവും വിജനമായ കാടുകളാണ്. ഏതാനും ലോറികൾ അല്ലാതെ മറ്റു വാഹനങ്ങളൊന്നും കാണുന്നില്ല. ഞങ്ങൾ രണ്ടുപേർ മാത്രമേ ഉള്ളൂ. വല്ലാത്തൊരു ഭയം ഞങ്ങളെ പിടികൂടി. ഉൾവനം ആരംഭിക്കുന്നിടത്ത് സുസജ്ജമായ ഒരു ഫോറസ്റ്റ് ചെക്ക് പോസ്റ്റ് ഉണ്ട്. അവിടെ ഉദ്യോഗസ്ഥരോട് ഞങ്ങളുടെ യാത്രയുടെ ഉദ്ദേശ്യം അറിയിച്ചു. വിരപ്പനെയോ അദ്ദേഹത്തിന്റെ കൂട്ടാളികളേയോ വഴിയിൽ കണ്ടുമുട്ടാനുള്ള സാധ്യത ഏറെയാണ് എന്ന് പറഞ്ഞ് അവർ ഞങ്ങളെ ഒന്നുകൂടി ഭയപ്പെടുത്തി. പിന്നെ രണ്ടുകാര്യങ്ങൾ ചെയ്തിട്ടാണ്

അവർ ഞങ്ങളെ കടത്തിവിട്ടത്. ഞങ്ങളുടെ ഐഡി കാർഡുകൾ വാങ്ങി പ്ലാസ്റ്റിക് കവറിൽ ഇട്ട് ജീപ്പിന്റെ ഫ്ളോർമാറ്റിനടിയിൽ ഒളിപ്പിച്ചുവെച്ചു. പിന്നെ ജീപ്പിന്റെ മുന്നിലും പിറകുവശത്തുമുള്ള ഫോറസ്റ്റ് എന്ന ചുവന്ന ബോർഡുകൾ ഊരിയെടുത്ത് അവരുടെ കസ്റ്റഡിയിൽ വെച്ചു. വഴിയിൽ ആര് ചോദിച്ചാലും കേരളത്തിലെ ഒരു പ്രൈവറ്റ് എസ്റ്റേറ്റിലെ മാനേജർ ആണെന്നും അടക്കാ ഗവേഷണ കേന്ദ്രത്തിൽ നിന്നും വിത്ത് വാങ്ങാൻ പോവുകയാണെന്നും അറിയാവുന്ന ഭാഷയിൽ പറയണം എന്നും പറഞ്ഞു. അത്രയും മുൻകരുതലകൾ എടുത്തിട്ടാണ് അവർ ഞങ്ങളെ പോകാൻ അനുവദിച്ചത്.

ദീർഘയാത്രയായതുകൊണ്ട് ഞങ്ങൾ യൂണിഫോമിൽ അല്ലാതിരുന്നത് ഭാഗ്യമായി. വീരപ്പന് ഏറ്റവും പ്രിയമുള്ള ഇരകളാണ് ഫോറസ്റ്റുകാർ. വീരപ്പന്റെ ക്രൂരകൃത്യങ്ങളെപ്പറ്റി ഒരുപാട് കേട്ടിട്ടുള്ളതുകൊണ്ട് ഒരു ഉൾക്കിടലത്തോടെയാണ് പിന്നെ രണ്ടു മണിക്കൂർ ഞങ്ങൾ ജീപ്പോടിച്ചത്. അല്പസമയത്തിനകം നല്ല ഇരുട്ടായി. കുറേ ദൂരം ചെന്നപ്പോൾ മുളംകമ്പുകൾ വച്ചുകെട്ടിയ ഒരു ചായക്കട കണ്ടു. ഓരോ ചായ കുടിക്കാനും അവിടുത്തെ വിശേഷങ്ങൾ എന്തെങ്കിലും അറിയാൻ സാധിക്കുമോ എന്നറിയാനുമായി ഞങ്ങൾ അവിടെ ഇറങ്ങി. ഓരോ കട്ടൻ ചായ കുടിച്ചു. അവിടെ ഉണ്ടായിരുന്ന മൂന്നു പേർ കുശലം ചോദിക്കും മട്ടിൽ ഞങ്ങളുടെ യാത്രയുടെ ഉദ്ദേശ്യം ചോദിച്ചു. അവർക്ക് അത്യാവശ്യം മലയാളം അറിയാം. ഞങ്ങൾ ചെക്പോസ്റ്റിൽ നിന്നും പഠിപ്പിച്ചുവിട്ട എസ്റ്റേറ്റ് മാനേജരുടെ കഥ പറഞ്ഞു. അവരുടെ ശരീര ഭാഷ കണ്ടപ്പോൾ വീരപ്പന്റെ ചാരന്മാരാണോ എന്ന് ഞങ്ങൾക്ക് സംശയം തോന്നി. അധികം വർത്തമാനങ്ങൾക്ക് നിൽക്കാതെ ഞങ്ങൾ വേഗം സ്ഥലം വിട്ടു.

കഴിയുന്നത്ര വേഗം ആ കാടിനപ്പുറം കടക്കാൻ ഞങ്ങൾ സ്പീഡ് കൂട്ടി. റോഡിലേക്ക് ഉരുട്ടിയിടാൻ പാകത്തിൽ നീളമുള്ള മരത്തടികൾ കൊണ്ടിട്ടിട്ടുള്ളത് പല സ്ഥലത്തും ഞങ്ങൾ ശ്രദ്ധിച്ചു. മരത്തടികളോ, വലിയ പാറക്കല്ലുകളോ തടയിട്ടു, തോക്കു ധാരികളായ കുറച്ചുപേർ ഞങ്ങളുടെ ജീപ്പ് തടഞ്ഞു നിർത്തുന്നത് ഓരോ നിമിഷവും മനസ്സിൽ കണ്ടുകൊണ്ടായിരുന്നു യാത്ര. അപ്പോഴേക്കും നല്ല ഇരുട്ടായി.

പത്തു പതിനഞ്ചു കിലോമീറ്റർ കൂടി പോയിക്കാണും. പൊലീസോ ഫോറസ്റ്റോ പോലെ കാക്കി ധരിച്ച മൂന്നുപേർ ജീപ്പിന് കൈ കാണിച്ചു. നേരെ കിടക്കുന്ന റോഡായതുകൊണ്ട് അകലെ നിന്നും ഞങ്ങൾ അവരെ കണ്ടിരുന്നു. എന്തെങ്കിലും പരിശോധനയാകും എന്ന് കരുതി കുട്ടികൃഷ്ണൻ ജീപ്പ് നിർത്താനായി വേഗത കുറച്ചു.

പെട്ടെന്നാണ് ഞാൻ ഒരു കാര്യം ശ്രദ്ധിച്ചത്. അവരുടെ സമീപ ത്തൊന്നും ജീപ്പോ മറ്റു വാഹനങ്ങളൊ കാണുന്നില്ല. പരിശോധന യ്ക്ക് നിൽക്കുന്ന പാർട്ടി ആണെങ്കിൽ അവരുടെ വാഹനം കാണേ ണ്ടതാണ്. നിർത്തേണ്ട, വിട്ടോ എന്ന് ഞാൻ ഉറക്കെ പറഞ്ഞു. ജീപ്പ് ഇരട്ടി വേഗത്തിൽ മുന്നോട്ടെടുത്ത് ഞങ്ങൾ നിർത്താതെ പോയി. തീർച്ചയായും നല്ല ഉദ്ദേശ്യത്തോടെയല്ല ആ സമയത്ത് അവർ കൈ കാണിച്ചത് എന്ന് ഉറപ്പാണ്. ആ യാത്ര ഒരിക്കലും മറക്കാനാവാത്ത ഒരനുഭവമായി. പകൽ സമയത്താണ് തിരിച്ച് ആ വഴി വന്നത്. ഇന്ന് ആ വഴി സുരക്ഷിതമാണ് എന്ന് പറയുന്നു. നാട്ടിൽനിന്നും ബാംഗളൂർക്ക് സ്വന്തം വാഹനത്തിൽ പോകുന്നവർക്ക് അമ്പത് കിലോമീറ്റർ ലാഭിക്കാം എന്ന് പറഞ്ഞു കേൾക്കുന്നു. കാട്ടിലൂടെ യുള്ള യാത്രയും ആസ്വദിക്കാം.

ഒരേ സമയം മലയിലും താഴെയും

നെല്ലിയാമ്പതി മലയിലെ ഏലത്തോട്ടവുമായി സമാധാനത്തോടെ കഴിയുമ്പോഴാണ് താഴെ മലമ്പുഴ യൂണിറ്റിന്റെ അധികച്ചുമതല കൂടി ഏറ്റെടുക്കണം എന്ന ഉത്തരവ് വരുന്നത്. രണ്ട് യൂണിറ്റുകളും തമ്മിലുള്ള ദൂരമാണ് പ്രശ്നമായി ആദ്യം തോന്നിയത്. മലയിലും താഴെയുമായി എഴുപതിലേറെ കിലോമീറ്റർ അകലത്തിലാണ് രണ്ട് യൂണിറ്റുകളുടെയും ആസ്ഥാനങ്ങൾ. അസിസ്റ്റന്റ് മാനേജരുടെ നിരന്തരമായ സാന്നിധ്യം ആവശ്യമുള്ള യൂണിറ്റുകളാണ് രണ്ടും. എന്നും കലുഷിതമായ അന്തരീക്ഷമാണ് മലമ്പുഴ യൂണിറ്റിലേത്. തുണ്ടു തുണ്ടായി കിടക്കുന്ന റബ്ബർ എസ്റ്റേറ്റുകളാണ്. സ്ഥിരം തൊഴിലാളികൾ ഉണ്ട്. അവർക്കു കൃത്യസമയത്ത് വേതനവും മറ്റ് ആനുകൂല്യങ്ങളും കിട്ടുന്നു എന്ന് ഉറപ്പുവരുത്തണം. രണ്ട് ഓഫീസുകളിലെയും പ്രധാനപ്പെട്ട റെക്കോർഡുകൾ പിഴവില്ലാതെ കൊണ്ടുപോകണം.

മലമ്പുഴ ഡാമിനക്കരെ രണ്ടുമൂന്ന് ഇടത്തായിട്ടാണ് ഫീൽഡുകൾ. ചെറിയൊരു ബോട്ട് തന്നിട്ടുണ്ട്. അതിൽ വേണം ഫീൽഡ് പരിശോധനകൾക്ക് പോകാൻ. ഇന്നങ്ങോട്ട് റോഡുണ്ട്. രണ്ടിടത്തെ ചാർജ് ഒരേ സമയം വഹിക്കുമ്പോൾ നെല്ലിയാമ്പതിയിലും ഇല്ല, മലമ്പുഴയിലും ഇല്ല എന്ന അവസ്ഥയിൽ ആകുമോ എന്ന് ഭയന്നു. രണ്ട് തോണികളിൽ കാലുറപ്പിക്കുന്ന അവസ്ഥ. ഏതായാലും പരാതികൾ ഒന്നുമില്ലാതെ ഉത്തരവ് അനുസരിക്കാൻ തീരുമാനിച്ചു. ആഴ്ചയിൽ മൂന്ന് ദിവസം മലയിലും മൂന്നുദിവസം താഴെയും ആകാം എന്ന് ഉറപ്പിച്ചു.

ജീപ്പും ഡ്രൈവറും ഇല്ല. പഴയ ഒരു ബുള്ളറ്റ് ബൈക്കാണ് ശരണം. മേലധികാരികൾക്ക് എന്നിലുള്ള വിശ്വാസം കൊണ്ടല്ലേ രണ്ടു മാനേജർമാർ വേണ്ടിടത്ത് എന്നെ ഒരാളെ നിയമിച്ചത് എന്ന് സമാധാനിച്ചു. അതും ഇത്രയും അകലത്തിൽ കിടക്കുന്ന രണ്ടു യൂണിറ്റുകൾ. നെല്ലിയാമ്പതിയിൽ തന്നെ വെറും പത്തു കിലോമീറ്റർ ദൂരത്തിൽ പോത്തുമല എന്ന ഒരു യൂണിറ്റും, അവിടെ ഒരു

അസിസ്റ്റന്റ് മാനേജരും ഉണ്ട്. നെല്ലിയാമ്പതി മലയിൽ ഉള്ള ഈ രണ്ട് യൂണിറ്റുകൾ ഒരാളെ ഏൽപ്പിച്ചിട്ട്, എനിക്ക് മലമ്പുഴയുടെ മാത്രം സ്വതന്ത്ര ചാർജ് തരാമായിരുന്നു. അതിന് പകരമാണ് എനിക്ക് മലയിലും എഴുപത് കിലോമീറ്റർ താഴെയുമായി ഒരേ സമയം രണ്ട് യൂണിറ്റുകളുടെ ചാർജ് തന്നത്. എന്തുകൊണ്ടാണ് മാനേജ്മെന്റ് അങ്ങനെ തീരുമാനിച്ചത് എന്നറിയില്ല. ഞാൻ മലമ്പുഴ യൂണിറ്റിന്റെ അധികച്ചുമതല ഏറ്റെടുത്തു.

പ്രശ്ന ബാധിത ബൂത്ത് എന്നൊക്കെ പറയുംപോലെ ഒരു പ്രശ്ന ബാധിത യൂണിറ്റാണ് മലമ്പുഴ. ഒരിക്കലും തീരാത്ത കോടതി വ്യവഹാരങ്ങളാണ് പ്രധാന തലവേദന. ഡാമിന്റെ അങ്ങേക്കരയിൽ അകമലവാരം എന്ന സ്ഥലത്ത് പണ്ട് സ്വകാര്യ വ്യക്തികൾ കയ്യേറി റബർ എസ്റ്റേറ്റുകളാക്കി മാറ്റിയ നാല് എസ്റ്റേറ്റുകൾ സർക്കാർ പിടിച്ചെടുത്തതാണ്. ഭൂമി നഷ്ടപ്പെട്ട സ്വകാര്യ വ്യക്തികൾ ഹൈക്കോടതിയിലും ലാൻഡ് ട്രിബ്യൂണലിലും മറ്റും ഫയൽ ചെയ്ത അനേകം കേസുകൾ അടിക്കടി വിചാരണയ്ക്ക് വരും. അപ്പോൾ ബന്ധപ്പെട്ട ഫയലുകൾ പഠിക്കുകയും വക്കീലുമായി പാലക്കാടും എറണാകുളത്തുള്ള കോടതികളിൽ പോവുകയും വേണം. എസ്റ്റേറ്റുകളിൽ നടക്കുന്ന റബർ ടാപ്പിംഗ്, റബ്ബർ ഷീറ്റിന്റെ വിപണനം, തൊഴിൽ തർക്കങ്ങൾ പരിഹരിക്കൽ എന്നിവയ്ക്കും സമയം കണ്ടെത്തണം.

കസേരകളി പോലെ വേറെ ഒന്നുണ്ട്. ചിലപ്പോൾ ഭൂവുടമകൾക്ക് അനുകൂലമായ വിധികൾ വരും. അപ്പോൾ വലിയ ഗുണ്ടാസംഘവുമായിട്ടാണ് എസ്റ്റേറ്റുകൾ തിരിച്ചുപിടിക്കാൻ അവർ വരുക. നമ്മുടെ തൊഴിലാളികൾ അവരുമായി ഏറ്റുമുട്ടും. അത് ക്രമസമാധാന പ്രശ്നമായി മാറും. പൊലീസ് ഇടപെടേണ്ടി വരും. അതുപോലെ ചിലപ്പോഴൊക്കെ എസ്റ്റേറ്റ് തിരിച്ച് കെഎഫ്ഡിസിക്ക് കൈമാറാൻ കോടതികൾ ഉത്തരവിടും. എസ്റ്റേറ്റ് തിരിച്ചു പിടിക്കാൻ പോകുന്ന ഞങ്ങളെ അവരുടെ തൊഴിലാളികൾ ചെറുക്കാനും ആക്രമിക്കാനും മുതിരും. അതുകൊണ്ട് വലിയ പൊലീസ് സന്നാഹവുമായിട്ടു വേണം പോകാൻ. എസ്റ്റേറ്റുകൾ തിരിച്ചുപിടിക്കലും വിട്ടുകൊടുക്കലും എന്ന കസേരകളി വർഷത്തിൽ പലതവണ ആവർത്തിക്കും. പൊലീസിനെ സംഘടിപ്പിക്കലും ആവശ്യമായ മറ്റു സന്നാഹങ്ങൾ ഒരുക്കലും അസിസ്റ്റന്റ് മാനേജരുടെ ഡ്യൂട്ടിയാണ്. ഇവിടുത്തെ സംഘർഷങ്ങൾക്കിടയിൽ കൊലപാതകം വരെ നടന്നിട്ടുണ്ട് എന്നു പറയുമ്പോൾ അയാളനുഭവിക്കുന്ന സമ്മർദ്ദം ഊഹിക്കാമല്ലോ. സംഭവങ്ങളുടെ ഒരു കുത്തൊഴുക്കാണ് മലമ്പുഴ യൂണിറ്റിന്റെ പ്രത്യേകത.

സാമ്പത്തികമായി ഒരിക്കലും രണ്ടറ്റം കൂട്ടിമുട്ടിക്കാൻ കഴിയാത്ത ഒരു യൂണിറ്റായിരുന്നു അത്. സങ്കീർണ്ണമായ നിയമ പ്രശ്നങ്ങളും

ക്രമസമാധാന പ്രശ്നങ്ങളും കൊണ്ട് യൂണിറ്റിന്റെ ഭരണച്ചെലവ് വളരെ കൂടുതലായിരുന്നു. വെറും 300 ഏക്കർ വരുന്ന നാല് എസ്റ്റേറ്റുകൾ പരിപാലിക്കാൻ ഏർപ്പെടുത്തിയ സന്നാഹങ്ങൾ കേട്ടാൽ ആരും മൂക്കത്ത് വിരൽ വയ്ക്കും. മാനേജരുടെ ഓഫീസിനു മലമ്പുഴയിൽ ഒരു വാടക കെട്ടിടം. മാനേജർക്ക് ഒരു മോട്ടോർ സൈക്കിൾ. ഡാമിന് അക്കരെയുള്ള എസ്റ്റേറ്റുകളിൽ പരിശോധനകൾക്ക് പോയി വരാൻ ഒരു ബോട്ടും അതിന് സ്ഥിരം ഡ്രൈവറും. ഒരു വയർലെസ്സ് സ്റ്റേഷനും വയർലെസ് ഓപ്പറേറ്ററും കുറേ വാക്കിടോക്കികളും. അത്രയ്ക്ക് വിപുലമാണ് സംവിധാനം. സർക്കാറാകുമ്പോൾ അങ്ങനെയൊക്കെയേ പറ്റൂ. സ്വകാര്യ തോട്ടമാണെങ്കിൽ ഒന്നു രണ്ടു കണക്കു പുസ്തകങ്ങളുമായി ഒന്നോ രണ്ടോ മേസ്തിരിമാർക്ക് ചെയ്യാവുന്ന പണിയാണ്.

റബ്ബറിൽ നിന്നും കുറച്ച് തെങ്ങുകളിൽനിന്നും കിട്ടുന്ന തുച്ഛമായ വരുമാനം ഭരണച്ചെലവിന്റെ ചെറിയൊരു അംശം പോലും വരുമായിരുന്നില്ല. തോട്ടങ്ങൾ ഏറ്റെടുത്തപ്പോൾ അവയിൽ പണിയെടുത്തിരുന്ന തൊഴിലാളികളുടെ കാര്യത്തിൽ മാനുഷികമായ സമീപനം സ്വീകരിക്കുകയായിരുന്നു സർക്കാർ ചെയ്തത്. തൊഴിലാളികളെ പിരിച്ചുവിട്ട് ആ പ്രദേശങ്ങൾ സ്വാഭാവിക വനങ്ങളാക്കി മാറ്റുന്നതിനു പകരം അവരെ തൊഴിൽ നൽകി സംരക്ഷിക്കണം എന്നതായിരുന്നു നയം. അതുകൊണ്ടാണ് സാമ്പത്തികമായി നഷ്ടത്തിൽ ആയിരുന്നിട്ടും ആ യൂണിറ്റ് മുന്നോട്ടു കൊണ്ടുപോയത്. ഇത് മനസ്സിലാക്കാൻ ചില തൊഴിലാളി യൂണിയനുകൾ തയ്യാറാകാതിരുന്നത് ദൗർഭാഗ്യകരമായി. ഒരുകൂട്ടം തൊഴിലാളികൾ അനാവശ്യമായ ഡിമാൻഡുകൾ വയ്ക്കുകയും അനുരഞ്ജന ശ്രമങ്ങളോട് മുഖം തിരിഞ്ഞു നിൽക്കുകയും ചെയ്തപ്പോൾ ഒരു എസ്റ്റേറ്റിന്റെ പ്രവർത്തനം നിർത്തലാക്കേണ്ടിവന്നു. ഇരുപതോളം തൊഴിലാളികൾ തൊഴിൽരഹിതരായി. കുറെ സമരങ്ങളും കോടതി വ്യവഹാരങ്ങളും നടന്നെങ്കിലും എസ്റ്റേറ്റ് എന്നന്നേക്കുമായി അടഞ്ഞു പോയി. മാനേജ്മെന്റിന്റെ സദുദ്ദേശ്യം മനസ്സിലാക്കാതെ യൂണിയൻ വെറും രാഷ്ട്രീയം കളിച്ചതിന്റെ ഫലമായിരുന്നു അത്. പാർട്ടി വ്യത്യാസങ്ങൾ ഇല്ലാതെ ഇത് ഇന്നും നമ്മുടെ നാട്ടിൽ സംഭവിച്ചുകൊണ്ടിരിക്കുന്നു. നമ്മുടെ സംസ്ഥാനത്തുനിന്നും വ്യവസായങ്ങളും വ്യവസായികളും അകന്നുപോകുന്നത് യൂണിയനുകളും ചിലപ്പോൾ സർക്കാരും ഇങ്ങനെ രാഷ്ട്രീയം കളിച്ചിട്ടാണ് എന്ന നിരീക്ഷണം തെറ്റാവില്ല.

ഇത്തിരി കാലം മൂന്നാറിലും

എഴുപതു കിലോമീറ്റർ അകലങ്ങളിൽ മലയിലും സമതലത്തിലും ആയി കിടക്കുന്ന രണ്ട് ഓഫീസുകളും കുറെ ഫീൽഡുകളും ഇടയ്ക്കിടെ ഉണ്ടാകുന്ന ക്രമസമാധാന പ്രശ്നങ്ങളും തൊഴിലാളി സമരങ്ങളും കേസുകളുമായി ഒരു വർഷം കൊണ്ട് ഞാൻ ശരിക്കും മടുത്തു. ഒരു മാറ്റത്തിനു വേണ്ടി വല്ലാതെ ആഗ്രഹിച്ചിരുന്നപ്പോൾ, അത് സ്വാഭാവികമായി സംഭവിച്ചു. മൂന്നാറിലെ സൈലന്റ് വാലി യൂണിറ്റിലെ അസിസ്റ്റന്റ് മാനേജർ ആയിട്ടായിരുന്നു മാറ്റം. ഇടയ്ക്ക് ഒന്ന് പറയട്ടെ. ചില സുഹൃത്തുക്കളും ബന്ധുക്കളും പറയാറുണ്ട്, ഗവി, നെല്ലിയാമ്പതി, മലമ്പുഴ, മൂന്നാർ, വയനാട്, എല്ലാം സുഖവാസ കേന്ദ്രങ്ങളിൽ ആണല്ലോ ജോലി എന്ന്. ഒരു ടൂറിസ്റ്റ് ആയി ഒന്നോ രണ്ടോ ദിവസം താമസിക്കാൻ കൊള്ളാം എന്നല്ലാതെ അവിടങ്ങളിൽ ജോലി ചെയ്യുന്നത് അത്ര സുഖമുള്ള കാര്യമല്ല എന്ന് സുഹൃത്തുക്കളും ബന്ധുക്കളും അറിയുക.

നെല്ലിയാമ്പതിയോടും മലമ്പുഴയോടും യാത്രപറഞ്ഞ് ഞാൻ മൂന്നാറിൽ എത്തി. അസിസ്റ്റന്റ് മാനേജർ കിഷോർ കുമാറിൽനിന്നും സൈലന്റ് വാലി യൂണിറ്റിന്റെ ചാർജ് ഏറ്റെടുത്തു. കണ്ണെത്താദൂരം വ്യാപിച്ചുകിടക്കുന്ന യൂക്കാലി മലകൾ, സുപ്രസിദ്ധമായ മീശപ്പുലി മലയും അതിന്റെ താഴ്വാരങ്ങളും ഉള്ള എക്കോ ടൂറിസം പ്രോജക്ട്, മൂന്നാർ ടൗണിലെ ഫ്ളോറികൾച്ചർ ഗാർഡൻ, ഇത്രയുമൊക്കെയാണ് ചാർജിൽ. ജോലിഭാരത്തിന് കുറവൊന്നുമില്ല. അതേസമയം എന്നെ ഏറെ സന്തോഷിപ്പിച്ച ഒന്നുണ്ടായിരുന്നു. മേലധികാരിയായ ഡിവിഷണൽ മാനേജർ എന്റെ ബാച്ച്മേറ്റും എന്റെ നാട്ടുകാരനുമായ ബഷീർ സാറാണ്. ഒരുപാട് വിഷയങ്ങളിൽ അറിവും പ്രാവീണ്യവും ഉള്ള അദ്ദേഹം അറിയപ്പെടുന്ന ഒരു പക്ഷി നിരീക്ഷകൻ കൂടിയാണ്. അദ്ദേഹത്തോടൊപ്പം ജോലിചെയ്യാൻ കിട്ടുന്ന അവസരം ഭാവിയിലെ എന്റെ ഔദ്യോഗിക ജീവിതത്തിന് മുതൽക്കൂട്ടാകും എന്ന് സന്തോഷിച്ചു.

മൂന്നാറിൽ കെഎഫ്ഡിസിയുടെ ഇക്കോ ടൂറിസം പച്ചപിടിച്ചു വരുന്ന കാലമാണത്. കേരളത്തിലെ രണ്ടാമത്തെ ഉയരം കൂടിയ മീശപ്പുലിമല എന്റെ യൂണിറ്റിലാണ്. (പ്രസിദ്ധമായ മറ്റേ സൈലന്റ് വാലി അട്ടപ്പാടിയിൽ ആണ്). 6000 അടിയിലേറെ ഉയരമുള്ള ഈ മല കയറാൻ ടൂറിസ്റ്റുകൾ എത്തിത്തുടങ്ങുന്ന കാലം. അവർക്ക് താമസിക്കാനുള്ള സൗകര്യങ്ങൾ അടിവാരത്തും ബേസ് ക്യാമ്പിലും ആയിട്ട് ഉണ്ട്. ഇവിടെ ക്യാമ്പ് ചെയ്തിട്ടാണ് ടൂറിസ്റ്റുകൾ മലകയറുന്നത്. കൊടും തണുപ്പും ശക്തിയായ കാറ്റും പ്രാണവായുവിന്റെ കുറവും കാരണം ആരോഗ്യപ്രശ്നങ്ങൾ ഉള്ളവർക്ക് ഈ മല കയറാൻ കഴിയില്ല. ഇന്ന് ഏറ്റവും അധികം ടൂറിസ്റ്റുകളുടെ ആകർഷിക്കുന്ന ഫ്ളോറിക്കൾച്ചർ ഗാർഡൻ ഞാൻ ചാർജെടുക്കുന്ന സമയത്ത് ശൈശവ ദശയിൽ ആണ്. ടൂറിസ്റ്റുകളെ പ്രവേശിപ്പിച്ച് തുടങ്ങിയിട്ടില്ല.

ടൂറിസവും, പൂന്തോട്ടവും ഒക്കെയായി എനിക്ക് ഇഷ്ടപ്പെട്ടവയാണ് ചാർജിൽ ഉള്ള ചിലതൊക്കെ. കേസുകളും കോടതിയും കുറവാണ്. താമസിക്കാൻ ടൗണിൽ തന്നെ മനോഹരമായ ക്വാർട്ടേഴ്സുണ്ട്. നല്ല കാലാവസ്ഥ. എല്ലാറ്റിനും ഉപരിയായി എനിക്ക് അറിയുന്ന എന്നെ അറിയുന്ന മേലധികാരി. സ്വന്തമായി എന്തെങ്കിലുമൊക്കെ ചെയ്യാൻ കഴിയും എന്ന ആത്മവിശ്വാസം ഉണ്ടായി. എന്റേതായ ഒരു മുദ്രപതിപ്പിച്ചിട്ടു വേണം മൂന്നാറിനോട് വിടപറയാൻ എന്ന് തീരുമാനിച്ചു. പുതിയതായി ചാർജ് എടുക്കുന്നവർ ആദ്യം ചെയ്യുക ചാർജിലുള്ള എല്ലാ സ്ഥലങ്ങളും പരിചയപ്പെടുക എന്നതാണ്. രണ്ടുമൂന്നാഴ്ച വേണ്ടിവരും അതിന്. അത്രയധികമുണ്ടാകും ചാർജ് എടുക്കുന്ന മലകൾ. എല്ലാം ഒരുവിധം കണ്ടു വരുന്നതേ ഉണ്ടായിരുന്നുള്ളൂ, അതാ വരുന്നു അടുത്ത സ്ഥലംമാറ്റ ഉത്തരവ്. മൂന്നാറിൽ ചാർജ് എടുത്തിട്ട് ഒരു മാസം പോലും തികഞ്ഞിട്ടില്ല. വല്ലാത്ത നിരാശ തോന്നി. വയനാട്ടിലേക്കാണ് മാറ്റം. കുഴപ്പക്കാരെയാണ് സാധാരണ ഇങ്ങനെ അടിക്കടി സ്ഥലം മാറ്റുക. എനിക്കാണെങ്കിൽ കുഴപ്പങ്ങളൊന്നും കാണിക്കാനുള്ള സമയം മൂന്നാറിൽ കിട്ടിയിട്ടുമില്ല.

വയനാട്, എന്റെ വാട്ടർലൂ

വയനാട്ടിൽ മൂന്ന് വലിയ കാപ്പിത്തോട്ടങ്ങൾ KFDC ഏറ്റെടുത്തപ്പോൾ മൂന്ന് അസിസ്റ്റന്റ് മാനേജർമാരെ അങ്ങോട്ട് ആവശ്യമായി വന്നതാണ്. രണ്ടായിരത്തിലേറെ ഏക്കർ വരുന്ന വലിയ മൂന്ന് കാപ്പിത്തോട്ടങ്ങൾ വനംവകുപ്പ് KFDCക്ക് കൈ മാറുകയായിരുന്നു. അവിടേക്കാണ് പുതിയ ടീമിനെ വേണ്ടിവന്നത്. നാനൂറോളം തൊഴിലാളികളോടുകൂടിയാണ് കെഎഫ്ഡിസി തോട്ടങ്ങൾ ഏറ്റെടുത്തത്. അന്ന് മാനന്തവാടി ആസ്ഥാനമായി കെഎഫ്ഡിസിക്ക് ഒരു ഡിവിഷൻ ഉണ്ട്. ഇരുന്നൂറ്റി അമ്പത് ഏക്കർ വരുന്ന ഒരു തേയിലത്തോട്ടം മാത്രമായിരുന്നു അതിന്റെ കീഴിൽ. ഏറ്റെടുത്ത പുതിയ മൂന്നു കാപ്പിത്തോട്ടങ്ങൾ കൂടി ആ ഡിവിഷനിൽ ലയിപ്പിച്ചു. അങ്ങോട്ടാണ് എനിക്ക് മാറ്റം. തുറന്നു നോക്കാൻ പോലും സമയം കിട്ടാതിരുന്ന പെട്ടിയും മാറാപ്പുമായി മൂന്നാർ വിട്ടു. മാനന്തവാടിയിലെ ഡിവിഷണൽ ഓഫീസിൽ റിപ്പോർട്ട് ചെയ്തു.

പുതിയ തോട്ടങ്ങൾ ഏറ്റെടുത്തിട്ട് ഏതാനും ദിവസങ്ങളേ ആയിട്ടുള്ളൂ. ഇരുന്നു ജോലി ചെയ്യാൻ ഓഫീസോ, താമസിക്കാൻ സൗകര്യങ്ങളോ ഇല്ല. ഏതാനും ഫീൽഡ് ഓഫീസർമാരെയും പുതുതായി അങ്ങോട്ട് മാറ്റിയിട്ടുണ്ട്. അതുവരെ തോട്ടങ്ങൾ മാനേജ് ചെയ്തിരുന്ന വനം വകുപ്പ് എല്ലാം ഞങ്ങളെ ഏൽപ്പിച്ചിട്ട് കൈയൊഴിഞ്ഞു. യാതൊരു പരിചയവും ഇല്ലാത്ത സ്ഥലം. കാര്യങ്ങൾ ചോദിച്ചറിയാൻ മുൻഗാമികൾ ഇല്ല. കാപ്പികൃഷിയെപ്പറ്റി കാര്യമായ അറിവില്ല. ആകപ്പാടെ വല്ലാത്ത നിസ്സഹായാവസ്ഥ തോന്നിയ ദിവസങ്ങളായിരുന്നു അത്. ഫോറസ്ട്രിയിൽ ബി. ടെക് ബിരുദധാരിയും ദീർഘനാളത്തെ പ്രവർത്തനപരിചയവുമുള്ള കോഴിക്കോട്ടുകാരൻ കൃഷ്ണൻ സാറാണ് ഡിവിഷണൽ മാനേജർ. താമസിയാതെ ഡിവിഷണൽ ഓഫീസ് മാനന്തവാടിയിൽ നിന്നും കൽപ്പറ്റയിലേക്ക് മാറ്റി. മൂന്നിടത്തായി ചിതറിക്കിടന്ന കാപ്പിത്തോട്ടങ്ങൾ മാനേജ് ചെയ്യാൻ കൽപ്പറ്റയായിരുന്നു കൂടുതൽ ഉചിതം. പാമ്പ്ര, ചീയ്യമ്പം, കല്ലുമല

എന്നീ കാപ്പി എസ്റ്റേറ്റുകളാണ് ഏറ്റെടുത്തത്. അന്നുതന്നെ തൊഴിൽ സമരങ്ങൾക്ക് കുപ്രസിദ്ധി നേടിയിരുന്നതാണ് പാമ്പ്ര എസ്റ്റേറ്റ്. കല്ലുമല എസ്റ്റേറ്റിന്റെ ചാർജാണ് എനിക്ക് കിട്ടിയത്. മേപ്പാടി എന്ന പ്രദേശത്താണത്. അവിടെ ഓഫീസിനും താമസിക്കാനും പറ്റിയ ഒരു കെട്ടിടം വാടകയ്ക്ക് തരമാക്കി. ഞാനും ഫീൽഡ് ഓഫീസർ ശ്രീവിലാസനും അവിടെ താമസമാക്കി.

എന്റെ ചാർജിലുള്ള കല്ലുമല തോട്ടത്തിൽ സാമാന്യം അടിസ്ഥാന സൗകര്യങ്ങളൊക്കെ ഉണ്ടായിരുന്നു. ഏകദേശം 250 ഏക്കർ വരും. കാപ്പിയും കുരുമുളകുമാണ്. അമ്പതോളം സ്ഥിരം തൊഴിലാളികൾ. കാപ്പിക്കുരു ഉണക്കാനുള്ള വിശാലമായ രണ്ടു കോൺക്രീറ്റ് കളങ്ങൾ, സ്റ്റോർ കെട്ടിടം എന്നിവയെല്ലാം ഉണ്ട്. സ്വകാര്യ വ്യക്തികൾ കയ്യേറിയ വനഭൂമി പിടിച്ചെടുത്ത് തോട്ടം ഉണ്ടാക്കിയതാണ്. വനംവകുപ്പിൽനിന്നും പെട്ടെന്ന് അതിന്റെ മാനേജ്മെന്റ് ഏറ്റെടുക്കേണ്ടി വന്നപ്പോൾ ഒരുപാട് ആശയക്കുഴപ്പങ്ങൾ ഉണ്ടായി. മാനേജ്മെന്റ് എന്ന ഒരു സങ്കൽപം തന്നെ എസ്റ്റേറ്റിൽ ഉണ്ടായിരുന്നില്ല. യാതൊരു വിധ രജിസ്റ്ററുകളോ രേഖകളോ ഇല്ല. ഹെഡ് ഓഫീസിൽ നിന്നും കൃത്യമായ മാർഗനിർദ്ദേശങ്ങൾ കിട്ടാതിരുന്നത് തീരുമാനങ്ങൾ എടുക്കുന്നതിൽ ബുദ്ധിമുട്ടുണ്ടാക്കി. പ്ലാന്റേഷൻ നിയമങ്ങളൊന്നും പാലിക്കാതിരുന്ന വനം വകുപ്പിന്റെ രീതികൾ തുടർന്നാൽ മതി എന്ന് അന്നത്തെ മാനേജിംഗ് ഡയറക്ടർ പറഞ്ഞെങ്കിലും നേരിട്ട് എസ്റ്റേറ്റിന്റെ ചുമതലയുള്ള ഉദ്യോഗസ്ഥൻ എന്ന നിലയിൽ അങ്ങനെ ചെയ്യുന്നതിൽ എനിക്ക് ആശങ്കയുണ്ടായിരുന്നു. ചട്ടങ്ങളും നിയമങ്ങളും അനുസരിച്ചുകൊണ്ടല്ലാതെ എങ്ങനെയാണ് ഒരു സർക്കാർ തോട്ടം ഭരിക്കുക. വനംവകുപ്പിന് ഒരുപക്ഷേ അത് സാധ്യമായേക്കും. വിലപേശാൻ ശക്തിയുള്ള വലിയ യൂണിയനുകളും ഏത് ആരോപണങ്ങളെയും തമസ്കരിക്കാൻ കെൽപ്പുള്ള സർക്കാർ മെഷീനറിയും അവരുടെ കൂടെ ഉണ്ടാകും. പല സർക്കാർ വകുപ്പുകളിലെയും പ്രമാദമായ ഒരുപാട് കേസുകൾ ഇങ്ങനെ മുങ്ങിപ്പോകുന്നത് നമ്മൾ എന്നും കാണുന്നതാണ്. അത്തരം സാധ്യതകൾ ഒന്നും ഇല്ലാത്ത ദുർബ്ബലമായ ഒരു ചെറിയ കമ്പനിയാണ് KFDC. ചുടുചോറ് മാന്തുന്ന കുട്ടിക്കുരങ്ങന്മാർ ആപ്പിലാകും. പ്ലാന്റേഷൻ നിയമങ്ങൾ അനുസരിച്ചേ പറ്റൂ എന്ന് ഞാൻ വാശിപ്പിടിച്ചപ്പോൾ, ദേഷ്യപ്പെട്ടുകൊണ്ട് MD ചോദിച്ചത് ഇങ്ങനെയാണ്. “So, you want to make it another Pachakkanam?” ആർക്കും ഒരു പ്രയോജനവും ഇല്ലാതെ മുന്നോട്ടുപോകാനാണോ ഉദ്ദേശിക്കുന്നത് എന്നാണ് ആ ചോദ്യത്തിലെ ധ്വനി. അങ്ങനെയാണ് ഉദ്ദേശിക്കുന്നത് എന്ന് പറഞ്ഞപ്പോൾ, “Then you do what ever you like”

എന്ന് പറഞ്ഞു ദേഷ്യത്തിൽ ഫോൺ ക്രാഡിലിലേക്ക് വലിച്ചെറിയുന്നത് ഞാൻ കേട്ടു. നിയമങ്ങളും ചട്ടങ്ങളും പാലിക്കാതെയാണ് വനം വകുപ്പ് തോട്ടം കൈകാര്യം ചെയ്തത്. ഒന്നിനും കൃത്യമായ കണക്കോ രേഖകളോ ഇല്ല. നിർബന്ധമായും എഴുതി സൂക്ഷിക്കേണ്ട രജിസ്റ്ററുകൾ ഒന്നുപോലും ഇല്ല. കുത്തഴിഞ്ഞത് എന്ന് പറയുന്നതിനേക്കാൾ കുത്തിക്കെട്ടേ ഇല്ലാത്തത് എന്നു വേണം പറയാൻ.

എസ്റ്റേറ്റ് മാനേജ്മെന്റിൽ സാമാന്യം അറിവ് നേടുകയും ഗവിയിലും നെല്ലിയാമ്പതിയിലും മലമ്പുഴയിലും എല്ലാം അതിനനുസരിച്ച് ജോലി ചെയ്യുകയും ചെയ്തിട്ടുള്ള എനിക്ക് വനം വകുപ്പിന്റെ കുത്തഴിഞ്ഞ രീതികൾ പിൻതുടരുവാനുള്ള ധൈര്യം ഉണ്ടായിരുന്നില്ല. നിസ്സാരങ്ങളായ വീഴ്ചകളുടെ പേരിൽ പോലും നടപടികൾ നേരിടേണ്ടിവരുക നേരിട്ട് റെക്കോർഡുകളും കണക്കുകളും കൈകാര്യം ചെയ്യാൻ ചുമതലപ്പെട്ട ഉദ്യോഗസ്ഥനാകും എന്ന് മുൻകാല അനുഭവങ്ങൾ എന്നെ പഠിപ്പിച്ചിട്ടുണ്ട്. മുകളിൽ ഉള്ളവർ, എല്ലാം അയാളുടെ തലയിൽ വെച്ചിട്ട് കൈ കഴുകും. ധാർമിക പിന്തുണ പോലും കിട്ടില്ല. പത്തൊമ്പത് ലക്ഷത്തിന്റെ ഓഡിറ്റ് തടസ്സവും വിജിലൻസ് അന്വേഷണവും ഒക്കെ നേരിട്ടപ്പോൾ ഞാൻ അനുഭവിച്ചതാണത്. അതുകൊണ്ട് പ്ലാന്റേഷൻ നിയമങ്ങൾ പൂർണമായും അനുസരിച്ചു കൊണ്ട് മാത്രം എസ്റ്റേറ്റ് ഭരണം മുന്നോട്ടു കൊണ്ടുപോകാൻ ഞാൻ തീരുമാനിച്ചു.

തുടക്കത്തിൽ തൊഴിലാളികൾക്കും ഇതിനോട് താല്പര്യക്കുറവ് ഉണ്ടായിരുന്നു. അവർക്ക് അങ്ങനെ നിയതമായ രീതികൾ പരിചയമുണ്ടായിരുന്നില്ല. ക്രമേണ അവർ അതിനോട് പൊരുത്തപ്പെട്ടു. വെള്ളം കലങ്ങിത്തന്നെ കിടന്നാൽ കുറേ മീൻ പിടിക്കാൻ കഴിയും എന്നത് ശരിയാണ്. പക്ഷേ സമയം മോശമാണെങ്കിൽ അതിന് വലിയ വില കൊടുക്കേണ്ടിവരും.' ഈ പുസ്തകത്തിന്റെ ആമുഖത്തിൽ പറഞ്ഞതു പോലെ വല്ലാതെ പ്രലോഭിപ്പിക്കുന്ന വഴികളിൽ ദുരന്തങ്ങൾ പതിയിരിപ്പുണ്ടാകും. അതൊഴിഞ്ഞു പോകാനുള്ള വിവേകം അവനവന് തന്നെയാണ് ഉണ്ടാകേണ്ടത്. മറ്റാരുടെയെങ്കിലും പ്രേരണകളോ താല്പര്യങ്ങളോ സമ്മർദ്ദങ്ങളോ അതിന് തടസ്സമാകരുത്. ഇങ്ങനെ ഉറച്ച നിലപാടെടുത്തതിന്റ പേരിൽ കുറേ ദുരിതങ്ങൾ പിന്നീട് എനിക്ക് അനുഭവിക്കേണ്ടി വന്നു. ഇത്രയെങ്കിലും സൂചികകൾ ഉണ്ടെങ്കിലേ അത് ശരിയായി മനസ്സിലാകൂ എന്നതുകൊണ്ടാണ് അല്പം പരത്തി പറഞ്ഞത്. ഞാൻ യുദ്ധം തോറ്റ വാട്ടർ ലൂ ആണ് വയനാട് എന്ന് പറഞ്ഞതും അതു കൊണ്ടാണ്.

വിളവെടുപ്പ് മാമാങ്കം

അങ്ങനെയിരിക്കെ കാപ്പിയുടെ വിളവെടുപ്പ് കാലം വന്നു. തുടങ്ങിയപ്പോഴാണ് എത്രമാത്രം സങ്കീർണ്ണവും തലവേദനയുണ്ടാക്കുന്നതും ആണ് അതെന്നു ബോധ്യമായത്. വലിയൊരു മാമാങ്കമാണ് വലിയ കാപ്പിത്തോട്ടങ്ങളിലെ വിളവെടുപ്പ്. നവംബർ-ഡിസംബർ ജനുവരി മാസങ്ങളിലാണ് കാപ്പിക്കുരു മൂപ്പെത്തുക. ഓരോ കുലയിൽ നിന്നും പഴുത്ത കായ്കൾ മാത്രം തിരഞ്ഞെടുത്തു പറിച്ചെടുക്കണം. അതുകൊണ്ട് നാലോ അഞ്ചോ ചിലപ്പോൾ അതിലധികമോ റൗണ്ടുകൾ ആയിട്ടാണ് വിളവെടുപ്പ് നടക്കുക. ഒന്നുരണ്ടു മാസം നീണ്ടുപോകുമത്. പറിച്ചെടുക്കുന്ന കാപ്പിക്കുരു വലിയ കോൺക്രീറ്റ് കളങ്ങളിൽ പരത്തിയിട്ട് ഉണക്കിയെടുക്കും. നാലഞ്ച് ദിവസം വെയിൽ കൊണ്ടാലേ നന്നായി ഉണങ്ങിക്കിട്ടൂ. എസ്റ്റേറ്റിന് ചുറ്റും ജനവാസകേന്ദ്രങ്ങൾ ആയതുകൊണ്ട് കാപ്പിക്കുരു പഴുക്കാൻ തുടങ്ങുന്നത് മുതൽ മോഷണം വലിയ പ്രശ്നമാണ്. വിളവെടുപ്പ് കഴിയും വരെ അനേകം താൽക്കാലിക കാവൽക്കാരെ നിയമിച്ചാണ് മോഷണം തടയുന്നത്.

കുറിച്യ വിഭാഗത്തിൽപ്പെട്ട ആദിവാസികളാണ് ഏറ്റവും നല്ല കാവൽക്കാർ. തോട്ടത്തിൽ പലയിടത്തായി പ്ലാസ്റ്റിക് ഷീറ്റ്കൊണ്ട് കുടിലുകെട്ടി, അതിൽ കുടുംബസമേതം അവർ താമസിക്കും. കൂട്ടിന് പട്ടികളും ഉണ്ടാകും. നാലടിയോളം നീളമുള്ള മുളങ്കമ്പിൽ ഞാണു കെട്ടിയ വില്ലാണ് ഇവരുടെ ആയുധം. ഞാണിൽ തൊടുക്കുന്നത് അമ്പിനു പകരം കല്ലാണ്. കല്ലമ്പ് എന്നാണിവർ പറയുക. പുറത്തു നിന്നുള്ളവരെ തോട്ടത്തിൽ കണ്ടാൽ ഇടംവലം നോക്കാതെ അവർക്ക് നേരെ കല്ല് തൊടുത്തു വിടും. ജോലിയോട് നൂറു ശതമാനവും നീതി പുലർത്തുന്നവരാണിവർ. അതിരാവിലെ വെളിച്ചം പരക്കും മുമ്പ് സ്വകാര്യ ആവശ്യത്തിനായി തോട്ടത്തിൽ പ്രവേശിക്കുന്ന നിർദോഷികളായ നാട്ടുകാരുടെ തല കല്ലെറിഞ്ഞു പൊട്ടിച്ച് ഉണ്ടാകുന്ന പ്രശ്നങ്ങൾ ഒത്തുതീർപ്പാക്കലും വിളവെടുപ്പ് കാലത്തെ

എന്റെ ഒരു ജോലിയായി. തോട്ടത്തിന്റെ അരികുവശങ്ങളിൽ നിന്നും മോഷ്ടിക്കുന്നതിന് പുറമേ ഉണക്കാനിട്ട കളങ്ങളിൽനിന്നും രാത്രിയിൽ കുരു മോഷ്ടിക്കും. ഇത് തടയാൻ വെളുക്കുവോളം കളത്തിന് ചുറ്റും ട്യൂബ് ലൈറ്റുകൾ കത്തിച്ചിടുകയാണ്. വൈദ്യുതി ഇല്ലാത്തതുകൊണ്ട് വലിയ ഡീസൽ ജനറേറ്റർ ആണ് ഇതിന് ഉപയോഗിക്കുന്നത്. ഇത്രയും സന്നാഹങ്ങൾ ഒരുക്കുന്നതും അതിനെയൊക്കെ നിയന്ത്രിക്കുന്നതും ശരിക്കും ശ്രമകരമാണ്. രാത്രിയും പകലും എന്നില്ലാതെ തോട്ടത്തിൽ ചുറ്റിക്കറങ്ങണം. ഓരോ തൊഴിലാളിയും ശേഖരിക്കുന്ന കാപ്പിക്കുരുവിന്റ കണക്ക് സൂക്ഷിക്കണം. പഴുത്ത കായ ഉണങ്ങി കിട്ടുന്നതിന്റെ തൂക്കം പ്രത്യേകം എടുത്ത് സൂക്ഷിക്കണം. പറിച്ച കായയുടെയും ഉണക്കി കിട്ടുന്നതിന്റെയു തൂക്കം ശരിയായ അനുപാതത്തിലല്ലെങ്കിൽ അതിന് സമാധാനം പറയേണ്ടി വരും. എല്ലാത്തിനുമായി ഫീൽഡ് ഓഫീസർ ശ്രീവിലാസനും ഞാനും മാത്രമാണ് ഉള്ളത്.

രണ്ടുമൂന്നു മാസം നീണ്ടുനിന്ന വിളവെടുപ്പ് കാലമത്രയും വിശ്രമമില്ലായിരുന്നു ഞങ്ങൾക്ക്. അതൊരു പുതിയ അനുഭവമായിരുന്നു. വലിയ കാപ്പിത്തോട്ടങ്ങളിലെ വിളവെടുപ്പ് ഒരുപാട് ചെലവുള്ളതും സങ്കീർണ്ണവും ആണ്. പ്രത്യേകിച്ച് സർക്കാർ സംവിധാനത്തിൽ ആകുമ്പോൾ. ഒരുപാട് കണക്കുകൾ എഴുതി സൂക്ഷിക്കണം. പൊതുജനങ്ങളും രാഷ്ട്രീയപാർട്ടികളും ഏത് സമയത്തും ആരോപണങ്ങൾ ഉന്നയിച്ചുകൊണ്ട് രംഗത്ത് വരും. മാധ്യമങ്ങളും കൂടെ കൂടും. ഒരാൾ ഒരു പിടി കാപ്പിക്കുരു കളത്തിൽനിന്നും വാരിക്കൊണ്ടുപോയാൽ, ഉദ്യോഗസ്ഥരുടെ ഒത്താശയോടെ വ്യാപകമായ കൊള്ള എന്നായിരിക്കും വാർത്ത.

ഡിവിഷണൽ മാനേജർ പദവിയിലേക്ക്

2001ൽ എനിക്ക് ഡിവിഷണൽ മാനേജരായി പ്രമോഷൻ കിട്ടി. ഉത്തരവാദിത്തങ്ങളുടെയും അധികാരത്തിന്റെയും കാര്യത്തിൽ മാനേജർ പോസ്റ്റുമായി യാതൊരു താരതമ്യവും ഇല്ലാത്ത പദവിയാണത്. വർദ്ധിച്ച ഉത്തരവാദിത്തങ്ങളും അതുപോലെ അധികാരങ്ങളും ഉണ്ട്. വനം വകുപ്പിലെ അസിസ്റ്റന്റ് കൺസർവേറ്റർ ഓഫ് ഫോറസ്റ്റിന്റേതിന് (ACF അല്ലെങ്കിൽ നാട്ടുഭാഷയിൽ DFO എന്നൊക്കെ പറയാം) തുല്യമായ അധികാരങ്ങൾ കല്പിച്ചു തന്നിട്ടുണ്ട്. സാമാന്യം വലിയ ഓഫീസ്, ഒരു സീനിയർ സൂപ്രണ്ടിന്റെ കീഴിൽ അത്യാവശ്യം ഓഫീസ് സ്റ്റാഫ്, പരിധിയില്ലാതെ ചെക്കുകൾ ഒപ്പിടാനുള്ള അധികാരം, ജീപ്പ്, ഡ്രൈവർ അങ്ങനെയൊക്കെ ഉണ്ട്. ഇത്തരം ഉയർന്ന തസ്തികകളിലേക്ക് പ്രൊമോട്ട് ചെയ്യപ്പെടുന്നവരെ അവിടെ തന്നെ തുടരാതെ, മറ്റു സ്ഥലങ്ങളിലേക്ക് സ്ഥലം മാറ്റുന്നതാണ് സാധാരണ രീതി. അതിന് പല കാരണങ്ങളും ഉണ്ട്. അതേസമയം വയനാട് ഡിവിഷനിൽ തന്നെ ചാർജ്ജെടുക്കാനാണ് എനിക്ക് കിട്ടിയ ഉത്തരവിൽ പറഞ്ഞിട്ടുള്ളത്.

നാല് യൂണിറ്റുകളാണ് ഡിവിഷന്റെ കീഴിൽ ഉള്ളത്. മാനന്തവാടിയിലെ തേയില തോട്ടവും മുമ്പ് പറഞ്ഞ മൂന്ന് കാപ്പിത്തോട്ടങ്ങളും. എല്ലാം ചേർത്ത് എഴുന്നൂറോളം സ്ഥിരം തൊഴിലാളികളുണ്ട്. അധികവും ശ്രീലങ്കൻ അഭയാർത്ഥികളോ ആദിവാസികളോ ആണ്. അങ്ങനെ വിപുലമായ സംവിധാനമാണ് KFDCയുടെ വയനാട് ഡിവിഷൻ. പൊതുവെ സുഖകരമല്ലാത്ത തൊഴിൽ അന്തരീക്ഷമാണ്. എല്ലാ എസ്റ്റേറ്റുകളിലും ചില്ലറ പ്രശ്നങ്ങൾ ഉണ്ട്. ആഗ്രഹിച്ചതും പ്രതീക്ഷിച്ചിരുന്നതും ആയിരുന്നു സ്ഥാനക്കയറ്റം എങ്കിലും പിന്നീട് അങ്ങോട്ടുള്ള ഒരു വർഷം എന്റെ ഔദ്യോഗിക ജീവിതത്തിലെ ഏറ്റവും ദുഷ്കരമായ നാളുകളിലൂടെയാണ് കടന്നുപോയത്. ഒരു പതിറ്റാണ്ടിനു ശേഷം ഇതെഴുതുമ്പോഴും ഒരു പേടിസ്വപ്നത്തിന്റെ ഓർമ്മകളാണെനിക്ക്.

കാപ്പിത്തോട്ടങ്ങളിലെ തൊഴിൽ പ്രശ്നങ്ങൾ നാൾക്കുനാൾ വഷളാകാൻ തുടങ്ങി. മാനേജ്മെന്റിന്റെ ഭാഗത്തുനിന്നുള്ള എല്ലാ നീക്കങ്ങളെയും സംശയത്തോടെയാണ് തൊഴിലാളികൾ കണ്ടത്. തുടക്കം മുതൽ പാളം തെറ്റി ഓടിക്കൊണ്ടിരുന്ന വണ്ടി പാളത്തിൽ കയറ്റാനുള്ള ശ്രമങ്ങളോട് അവർ മുഖം തിരിഞ്ഞു നിന്നു. തോട്ടപരിപാലന നിയമങ്ങൾ നടപ്പിലാക്കി അവരുടെ തന്നെ ക്ഷേമവും എന്റെ സുരക്ഷയും ഉറപ്പുവരുത്താനാണ് ഞാൻ ശ്രമിച്ചുകൊണ്ടിരുന്നത്. അതേസമയം ആവശ്യമില്ലാത്ത നിയന്ത്രണങ്ങൾ അവരുടെ മേൽ അടിച്ചേൽപ്പിക്കുകയാണ് എന്നവർ തെറ്റിധരിച്ചു. രാഷ്ട്രീയ നേതാക്കളും ചെറിയ ചരടുവലികൾ നടത്തിക്കൊണ്ടിരുന്നു. കാര്യങ്ങൾ ചിട്ടയോടെ പോകുന്നതിൽ യൂണിയൻ നേതാക്കൾക്ക് താല്പര്യമില്ലായിരുന്നു. അവരുടെ കയ്യിൽ നിന്നും നിയന്ത്രണം പിടിവിട്ട് പോകുമോ എന്നവർ ഭയന്നു.

തേയില തോട്ടത്തിലും പ്രശ്നങ്ങളായിരുന്നു. പച്ചത്തേയിലയുടെ വില ചരിത്രത്തിൽ ഇല്ലാത്ത പോലെ താഴ്ന്ന നിലയിൽ തുടർന്നപ്പോൾ തോട്ടം നഷ്ടം കാണിക്കാൻ തുടങ്ങി. മുന്നൂറിലേറെ തൊഴിലാളികൾക്ക് മുടങ്ങാതെ വേതനം കൊടുക്കുക എന്നത് പ്രയാസമായി. അത് തൊഴിലാളികളിൽ അസംതൃപ്തിയും മുറുപ്പും ഉണ്ടാക്കി. ഇക്കാര്യത്തിൽ കെഎഫ്ഡിസിക്ക് വലിയ ഒരു പരിമിതി ഉണ്ട്. സ്വന്തമായി സംസ്കരണ ഫാക്ടറി ഇല്ലാത്തതാണത്. നുള്ളിയെടുക്കുന്ന പച്ചത്തേയില, (ചപ്പ് എന്നാണ് അവിടെ പറയുക) മറ്റു ഫാക്ടറികൾക്ക് ലേലം ചെയ്തു കൊടുക്കുകയാണ്. നുള്ളിയെടുത്ത് പത്തുപതിനഞ്ച് മണിക്കൂറിനകം ഫാക്ടറിയിൽ എത്തിയില്ലെങ്കിൽ ഉപയോഗശൂന്യമായി പോകുന്നതാണ് തേയിലച്ചപ്പ്. ഈ അവസ്ഥ ഫാക്ടറി മുതലാളിമാർ മുതലെടുക്കും. ചപ്പ് ശേഖരിക്കാനുള്ള കരാർ ഏറ്റവും കുറഞ്ഞ നിരക്കിൽ അവർ നേടിയെടുക്കും. സ്വന്തമായി ഫാക്ടറി ഇല്ലാത്തതും എസ്റ്റേറ്റ് നഷ്ടത്തിലാവാൻ ഒരു കാരണമാണ്. തേയില സംസ്കരിച്ചു സൂക്ഷിച്ചിട്ട് വില കൂടുമ്പോൾ നല്ല വിലയ്ക്ക് വിൽക്കാൻ കഴിയില്ല.

മറ്റൊരു പ്രശ്നമാണ് അത്യാവശ്യ സമയങ്ങളിൽ വേണ്ടത്ര തൊഴിലാളികളെ കിട്ടാതെ വരുക എന്നത്. അനേകം സ്വകാര്യ തോട്ടങ്ങൾക്ക് നടുവിലാണ് KFDCയുടെ തേയില തോട്ടം. അനുകൂലമായ കാലാവസ്ഥയോട് പെട്ടെന്ന് പ്രതികരിക്കും തേയിലച്ചെടികൾ. വേനൽസമയത്ത് മഴ കിട്ടിയാൽ അതിവേഗത്തിലാണ് പുതിയ തളിരുകൾ ഉണ്ടാവുക. മുകുളങ്ങൾ ഏഴ് ദിവസത്തിനകം നുള്ളിയില്ലെങ്കിൽ മൂത്ത് പോയി ഒന്നിനും കൊള്ളാതാകും. അവിചാരിതമായി മഴപെയ്ത് ചെടികൾ കൂട്ടമായി തളിരിടാൻ തുടങ്ങിയാൽ

കൊളുന്ത് നുള്ളാൻ തോട്ടത്തിലെ സ്ഥിരം തൊഴിലാളികൾ മതിയാകാതെ വരും. അപ്പോൾ അധികമായി ആവശ്യം വരുന്ന തൊഴിലാളികളെ താൽക്കാലികമായി പുറത്തുനിന്നും എടുക്കേണ്ടിവരും. ചുറ്റിനുമുള്ള സ്വകാര്യ തോട്ടക്കാർ ചോദിക്കുന്ന കൂലി കൊടുത്ത്, കിട്ടുന്നവരെയെല്ലാം പെറുക്കിക്കൊണ്ട് പോകും. KFDCക്ക് ആളെ കിട്ടില്ല. സ്വകാര്യ തോട്ടമുടമകൾ ചോദിച്ച കൂലി കൊടുക്കുമ്പോൾ, സർക്കാർ നിശ്ചയിച്ചതിനേക്കാൾ ഒരു രൂപ പോലും അധികം കൊടുക്കാൻ വകുപ്പില്ലാത്ത സർക്കാർ തോട്ടത്തിലെ മാനേജർ നിസ്സഹായനായി നോക്കിനിൽക്കേണ്ടിവരും. അത്യാവശ്യഘട്ടങ്ങളിൽ പോലും സാമ്പത്തിക കാര്യങ്ങളിൽ തീരുമാനമെടുക്കാൻ താഴെ തട്ടിൽ അധികാരം ഇല്ലാത്തതാണ് ചില സർക്കാർ സംരംഭങ്ങളെങ്കിലും പരാജയപ്പെടാൻ ഒരു കാരണം എന്ന് തോന്നിയിട്ടുണ്ട്.

പ്രശ്നങ്ങൾ ഉണ്ടെങ്കിലും തേയില എസ്റ്റേറ്റിനെ ഒരുവിധം മുന്നോട്ടു കൊണ്ടുപോകാൻ കഴിഞ്ഞിരുന്നു. ആവശ്യമായ പിന്തുണ തന്നില്ല എന്ന് മാത്രമല്ല, എന്നെ കൂടുതൽ കൂടുതൽ സമ്മർദ്ദത്തിലാക്കാനാണ് പക്ഷേ എന്റെ ഹെഡ് ഓഫീസ് ശ്രമിച്ചത്. കാപ്പിത്തോട്ടങ്ങളുടെ കാര്യത്തിൽ ഞാനെടുത്ത വിട്ടുവീഴ്ചയില്ലാത്ത നിലപാടാണ് അവരെ പ്രകോപിപ്പിച്ചത് എന്ന് എനിക്കറിയാം. പ്രത്യേകിച്ച് പ്രയോജനം ഒന്നുമില്ലാത്ത അധിക പണികൾ ഓരോന്നായി തന്ന് എന്നെ സമ്മർദ്ദത്തിൽ ആക്കിക്കൊണ്ടിരുന്നു.

വിളവെടുപ്പിന് വേറിട്ട രീതി

ചായയിൽ നിന്ന് വീണ്ടും കാപ്പിയിലേക്ക് വരാം. അങ്ങനെയിരിക്കെ കാപ്പി വിളവെടുപ്പിന്റെ അടുത്ത സീസൺ വന്നു. ഞാൻ ഡിവിഷന്റെ ചാർജ്ജ് എടുത്ത ശേഷമുള്ള ആദ്യത്തെ വിളവെടുപ്പ്. നേരത്തേ പറഞ്ഞതുപോലെ ഒരുപാടു പ്രശ്നങ്ങളുള്ള വലിയൊരു മാമാങ്കമാണ് കാപ്പിയുടെ വിളവെടുപ്പ്. ഒരേസമയം മൂന്ന് എസ്റ്റേറ്റുകളിൽ വിളവെടുപ്പ് നടക്കുമ്പോൾ ഉണ്ടാകാവുന്ന അവസ്ഥ എന്നെ ഭയപ്പെടുത്തി. പത്തും ഇരുപതും കിലോമീറ്ററുകൾ അകലത്തിൽ പലയിടത്താണ് എസ്റ്റേറ്റുകൾ. മൂന്നിടത്തും പ്രശ്നങ്ങൾ ഉണ്ടാകും. എല്ലായിടത്തും ഓടി എത്തേണ്ടി വരും.

പൊലീസ് സംരക്ഷണമൊക്കെ ആവശ്യം വന്ന സന്ദർഭങ്ങൾ ഉണ്ടായിട്ടുണ്ട്. ഹെഡ് ഓഫീസിൽ നിന്നുള്ള സഹകരണക്കുറവ് കൂടി ആകുമ്പോൾ കാര്യങ്ങൾ പിടിവിട്ട് പോകാൻ സാധ്യതയുണ്ട് എന്ന് ഞാൻ കണക്കുകൂട്ടി. മെച്ചപ്പെട്ട ഒരു പകരം സംവിധാനത്തിനായി തല പുകഞ്ഞാലോചിച്ചു. അങ്ങനെ ഒരുപാടാലോചിച്ചെടുത്ത ഒരു നിർദ്ദേശം അംഗീകാരത്തിനായി സമർപ്പിച്ചു. കുരു വിളവെടുത്ത്, ഉണക്കി, ഉണ്ടാക്കാപ്പിയാക്കി (തൊലി നീക്കം ചെയ്യാത്ത കുരു) വെയർ ഹൗസിങ് കോർപറേഷൻ ഗോഡൗണുകളിൽ സൂക്ഷിച്ച് പിന്നീട് ലേലം ചെയ്ത് വിൽക്കുന്നതാണ് പരക്കെ അനുവർത്തിച്ചു വരുന്ന രീതി. അതിന് പകരം കാപ്പിക്കുരു തോട്ടങ്ങളിൽ നിന്നും നേരിട്ട് ശേഖരിക്കാനുള്ള അവകാശം ലേലം ചെയ്ത് കൊടുക്കുക എന്നതായിരുന്നു പുതിയ ആശയം. കെഎഫ്ഡിസിയിൽ ആദ്യമായിട്ടാണ് അങ്ങനെ ഒരു പരീക്ഷണം. എല്ലാ വിളകളും ശേഖരിച്ച് സംസ്കരിച്ച ശേഷം ഗോഡൗണുകളിൽ സൂക്ഷിച്ച് ലേലം ചെയ്തു വിൽക്കുന്നതാണ് നടപ്പു രീതി. Sale of standing crop എന്ന് ഞാൻ പുതിയ നീതിക്ക് പേരിട്ടു. നിസ്സാരം എന്ന് തോന്നുമെങ്കിലും സർക്കാർ കാര്യമാകുമ്പോൾ വളരെ സങ്കീർണ്ണമാണ് നടപടികൾ. ശ്രദ്ധയോടെ ചെയ്തില്ലെങ്കിൽ പൊല്ലാപ്പാകും. തോട്ടത്തിലെ സ്ഥിരം

തൊഴിലാളികൾക്ക് പരിചയമില്ലാത്തതാണ് പുതിയ രീതി. പുറമേ നിന്നും ഒരു കരാറുകാരൻ വരുന്നത് സംശയദൃഷ്ടിയോടെ മാത്രമേ അവർ കാണൂ. അവർക്ക് ജോലിയും മറ്റു ആനുകൂല്യങ്ങളും നഷ്ട പ്പെടുമോ, എന്നവർ ഭയക്കും. കീഴ്‌വഴക്കങ്ങൾ ഇല്ലാത്തതുകൊണ്ട് മാനേജ്മെന്റിനെയും ബോധ്യപ്പെടുത്തണം.

പൂത്തു നിൽക്കുന്ന അവസ്ഥയിൽ കാപ്പിത്തോട്ടം കണ്ട്, എത്ര ഉണങ്ങിയ കാപ്പിക്കുരു ലഭിക്കുമെന്ന് പരിചയസമ്പന്നനായ ഒരാൾക്ക് ഏകദേശം അനുമാനിക്കാനാവും. അതിന് ചില കണക്ക് കൂട്ടലു കൾ ഉണ്ട്. മുമ്പ് കോഫി ബോർഡിലെ പരിശീലന കാലത്ത് എനിക്ക് കിട്ടിയ അറിവാണത്. ഇതിനെ അടിസ്ഥാനമാക്കിയാണ് ഞാൻ പുതിയ ആശയം മെനഞ്ഞെടുത്തത്. അതായത് ആദ്യത്തെ വേനൽ മഴയ്ക്കുശേഷം കാപ്പിച്ചെടികൾ പൂത്തു നിൽക്കുന്ന സമയത്തുതന്നെ കാപ്പി പറിക്കാനുള്ള അവകാശം ലേലം ചെയ്യുക. വളരെ മുൻകൂട്ടി തീരുമാനമെടുത്താലേ ഇത് സാധ്യമാകൂ. എല്ലാ വിശദാംശങ്ങളും അടങ്ങുന്ന നിർദ്ദേശം വളരെ നേരത്തെതന്നെ അംഗീകാരത്തിനായി സമർപ്പിച്ചു. കരാറുകാരനുമായി ഒപ്പുവെക്കേണ്ട കരാറിന്റ നക്കൽ പോലും അടങ്ങുന്നതായിരുന്നു എന്റെ റിപ്പോർട്ട്. ഞാൻ മുന്നോട്ടു വച്ച പുതിയ രീതി അതേപടി ഡയറക്ടർ ബോർഡ് അംഗീകരിച്ചു. പത്രങ്ങളിൽ പരസ്യം കൊടുക്കുക തുടങ്ങിയ പ്രാരംഭ നടപടികളു മായി മുന്നോട്ട് പൊയിക്കൊള്ളാൻ അനുമതിയും കിട്ടി.

എസ്റ്റേറ്റുകളിലെ തൊഴിലാളികളെയും യൂണിയൻ നേതാക്ക ളെയും പുതിയ സംവിധാനത്തെപ്പറ്റി പറഞ്ഞു മനസ്സിലാക്കാൻ എനിക്ക് സാധിച്ചു. വയനാട്ടിലെ പൊതുവിലുള്ള തൊഴിൽ അന്ത രീക്ഷത്തിൽ അതത്ര എളുപ്പമുള്ള കാര്യമല്ല. എന്നാലും എനിക്ക് അവരുടെ പൂർണ്ണ പിന്തുണ കിട്ടി. അവരുടെ അവകാശങ്ങളെ യാതൊരു വിധത്തിലും ഹനിക്കാത്തതായിരുന്നു പുതിയ ആശയം. എന്റെ ഔദ്യോഗിക ജീവിതത്തിൽ എനിക്ക് ഏറെ സംതൃപ്തി കിട്ടിയ ഒന്നായിരുന്നു ഇത്. ഞാൻ മുന്നോട്ടുവെച്ച ഒരു പുതിയ ആശയം ഒരു സർക്കാർ സ്ഥാപനം അതേപടി നടപ്പിലാക്കുക, അതും ലക്ഷങ്ങളുടെ വിനിമയം നടക്കുന്ന ഒരു പ്രവൃത്തി. ഞാൻ എന്നും വിശ്വസിക്കുന്നതുപോലെ ഏതു കാര്യത്തിലും ഉണ്ടാകും അല്പം കൂടി മെച്ചപ്പെട്ട ഒരു രീതി. വഴിമാറി ചിന്തിക്കാൻ മനസ്സ് വേണം എന്ന് മാത്രം. അതിനായി കുറച്ച് തല പുകയേണ്ടിയും വരും.

യഥാസമയം പത്രപരസ്യങ്ങൾ പോയി. തോട്ടങ്ങൾ പൂത്തുലഞ്ഞു നിന്ന ഒരുനാളിൽ ഗംഭീരമായ 'ടെൻഡർ കം ലേലം' നടന്നു. പത്തോ പതിനഞ്ചോ പേർ പങ്കെടുത്തു എന്നാണ് ഓർമ്മ. മൂന്ന് തോട്ടങ്ങളും അടിസ്ഥാനവിലയേക്കാൾ വളരെ ഉയർന്ന തുകയ്ക്ക് ലേലത്തിൽ

പോയി. ലേലം കൊണ്ടവർ നിബന്ധനകളെല്ലാം പാലിച്ചുകൊണ്ട് സമയബന്ധിതമായിത്തന്നെ വിളവെടുപ്പ് പൂർത്തിയാക്കി. Sale of standing crop എന്ന ആദ്യ പരീക്ഷണം വിജയമായി. എവിടെനിന്നും ഒരു പരാതിയും ഉയർന്നില്ല. പുതിയ സംവിധാനം കൊണ്ട് എനിക്കും എന്റെ സ്റ്റാഫിനും ഉണ്ടായ ആശ്വാസം ചെറുതല്ല. കോൺട്രാക്ടർ മാർ കരാർ വ്യവസ്ഥകൾ പാലിക്കുന്നുണ്ടോ എന്ന് നിരീക്ഷിക്കുന്ന പണി മാത്രമേ ഞങ്ങൾക്കുണ്ടായിരുന്നുള്ളൂ. മോഷണം തടയൽ, രാത്രിപെട്രോളിംഗ്, നാട്ടുകാരുമായുള്ള ഏറ്റുമുട്ടലുകൾ എല്ലാം ഒഴിവായി. കണക്കുകളിൽ കൃത്രിമം കാട്ടി ഉദ്യോഗസ്ഥർ കാപ്പിക്കുരുകളവായി കടത്തിക്കൊണ്ടു പോയി എന്ന ആരോപണവും ഇല്ല. ഇരുപത്തിനാലു ലക്ഷം രൂപയാണ് അന്ന് ലേലത്തിൽ കിട്ടിയത് എന്നാണ് ഓർമ്മ. അത് അറ്റാദായമാണ്. ഭീമമായ വിളവെടുപ്പ് ചെലവുകൾ ഇല്ല. മോഷണം നടന്നു എന്ന പരാതിയില്ല, ശേഖരിച്ച കാപ്പിയുടെ കണക്കിൽ കൃത്രിമം കാണിച്ചു എന്ന പരാതിയില്ല.

മുൻഗാമികൾ പാകിയിട്ട പാളങ്ങളിൽ കൂടി മാത്രം സഞ്ചരിക്കാൻ ഇഷ്ടപ്പെടുന്നവരാണ് ഭൂരിഭാഗം സർക്കാർ ഉദ്യോഗസ്ഥരും. മാറി ചിന്തിക്കാൻ വൈമുഖ്യമുള്ളവരാണ്. രണ്ടു കാരണങ്ങൾ കൊണ്ടാകാം ഇങ്ങനെ എന്നാണ് എനിക്ക് തോന്നുന്നത്. ഒന്നാമതായി ഒരു പുതിയ വഴിയെക്കുറിച്ച് ആലോചിച്ച് തല പുകയ്ക്കാനുള്ള മടി. രണ്ടാമതായി റിസ്ക് എടുക്കാനുള്ള ഭയം. അതുവരെ പോയിരുന്നത് പോലെ പോയാൽ പൊല്ലാപ്പില്ലല്ലോ എന്നാണ്. ഞാൻ വിജയകരമായി പരീക്ഷിച്ച ഈ രീതി വർഷങ്ങൾക്കുശേഷം എന്റെ വിരമിക്കലിനുശേഷം നെല്ലിയാമ്പതിയിലെ കാപ്പിത്തോട്ടങ്ങളിൽ KFDC നടപ്പാക്കിയതായി അറിയാൻ കഴിഞ്ഞിട്ടുണ്ട്.

സംഘർഷം നിറഞ്ഞ നാളുകൾ

കാപ്പിക്കുരുവിന്റ വില പാതാളത്തോളം താഴ്ന്ന് നിന്ന കാലമായിരുന്നു അത്. അതുകൊണ്ട് തോട്ടങ്ങളിൽനിന്നുള്ള വരുമാനംകൊണ്ട്. തൊഴിലാളികൾക്ക് യഥാസമയം കൂലിയും മറ്റ് ആനുകൂല്യങ്ങളും നൽകാൻ കഴിയാത്ത അവസ്ഥയുണ്ടായി. സ്വാഭാവികമായും വലിയ പ്രതിഷേധങ്ങൾ ഉണ്ടായി. അത് ക്രമേണ പ്രക്ഷോഭങ്ങളായി വളർന്നു. ആദിവാസി മേഖലകൂടി ആയതുകൊണ്ട് അവിടത്തെ രാഷ്ട്രീയ അന്തരീക്ഷവും അതിസംവേദനക്ഷമമായിരുന്നു. (Over sensitive). കിട്ടിയ എല്ലാ അവസരവും രാഷ്ട്രീയ മേലാളന്മാർ മുതലെടുത്തു. പ്രക്ഷോഭങ്ങൾ അക്രമണങ്ങളിലേക്ക് വളർന്നപ്പോൾ ഏതാനും ദിവസങ്ങൾ എന്റെ ഓഫീസ് പൊലീസ് സംരക്ഷണയിൽ പ്രവർത്തിക്കേണ്ടിവന്നു. എസ്റ്റേറ്റുകൾ അടഞ്ഞു കിടന്നു. തുടരെ കത്തുകളെഴുതിയെങ്കിലും നിസ്സംഗതയിലായിരുന്നു ഹെഡ് ഓഫീസ്.

അക്കാലത്ത് വയനാട് ആദിവാസി മേഖലയിൽ രണ്ടുമൂന്ന് പട്ടിണി മരണങ്ങൾ റിപ്പോർട്ട് ചെയ്യപ്പെട്ടിരുന്നു. മറ്റെന്തെങ്കിലും കാരണംകൊണ്ടാണെങ്കിൽപോലും നമ്മുടെ തൊഴിലാളികൾക്കു എന്തെങ്കിലും സംഭവിച്ചാൽ അതിന് വലിയ വാർത്താ പ്രാധാന്യം ലഭിക്കുമെന്നും ഏതുവിധേനെയെങ്കിലും കാപ്പിത്തോട്ടങ്ങൾ തുറന്ന് പ്രവർത്തിച്ചില്ലെങ്കിൽ കെഎഫ്ഡിസി പ്രതിക്കൂട്ടിൽ നിൽക്കേണ്ടിവരും എന്നും എഴുതിയതിനു എനിക്ക് ശകാരം കേൾക്കേണ്ടിവന്നു. എന്റെ വ്യക്തി താത്പര്യങ്ങൾക്ക് വേണ്ടിയാണ് അങ്ങനെ എഴുതിയത് എന്നായിരുന്നു പറഞ്ഞത്. പ്രശ്നങ്ങൾക്ക് പോംവഴി കണ്ടെത്താനുള്ള ഒരു ശ്രമവും മുകളിൽനിന്നും ഉണ്ടായില്ല. ഡിവിഷണൽ മാനേജരുടെ തലത്തിൽ സാമ്പത്തികം കണ്ടെത്താനും നയപരമായ തീരുമാനങ്ങൾ എടുക്കാനും കഴിയുകയുമില്ല. അങ്ങനെ കാപ്പിത്തോട്ടങ്ങളിലെ തൊഴിൽ അന്തരീക്ഷം നാൾക്കുനാൾ വഷളായിക്കൊണ്ടിരുന്നു.

ഒരു ദിവസം പാമ്പ്ര എസ്റ്റേറ്റിൽ പരിശോധനകൾക്കായി പോയ എന്നെ നൂറോളം വരുന്ന ഒരുകൂട്ടം തൊഴിലാളികൾ തടഞ്ഞുവച്ചു. അവരെ കാര്യങ്ങൾ പറഞ്ഞ് മനസ്സിലാക്കാൻ ശ്രമിക്കുന്നതിനിടെ ഞാൻ ഒരു തൊഴിലാളിയോട് കയർത്ത് സംസാരിച്ചതാണ് പ്രശ്നങ്ങളുടെ തുടക്കം. പൊട്ടിത്തെറിക്കാൻ ഒരു കാരണം നോക്കി ഇരിക്കുകയായിരുന്നു അവർ. ജനക്കൂട്ട മനശ്ശാസ്ത്രം മനസ്സിലാക്കുന്നതിൽ എനിക്കും പിഴവ് പറ്റി. എന്റെ പക്വതക്കുറവും ഒരു കാരണമായിരുന്നു. താഴെ റാങ്കുകളിൽനിന്നും കയറി വരുന്ന മിക്കവാറും ഓഫീസർമാർക്ക് ഈ അബദ്ധം പറ്റാറുണ്ട്. പഴയ അടിപിടിക്കാലം മനസ്സിൽനിന്നും പൂർണ്ണമായും വിട്ടൊഴിഞ്ഞിട്ടുണ്ടാകില്ല. ചിലപ്പോഴൊക്കെ അറിയാതെ അത് പുറത്തു ചാടും. തീരെ സംയമനം ഇല്ലാതെ പ്രതികരിക്കും. അതാണ് ഉണ്ടായത്. ജനക്കൂട്ടം പ്രകോപിതരാവുകയും അക്രമസ്വഭാവം കാണിക്കാൻ തുടങ്ങുകയും ചെയ്തു. “വയ്ക്കടാ തീ” എന്ന് ഒരുത്തൻ വിളിച്ച് പറഞ്ഞതും ഒരാൾ ജീപ്പിനടുത്തേക്ക് തീപ്പെട്ടിയുമായി പാഞ്ഞെത്തി. ഞാനും എന്റെ ഡ്രൈവറും എസ്റ്റേറ്റ് മാനേജരും മാത്രമുള്ള ഞങ്ങളുടെ സംഘത്തിന് ഒന്നും ചെയ്യാൻ കഴിയില്ല. നേതാവ് അല്പം വിവേകം കാട്ടിയതുകൊണ്ട് ആ തീവെപ്പ് ശ്രമം ഒഴിവായി. തീപ്പെട്ടിയുമായി ഓടിവന്ന ആളെ നേതാവ് പിടിച്ചുമാറ്റി. പൊതുവേ അക്രമ സ്വഭാവവും ഉള്ളവരാണ് അവിടുത്തെ തൊഴിലാളികൾ. അവർക്ക് അങ്ങനെയുള്ള പൂർവകാല ചരിത്രം ഉണ്ട്. പുരുഷന്മാരും സ്ത്രീകളും അടങ്ങുന്ന ആ സംഘം ഒറ്റമുറി ഓഫീസിന്റെ വരാന്തയിൽ ഞങ്ങളെ ബന്ധികളാക്കി.

തൊഴിലാളിയെ മർദ്ദിച്ചതിന് സമാധാനം പറയണം, ശമ്പളക്കുടിശ്ശികകളുടെ കാര്യത്തിൽ ഉറപ്പു നൽകണം, ഇതാണ് ആവശ്യം. മുദ്രാവാക്യം വിളികളുടെ ശബ്ദം കൂടി. അതിന്റ സ്വഭാവവും മാറിത്തുടങ്ങി. ഒരുപക്ഷേ എന്നെ കായികമായി ഉപദ്രവിച്ചേക്കുമോ എന്ന് പോലും ഭയന്നു. ഏക്കറുകളോളം പരന്നു കിടക്കുന്ന തോട്ടമാണ്. ഒറ്റപ്പെട്ട സ്ഥലം. രാവിലെ 11 മണിക്ക് അവിടെ ചെന്നതാണ് ഞാൻ. സമയം ഉച്ചകഴിഞ്ഞ് മൂന്ന് മണിയായി. കാര്യങ്ങൾ പുറംലോകത്തെ അറിയിക്കാൻ മാർഗ്ഗങ്ങൾ ഇല്ല. പോക്കറ്റിൽ സൂക്ഷിക്കാറുള്ള ചെറിയ നോട്ട്പാഡിൽ നിന്നും ഒരേട് വലിച്ചുകീറി കേണിച്ചിറ പൊലീസ് സ്റ്റേഷനിലേക്ക് ഒരു കുറിപ്പെഴുതി സെക്യൂരിറ്റിയെ ഏൽപ്പിച്ചു. (പണ്ട് നക്സൽ പ്രവർത്തനങ്ങൾക്ക് കുപ്രസിദ്ധി നേടിയ കേണിച്ചിറ പൊലീസ് സ്റ്റേഷനിന്റെ പരിധിയിലാണ് എസ്റ്റേറ്റ്.) അയാൾ ഏഴു കിലോമീറ്റർ നടന്ന് ആ കുറിപ്പ് സ്റ്റേഷനിൽ എത്തിച്ചു. സബ് ഇൻസ്പെക്ടറും ഒരു വാൻ പോലീസും സ്ഥലത്തെത്തുമ്പോഴേക്കും

ഞങ്ങൾ തടവിലായിട്ട് ആറു മണിക്കൂറിലേറെയായിരുന്നു. വലിയ പൊലീസ് സന്നാഹം ഉണ്ടായിരുന്നുവെങ്കിലും ഒരു ബലപ്രയോഗത്തിന് അവർ മുതിർന്നില്ല. ആദിവാസി മേഖലയാണ്. ബലം പ്രയോഗിച്ചാൽ കാര്യങ്ങൾ സങ്കീർണ്ണമാകും എന്ന് ആ ഇൻസ്പെക്ടർക്കു അറിയാമായിരുന്നു. നയപരമായ സംസാരംകൊണ്ട് അരമണിക്കൂറിനകം ഞങ്ങളെ മോചിപ്പിക്കാൻ അദ്ദേഹത്തിന് കഴിഞ്ഞു. ഞങ്ങളെ സുരക്ഷിതരായി പുറത്തെത്തിച്ചിട്ടാണ് പൊലീസ് പോയത്. കെഎഫ്ഡിസിയിലെ കൂടുതൽ മുതിർന്ന ഉദ്യോഗസ്ഥർ സ്ഥലത്ത് വന്ന് അവരുമായി സംസാരിക്കുമെന്നും അവരുടെ പ്രശ്നങ്ങളിൽ താമസിയാതെ പരിഹാരം ഉണ്ടാകും എന്നും സബ് ഇൻസ്പെക്ടർ കൊടുത്ത ഉറപ്പിലാണ് തൊഴിലാളികൾ ഉപരോധം അവസാനിപ്പിച്ചത്. ആരോടും ആലോചിച്ചിട്ടല്ല ആ ഇൻസ്പെക്ടർ അങ്ങനെ ഉറപ്പു കൊടുത്തത്. അത് അവരുടെ ഒരു രീതിയാണ്. തടഞ്ഞുവെയ്ക്കപ്പെട്ട ആളുകളെ എങ്ങനെയും മോചിപ്പിക്കുക, അത്രയേ ഉള്ളൂ.

ആറു മണിക്കൂറിലേറെ ഭക്ഷണമോ വെള്ളമോ പോലും കഴിക്കാതെ അക്രമാസക്തമായ ഒരു ജനക്കൂട്ടത്തിന്റെ നടുവിൽ ഭയത്തോടെ കഴിയേണ്ടി വന്നതിലും അധികം എന്നെ വേദനിപ്പിച്ചത് ഹെഡ് ഓഫീസിൽ നിന്നുള്ള പ്രതികരണമാണ്. തടവിൽനിന്ന് രക്ഷപ്പെട്ടു പുറത്തെത്തിയ ഞാൻ ആദ്യം കണ്ട ടെലിഫോൺ ബൂത്തിൽ നിന്നും എംഡിയെ വിളിച്ചു. എനിക്കുണ്ടായ അനുഭവങ്ങൾ വിവരിച്ചു. തൊഴിലാളികൾക്ക് കൊടുത്ത ഒത്തുതീർപ്പ് വ്യവസ്ഥയെപ്പറ്റി പറഞ്ഞു. പക്ഷേ നിരാശാജനകവും വേദനിപ്പിക്കുന്നതും ആയിരുന്നു അദ്ദേഹത്തിന്റെ പ്രതികരണം. എനിക്കുണ്ടായ മോശം അനുഭവത്തിൽ അനുഭാവം പ്രകടിപ്പിക്കാൻ പോലും മനസ്സ് കാണിച്ചില്ല. അദ്ദേഹം പറഞ്ഞത് ഇങ്ങനെയാണ്. “എനിക്കോ ജനറൽ മാനേജർക്കോ അവിടെ വരാൻ കഴിയില്ല. നിങ്ങൾ തന്നെ അവിടുത്തെ പ്രശ്നങ്ങൾ കൈകാര്യം ചെയ്താൽ മതി.”

പല കുറി ഞാൻ സൂചിപ്പിച്ചതുപോലെ എന്നോടുള്ള അനിഷ്ടമാണ് അദ്ദേഹത്തിന്റെ മനസ്സിൽ. ഉന്നത സ്ഥാനങ്ങളിൽ ഇരിക്കുന്നവർ വ്യക്തിപരമായ അനിഷ്ടങ്ങളുടെ പേരിൽ, പകപോക്കൽ പോലെ യാഥാർത്ഥ്യങ്ങളോട് മുഖം തിരിഞ്ഞു നിൽക്കുന്നത് ആ സ്ഥാപനത്തെ തന്നെ നശിപ്പിക്കും. രണ്ടു കാരണങ്ങൾ കൊണ്ടാണ് ഞാൻ അദ്ദേഹത്തിന് അനഭിമതനായത്. ഒന്ന്, നിയമങ്ങളും ചട്ടങ്ങളും പാലിക്കാതെ എസ്റ്റേറ്റുകൾ നടത്തിക്കൊണ്ടു പോകാൻ കഴിയില്ല എന്ന് വാശി പിടിച്ചത്. രണ്ട്, വനം വകുപ്പിൽനിന്നും എസ്റ്റേറ്റുകൾ ഏറ്റെടുക്കും മുമ്പ് എന്തുകൊണ്ടാണ് അവർ വരുത്തിവെച്ച

കുടിശ്ശികകളെപ്പറ്റി വ്യക്തത വരുത്താതിരുന്നത് എന്ന് ചോദിച്ചത്. പ്രശ്നങ്ങൾക്ക് പരിഹാരം തേടുകയും അതിനു വേണ്ട ക്രിയാത്മ കമായ ഇടപെടലുകൾ നടത്തുകയും ചെയ്യുന്നതിന് പകരം, എന്നെ കൂടുതൽ കൂടുതൽ സമ്മർദ്ദത്തിൽ ആക്കാനാണ് അദ്ദേഹം ഉത്സാഹം കാണിച്ചത്. പല വകുപ്പുകളിൽനിന്നും പുതിയ പുതിയ കുടിശ്ശിക നോട്ടീസുകൾ വരാൻ തുടങ്ങിയപ്പോഴാണ് കുടിശ്ശികക ളെ പറ്റി ഞാൻ അങ്ങനെ ചോദിച്ചത്. തോട്ടങ്ങൾ KFDCക്ക് കൈ മാറും മുമ്പ് വനം വകുപ്പ് വരുത്തിവെച്ച ഭീമമായ കുടിശ്ശികകളാണവ. അനേക വർഷത്തെ പ്ലാന്റേഷൻ ടാക്സ് 12 ലക്ഷം, ലേബർ വെൽ ഫെയർ ഫണ്ട് അഞ്ച് ലക്ഷം, പ്രൊവിഡന്റ് ഫണ്ട് 56 ലക്ഷം അങ്ങനെ തുരുതുരാ നോട്ടീസുകൾ കിട്ടാൻ തുടങ്ങിയിരുന്നു. PF കുടിശ്ശിക അടയ്ക്കാത്തതിനു എന്നെ പ്രോസിക്യൂട്ട് ചെയ്യും എന്നുള്ള നോട്ടീസും കിട്ടി. കുടിശ്ശികകൾ കുമിഞ്ഞുകൂടിയപ്പോൾ വയനാട് ഡിവിഷന്റെ മാത്രമല്ല കെഎഫ്ഡിസിയുടെ തന്നെ മൊത്തം അക്കൗണ്ടുകളും മരവിപ്പിക്കുന്ന അവസ്ഥയിൽ വരെ കാര്യങ്ങ ളെത്തി. കാപ്പികൃഷിയുടെ സാമ്പത്തിക സാധ്യതകളെ പറ്റിയോ (Financial feasibiltiy) എസ്റ്റേറ്റിൽ നിലനിന്നിരുന്ന രൂക്ഷമായ തൊഴിൽ തർക്കങ്ങളെപ്പറ്റിയോ, ഭീമമായ പലവിധ കുടിശ്ശികകളെ പ്പറ്റിയോ യാതൊരു പഠനവും നടത്താൻ മെനക്കെടാതെ അത്രയും വലിയ മൂന്ന് കാപ്പിത്തോട്ടങ്ങളും നാനൂറോളം തൊഴിലാളികളെയും ഏറ്റെടുത്ത നടപടി ഒരു പരാജയമായിരുന്നു എന്ന് അധികം താമസി യാതെ ബോധ്യമായി.

വാസ്തവത്തിൽ കെഎഫ്ഡിസി കബളിപ്പിക്കപ്പെട്ടതാണോ അതോ ആരെങ്കിലുമൊക്കെ അറിഞ്ഞുകൊണ്ട് തല വെച്ചു കൊടുത്ത താണോ എന്നും അറിയില്ല. ക്രമേണ തൊഴിലാളികൾക്കുള്ള വേത നവും മുടങ്ങാൻ തുടങ്ങി. തുടർന്ന് സമരങ്ങളുടെ ഒരു വേലിയേറ്റം തന്നെ ഉണ്ടായി. ജില്ലാ ലേബർ ഓഫീസറുടെ സാന്നിധ്യത്തിൽ പലവട്ടം അനുരഞ്ജന ചർച്ചകൾ നടന്നു. കാപ്പിയുടെ വിലത്തകർ ച്ചയും മറ്റു സാഹചര്യങ്ങളും ബോധ്യപ്പെട്ട തൊഴിലാളികൾ വർഷ ത്തിൽ 100 പണിയെങ്കിലും ലഭിച്ചാൽ സഹകരിക്കാം എന്ന് ഒടുവിൽ സമ്മതിച്ചു. അതായത് ആഴ്ചയിൽ രണ്ടു ദിവസത്തെ പണി കൊടു ത്താൽ മതി. എന്നാൽ അതിനോടുപോലും നിഷേധാത്മകമായ നിലപാടാണ് മാനേജ്മെന്റ് സ്വീകരിച്ചത്. ക്ഷമ നശിച്ച തൊഴിലാളി കൾ തോട്ടങ്ങൾ കയ്യേറി സ്വന്തമാക്കി. വയനാട്ടിലെ പ്രത്യേക രാഷ്ട്രീയ സാമൂഹിക കാരണങ്ങളാൽ സർക്കാരിന് ഒന്നും ചെയ്യാൻ കഴിഞ്ഞില്ല. ഒന്നോ രണ്ടോ വട്ടം പേരിന് ഒഴിപ്പിക്കൽ നടന്നു വെങ്കിലും ഒടുവിൽ മൂന്ന് കാപ്പിത്തോട്ടങ്ങളും എന്നെന്നേക്കുമായി കയ്യൊഴിയേണ്ടി വന്നു. മറ്റാരോ ഉണ്ടാക്കിവച്ച കുറേ കുടിശ്ശികകൾ

അടച്ചുതീർത്ത് ഒരുപാട് പണം നഷ്ടപ്പെട്ടതല്ലാതെ കെഎഫ്ഡിസിക്ക് യാതൊരു പ്രയോജനവും ലഭിക്കാതെപോയ ഒരു സാഹസമായിരുന്നു കാപ്പിത്തോട്ടങ്ങളുടെ ഏറ്റെടുക്കൽ. വേണ്ടത്ര ഗൃഹപാഠം ചെയ്യാതെ, ആലോചനയില്ലാതെ എടുത്തുചാടിയതിന് ബലിയാടുകളാകേണ്ടി വന്നത് എന്നെപ്പോലെയുള്ള കുറച്ച് ഉദ്യോഗസ്ഥരാണ്.

തോട്ടങ്ങൾ KFDCക്ക് കൈമാറിക്കൊണ്ട് സർക്കാർ ഇറക്കിയ ഉത്തരവിൽ ഏഴോ എട്ടോ നിബന്ധനകളേ ഉള്ളൂ. പുതിയ വാഹനങ്ങൾ വാങ്ങരുത്, അധികമായി ഉദ്യോഗസ്ഥരെ പുതുതായി നിയമിക്കരുത്, തോട്ടത്തിലെ മരങ്ങളുടെ സംരക്ഷണ ചുമതല KFDCക്കായിരിക്കും, അങ്ങനെ ചിലത്. ഇതിനിടയിൽ ഏറ്റവും പ്രധാനമായ ഒന്നുണ്ടായിരുന്നു. അതായത്, 'KFDC is liable to settle all arising dues'. അതായത് കുടിശ്ശികകൾ എല്ലാംതന്നെ അടച്ചു തീർക്കേണ്ടത് KFDCയുടെ ബാധ്യതയായിരിക്കും എന്ന്. എന്നാൽ തോട്ടങ്ങൾ ഏറ്റെടുക്കുംമുമ്പ് ഏതൊക്കെ ഇനങ്ങളിൽ എത്രയൊക്കെയാണ് കുടിശ്ശികകൾ എന്ന് ആരും സർക്കാരിനോട് ചോദിച്ച് വ്യക്തത വരുത്തിയില്ല. കമ്പനിയുടെ ഡയറക്ടർ ബോർഡോ, മാനേജിങ് ഡയറക്ടറോ അതിപ്രധാനമായ ഈ നിബന്ധന ഒന്നുകിൽ ശ്രദ്ധിച്ചില്ല, അല്ലെങ്കിൽ കണ്ടില്ല എന്ന് നടിച്ചു. ഏറ്റെടുക്കുംമുമ്പ് കുടിശ്ശികയുടെ കാര്യത്തിൽ വ്യക്തത വരുത്തിയിരുന്നെങ്കിൽ രണ്ട് ഗുണങ്ങൾ ഉണ്ടായേനേ. ഒന്നാമതായി അതിൽ പറയാത്ത കുടിശ്ശികകൾ വന്നാൽ അത് പഴയ ഉടമസ്ഥരായ വനം വകുപ്പിന്റെ തലയിൽ ഇടാം. ആ കാശ് സർക്കാരിനോട് ചോദിക്കാം. രണ്ടാമതായി, കുടിശ്ശിക തുകകൾ നേരത്തേ ക്ലിപ്തപ്പെടുത്താൻ കഴിഞ്ഞിരുന്നെങ്കിൽ മെച്ചപ്പെട്ട സാമ്പത്തിക മാനേജ്മെന്റിന് അത് സഹായമായേനേ. പക്ഷേ ഒന്നും ഉണ്ടായില്ല. ഇത് ചോദിച്ചതാണ് ഞാൻ അനഭിമതനാവാൻ മറ്റൊരു കാരണം. പിന്നെ വനം വകുപ്പിന്റെ കുത്തഴിഞ്ഞ രീതി തുടരാൻ കഴിയില്ല എന്ന് വാശി പിടിച്ചതും.

പ്രതികാരത്തിനു മുന്നിൽ പ്രതിരോധമില്ലാതെ

എന്നോടുള്ള അനിഷ്ടം തീർക്കാൻ കിട്ടുന്ന എല്ലാ അവസരവും എന്റെ മേലാപ്പീസർ ഉപയോഗപ്പെടുത്തി. പിന്നീട് അങ്ങോട്ട് കുറേ കാലം പക തീർക്കലായിരുന്നു. പ്രത്യേകിച്ച് ഒരു പ്രയോജനവും ഇല്ലാത്ത അധികപ്പണികൾ തരാൻ തുടങ്ങി. തേയില തോട്ടത്തിൽ വാനില കൃഷി തുടങ്ങണം എന്നാവശ്യപ്പെട്ടായിരുന്നു തുടക്കം. തോട്ടം ഒരുവിധം പരിപാലിച്ചു കൊണ്ട് നടക്കാൻ പോലും തൊഴിലാളികൾ തികയാതിരിക്കുമ്പോഴാണ് പുതിയ ഈ ആവശ്യം. സൂക്ഷ്മമായ നിരീക്ഷണവും സംരക്ഷണവും ജലസേചനവും ആവശ്യപ്പെടുന്ന ഒന്നാണ് വാനില കൃഷി. കൃത്രിമ പരാഗണം നടത്തണം. അതിന് തൊഴിലാളികൾക്ക് പ്രത്യേക പരിശീലനം നൽകണം. അത്രയ്ക്ക് സങ്കീർണ്ണവും മനുഷ്യപ്രയത്നം ആവശ്യമുള്ളതും ആണ് വാനിലയുടെ കൃഷിരീതികൾ. എസ്റ്റേറ്റിലെ അപ്പോഴത്തെ ചുറ്റുപാടിൽ വാനില കൃഷിക്ക് സാധ്യതയില്ല എന്നൊരു റിപ്പോർട്ട് കൊടുത്ത് ഞാൻ മിണ്ടാതിരുന്നു. കേരളത്തിൽ പലയിടത്തും കെഎഫ്ഡിസിയിൽ തന്നെ നെല്ലിയാമ്പതിയിലും ഗവിയിലും തുടങ്ങിയ വാനില കൃഷി സമ്പൂർണ്ണ പരാജയമായിരുന്നു. ഏതായാലും ആ ഉത്തരവ് അനുസരിക്കാതിരുന്നതിന് എന്റെ പേരിൽ നടപടികൾ ഒന്നും ഉണ്ടായില്ല.

മുന്നൂറിനടുത്ത് തൊഴിലാളികളാണ് ചായ തോട്ടത്തിൽ ഉണ്ടായിരുന്നത് എന്ന് പറഞ്ഞല്ലോ. സാധാരണയായി അഞ്ചോ ആറോ ഇനം പരിപാലന ജോലികളാണ് ഒരു എസ്റ്റേറ്റിൽ ഉണ്ടാവുക. കൊളുന്ത് നുള്ളൽ, കളയെടുക്കൽ, വളംചേർക്കൽ, മരുന്ന് തെളിക്കൽ, തോട്ടത്തിനകത്തെ റോഡുകളുടെ അറ്റകുറ്റപണികൾ അങ്ങനെയൊക്കെ. ഓരോ ദിവസവും ഓരോ പണികൾക്കും നിയോഗിക്കപ്പെടുന്ന തൊഴിലാളികളുടെ എണ്ണം കൃത്യമായി രേഖപ്പെടുത്തി

വെക്കും. ഓരോ മാസവും എസ്റ്റേറ്റ് മാനേജർ സമർപ്പിക്കുന്ന റിപ്പോർട്ടിൽ ഇതിന്റെ വിശദാംശങ്ങൾ ഉണ്ടാകും. അതായത് ഓരോ ഇനം ജോലികൾക്കും വിനിയോഗിച്ച തൊഴിലാളികളുടെ എണ്ണം പറഞ്ഞിട്ടുണ്ടാകും. ഡിവിഷണൽ ഓഫീസിൽ നിന്നും ഹെഡ് ഓഫീസിലേക്ക് സമർപ്പിക്കുന്ന പ്രതിമാസ റിപ്പോർട്ടിൽ ഇതും കൂടെ ഉൾപ്പെടുത്തിയിട്ടുണ്ടാകും. ഏതൊക്കെ ജോലികൾക്കായി എത്ര യൊക്കെ തൊഴിൽ ദിനങ്ങളാണ് വിനിയോഗിക്കപ്പെട്ടത് എന്ന കണക്ക് കാര്യക്ഷമമായ മാനേജ്മെന്റിന് ആവശ്യമാണ്. എവിടെ യൊക്കെയാണ് ചെലവുകൾ നിയന്ത്രിക്കേണ്ടത് എന്നു പാഴ്ചില വുകൾ ഉണ്ടാകുന്നുണ്ടോ എന്ന് അറിയാനും ഈ വിവരങ്ങൾ സഹാ യിക്കും. ഈ പതിവ് തുടരുന്നതിനിടയിലാണ് പുതിയ ഒരു ഉത്ത രവ് വരുന്നത്. അതായത് മേൽപ്പറഞ്ഞ വിവരങ്ങൾ മാസംതോറും എന്നതിന് പകരം ആഴ്ചതോറും സമർപ്പിക്കണം. എസ്റ്റേറ്റ് മാനേ ജർ ശ്രീ. രാജന് ഞാൻ ആ ഉത്തരവ് കൈമാറി. ഇങ്ങനെ റിപ്പോർ ട്ടുകൾ ഉണ്ടാക്കി ഇരിക്കാൻ മാത്രം സ്റ്റാഫ് എസ്റ്റേറ്റ് ഓഫീസിൽ ഇല്ല എന്ന് എനിക്ക് അറിയാം. കാഴ്ചക്കാർക്ക് വളരെ മനോഹര മായി തോന്നും തേയിലത്തോട്ടങ്ങളെങ്കിലും ആവശ്യത്തിൽ കൂടു തൽ ജോലിയുള്ള ഒന്നാണ് തേയില എസ്റ്റേറ്റിലെ മാനേജരുടെ പണി.

മുകളിൽ നിന്നും ഉള്ള ഉത്തരവല്ലേ പാലിച്ചല്ലേ പറ്റൂ. രാജൻ അങ്ങനെ ആഴ്ച തോറും റിപ്പോർട്ട് തരാനും ഞാനത് മേലാപ്പീ സിലേക്ക് അയച്ചുകൊണ്ടും ഇരുന്നു. താമസിയാതെ അടുത്ത ആവശ്യം വന്നു. റിപ്പോർട്ട് ആ വിധത്തിൽ പോരാ, തൊഴിലാളി കളുടെ പേരുകൾ പ്രത്യേകം, പ്രത്യേകം എഴുതി ഓരോരുത്തരും ഓരോ ദിവസവും ഏതൊക്കെ പണികൾക്കാണ് നിയോഗിക്കപ്പെട്ടത് എന്ന് പ്രതിദിന റിപ്പോർട്ട് ആക്കി അയയ്ക്കണമെന്നാണ് ആവശ്യം. അതായത് ശിങ്കാരവേലു ആ ദിവസം എന്ത് ചെയ്തു, കാളിമുത്തു എന്തു പണിയാണ് ചെയ്തത്, സെൽവിയെ എന്തു പണിക്ക് വിട്ടു, മുത്തുസ്വാമിയെ എന്ത് പണിയാണ് ഏൽപ്പിച്ചത്, വള്ളിയമ്മയ്ക്ക് എന്തായിരുന്നു പണി അങ്ങനെ ഓരോ ദിവസവും ഹാജർ ഉള്ള മുന്നൂറിൽ പരം തൊഴിലാളികളുടെ പേരുൾപ്പെടെയുള്ള വിവരങ്ങൾ ഉൾക്കൊള്ളുന്ന പ്രതിദിന റിപ്പോർട്ടാണ് വേണ്ടത്. ഓരോ തൊഴി ലാളിയുടെയും പേരെഴുതി അങ്ങനെ പറയണം എന്ന ആവശ്യം ഏതായാലും നല്ല ഉദ്ദേശ്യത്തോടെ അല്ല. എന്നെ പരമാവധി സമ്മർദ്ദ ത്തിലാക്കുക അത്രയേ ഉള്ളൂ.

വിചിത്രമായ, അശ്ലീലം എന്നുതന്നെ പറയാവുന്ന ഈ പുതിയ കൽപ്പന അനുസരിക്കാൻ എന്തായാലും ഞാൻ തയ്യാറായില്ല. എന്തും

വരട്ടെ എന്ന മാനസികാവസ്ഥയിൽ എത്തിക്കഴിഞ്ഞിരുന്നു ഞാൻ. ക്ഷമയുടെ നെല്ലിപ്പടിയിൽ നിന്നിരുന്ന ഞാൻ ഏതു ആഴങ്ങളിലേക്കും വീഴാൻ തയ്യാറായിക്കഴിഞ്ഞിരുന്നു. പുതിയ ഉത്തരവ് എസ്റ്റേറ്റ് മാനേജർ രാജനെ ഞാൻ അറിയിച്ചതുപോലും ഇല്ല. അത്രയും അപ്രായോഗികമായ ഒന്ന് കൈമാറി അദ്ദേഹത്തേക്കൂടി സമ്മർദ്ദത്തിലാക്കണ്ട എന്നുവെച്ചു. മാത്രമല്ല, ഇതിന്റെ പേരിൽ അച്ചടക്ക നടപടികൾ ഉണ്ടായാൽ ഞാൻ മാത്രം അനുഭവിച്ചാൽ മതിയല്ലോ. വെറുതെ അയാളെക്കൂടി വലിച്ചിടണ്ടല്ലോ. അങ്ങനെ ഒരു ഉത്തരവ് നടപ്പിലാക്കാൻ കഴിയില്ല എന്നുതന്നെ തിരിച്ചെഴുതി. എസ്റ്റേറ്റ് ഓഫീസിലെയും ഡിവിഷനിലെയും ജോലിഭാരവും സ്റ്റാഫിന്റെ അപര്യാപ്തതയും വിവരിച്ചു കൊണ്ടുള്ള ആ നീണ്ട കത്തിനൊപ്പം, ആ കവറിൽ മറ്റൊന്ന് കൂടി വെച്ചു. നൂറു ദിവസത്തെ ആർജ്ജിത അവധിക്കുള്ള എന്റെ അപേക്ഷ.

കാപ്പിയും ചായയും കൂടി എന്നെ അത്രത്തോളം സമ്മർദ്ദത്തിലാക്കിയിരുന്നു. പ്രശ്നങ്ങൾ പരിഹരിക്കാൻ ഞാൻ നടത്തിയ ശ്രമങ്ങൾക്കൊന്നും യാതൊരു പിന്തുണയും മുകളിൽനിന്നും കിട്ടിയില്ല. മുകളിൽനിന്നും താഴെനിന്നും ഉള്ള സമ്മർദ്ദത്തിന്റെ നടുവിൽ പെട്ട് ഞാൻ വല്ലാതെ ഞെരുങ്ങി. മനസ്സിനും ശരീരത്തിനും അല്പം വിശ്രമം കിട്ടിയില്ലെങ്കിൽ എന്റെ കുടുംബം അനാഥമായി പോകുമെന്ന് ഞാൻ ഭയന്നു. അതുകൊണ്ടാണ് നീണ്ട അവധിക്ക് അപേക്ഷിച്ചത്. ദീർഘമായ അവധി ആയതുകൊണ്ട് എന്നേക്കാൾ കാര്യശേഷിയും ഭരണനൈപുണ്യവും ഉള്ള മറ്റൊരു ഡിവിഷണൽ മാനേജരെ കണ്ടെത്തി പകരം നിയമിക്കാനുള്ള അവസരവും മാനേജ്മെന്റിനുണ്ട്. എന്നാൽ എന്റെ അപേക്ഷ അനുവദിക്കാതെ കുറേ ദിവസം പിടിച്ചുവച്ചു. പകരം ആളെ കിട്ടാനില്ലെന്നും പുതിയ ഒരാൾക്ക് ഇവിടുത്തെ പ്രത്യേക സാഹചര്യം കൈകാര്യം ചെയ്യാൻ പ്രയാസമാണെന്നും പറഞ്ഞു തീരുമാനം നീട്ടിക്കൊണ്ടുപോയി.

ഒടുവിൽ നിരന്തരമായ എന്റെ സമ്മർദ്ദത്തിനു വഴങ്ങി നൂറു ദിവസത്തെ അവധി അനുവദിച്ചു കിട്ടി. 2002 ഫെബ്രുവരി മാസം എട്ടാം തീയതി ഞാൻ നൂറു ദിവസത്തെ നീണ്ട അവധിയിൽ പ്രവേശിച്ചു. വലിയ ആശ്വാസത്തോടെ ആ ഓഫീസിന്റെ പടികൾ ഇറങ്ങി. കഴിയുമെങ്കിൽ അപ്പോഴത്തെ മേലാളൻ മാറിപ്പോകുന്നതുവരെയെങ്കിലും ആ പടികൾ തിരിച്ചു കയറാൻ ഇടവരുത്തരുതേ എന്ന പ്രാർത്ഥനയോടെ. കലുഷിതമായ തൊഴിൽ അന്തരീക്ഷത്തേക്കാൾ കൂടുതൽ എന്നെ സമ്മർദ്ദത്തിലാക്കിയതും നിരാശനാക്കിയതും മുകളിൽ നിന്നുള്ള സഹകരണമില്ലായ്മയും ഒരുതരം പക

പോക്കൽ നിലപാടുകളും ആണ്. ഏത് രംഗത്തായാലും ഒത്തു പോകാൻ കഴിയുന്ന മേലധികാരികളെ കിട്ടുക എന്നത് ഏറ്റവും വലിയ ഭാഗ്യമാണ്. ആശയപരമായ വിയോജിപ്പുകളും ഏറ്റുമുട്ട ലുകളും ഒരു പരിധിവരെ നല്ലതാണ്. അതേസമയം വ്യക്തി താൽപര്യങ്ങൾ തമ്മിലുള്ള പൊരുത്തക്കേടുകൾ വലിയ പ്രശ്ന മാണ്.

നീണ്ട 35 വർഷത്തെ സേവന കാലത്തിനിടയിൽ മലയാളികളും അല്ലാത്തവരുമായ അനേകം മേലധികാരികളോടൊപ്പം എനിക്ക് ജോലി ചെയ്യേണ്ടി വന്നിട്ടുണ്ട്. ഒരാളോട് പോലും യോജിച്ചു പോകാൻ ബുദ്ധിമുട്ടുണ്ടായിട്ടില്ല. ഒരാൾക്കും ഞാൻ അപ്രിയനാ യിരുന്നില്ല. മുഖംമൂടി അണിയാനും ആത്മാഭിമാനം അടിയറവെച്ച് പാദസേവ നടത്താനും എനിക്ക് കഴിയുമായിരുന്നില്ല. മേലധികാ രികൾ താല്പര്യപ്പെട്ടാൽ പോലും തെറ്റായ വഴികളിലൂടെ സഞ്ച രിക്കാൻ ഞാൻ ഒരുക്കമായിരുന്നില്ല. മറ്റെല്ലാ ഓഫീസർമാർക്കും എന്റെ വ്യക്തിത്വത്തോട് ബഹുമാനം കലർന്ന ഇഷ്ടമായിരുന്നു. പക്ഷേ നിർഭാഗ്യവശാൽ ഇവിടെ എന്റെയും മേലധികാരിയുടെയും സ്വഭാവ വിശേഷങ്ങളും വ്യക്തിതാൽപര്യങ്ങളും തമ്മിൽ പൊരു ത്തപ്പെടാതെ പോയി. കുടുംബം പോറ്റാൻ ജോലിയല്ലാതെ മറ്റു വരുമാന മാർഗ്ഗങ്ങൾ ഒന്നും ഇല്ലാത്തവർ ഇങ്ങനെയുള്ള മേലധി കാരികളെയും കുറച്ചു കാലമെങ്കിലും സഹിക്കേണ്ടി വരും. എന്തിനും ഏതിനും അച്ചടക്കത്തിന്റ വാളെടുക്കാൻ ധാരാളം സാധ്യതകൾ ഉള്ള യൂണിഫോം സർവീസുകളിലാണെങ്കിൽ പ്രത്യേകിച്ചും. വ്യക്തിത്വം പണയം വെക്കാൻ തയ്യാറാകാത്തവരൊക്കെ കുറച്ചു കാലമെങ്കിലും ചില മേലധികാരികളെക്കൊണ്ട് പൊറുതിമുട്ടിയിട്ടു ണ്ടാകും.

നീണ്ട ലീവ് അനുവദിച്ചു കിട്ടിയെങ്കിലും വീട്ടിൽ വന്നിട്ട് പ്രത്യേ കിച്ചൊന്നും ചെയ്യാനില്ല. മനസ്സിന് അൽപം സ്വസ്ഥതയും ശരീര ത്തിന് വിശ്രമവും വേണം. അത്രയേ ഉള്ളൂ. ജോലി സംബന്ധമായ പ്രശ്നങ്ങൾ ഭാര്യയുമായി സാധാരണ ചർച്ച ചെയ്യാറില്ല. ഒരു സർ ക്കാർ ഉദ്യോഗസ്ഥന്റെ മകളാണെങ്കിലും ഔദ്യോഗിക രംഗത്തെ സങ്കീർണ്ണതകളൊന്നും മനസ്സിലാക്കാൻ കഴിയാത്ത പാവം ഒരു വീട്ടമ്മയായിരുന്നു അവൾ. ഭർത്താവിനെ കുറേ ദിവസം വീട്ടിൽ കിട്ടിയതിന്റെ സന്തോഷമാണവൾക്ക്. അത്രയും കാലത്തെ വിവാഹ ജീവിതത്തിനിടയിൽ അപൂർവമായി വീണുകിട്ടിയ സന്തോഷകര മായ നാളുകളായിട്ടാണ് അവൾ കണ്ടത്. ദീർഘനാളായി ആഗ്രഹി ച്ചിരുന്ന ചില തീർത്ഥാടന യാത്രകളും വിനോദയാത്രകളും നട ത്താൻ കൂടി വീണുകിട്ടിയ അവസരം ഞങ്ങൾ ഉപയോഗിച്ചു. അച്ഛനെ

കുറേ കാലത്തേക്ക് കൂടെക്കിട്ടിയ സന്തോഷത്തിലായിരുന്നു കുട്ടികളും. താഴെ, വയലിലെ കുളത്തിൽ ചൂണ്ടയിട്ട് മീൻ പിടിക്കാനും തോട്ടിൽ കടലാസ് വഞ്ചി ഇറക്കി കളിക്കാനും ധാരാളം അവസരം കിട്ടി അവർക്ക്. വീടിനടുത്തുള്ള കല്ലഴിക്കുന്നിൽ, ഉയരത്തിൽ പറക്കാൻ കഴിയാത്ത, “did you do it,” എന്ന് കരയുന്ന ഇറ്റിറ്റാംകിളികളോട് കളി പറഞ്ഞിരിക്കുന്ന സായാഹ്നങ്ങൾ അവരെ സന്തോഷിപ്പിച്ചു.

കെ.എഫ്.ഡി.സിയോട് തൽക്കാലം വിട

ശരവേഗത്തിലാണ് ദിവസങ്ങൾ പാഞ്ഞു പോയത്. മനസ്സിൽ വീണ്ടും ആധി കയറിത്തുടങ്ങി. വയനാട്ടിലെ അതേ ഹോട്ട് സീറ്റിലേക്ക് തിരിച്ചു പോകേണ്ട ദിവസങ്ങൾ അടുത്ത് വരുന്നു. ഒരു ഡിവിഷണൽ മാനേജറെ താൽക്കാലിക ചാർജ് കൊടുത്ത് നിയമിച്ചതല്ലാതെ ആരെയും അങ്ങോട്ട് സ്ഥലം മാറ്റിയിട്ടില്ല. ലീവ് കഴിഞ്ഞു ചെല്ലുമ്പോൾ എന്നെ അവിടെ പുനഃപ്രതിഷ്ഠിക്കും എന്ന് എനിക്ക് ഉറപ്പുണ്ടായിരുന്നു. ദീർഘനാളത്തെ അവധിയെടുത്ത് അവിടെനിന്നും രക്ഷപ്പെടാം എന്നത് വെറും വ്യാമോഹം മാത്രമാണെന്ന് മനസ്സിലായി. ആ മേലധികാരിയാണെങ്കിൽ ഡെപ്യൂട്ടേഷൻ കാലാവധി കഴിഞ്ഞ് തിരിച്ചു പോയിട്ടുമില്ല. എന്നെ ഒരു ശത്രുവിനെ പോലെ കാണുന്ന അദ്ദേഹത്തിന്റെ കൂടെ ജോലി ചെയ്യുക എന്നതു തന്നെയാണ് എന്നെ ഭയപ്പെടുത്തുന്നത്. അങ്ങനെ മനംനൊന്ത് കഴിയുന്ന ദിവസങ്ങളൊന്നിൽ ഒരു പത്രപ്പരസ്യം ശ്രദ്ധയിൽപ്പെടുന്നു. നിലമ്പൂരിലുള്ള സർക്കാർ സ്ഥാപനമായ കേരള വുഡ് ഇൻഡസ്ട്രീസ് ലിമിറ്റഡ് (KESWIL) എന്ന കമ്പനിയിലേക്ക് റോ മെറ്റീരിയൽ മാനേജറായി (Raw Material Manager) ഡെപ്യൂട്ടേഷനിൽ ഒരാളെ വേണം. വനം വകുപ്പിലെ അസിസ്റ്റന്റ് കൺസർവേറ്റർ ഓഫ് ഫോറസ്റ്റ് (ACF) റാങ്കിൽ ഉള്ള ഉദ്യോഗസ്ഥനെയാണ് അവർക്ക് വേണ്ടത്. അതിന് തത്തുല്യമാണ് കെഎഫ്ഡിസിയിലെ എന്റെ പദവി. വയനാട് വിടാൻ വല്ലാതെ കൊതിച്ചിരുന്ന ഞാൻ അതിലേക്കു അപേക്ഷ അയച്ചു. കെഎഫ്ഡിസിയുടെ അനുമതിപത്രവും വാങ്ങി.

വുഡ് ഇൻഡസ്ട്രീസ് തിരുവനന്തപുരത്ത് വച്ച് നടത്തിയ ഇന്റർവ്യൂവിന് എനിക്ക് ക്ഷണം ലഭിച്ചു. ഹ്രസ്വമായ ഒരു കൂടിക്കാഴ്ചയായിരുന്നു അത്. ഒരാഴ്ചയ്ക്കുള്ളിൽ ഞാൻ തിരഞ്ഞെടുക്കപ്പെട്ടതായ അറിയിപ്പും കിട്ടി. അടിയന്തരമായി ജോലിയിൽ പ്രവേശിക്കേണ്ടതുണ്ടായിരുന്നതുകൊണ്ട് ബാക്കിയുള്ള കുറച്ചു ലീവ് റദ്ദ്

ചെയ്തിട്ട്, നിലമ്പൂരിലെ ഫാക്ടറിയിൽ റോ മെറ്റീരിയൽ മാനേജ റായി ചുമതലയേറ്റു. ഒരു വർഷത്തേക്കാണ് ഡെപ്യൂട്ടേഷൻ. പിന്നീട് കമ്പനിക്കും എനിക്കും താല്പര്യമുണ്ടെങ്കിൽ മാതൃസ്ഥാപനമായ കെഎഫ്ഡിസിയുടെ അനുമതിയോടെ വീണ്ടും ഒരു വർഷം കൂടി തുടരാം. അതിനു മുമ്പ് എനിക്കും എന്നേയും ഇഷ്ടമില്ലാത്ത സ്വന്തം ലാവണത്തിലെ ആ ദേഹം KFDCയിലെ കാലാവധി കഴിഞ്ഞ് തിരിച്ച് വനം വകുപ്പിലേക്ക് പോകും. അതായിരുന്നു എന്റെ കണക്കുകൂട്ടൽ.

കേരള സ്റ്റേറ്റ് വുഡ് ഇൻഡസ്ട്രീസ് ലിമിറ്റഡ്

KESWIL എന്ന പൊതുമേഖലാ സ്ഥാപനത്തെപ്പറ്റി പറയാം. തടി ഉപയോഗിച്ച് ഫർണിച്ചറുകളും മറ്റും നിർമ്മിക്കുന്ന പൊതുമേഖലയിലുള്ള ഒരു വ്യവസായ സ്ഥാപനമാണിത്. തേക്കുതടിയാണ് പ്രധാനമായും ഉപയോഗിക്കുന്നത്. മറ്റു സർക്കാർ സ്ഥാപനങ്ങൾക്കും, സ്വകാര്യ വ്യക്തികൾക്കും ഇവിടെനിന്നും ഫർണിച്ചറുകളും ജനാല, കട്ടിള തുടങ്ങിയവയും വാങ്ങാം. 1970 ഒക്ടോബർ മാസത്തിൽ അഞ്ചു കോടിയുടെ പ്രവർത്തന മൂലധനവുമായി (Paid up capital 1.70 Crore) കെഎഫ്ഡിസിയുടെ ഒരു സബ്സിഡിയറി കമ്പനി ആയിട്ടാണ് KESWIL പ്രവർത്തനമാരംഭിച്ചത്.

വിദേശനിർമ്മിതമായ ഓട്ടോമാറ്റിക് യന്ത്രങ്ങളും മറ്റുമായി വളരെ നല്ല രീതിയിൽ ആയിരുന്നു തുടക്കം. ലോകോത്തര നിലവാരമുള്ള പ്ലൈവുഡുകളും വെനീറകളും നിർമ്മിച്ച് പ്രശസ്തി നേടി. ജപ്പാനിൽ നിന്നും മറ്റ് വിദേശ രാജ്യങ്ങളിൽ നിന്നും കമ്പനിയുടെ ഉൽപ്പന്നങ്ങൾക്ക് ഓർഡറുകൾ കിട്ടിയിരുന്നു. ഇന്ത്യൻ റെയിൽവേ പോലെയുള്ള വൻകിട കേന്ദ്ര സർക്കാർ സ്ഥാപനങ്ങൾക്കും ഉൽപ്പന്നങ്ങൾ നിർമ്മിച്ചു കൊടുത്തിരുന്നു. നിലമ്പൂർ വഴിക്കടവ് റോഡിനോട് ചേർന്ന് ചാലിയാർ പുഴയുടെ തീരത്ത് മനോഹരമായ ഒന്നര ഏക്കർ സ്ഥലത്താണ് കമ്പനി.

എന്നാൽ ആദ്യകാലങ്ങളിലെ മികച്ച പ്രവർത്തനത്തിനുശേഷം പല കാരണങ്ങളാൽ കമ്പനിയുടെ പ്രവർത്തനം അവതാളത്തിലായി. നമ്മുടെ മിക്കവാറും പൊതുമേഖല സ്ഥാപനങ്ങളുടെയും ദുർഗ്ഗതി പോലെ ക്രമേണ കമ്പനിയുടെ പ്രവർത്തനം പൂർണ്ണമായും നിലച്ചു. കമ്പനിയിൽ ലേ ഓഫ് പ്രഖ്യാപിക്കപ്പെട്ടു. ഓഫീസ്ജീവനക്കാരും തൊഴിലാളികളുമായി നൂറോളം പേർക്ക് ജോലി നഷ്ടമായി. പത്ത് വർഷത്തോളം കമ്പനി അങ്ങനെ അടഞ്ഞു കിടന്നു. പിന്നീട് കമ്പനിയെ പുനരുദ്ധീകരിക്കാൻ സർക്കാർ തീരുമാനിക്കുകയായിരുന്നു.

അതിനായി ഒരു കോടി രൂപ അനുവദിച്ചു. പുനരുദ്ധീകരിച്ച കമ്പനിയുടെ പ്രവർത്തനം 2003ൽ പുനരാരംഭിച്ചപ്പോഴാണ് ഞാൻ അവിടെ ചേരുന്നത്.

ഉദ്ഘാടനത്തിന് ഏതാനും ദിവസങ്ങൾക്കു മുമ്പാണ് ഞാൻ അവിടെ ചാർജ് എടുക്കുന്നത്. കമ്പനിക്ക് എതിർവശത്തായി റോഡിനപ്പുറം കമ്പനിവക ഗസ്റ്റ്ഹൗസ് ഉണ്ട്. അതിലാണ് ഞങ്ങൾ നാല് മാനേജർമാർ താമസിച്ചത്. പേഴ്സണൽ മാനേജർ ശ്രീ സദാശിവൻ പിള്ള, പ്രൊഡക്ഷൻ മാനേജർ ശ്രീ ജോർജ് അബ്രാഹം, മാർക്കറ്റിംഗ് മാനേജർ ശ്രീ മുരളി, പിന്നെ റോ മെറ്റീരിയൽ മാനേജരായി ഞാനും. CCF ശ്രീ. ശ്രീവാസ്തവ IFS ആണ് കമ്പനിയുടെ മാനേജിംഗ് ഡയറക്ടർ. അദ്ദേഹത്തിന് കമ്പനി വളപ്പിൽ തന്നെ ക്വാർട്ടേഴ്സുണ്ട്. പ്രാതലും അത്താഴവും ഞങ്ങൾ നാലു മാനേജർമാർ ചേർന്ന് ഉണ്ടാക്കും. ഗസ്റ്റ് ഹൗസിൽ അതിനുള്ള സൗകര്യങ്ങളുണ്ട്. ഉച്ചയ്ക്ക് കമ്പനി കാന്റീനിൽ നിന്നും ഭക്ഷണം കഴിക്കാം.

ഉദ്ഘാടന മഹാമഹം നടക്കാനിരിക്കുകയാണ്. അതിനുമുമ്പ് ആകെ അലങ്കോലമായി കിടക്കുന്ന കെട്ടിടങ്ങളും കാടുപിടിച്ച് കിടന്ന കമ്പനി വളപ്പും വൃത്തിയാക്കി എടുക്കുക എന്ന ദൗത്യമാണ് ഞാൻ ഏറ്റെടുത്തത്. റോ മെറ്റീരിയൽ മാനേജർ എന്ന നിലയിൽ ശുദ്ധീകരണത്തിനൊപ്പം ഉപയോഗ്യമായ മുഴുവൻ മരവസ്തുക്കളും വേർതിരിച്ച് എടുക്കുക എന്നതിനാണ് ഞാൻ ഊന്നൽ കൊടുത്തത്. അമ്പതിലധികം തൊഴിലാളികളുടെ സഹകരണത്തോടെ അഞ്ചെട്ട് ദിവസം കൊണ്ട് സോ മില്ലും ഫാക്ടറിയും പരിസരവും ഞങ്ങൾ വൃത്തിയാക്കി. തൊഴിലാളികളും അത്യുത്സാഹത്തിലായിയിരുന്നു. ഒരിക്കൽ അണഞ്ഞുപോയ വിളക്കിന് വീണ്ടും തിരി തെളിയുന്നു എന്നതിന്റെ പ്രതീക്ഷയും ആവേശവും അവരിൽ കണ്ടു. അതുകൊണ്ട്കൂടിയാണ് അസാധ്യമെന്ന് തോന്നിച്ച വെടുപ്പാക്കൽ ചുരുങ്ങിയ ദിവസങ്ങൾ കൊണ്ട് മുഴുമിപ്പിക്കാനായത്. അല്പമെങ്കിലും ഉപയോഗിക്കാൻ കൊള്ളാവുന്നത് എന്ന് തോന്നിയ പലകകളും ഉരുപ്പടികളും ഇനം തിരിച്ച് നാനൂറിലധികം അടുക്കുകളാക്കി ഇരുമ്പ് നാട കൊണ്ട് കെട്ടിവെച്ചു. അങ്ങനെ അടുക്കി വെച്ച അട്ടികൾ കുറേശ്ശെയായി ലേലത്തിൽ വിറ്റിട്ടാണ് പിന്നീട് കുറേക്കാലം തൊഴിലാളികൾക്ക് വേതനം നൽകിയത്. അങ്ങനെ ഒരു അവസ്ഥയിലേക്ക് അധികം വൈകാതെ കമ്പനി കൂപ്പ് കുത്തി. തൊഴിലാളികൾക്കൊപ്പം നിന്ന് മഴയെ വകവയ്ക്കാതെ ആവേശത്തോടെ പണിയെടുത്ത എന്റെ വലതു കൈ ഒടിഞ്ഞു. ഒരു വയറിംഗ്ഡക്റ്റിൽ കാൽ വഴുതി വീണതാണ്. കാര്യമായില്ല. കുറച്ചുദിവസം കൈ കഴുത്തിലെ വള്ളിയിൽ തൂക്കിയിട്ട് നടക്കേണ്ടി വന്നു.

അങ്ങനെ വലിയ ഉത്സവപ്രതീതിയോടെ ഉദ്ഘാടനം ഒരിക്കൽ കൂടി നടത്തപ്പെട്ടു. വനം വകുപ്പ് മന്ത്രി ശ്രീ. കെ സുധാകരനാണ് ഉദ്ഘാടനം ചെയ്തത്. സ്വതസിദ്ധമായ ശൈലിയിൽ അത്യുജ്ജ്വല മായ ഉദ്ഘാടന പ്രസംഗം നിലമ്പൂർ നിവാസികളെയും കമ്പനി ജീവനക്കാരെയും അക്ഷരാർത്ഥത്തിൽ കോരിത്തരിപ്പിച്ചു. വലിയ യന്ത്രവാളുകൾ മുരണ്ടു. ഉദ്ഘാടകനും ആശംസ പ്രസംഗകരും ജനക്കൂട്ടവും പിരിഞ്ഞു. പക്ഷേ വെറും രണ്ടു കൊല്ലങ്ങൾക്കിപ്പുറം, മങ്ങിയ സ്വപ്നങ്ങൾക്ക് തെളിച്ചം വയ്ക്കും മുമ്പേ, കമ്പനി വീണ്ടും പൂട്ടിപ്പോകുക എന്ന ദുർവിധിയായിരുന്നു കാലം കാത്തു വെച്ചിരുന്നതെന്നു ആരും അറിഞ്ഞില്ല.

ഇരുപത്തിയഞ്ചു വർഷത്തോളം കാട്ടിൽ കഴിഞ്ഞ എനിക്ക് ഒരുപാട് പുതുമയുള്ളതും വ്യത്യസ്തവുമായിരുന്നു ഒരു വ്യവസായ ശാലയുടെ അന്തരീക്ഷം. കിലോമീറ്റർ വ്യാപിച്ചുകിടക്കുന്ന വന മേഖലയ്ക്ക് പകരം വെറും ഒന്നര ഏക്കർ സ്ഥലത്തു മാത്രമുള്ള ഉത്തരവാദിത്തം. വളരെ വ്യത്യസ്തമായ ജോലി. നിത്യേനയുള്ള ക്ഷീണിപ്പിക്കുന്ന യാത്രകളില്ല. കള്ളന്മാരില്ല, കേസുകളില്ല, കോടതി ഡ്യൂട്ടിയില്ല. കാണാമറയത്തു ഡ്യൂട്ടിയിലുള്ള ഉദ്യോഗസ്ഥരെ നിരീക്ഷിക്കേണ്ടതില്ല, നിയന്ത്രിക്കേണ്ടതില്ല. എല്ലാം ഒരു കുടക്കീഴിൽ. ആനയും കരടിയും കാട്ടുപോത്തും ഇല്ല. കാട്ടുതീയില്ല. ഇരുപത്തിനാലു മണിക്കൂർ ഡ്യൂട്ടിയില്ല. ഓഫീസ് വിട്ടിറങ്ങുമ്പോൾ നൂറുകൂട്ടം പ്രശ്നങ്ങളും കൂടി താമസസ്ഥലത്തേക്ക് കൂടെ കൊണ്ടുപോകേണ്ടതില്ല. ഒരു ദിവസം അവസാനിക്കുന്നതോടുകൂടി, വൈകുന്നേരം അഞ്ചു മണിയോടെ ശരീരവും മനസ്സും സ്വതന്ത്രമാകുന്നു. വലിഞ്ഞു മുറുകിയ ഒരുപാട് ചരടുകൾ വേർപ്പെട്ട് സ്വതന്ത്രനായ പോലെ. വലിയ യന്ത്രങ്ങൾ എനിക്ക് ഇഷ്ടവുമാണ്.

താമസിയാതെ എന്റെ യഥാർത്ഥ ഉത്തരവാദിത്തത്തിലേക്ക് ഞാൻ കടന്നു. ഫാക്ടറി പ്രവർത്തിക്കാനാവശ്യമായ തടി ലഭ്യമാക്കുക എന്നതാണ് റോ മെറ്റീരിയൽ മാനേജർ എന്ന നിലയിൽ എന്റെ പ്രധാന ചുമതല. കമ്പനിയുടെ നിത്യനിദാന പ്രവർത്തനങ്ങൾക്കാവശ്യമായ മറ്റു ചില്ലറ സാമഗ്രികൾ സംഭരിച്ചു നൽകേണ്ട പർച്ചേസ് ഓഫീസറുടെ ചുമതലയും സൈഡായി ഉണ്ട്. തടി സംഭരിക്കുന്നതിനെ സംബന്ധിച്ച് സർക്കാരിന്റെ വ്യക്തമായ മാർഗ്ഗനിർദ്ദേശങ്ങൾ ഉണ്ട്. വനംവകുപ്പിന്റെ കീഴിലുള്ള തടി ഡിപ്പോകളിൽ നിന്നാണ് ആവശ്യമുള്ള തടികൾ തെരഞ്ഞെടുക്കേണ്ടത്. കേരളത്തിലെ ഏത് ഡിപ്പോയിൽ നിന്നും തടി വാങ്ങാം. ആദ്യഘട്ടം എന്ന നിലയിൽ അരുവാക്കോട് ഡിപ്പോയിൽ നിന്നും വാളയാർ

ഡിപ്പോയിൽ നിന്നുമായി അഞ്ചു ലോഡ് തേക്ക് തടികൾ എടുത്തു. ഞാനും റോ മെറ്റീരിയൽ അസിസ്റ്റന്റും കൂടി ഡിപ്പോകളിൽ പോയി ആവശ്യമുള്ള തടികൾ തിരഞ്ഞെടുക്കുകയാണ് ചെയ്തത്. ഇങ്ങനെ സംഭരിക്കുന്ന തടികൾ കമ്പനിയുടെ സ്റ്റോക്ക് യാർഡിൽ വൃത്തിയായി അടുക്കിവെച്ചു സൂക്ഷിക്കും. പ്രൊഡക്ഷൻ മാനേജർ ആവശ്യപ്പെടുന്നതനുസരിച്ച് തടികൾ ഫാക്ടറിയിലേക്ക് റിലീസ് ചെയ്തു കൊടുക്കും. അതുവരെ തടിയുടെ സൂക്ഷിപ്പുകാരൻ റോ മെറ്റീരിയൽ മാനേജറാണ്. സഹായത്തിനായി ഒരു അസിസ്റ്റന്റും രണ്ട് വാച്ചർമാരും ഉണ്ട്. നിലവാരമുള്ള അഞ്ചു ലോഡ് തേക്കു തടികൾ സംഭരിച്ച ശേഷം സംഭരണം തൽക്കാലത്തേക്ക് നിർത്തിവെച്ചു. ഉപയോഗം അനുസരിച്ച് കൂടുതൽ സംഭരിക്കാമല്ലോ എന്ന് വച്ചു.

സർക്കാർ ഉത്തരവിലെ ചതി

ഏതാനും ദിവസങ്ങൾ കഴിഞ്ഞ് വനം വകുപ്പിൽ നിന്നും അയച്ച് കിട്ടിയ തടി വിലയുടെ ഇൻവോയ്സ് എന്റെ മേശപ്പുറത്ത് വന്നു. വില കണ്ട് എന്റെ കണ്ണ് തള്ളി. അന്നത്തെ മാർക്കറ്റ് വിലയനുസരിച്ച് ഞാൻ മനസ്സിൽ കണക്കുകൂട്ടി വെച്ച തുകയുടെ ഏതാണ്ട് ഇരട്ടിയാണ് ബില്ലിലെ തുക. ഏകദേശം 18 ലക്ഷം ആയിരുന്നു എന്നാണ് എന്റെ ഓർമ്മ. തടി സംഭരിക്കുന്നതു സംബന്ധിച്ചുള്ള മാർഗ്ഗരേഖകൾ മാത്രമേ ഞാൻ ശ്രദ്ധിച്ചിട്ടുള്ളൂ. എനിക്ക് അതുമാത്രമേ നോക്കേണ്ടതുള്ളൂ. വിലയെപ്പറ്റി അന്വേഷിക്കേണ്ടത് മാനേജിങ് ഡയറക്ടറോ ഫൈനാൻസ് വിഭാഗമോ ആണ്. എന്നാൽ ഭീമമായ തുകയ്ക്കുള്ള ബില്ല് കണ്ടപ്പോൾ വിലയെ സംബന്ധിച്ച സർക്കാർ ഉത്തരവ് സൂക്ഷ്മമായി പഠിക്കാൻ ഞാൻ തീരുമാനിച്ചു. എന്റെ എല്ലാ ഉത്സാഹവും നുള്ളിക്കളയുന്നതും അങ്ങേയറ്റം വിചിത്രവും ആയിരുന്നു വിലയെ സംബന്ധിച്ചുള്ള അതിലെ നിബന്ധനകൾ.

ഉത്തരവിൽ പറയുന്നത് ഇങ്ങനെയാണ്. ഏത് ഡിപ്പോയിൽ നിന്നാണോ തടി വാങ്ങുന്നത് ആ ഡിപ്പോയിൽ തൊട്ട് മുമ്പ് നടന്ന മൂന്ന് പൊതുലേലങ്ങളിൽ ആ ഇനത്തിൽപ്പെട്ട തടിക്ക് ലഭിച്ച ഏറ്റവും കൂടിയ വിലയാണ് KESWILന് ബാധകം. ഈ ഉത്തരവിനെ വിചിത്രം എന്ന് പറയാൻ കാരണമുണ്ട്. തേക്ക് തടിയെ അതിന്റെ നീളം, വണ്ണം, ആകൃതി, ഗുണമേന്മ എന്നിവയെ അടിസ്ഥാനമാക്കി പല ക്ലാസുകളാക്കി തിരിച്ചിട്ടുണ്ട്. A, B1, B2, B3 അങ്ങനെ പലതുണ്ട്. ഓരോ ക്ലാസ്സിനും ഓരോ അടിസ്ഥാന വിലയും നിശ്ചയിച്ചിട്ടുണ്ട്. ഒരേ ക്ലാസ്സിൽ പെട്ട തടികളുടെ ചെറിയ ചെറിയ ലോട്ടുകളായിട്ടാണ് ലേലത്തിന് വെയ്ക്കുന്നത്. മത്സരലേലം ആയതുകൊണ്ട് ഓരോ ലോട്ടിലേയും തടികളുടെ ഗുണനിലവാരം അനുസരിച്ച് ഒരേ ക്ലാസ്സിൽപ്പെട്ട തടികൾ തന്നെ പല വിലയ്ക്കായിരിക്കും ലേലത്തിൽ വിറ്റു പോവുക. പല ഘടകങ്ങളാണ് ഓരോ ലോട്ടിന്റെയും വിലയെ സ്വാധീനിക്കുക. ഗുണമേന്മയ്ക്ക് പുറമേ

മോഹവിലയും ചിലപ്പോഴൊക്കെ ലേലത്തിൽ പങ്കെടുക്കുന്നവരുടെ വാശിയും വരെ വിലയെ സ്വാധീനിക്കും. ഒരു ക്ലാസ്സിന്റെ വില എന്നത് അടിസ്ഥാന വില മാത്രമാണ്. വേറെ തരത്തിൽ പറഞ്ഞാൽ B2 ക്ലാസ്സിൽ പെട്ട തടികൾ അടങ്ങുന്ന ഒരു ലോട്ട് ഇരുപത്തി അയ്യായിരം രൂപയ്ക്ക് വിറ്റു പോയെങ്കിൽ അതേ ക്ലാസ്സിൽ പെട്ട മറ്റൊരു ലോട്ടിനു ചിലപ്പോൾ മുപ്പത്തിഅയ്യായിരവും വില കിട്ടിയെന്നിരിക്കും. ഇവിടെയാണ് മൂന്നു ലേലങ്ങളിൽ കിട്ടിയ ഏറ്റവും കൂടിയ വില എന്ന് പറയുന്നതിലെ അപകടം. ചിലപ്പോൾ ഏറ്റവും കൂടിയ വില കിട്ടിയ ചെറിയൊരു ലോട്ടിൽ അതിവിശിഷ്ടമായ രണ്ടോ മൂന്നോ തടികൾ മാത്രമായിരിക്കും ഉണ്ടാവുക. അപ്പോൾ KESWIL ആ ഡിപ്പോയിൽ നിന്നും എടുക്കുന്ന അഞ്ചു ലോഡ് തടിക്കും അതേ വില നൽകേണ്ടിവരും. സർക്കാർ ഉത്തരവിലെ ഈ നിബന്ധനയുടെ സാംഗത്യം എത്ര ആലോചിച്ചിട്ടും എനിക്ക് പിടികിട്ടിയില്ല. പൂർണ്ണമായും സർക്കാർ ഉടമസ്ഥതയിലുള്ള ഒരു കമ്പനിയെ, അതും ഒരിക്കൽ തകർന്ന് തരിപ്പണമായി പ്രവർത്തനം നിലച്ചു പോയി വീണ്ടും പിച്ചവെയ്ക്കാൻ തുടങ്ങിയ ഒരു കമ്പനിയെ സഹായിക്കാൻ ഇത്തരത്തിലുള്ള ഒരു സർക്കാർ ഉത്തരവ് എങ്ങനെ ഉണ്ടായി എന്നത് ദുരൂഹമായി തോന്നി. കമ്പനി തുടങ്ങിയ ആദ്യകാലത്ത് ഒരു നിശ്ചിത വിലയ്ക്ക് കിട്ടിയിരുന്ന തടിക്കാണ് ഇപ്പോൾ ഇങ്ങനെ വിചിത്രമായ രീതിയിൽ വില നിശ്ചയിച്ചിട്ടുള്ളത്. ഇതിനു പിന്നിൽ തല്പര കക്ഷികളുടെ കൈകൾ ഉണ്ട് എന്നുതന്നെ ഞാൻ വിശ്വസിക്കുന്നു. അല്ലെങ്കിൽ ഇങ്ങനെ ഒരു ഉത്തരവിൽ ഒപ്പുവെച്ച ആളുടെ തലയിൽ കളിമണ്ണാണ്. അത് ശ്രദ്ധിക്കാതിരുന്നവരെപ്പറ്റി എന്തു പറയാനാണ്.

നിലമ്പൂർ തേക്ക് കൊണ്ട് ഉരുപ്പടികൾ നിർമ്മിക്കുന്ന ഒരുപാട് സ്വകാര്യ കമ്പനികളുണ്ട് നിലമ്പൂരിലും പരിസരത്തുമായി. KESWILന് വില നിശ്ചയിക്കുന്ന കാര്യത്തിൽ ഈ കമ്പനി മുതലാളിമാരുടെ സ്വാധീനം ഉണ്ടായിരുന്നോ എന്ന് എനിക്ക് സംശയമുണ്ടായി. സർക്കാർ ഉത്തരവിലെ വിലയ്ക്ക് തടി വാങ്ങിയിട്ട്, സ്വകാര്യ കമ്പനികളുമായി മത്സരിക്കാൻ ഒരിക്കലും Keswilന് കഴിയില്ല. തൊട്ടു മുമ്പത്തെ മൂന്ന് ലേലങ്ങളിൽ ലഭിച്ച ശരാശരി വില എന്നാണെങ്കിൽ പോലും ഒരുപക്ഷേ പിടിച്ചുനിൽക്കാൻ കഴിയും. അതിനു പകരം ഏറ്റവും കൂടിയ വില എന്ന് പറയുന്നിടത്താണ് പ്രശ്നം. ഉപയോഗിക്കുന്ന അസംസ്കൃത വസ്തുവിന്റെ വിലയാണ് ഓരോ വ്യവസായങ്ങളുടെയും വിജയപരാജയങ്ങളെ സ്വാധീനിക്കുന്ന പ്രധാനപ്പെട്ട ഒരു ഘടകം. പ്രത്യേകിച്ചും നല്ല മത്സരം നിലനിൽക്കുന്ന രംഗങ്ങളിൽ. സർക്കാർ ഉത്തരവിലെ ഈ അന്യായം കമ്പനിയുടെ ഡയറക്ടർ ബോർഡോ മറ്റ് ഉന്നതാധികാരികളോ ശ്രദ്ധിക്കാതെ

പോയതാണെങ്കിൽ എത്രമാത്രം അലസമായിട്ടും ഗൗരവം ഇല്ലാതെയുമാണ് അവർ അതിനെ കണ്ടത് എന്ന് ഊഹിക്കാം. എന്നെപ്പോലെ ഒരു ചെറിയ ഉദ്യോഗസ്ഥനുപോലും തോന്നിയ അപകടം അവർക്കാർക്കും എന്തേ തോന്നിയില്ല?

പല ഡയറക്ടർ ബോർഡ് മീറ്റിങ്ങുകളും വെറും അണ്ടിപ്പരിപ്പ് മീറ്റിങ്ങുകളായി മാറാറുണ്ട്. മുന്നിൽ വരുന്ന കടലാസുകളിലൊക്കെ കണ്ണുമടച്ച് ഒപ്പിട്ട്, മിനിട്സിലും തുല്യം ചാർത്തിയിട്ട് അവർ പിരിയും. ഇവിടെ ഏതെങ്കിലും സ്വാധീനങ്ങൾക്ക് അവർ വഴങ്ങിയതാണോ എന്നു പോലും സംശയിക്കാം. അത്രമാത്രം അപകടകരമായ ഒരു വ്യവസ്ഥയാണ് എഴുതിവച്ചിട്ടുള്ളത്. റോ മെറ്റീരിയൽ മാനേജർ എന്ന നിലയിൽ മൗനം പാലിച്ചിരിക്കാൻ എനിക്ക് കഴിയുമായിരുന്നില്ല. ശ്രദ്ധയിൽപ്പെട്ട അന്നുതന്നെ ഇത് സംബന്ധിച്ച് സുദീർഘമായ ഒരു റിപ്പോർട്ട് ഞാൻ മാനേജിങ് ഡയറക്ടർക്ക് സമർപ്പിച്ചു. സർക്കാർ ഉത്തരവിൽ പറയുന്ന നിബന്ധനകൾക്കനുസരിച്ച്, തടി വാങ്ങി ലാഭകരമായി പ്രവർത്തിക്കാൻ കമ്പനിക്ക് ഒരിക്കലും കഴിയില്ല എന്ന് വസ്തുതകൾ നിരത്തിക്കൊണ്ട് റിപ്പോർട്ടിൽ പറഞ്ഞു. അത്രയും ഉയർന്ന വിലകൊടുത്തു വാങ്ങുന്ന തടിയിൽ നിന്നും ഉണ്ടാക്കിയെടുക്കുന്ന ഉൽപ്പന്നങ്ങളുടെ വില വളരെ ഉയർന്നതായിരിക്കുമെന്നും സ്വകാര്യ കമ്പനികളുടെ ഉൽപ്പന്ന വിലയുമായി സാമ്യം പോലും ഇല്ലാത്തപോലെ ഉയരും എന്നും നമ്മുടെ ഉൽപ്പന്നങ്ങൾ ചെലവാകാതെ കെട്ടിക്കിടക്കുമെന്നും വ്യക്തമായി പറഞ്ഞു. തടിയുടെ സംഭരണ വ്യവസ്ഥതയിൽ ഒളിഞ്ഞിരിക്കുന്ന മറ്റൊരു അപകടസാധ്യതയും കൂടി ഞാൻ ചൂണ്ടിക്കാണിച്ചു. അതായത്, ഡിപ്പോ ലേലങ്ങളിൽ പങ്കെടുക്കുന്ന സ്വകാര്യ മുതലാളിമാർ ഒത്തുചേർന്ന് നിസ്സാര നഷ്ടം സഹിച്ചുകൊണ്ട് ഏതെങ്കിലും ചെറിയ ലോട്ട് അതിഭീമമായ ഒരു വിലയ്ക്ക് വിളിച്ചെടുത്താൽ നിലവിലുള്ള നിബന്ധനയനുസരിച്ചു KESWILഉം ആ വില നൽകേണ്ടി വരും. അവരുടെ കച്ചവട താല്പര്യങ്ങൾക്ക് കമ്പനി ഭീഷണിയാവുന്നു എന്ന് കണ്ടാൽ സ്വാഭാവികമായും ആ തന്ത്രവും അവർ പയറ്റും. യാതൊരു ന്യായീകരണങ്ങൾക്കും വഴങ്ങാത്ത ഇങ്ങനെ ഒരു സർക്കാർ ഉത്തരവ് എങ്ങനെ ഉണ്ടായി എന്നുള്ളത് ഇന്നും എനിക്കൊരു അത്ഭുതമാണ്.

ഞാൻ സമർപ്പിച്ച റിപ്പോർട്ട് ഗൗരവത്തിൽ എടുക്കാനോ സർക്കാരിന്റെ ശ്രദ്ധയിൽപ്പെടുത്തി വിലയുടെ കാര്യത്തിൽ യുക്തിസഹജമായ മാറ്റങ്ങൾ വരുത്താനോ കമ്പനി മാനേജ്മെന്റ് യാതൊരു താൽപ്പര്യവും കാണിച്ചില്ല. എനിക്ക് നിസ്സഹായനായി ഇരിക്കേണ്ടി വന്നു. സംഭരണ വിലയെ സംബന്ധിച്ചുള്ള ആ സർക്കാർ ഉത്തരവ് കമ്പനിയുടെ മരണ വാറണ്ട് തന്നെയായിരുന്നു. ഞാൻ ഭയന്നിരുന്നതു

പോലെ കമ്പനിയുടെ ഉൽപ്പന്നങ്ങൾക്ക് ആവശ്യക്കാർ ഇല്ലാതായി. ഒന്നാന്തരം തേക്ക് ഉപയോഗിച്ച് നിർമ്മിച്ചുവച്ച മേശ കസേര, കട്ടിൽ, സോഫ എന്നിവയൊക്കെ ആവശ്യക്കാരില്ലാതെ കമ്പനിയിൽ കെട്ടി ക്കിടന്നു. സ്വകാര്യ സ്ഥാപനങ്ങളുടേതുമായി യാതൊരു സാമ്യവും ഇല്ലാത്ത ഉയർന്ന വില തന്നെയായിരുന്നു കാരണം. ജനങ്ങൾ തിരിഞ്ഞു നോക്കിയില്ല. ജില്ലാതലത്തിൽ വിതരണക്കാരെ നിയമി ക്കാൻ ശ്രമിച്ചുവെങ്കിലും വളരെ കൂടിയ വില കാരണം ആരും താൽ പ്പര്യം കാണിച്ചില്ല. ഉൽപ്പന്നങ്ങൾ കെട്ടിക്കിടന്നപ്പോൾ ഉൽപാദനവും നിർത്തിവയ്ക്കേണ്ടിവന്നു. തൊഴിലാളികളും സൂപ്പർവൈസർമാരും ഓഫീസ് സ്റ്റാഫും വെറുതെ ഇരിക്കാൻ തുടങ്ങി. ആഹ്ലാദാരവ ത്തോടെ തിമിർത്തോടിയിരുന്ന കൂറ്റൻ യന്ത്രങ്ങൾ നിശ്ചലരായി, നിശ്ശബ്ദരായി. അക്ഷരാർത്ഥത്തിൽ കമ്പനി ഉറങ്ങി.

ക്രമേണ കമ്പനിയുടെ പ്രവർത്തനം പൂർണ്ണമായും നിലച്ചു. തൊഴിലാളികൾക്ക് വേതനം നൽകാനോ കറന്റ് ചാർജ് അട യ്ക്കാനോ സാധിക്കാത്ത അവസ്ഥയിലായി. റോമെറ്റീരിയൽ മാനേ ജർ എന്ന നിലയിൽ എനിക്ക് ഒന്നും ഇനി ചെയ്യാനില്ല. ഡെപ്യൂട്ടേ ഷൻ മതിയാക്കി ഞാൻ എന്റെ മാതൃസ്ഥാപനത്തിലേക്ക് മടങ്ങി.

ഒന്നരക്കൊല്ലത്തോളം പുതിയൊരു മേഖലയിൽ പ്രവർത്തി ക്കാൻ സാധിച്ചുവെങ്കിലും എനിക്ക് ഒട്ടും സംതൃപ്തി തന്നില്ല ആ ഡെപ്യൂട്ടേഷൻ കാലം. സ്വന്തം ലാവണത്തിലെ ആ മേലധികാരി ഡെപ്യൂട്ടേഷൻ കാലാവധി കഴിഞ്ഞ് തിരിച്ചുപോകും വരെ KESWIL-ൽ തുടരാം എന്ന പ്രതീക്ഷയും പോയി. അതിനു മുമ്പ് അങ്ങോട്ടു തന്നെ തിരിച്ചു ചെല്ലേണ്ട ഗതികേടിലായി ഞാൻ.

വീണ്ടും ഹോട്ട് സീറ്റിലേക്ക്

ഞാൻ ഒഴിഞ്ഞുപോന്ന വയനാട്ടിലെ അതേ കസേര ഒന്നര വർഷത്തിനു ശേഷവും എനിക്ക് വേണ്ടി ഒഴിച്ചിട്ടിരുന്നു. മറ്റു പോംവഴികൾ ഇല്ലാതെ വീണ്ടും അതേ ഡിവിഷന്റെ തന്നെ ചാർജ്ജ് ഏറ്റെടുക്കേണ്ടി വന്നു. ഞാൻ ചാർജ് വിട്ടു പോയിട്ട് അപ്പോഴേക്കും ഒന്നര വർഷം കഴിഞ്ഞിരുന്നു. കാപ്പിത്തോട്ടങ്ങളിലെ പ്രതിസന്ധികൾ ഒന്നുകൂടി രൂക്ഷമായിട്ടുണ്ട്. കാപ്പിയുടെ വിളവെടുപ്പ് വീണ്ടും പഴയ രീതിയിലേക്ക് മാറിയിരുന്നു. ഞാൻ തുടങ്ങിവെച്ച Sale of standing crop എന്ന രീതി എന്തുകൊണ്ടോ തുടർന്നില്ല. പരമ്പരാഗത രീതിയിൽ തന്നെ വിളവെടുപ്പ് നടത്തുകയായിരുന്നു. അതിന്റ ബാക്കിപത്രമായി വലിയൊരു തലവേദന എനിക്കായി കരുതി വെച്ചിരുന്നു. വിളവെടുത്ത് ലഭിച്ച ലോഡ് കണക്കിന് കാപ്പിയും കുരുമുളകും എസ്റ്റേറ്റുകളിലെ സ്റ്റോറുകളിൽതന്നെ ഇരിക്കുകയാണ്. ശമ്പള കുടിശ്ശികകൾ കൊടുത്തു തീർക്കാതെ അത് അവിടെ നിന്നും നീക്കം ചെയ്യാൻ തൊഴിലാളികൾ സമ്മതിച്ചിട്ടില്ല. അവരത് തടഞ്ഞു വെച്ചിരിക്കുകയാണ്. ഈ കാപ്പിയും കുരുമുളകും എസ്റ്റേറ്റ് സ്റ്റോറുകളിൽ നിന്നും വീണ്ടെടുത്ത് ഗോഡൗണുകളിലേക്ക് മാറ്റുക എന്നതാണ് എനിക്ക് ആദ്യം കിട്ടിയ ദൗത്യം.

ഞാൻ തൊഴിലാളികളും യൂണിയൻ നേതാക്കളുമായി പലവട്ടം ചർച്ചകൾ നടത്തി. വേതന കുടിശ്ശികകൾ കൊടുത്തു തീർക്കാതെ അവ അവിടെനിന്നും നീക്കം ചെയ്യാൻ അനുവദിക്കില്ല എന്ന ഉറച്ച നിലപാടിലാണ് അവർ. നേതാക്കളുമായി പലവട്ടം സംസാരിച്ചപ്പോൾ അവരുടെ നിലപാടിൽ ചെറിയ അയവുണ്ടായി. കുടിശ്ശികയുടെ പകുതിയെങ്കിലും കൊടുത്തു തീർത്താൽ വഴങ്ങാം എന്നവർ സമ്മതിച്ചു. ഈ വിവരം കാണിച്ച് ഞാൻ ഹെഡ് ഓഫീസിലേക്ക് എഴുതി. എന്നാൽ നിഷേധാത്മകമായിരുന്നു പ്രതികരണം. തൊഴിലാളികളുടെ പ്രതിഷേധത്തെ വകവയ്ക്കാതെ പൊലീസ് സന്നാഹത്തോടെ ബലം പ്രയോഗിച്ച് സ്റ്റോറിലെ വസ്തുക്കൾ

വീണ്ടെടുക്കാനായിരുന്നു കിട്ടിയ നിർദ്ദേശം. അങ്ങനെ ചെയ്താൽ ഉണ്ടാകാവുന്ന പ്രത്യാഘാതങ്ങൾ വിവരിച്ചു കൊണ്ടും ഈ തീരുമാനം പുനഃപരിശോധിക്കണമെന്ന് ആവശ്യപ്പെട്ടുകൊണ്ടും ഞാൻ വീണ്ടും കത്തെഴുതി. കൂട്ടത്തിൽ ഒരു കാര്യം കൂടെ പറഞ്ഞു. ഇനിയും തീരുമാനത്തിന് മാറ്റമില്ലെങ്കിൽ പൊലീസ് സന്നാഹത്തോടെ തന്നെ അങ്ങനെ ചെയ്യാം. പക്ഷേ ബലം പ്രയോഗിക്കുന്ന സാഹചര്യമുണ്ടായാൽ എന്റെ ഒരു ഉദ്യോഗസ്ഥനേയും പിന്നീട് ആ തോട്ടങ്ങളിലേക്ക് ഞാൻ പറഞ്ഞയയ്ക്കില്ല. ആത്മാഭിമാനത്തെ മുറിപ്പെടുത്തുന്ന ആ നടപടിയോട് തൊഴിലാളികൾ രൂക്ഷമായി പ്രതികരിക്കും. കയ്യിൽ കിട്ടുന്ന ഏത് ഉദ്യോഗസ്ഥനേയും കായികമായിത്തന്നെ അവർ കൈകാര്യം ചെയ്യും. അത്തരം പൂർവ്വ ചരിത്രം ഉള്ളവരും ആണവർ. ഉദ്യോഗസ്ഥർക്ക് എല്ലാ ദിവസവും പൊലീസ് സംരക്ഷണത്തോടെ അവിടെ പോകാനും കഴിയില്ല. ഇത്രയൊക്കെ വിശദമായി എഴുതിയിട്ടും ബലം പ്രയോഗിച്ചുകൊണ്ട് തന്നെ നടപടികളുമായി മുന്നോട്ട് പോകാനാണ് ലഭിച്ച നിദ്ദേശം. എസ്റ്റേറ്റുകൾ അടച്ചുപൂട്ടാൻതന്നെ തീരുമാനിച്ചതുപോലെ തോന്നി. പൊലീസ് നടപടി അപ്രായോഗികവും മണ്ടത്തരവുമാണ് എന്ന് പൂർണ്ണബോധ്യമുള്ളതുകൊണ്ട് ഞാൻ അനങ്ങാതിരുന്നു. കുറച്ച് കാത്തിരിക്കാം എന്ന് തീരുമാനിച്ചു. കുപ്രസിദ്ധമായ മുത്തങ്ങ സമരവും പൊലീസ് വെടിവെപ്പും തുടർന്നുണ്ടായ പ്രശ്നങ്ങളും കഴിഞ്ഞിട്ട് അധികാകാലമായിട്ടില്ല. ആദിവാസി മേഖലയാണ്. തൊഴിലാളികളിൽ നല്ല പങ്കും ആദിവാസി വിഭാഗങ്ങളിൽ പെട്ടവരാണ്. പൊലീസ് നടപടികൾ ചിലപ്പോൾ കൈവിട്ടു പോകും. പ്രത്യാഘാതങ്ങൾ ആർക്കും പ്രവചിക്കാൻ കഴിയില്ല. പൊലീസിനെ ഉപയോഗിച്ച് ബലപ്രയോഗത്തിലൂടെ അവ നീക്കം ചെയ്യില്ല എന്ന തീരുമാനത്തിൽ ഞാൻ ഉറച്ചു നിന്നു.

വയനാടിനോട് വിട

വല്ലാതെ സമ്മർദ്ദങ്ങൾക്ക് അടിപ്പെട്ട് പോയ ഞാൻ ഒരു സ്ഥലം മാറ്റം കിട്ടിയിയിരുന്നെങ്കിൽ എന്ന് അതിയായി ആഗ്രഹിച്ചു. വയനാട് ഡിവിഷനിൽ എനിക്ക് ഇനി ഒന്നും ചെയ്യാനില്ല എന്ന നിരാശയും ഒരു കാരണമായിരുന്നു. മുകളിൽനിന്നുള്ള പിന്തുണയും പ്രോത്സാഹനവും ഇല്ലാതെ ഒന്നും ചെയ്യാൻ കഴിയില്ല. കമ്പനി സെക്രട്ടറി മോഹൻകുമാർ സാറിനോട് ഞാനെന്റ് ആഗ്രഹം പറഞ്ഞു. മറ്റേതു ഡിവിഷനായാലും കുഴപ്പമില്ല, വയനാട്ടിൽ നിന്നും ഒരു മാറ്റം മാത്രമാണ് ഞാൻ ആവശ്യപ്പെട്ടത്. അദ്ദേഹം പറഞ്ഞതനുസരിച്ച് സ്ഥലമാറ്റത്തിനുള്ള അപേക്ഷ സമർപ്പിച്ചു. സ്വന്തം ജില്ലയായ തൃശ്ശൂർ മനപ്പൂർവ്വം ചോദിച്ചില്ല. ചോദിച്ചിരുന്നെങ്കിൽ അവിടെ ഒഴിവില്ല എന്ന് പറഞ്ഞ് അപേക്ഷ നിരസിക്കുമെന്ന് എനിക്ക് ഉറപ്പുണ്ടായിരുന്നു. ഏതായാലും അധികം താമസിയാതെ സ്ഥലംമാറ്റ ഉത്തരവ് കിട്ടി. സ്വന്തം ജില്ലയായ തൃശ്ശൂരിൽ നിന്നും വയനാടിനേക്കാൾ അകലെയുള്ള പമ്പാ ഡിവിഷനിലേക്കാണ് മാറ്റം. സുപ്രസിദ്ധമായ ഗവി ഡിവിഷനോട് ചേർന്ന് കിടക്കുന്ന ഡിവിഷൻ ആണത്.

ഞാൻ വയനാട് വിട്ടശേഷം ചുമതലയേറ്റ പുതിയ ഡിവിഷണൽ മാനേജർ പൊലീസ് സന്നാഹങ്ങളോടെ എസ്റ്റേറ്റ് സ്റ്റോറുകളിൽ സൂക്ഷിച്ചിരുന്ന മുഴുവൻ കാപ്പിയും കുരുമുളകും അവിടെനിന്നും ബലമായി വീണ്ടെടുത്ത് ഗോഡൗണുകളിലേക്ക് മാറ്റി. മുകളിൽനിന്നും നിരന്തരമായുണ്ടായ സമ്മർദ്ദത്തിന് വഴങ്ങേണ്ടിവന്നു അദ്ദേഹത്തിന്. ഞാൻ ആശങ്കപ്പെട്ടതുപോലെ ആ നടപടിക്കുശേഷം ഉദ്യോഗസ്ഥർക്കാർക്കും എസ്റ്റേറ്റുകളിലേക്ക് പോകാൻ കഴിയാതെയായി. തൊഴിലാളികൾ അവരെ ഉപദ്രവിക്കുമെന്ന് ഉറപ്പുണ്ടായിരുന്നു. പൊലീസ് നടപടികളിൽ പ്രകോപിതരാവുകയും ആത്മാഭിമാനത്തിന് മുറിവേൽക്കുകയും ചെയ്ത തൊഴിലാളികൾ തോട്ടങ്ങൾ കയ്യേറി, ഒന്നും രണ്ടും ഏക്കർ വീതം വളച്ചു കെട്ടി അവരുടെ സ്വന്തമാക്കി. വയനാട്ടിലെ പ്രത്യേക രാഷ്ട്രീയ, സാമൂഹ്യ അന്തരീക്ഷത്തിൽ

ആർക്കും ഒന്നും ചെയ്യാനായില്ല. അങ്ങനെ സംസ്ഥാനത്തിന്റെ പൊതുസ്വത്തായിരിക്കേണ്ട മൂന്ന് എസ്റ്റേറ്റുകളും എന്നന്നേക്കുമായി നഷ്ടപ്പെട്ടുപോയി.

അതിരുവിട്ട ട്രേഡ് യൂണിയൻ പ്രവർത്തനങ്ങൾ പ്രധാന കാരണം തന്നെയാണെങ്കിലും തൊഴിൽപ്രശ്നങ്ങൾ അവധാനതയോടെ കൈകാര്യം ചെയ്യാൻ അറിയാത്ത മാനേജ്മെന്റുകളാണ് പലപ്പോഴും സർക്കാർ സംരംഭങ്ങൾ പരാജയപ്പെടാൻ കാരണമാകുന്നത്. അധികാരത്തിന്റെ ഗർവ് മാത്രം കൈമുതലായിട്ടുള്ള ഉന്നതാധികാരികൾക്ക് തൊഴിലാളികളെയും അവരുമായി നേരിട്ട് ഇടപെടുന്ന ഉദ്യോഗസ്ഥരെയും വിശ്വാസത്തിലെടുത്ത് നയങ്ങൾ രൂപീകരിക്കാനോ തീരുമാനങ്ങൾ എടുക്കാനോ അറിയില്ല. ഹ്രസ്വമായ കാലത്തേക്ക് മറ്റ് വകുപ്പുകളിൽ നിന്നും ഡെപ്യൂട്ടേഷനിൽ വരുന്നവരാണെങ്കിൽ അവർ ചേക്കേറുന്ന താൽക്കാലിക ലാവണങ്ങളോട് വേണ്ടത്ര പ്രതിബദ്ധതയുണ്ടാകണമെന്നുമില്ല. ഇവിടെ നല്ല നിലയിൽ നടത്തിക്കൊണ്ടുപോകാമായിരുന്ന വലിയ മൂന്നു കാപ്പിത്തോട്ടങ്ങൾ കൈവിട്ടുപോയതിന്റെ കാരണങ്ങൾ ഇതൊക്കെ തന്നെയാണ് എന്ന് ഞാൻ വിലയിരുത്തുന്നു. മറ്റാരോ വരുത്തിവെച്ച അനേക ലക്ഷങ്ങളുടെ കുടിശ്ശിക അടച്ചുതീർത്ത്, യാതൊന്നും തിരിച്ചു നേടാൻ കഴിയാതെ, തോട്ടങ്ങൾ കയ്യേറാൻ വിട്ടുകൊടുത്ത്, സമ്പൂർണ്ണ പരാജയം ഏറ്റുവാങ്ങേണ്ടി വന്നു KFDCക്ക്. മാസത്തിൽ പത്ത് പണിയെങ്കിലും എന്ന് കെഞ്ചിയ തൊഴിലാളികളോട് അതുപോലും സാധ്യമല്ല എന്ന കടുത്ത നിലപാടെടുത്തതിലെ അവിവേകവും ദീർഘവീക്ഷണമില്ലായ്മയും തിരിച്ചുപോക്കില്ലാത്ത വിധം എല്ലാം അവതാളത്തിലാക്കി. അവധാനതയോ ദീർഘവീക്ഷണമോ പ്രതിബദ്ധതയോ ഇല്ലാതെ തീരുമാനങ്ങൾ എടുക്കുകയും പ്രതിലോമകരമായ നയങ്ങൾ നടപ്പിലാക്കുകയും ചെയ്തവർ മൂടും തട്ടി അവരുടെ സ്വന്തം ലാവണങ്ങളിലേക്ക് തിരിച്ചും പോയി. സ്വന്തം പരാജയം മറ്റുള്ളവരുടെ തലയിൽ കെട്ടിവെയ്ച്ച് ഇനി അപ്പുറത്തിരുന്ന് വീരവാദങ്ങൾ മുഴക്കാം.

പമ്പയിലേക്ക് വീണ്ടും

പമ്പാ ഡിവിഷനിലേക്കാണ് എന്നെ മാറ്റിയത് എന്ന് പറഞ്ഞല്ലോ. ഏകദേശം 1000 ഏക്കർ വരുന്ന ഒരു ഏലം പ്രൊജക്റ്റ് ആണിത്. ശ്രീലങ്കൻ അഭയാർത്ഥികളും അല്ലാത്തവരുമായി ഇരുന്നൂറോളം സ്ഥിരം തൊഴിലാളികളുണ്ട്. നേരത്തെ ഒരു അധ്യായത്തിൽ ഇവിടുത്തെ ഓഫീസ് സംവിധാനങ്ങളെപ്പറ്റി ഞാൻ പറഞ്ഞിട്ടുണ്ട്. എന്റെ സർവീസിലെ ആദ്യനാളുകളിൽ ഫീൽഡ് ഓഫീസറും ഓഫീസ് അസിസ്റ്റന്റുമായി മൂന്നര വർഷത്തോളം ഞാൻ ജോലി ചെയ്ത അതേ ഓഫീസാണ്. പച്ചക്കാനം എന്നായിരുന്നു അന്ന് ഡിവിഷന്റെ പേര്. പിന്നീടതിനെ ഗവി, പമ്പാ എന്നിങ്ങനെ രണ്ട് ഡിവിഷനുകളാക്കി വിഭജിച്ചു.

പതിനാറു വർഷങ്ങൾക്കുശേഷം അതേ ഓഫീസിൽ പമ്പാ ഡിവിഷന്റെ മേധാവിയായി ഞാൻ ചാർജെടുത്തിരിക്കുന്നു. ചിലപ്പോഴൊക്കെ കാലചക്രം കറങ്ങിവരുമ്പോൾ അങ്ങനെ ചില തമാശകൾ കാണിക്കും. അന്ന് ഇടുങ്ങിയ രണ്ടു മുറി ക്വാർട്ടേഴ്സിൽ, ഭാര്യയും രണ്ട് കൈക്കുഞ്ഞുങ്ങളുമായി കഴിഞ്ഞ കാലം ഓർമ്മ വന്നു. അന്ന് കൊതിയോടെ നോക്കിനിന്ന, കല്ലുകളേക്കാളധികം ചില്ലുജാലകങ്ങളും ചുവന്ന പരവതാനി വിരിച്ച കിടപ്പുമുറികളും ഉള്ള ഡിവിഷണൽ മാനേജരുടെ മനോഹരമായ ക്വാർട്ടേഴ്സിൽ ഇനി ഞാൻ താമസിക്കും. യാത്രാസൗകര്യങ്ങൾ കുറവെങ്കിലും ഫോണിന് റേഞ്ച് ഇല്ലെങ്കിലും വീട്ടിൽനിന്നും അകലെ ആണെങ്കിലും ഞാൻ സന്തുഷ്ടനായിരുന്നു. കലുഷിതമായ വയനാട് ഡിവിഷണൽനിന്നും രക്ഷപ്പെട്ടതിന്റെ വലിയ ആശ്വാസത്തിലും. ഏലം പ്രൊജക്റ്റുകളിലാണെങ്കിൽ എല്ലാത്തിനും നിയതമായ ഒരു താളമുണ്ട്. അത് തെറ്റാതെ നോക്കുകയേ വേണ്ടൂ. വളരെ പതുക്കെ മാത്രം ചെയ്യാവുന്ന നവീകരണപ്രവർത്തനങ്ങളും ശ്രദ്ധിച്ചാൽ മതി. ഇവിടെ ഒരാളെ സമ്മർദ്ദത്തിലാക്കിയിട്ട് മേലധികാരിക്ക് പ്രത്യേകിച്ച് പ്രയോജനമൊന്നും ഇല്ല. അങ്ങനെ ഒരു സംവിധാനമാണത്.

മേലധികാരികളുടെ താളങ്ങൾക്കൊത്ത് ചുവടുകൾ മാറ്റണ്ട എന്നത് വലിയ ആശ്വാസമാണ്. അതാണ് വയനാട് ഞാൻ നേരിട്ട ആ ചോദ്യത്തിന്റെ പൊരുൾ. 'So you want to make it another Pachakkanam?' ഗവിയുടെ പഴയ പേരാണ് പച്ചക്കാനം.

പൊതുവേ ശാന്തമായിരുന്നു പമ്പാ ഡിവിഷണിലെ തൊഴിൽ അന്തരീക്ഷം. എന്നാൽ കാലാവസ്ഥയിൽ ഉണ്ടായ വലിയ വ്യതിയാനം ഒരു പ്രശ്നമായിരുന്നു. മുൻകാലങ്ങളിൽ ഇടതടവില്ലാതെ പെയ്തുകൊണ്ടിരുന്ന നൂൽമഴ അപ്രത്യക്ഷമായിരുന്നു. അന്തരീക്ഷത്തിലെ തണുപ്പ് വല്ലാതെ കുറഞ്ഞു. ഏലത്തിന് അനുയോജ്യമായിരുന്ന കാലാവസ്ഥയ്ക്ക് വല്ലാതെ മാറ്റം വന്നു. ജലസേചന സൗകര്യങ്ങൾ ഇല്ലാതെ ഏലകൃഷി ലാഭകരമായി മുന്നോട്ടു കൊണ്ടുപോകാൻ സാധിക്കില്ല എന്ന അവസ്ഥയായി. വെള്ളം ആവശ്യത്തിന് ഉണ്ടെങ്കിലും വൈദ്യുതി ഇല്ല. അതുകൊണ്ട് ശക്തി കൂടിയ ഡീസൽ എൻജിനുകൾ സ്ഥാപിച്ച് ജലസേചന സൗകര്യങ്ങൾ ഉണ്ടാക്കാനാണ് ഞാൻ ശ്രമിച്ചത്. സ്പ്രിംഗളർ വെച്ചുള്ള നന, ഡ്രിപ് ഇറിഗേഷൻ തുടങ്ങിയവ പരീക്ഷിച്ചു. മൃഗങ്ങളുടെ ശല്യം അതിനും വെല്ലുവിളിയായി. നമ്മൾ സെറ്റ് ചെയ്ത് വെക്കുന്ന സംവിധാനങ്ങൾ ഒറ്റ രാത്രികൊണ്ടുതന്നെ ആനയും കാട്ടുപോത്തും മാനും എല്ലാവരും കൂടി അലങ്കോലമാക്കും. ഇത് ഒഴിവാക്കാൻ കുറേ ഭാഗം തെരഞ്ഞെടുത്ത് സോളാർ വൈദ്യുതിവേലി കെട്ടി. അതും നൂറു ശതമാനം വിജയിച്ചില്ല. വേലി പൊളിച്ച് അകത്തു കടക്കാൻ ആനകൾ പഠിച്ചു. കമ്പിയിൽ തൊട്ടാൽ ഷോക്കേൽക്കും എന്ന് മനസ്സിലാക്കിയ ആനകൾ വീണു കിടക്കുന്ന മരക്കമ്പുകൾ തുമ്പിക്കൈയിലെടുത്തു വേലി പൊളിക്കും. പകൽ സമയത്തുപോലും അവർ ഇങ്ങനെ ചെയ്യുന്നത് ഞാൻ കണ്ടിട്ടുണ്ട്.

എത്രയൊക്കെ ശ്രമിച്ചിട്ടും തോട്ടങ്ങൾ ഒരു പരിധിയിൽ കൂടുതൽ ഉൽപാദനക്ഷമമാക്കാൻ കഴിഞ്ഞില്ല. കാലാവസ്ഥ വ്യതിയാനം തന്നെയായിരുന്നു പ്രധാന പ്രശ്നം. അതിനെ നേരിടാനുള്ള മനുഷ്യന്റെ ശ്രമങ്ങൾക്ക് വലിയ പരിമിതികൾ ഉണ്ട്. പ്രകൃതിയുടെയും കാലാവസ്ഥയുടെയും മുന്നിൽ മനുഷ്യൻ നേടിയെടുത്ത അറിവുകളും അവന്റെ കഴിവുകളും തന്ത്രങ്ങളും എത്രയോ ദുർബലമാണ്. കുറെയൊക്കെ പൊരുത്തപ്പെടുകയേ നിവൃത്തിയുള്ളൂ.

ആനകളുമായി മുഖാമുഖം

അത്രയും ആനകളുള്ള സ്ഥലമായതുകൊണ്ടാകാം പമ്പയിൽ വെച്ച് ഒരുപാടു വട്ടം ആനകളുമായി കൂടിക്കാഴ്ചകൾ നടത്തേണ്ടി വന്നിട്ടുണ്ട്. എല്ലാം പറഞ്ഞാൽ ഇതൊരു ആനക്കഥയായി മാറും. എന്നെ ഭയപ്പെടുത്തിയ രണ്ടുമൂന്നെണ്ണം മാത്രം പറയാം. പകൽസമയം കാട്ടിൽവച്ച് ആനകളെ കാണുന്നത് പതിവാണെങ്കിലും അത് വലിയ പ്രശ്നമാകാറില്ല. അവരുടെ സാന്നിധ്യം നേരത്തെ അറിഞ്ഞുകൊണ്ട് നമുക്ക് വഴി ഒഴിഞ്ഞ് സുരക്ഷിതമായി പോകാം. രാത്രി സമയങ്ങളിൽ റോഡിൽ നേർക്കുനേർ കണ്ടുമുട്ടുമ്പോഴാണ് പ്രശ്നം. വണ്ടിപ്പെരിയാറിൽ നിന്നുമുള്ള ഗവി, പമ്പ, മൂഴിയാർ റോഡിലെ പ്രധാന ഭീഷണിയാണ് ആനകൾ. പ്രത്യേകിച്ചും രാത്രികാലങ്ങളിൽ. വിവിധ കാര്യങ്ങൾക്കായി കോട്ടയത്തോ, കുമളിയിലോ വണ്ടൻമേട്ടിലോ പോയി തിരിച്ചുവരുമ്പോൾ എന്നും ഇരുട്ടിയിട്ടുണ്ടാകും. വള്ളക്കടവിലെ ഫോറസ്റ്റ് ചെക്ക് പോസ്റ്റ് കഴിഞ്ഞാൽ മുപ്പത് കിലോമീറ്ററോളം ഉൾവനത്തിലൂടെ സഞ്ചരിച്ചു വേണം എനിക്ക് പമ്പയിലെ എന്റെ ക്വാർട്ടേഴ്സിൽ എത്താൻ.

രാത്രി ഏഴു മണിക്കുള്ള അവസാനത്തെ KSRTC ബസ് പോയി കഴിഞ്ഞാൽ പിന്നെ റോഡിൽ ആനകളുടെ പരേഡ് ആണ്. മെച്ചപ്പെട്ട തീറ്റിയിടങ്ങൾ തേടി കിലോമീറ്ററുകളോളം സഞ്ചരിക്കും ആനകൾ. വലിയ ശരീരപ്രകൃതികാരണം നിരപ്പുള്ള പ്രതലങ്ങളിൽ കൂടി നടക്കാനാണ് അവർക്കിഷ്ടം. അതുകൊണ്ടാണ് റോഡിലൂടെ നടക്കുന്നത്. വാഹനങ്ങൾ ഉള്ളതുകൊണ്ട് പകൽസമയത്ത് അവർ അധികവും റോഡിൽ ഇറങ്ങില്ല. രാത്രിയിലെ അവസാനത്തെ ബസ് പോകുന്ന സമയം അവർക്ക് കൃത്യമായി അറിയാം. അത് കഴിഞ്ഞേ റോഡിൽ ഇറങ്ങൂ.

എന്റെ രാത്രി യാത്രകളിൽ രണ്ടോ മൂന്നോ ആനക്കൂട്ടങ്ങളുടെ മുന്നിൽ ചെന്നുപെടുക പതിവാണ്. പരിചയസമ്പന്നരായ ഞങ്ങളുടെ ഡ്രൈവർമാർ പ്രശ്നങ്ങളൊന്നുമില്ലാതെ അവയെ മറികടക്കും.

ഇത്തരം സന്ദർഭങ്ങളിൽ നാലു കാര്യങ്ങളാണ് ശ്രദ്ധിക്കുക. ഹോൺ മുഴക്കാതിരിക്കുക, ലൈറ്റ് ഓഫ് ചെയ്യാതിരിക്കുക, എഞ്ചിൻ ഓഫാക്കാതിരിക്കുക, വാഹനം പുറകോട്ട് എടുക്കാതിരിക്കുക. അങ്ങനെ നാല് 'No' കളാണ്. കുറച്ചു നേരം ക്ഷമയോടെ കാത്തുനിന്നാൽ അവർ തിരിഞ്ഞു നടന്ന്, കാട്ടിലേക്ക് ഇറങ്ങി പൊയ്ക്കൊള്ളും.

ഒരിക്കൽ ഈറ്റ കയറ്റി വന്ന ഒരു ലോറിക്കും ഞങ്ങളുടെ ജീപ്പിനും ഇടയിൽ ഇടത്തരം വലുപ്പമുള്ള ഒരാന കുടുങ്ങി. ആനയ്ക്ക് മാറിപ്പോകാൻ പറ്റാത്തവിധമായിരുന്നു അവിടുത്തെ റോഡിന്റെ ഘടന. ഒരു വശം മലയും മറുവശം താഴ്ചയും. ലോറിയും ജീപ്പും അമ്പതു മീറ്റർ അകലത്തിലായി നിർത്തിയിട്ടു. ഇരുട്ടായതുകൊണ്ട് രണ്ടു വാഹനങ്ങൾക്കും പുറകോട്ട് അധികം മാറ്റിയിടാനും കഴിയുമായിരുന്നില്ല. അപ്പുറത്തും ഇപ്പുറത്തുമായി രണ്ടു വാഹനങ്ങളുടെ ഹെഡ് ലൈറ്റ് കണ്ട് പരിഭ്രമിച്ചുപോയ ആന ലോറിയുടെ മുന്നിലേക്കും ജീപ്പിനടുത്തേക്കുമായി മൂന്നു നാലു വട്ടം ഓടി. അപകടകരമായ അവസ്ഥയാണത്. ചെറിയ വാഹനമായ ജീപ്പിനെ തട്ടി മാറ്റിയിട്ട് ആന കടന്ന് പോകാനാണ് സാധ്യത. ആനയുടെ വെപ്രാളം കണ്ട് ഞങ്ങൾക്ക് ഭയമായി. മറ്റു മാർഗമില്ലാതെ ജീപ്പ് ഇടതു വശത്തെ തിട്ടയോടു പരമാവധി ചേർത്തു നിർത്തിയിട്ട് ഹെഡ് ലൈറ്റ് ഓഫ് ചെയ്തു കൊടുത്തു. എഞ്ചിനും ഓഫാക്കി. പാർക്ക് ലൈറ്റിന്റെ നേരിയ പ്രകാശം മാത്രം. ആ അവസ്ഥയിൽ അങ്ങനെ ചെയ്തേ പറ്റുമായിരുന്നുള്ളൂ. ശ്വാസമടക്കിപ്പിടിച്ച് ജീപ്പിനകത്തുതന്നെ ഞങ്ങളിരുന്നു. വേറൊന്നും ചെയ്യാനില്ലായിരുന്നു. ഇരുട്ടത്ത് ഇറങ്ങി ഓടുന്നതും അപകടമാണ്. അപ്പുറത്ത് കൂട്ടത്തിലെ മറ്റ് ആനകൾ നിൽക്കുന്നുണ്ടാകാം. കുറച്ച് സമയം അങ്ങനെ കഴിഞ്ഞുപോയി. പിന്നെ കണ്ടത് പരമാവധി ശരീരം ഒതുക്കി ജീപ്പിന് വശം ചേർന്ന് അപ്പുറം കടന്നുപോകുന്ന ആനയെയാണ്. ജീപ്പിൽ തൊട്ടു തൊട്ടില്ല എന്ന പോലെ അത് കടന്നു പോയി. ആ സാധുജീവിയോട് വല്ലാത്ത ബഹുമാനം തോന്നി.

രണ്ട് ആനക്കൂട്ടങ്ങൾക്ക് നടുവിൽ ഞങ്ങളുടെ വാഹനം പെട്ടുപോയതാണ് മറ്റൊരനുഭവം. കോട്ടയത്ത് ഒരു മീറ്റിങ്ങിൽ പങ്കെടുത്ത് തിരിച്ചുവരികയാണ് ഞാൻ. രാത്രി ഒമ്പതു മണി കഴിഞ്ഞിട്ടുണ്ട്. പതിവുപോലെ റോഡിൽ ചെറിയ ഒരു ആനക്കൂട്ടം. സാധാരണ ചെയ്യുന്നതുപോലെ അതിന്റെ പിറകിലായി മെല്ലെ മെല്ലെ നീങ്ങി. അങ്ങനെയാണ് ചെയ്യുക. അല്ലാതെ ആനക്കൂട്ടം മുഴുവനും ദൂരെ മാറി പോയിട്ട് പോകാമെന്ന് വെച്ചാൽ നമ്മൾ പോകലുണ്ടാവില്ല. സാവധാനം പിറകെ ചെന്നില്ലെങ്കിൽ അവർ റോഡിൽ തന്നെ അങ്ങനെ നിൽക്കുകയേ ഉള്ളൂ. പ്രകോപനമുണ്ടാക്കാതെ പതുക്കെ

പുറകെ കൂടുക. ഇറങ്ങിപ്പോകാൻ സൗകര്യമുള്ള സ്ഥലം എത്തിയാൽ അവർ റോഡിൽനിന്നും ഇറങ്ങി പൊയ്ക്കോളും. ആ വിധത്തിൽ ഞങ്ങൾ പതുക്കെ പോകുമ്പോഴാണ് പിറകിൽ നിന്നും വലിയ ഒച്ച കേട്ടത്. നല്ല പ്രകാശമുള്ള റിവേഴ്സ് ലൈറ്റിട്ട് പുറകുവശത്തെ ടാർപ്പായ പൊക്കി നോക്കി. മുന്നിൽ ഉള്ളതിനേക്കാൾ വലിയ ഒരു കൂട്ടം ഞങ്ങളുടെ പുറകിലായി നടന്നുവരുന്നു. പതിവില്ലാത്ത വിധം ഇടയ്ക്കിടെ പിറകോട്ട് തിരിഞ്ഞു നോക്കിക്കൊണ്ടും വല്ലാത്ത അസ്വസ്ഥത പ്രകടിപ്പിച്ചുകൊണ്ടുമാണ് മുന്നിലെ കൂട്ടത്തിന്റെ നടപ്പ് എന്നത് ഞങ്ങൾ ശ്രദ്ധിച്ചിരുന്നു. എന്താണ് സംഭവിച്ചതെന്നു മനസ്സിലായി. വലിയ ഒറ്റ കൂട്ടമായിരുന്നു അത്. കുറച്ചെണ്ണം മലയിൽ നിന്നും താഴെ റോഡിലേക്ക് ഇറങ്ങിയതിന് തൊട്ടുപുറകെയാണ് ഞങ്ങളുടെ ജീപ്പ് വന്നത്. ഇരുട്ടായതുകൊണ്ട് റോഡിലേക്ക് ഇറങ്ങാൻ കാത്തുനിന്ന കൂട്ടത്തിലെ ബാക്കി ആനകളെ ഞങ്ങൾ കണ്ടില്ല. അങ്ങനെയാണ് ഞങ്ങൾ രണ്ട് കൂട്ടങ്ങളുടെ നടുവിൽ പെട്ടു പോയത്. ഒരേ കൂട്ടമായതുകൊണ്ട് വീണ്ടും ഒന്നിക്കുന്നതു വരെ ഇവർ അസ്വസ്ഥരായിരിക്കും. നേതാവായ പിടിയാന ഏതെങ്കിലും ഒരു കൂട്ടത്തിൽ പെട്ടുപോയിട്ടുണ്ടാകും. അതുകൊണ്ടാണ് മുന്നിലുള്ള കൂട്ടം ഇടയ്ക്കിടെ തിരിഞ്ഞുനോക്കിക്കൊണ്ട് സാവധാനം നടന്നതും അസ്വസ്ഥത പ്രകടിപ്പിച്ചതും. എന്തു ചെയ്യണം എന്നറിയാതെ വല്ലാതെ ഭയന്നുപോയി ഞങ്ങൾ. മുന്നിലെ കൂട്ടത്തോട് ചേരാനുള്ള വ്യഗ്രതയിൽ ഞങ്ങളുടെ കുഞ്ഞു ജീപ്പ് പിന്നിലെ ആനക്കൂട്ടം തട്ടിമറിച്ചിടുമോ എന്ന് ഭയന്നു. എങ്ങോട്ട് ഇറങ്ങി ഓടാനാണ്. മുന്നിലും പിറകിലും ആനകളാണ്. പക്ഷേ ഒന്നും സംഭവിച്ചില്ല. പത്തു മിനിറ്റിലേറെ നീണ്ടുനിന്ന ഉദ്വേഗത്തിനൊടുവിൽ മുന്നിലെ കൂട്ടം റോഡിൽ നിന്നും താഴേക്ക് ഇറങ്ങി ഞങ്ങൾക്ക് വഴി തന്നു. അത്രയും സമയം പുറകിലെ കൂട്ടം ക്ഷമയോടെ ഞങ്ങളെ അനുധാവനം ചെയ്തു.

അവിശ്വസനീയം എന്ന് തോന്നാവുന്ന മറ്റൊരു സംഭവം ഓർമ്മയിലുള്ളതു കൂടി പറയാം. ഒരു ദിവസം വൈകുന്നേരം പമ്പയിലുള്ള എന്റെ ഓഫീസിൽ നിന്നും പത്തു കിലോമീറ്റർ മാത്രം ദൂരെയുള്ള ഗവി ഡിവിഷണൽ ഓഫീസിൽ ഞാൻ പോയി. അവിടുത്തെ മെസ്സിൽ നിന്നും അത്താഴവും കഴിച്ച് മടങ്ങുമ്പോൾ സമയം പത്തു മണി കഴിഞ്ഞു. രാത്രി വൈകും എന്ന് അറിയാമായിരുന്നതുകൊണ്ട് പകൽ ഓട്ടം കഴിഞ്ഞ് വിശ്രമിക്കുന്ന ഡ്രൈവറെ കൂട്ടിയിരുന്നില്ല. ഞാൻ തനിച്ചേ ഉള്ളൂ. പതിവായി ആനകളെ കാണാറുള്ള മണിയടിപ്പാലം, തോട്ടപ്പുര എന്നൊക്കെ വിളിക്കുന്ന ഒന്ന് രണ്ട് ഇടങ്ങളുണ്ട്. അത് കഴിയുംവരെ ഓരോ വളവിലും ശ്രദ്ധിച്ച് വളരേ സാവധാനമാണ് ഞാൻ ജീപ്പോടിച്ചത്. കൊച്ചുപമ്പയിലെ യൂണിറ്റ്

ഓഫീസ് കഴിഞ്ഞാൽ പിന്നെയുള്ള മൂന്നു കിലോമീറ്റർ ദൂരം പേടിക്കാനില്ല. ആ ഭാഗത്ത് ആനകൾ ഇറങ്ങില്ല. റോഡിന്റെ ഒരുവശം ഉയരമുള്ള മലഞ്ചെരുവും മറുവശം പമ്പാ ഡാമും ആണ്. കുറച്ച് മുന്നോട്ടു പോയാൽ ഇലക്ട്രിസിറ്റി ബോർഡിന്റെ കോളനിയുമാണ്. ഈ പ്രത്യേകതകൾക്കൊണ്ടാണ് അവിടെ ആനകൾ ഇറങ്ങാത്തത്. ഇവിടെയെത്തിയപ്പോൾ ഞാൻ ഗിയർ മാറ്റി സ്പീഡെടുത്തു. അഞ്ഞൂറ് മീറ്ററോളം പോയതേയുള്ളൂ, വിശ്വസിക്കാനാവാത്ത ഒരു കാഴ്ചയാണ് കണ്ടത്. ഭീമാകാരനായ ഒരു ആന അതിന്റെ മുൻകാലുകളും ശരീരത്തിന്റെ സിംഹഭാഗവും ഡാമിന്റെ ചെരുവിലേക്ക് ഉറപ്പിച്ചുകൊണ്ട് അനങ്ങാതെ നിൽക്കുകയാണ്. ശരീരത്തിന്റെ പിൻവശം കുറച്ച് അപ്പോഴും റോഡിലാണ്. അതിന് ഇനിയും താഴോട്ടിറങ്ങാൻ കഴിയില്ല. കുത്തനെയുള്ള ചെരുവാണ്. മറുവശത്ത് തിട്ടയോട് ചേർന്ന് ജീപ്പിന് കഷ്ടിച്ചു കടന്നുപോകാനുള്ള ഇടമുണ്ട്. സാമാന്യം സ്പീഡിൽ ആയിരുന്ന ജീപ്പ് ബ്രേക്ക് ചെയ്തു നിർത്തിയാൽ കൃത്യമായി ആനയുടെ പുറകിൽ തന്നെ ചെന്ന് നിൽക്കും. ആന ഒഴിച്ചിട്ട ചെറിയ വിടവിലൂടെ അതേ സ്പീഡിൽ തന്നെ അപ്പുറം കടക്കാനാണ് പെട്ടെന്ന് തോന്നിയത്. ഒരുപക്ഷേ അത് മാത്രമായിരുന്നു അപ്പോൾ ചെയ്യാൻ കഴിയുക. ഞാൻ അതുതന്നെ ചെയ്തു. ആ വിടവിലൂടെ അതേ സ്പീഡിൽ അപ്പുറം കടന്നു. കെഎസ്ഇബി കോളനിയിലെ സ്ട്രീറ്റ് ലൈറ്റിന്റെ ചുവട്ടിൽ വണ്ടി നിർത്തിയിട്ടാണ് പിന്നെ ഞാൻ ശ്വാസം വിട്ടത്. ഉണ്ടാകാമായിരുന്ന എല്ലാ സാധ്യതകളും മനസ്സിലൂടെ ഓടി മറഞ്ഞു. ആന വഴിമാറാതെ റോഡിൽ തന്നെ നിലയുറപ്പിച്ചിരുന്നെങ്കിൽ, അല്ലെങ്കിൽ പുറം തിരഞ്ഞു നിന്ന ആന ഭയം കൊണ്ടോ മറ്റോ ഒന്ന് വെട്ടിത്തിരിഞ്ഞിരുന്നെങ്കിൽ! ചെറുതായി ഒന്ന് തട്ടിയാൽ ജീപ്പ് പമ്പാ ഡാമിന്റെ ആഴങ്ങളിൽ പോയി കിടക്കും. ആരും അറിയുക പോലുമില്ല. KFDC യുടെ പമ്പാ ഡിവിഷണൽ മാനേജരെ ഔദ്യോഗിക വാഹനത്തോടൊപ്പം കാണാതായി എന്നു പത്രങ്ങളിൽ വാർത്ത വരും. ജീപ്പിന്റെ വെളിച്ചം അകലെനിന്നും കണ്ട ആ ആന മാന്യമായി എനിക്ക് വഴി ഒഴിഞ്ഞു തന്നതാണ്. അതും അത്രയും ശരീര ഭാരം ഡാമിന്റെ കുത്തനെയുള്ള ചെരുവിലേക്ക് ഇറക്കി വെച്ചുകൊണ്ട്.

ഒരെണ്ണം കൂടി പറഞ്ഞിട്ട് ആനക്കഥ അവസാനിപ്പിക്കാം. പമ്പയിൽനിന്നും വിട്ട്, ഗവിയിൽ ഡിവിഷണൽ മാനേജർ ആയിരിക്കുമ്പോഴാണത്. ഞാനും മാനേജർ ആനന്ദനും കൂടി എന്തോ ആവശ്യത്തിന് വണ്ടിപ്പെരിയാറിലേക്ക് പോവുകയാണ്. ഡ്രൈവർ ഇല്ലാത്തതുകൊണ്ട് ആനന്ദനാണ് ജീപ്പ് ഓടിച്ചത്. സമയം രാവിലെ പത്തുമണി. നല്ല വെയിലുള്ള തെളിഞ്ഞ അന്തരീക്ഷം. തൊമ്മിപ്പാലം എന്ന് ഞങ്ങൾ വിളിക്കുന്ന ചെറിയൊരു കലുങ്കും വളവും കഴിഞ്ഞ്

വലുതല്ലാത്ത ഒരു കയറ്റം കയറുകയാണ്. തെളിഞ്ഞ പകൽസമയം ആയതുകൊണ്ട് ആനകളെപ്പറ്റി ഞങ്ങൾക്ക് ചിന്തയേ ഉണ്ടായിരുന്നില്ല. ചെറിയൊരു വളവ് കഴിഞ്ഞതും നാല് ആനകളുള്ള ഒരു ചെറിയ കൂട്ടം ഞങ്ങൾക്ക് നേരെ നടന്നു വരികയാണ്. ഒരു സന്തുഷ്ട കുടുംബം പോലെ. ഒരു കൊമ്പൻ, ഒരു പിടിയാന, രണ്ടു കുട്ടികൾ. മുപ്പതടിയോളം ഇപ്പുറമായി ഞങ്ങൾ ജീപ്പു നിർത്തി. തിരിഞ്ഞു പോകുന്നതിനു പകരം അവ ജീപ്പിനു നേരെ തന്നെ നടന്നു വരികയാണ്. ഒരു കൂസലുമില്ല. ഞങ്ങളെ നല്ല പരിചയം ഉള്ളതുപോലെയാണ് അവരുടെ ശരീര ഭാഷ. അവർ വളരെ അടുത്തെത്തി. നിവർത്തിയില്ലാതെ ആനന്ദൻ ജീപ്പ് പുറകോട്ടെടുത്തു. പിന്നെയും അവർ നേരെ തന്നെ വരികയാണ്. വീണ്ടും പത്തിരുപതടി പുറകോട്ടെടുത്തു ഞങ്ങൾ ജീപ്പ് നിർത്തി. പത്തടിയോളം അടുത്ത് വരെ വന്നിട്ട് അവർ സാവധാനം കാട്ടിലേക്ക് ഇറങ്ങിപ്പോയി. അവിടെയായിരുന്നു അവർക്ക് ഇറങ്ങി പോകേണ്ട വഴി. യാതൊരു അസ്വസ്ഥതയയോ ഭയമോ കാണിക്കാതെ ഇണക്കമുള്ളവയെ പോലെയായിരുന്നു അവരുടെ ശരീരഭാഷ.

അനേകം തവണ കാട്ടാനകളുമായി മുഖാമുഖം വരാൻ ഇടയായിട്ടുണ്ടെങ്കിലും ഞങ്ങൾ ഉപയോഗിച്ചിരുന്ന വാഹനങ്ങളൊന്നും ഒരിക്കൽ പോലും ആനകൾ ഉപദ്രവിച്ചില്ല. അങ്ങേയറ്റം ശാന്തരായി അവർ ഒഴിഞ്ഞു പോവുകയാണ് ചെയ്യുക. രണ്ടു ജീപ്പുകൾ കൂടാതെ ഒരു ട്രാക്ടറും ഒരു ആംബുലൻസ് വാനും കുറേ മോട്ടോർസൈക്കിളുകളും ആണ് ഞങ്ങൾക്ക് അവിടെ ഉണ്ടായിരുന്നത്. ഞങ്ങളുടെ വാഹനങ്ങൾ ആക്രമിക്കാത്തതിന് എന്റേതായ ഒരു സിദ്ധാന്തം ഞാൻ സങ്കൽപ്പിച്ചെടുത്തിട്ടുണ്ട്. ശാസ്ത്രീയമാണെന്നൊന്നും അവകാശപ്പെടുന്നില്ല. എന്റെ തോന്നലും വിശ്വാസവും അനുഭവവും ആണ്. ആനകൾ പ്രധാനമായും രണ്ടു തരത്തിലാണ് അതിന്റെ പരിസരങ്ങളെ തിരിച്ചറിഞ്ഞ് ഓർമ്മയിൽ സൂക്ഷിക്കുന്നത്. ശബ്ദവും ഗന്ധവും ആണത്. നാട്ടാനകളും പാപ്പാന്മാരും തമ്മിൽ ഇടപെടുന്നത് ശ്രദ്ധിച്ചിട്ടുള്ളവർക്കറിയാം, ഉറക്കെ പേര് വിളിച്ചു കൊണ്ടാണ് കെട്ടിയിട്ട ആനയുടെ സമീപത്തേക്ക് രാവിലെ പാപ്പാൻ ചെല്ലുക. കുറച്ചുകൂടി അടുത്ത് ചെന്ന് തന്റെ ഗന്ധം പിടിച്ചെടുക്കാനുള്ള അവസരവും കൂടി കൊടുത്തതിനുശേഷം മാത്രമാണ് അടുത്ത് ചെന്ന് അയാൾ ആനയെ തൊടുന്നത്. പാപ്പാന്റെ ശബ്ദവും ഗന്ധവും ആനയുടെ തലച്ചോറിൽ രജിസ്റ്റർ ചെയ്യപ്പെട്ടിട്ടുണ്ട്. അതുമായി ഒത്തുനോക്കിയിട്ടാണ് ആന അതിന്റ പാപ്പാനെ തിരിച്ചറിയുന്നത്. അതിന് അവസരം കൊടുക്കാതെ ഓടി അടുത്തു ചെന്നാൽ പാപ്പാനെ ആന തട്ടിയകറ്റും. ഗവിയിലെ കാട്ടുപാതകളിലൂടെ ഓടിയ

ഒരുപാട് വാഹനങ്ങൾ ആനകൾ ആക്രമിച്ചിട്ടുണ്ട്. ഓട്ടോറിക്ഷകൾ കൊക്കയിലേക്ക് വലിച്ചെറിഞ്ഞിട്ടുണ്ട്. അതേസമയം രാപ്പകൽ ഇട തടവില്ലാതെ ഓടിക്കൊണ്ടിരിക്കുന്ന ഞങ്ങളുടെയും കെഎസ്ഇബി യുടെയും വാഹനങ്ങൾ ഒരിക്കൽപോലും ആക്രമിക്കപ്പെട്ടിട്ടില്ല.

ബുള്ളറ്റ് മോട്ടോർസൈക്കിളിന്റെ ശബ്ദം ആനകൾക്ക് അരോ ചകമാണെന്ന് പറഞ്ഞു കേട്ടിട്ടുണ്ട്. പക്ഷേ ഡിവിഷനിലെ അഞ്ചു ബൈക്കുകളിൽ ഒന്നുപോലും ആന ഒരിക്കൽ പോലും തടഞ്ഞു നിർത്തിയിട്ടില്ല. ഗവിയിലെ എന്റെ ആദ്യ സേവനകാലത്ത് ഒരു പാട് തവണ ഞാൻ ഈ വഴികളിൽ കൂടി മോട്ടോർസൈക്കിളിൽ സഞ്ചരിച്ചിട്ടുണ്ട്. ഒരു അനുഭവംപോലും പറയാനില്ല. തങ്ങളെ ഉപ ദ്രവിക്കാതെ, ഒരുതരത്തിലും പ്രകോപിപ്പിക്കാതെ, നിരന്തരം അങ്ങോട്ടുമിങ്ങോട്ടും ഓടുന്ന ഞങ്ങളുടെ വാഹനങ്ങളുടെ ശബ്ദം ആനകൾ തിരിച്ചറിയുന്നുണ്ട് എന്നാണ് എന്റെ വിശ്വാസം. എന്റെ ഈ നിഗമനത്തിന് ശാസ്ത്രീയ അടിത്തറകൾ ഉണ്ടോ എന്നറിയില്ല. അനുഭവങ്ങളിൽ നിന്നും മെനഞ്ഞെടുത്ത എന്റെ സിദ്ധാന്തമാണ്. അത്രയേ ഉള്ളൂ.

ഗവി ഡിവിഷനിലേക്ക്

ഈ കാലത്ത് ഗവി, പമ്പ ഡിവിഷനുകൾ തമ്മിൽ സംയോജിപ്പിച്ച് നേരത്തേ ആയിരുന്നതുപോലെ ഒറ്റ ഡിവിഷനാക്കി. അങ്ങനെ ഞാൻ ഗവി ഡിവിഷണൽ മാനേജരായി. ഭരണച്ചിലവ് കുറയ്ക്കുക എന്ന ഉദ്ദേശ്യത്തോടെയാണ് രണ്ടു ഡിവിഷനുകൾ ചേർത്ത് ഒന്നാക്കിയത്. ഒട്ടേറെ പ്രവർത്തനങ്ങൾ നടക്കുന്ന വലിയ ഡിവിഷൻ ആയി മാറി ഗവി. ഏലത്തോട്ടം തന്നെ 2500 ഏക്കറോളം വരും. നാനൂറോളം സ്ഥിരം തൊഴിലാളികൾ ഉണ്ട്. ആറു യൂണിറ്റുകൾ, ആറു മാനേജർമാർ, കുറെ ഫീൽഡ് ഓഫീസർമാർ, അനേകം വാച്ചർമാർ, ഓഫീസ് ജീവനക്കാർ അങ്ങനെ വലിയ ഉദ്യോഗസ്ഥവൃന്ദം. ഡിസ്പെൻസറി, ഫാർമസി, ഫാർമസിസ്റ്റ്, നഴ്സ് അങ്ങനെ ഒരു മെഡിക്കൽ വിഭാഗം. കുറേ വാഹനങ്ങൾ. അതിനകം പേരെടുത്തു കഴിഞ്ഞ ഗവി ഇക്കോടൂറിസം ഈ ഡിവിഷന്റെ കീഴിലാണ്. അങ്ങനെ വളരെ വിപുലമായ ഒരു സംവിധാനമാണ് ഗവി ഡിവിഷൻ. എല്ലാം ഏകോപിപ്പിച്ച് കൊണ്ടുപോവുക എന്നത് ബുദ്ധിമുട്ടുള്ള പണി തന്നെയാണ്.

തൊഴിലാളികൾ അധികവും ശ്രീലങ്ക അഭയാർത്ഥികളാണ്. പ്രശ്നക്കാരും കൂട്ടത്തിലുണ്ട്. പരാതികൾ ഒഴിഞ്ഞ നേരമുണ്ടാകില്ല. ഇത്തരം വലിയ പ്രൊജക്ടുകൾ മാനേജ് ചെയ്യാൻ അച്ചടക്കത്തിന്റെ വാളിനേക്കാൾ, എല്ലാവരുടെയും വിശ്വാസം ആർജ്ജിക്കലാണ് നല്ലതെന്ന് ഞാൻ പഠിച്ചിട്ടുണ്ട്. പട്ടാളമോ പോലീസോ വനംവകുപ്പ് പോലെയുമോ അല്ല KFDC. യൂണിഫോമും പ്രോസിക്യൂഷൻ അധികാരങ്ങളും ഉണ്ടെങ്കിലും ഇതൊരു സേനാ വിഭാഗമല്ല. സാമ്പത്തിക സുസ്ഥിരതയാണ് മുഖ്യം. അച്ചടക്കത്തിന്റെ വാളോങ്ങി ഭരിക്കുന്നതുകൊണ്ട് പ്രയോജനമില്ല. അച്ചടക്കം തീർച്ചയായും അത്യാവശ്യമാണെങ്കിലും കൂട്ടായ പ്രവർത്തനത്തിലൂടെ ലാഭം ഉണ്ടാക്കുക എന്നത് തന്നെ ആയിരിക്കണം ലക്ഷ്യം. ടീം വർക്കിൽ വിശ്വസിക്കുന്ന ആളാണ് ഞാൻ. വനം വകുപ്പിലെ ഉദ്യോഗസ്ഥരുടെ അത്ര ഉശിരു

പോരാ KFDCയിലെ ഉദ്യോഗസ്ഥർക്ക് എന്നൊരു കമന്റ് പാസ്സാക്കി ഒരിക്കൽ ഒരു മുതിർന്ന ആന്ധ്രാക്കാരൻ IFS ഓഫീസർ. വനം വകുപ്പ് ഒരു സേനാ വിഭാഗമാണ്. ഉശിരു മാത്രം കാണിച്ചു നടന്നാലും അവർക്ക് ശമ്പളം കിട്ടും. KFDC ഒരു കമ്പനിയാണ്. എല്ലാത്തിനും കണക്ക് പറയണം. ലാഭം ഉണ്ടാക്കണം, ഉശിരു കാണിച്ച് ഷൈൻ ചെയ്തിട്ട് പ്രയോജനമില്ല.

ഗവി ഇക്കോടൂറിസം

ഇക്കോ ടൂറിസം നന്നായി ചുവടുറപ്പിച്ചു കഴിഞ്ഞിരുന്നു. ബാലാരിഷ്ടതകൾ പിന്നിട്ട് നാട്ടിലും വിദേശത്തും അറിയുന്ന ഒന്നായി അത് വളർന്നിരുന്നു. അത്തരത്തിൽ അതിനെ വിഭാവനം ചെയ്ത എന്റെ മുൻഗാമികളുടെ ഭാവനയെയും ഇച്ഛാശക്തിയെയും കുറിച്ച് എനിക്ക് വല്ലാത്ത മതിപ്പു തോന്നിയിട്ടുണ്ട്. അത്രയും ഗംഭീരവും കുറ്റമറ്റതും ആണ് അതിന്റ സംവിധാനങ്ങൾ. ഗ്രീൻ മാൻഷൻ എന്ന് പേരിട്ടിരിക്കുന്ന അതിമനോഹരമായ പ്രധാന കെട്ടിടത്തിൽനിന്നുള്ള കാഴ്ചകളുടെ അഭൗമ സൗന്ദര്യം വാക്കുകൾ കൊണ്ട് വിവരിക്കാനാവില്ല. അതിന്റ മുറ്റത്തു നിന്ന്കൊണ്ട് 360 ഡിഗ്രിയിൽ ചുറ്റിനും ഒന്നു തിരിഞ്ഞു നോക്കിയാൽ പ്രകൃതിയുടെ വേറെ വേറെ രൂപഭാവങ്ങളിലേക്കാണ് കാഴ്ച ചെന്ന് പതിക്കുക. ഒരു വശത്ത് നിബിഡമായ കന്യാവനങ്ങൾ. ഒരു വശത്ത് പച്ച പുതച്ച പുൽമേടുകൾ, മുൻവശം ഗവി ഡാമിന്റെ സ്വച്ഛമായ ജലപ്പരപ്പ്. ഇനി ഒരു വശത്ത് ഏലക്കാടുകൾ. സ്വർഗ്ഗം താണിറങ്ങി വന്നതോ എന്ന് കവി പാടിയ പോലെ ഇങ്ങനെ ഒരു സ്ഥലം ഉണ്ടോ എന്ന് സംശയമാണ്. ഭാവനകളെ തരളിതമാക്കുന്ന ഭൂമിക. അവളെ താലോലിച്ച് സുഖമുള്ള കുളിരും. നന്നായി ഓടിക്കൊണ്ടിരുന്ന ആ സംരംഭത്തെ പാളം തെറ്റാതെ ഓടിച്ചു കൊണ്ടുപോകുന്ന പണിയേ എനിക്കുണ്ടായിരുന്നുള്ളൂ. അതുതന്നെ നല്ല ശ്രദ്ധ വേണ്ട കാര്യമാണ്.

തൊണ്ണൂറ് ശതമാനവും വിദേശികളാണ് അന്ന് സന്ദർശകരായി എത്തുന്നത്. നേരിയ വീഴ്ചകൾ പോലും വലിയ വിമർശനങ്ങൾക്ക് ഇടവരുത്തും. അത്യന്തം പ്രധാനമാണ് സന്ദർശകരുടെ സുരക്ഷ. വീഴ്ചകൾ ഉണ്ടായാൽ വിദേശ എംബസികളാണ് ഇടപെടുക. സമാധാനം പറയേണ്ടി വരുന്നത് നമ്മുടെ സർക്കാരും. അതുകൊണ്ട് സുരക്ഷയുടെ കാര്യത്തിൽ ഒരു വിട്ടുവീഴ്ചയും ഇല്ല. വളരെ വ്യക്തമായ മാർഗ്ഗരേഖകളും സുരക്ഷാ സംവിധാനങ്ങളും ഉണ്ടാക്കി വച്ചിട്ടുണ്ട്. വിദേശീയ വിഭവങ്ങൾ ഉണ്ടാക്കാൻ അറിയുന്ന വിദഗ്ധരായ

പാചകക്കാരും പരിശീലനം ലഭിച്ച ഗൈഡുമാരും ഉണ്ട്. എല്ലാം കൊണ്ടും സുസജ്ജമാണ് സംവിധാനം.

രണ്ടു തരം പ്രോഗ്രാമുകളാണ് ഇവിടെ ഉണ്ടായിരുന്നത്. പകൽ സമയത്തേക്ക് മാത്രമായി ഒന്നും, രാത്രി താമസിച്ചിട്ട് തിരിച്ചു പോകുന്നവിധം മറ്റൊന്നും. രണ്ടിനും ധാരാളം സന്ദർശകർ ഉണ്ടായിരുന്നു. അതിഥികളുടെ ആധിക്യം കാരണം ചില സീസണിൽ സന്ദർശകരെ പ്രവേശിപ്പിക്കുന്നതിൽ നിയന്ത്രണങ്ങൾ ഏർപ്പെടുത്തേണ്ട സ്ഥിതി പോലും ഉണ്ടായിട്ടുണ്ട്. ഒരു ദിവസം പരമാവധി 100 പേർ, മുപ്പത് വാഹനങ്ങൾ എന്നൊക്കെ നിയന്ത്രിക്കേണ്ടി വന്നിട്ടുണ്ട്. താമസ സൗകര്യങ്ങളുടെ ലഭ്യതയും ആ പ്രദേശത്തിന്റെ ചുമക്കാനുള്ള ശേഷിയും (Carrying capactiy), നോക്കിയേ അതിഥികളെ സ്വീകരിക്കാൻ കഴിയുള്ളൂ. വന്യമൃഗങ്ങൾ ധാരാളമുള്ള വനപ്രദേശമാണ്. നിയന്ത്രണം ഇല്ലാതെ സന്ദർശകർ വന്നു പോകുന്നത് മനുഷ്യരുടെയും മൃഗങ്ങളുടെയും സുരക്ഷയെ ഒരുപോലെ ബാധിക്കും. അമിതമായ മനുഷ്യ സാന്നിധ്യം ഭയന്ന് അകന്നു പോകുന്ന മൃഗങ്ങൾക്ക്, സുപരിചിതവും താദാത്മ്യം പ്രാപിച്ചു കഴിഞ്ഞതുമായ അവയുടെ ആവാസ വ്യവസ്ഥയിൽ നിന്നും ഒഴിഞ്ഞു പോകേണ്ടിവരും. അതിലേറെ പ്രധാനമാണ് സന്ദർശകരുടെ സുരക്ഷ. അതീവ ജാഗ്രതയോടെ മാത്രമേ സന്ദർശകരെ കാട്ടിലൂടെ കൊണ്ടുപോകാനാവൂ. ട്രക്കിംഗ് നടത്തുന്ന സംഘങ്ങളിൽ കൂടുതൽ പേരുണ്ടായാൽ അവരെ സുരക്ഷിതരായി കൊണ്ടുപോകാൻ എത്ര പരിശീലനം ലഭിച്ചവരാണെങ്കിലും ഗൈഡുമാർക്ക് കഴിയാതെ വരും. ഇക്കാരണങ്ങൾ കൊണ്ടാണ് വാണിജ്യ സാധ്യതകൾക്കപ്പുറം, പ്രദേശത്തിന്റെ പരിമിതികൾക്ക് അനുസൃതമായി വനമേഖലകളിലെ ടൂറിസം നിയന്ത്രിക്കേണ്ടി വരുന്നത്.

രണ്ടു തരം പ്രോഗ്രാമുകളാണ് ഉണ്ടായിരുന്നത് എന്ന് പറഞ്ഞല്ലോ. ഡേ പ്രോഗ്രാം എന്നും സ്റ്റേ പ്രോഗ്രാം (Day and Stay) എന്നുമാണ് ഞങ്ങൾ അവയെ വിളിച്ചത്. രണ്ടിനും നേരത്തെ ബുക്ക് ചെയ്യണം. സന്ദർശകർ സ്വന്തം വാഹനത്തിലോ ടാക്സിയിലോ ആണ് എത്തേണ്ടത്. റോഡിന്റെ അവസ്ഥ അത്യന്തം ശോചനീയം ആയിരുന്നതുകൊണ്ട് വണ്ടിപ്പെരിയാറിൽ നിന്നും ഗവി വരെ ജീപ്പുകളായിരുന്നു ടാക്സിയായി ഓടിക്കൊണ്ടിരുന്നത്. ഡേ പ്രോഗ്രാമിനായി ബുക്ക് ചെയ്തു വരുന്ന അതിഥികൾക്ക് ആദ്യം പ്രഭാത ഭക്ഷണം നൽകുന്നു. ബുഫേ രീതിയിൽ സസ്യാഹരമാണ്. ബുൾസ് ഐ, ഓംലറ്റ്, അല്ലെങ്കിൽ പുഴുങ്ങിയ മുട്ടയും ഉണ്ടാകും. ബ്രെഡ്, ബട്ടർ, ജാം, ദോശ, ഇഡ്ഡലി, സാമ്പാർ, ഇടിയപ്പം, കടലക്കറി, ഇവയിൽ മൂന്നോ നാലോ പ്രധാന വിഭവങ്ങൾ എല്ലാ ദിവസവും

ഉണ്ടാകും. ഏതെങ്കിലും പഴങ്ങളും. ഓരോരുത്തരുടെയും ഇഷ്ടങ്ങളും കപ്പാസിറ്റിയും അനുസരിച്ച് കഴിക്കാം. പ്രാതലിന് ശേഷം കാട്ടിലൂടെയുള്ള ട്രക്കിങ് ആണ്. ചെറിയ സംഘങ്ങളായിട്ടാണ് പോവുക. പരിചയസമ്പന്നരായ ഗൈഡുകൾ കൂടെയുണ്ടാകും. രണ്ടോ മൂന്നോ മണിക്കൂർ ഉൾക്കാട്ടിലൂടെ നടക്കാം. നിഗൂഢമായ വനഭംഗി ആസ്വദിക്കാം. വന്യമൃഗങ്ങളെ കാണുക എന്നത് ഭാഗ്യം പോലെയിരിക്കും. ചില സംഘങ്ങൾക്ക് ഒരുപാട് എണ്ണത്തിനെ കാണാൻ ഭാഗ്യമുണ്ടാകുമ്പോൾ ഒന്നിനെപോലും കാണാൻ കഴിയാത്തവരും ഉണ്ട്.

അഞ്ചാറു കൊല്ലം അവിടെ ഉണ്ടായിരുന്നിട്ടും ഒരു കടുവയെ നേരിൽ കാണാൻ എനിക്ക് കിട്ടിയില്ല. പുലിയും കാട്ടുപോത്തും കരടിയും ഒരുപാട് തവണ കൺമുന്നിൽ വന്ന് പെട്ടിട്ടുണ്ട്. ഒരുപാടിനം പക്ഷികളെയും പലതരം കുരങ്ങുകളെയും മലയണ്ണാനുകളെയും കാണാൻ കഴിയും. 'സാമ്പാർ ഡിയർ' എന്നറിയപ്പെടുന്ന മ്ലാവുകൾ ധാരാളമുണ്ട്. കേഴമാനുകളും ഉണ്ടെങ്കിലും അധികം കണ്ടു കിട്ടാറില്ല. നാണംകുണുങ്ങികളായ ഇവർ ആളനക്കം അറിയുമ്പോഴേ ഓടിയൊളിക്കും. ആനയേയും കടുവയെയും പുലിയെയും കരടിയെയും കാണാനും അവയുടെ ചിത്രങ്ങൾ പകർത്താനും ഭാഗ്യം കിട്ടിയവരും ഒരുപാടുണ്ട്. അവർ എടുത്ത മൃഗങ്ങളുടെ ഫോട്ടോകൾ ചിലപ്പോൾ വിദേശങ്ങളിൽനിന്നുപോലും ഞങ്ങൾക്ക് അയച്ചു കിട്ടാറുണ്ട്.

അതിഥികൾക്ക് മൃഗങ്ങളെ കാണിച്ചു കൊടുക്കുക എന്നതിന് തന്നെയാണ് മുൻഗണനയെങ്കിലും ഒളിഞ്ഞിരിക്കുന്ന അപകടസാധ്യതകളെ അവഗണിക്കാനും വയ്യ. ചിലപ്പോഴൊക്കെ ഗൈഡ്മാരുടെ നിർദ്ദേശങ്ങൾ വകവെയ്ക്കാതെ അതിഥികൾ പെരുമാറും. വന്യമൃഗങ്ങളുടെ സ്വഭാവരീതികൾ അവർക്കറിയില്ല. ഫോട്ടോ എടുക്കാനായി സുരക്ഷിതമല്ലാത്തത്ര അടുത്തേക്ക് നീങ്ങും. അതിഥികളായതുകൊണ്ട് കർക്കശമായി പെരുമാറാൻ ഗൈഡുമാരും മടിക്കും. ഇത് അപകടങ്ങൾക്കു കാരണമായിട്ടുണ്ട്.

എന്റെ കാലത്ത് ഓടിവീണ് കയ്യൊടിയുക തുടങ്ങിയ ചെറിയ അപകടങ്ങളെ ഉണ്ടായിട്ടുള്ളൂ. പിന്നീടൊരിക്കൽ രണ്ട് വടക്കേ ഇന്ത്യൻ സന്ദർശകർ ആനയുടെ ആക്രമണത്തിൽ ദാരുണമായി കൊല്ലപ്പെട്ടിരുന്നു. ദമ്പതികളായിരുന്നു. കൗതുകം അടക്കാനാവാതെ വളരെ അടുത്തേക്ക് ചെന്ന അവരെ ആന ചാർജ് ചെയ്തു. തടിച്ച ശരീര പ്രകൃതിയുള്ള അവർക്ക് ഓടിമാറാൻ കഴിഞ്ഞില്ല. മൃഗങ്ങളെ കാണുന്നത് എല്ലാവർക്കും ഇഷ്ടമാണെങ്കിലും ചെറിയ അശ്രദ്ധമതി കാര്യങ്ങൾ കൈവിട്ടു പോകാൻ. സന്ദർശകരുടെ സുരക്ഷ

തന്നെയാണ് ഏറ്റവും പ്രധാനം. മൂന്നോ നാലോ പാതകൾ ട്രക്കിങ്ങിനു വേണ്ടി തെളിച്ചിടും. ഇങ്ങനെ ചെയ്യുന്നതിന് രണ്ട് ഉദ്ദേശ്യങ്ങളുണ്ട്. ഒന്നാമതായി ഏതെങ്കിലും പാതയിൽ അന്നേ ദിവസം മൃഗങ്ങളുടെ, പ്രത്യേകിച്ച് ആനകളുടെ, അപകടകരമായ സാന്നിധ്യം ഉണ്ടെങ്കിൽ, ആ പാത അന്നത്തേക്ക് ഒഴിച്ചിടും. അധികദൂരം നടക്കാൻ താത്പര്യമില്ലാത്ത അതിഥികൾക്കായി ദൈർഘ്യം കുറഞ്ഞ പാതകളും ഉണ്ടാകും. അതിഥികൾ അധികമുണ്ടെങ്കിലും വേറെ വേറെ പാതകൾ ഉപയോഗിക്കും.

മൃഗങ്ങളുടെ ദർശന ഭാഗ്യം കിട്ടുന്ന ടൂറിസ്റ്റുകൾ, പ്രത്യേകിച്ചും വിദേശികൾ ഗൈഡുമാർക്ക് വലിയ ടിപ്പു കൊടുക്കും. ഇതിനുവേണ്ടി അപകടസാധ്യതകളെ അവഗണിച്ച് മൃഗസാന്നിധ്യം കൂടുതലുള്ള റൂട്ടുകളിലൂടെ അതിഥികളെ കൊണ്ടുപോകുന്ന ചില ഗൈഡുമാരും ഉണ്ട്. ഇത് നിരുത്സാഹപ്പെടുത്താനായി പൊതുവായി ഒരൊറ്റ Tip Box വെച്ച് പരീക്ഷിച്ചെങ്കിലും വാചകമടിക്കാൻ മിടുക്കുള്ള ഗൈഡുമാർ അതിനെ അത്ര കാര്യമാക്കിയില്ല. അവരെ ഇടയ്ക്കിടെ കണ്ടെത്തി താക്കീത് നൽകും. ട്രക്കിങ്ങിനായി കാട്ടിൽ കയറുന്നവരുമായി ബന്ധപ്പെടാൻ കഴിയില്ല എന്നതാണ് ഏറെ ബുദ്ധിമുട്ടുണ്ടാക്കുന്ന കാര്യം. ഒരു സംഘം കാട്ടിലേക്ക് നീങ്ങിക്കഴിഞ്ഞാൽ അവർ തിരിച്ചു വരുന്നതുവരെ അവരെക്കുറിച്ച് ഒന്നും അറിയാൻ കഴിയില്ല. ചാർജിലുള്ള ഉദ്യോഗസ്ഥനെ എന്നും ഉദ്വേഗത്തിൽ ആക്കുന്ന ഒന്നാണ് ഈ അവസ്ഥ.

ട്രക്കിംഗ് കഴിഞ്ഞു വരുന്നവർക്ക് ലഘു പാനീയങ്ങളും ലഘു ഭക്ഷണവും കഴിച്ച് വിശ്രമിക്കാം. പിന്നെ ഉച്ചഭക്ഷണമാണ്. വിഭവസമൃദ്ധമായ സസ്യാഹാരമാണ് വിളമ്പുക. കേരളീയ വിഭവങ്ങൾ തന്നെയാണ്. ചില വിദേശ ടൂറിസ്റ്റുകൾ പ്രത്യേക വിഭവങ്ങൾ മുൻകൂട്ടി ആവശ്യപ്പെടാറുണ്ട്. ഉദാഹരണത്തിന് ഹോളണ്ടുകാർക്ക് ഉരുളക്കിഴങ്ങ് മാത്രം മതി. അത് പുഴുങ്ങിയും പല രൂപത്തിലാക്കിയും കൊടുത്താൽ അതുമതി അവർക്ക്. ചില രാജ്യക്കാർക്ക് ടോസ്റ്റ് ചെയ്ത ബ്രെഡ് മാത്രം മതി. ചോറ് വേണ്ട. അപൂർവമായി ചില രാജ്യക്കാർ അങ്ങനെ പ്രത്യേക ഭക്ഷണം നേരത്തേ ആവശ്യപ്പെട്ടാൽ ഉണ്ടാക്കിക്കൊടുക്കും. കേരളത്തിന്റ തനതായ സദ്യ തന്നെയാണ് സാധാരണ വിളമ്പുന്നത്. പായസവും പപ്പടവും എല്ലാം ഉണ്ടാകും. ബുഫേ രീതി തന്നെയാണ്. അതിഥികൾക്ക് ഇഷ്ടംപോലെ എടുത്ത് കഴിക്കാം.

ഭക്ഷണത്തിനുശേഷം വേണമെങ്കിൽ ചെറിയ ഉച്ചമയക്കം ആവാം. അതിനുശേഷം ബോട്ടിംഗ് ആണ്. ഗവി ഡാമിന്റെ തടാകപ്പരപ്പിലൂടെ ഫൈബർ ബോട്ടിൽ ഒന്നൊന്നര മണിക്കൂർ സവാരി

നടത്താം. സ്വന്തമായി ചവുട്ടി പോകാവുന്ന പെഡൽ ബോട്ടുകളും ഉണ്ട്. പ്രകൃതിസൗഹൃദ ടൂറിസം ആയതുകൊണ്ട് എൻജിൻ ഘടിപ്പിക്കാത്ത, തുഴ ബോട്ടുകളാണ് ഉപയോഗിക്കുന്നത്. നാലോ അഞ്ചോ പേർക്ക് കയറാവുന്ന ഫൈബർ വള്ളങ്ങളാണ്. ഗൈഡുമാർതന്നെ തുഴക്കാരായി വരും. ബോട്ട് യാത്രയ്ക്കിടയിൽ ധാരാളം പക്ഷികളെ കാണാം. ഭാഗ്യമുണ്ടെങ്കിൽ തടാകത്തിന്റെ തീരങ്ങളിൽ വെള്ളം കുടിക്കാനിറങ്ങുന്ന ആനകളെയും കാട്ടുപോത്തുകളെയും കാണാം. തണുപ്പുള്ള കാലാവസ്ഥയായതുകൊണ്ട് നേരിയ വെയിലിന്റെ ചൂട് അറിയില്ല. കുറച്ച് തുഴഞ്ഞു പോകുമ്പോൾ കാട്ടിൽ നിന്നും ഒഴുകി വരുന്ന ചെറിയൊരു വെള്ളച്ചാട്ടമുണ്ട്. അവിടെ ഇറങ്ങി ഔഷധവീര്യമുള്ള വെള്ളത്തിൽ നനയാം. ഓർമ്മയിൽ എന്നെന്നും സൂക്ഷിക്കാവുന്ന ഒരു അനുഭവമാണ് ഈ ബോട്ടിംഗ്. അത് കഴിഞ്ഞ് തിരിച്ചെത്തിയാൽ വൈകുന്നേരത്തെ ചായയും ഏതെങ്കിലും ചെറുവിഭവങ്ങളും കഴിക്കാം. ഡേ പ്രോഗ്രാമിന് വരുന്ന അതിഥികൾ അതിനുശേഷം തിരിച്ചുപോകുന്നു. അവിടെ ഇന്ന് കാണുന്ന മനോഹരവും വിശാലവുമായ ബുഫെ ഹാൾ ഞാൻ മുൻകൈയെടുത്ത് എന്റെ കാലത്താണ് ഈ രീതിയിൽ ഉണ്ടാക്കിയത്. ഗവി ഡാം പണിയുന്ന കാലത്ത് ഉണ്ടാക്കി, പിന്നീട് KSEB ഉപേക്ഷിച്ചു പോയ വലിയ ഒരു ഷെഡ്ഡായിരുന്നു അത്. അതിനെ ഇപ്പോഴത്തെ രീതിയിൽ മനോഹരമാക്കിയതിന്റെ കുറച്ചു ക്രെഡിറ്റ് ഞാനും എടുത്തോട്ടെ. എന്റേതായ ഒരു കൈയ്യൊപ്പ്. അല്പം പൊങ്ങച്ചം ആണെന്ന് കൂട്ടിക്കോളൂ. ഞാനൊരു സാധാരണ മനുഷ്യനല്ലേ.

ഡേ ഗസ്റ്റുകൾ തിരിച്ചുപോകുന്ന സമയത്താണ് സ്റ്റേ ഗസ്റ്റുകൾ വന്നു ചേരുക. വന്യതയിൽ രാപ്പാർക്കുക എന്നത് തന്നെയാണ് സ്റ്റേ പ്രോഗ്രാമിന്റെ ആകർഷണീയത. രാത്രിയിലെ കാട് വേറെ ഒരു അനുഭവമാണ്. രാത്രി കാട്ടിലിറങ്ങി നടക്കാൻ ടൂറിസ്റ്റുകളെ അനുവദിക്കില്ലെങ്കിലും കാടിന്റെ എല്ലാ ഭാവങ്ങളും അവർക്ക് അനുഭവിച്ചറിയാൻ കഴിയും. സുരക്ഷിതരായി ഇരുന്ന് അതിന്റെ മാസ്മരിക സൗന്ദര്യത്തിൽ സ്വയം അലിയാം. കുളിരും കോരാം ആവോളം. വൈകുന്നേരത്തോടെ എത്തിച്ചേരുന്നവർക്ക് ചുടു ചായ മോന്തി എന്തെങ്കിലും പലഹാരങ്ങളും കഴിച്ച് യാത്രാക്ഷീണമകറ്റി ഉഷാറാകാം. ഇരുട്ട് പരക്കാൻ തുടങ്ങിയിട്ടില്ലെങ്കിൽ അപ്പോൾ തന്നെ ഒരു ബോട്ടിംഗ് ആവാം. അല്ലെങ്കിൽ ആ തടാകക്കരയിൽ വെറുതെയിരുന്ന് കാറ്റു കൊള്ളാം. അപ്പോഴേക്കും നല്ല തണുപ്പായിട്ടുണ്ടാകും. പിന്നെ അത്താഴവും ക്യാമ്പ് ഫയറുമാണ്. സൂപ്പ്, ചപ്പാത്തി, ചിക്കൻ കറി തുടങ്ങിയവയൊക്കെയാണ് അത്താഴത്തിന് ഉണ്ടാവുക. മദ്യം

വിളമ്പുകയോ, കഴിക്കാൻ അനുവദിക്കുകയോ ചെയ്യില്ല. വിദേശികൾക്കാണ് ഈ നിയന്ത്രണത്തിൽ പരാതി ഉണ്ടാവുക എന്നാണ് നമ്മൾ സാമാന്യമായി വിചാരിക്കുക. പക്ഷേ നേരെ മറിച്ചാണ് ഞങ്ങൾ കണ്ടത്. ഇത്രയും കാശു മുടക്കി വന്നിട്ട് സ്വന്തം കാശിനു അല്പം കള്ളുകുടിക്കാൻ അനുവദിക്കാത്തത് ശരിയല്ല എന്ന് പലപ്പോഴും പരിതപിച്ചിട്ടുള്ളതും വഴക്കുണ്ടാക്കിയിട്ടുള്ളതും നമ്മുടെ ആളുകളാണ്. വിദേശികൾക്ക് ഇക്കാര്യത്തിൽ ഒരു പരാതിയും ഇല്ല.

രാത്രി തങ്ങുന്നവർക്ക് മൂന്ന് തരത്തിലുള്ള താമസസൗകര്യങ്ങളാണ് അന്നുള്ളത്. പ്രധാന കെട്ടിടമായ ഗ്രീൻ മാൻഷനിലെ കുറച്ചു മുറികൾ, ഏതാനും സ്വിസ് കോട്ടേജുകൾ പിന്നെ ജംഗിൾ ക്യാമ്പ്. ഇപ്പോൾ കുറേ മുറികൾ കൂടി പുതിയതായി ഉണ്ടാക്കിയിട്ടുണ്ട്. ടൂറിസ്റ്റുകളുടെ താൽപര്യവും ലഭ്യതയും അനുസരിച്ചാണ് ഈ സൗകര്യങ്ങൾ അനുവദിക്കുന്നത്. മൂന്നിന്റെയും നിരക്കുകളിൽ വ്യത്യാസമുണ്ട്. ഏറ്റവും കുറവ് മുറികൾക്കും കൂടുതൽ ജംഗിൾ ക്യാമ്പിനും ആണ്. ഡാമിന്റെ കരയിൽ ഉണ്ടാക്കുന്ന ടെന്റുകളാണ് സ്വിസ്സ് കോട്ടേജുകൾ. ടോയ്ലറ്റ് അടക്കമുള്ള എല്ലാ സൗകര്യങ്ങളുമുള്ള വലിയ ടെന്റുകളാണത്. കുറച്ചുകൂടി ഉൾക്കാട്ടിലൊരുക്കിയ ടെന്റുകളാണ് ജംഗിൾ ക്യാമ്പുകൾ. വന്യമൃഗങ്ങൾ ധാരാളമുള്ളതുകൊണ്ട് സുരക്ഷയ്ക്കായി ചുറ്റിനും കിടങ്ങുണ്ടാകും. ഇതിനാണ് ഏറ്റവും കൂടിയ നിരക്കുകളുള്ളത്. കുറച്ചധികം സന്നാഹങ്ങൾ വേണ്ടതുകൊണ്ടാണത്. പാചകത്തിനുള്ള വസ്തുക്കളും പാചകക്കാരും ഒക്കെയായി അതിഥികളെയും കൊണ്ട് കാടിനകത്തുള്ള ക്യാമ്പിലേക്ക് ജീപ്പിൽ തന്നെ എത്തണം. ആനകൾ കടക്കാതിരിക്കാൻ ട്രഞ്ചുണ്ടെങ്കിലും പുലിയും കടുവയും ചാടിക്കടക്കാതിരിക്കാൻ തീ കുണ്ഡവുമായി കാവൽ വേണം. ടോയ്ലറ്റും, സോളാർ ലൈറ്റും മറ്റു സംവിധാനങ്ങളും ഉണ്ട്. സാഹസികത ആഗ്രഹിക്കുന്നവരാണ് ജംഗിൾ ക്യാമ്പ് ആവശ്യപ്പെടുന്നത്. കന്യാവനത്തിന്റെ ഗന്ധം മൂക്കിലൂടെ വലിച്ചെടുത്ത്, കാട്ടാറിന്റെ പാട്ട് കേട്ട്, അല്പം പേടി കലർന്ന ധൈര്യത്തോടെ കാടിനു നടുവിൽ ഒരു രാത്രി എന്നത് വേറെ ഒരനുഭവമാണ്. കാടുറങ്ങുന്നതും കാടുണരുന്നതും അറിയാം. ചില ജീവികളുടെയും മൃഗങ്ങളുടെയും ശബ്ദങ്ങളിലൂടെ കാട് പറയും, ഇതാ, ഞാൻ ഉറങ്ങാൻ പോകുന്നു, നിങ്ങളും സുഖമായി ഉറങ്ങൂ. ചീവീടുകളും അനേകം ചെറുജീവികളും ചേർന്ന് താരാട്ട് പാടും. ഉണർത്തുപാട്ടുകാരാണ് ഇനിയൊരു കൂട്ടർ. കറുത്ത കാട്ടിൽ സൂര്യവെളിച്ചം അമാന്തിച്ചുനിന്നാലും ചൂളമടിച്ചും കുരവയിട്ടും അവർ നിങ്ങളെ ഉണർത്തിക്കൊള്ളും. ഭാഗ്യമുണ്ടെങ്കിൽ ആനകളെ കയ്യെത്തും ദൂരെ അടുത്ത് കാണാം. ഇത്തരം ക്യാമ്പുകൾ രണ്ടെണ്ണം മാത്രമായിരുന്നു അന്ന് ഉണ്ടായിരുന്നത്. ഡിമാൻഡ്

ഉണ്ടെങ്കിലും ആവശ്യക്കാർക്കെല്ലാം നൽകാൻ സാധിക്കുമായിരുന്നില്ല. ഭക്ഷണവും മറ്റു സൗകര്യങ്ങളും ഉൾപ്പെടുന്ന പാക്കേജുകളാണ് എല്ലാം. മറ്റു സൗകര്യങ്ങളെല്ലാം എല്ലാ പാക്കേജിലും ഒരുപോലെയാണ്. സ്റ്റേറ്റ് പ്രോഗ്രാമിന്റെ മറ്റൊരു ആകർഷണീയതയാണ് അതിരാവിലെയുള്ള ജീപ്പ് സഫാരി. മൃഗങ്ങളെ കാണാൻ കൂടുതൽ സാധ്യതയുള്ള വഴികളിൽ കൂടി ടൂറിസ്റ്റുകളെ ജീപ്പിൽ കൊണ്ടുപോകും. കാടുണരുന്ന ആ സമയത്താണ് മൃഗ സാന്നിദ്ധ്യം കൂടുതലുണ്ടാവുക. അതുകൊണ്ട് അവയെ കാണാനുള്ള സാധ്യതയും കൂടുതലാണ്. സന്ധ്യാസമയങ്ങളിലും മൃഗങ്ങൾ പുറത്തിറങ്ങുമെങ്കിലും ടൂറിസ്റ്റുകളെ കൊണ്ടു പോകാൻ സാധിക്കില്ല. വെളിച്ചത്തിന് പകരം പിന്നെ പരക്കുന്നത് ഇരുട്ടായതുകൊണ്ട്.

വിദേശികളിൽനിന്നും
പഠിക്കാനുണ്ട് ചിലത്

സന്ദർശകരിൽ ഭൂരിഭാഗവും വിദേശികളായിരുന്നു എന്ന് പറഞ്ഞല്ലോ. അവരിൽനിന്നും നമുക്ക് പഠിക്കാൻ ഒരുപാടുണ്ട് എന്ന് തോന്നിയിട്ടുണ്ട്. അവരുടെ നന്മകൾ പറയുമ്പോൾ വിദേശികളോടുള്ള അന്ധമായ ആരാധനയാണ് എന്ന് ധരിക്കരുത്. അവർ പുലർത്തുന്ന മാന്യതയും കുലീനമായ പെരുമാറ്റ രീതികളും എന്നെ വല്ലാതെ മോഹിപ്പിച്ചിട്ടുണ്ട്. ഒറ്റപ്പെട്ടു കിടക്കുന്ന വന്യഭൂമിയുടെ എല്ലാ പരിമിതികളും അസൗകര്യങ്ങളും മനസ്സിലാക്കിയേ അവർ പെരുമാറുകയുള്ളൂ. ഓരോ രാജ്യക്കാരുടെയും ഇഷ്ടങ്ങളെ കണക്കിലെടുത്ത് അവർക്കുള്ള ഭക്ഷണം തയ്യാറാക്കുമെങ്കിലും നമ്മുടെ പരിചയക്കുറവുകൊണ്ടും ചില ചേരുവകൾ ഇവിടെ കിട്ടാത്തതുകൊണ്ടും പൂർണ്ണമായും അവർക്ക് തൃപ്തികരമാക്കാൻ ചിലപ്പോഴൊക്കെ കഴിയാതെ വരും. എന്നാലും ഭക്ഷണം കഴിച്ചശേഷം നന്ദി പറഞ്ഞും വിഭവങ്ങളുടെ രുചിയെ പ്രകീർത്തിച്ചും അവർ നമ്മളെ വിഷമിപ്പിച്ചു കളയും. ചെറിയ ചെറിയ പോരായ്മകൾ കണ്ടില്ല എന്ന് നടിക്കും. ഒരിക്കൽ നാളികേരവും ശർക്കരയും ഉള്ളിൽ നിറച്ച കൊഴുക്കട്ട കഴിച്ച സായിപ്പ് നാളികേരം എങ്ങനെ അതിനകത്തു വന്നു എന്ന് അതിശയം കൂറിയിട്ട് പാചകക്കാരനെ അഭിനന്ദിക്കുക മാത്രമല്ല, അയാൾക്ക് നല്ലൊരു ടിപ്പും കൊടുത്തു. നാളികേരം അകത്തു വന്നത് എങ്ങനെയെന്ന് സായിപ്പിന് അതറിയായ്കയാവില്ല.

കിട്ടുന്ന അവസരങ്ങളിലൊക്കെ നല്ലത് പറഞ്ഞ് മറ്റുള്ളവരെ അഭിനന്ദിക്കുന്നത് അവരുടെ ശീലമാണ്. ക്ഷമിക്കണം എന്നും നന്ദിയുണ്ട് എന്നും പറയാൻ നമുക്കാണ് മടി. പരിചിതമല്ലാത്ത ഒരു സ്ഥലത്ത് വരുമ്പോൾ അവർ പുലർത്തുന്ന അച്ചടക്കം നമ്മൾ കണ്ടു പഠിക്കണം. ഒരിക്കൽ ഒരു ട്രക്കിംഗ് ടീമിന്റെ കൂടെ റൂട്ട് പരിശോധിക്കാൻ പോയ എന്നെ ഒരു മദാമ്മ ആശ്ചര്യപ്പെടുത്തി. ചെറിയ ഒരു ചോക്ലേറ്റ് കടലാസ് കയ്യിൽ ചുരട്ടി പിടിച്ചിട്ട് ഇത് എന്തു ചെയ്യണം

എന്നവർ എന്നോട് ചോദിച്ചു. വേണമെങ്കിൽ ആരും ശ്രദ്ധിക്കാതെ അതവർക്ക് അവിടെ കളയാമായിരുന്നു. എന്നാൽ അത്രയും ഉൾ വനത്തിൽ പോലും അത് ഉപേക്ഷിക്കാൻ അവരുടെ പൗരബോധം അവരെ അനുവദിക്കുന്നില്ല. ഞാനത് വാങ്ങി എന്റെ പോക്കറ്റിൽ ഇട്ടു. മാലിന്യങ്ങളിടാൻ കാട്ടിൽ കുപ്പത്തൊട്ടികൾ വെക്കാനും കഴി യില്ല. ആനയും കുരങ്ങും മറ്റു ജീവികളും എടുത്ത് തിന്ന് അസുഖ ങ്ങൾ വരുത്തും. പ്ലാസ്റ്റിക് മാലിന്യങ്ങൾ അധികമായി അകത്തു ചെന്നാൽ അവ ചത്തു പോകും. പ്ലാസ്റ്റിക്കും അതുപോലുള്ള അവ ശിഷ്ടങ്ങളും കാട്ടിലേക്ക് കൊണ്ടുപോകാതിരിക്കുക എന്നതേ ഉള്ളൂ മാർഗ്ഗം. ഓഫീസർമാരും ഗൈഡുമാരും നൽകുന്ന നിർദ്ദേശങ്ങളിൽ നിന്നും അണുകിട വ്യതിചലിക്കില്ല വിദേശികൾ.

ഓരോ ടീമിനും അവിടുത്തെ ചിട്ടകളെപ്പറ്റിയും നിയന്ത്രണങ്ങളെ പ്പറ്റിയും സുരക്ഷാക്രമീകരണങ്ങളെപ്പറ്റിയുമൊക്കെ ഓഫീസർമാർ ചെറിയൊരു ക്ലാസ്സെടുക്കും. നമ്മളേക്കാൾ നന്നായി കാര്യങ്ങൾ ഗ്രഹിച്ചിട്ടാണ് അവർ വരുക. ഒരിക്കൽപോലും ഒരു വിദേശ സന്ദർ ശകനെക്കൊണ്ട് ഒരു ബുദ്ധിമുട്ടും ഞങ്ങൾക്കുണ്ടായതായി ഞാൻ ഓർമ്മിക്കുന്നില്ല. വല്ലപ്പോഴും വന്നിരുന്ന നമ്മുടെ സ്വന്തം നാട്ടുകാർ ഉണ്ടാക്കിയിട്ടുള്ള തലവേദനകൾ ഓർമ്മയിൽ ഉള്ളതുകൊണ്ടാണ് വിദേശ ടൂറിസ്റ്റുകളുടെ നല്ല പെരുമാറ്റരീതികളെപ്പറ്റി അല്പം പറഞ്ഞു പോയത്. എത്ര ശ്രദ്ധയോടെ പരിചരിച്ചാലും എന്തെങ്കിലും കുറ്റ ങ്ങൾ കണ്ടുപിടിക്കാതെയും പരാതികൾ പറയാതേയും പോവില്ല നമ്മുടെ ആളുകൾ. കൂട്ടത്തിൽ സ്ത്രീകൾ ഉണ്ടെങ്കിൽ പ്രത്യേകിച്ചും. അല്പം ഹീറോയിസമൊക്കെ കാണിച്ചിട്ടേ അവർ പോകൂ. അത്രയും ഒറ്റപ്പെട്ടുകിടക്കുന്ന ഒരു പ്രദേശത്തിന്റ പരിമിതികളെപ്പറ്റിയൊന്നും അവർ ചിന്തിക്കുകയേ ഇല്ല.

ആദിത്യ മര്യാദയുടെ പേരിൽ ഞങ്ങൾ കലഹിക്കാൻ പോകില്ല. ഏറ്റവും ഹൃദ്യമായി പെരുമാറാൻ പ്രത്യേക പരിശീലനം കിട്ടുന്നവ രാണ് അവിടത്തെ ഓഫീസർമാരും ഗൈഡുമാരും. സാഹചര്യ ങ്ങളോട് വിവേകപൂർവം പ്രതികരിക്കാൻ കഴിയുന്നവരും സൗമ്യ സ്വഭാവം കൈവിടാത്തവരും ആയിരിക്കും അവർ. KFDCയുടെതന്നെ ഏലത്തോട്ടത്തിൽ പണിയെടുക്കുന്ന തൊഴിലാളികളുടെ മക്കളാണ് ഗൈഡുമാർ. അവിടെ ജനിച്ചു വളർന്നവർ. പ്രദേശമാകെ കൈവെള്ള പോലെ സുപരിചിതമാണ് അവർക്ക്. തുടക്കത്തിൽ ഒരിടത്തു ഞാൻ പറഞ്ഞ, വാഷ് വാഷ് വാഷ്, വൈറ്റ് വൈറ്റ് വൈറ്റ് കഥ പോലെ ഏത് വിദേശിയോടും ഭാഷയുടെ പരിമിതികൾ ഇല്ലാതെ ആശയ വിനിമയം നടത്താൻ കഴിവുള്ളവരാണവർ. നമ്മുടെ ആളുകൾ പക്ഷേ നിസ്സാര കാര്യങ്ങൾക്ക് അവരോട് വഴക്കുണ്ടാക്കും. ഇത്രയും കാശ്

മുടക്കി വന്നിട്ടും ആനയെ കാണിച്ചു കൊടുത്തില്ല, ഭക്ഷണത്തിന് ഗുണനിലവാരമില്ല, കള്ളുകുടിക്കാൻ അനുവദിച്ചില്ല തുടങ്ങിയ നൂറു പരാതികൾ പറയും. അച്ചടക്കമില്ലാത്ത കുട്ടികളുമായി വന്നു പൂന്തോട്ടവും മറ്റു ഉപകരണങ്ങളും നശിപ്പിക്കുന്നത് ഒരു സ്ഥിരം തലവേദനയാണ്. ഓഫീസർമാർ സൗമ്യമായി പെരുമാറുകയും പരമാവധി സംയമനം പാലിക്കുകയും ചെയ്യുമ്പോൾ അതവരുടെ ബലഹീനതയാണെന്ന് തെറ്റിദ്ധരിച്ച് കൂടുതൽ മോശമായി പെരുമാറാൻ തുടങ്ങും. താൻപോരിമ കാണിക്കാനൊരുങ്ങും. അവിടെയുള്ള എന്തെങ്കിലുമൊക്കെ നശിപ്പിച്ചിട്ട് പോകാൻ ശ്രമിക്കും. കൈവിട്ടു പോകും എന്ന അവസ്ഥ വരുമ്പോൾ ഓഫീസർമാർക്ക് ആതിഥേയന്റെ റോളിൽ നിന്നും മാറി ഫോറസ്റ്റ് ഓഫീസറുടെ റോളിലേക്ക് മാറേണ്ടിവന്ന അവസരങ്ങൾ ഉണ്ടായിട്ടുണ്ട്. കേസെടുത്തു അറസ്റ്റ് ചെയ്യേണ്ട അവസ്ഥയൊക്കെ വന്നിട്ടുണ്ട്. നമ്മുടെ ആളുകളുടെ മാത്രം പ്രശ്നമാണ് ഇത്.

വിദേശികൾ പൊതുവെ അങ്ങേയറ്റം വിവേകത്തോടെ പെരുമാറുന്നവരാണെങ്കിലും അങ്ങനെ അല്ലാത്ത ചിലരെയെങ്കിലും കണ്ടിട്ടുണ്ട്. ഒരു ദിവസം അതിരാവിലെ വെളുക്കുംമുമ്പ് ഇക്കോ ടൂറിസം ലോഡ്ജിൽ അപ്രതീക്ഷിത പരിശോധനയ്ക്ക് പോയതാണ് ഞാൻ. അവിടെ കാര്യങ്ങൾ നേരെചൊവ്വേ നടക്കുന്നുണ്ട് എന്ന് ഉറപ്പുവരുത്താൻ ചിലപ്പോൾ അങ്ങനെ അസമയങ്ങളിൽ പരിശോധനയ്ക്ക് പോകാറുണ്ട്. അടുക്കളയും സ്റ്റോറും ശുചിമുറികളും വരെ തുറന്ന് പരിശോധിക്കും. അപാകതകൾ ശ്രദ്ധയിൽ പെട്ടാൽ ഇൻസ്പെക്ഷൻ ബുക്കിൽ എഴുതിവെക്കും. മാനേജരോട് വിശദീകരണം ചോദിക്കും. ഡിവിഷണൽ മാനേജരുടെ ഭാഗത്തുനിന്നും പരിഹാരം വേണ്ട കാര്യങ്ങളാണെങ്കിൽ ചെയ്തുകൊടുക്കും. സംവിധാനം കുറ്റമറ്റതായി നിലനിർത്താൻ ഇതൊക്കെ ആവശ്യമാണ്.

ഞാൻ ചെല്ലുന്ന സമയത്ത് അവിടെ ഡ്യൂട്ടിയിൽ ഉണ്ടായിരുന്ന ഫീൽഡ് ഓഫീസർ പറഞ്ഞു, ഒരു മുറിയിൽ താമസിച്ച ദമ്പതികൾ അല്പം മുമ്പ് നടക്കാനെന്നും പറഞ്ഞ് ഇറങ്ങി പോയിട്ടുണ്ട്. അയാൾ തടയാൻ ശ്രമിച്ചെങ്കിലും കൂട്ടാക്കാതെ ഇറങ്ങി റോഡിലൂടെ നടന്നു പോയി. കാഴ്ച മറയ്ക്കുന്ന പുക പോലുള്ള മൂടൽ മഞ്ഞാണ് പുറത്ത്. ആ സമയത്ത് ഇറങ്ങി നടക്കുന്നത് അപകടമാണ്. ഏതായാലും പോയി നോക്കാം എന്ന് കരുതി റോഡിലൂടെ ഞാൻ ജീപ്പോടിച്ചു. അഞ്ഞൂറു മീറ്ററിനിപ്പുറം അവരെ കണ്ടെത്തി. അല്പം ഉയരമുള്ള ഒരു തിട്ടയിൽ നിൽക്കുന്ന ഒറ്റയാനുമായി സല്ലാപത്തിലാണവർ. ആന ചാർജ് ചെയ്താൽ അവർക്ക് ഓടി രക്ഷപ്പെടാൻ കഴിയില്ല. വേണമെങ്കിൽ ആനയ്ക്ക് ഇറങ്ങി വരാവുന്ന ഉയരമേ

ആ തിട്ടയ്ക്കുള്ളൂ. ഞാൻ അവരെ നിർബന്ധിച്ചു ജീപ്പിൽ കയറ്റി. ഗൈഡുമാരില്ലാതെ പുറത്തിറങ്ങി നടക്കുന്നത് ഇവിടത്തെ പെരുമാറ്റച്ചാട്ടങ്ങൾക്ക് എതിരാണെന്നും അപകടം സംഭവിക്കാം, ജീവൻ വരെ നഷ്ടപ്പെടാം എന്നുമൊക്കെ ഞാൻ അവരോട് പറഞ്ഞു. ആനയുടെ, അതും ഒരു ഒറ്റയാന്റെ അത്രയും അടുത്തു പോയി നിന്നത് വലിയ റിസ്ക് ആയിരുന്നു എന്ന് പറഞ്ഞപ്പോൾ, അതിലെ പുരുഷൻ ഒരു ചോദ്യം ചോദിച്ചു. ആന ഒരു വെജിറ്റേറിയൻ മൃഗമല്ലേ, അത് എന്തിനാണ് മനുഷ്യനെ പിടിക്കുന്നത് എന്നാണ് അദ്ദേഹത്തിന്റെ നിഷ്കളങ്കമായ ചോദ്യം. ഉറക്കെ ചിരിക്കാനാണ് എനിക്ക് തോന്നിയത്. ആതിഥ്യമര്യാദയോർത്ത് ഞാൻ ചിരി ഉള്ളിലൊതുക്കി. അങ്ങനെ അല്ലെന്നും അപകടകാരിയായ വന്യമൃഗമാണ് ആനയെന്നും ഭയമോ പ്രകോപനമോ ഉണ്ടായാൽ അത് മനുഷ്യനെ ആക്രമിക്കും എന്നും പറഞ്ഞു മനസ്സിലാക്കിയിട്ട് അവരെ ലോഡ്ജിൽ തന്നെ കൊണ്ടുവന്ന് ഇറക്കിവിട്ടു. അപ്പോഴും അവരുടെ സംശയം മുഴുവനായി മാറിയോ എന്നെനിക്ക് സംശയമുണ്ട്. തികഞ്ഞ സസ്യഭുക്കായ ആന എന്തിന് മനുഷ്യനെ പിടിക്കണം? സംശയം ന്യായമാണ്.

അതിഥിയായി ജഡ്ജിയും

ഒരു നാൾ ഒരു ഹൈക്കോടതി ജഡ്ജിയെ ഒരു രാത്രിയിലേക്ക് അതിഥിയായി കിട്ടി ഞങ്ങൾക്ക്. ലീഗൽ സർവീസ് സൊസൈറ്റി പത്തനംതിട്ട ഘടകം ഗവിയിൽ സംഘടിപ്പിച്ച ഒരു ബോധവൽക്കരണ പരിപാടിയിൽ മുഖ്യാതിഥിയായി പങ്കെടുക്കാൻ എത്തിയതായിരുന്നു അദ്ദേഹം. ഗവിയിലെ സർക്കാർ യുപി സ്കൂളിലാണ് പരിപാടി. പത്തനംതിട്ട ബാർ അസോസിയേഷനിലെ അഭിഭാഷകരാണ് സംഘാടകർ. ഹൈക്കോടതി ജഡ്ജി Hon'ble ജസ്റ്റിസ് ശ്രീ. തങ്കപ്പൻ ആയിരുന്നു ആ വിശിഷ്ട അതിഥി. KFDCയാണ് അന്ന് അദ്ദേഹത്തിന് താമസസൗകര്യം ഒരുക്കിയത്. ടൂറിസത്തിന്റ പ്രധാന കെട്ടിടമായ ഗ്രീൻ മാൻഷനിലെ ഏറ്റവും നല്ല മുറിയിലാണ് അദ്ദേഹം താമസിച്ചത്.

പരിപാടിയുടെ തലേന്ന് വൈകുന്നേരം നാലു മണിയോടെ അദ്ദേഹം എത്തി. ഡിവിഷന്റെ ചാർജുള്ള ഉദ്യോഗസ്ഥൻ എന്ന നിലയിൽ ഞാൻ ചെന്ന് സ്വീകരിച്ചു. വക്കീലുമാരുടെ ഒരു പട തന്നെയുണ്ട്. അവർ പരമാവധി അകലം പാലിച്ചു നിന്നപ്പോൾ അദ്ദേഹത്തോടൊപ്പം പരമാവധി സമയം ചെലവിടാൻ എനിക്ക് അവസരം കിട്ടി. അധികാരത്തിന്റെ ഗർവ്വ് ബാധിച്ചിട്ടില്ലാത്ത അദ്ദേഹത്തിന്റെ സൗമ്യമായ പെരുമാറ്റമാണ് എനിക്കതിന് ധൈര്യം തന്നത്. ചായ സൽക്കാരത്തിന് ശേഷം അവിടുത്തെ മറ്റു സൗകര്യങ്ങളും മ്യൂസിയവും ഞാൻ അദ്ദേഹത്തിന് കാണിച്ചു കൊടുത്തു.

പിന്നെ ഒരു ബോട്ട് സവാരിക്ക് അദ്ദേഹത്തെ ക്ഷണിച്ചു. സന്തോഷത്തോടെ ആ ക്ഷണം സ്വീകരിച്ചു അദ്ദേഹം. ലൈഫ് ജാക്കറ്റ് ധരിപ്പിച്ച് അദ്ദേഹത്തെ ബോട്ടിൽ കയറ്റി. പരിചയ സമ്പന്നനായ തുഴക്കാരനും കയറി. ശങ്കിച്ചു നിന്ന എന്നോട് അദ്ദേഹത്തോടൊപ്പം ബോട്ടിൽ കയറാൻ പറഞ്ഞു. അധിക സുരക്ഷ എന്ന നിലയിൽ രണ്ട് ഗൈഡുമാരുമായി മറ്റൊരു ബോട്ടിൽ പുറകെ പോകാനായിരുന്നു ഞാൻ ഉദ്ദേശിച്ചിരുന്നത്. അദ്ദേഹം ക്ഷണിച്ചപ്പോൾ പെട്ടെന്ന്

ഒരു ലൈഫ് ജാക്കറ്റ് എടുത്തണിഞ്ഞ് ഞാനും കൂടെ കയറി. അപ്പോൾ സമയം അഞ്ചു മണി കഴിഞ്ഞിരുന്നു. നേരിയ തണുപ്പുള്ള വെയിൽ മങ്ങിയ അന്തരീക്ഷം. സ്വച്ഛമായ ജലപ്പരപ്പിലൂടെയുള്ള ആ യാത്ര അദ്ദേഹം നന്നായി ആസ്വദിക്കുന്നപോലെ തോന്നി. ചുറ്റുമുള്ള കാടിനെപ്പറ്റിയും അവിടുത്തെ വന്യമൃഗസമ്പത്തിനെക്കുറിച്ചുമൊക്കെ ചോദിച്ചു. പിന്നെ അദ്ദേഹം ഇങ്ങനെ പറഞ്ഞു, "മാനേജർക്ക് (അങ്ങനെയാണ് അദ്ദേഹം എന്നെ വിളിച്ചത്) നല്ല എൻജോയ്മെന്റ് ആണ് അല്ലേ. ഇഷ്ടമുള്ളപ്പോഴൊക്കെ ഈ തടാകത്തിൽ ഇങ്ങനെ സവാരി നടത്താമല്ലോ."

യഥാർത്ഥത്തിൽ രണ്ടു വർഷത്തിനിടയിൽ എന്റെ മൂന്നാമത്തെ മാത്രം ബോട്ടു സവാരി ആയിരുന്നു അത്. ആദ്യത്തേത് ചാർജ് എടുത്ത സമയത്ത് ഇതിന്റെ അപകടസാധ്യതകളും ആസ്വാദന ക്ഷമതയും തുഴക്കാരുടെ ആയാസവും മറ്റും അറിയാനായി ആദ്യത്തെ യാത്ര. പിന്നെ ഒരിക്കൽ എന്റെ കുടുംബം അവിടെ വന്നപ്പോൾ അവരുമായി ഒരു യാത്ര. അതിനു ശേഷം ഇപ്പോഴാണ് ഞാൻ ബോട്ടിൽ കയറുന്നത്. ആസ്വദിക്കാനും ഉല്ലസിക്കാനുമുള്ള സമയവും മാനസികാവസ്ഥയും കിട്ടാറില്ല എന്ന് ഞാൻ പറഞ്ഞത് അദ്ദേഹം വിശ്വസിച്ചോ എന്നറിയില്ല. ഒരു കാര്യം സത്യമാണ്. ചാർജ് വഹിക്കുന്ന ഓഫീസർമാർക്ക് അവിടത്തെ സൗകര്യങ്ങളൊന്നും ആസ്വദിക്കാൻ കഴിയില്ല. ഉത്തരവാദിത്തങ്ങളുടെ സമ്മർദ്ദം അവരുടെ മേൽ വിട്ടൊഴിയാതെ ഉണ്ടാകും.

ജോലിയിൽ നിന്നും വിരമിച്ച ശേഷം ഞാൻ ജോലി ചെയ്ത സുഖവാസകേന്ദ്രങ്ങളിൽ ഒരു സാധാരണ ടൂറിസ്റ്റായി പോകണം എന്ന് മോഹിച്ചിരുന്നു. ഗവിയിലും നെല്ലിയാമ്പതിയിലും മലമ്പുഴയിലും മൂന്നാറിലും വയനാട്ടിലും ഉള്ള KFDCയുടെ തന്നെ റിസോർട്ടുകളിൽ ഉത്തരവാദിത്തങ്ങളുടെ ഭാരമില്ലാതെ ഓരോ ദിവസമെങ്കിലും താമസിക്കണം എന്നാഗ്രഹിച്ചിരുന്നു. വിരമിച്ചിട്ട് ഇപ്പോൾ അനേകം വർഷങ്ങളായെങ്കിലും ആ മോഹം ഒരിക്കലും നടന്നില്ല. നിനച്ചിരിക്കാത്തൊരുനാൾ മനസ്സിലൊരു അണയാക്കനൽ കൊണ്ടിട്ടിട്ടു പോയി വിധി. അതു വഴിയെ പറയാം.

മാനേജർക്ക് ഇഷ്ടമുള്ളപ്പോഴൊക്കെ ബോട്ടു സവാരി നടത്താമല്ലോ എന്ന ബഹുമാനപ്പെട്ട ജഡ്ജിയുടെ നിഷ്കളങ്കമായ ചോദ്യം ചില സ്വകാര്യ ചിന്തകളിലേക്ക് എന്നെ കൊണ്ടുപോയതാണ്. അതവിടെ നിൽക്കട്ടെ. ബോട്ട് സവാരി കഴിഞ്ഞ് ആറരയോടെ ഞങ്ങൾ തിരിച്ചെത്തി. ഗ്രീൻ മാൻഷനിലെ ലോബിയിലിരുന്ന് ചായ കുടിച്ചു. അത്താഴം എട്ടു മണി കഴിഞ്ഞ് മതി എന്നു പറഞ്ഞപ്പോൾ തടാകക്കരയിൽ സജ്ജമാക്കിയിരുന്ന ക്യാമ്പ്ഫയറിനു അദ്ദേഹത്തെ

കൂട്ടിക്കൊണ്ടുപോയി. പുറത്ത് നല്ല തണുപ്പായിട്ടുണ്ട്. അടുത്തടുത്ത് രണ്ട് കസേരകൾ വലിച്ചിട്ടിരുന്ന് ചൂടുകാഞ്ഞുകൊണ്ട് ഒരുപാട് കാര്യങ്ങൾ ഞങ്ങൾ സംസാരിച്ചു. വേറെ ആരുമില്ല. യാതൊരു ഭാവങ്ങളുമില്ലാതെ അദ്ദേഹം പ്രകടിപ്പിച്ച ലാളിത്യം പലതും ചോദിക്കാനും തുറന്നു പറയാനുമുള്ള ധൈര്യം തന്നു എനിക്ക്.

അപ്പീലുകൾ കൈകാര്യം ചെയ്യുന്നതു സംബന്ധിച്ച എന്റെ ചില മണ്ടൻ സംശയങ്ങൾക്കുപോലും തുറന്ന മനസ്സോടെ ഉത്തരങ്ങൾ തന്നു അദ്ദേഹം. അദ്ദേഹത്തിന്റെ സംസാരരീതികളിൽനിന്നും ഒരു കാര്യം ഞാൻ ഗണിച്ചെടുത്തു. തികഞ്ഞ ഈശ്വരവിശ്വാസിയാണ്. ശരീര ഭാഷയിൽ പോലും അതിന്റെ വിനയഭാവങ്ങളുണ്ട്. അതുകൊണ്ടാകണം എനിക്കപ്പോൾ പൊന്നമ്പലമേടിനെക്കുറിച്ച് പറയാൻ തോന്നിയത്. ആ പുണ്യസ്ഥലത്തിനടുത്താണ് ഞങ്ങൾ അപ്പോൾ ഇരിക്കുന്നത് എന്ന് അദ്ദേഹത്തിന് അറിയില്ലായിരുന്നു. കഷ്ടിച്ച് അഞ്ച് കിലോമീറ്റർ ദൂരമേ ഉള്ളൂ എന്നു പറഞ്ഞപ്പോൾ അദ്ദേഹത്തിന് ആവേശമായി. എന്തുതന്നെയായാലും അവിടെ പോകണമെന്നായി. രാവിലെ പോകാനുള്ള ഏർപ്പാടുകൾ ചെയ്യാമെന്ന് ഞാൻ പറഞ്ഞു. പത്തു മണിക്കാണ് അദ്ദേഹം ഉദ്ഘാടനം നിർവഹിക്കേണ്ട സമ്മേളനം. അതിരാവിലെ പോവുകയാണെങ്കിൽ സമയത്തു തന്നെ തിരിച്ചെത്താൻ കഴിയും. രാവിലെ ആറരയ്ക്ക് പോകുന്നത് ബുദ്ധിമുട്ടായിരിക്കുമോ എന്ന ചോദ്യത്തിന് ഏത് സമയത്തും തയ്യാറാണ് എന്നാണ് അദ്ദേഹം പറഞ്ഞത്. അത്രയ്ക്കും ആവേശഭരിതനായിരുന്നു. അത്താഴത്തിനുള്ള ക്രമീകരണങ്ങൾ പരിശോധിച്ചിട്ട് ശുഭരാത്രി ആശംസിച്ച് ഞാൻ എന്റെ ഓഫീസിലേക്ക് മടങ്ങി. അപ്പോൾ തന്നെ രണ്ട് മാനേജർമാരെ വിളിപ്പിച്ച് ജഡ്ജിയുടെ രാവിലത്തെ പൊന്നമ്പലമേട് സന്ദർശന കാര്യം പറഞ്ഞു.

രണ്ടു ജീപ്പുകൾ വേണം, എസ്കോർട്ട് ആയി രണ്ടു മൂന്ന് ഫീൽഡ് ഓഫീസർമാരും വേണം. രാവിലെ ആറുമണിക്ക് തന്നെ തയ്യാറാകണം എന്നും നിർദ്ദേശം കൊടുത്തു. ആകെ അഞ്ച് കിലോമീറ്റർ ദൂരമേ ഉള്ളൂ എങ്കിലും പ്രധാന പാതയിൽനിന്നും വിട്ടുള്ള രണ്ടു കിലോമീറ്റർ ദൂരം മലമ്പാതയാണ്. വാഹനസഞ്ചാരമോ പരിപാലനമോ ഇല്ലാത്തതുകൊണ്ട് മഴവെള്ളമൊലിച്ചുള്ള ആഴത്തിലുള്ള ചാലുകളാണ്. കുടജാദ്രി മല കയറും പോലെ ദുഷ്കരമാണ് യാത്ര. ആനകളുടെ സാന്നിധ്യവും പ്രതീക്ഷിക്കണം. അതിവിശിഷ്ട വ്യക്തിയായതുകൊണ്ടാണ് രണ്ട് വാഹനങ്ങളും സന്നാഹങ്ങളും. അവിചാരിതമായി എന്തെങ്കിലും സംഭവിച്ചാൽ അദ്ദേഹത്തെ സുരക്ഷിതമായി തിരിച്ചു കൊണ്ടുവരാൻ കഴിയണം. സമ്മേളന സ്ഥലത്ത് കൃത്യസമയത്ത് തന്നെ തിരിച്ചെത്തണം. അത്രയും മുന്നൊരുക്കങ്ങൾ ചെയ്തിട്ട് ഞാൻ ഉറങ്ങാൻ കിടന്നു.

അടുത്ത ദിവസം രാവിലെ രണ്ട് ജീപ്പുകളുമായി ഞങ്ങൾ ഗ്രീൻ മാൻഷനിൽ എത്തി. കുളിയെല്ലാം കഴിഞ്ഞ് തയ്യാറായി നിൽക്കുകയാണ് അദ്ദേഹം. അപ്പോൾത്തന്നെ ഞങ്ങൾ പുറപ്പെട്ടു. അദ്ദേഹത്തിന്റെ കൂടെ ഞാൻ കയറി. മൂന്നോ നാലോ ഓഫീസർമാരുമായി മറ്റേ ജീപ്പ് പൈലറ്റായി മുന്നിലും പോയി. പ്രധാന പാതയിൽ നിന്നും വിട്ട് ജീപ്പുകൾ മലകയറാൻ തുടങ്ങി. വെറും രണ്ടു കിലോമീറ്റർ ദൂരം പോകാൻ അരമണിക്കൂറിലേറെ സമയമെടുത്തു. അകലെ ആനക്കൂട്ടത്തിന്റെ അലർച്ച കേട്ടെങ്കിലും ഞങ്ങളുടെ വഴി തടഞ്ഞില്ല. വാഹനം നിർത്തിയിട്ടിട്ട് വീണ്ടും ഇരുപത് മിനിറ്റോളം നടക്കണം. ഇരുവശവും കാടാണ്. ആനയും കരടിയും ആണ് സാധാരണ ഉണ്ടാവുക. എസ്കോർട്ട് പാർട്ടി മുന്നിൽ നടന്നു. അങ്ങനെ കുറച്ചു നേരത്തെ നടത്തത്തിനുശേഷം സാക്ഷാൽ പൊന്നമ്പലമേട്ടിൽ ഞങ്ങളെത്തി.

പൊന്നമ്പലമേട്ടിൽ

ഇരുന്നൂറോ മുന്നോറോ ചതുർശര അടിയോളം വിസ്തീർണ്ണം വരുന്ന ഒരു നിരന്ന പാറയാണ് അവിടം. പാറയിൽ ആഴത്തിൽ കൊത്തിയിട്ടിട്ടുള്ള ഒരു ശൂലത്തിന്റെ രൂപം കാണാം. അത്രയുമല്ലാതെ അന്നവിടെ മറ്റൊന്നും ഇല്ല. ചന്ദനത്തിരിയും കർപ്പൂരവും കത്തിച്ചതിന്റെ അവശിഷ്ടങ്ങളും ഒഴിഞ്ഞ കവറുകളും തീപ്പെട്ടിക്കൂടുകളും അവിടവിടെ കിടപ്പുണ്ട്. മലയുടെ ഏകദേശം നെറുകയിൽ ഒരു വശത്തായിട്ടാണ് ആ പാറ. അപ്പുറം അഗാധമായ ഗർത്തമാണ്. നിബിഡവനമാണ് താഴെ. അങ്ങോട്ട് ഇറങ്ങിപ്പോവുക അസാധ്യമാണ്.

ഇവിടെ നിന്നും നോക്കിയാൽ അങ്ങ് ദൂരെ ശബരിമല കാണാം. ക്ഷേത്രത്തിന്റെ ഒരു രൂപരേഖ മാത്രം ദൃശ്യമാകുമ്പോൾ കൊടിമരം വ്യക്തമായി കാണാനാകും. കാര്യമായ മൂടൽമഞ്ഞ് ഇല്ലായിരുന്നു. ക്ഷേത്രത്തിന്റെ ദൂരക്കാഴ്ച ഞങ്ങളുടെ വിശിഷ്ടാതിഥിയെ അക്ഷരാർത്ഥത്തിൽ വികാരഭരിതനാക്കി. ഏതോ നിർവൃതിയിൽ, കണ്ണുകളടച്ചു, ധ്യാനത്തിൽ എന്നപോലെ നിന്നു അദ്ദേഹം. ക്ഷേത്രങ്ങളിൽ പ്രവേശിക്കുംപോലെ മേൽവസ്ത്രം ഊരി കൈത്തണ്ടയിലിട്ടിരുന്നു. ഞങ്ങൾ ഫോറസ്റ്റുകാർക്ക് ഒരു പ്രത്യേക മുൻകാഴ്ചയുണ്ട്. ഒരു വിശിഷ്ട വ്യക്തിയെ എങ്ങനെ കൈകാര്യം ചെയ്യണമെന്ന് ഞങ്ങൾക്ക് നന്നായറിയാം. മനസ്സ് വായിക്കാനുള്ള പ്രത്യേക കഴിവാണ്. അദ്ദേഹം അങ്ങനെ തൊഴുകയ്യോടെ നിന്നപ്പോൾ മുതുകാടിന്റെ മാജിക് പോലെ, നീട്ടിപ്പിടിച്ച കയ്യിൽ കർപ്പൂരവും ചന്ദനത്തിരിയുമായി കൂട്ടത്തിലെ ഒരു മാനേജർ പ്രത്യക്ഷപ്പെടുന്നു. ചന്ദനത്തിരിയുടെ അവശിഷ്ടങ്ങൾ കണ്ടപ്പോൾ അദ്ദേഹം തീർച്ചയായും അതിന് മോഹിച്ചിട്ടുണ്ടാവണം.

അപ്രതീക്ഷിതമായി നേർക്കു നീട്ടിയ തിരികളും കർപ്പൂരവും ആവേശത്തോടെ വാങ്ങി അദ്ദേഹം. എന്നിട്ട് അതിശയത്തോടെയും നന്ദിയോടെയും ഞങ്ങളെ നോക്കി. അവ കത്തിച്ചുവച്ച് സാഷ്ടാംഗം

പ്രണമിച്ചുകൊണ്ട്, അയ്യപ്പാ അയ്യപ്പാ എന്ന് ഉരുവിട്ടുകൊണ്ടിരുന്നു. ജന്മസാഫല്യം കിട്ടിയതുപോലെയായിരുന്നു അദ്ദേഹത്തിന്റെ പെരുമാറ്റം. പൊന്നമ്പലമേട്ടിലേക്ക് പോകുന്നു എന്നറിഞ്ഞപ്പോൾ അപ്പച്ചന്റെ കട (KFDCയുടെ തൊഴിലാളികൾക്ക് വേണ്ടി നടത്തുന്ന പലചരക്ക് കട) രാത്രിയിൽ തുറപ്പിച്ചാണ് മാനേജർമാർ കർപ്പൂരവും ചന്ദനത്തിരിയും സംഘടിപ്പിച്ചത്. ഞാനും അറിഞ്ഞിരുന്നില്ല. അതാണ് ഞാൻ പറഞ്ഞ ഞങ്ങളുടെ മുൻകാഴ്ച. ഓരോ വ്യക്തികളുടെയും ഇഷ്ടാനിഷ്ടങ്ങൾ നേരത്തെ മനസ്സിലാക്കി മുന്നൊരുക്കങ്ങൾ ചെയ്യാൻ പ്രത്യേക കഴിവുണ്ട് ഞങ്ങൾ, ഫോറസ്റ്റുകാർക്ക്. ഒരിക്കൽ ഒരു ഫോറസ്റ്റ് സെക്രട്ടറി ഒരു മീറ്റിങ്ങിൽ പ്രസംഗിക്കവേ പറഞ്ഞതായി കേട്ടിട്ടുണ്ട്. ചന്ദ്രനെ പിടിച്ചു കൊണ്ടുതരണം എന്ന് ഒരു ഫോറസ്റ്റ് റേഞ്ച് ഓഫീസറോട് ആവശ്യപ്പെട്ടാൽ, അതിന്റ ഒരു കഷ്ണമെങ്കിലും അയാൾ കൊണ്ടുതന്നിരിക്കും. അതങ്ങനെയാണ്.

ഇളംവെയിൽ മാറി വെയിലിനു ചൂട് തോന്നാൻ തുടങ്ങി. ജഡ്ജി തറയിൽ നിന്നും എഴുന്നേൽക്കുന്ന മട്ടില്ല. കുമ്പിട്ടു കിടപ്പാണ്. വേറെ ഏതോ ഒരു ലോകത്താണ്. പരിസരം മറന്നിരിക്കുന്നു. അദ്ദേഹത്തെ കാത്തിരിക്കുന്ന ഉദ്ഘാടനം എന്ന കർത്തവ്യം മറന്നിരിക്കുന്നു. ധ്യാനത്തിൽ നിന്നും ഉണർത്താൻ ആർക്കും ധൈര്യമില്ല. ദിവസം മുഴുവൻ അദ്ദേഹം അവിടെത്തന്നെ അങ്ങനെ കഴിഞ്ഞേക്കും എന്ന് തോന്നിയ ഞാൻ അടുത്തു ചെന്ന് പതുക്കെ പറഞ്ഞു, “ഇനിയും താമസിച്ചാൽ നമ്മൾ പരിപാടിക്ക് എത്താൻ വൈകും.” അപ്പോഴാണ് അദ്ദേഹം ധ്യാനത്തിൽ നിന്നും ഉണർന്നത്. വളരെ പാടുപെട്ടാണ് അദ്ദേഹത്തെ ഒരു വിധത്തിൽ ഞങ്ങൾ അവിടെ നിന്നും ഇറക്കി കൊണ്ടുവന്നത്. അഴിച്ചുപിടിച്ച മേൽവസ്ത്രം ധരിക്കാൻ പോലും മറന്നു പോയി അദ്ദേഹം. അത് വെറുതെ തോളിലിട്ടാണ് അദ്ദേഹം തിരികെ ജീപ്പിൽ കയറിയതും തിരിച്ച് ഗസ്റ്റ് ഹൗസിലേക്ക് മടങ്ങിയതും.

ഞങ്ങൾ ഗ്രീൻ മാൻഷനിൽ തിരിച്ചെത്തി. ധൃതിയിൽ പ്രാതൽ കഴിച്ച് തയ്യാറായി. അവിടെനിന്നും ഒന്നര കിലോമീറ്റർ ദൂരമേയുള്ളൂ സമ്മേളന സ്ഥലത്തേക്ക്. അദ്ദേഹത്തിന്റെ ഔദ്യോഗിക വാഹനത്തിന്റെ പിൻവാതിൽ തുറന്നു പിടിച്ചുകൊണ്ട് കാറിൽ കയറാൻ ഞാൻ അദ്ദേഹത്തെ സഹായിച്ചു. തൊട്ടു പുറകിൽ നിർത്തിയിട്ടിരുന്ന എന്റെ ജീപ്പിൽ കയറാൻ തുടങ്ങിയ എന്നെ നിർബന്ധിച്ച് അദ്ദേഹത്തോടൊപ്പം കാറിൽ കയറ്റി. മാനേജർ വരൂ എന്ന് പറഞ്ഞുകൊണ്ട് പുറകിലെ സീറ്റിൽത്തന്നെ അദ്ദേഹത്തോടൊപ്പം ഇരിക്കാൻ നിർബന്ധിച്ചു. അങ്ങനെ ജനം തടിച്ചുകൂടി നിന്ന സമ്മേളന സ്ഥലത്ത് ഞാനും ഒരു വിശിഷ്ട വ്യക്തിയെ പോലെ ചെന്നിറങ്ങി.

പൂമാലയുമായി സ്വീകരിക്കാൻ കാത്തുനിന്ന വക്കീലുമാർക്ക് ആശ്ചര്യം. ഒരു ഹൈക്കോടതി ജഡ്ജിയുടെ ഔദ്യോഗിക വാഹനത്തിൽ ഇയാൾ എങ്ങനെ കയറിപ്പറ്റി. അതും അദ്ദേഹത്തോടൊപ്പം പിൻ സീറ്റിൽ. ശിക്കാരിശംഭുവിനെ പോലെ അഭിമാന പുളകിതനായി ഞാൻ നിന്നു. വലിയ ബഹുജന സാന്നിധ്യം കൊണ്ട് സമ്മേളനം വൻ വിജയമായി. നിയമത്തിന്റെ സാധ്യതകൾ പൊതുജനം എങ്ങനെ ഉപയോഗിക്കണം എന്നത് തന്നെയായിരുന്നു പ്രഭാഷണ വിഷയങ്ങൾ. എനിക്ക് ഒട്ടും അറിയാത്ത കലയാണെങ്കിലും നിവർത്തികേടുകൊണ്ട് ഞാനും നടത്തി ഒരു ആശംസാ പ്രസംഗം. ഡിവിഷന്റെ മേധാവി എന്ന നിലയിൽ അത് ഒഴിവാക്കാൻ സംഘാടകർ സമ്മതിച്ചില്ല. ആ ചടങ്ങ് ഭംഗിയായി സംഘടിപ്പിച്ചതിന് ബാർ അസോസിയേഷൻ ഭാരവാഹികൾ എന്നെ അഭിനന്ദനങ്ങൾ കൊണ്ട് മൂടി. KFDCയാണ് എല്ലാ ഒരുക്കങ്ങളും ചെയ്തതും ജഡ്ജിക്ക് താമസമൊരുക്കിയതും.

പരിപാടികൾ കഴിഞ്ഞ് അവസാനമായി യാത്രയാക്കാൻ അടുത്തു നിന്ന എന്നോട് ഇങ്ങനെ പറഞ്ഞിട്ടാണ് അദ്ദേഹം കാറിൽ കയറിയത്. "മാനേജർക്ക് എന്ത് ആവശ്യം ഉണ്ടായാലും എന്നെ വന്നു കാണാം." ഞങ്ങൾ നൽകിയ പരിചരണം അദ്ദേഹത്തെ അത്രയ്ക്ക് മേൽ സംതൃപ്തനാക്കിയിട്ടുണ്ടാകാം. അതോ പൊന്നമ്പലമേട്ടിൽ പ്രാർത്ഥിക്കാൻ അവസരമൊരുക്കിയതിന്റ നന്ദിസ്മരണയാണോ എന്നറിയില്ല. പിന്നീടൊരിക്കലെങ്കിലും ആ മഹനീയ വ്യക്തിത്വത്തെ കാണാൻ വെറുമൊരു സാദാ സർക്കാർ ഉദ്യോഗസ്ഥനായ എനിക്ക് അവസരമുണ്ടായില്ല. അങ്ങനെ ഒരു ആവശ്യവും വന്നില്ല.

സായോനാര ഗവി

ഗവിയിലെ എന്റെ സീറ്റ് ഒഴിയാൻ സമയമായി എന്ന് ചില സൂചനകൾ കിട്ടി. കോട്ടയത്ത് ഹെഡ് ഓഫീസിലുള്ള ഡിവിഷണൽ മാനേജർ മുഹമ്മദ്ബഷീർ വിരമിക്കുകയാണ്. എന്നെയാണ് ആ സീറ്റിലേക്ക് കണ്ടുവെച്ചിട്ടുള്ളതെന്ന് അറിയാൻ കഴിഞ്ഞു. അപ്പോഴേക്കും പമ്പയിലും ഗവിയിലും ആയി ഞാൻ മൂന്നുകൊല്ലം പൂർത്തിയാക്കിക്കഴിഞ്ഞിട്ടുമുണ്ട്. അവസാന നാളുകളിൽ ഉണ്ടായിരുന്ന ഒരു മോഹം സഫലീകരിക്കാതെയാണ് ഞാൻ ഗവി വിട്ടുപോയത്. ഇക്കോ ടൂറിസത്തിന് ഒരു സഹോദര സംരംഭമായിരുന്നു എന്റെ സ്വപ്നം. നിലവാരമുള്ള ഒരു ആയുർവേദ റിസോർട്ടായിരുന്നു അത്. രണ്ട് ഡിവിഷനുകൾ സംയോജിപ്പിച്ചപ്പോൾ പമ്പയിൽ ഒഴിഞ്ഞു കിടന്ന എന്റെ പഴയ ഡിവിഷണൽ ഓഫീസും മൂന്നു കെട്ടിടങ്ങളും ആണ് ഞാൻ അതിന് കണ്ടുവച്ചത്.

നേരത്തെ ഒരിടത്ത് വിവരിച്ചതുപോലെ അതിമനോഹരമായ ഒരു ഇടമാണ് അത്. ഒരു റിസോർട്ടിന് ഏറ്റവും അനുയോജ്യമായ ഒറ്റപ്പെട്ട കിടക്കുന്ന ഒരു കുന്നിൻപുറം. ആ കെട്ടിടങ്ങൾ അനാഥമായി ഒഴിഞ്ഞു കിടക്കുകയാണ്. ആന നശിപ്പിക്കാതിരിക്കാൻ ഒരു വാച്ചർ മാത്രം കുടുംബവുമായി അവിടെ ഒരു ക്വാർട്ടേഴ്സിൽ താമസിക്കുകയാണ്. ഒരു ആയുർവേദ റിസോർട്ടായി മാറ്റിയെടുക്കാൻ കഴിഞ്ഞാൽ അതിന്റെ വാണിജ്യസാധ്യതകൾ പ്രവചനങ്ങൾക്ക് അപ്പുറമായിരിക്കും എന്നെനിക്കറിയാമായിരുന്നു. അങ്ങനെ ഒരു നിർദ്ദേശം സമർപ്പിക്കുകയും പ്രാരംഭ പ്രവർത്തനങ്ങൾക്കുള്ള അനുമതി നേടുകയും ചെയ്തു.

നിലവിലുള്ള കെട്ടിടങ്ങൾക്ക് ചെറിയ രൂപ മാറ്റങ്ങൾ വരുത്തുകയേ വേണ്ടൂ. വെള്ളവും ഇലക്ട്രിസിറ്റിയും ഉണ്ട്. അങ്ങനെയിരിക്കെയാണ് എനിക്ക് സ്ഥലം മാറി പോകേണ്ടി വന്നത്. പിന്നീട് വന്ന ആരും ആ ആശയത്തെ പിൻതുടർന്നില്ല. കുറച്ചു കഴിഞ്ഞ് ആ കെട്ടിടങ്ങളും ഒന്നരയേക്കർ സ്ഥലവും വനം വകുപ്പ് KFDCയിൽ നിന്നും

തിരിച്ചെടുക്കുകയാണ് ഉണ്ടായത്. അര നൂറ്റാണ്ടു മുമ്പ് വനം വകുപ്പ് KFDCക്ക് കൈമാറിയതായിരുന്നു ആ സ്ഥലവും അതിലെ കെട്ടിടങ്ങളും. ഇത്രയും കാലം ഉപയോഗിച്ചതും നശിക്കാതെ സംരക്ഷിച്ചതും KFDCയാണ്. കുടിക്കിടപ്പവകാശം പോലും ഉണ്ട്. രാഷ്ട്രീയ തലത്തിലോ ഉദ്യോഗസ്ഥതലത്തിലോ അല്പം സമ്മർദ്ദം ചെലുത്തിയിരുന്നെങ്കിൽ അത് സ്ഥിരമായി KFDCക്ക് തന്നെ കിട്ടിയേനെ. തലപ്പത്തിരുന്നവരും ഡയറക്ടർ ബോർഡും അതിനുള്ള ശ്രമങ്ങളൊന്നും നടത്തിയില്ല. വനം വകുപ്പുമന്ത്രിയും വകുപ്പ് മേധാവിയും KFDC ചെയർമാനും മാനേജിംഗ് ഡയറക്ടറും ആയി വെറും നാലു പേർ ചേർന്നുള്ള ഒരൊറ്റ മീറ്റിംഗിൽ തീരുമാനം എടുക്കാവുന്ന വളരെ ലളിതമായ ഒരു കാര്യമായിരുന്നു അത്. പക്ഷേ ഒന്നും സംഭവിച്ചില്ല. ആരും അതിന് മുൻകൈ എടുത്തില്ല. അല്ലെങ്കിലും താൽക്കാലികമായി കുറച്ചുകാലത്തേക്ക് മാത്രം ചേക്കേറി വരുന്നവർക്ക്, എന്ത് ദീർഘവീക്ഷണമാണ് ഉണ്ടാവുക. സ്ഥാപനത്തിന്റെ നല്ല ഭാവിക്കുവേണ്ടി മസ്തിഷ്കം ചൂടാക്കാനും കഠിനശ്രമങ്ങൾ നടത്താനും ഒന്നുമവർ മിനക്കെടില്ല. അത്രയും സാധ്യതകളുള്ള ആ സ്ഥലവും കെട്ടിടങ്ങളും കൈവിട്ടു പോയതിന്റെ രോഷവും സങ്കടവുമായി കണ്ടാൽ മതി എന്റെ ഈ വാക്കുകൾ. KFDCയോട് നൂറു ശതമാനവും പ്രതിബദ്ധത കാട്ടിയവരോട് മാപ്പു ചോദിക്കുന്നു.

ചെറിയ തൊഴിൽ തർക്കങ്ങളും സമരങ്ങളും മാത്രമായി വലിയ പ്രശ്നങ്ങളില്ലാതെ കഴിഞ്ഞു പോയി മൂന്നു വർഷത്തെ എന്റെ പമ്പ, ഗവി കാലം. വയനാട്ടിലെ പൊള്ളുന്ന നാളുകളുമായി താരതമ്യം ചെയ്താൽ വലിയ ആശ്വാസകാലം. പൊതുവേ തൊഴിലാളികളുമായി നല്ല ബന്ധം പുലർത്താൻ കഴിഞ്ഞിരുന്നു. അവരുടെ ലയങ്ങളിൽ (ലേബർ ക്വാർട്ടേഴ്സ്) നടക്കുന്ന ചടങ്ങുകളിലെല്ലാം ഞാൻ പങ്കെടുക്കുമായിരുന്നു. വിവാഹമായാലും മരണമായാലും അവരുടെ വീടുകളിൽ പോകും. അവരുടെ ഉത്സവങ്ങളിലും ഞാനെന്റെ പങ്കാളിത്തം ഉറപ്പുവരുത്തി. കരകാട്ടവും വാദ്യമേളങ്ങളും കൂടെ നടന്ന് ആസ്വദിക്കും. കോവിലിലേക്ക് താൽക്കാലികമായി കുറച്ചു വൈദ്യുതിയോ ചെറിയ വാഹന സൗകര്യങ്ങളോ പോലെ സാധ്യമായ സഹായങ്ങൾ ചെയ്തു കൊടുക്കും. കായിക മത്സരങ്ങൾക്കും ടൂർണമെന്റുകൾക്കും ക്ഷണിച്ചാൽ എത്ര ജോലിത്തിരക്കുണ്ടെങ്കിലും ഒഴിവാക്കില്ല. നേരത്തെ പറഞ്ഞ പൊലീസ് കേസും പിന്നെ സ്വന്തം നിലയിൽ സ്വകാര്യ ടൂറിസം നടത്തിയ ഒരു തൊഴിലാളിയെ കുറച്ചു ദിവസം സസ്പെൻഡ് ചെയ്ത് നിർത്തിയതുമൊഴിച്ചാൽ തൊഴിലാളികളുടെ മേൽ കാര്യമായ നടപടികളൊന്നും എടുക്കേണ്ടി വന്നിട്ടില്ല. അങ്ങനെ ഒരുവിധം സംതൃപ്തിയോടെയാണ് ഞാൻ ഗവിയോട് യാത്ര പറഞ്ഞത്.

കാടിനോട് ഒരിക്കൽകൂടി വിട

കേട്ടറിഞ്ഞത് പോലെ കോട്ടയത്തെ ഹെഡ് ഓഫീസിലേക്കാണ് എന്നിക്ക് മാറ്റം. DM. HO എന്നാണ് ആ കസേരയുടെ പേര്. (അതായത് ഹെഡ് ഓഫീസിലെ ഡിവിഷണൽ മാനേജർ) ഒരു മുതിർന്ന ഗുമസ്തന്റെ ജോലിയാണത്. മാനേജിങ് ഡയറക്ടറുടെ ടെക്നിക്കൽ അസിസ്റ്റന്റ് എന്ന് പറയുന്നതാവും കൂടുതൽ ശരി. ഫീൽഡിന്റെ ചാർജ് ഇല്ല. ഔദ്യോഗിക ടൂറുകൾ ഇല്ല. 24 മണിക്കൂർ ഡ്യൂട്ടി ഇല്ല. കേസുകൾ ഇല്ല. കോടതി ഡ്യൂട്ടികൾ ഇല്ല. അങ്ങനെ കാര്യമായ സമ്മർദ്ദങ്ങൾ ഇല്ലാത്ത ഒരു പ്രത്യേകതരം കസേരയാണത്. വൈകുന്നേരം അഞ്ചു മണി കഴിഞ്ഞാൽ പൂർണ്ണമായും സ്വതന്ത്രൻ. അതേസമയം നയപരമായ കാര്യങ്ങളിൽ ചെറുതായെങ്കിലും സ്വാധീനം ചെലുത്താൻ കഴിയും.

ഒട്ടുമിക്ക സെക്ഷനുകളിൽ നിന്നുമുള്ള ഫയലുകൾ മേശപ്പുറത്ത് വരും. അതിൽ അഭിപ്രായങ്ങളും നിർദ്ദേശങ്ങളും രേഖപ്പെടുത്തി മേലോട്ട് വിടാം. ചിലതൊക്കെ അംഗീകരിക്കപ്പെടുന്നത് കാണുമ്പോൾ സന്തോഷമാണ്. എന്റെ ചില നിർദ്ദേശങ്ങളൊക്കെ അംഗീകരിച്ചു നടപ്പാക്കിയിട്ടുണ്ട്. അതൊരു സംതൃപ്തിയാണ്. ഓഫീസ് സമുച്ചയത്തിന്റെയും ഹെഡ് ഓഫീസിലെ വാഹനങ്ങളുടെയും ചാർജ്ജുണ്ട്. മാനേജർ തസ്തികയിലുള്ള ഒരു എസ്റ്റേറ്റ് ഓഫീസർ സഹായത്തിനുണ്ട്. പഴയ വാഹനങ്ങളും ഓഫീസ് സാമഗ്രികളും വിറ്റ് ഒഴിവാക്കുക, പുതിയവ വാങ്ങുക, സ്റ്റോർ പർച്ചേഴ്സ് തുടങ്ങി ചില പണികൾ സൈഡായി ഉണ്ടാകും. KFDCയുടെ സ്റ്റേറ്റ് ഇൻഫർമേഷൻ ഓഫീസർ എന്ന ഗൗരവമുള്ള ഒരു ഉത്തരവാദിത്വം കൂടിയുണ്ട്. വിവരാവകാശ നിയമം അനുസരിച്ച് ഉന്നയിക്കപ്പെടുന്ന ചോദ്യങ്ങൾക്ക് സമയബന്ധിതമായി മറുപടി കൊടുക്കണം. ഇല്ലെങ്കിൽ വലിയ പ്രശ്നമാകും. സ്വന്തം കയ്യിൽനിന്നും പിഴ അടയ്ക്കേണ്ടി വരും. ചിലപ്പോൾ മറ്റു ശിക്ഷണ നടപടികളും നേരിടേണ്ടിയും വരും. ചോദ്യകർത്താവിനെ സംബന്ധിച്ച് വളരെ ഉദാരമാണ് ഈ നിയമത്തിലെ

വകുപ്പുകൾ. പത്തു രൂപ മുടക്കിയാൽ എണ്ണമില്ലാത്തത്ര ചോദ്യങ്ങൾ ചോദിക്കാം. നിയമത്തിന്റെ ഉദ്ദേശ്യശുദ്ധി നല്ലതാണെങ്കിലും ഈ നിയമം ദുരുപയോഗം ചെയ്യുന്ന ഒരുപാട് ആളുകളുണ്ടെന്നു മനസ്സിലായി.

അനേകം വർഷങ്ങൾ പഴക്കമുള്ള വിവരങ്ങളാണ് ചിലർ ചോദിക്കുക. മനഃപൂർവം പണിതരുന്നതാണ്. വിവരാകാശ നിയമത്തെക്കുറിച്ച് കുറേ ക്ലാസുകളിൽ പങ്കെടുത്തിട്ടുണ്ടെങ്കിലും കേസുകളുടെ വൈവിദ്ധ്യം കാരണം സംശയങ്ങൾ തീരില്ല. ഏതായാലും ഒന്നര വർഷത്തിനിടെ എനിക്ക് നടപടികളൊന്നും ഇക്കാര്യത്തിൽ നേരിടേണ്ടി വന്നില്ല. വെള്ളം ചേർത്ത് നേർപ്പിച്ചു നേർപ്പിച്ച് ഈ നിയമത്തിന്റെ പല്ലുകൾ സർക്കാർ തന്നെ ഓരോന്നോരോന്നായി പിഴുതെടുക്കുന്ന നിർഭാഗ്യകരമായ കാഴ്ച ഇപ്പോൾ നമ്മൾ കാണുന്നുണ്ട്. വിവരം അറിയാനുള്ള പൗരന്റെ അവകാശത്തേക്കാൾ വലുതാണ് വിവരം മറച്ചു വെയ്ക്കാനുള്ള സർക്കാരിന്റെ അവകാശം എന്ന നിലയിലേക്കാണ് ഇന്ന് ഈ നിയമത്തിന്റെ പോക്ക്. രാജ്യ സുരക്ഷ, മതസൗഹർദത്തിന് ഭീഷണി, കലാപ സാധ്യത അങ്ങനെ കുറെ ന്യായങ്ങൾ പറഞ്ഞ് വിവരങ്ങൾ എല്ലാം മൂടിവെയ്ക്കപ്പെടുന്നു.

ഫിനാൻസ് സെക്ഷനിൽ നിന്നൊഴികെയുള്ള ഒട്ടുമിക്ക ഫയലുകളും DMHOയുടെ മേശപ്പുറത്ത് വരും. ഓരോന്നും പഠിച്ച് നോട്ടുകൾ കുറിച്ചിട്ട് മേലോട്ട് വിടണം. ഓഫീസ് സമയങ്ങളിൽ മാത്രം ഇരുന്നാൽ പണി തീരില്ല. ചിലപ്പോഴൊക്കെ മേശയ്ക്ക് ചുറ്റും ഫയലുകൾ വൻമതിലുകൾ തീർക്കും. തീരുമാനങ്ങൾ എടുക്കേണ്ടതില്ല എങ്കിലും കൃത്യമായ നോട്ടുകൾ കുറിക്കണം, വ്യക്തമായ അഭിപ്രായങ്ങൾ പറയണം. ഫയലുകളിൽ മണ്ടത്തരങ്ങൾ എഴുതി വയ്ക്കരുത് എന്ന് എനിക്ക് നിർബന്ധമുണ്ടായിരുന്നു. അതുകൊണ്ടുതന്നെ ഫയലുകൾ നോക്കിത്തീരാൻ കൂടുതൽ സമയം എടുത്തിരുന്നു. ഓഫീസ് സമയത്തിന് മുമ്പും അതിനുശേഷവുമായി രണ്ടു മണിക്കൂറെങ്കിലും അധികം ജോലി ചെയ്തതാണ് പരാതികളില്ലാതെ എന്റെ ജോലി ചെയ്തു തീർത്തത്. പത്തു മിനിറ്റ് മാത്രം നടന്നാൽ മതിയാകുന്ന ഒരിടത്താണ് അതിനുവേണ്ടി ഞാൻ താമസ സൗകര്യം കണ്ടെത്തിയത്.

മുതിർന്ന IFS ഉദ്യോഗസ്ഥനായ, ആന്ധ്രക്കാരൻ ശ്രീ. ഡി.എസ്. റാവു ആണ് മാനേജിംഗ് ഡയറക്ടർ. എന്നെ ഒരു ശത്രുവായി കണ്ട മട്ടേ അദ്ദേഹം മാറിപ്പോയിരുന്നു എന്നതാണ് വലിയ ആശ്വാസമായത്. റാവു സാറിനോടൊപ്പം നേരത്തെ ഫീൽഡിൽ ജോലി ചെയ്യാൻ എനിക്ക് കഴിഞ്ഞിട്ടുണ്ട്. മാനേജരായും ഡിവിഷണൽ മാനേജരായും. ഒരു പ്രത്യേക സ്വഭാവക്കാരനാണ്. ചിലപ്പോൾ

ദ്വേഷ്യപ്പെട്ടു വളരെ ഉച്ചത്തിൽ ശകാരിക്കും. കുറച്ച് സമയം മതി തണുക്കാൻ.

ഇത് പറഞ്ഞപ്പോൾ ഒരു കാര്യം പറയണം എന്ന് തോന്നി. ഞാൻ പമ്പ ഡിവിഷണൽ മാനേജർ ആയിരിക്കേ അവിടെ പരിശോധനകൾക്കായി വന്ന അദ്ദേഹം ഏതോ ഒരു കാര്യത്തിന് എന്നെ ഒരുപാട് ശകാരിച്ചു. സംഭവം എന്തായിരുന്നു എന്ന് ഇപ്പോൾ ഓർമ്മിക്കുന്നില്ല. നേരിട്ട് ഉത്തരവാദിത്തമില്ലാത്ത കാര്യമായിരുന്നതിനാൽ എന്റെ മനസ്സ് വല്ലാതെ വേദനിച്ചു. തെറ്റ് ചെയ്യാതെ കുറ്റപ്പെടുത്തലുകൾ ഉണ്ടായാൽ അങ്ങനെയാണല്ലോ. ഞാൻ ജോലി രാജിവെക്കാനുള്ള കടുത്ത തീരുമാനമെടുത്തു. ബാക്കിയുള്ള ഏഴു കൊല്ലത്തെ സർവീസ് ഉപേക്ഷിക്കാൻ തീരുമാനിച്ചു. VRSന് (വളന്ററി റിട്ടയേർമെന്റ് സ്കീം) അപേക്ഷ സമർപ്പിച്ചു. KFDCയിൽ ഞാൻ ഒരാൾ മാത്രമാണ് അന്ന് ആ സ്കീമിൽ വിരമിക്കലിന് അപേക്ഷിച്ചത്. അപേക്ഷ കിട്ടിയതും ഞാൻ ഹെഡ് ഓഫീസിലേക്ക് വിളിക്കപ്പെട്ടു.

ജനറൽ മാനേജർ ശ്രീ. വാഷ്ണി IFS ഒരു മണിക്കൂറിലേറെ എന്നെ കൗൺസിലിംഗ് ചെയ്തു. എന്നിട്ട് വിരമിക്കലിനുള്ള എന്റെ അപേക്ഷ പിൻവലിപ്പിച്ചു. റാവു സാറാണ് അതിനദ്ദേഹത്തെ ചുമതലപ്പെടുത്തിയതെന്ന് പിന്നീട് അറിയാൻ കഴിഞ്ഞു. അന്ന് VRS എടുത്ത് പുറത്തുവന്നിരുന്നെങ്കിൽ ഒരുപാട് അനുഭവങ്ങൾ എനിക്ക് നഷ്ടമായേനെ. ജീവിതം മുന്നോട്ടു കൊണ്ടുപോകാൻ തൃശ്ശൂരിലോ കുന്നംകുളത്തോ ഉള്ള ഏതെങ്കിലും സ്വകാര്യസ്ഥാപനത്തിൽ ജീവിതം തളച്ചിടേണ്ടി വന്നേനെ. ഞാൻ സ്നേഹിച്ച കാടുകൾ എനിക്ക് അന്യമായിപ്പോയേനേ.

റാവു സാർ എന്നോട് കാണിച്ച കരുതൽ മറക്കാൻ കഴിയില്ല. KFDCയിൽനിന്നും തിരിച്ചു പോയി വനം വകുപ്പിൽ CCF ആയിരുന്നപ്പോൾപോലും എന്നോട് ഇഷ്ടം കാണിച്ചു അദ്ദേഹം. തമിഴ്നാട്ടിലെ പൊള്ളാച്ചിയിൽവെച്ച് നടന്ന മകളുടെ വിവാഹത്തിന് അദ്ദേഹം എത്തി. ഒരിക്കലും പ്രതീക്ഷിച്ചിട്ടില്ലാത്ത ഒന്നായിരുന്നു അത്. ഔദ്യോഗിക ആവശ്യങ്ങൾക്കായി പറമ്പിക്കുളത്ത് ക്യാമ്പ് ചെയ്യുകയായിരുന്ന അദ്ദേഹം, പള്ളിയിലെത്തി, വധുവരന്മാരെ അനുഗ്രഹിച്ചു. അകമ്പടി സേവിച്ചുകൊണ്ട് മൂന്നു ജീപ്പുകളിലായി വലിയൊരു ഉദ്യോഗസ്ഥവൃന്ദംതന്നെ കൂടെ ഉണ്ടായിട്ടും ഒരുമണിക്കൂറിലേറെ അവിടെ ചെലവഴിച്ചിട്ടാണ് അദ്ദേഹം മടങ്ങിയത്. ഒരു മാസം മുമ്പത്തെ എന്റെ ക്ഷണം മറക്കാതെ മനസ്സിൽ സൂക്ഷിച്ചു. അദ്ദേഹത്തിൽനിന്നും ശകാരങ്ങളേക്കാളേറെ വാത്സല്യമാണ് ഞാൻ ഏറ്റുവാങ്ങിയിട്ടുള്ളത്. അദ്ദേഹവുമൊന്നിച്ച് ഒരേ ഓഫീസിൽ ജോലി ചെയ്യാൻ കഴിഞ്ഞതിൽ ഞാൻ സന്തുഷ്ടനായിരുന്നു.

യെസ് പറഞ്ഞാലും അടി, നോ പറഞ്ഞാലും അടി

നീണ്ട ഔദ്യോഗികജീവിതത്തിലെ എന്റെ ഒരു കൗതുകമായിരുന്നു ഉന്നതസ്ഥാനങ്ങളിലിരിക്കുന്ന ഉദ്യോഗസ്ഥർ അവരുടെ കീഴിലുള്ള ഓഫീസർമാരെ ശകാരിക്കുന്ന രീതികൾ നിരീക്ഷിക്കുക എന്നത്. വെറുതെ ഒരു കൗതുകം. ഓരോരുത്തർക്കും ഓരോരോ രീതികളാണ്. ചിലർ വളരെ ഉച്ചത്തിൽ ശകാരിക്കും. ചിലർ രണ്ടോ മൂന്നോ വാക്കുകളിൽ ഒതുക്കും. ഉച്ചത്തിലുള്ള ആക്രോശങ്ങളേക്കാൾ അതായിരിക്കും ചിലപ്പോൾ നമ്മളെ കൂടുതൽ മുറിപ്പെടുത്തുക. കീഴിലുള്ള ഉദ്യോഗസ്ഥരെ കാര്യത്തിനും അല്ലാതെയും നിർത്താതെ വഴക്കു പറഞ്ഞുകൊണ്ടിരിക്കുന്നതാണ് ചിലരുടെ രീതി. ഒരാളെ ശകാരിക്കുമ്പോൾ മറ്റു നാലുപേരെങ്കിലും സാക്ഷികളായി ഉണ്ടാകണം എന്ന് നിർബന്ധമുള്ള ഒരു മലയാളി IFS ഓഫീസറും ഉണ്ടായിരുന്നു. ആത്മവിശ്വാസത്തിലെ ഏറ്റക്കുറച്ചിലുകളാണ് ഈ വ്യത്യസ്ത രീതികൾക്ക് കാരണമെന്നാണ് എന്റെ നിരീക്ഷണം.

ശകാരിക്കുക എന്നത് പരിശോധനയുടെ ഒരു ഭാഗമാണ് എന്ന് വിശ്വസിക്കുന്നവരാണ് ഏറിയ കൂറും. കുറേ ശകാരിച്ചാലേ പരിശോധനകൾ പൂർണമാകൂ എന്നാണ്. ശകാരിക്കാൻ അധികാരമുള്ള മേലുദ്യോഗസ്ഥനാണ് താൻ എന്ന് ഇടയ്ക്കിടെ തന്നെത്തന്നെ ബോധ്യപ്പെടുത്തണം. അല്പം തമാശ കലർന്ന ഒരനുഭവം പറയാം. നെല്ലിയാമ്പതിയിൽ ഏലം പ്രൊജക്ടിൽ അസിസ്റ്റന്റ് മാനേജരായി ജോലി ചെയ്യുന്ന കാലത്താണ്. ഏലക്കാട്ടിലെ ഏതാനും നല്ല ബ്ലോക്കുകൾ തിരഞ്ഞെടുത്ത് പ്രത്യേക പരിചരണം നൽകുന്ന ഒരു രീതി ആ കാലത്തു പരീക്ഷിച്ചിരുന്നു. IMA (Intensive Management Area) എന്നാണ് ഈ ബ്ലോക്കുകളെ വിളിച്ചത്.

ഇളംപ്രായത്തിലുള്ള ഒരു ബ്ലോക്കാണ് എന്റെ യൂണിറ്റിൽ ഞങ്ങൾ അതിനായി തിരഞ്ഞെടുത്തത്. ആയിടയ്ക്ക് ഫീൽഡ് പരിശോധനയ്ക്കായി വന്ന MD ജീപ്പിൽനിന്നും ചാടി ഇറങ്ങിയതും

നിങ്ങളുടെ IMA ബ്ലോക്ക് കാണിക്കൂ എന്ന് പറഞ്ഞതും ഒരുമിച്ചായിരുന്നു. അദ്ദേഹത്തെ കൂട്ടിക്കൊണ്ടുപോയി ഞങ്ങൾ തിരഞ്ഞെടുത്ത ബ്ലോക്ക് കാണിച്ചു. അത് ഏതു വർഷത്തെ ചെടികളാണ് എന്ന് ചോദിച്ചപ്പോൾ രണ്ട് വർഷമാണ് പ്രായം എന്ന് പറഞ്ഞു. പ്രതീക്ഷിച്ചപോലെ അദ്ദേഹം ശകാരം തുടങ്ങി. ഇംഗ്ലീഷിലാണ്. ഈ ചെടികൾ ഇനി ഏതു കാലത്താണ് നന്നായി കായ്ക്കാൻ പോകുന്നത്, കുറേക്കൂടി പ്രായമുള്ള ബ്ലോക്ക് തിരഞ്ഞെടുക്കണമായിരുന്നു എന്ന് പറഞ്ഞാണ് ചൂടായത്. പ്രായം കൂടിയ മറ്റൊരു ബ്ലോക്ക് തെരഞ്ഞെടുക്കാം സാർ എന്ന് പറഞ്ഞ് ഒരുവിധം ഞങ്ങൾ തടിയൂരി. പിന്നെ ഞങ്ങൾ ആറ് വർഷം പ്രായമുള്ള മറ്റൊരു ബ്ലോക്ക് കണ്ടുപിടിച്ച് അതാക്കി ഞങ്ങളുടെ IMA. ഒരു മാസം കഴിഞ്ഞ് അദ്ദേഹം പതിവുപരിശോധനയ്ക്കായി വീണ്ടും വന്നു. അന്നും ആദ്യം അന്വേഷിച്ചത് IMA ആണ്. IMA ആക്കി മാറ്റിയ പുതിയ ബ്ലോക്കിലേക്ക് തികഞ്ഞ ആത്മവിശ്വാസത്തോടെ ഞങ്ങൾ അദ്ദേഹത്തെ നയിച്ചു.

ആറു വർഷം പ്രായമുള്ള ചെടികളാണെന്ന് പറഞ്ഞതും ദേഷ്യപ്പെട്ട് ശകാരം തുടങ്ങി. പ്രായം കൂടിയ ബ്ലോക്ക് IMA ആക്കിയതിനാണ് ഇക്കുറി ശകാരം. പ്രായം കുറഞ്ഞ ബ്ലോക്കല്ലേ തെരെഞ്ഞെടുക്കേണ്ടത് എന്നാണ് ചോദ്യം. ഒരു മാസം മുമ്പ് വന്നപ്പോൾ പ്രായം കൂടിയ ബ്ലോക്ക് വേണം IMA ആക്കാൻ എന്ന് പറഞ്ഞിട്ട് പോയത് അദ്ദേഹം മറന്നിരിക്കുന്നു. അതോർമ്മിപ്പിച്ച് ഞങ്ങളുടെ ഭാഗം ന്യായീകരിക്കാനും ഞങ്ങൾ തുനിഞ്ഞില്ല. അതിന് ശ്രമിച്ചാൽ മറ്റെന്തെങ്കിലും കണ്ടുപിടിച്ച് ഇരട്ടി ശകാരം കേൾക്കേണ്ടിവരും എന്നറിയാമായിരുന്നു.

പരിശോധനകൾ കഴിഞ്ഞ് MD പോയാൽ, ഞങ്ങൾ ചെറിയൊരു മീറ്റിംഗ് കൂടുക പതിവുണ്ട്. അദ്ദേഹത്തിന്റെ നിരീക്ഷണങ്ങളും, നിർദ്ദേശങ്ങളും ചർച്ച ചെയ്ത് ഭാവിപ്രവർത്തനങ്ങൾ തീരുമാനിക്കാനാണത്. മീറ്റിങ്ങിന് ആമുഖമായി ഞാനൊരു കഥ പറഞ്ഞു. അക്കഥയാണ് ഈ അധ്യായത്തിന്റെ തലവാചകം. യെസ് പറഞ്ഞാലും അടിയാണ്, നോ പറഞ്ഞാലും അടിയാണ്.

കഥ ഇങ്ങനെയാണ്. എന്റെ കുട്ടിക്കാലത്ത് വീട്ടിലെ കൃഷിപ്പണികൾ ചെയ്തിരുന്ന ചങ്ങൻ ആണ് കഥാനായകൻ. മിലിട്ടറി ചങ്ങൻ എന്നാണ് നാട്ടിൽ ഇയാൾ അറിയപ്പെടുന്നത്. മഹായുദ്ധകാലത്ത് ഒന്നരക്കൊല്ലം ബ്രിട്ടീഷ് കൂലിപ്പട്ടാളത്തിൽ ഉണ്ടായതുകൊണ്ട് കിട്ടിയ പേരാണത്. വലിയ ട്രക്കുമായി വന്ന് വീടിനടുത്തുള്ള കല്ലഴിക്കുന്നിൽ നിന്നും പട്ടാളക്കാർ ഓടിച്ചിട്ട് പിടിച്ചുകൊണ്ടുപോയവരിൽ പെട്ടുപോയതാണ് പാവം. അങ്ങനെ അയാൾ മിലിട്ടറി ചങ്ങനായി.

ഇയാൾ പറയുന്ന പട്ടാളക്കഥകൾ കേൾക്കാൻ ഞങ്ങൾ കുട്ടികൾ ഇയാളുടെ ചുറ്റും കൂടും. അങ്ങനെ കേട്ട പല കഥകളിൽ ഒന്നാണ്, പട്ടാളത്തിൽ 'യെസി'നും 'നോ'യ്ക്കും അടികിട്ടും എന്ന കഥ.

സ്ഥലപ്പേരൊന്നും ചങ്ങന് ഓർമ്മയില്ല. അങ്ങ് വടക്ക് വടക്ക് എവിടെയോ ആണ്. രാവിലെ പത്തു മണി നേരത്ത് ഒരു മരച്ചുവട്ടിൽ വെറുതെ ഇരുന്ന ചങ്ങനോട് അതുവഴി വന്ന വെള്ളക്കാരൻ ഓഫീസർ എന്തോ ചോദിച്ചു. സായിപ്പിന്റെ ഭാഷ തിരിയാത്ത ചങ്ങൻ പറഞ്ഞു, "യെസ്."

എന്തോ പിറുപിറുത്തുകൊണ്ട് മുഖത്ത് ആഞ്ഞൊരു അടി കൊടുത്തിട്ട് സായിപ്പ് നടന്നുപോയി. Are you relaxing എന്നോ മറ്റൊ ആയിരിക്കണം സായിപ്പിന്റെ ഈണത്തിൽ ചോദിച്ചത്. ചങ്ങന് അറിയാവുന്ന ആകെ രണ്ടു ഇംഗ്ലീഷ് വാക്കുകൾ യെസും, നോയും ആണ്. അതിൽ കൊള്ളാവുന്ന വാക്കെന്ന് തോന്നിയ യെസ് ആണ് ചങ്ങൻ പറഞ്ഞത്. എന്നിട്ടും സായിപ്പ് തല്ലി. അപ്പോൾ യെസിന് എന്തോ പ്രശ്നമുണ്ടെന്ന് അയാൾ മനസ്സിൽ കുറിച്ചു. മറ്റൊരു ദിവസം ഒരു ടെന്റിന് മുന്നിൽ നിൽക്കുകയായിരുന്നു ചങ്ങൻ. കുതിരപ്പുറത്തു വന്നിറങ്ങിയ സായിപ്പ് കുതിരയുടെ കടിഞ്ഞാൺ ചങ്ങനു നേരെ എറിഞ്ഞുകൊടുത്തിട്ട് പറഞ്ഞു. "tie it."

ഒരിക്കൽ യെസ് പറഞ്ഞ് അടി വാങ്ങിയ ഓർമയിൽ ചങ്ങൻ പറഞ്ഞു, "നോ." അപ്പോഴും ചെകിടത്ത് നല്ലൊരടി പാസ്സാക്കിയിട്ടാണ് സായിപ്പ് അകത്തേക്ക് കേറിപ്പോയത്. ചങ്ങൻ വട്ടംകറങ്ങി താഴെ വീണു ചുരുണ്ടുകൂടി. അതാണ് ചങ്ങൻ ഞങ്ങളോട് പറഞ്ഞത്, മക്കളേ, പട്ടാളം എന്ന് പറഞ്ഞാൽ നിങ്ങൾ വിചാരിക്കും പോലെയല്ല, അവിടെ യെസ് പറഞ്ഞാലും അടി കിട്ടും, നോ പറഞ്ഞാലും അടിയാണ്.

ഈ കഥ പറയാൻ കാരണം ഇവിടെ, പ്രായം കുറഞ്ഞ ബ്ലോക്ക് IMA ആക്കിയതിനു ശകാരം, അല്പംകൂടി പ്രായം ആയതിനെ തിരഞ്ഞെടുത്തപ്പോൾ അതിനും കിട്ടി ശകാരം. "You people don't apply your mind" എന്നാണ് അദ്ദേഹം ഉപസംഹരിച്ചത്. ഞങ്ങളുടെ ഉത്സാഹമാണ് ചുരുണ്ടുകൂടി താഴെ വീണത്. ചില ഓഫീസർമാർ വെറുതെ ശകാരിക്കാൻ വേണ്ടി മാത്രം ശകാരിക്കുമ്പോൾ എനിക്ക് ഈ കഥ ഓർമ്മവരും. പാവം ചങ്ങനെപ്പോലെ ഞാനും വാങ്ങിയിട്ടുണ്ട് ഇങ്ങനെ കുറേ അടികൾ.

പുതിയ മാനേജിംഗ് ഡയറക്ടർ

ഞാൻ ഹെഡ്ഓഫീസിൽ ചുമതലയേറ്റ് അധികനാൾ കഴിയും മുമ്പ് റാവു സാർ ഡെപ്യൂട്ടേഷൻ കാലാവധി കഴിഞ്ഞ് വനം വകുപ്പിലേക്ക് തിരിച്ചുപോയി. പിന്നെ മാനേജിംഗ് ഡയറക്ടറായി വന്നത് അമർനാഥ് ഷെട്ടി എന്ന മാംഗളൂർക്കാരനായ മുതിർന്ന IFS ഓഫീസറാണ്. വന്ന ആദ്യദിവസംതന്നെ അദ്ദേഹം ഒരു പ്രതിപുരുഷനായി എന്റെ മനസ്സിൽ കയറിക്കൂടി. റെയിൽവേ സ്റ്റേഷനിൽനിന്നും അദ്ദേഹത്തെ കൂട്ടിക്കൊണ്ടുവരാൻ ഓഫീസ് കാറുമായി പോയത് ഞാനാണ്. കയ്യിൽ ഉയർത്തിപ്പിടിച്ച KFDC എന്ന പ്ലാക്കാർഡ് കണ്ടു കൃത്യമായി കാറിനടത്തേക്ക് നടന്നുവന്നു അദ്ദേഹം. ഉപചാഷപൂർവ്വം വന്ദിച്ചിട്ട്, ഞാൻ എന്നെ സ്വയം പരിചയപ്പെടുത്തി. പേരും ഔദ്യോഗികസ്ഥാനവും പറഞ്ഞു.

സമയം ഉച്ചയ്ക്ക് ഒരു മണി കഴിഞ്ഞിരുന്നു. കാറിൽ ഓഫീസിലേക്ക് വരുന്ന സമയത്ത്, “സാറ് ലഞ്ച് കഴിച്ചിരുന്നോ” എന്ന് ഒരു ഭംഗിവാക്കുപോലെ ഞാൻ ചോദിച്ചു. “What about you?” എന്ന മറുചോദ്യമായിരുന്നു ഉത്തരം.

കഴിച്ചിട്ടില്ല എന്ന് പറഞ്ഞപ്പോൾ Then we will have it together, എന്നാണ് അദ്ദേഹം പറഞ്ഞത്. അതിന് അവസരം ഉണ്ടായില്ല എങ്കിലും എനിക്ക് ആശ്ചര്യമായിരുന്നു. യൂണിഫോം സർവീസുകളിൽ ഇത് അത്യപൂർവ്വമാണ്. ഒരു റാങ്കിന് മുകളിൽ ഉള്ളവർ പോലും വല്ലാതെ ബോസ് കളിക്കും. അപ്പോഴാണ് ഔദ്യോഗിക ശ്രേണിയിൽ എത്രയോ താഴെ കിടക്കുന്ന എന്നോട് അദ്ദേഹം നമുക്ക് ഒരുമിച്ചു കഴിക്കാമല്ലോ എന്ന് പറഞ്ഞത്. എന്റെ 35 വർഷത്തെ ഔദ്യോഗിക ജീവിതത്തിൽ ഇത്രയും കുലീനമായ വ്യക്തിത്വവും കാര്യശേഷിയും ഉള്ള മറ്റൊരു മേലാധികാരി എനിക്ക് ഉണ്ടായിട്ടില്ല എന്ന് പറയാൻ എനിക്ക് സങ്കോചമില്ല. അതിനേക്കാൾ ശ്രേഷ്ഠരായ വ്യക്തികൾ മാനേജിങ് ഡയറക്ടർമാരായി ഉണ്ടായിരുന്നിരിക്കാം. പക്ഷേ എനിക്ക് അവരെ അടുത്തറിയാനും നേരിട്ട് ഇടപഴകാനും

അവസരം കിട്ടിയിട്ടില്ല. അദ്ദേഹത്തോടൊപ്പം ജോലി ചെയ്യാൻ സാധിച്ചത് വലിയൊരു നേട്ടമായി ഞാൻ കരുതുന്നു. എങ്ങനെ യാണ് ഒരു സംവിധാനത്തെ നയിച്ചുകൊണ്ട് പോകേണ്ടത് എന്ന തിനെക്കുറിച്ച് ഒരുപാട് കാര്യങ്ങൾ അദ്ദേഹത്തിൽനിന്നും മനസ്സി ലാക്കാനും പഠിക്കാനും എനിക്ക് കഴിഞ്ഞിട്ടുണ്ട്.

തന്റെ ജീവനക്കാർ കൃത്യമായി അവരുടെ ജോലികൾ ചെയ്യണം എന്നതിൽ വിട്ടുവീഴ്ചയില്ലെങ്കിലും അവരുടെ ക്ഷേമം ഉറപ്പുവരു ത്തുന്നതിൽകൂടി അദ്ദേഹം ശ്രദ്ധിച്ചിരുന്നു. അനാവശ്യമായ കടും പിടുത്തങ്ങൾ ഇല്ല. ഹെഡ് ഓഫീസിൽ അന്നുണ്ടായ ചെറിയൊരു അനുഭവം പറയാം. 30ലധികം ജീവനക്കാർ ജോലി ചെയ്യുന്ന ഓഫീ സാണ്. കുറേ ഫോൺ കണക്ഷനുകളും ഉണ്ട്. എല്ലാം ലാൻഡ് ഫോണുകളാണ്. ടെലഫോൺ ബില്ലുകൾ വല്ലാതെ കൂടിപ്പോകുന്നത് ഞാൻ ശ്രദ്ധിച്ചു. ഞാൻ കൈകാര്യം ചെയ്യുന്ന ഫയലായതു കൊണ്ടാണ് ശ്രദ്ധിച്ചത്. ഓരോ മാസവും ബിൽതുക ക്രമാതീത മായി വർദ്ധിക്കുന്നു. ആരൊക്കെയോ ഫോണുകൾ ദുരുപയോഗം ചെയ്യുന്നുണ്ട്.

ആ സമയത്ത് പഴയതു മാറ്റി കൂടുതൽ കണക്ഷനുകൾ സാധ്യ മാകുന്ന പുതിയ EPBAX സിസ്റ്റം സ്ഥാപിക്കേണ്ട ആവശ്യം വന്നു. ആ പണി എനിക്കാണ്. ഞാൻ കണ്ടെത്തിയ ഏറ്റവും ആധുനിക മായ പുതിയ മെഷീനിൽ ആയിരത്തോളം കാൾ റെക്കോർഡുകൾ മെമ്മറിയിൽ സൂക്ഷിക്കാനും ഓരോ ഫോണിൽനിന്നും ഏതൊക്കെ നമ്പറുകളിലേക്ക് എത്ര സമയം വിളിച്ചു എന്ന് അറിയാനും സംവി ധാനമുണ്ട്. ഫോൺ ദുരുപയോഗം ചെയ്യുന്ന ജീവനക്കാരെ കൃത്യ മായി കണ്ടുപിടിക്കാം. അങ്ങനെ ഒരെണ്ണംതന്നെ വാങ്ങി സ്ഥാപിച്ചു.

അടുത്ത ബില്ല് വന്നപ്പോൾ, കോൾ റെക്കോർഡുകളുടെ പ്രിന്റ് എടുത്ത്, അതുമായിട്ടാണ് ഞാൻ ആ ഫയൽ മേലോട്ടയച്ചത്. സ്വകാര്യവിളികൾക്ക് ജീവനക്കാരിൽനിന്നും പൈസ ഈടാക്കണം എന്ന ശുപാർശയും വെച്ചു. എന്നിട്ട് ഒരു വലിയ കാര്യം സാധിച്ച തുപോലെ എം.ഡി.യുടെ അഭിനന്ദനവാക്കുകൾക്കായി കാത്തിരുന്നു. അദ്ദേഹം എന്നെ മുറിയിലേക്ക് വിളിച്ചു. എന്നിട്ട് ഇങ്ങനെയാണ് പറഞ്ഞത്. "നമ്മുടെ ജീവനക്കാരല്ലേ, അത്യാവശ്യത്തിന് അവർ വിളിക്കട്ടെ. അതിന്റെ വിവരങ്ങൾ ശേഖരിക്കുകയും പണം ഈടാ ക്കുകയും ചെയ്താൽ അവരെ നമ്മൾ വിശ്വാസത്തിൽ എടുക്കു ന്നില്ല എന്ന ചിന്തയുണ്ടാവും. പുതിയ സംവിധാനത്തെപ്പറ്റി നിങ്ങൾ അവരോട് പറയൂ. ഓഫീസ് ഫോൺ ദുരുപയോഗിക്കരുത് എന്നും പറയണം. അവർ സഹകരിച്ചുകൊള്ളും."

വാസ്തവത്തിൽ അത്രയും മതിയായിരുന്നു. അടുത്ത മാസം മുതൽ ബിൽ തുക പകുതിയോളമായി കുറഞ്ഞു. ആരുടെയും മനോവീര്യം ഹനിക്കാതെ കാര്യങ്ങൾ നടത്തിക്കൊണ്ടുപോകുന്ന അദ്ദേഹത്തിന്റെ ശൈലിക്ക് ചെറിയ ഒരു ഉദാഹരണം പറഞ്ഞതാണ്. കൂടെ ജോലി ചെയ്യുന്നവരെ സഹാനുഭൂതിയോടെ കാണാനും അവരെ ഉത്തേജിപ്പിച്ച് കൂടെ നിർത്താനും അദ്ദേഹം എപ്പോഴും ശ്രദ്ധിച്ചിരുന്നു.

ന്യായമല്ലാത്ത ശുപാർശകളെ, അതെത്ര ഉന്നതനായ വ്യക്തിയുടെ ആയിരുന്നാലും അവഗണിക്കാൻ അദ്ദേഹത്തിനു ഭയമുണ്ടായിരുന്നില്ല. ഒരു മന്ത്രിയുടെ ധാർമികമല്ലാത്ത അന്ത്യശാസനം തള്ളിക്കളഞ്ഞതിന്റെ പേരിലാണ് ഒടുവിൽ അദ്ദേഹത്തിന് KFDC വിട്ട് പോകേണ്ടിവന്നത്. ഒരു വനിതാ ക്ലർക്കിന്റെ സ്ഥലമാറ്റമായിരുന്നു വിഷയം. അവരുടെ സ്ഥലമാറ്റ ഉത്തരവ് റദ്ദ് ചെയ്യാൻ മന്ത്രി നേരിട്ട് ആവശ്യപ്പെടുകയായിരുന്നു. അർഹതയുള്ള മറ്റൊരാളെ അത് ബാധിക്കുമെന്ന് കണ്ടപ്പോൾ മന്ത്രിയുടെ അന്ത്യശാസനത്തിന് അദ്ദേഹം വഴങ്ങിയില്ല. 24 മണിക്കൂറിനകം അദ്ദേഹത്തെ KFDCയിൽനിന്നും മാറ്റുകയും ചെയ്തു.

കുറച്ചു ദിവസങ്ങൾക്കുള്ളിൽത്തന്നെ അദ്ദേഹത്തിന്റെ വിശ്വാസമാർജിക്കാൻ എനിക്ക് കഴിഞ്ഞിരുന്നു. ഫയലുകളിൽ ഞാൻ കുറിച്ച മിക്കവാറും നിർദ്ദേശങ്ങൾ അതേപടി അദ്ദേഹം അംഗീകരിച്ചു. പിന്നീട് വളരെ പ്രധാനപ്പെട്ട ചില ദൗത്യങ്ങൾ എന്നെ ഏല്പിച്ചപ്പോഴാണ് എന്നിൽ അദ്ദേഹത്തിന് വിശ്വാസം ഉണ്ടായിരുന്നു എന്നെനിക്ക് മനസ്സിലായത്.

ജുഡീഷ്യറിയുടെ അപചയം

ഒരു ഇടവേളയോടുകൂടി രണ്ട് തവണയാണ് ഞാൻ ഹെഡ് ഓഫീസിൽ ഡിവിഷണൽ മാനേജരായി ഉണ്ടായിരുന്നത്. ഒരുപാട് പുതിയ കാര്യങ്ങൾ മനസ്സിലാക്കാനും പഠിക്കാനും പറ്റിയ കാലമായിരുന്നു അത്. പൊലീസിനോടും കോടതിയോടും അവമതിപ്പുണ്ടാക്കിയ ചില സംഭവങ്ങൾ എന്റെ ഔദ്യോഗികജീവിതത്തിൽ ഉണ്ടായിട്ടുണ്ട് എന്ന് ഞാൻ മുമ്പൊരിടത്തു പറഞ്ഞിരുന്നു. തൃശ്ശൂരിൽ അസിസ്റ്റന്റ് മാനേജർ ആയിരുന്ന കാലത്ത് ഒരു ജാമ്യക്കേസിൽ മജിസ്ട്രേറ്റ് വക്കീലുമായി ഒത്തുകളിച്ച് കൈക്കൂലി വാങ്ങിയ കഥ മുമ്പ് പറഞ്ഞിട്ടുണ്ട്. ഹെഡ് ഓഫീസിൽ ജോലി ചെയ്യുന്ന കാലത്താണ് കോടതിയോട് ബഹുമാനക്കുറവ് തോന്നിയ രണ്ടാമത്തെ സംഭവം ഉണ്ടായത്. ഇതൊക്കെ ഇങ്ങനെ പറയാമോ എന്നെനിക്കറിയില്ല. സമൂഹത്തിൽ വിലയും നിലയും സ്വാധീനവും ഇല്ലാത്ത സാധാരണ പൗരന് കോടതികളെ പേടിക്കണം. എന്നാലും എന്റെ നേരനുഭവം ഞാനിവിടെ എഴുതിവെക്കുകയാണ്.

അന്നൊരിക്കൽ അസിസ്റ്റന്റ് ജനറൽ മാനേജർ (AGM) നീണ്ട അവധിയിൽ പോയപ്പോൾ എനിക്കായിരുന്നു അദ്ദേഹത്തിന്റെ അധികച്ചുമതല. കോടതി വ്യവഹാരങ്ങളിൽ KFDCക്കുവേണ്ടി ഹാജരാകേണ്ടത് AGM ആണ്. എന്റെ കഷ്ടകാലത്തിന് ആ ഇടവേളയിലാണ് കോട്ടയത്തെ കോടതിയിൽ ഒരു കേസ് വിചാരണയ്ക്ക് വന്നത്. ഉത്തരകേരളത്തിലെ പ്രസിദ്ധമായ ഒരു പ്ലൈവുഡ് കമ്പനിയുമായി പതിറ്റാണ്ടുകൾ പഴക്കമുള്ള ഒരു കേസാണ്. ഈ കേസ്സിനെപ്പറ്റി എനിക്ക് യാതൊരു ധാരണയുമില്ല. കോടതിയിൽ KFDCക്ക് വേണ്ടി ഹാജരായേ പറ്റൂ. നാലു ഫയലുകളിലായി നിറഞ്ഞങ്ങനെ കിടക്കുകയാണ് കേസിന്റെ വിവരങ്ങളും നാൾവഴികളും. മറ്റു ഫയലുകളൊക്കെ മാറ്റിവെച്ചിട്ട് ഞാൻ കേസ് പഠിക്കാനും നോട്ടുകൾ കുറിച്ചെടുക്കാനും തുടങ്ങി. ഗവിയിലെ ഏലത്തോട്ടങ്ങളിൽ വീണുകിടന്ന കുറെ മരങ്ങൾ പ്ലൈവുഡ് കമ്പനിക്ക് കൊടുത്ത വകയിൽ

KFDCക്ക് കിട്ടാനുള്ള കാശിൽ കുറേ ലക്ഷങ്ങൾ ചില സാങ്കേതിക കാരണങ്ങൾ പറഞ്ഞ് ആ കമ്പനി തന്നിട്ടില്ല എന്നതാണ് കേസ്.

അത്യാവശ്യം നോട്ടുകൾ തയ്യാറാക്കിയിട്ട്, ഞാൻ KFDCയുടെ സ്ഥിരം വക്കീലിനെ (Standing Counsel) പോയി കണ്ടു. നിയമ പരിജ്ഞാനം ഒന്നുമില്ലാത്ത എന്റെ നോട്ടുകൾ കണ്ടിട്ട് അദ്ദേഹം എന്തു പറയും എന്ന ആശങ്കയുണ്ടായിരുന്നു. ഞാൻ കൊണ്ടുപോയ ഫയലുകളോ കുറിപ്പുകളോ ഒന്ന് മറിച്ചുനോക്കുകപോലും ചെയ്യാതെ മേശയുടെ ഒരു വശത്തേക്ക് അദ്ദേഹം മാറ്റിവെച്ചു. എന്നിട്ട് ഇങ്ങനെ പറഞ്ഞു. "നിങ്ങൾ ഈ കേസ് പഠിച്ച് വെറുതെ സമയം കളയണ്ട. ഇവിടെ നമ്മൾ തോൽക്കും. നമുക്ക് ഹൈക്കോടതിയിൽ നോക്കാം."

വക്കീൽ ഇങ്ങനെ പറഞ്ഞത് എന്നെ ആശയക്കുഴപ്പത്തിലാക്കി. വാദിക്കാതെ കേസ് തോറ്റു കൊടുക്കാം എന്ന് ഒരു അഭിഭാഷകൻ പറയുന്നതിന്റെ അർത്ഥം എനിക്ക് പിടികിട്ടിയില്ല. അപ്പോൾതന്നെ അദ്ദേഹം എനിക്കതിന് വിശദീകരണവും തന്നു. "ഈ മജിസ്ട്രേ റ്റിൽനിന്നും ഈ കമ്പനിക്കെതിരെ ഒരു വിധി പ്രതീക്ഷിക്കുന്നത് നിരർത്ഥകമാണ്. കമ്പനി ഉടമയും ഈ മജിസ്ട്രേറ്റും ഒരേ തൂവൽ പക്ഷികളാണ്. അതായത് മജിസ്ട്രേറ്റിന്റെ സ്വജനപക്ഷപാതം വക്കീലുമാർ കൃത്യമായി ജഡ്ജ് ചെയ്ത് വെച്ചിരിക്കുന്നു. പലതും പറഞ്ഞുകേട്ടിട്ടുണ്ടെങ്കിലും ജുഡീഷ്യറിയിൽ അങ്ങനെയൊന്നും ഉണ്ടാകില്ല എന്നായിരുന്നു എന്റെ വിശ്വാസം. പക്ഷേ ആ ബോധ്യത്തെ ചോദ്യം ചെയ്യുന്നതായിരുന്നു രണ്ടു നാൾക്ക് ശേഷം കോടതിയിൽ എനിക്കുണ്ടായ അനുഭവം. നമ്മുടെ കോടതികൾ ചിലതെങ്കിലും സ്വജന പക്ഷപാതത്തിൽനിന്നും വിമുക്തമല്ല എന്ന് സ്വന്തം അനു ഭവത്തിലൂടെ ഞാൻ തിരിച്ചറിയുകയായിരുന്നു.

സാക്ഷിക്കൂട്ടിൽ കയറിനിന്ന എന്നോട് കമ്പനിയുടെ വക്കീൽ കുറേ ചോദ്യങ്ങൾ ചോദിച്ചു. ചോദിക്കുന്നതിനു മാത്രം ഉത്തരം പറഞ്ഞാൽ മതി, തുടങ്ങിയ വക്കീലുമാരുടെ പതിവു വിരട്ടലുകൾ ഒക്കെ ഉണ്ടായിരുന്നു. കോടതിയിൽ നാണം കെടരുത് എന്ന് കരുതി ഒരുവിധം പഠിച്ച് തയ്യാറെടുത്തിരുന്നു ഞാൻ. വക്കീൽ ചോദിച്ചതി നൊക്കെ കൃത്യമായ ഉത്തരങ്ങൾ നൽകി. അപ്പോൾ വക്കീൽ അത്ര പോരാ എന്ന് തോന്നിയിട്ടാണോ എന്നറിയില്ല, ചോദ്യങ്ങൾ ചോദി ക്കുന്ന പണി മജിസ്ട്രേറ്റ് തന്നെ ഏറ്റെടുത്തു. സംശയ നിവാരണം എന്ന ഭാവത്തിൽ. തടിയുടെ തൂക്കവും വ്യാപ്തവും തമ്മിൽ ബന്ധി പ്പിക്കുന്ന ഒരു സമവാക്യമുണ്ട്. അത് സംബന്ധിച്ചായിരുന്നു അദ്ദേഹ ത്തിന്റെ സംശയം. വർഷങ്ങളായി പ്രയോഗത്തിലിരിക്കുന്ന ഒരു ഫോർമുലയാണത്. ഫോർമുല എന്തെന്ന് പറഞ്ഞിട്ട് ലളിതമായി വിശദീകരിക്കാൻ ഞാൻ ശ്രമിച്ചു. അപ്പോൾ അതിന്റെ സർക്കാർ ഉത്തരവ് കാണണമെന്നായി അദ്ദേഹം. കോപ്പി കൈവശം ഇല്ല എന്ന് എനിക്ക് പറയേണ്ടിവന്നു. എങ്കിൽ ഓഫീസിൽനിന്നും കോപ്പി

എടുത്ത് ഉച്ചയ്ക്കുശേഷം കോടതിയിൽ ഹാജരാക്കണം എന്നായി. ഉച്ചയ്ക്കുശേഷം ആദ്യ കേസായി വിളിക്കും എന്നുകൂടി ഓർമ്മപ്പെടുത്തി.

കോടതി പിരിഞ്ഞു. ഞാൻ ഓഫീസിലേക്കോടി. കമ്പനി സെക്രട്ടറിയോട് ഗവൺമെന്റ് ഓർഡറിനെപ്പറ്റി തിരക്കി. സാർവത്രികമായി ഉപയോഗിക്കുന്ന വളരെ പഴയ ഒരു സർക്കാർ ഉത്തരവാണെന്നും കോപ്പി കണ്ടുകിട്ടാൻ സാധ്യതയില്ലെന്നുമാണ് അദ്ദേഹം പറഞ്ഞത്. നൂറു നയാ പൈസ സമം ഒരു രൂപ എന്ന സർക്കാർ ഉത്തരവ് തിരയുന്നതുപോലെ ആകും. അതായത് അത്രയും പഴക്കമുള്ളതും പ്രചാരത്തിലുള്ളതുമായ ആ ഉത്തരവിന്റെ പകർപ്പ് കിട്ടാൻ യാതൊരു സാധ്യതയുമില്ല.

ഉച്ചയ്ക്കുശേഷം കോടതി കൂടിയപ്പോൾ ആദ്യത്തേതായിത്തന്നെ എന്റെ കേസ് വിളിച്ചു. അത്രയ്ക്കും പ്രധാനമാണ് അദ്ദേഹത്തിന് ആ കേസ്. സർക്കാർ ഉത്തരവിന്റെ പകർപ്പ് ലഭ്യമല്ല എന്ന് ഞാൻ കോടതിയെ അറിയിച്ചു. ഉദ്ദിഷ്ടകാര്യം സാധിച്ചതിന്റെ സംതൃപ്തി മജിസ്ട്രേറ്റിന്റെ മുഖത്ത് ഞാൻ കണ്ടു. ഒരു വിജയിയുടെ മുഖപ്രസാദം. ഞങ്ങളുടെ വക്കീൽ പറഞ്ഞത് അപ്പോഴെനിക്ക് ഓർമ്മ വന്നു. ചോദ്യങ്ങൾ അവസാനിപ്പിച്ച് കൂട്ടിൽനിന്നും ഇറങ്ങുവാൻ എനിക്ക് അനുവാദം തന്നു. എന്നാൽ ഞാൻ ഇറങ്ങുംമുമ്പ് മജിസ്ട്രേറ്റ് ഒരു കമന്റ് പാസാക്കി. ഇതായിരുന്നു കൃത്യമായ വാക്കുകൾ. "നിങ്ങളെപ്പോലെ ഉയർന്ന ഒരു ഉദ്യോഗസ്ഥനെ ശാസിക്കുന്നതിൽ എനിക്ക് വിഷമമുണ്ട്. ഉണ്ണുന്ന ചോറിന് നിങ്ങൾ നന്ദി കാണിക്കണം."

എനിക്കതിന്റെ അർത്ഥം മനസ്സിലാകാൻ കുറച്ച് സമയമെടുത്തു. എന്റെ സ്ഥാപനത്തെ വഞ്ചിച്ചുകൊണ്ട് ഞാൻ മറുഭാഗത്തെ സഹായിച്ചു എന്നാണ് അതിന്റെ ധ്വനി. തോറ്റുകൊടുക്കാൻ കമ്പനി മുതലാളിയിൽനിന്നും പാരിതോഷികം വാങ്ങിയ ഒരു അഴിമതിക്കാരനായി അദ്ദേഹം എന്നെ വിശേഷിപ്പിച്ചതായായിരുന്നു അത്. സ്വജനപക്ഷപാതം മറച്ചുപിടിക്കാൻ അങ്ങനെ കടുത്ത ഒരു പരമാർശം കൂടി നടത്തേണ്ടത് അനിവാര്യമാണെന്ന് അദ്ദേഹത്തിന് തോന്നിയിട്ടുണ്ടാകും.

കോടതി നടപടികൾ വീക്ഷിച്ചുകൊണ്ടിരുന്ന മറ്റ് അഭിഭാഷകരെ തന്റെ നിഷ്പക്ഷത ബോധ്യപ്പെടുത്താൻ അങ്ങനെ ഒരു കമന്റ് സഹായിക്കും എന്ന് അദ്ദേഹം കരുതിയിട്ടുണ്ടാകണം. വക്കീലന്മാർ അദ്ദേഹത്തെ അങ്ങനെ കാണുന്നുണ്ട് എന്ന നല്ല ബോധ്യം ആ മജിസ്ട്രേറ്റിന് ഉണ്ട്. അധികാരക്കസേരകളിൽ ഇരിക്കുന്ന ജുഡീഷ്യൽ ഓഫീസർമാർ എല്ലാ അർത്ഥത്തിലും നിഷ്പക്ഷമതികൾ ആയില്ലെങ്കിൽ ആവലാതിക്കാരന് എങ്ങനെ നീതി കിട്ടാനാണ്?

സ്പോർട്സ് ഓഫീസറും ചില പരിഷ്കാരങ്ങളും

ഹെഡ് ഓഫീസിൽ ജോലി ചെയ്ത കാലത്തു കിട്ടിയ മറ്റൊരു ചുമതലയാണ് KFDC ടീമിന്റെ സ്പോർട്സ് ഓഫീസറുടെത്. സംസ്ഥാന ഫോറസ്റ്റ് മേളയിലാണ് ഞങ്ങളുടെ ടീം സ്ഥിരമായി മത്സരിക്കുന്നത്. രണ്ട് വർഷം ഞാനായിരുന്നു ടീമിന്റെ മാനേജർ. ടീം മാനേജർ എന്ന നിലയിൽ എനിക്കുണ്ടായ ഒന്നുരണ്ട് വ്യത്യസ്തമായ അനുഭവങ്ങൾ പറയാനുണ്ട്. ഒരിക്കൽ കോട്ടയത്തും പിന്നൊന്നു പാലക്കാടും ആണ് ഞാൻ ടീമിനെ നയിച്ചുകൊണ്ട് പോയത്.

ആകെ ഏഴു ടീമുകളാണ് സംസ്ഥാനതല മത്സരത്തിനുള്ളത്. വനംവകുപ്പിന്റെ 5 സോണുകൾ, KFRI, (Kerala Forest Research Institute) പിന്നെ KFDC. മൂന്നുദിവസം നീണ്ടുനിൽക്കുന്ന മേളയാണ്. നാല്പതോളം വരുന്ന ടീം അംഗങ്ങളെ നയിച്ചുകൊണ്ടാണ് ഞാൻ ആദ്യത്തെ മേളയ്ക്ക് പോയത്. നല്ല ഉത്തരവാദിത്തമാണത്. എല്ലാം മുതിർന്ന ആളുകളാണ്. ടീമിന്റെ അച്ചടക്കം നിലനിർത്തുക എന്നതാണ് പ്രധാനം. ഡിവിഷണൽ മാനേജർ എന്ന അധികാര മേൽക്കോയ്മ ഉണ്ടെങ്കിലും പുറത്തു വെച്ചു നടക്കുന്ന മേളകൾ ആയതുകൊണ്ട് ചിലരെങ്കിലും ചട്ടക്കൂടിൽനിന്നും കുതറിമാറാൻ ശ്രമിക്കും. അങ്ങനെ സീമകൾ ലംഘിച്ച സ്വർണ്ണമെഡൽ ജേതാവും നാഷണൽ മീറ്റിലെ വാഗ്ദാനവുമായ ഒരംഗത്തെ അച്ചടക്കലംഘനത്തിന്റെ പേരിൽ ഒരു വർഷത്തേക്ക് സസ്പെൻഡ് ചെയ്യേണ്ടി വന്ന സംഭവമാണ് പറയാൻ വന്നത്.

KFDCയുടെ ചരിത്രത്തിൽ ആദ്യമായാണ് അങ്ങനെ ഒന്നുണ്ടായത് എന്നതുകൊണ്ടുകൂടിയാണ് ഇത് പറയുന്നത്. കോട്ടയത്ത് വച്ച് നടന്ന സ്റ്റേറ്റ് മീറ്റിലാണ് അതുണ്ടായത്. മന്ത്രിയുടെ ഉദ്ഘാടനവും കുറച്ച് മത്സരങ്ങളുമായി ആദ്യത്തെ ദിവസം അങ്ങനെ കഴിഞ്ഞു. അടുത്തദിവസം ട്രാക്ക് ആൻഡ് ഫീൽഡ് ഇനങ്ങളിലെ കുറെ

മത്സരങ്ങൾ നടന്നു. ചില്ലറ അപ്പീലുകൾ ഒക്കെയല്ലാതെ കാര്യമായ പ്രശ്നങ്ങളൊന്നും ഉണ്ടായില്ല. ഒരുപാട് ഇനങ്ങളിൽ ഞങ്ങളുടെ ടീം മികച്ച വിജയം നേടി. മത്സരങ്ങൾ അവസാനിച്ച് എല്ലാവരുടെയും ഭക്ഷണത്തിനും താമസത്തിനും ഉള്ള ഏർപാടുകൾ ചെയ്തിട്ട് പത്തുമണിയോടെ ഞാൻ എന്റെ മുറിയിലേക്ക് ഉറങ്ങാൻ പോയി. രാത്രി രണ്ടു മണി കഴിഞ്ഞപ്പോൾ മൊബൈലിൽ ഒരു വിളി വന്നു. പത്തു പേരെ താമസിപ്പിച്ചിരുന്ന ഹോട്ടലിൽ നിന്നാണ്. ടീമിലെ ദീർഘദൂര നടത്തിക്കാരനും അന്നത്തെ ജേതാവുമായ ആൾ കുഴഞ്ഞുവീണ് ജില്ലാ ആശുപത്രിയിലാണ്. ഗവിയിൽനിന്നുള്ള അംഗമാണ്.

ഞാൻ അടുത്തുതന്നെയുള്ള ആശുപത്രിയിലേക്കോടി. അയാൾ അപ്പോഴും അബോധാവസ്ഥയിലാണ്. പേര് വിളിച്ചിട്ട് പ്രതികരണമില്ല. ഡ്യൂട്ടി ഡോക്ടറെ കണ്ട് വിവരം അന്വേഷിച്ചു. അമിതമായി കള്ളു കുടിച്ചതിന്റെ പ്രശ്നമേ ഉള്ളൂ, ഭയപ്പെടാൻ ഒന്നുമില്ല, രണ്ടോ മൂന്നോ മണിക്കൂർ കഴിഞ്ഞാൽ ആൾ ഓക്കേ ആകും, പത്തു മണിയോടെ ഡിസ്ചാർജ് ചെയ്യാം എന്ന് പറഞ്ഞു. എനിക്ക് ആശ്വാസമായി. അടുത്തദിവസം മത്സരങ്ങൾ അവസാനിക്കുകയാണ്. ആ ഹോട്ടലിൽ അയാളോടൊപ്പം താമസിച്ചിരുന്ന പത്തു പേരോടും മത്സരം കഴിഞ്ഞ് അതേ ഹോട്ടലിൽതന്നെ എത്താൻ ഞാൻ ആവശ്യപ്പെട്ടു.

തലേന്ന് രാത്രി ഉണ്ടായ സംഭവങ്ങളെക്കുറിച്ച് അവരിൽനിന്നും വിശദമായ മൊഴിയെടുത്തു. കള്ളുകുടിച്ച് വിജയം ആഘോഷിച്ചതാണ് അവർ. അമിതമായി കുടിച്ച നമ്മുടെ നടത്തക്കാരൻ ബോധം നഷ്ടപ്പെട്ട് ആശുപത്രിയിലുമായി. അതാണ് സംഭവിച്ചത്. അതങ്ങനെ നിസ്സാരമായി തള്ളിക്കളയുന്നത് ശരിയല്ല എന്ന് എനിക്ക് തോന്നി. ഇത്തരം പ്രവണതകൾ ആവർത്തിക്കാൻ പാടില്ല. മുപ്പത്തിയഞ്ചോ നാല്പതോ മുതിർന്നവർ അടങ്ങുന്ന അച്ചടക്കമില്ലാത്ത ഒരു ടീമിനെ ഒരു സ്പോർട്സ് ഓഫീസർക്ക് ഒറ്റയ്ക്ക് നിയന്ത്രിക്കാൻ പ്രയാസമാകും. അതും പല ഹോട്ടലുകളിലായി ക്യാമ്പ് ചെയ്യുന്നവർ. ഈ സംഭവത്തിലെ പ്രതിയെ ഒരു വർഷത്തേക്ക് സ്പോർട്സ് മീറ്ററിൽനിന്നും സസ്പെൻഡ് ചെയ്യണം എന്നാവശ്യപ്പെട്ട് ഞാൻ റിപ്പോർട്ട് കൊടുത്തു. ടീമിന്റെ അച്ചടക്കം ഉറപ്പുവരുത്താൻ അത് അനിവാര്യമാണെന്ന് ശക്തമായി ശുപാർശ ചെയ്തു. രണ്ടു ദിവസത്തിനകം അത് ഉത്തരവായി ഇറങ്ങി. അയാൾ ഒരു വർഷത്തേക്ക് സ്പോട്സ് മേളയിൽനിന്ന് സസ്പെൻഡ് ചെയ്യപ്പെട്ടു.

രണ്ടു മാസങ്ങൾ കഴിഞ്ഞ് നാഷണൽ മീറ്റാണ്. സംസ്ഥാനത്തിന് ഉറപ്പായും മെഡൽ കൊണ്ടുവരുന്ന അയാളുടെ സസ്പെൻഷൻ

പിൻവലിക്കണമെന്ന് സ്റ്റേറ്റ് സ്പോർട്സ് ഓഫീസർ ശ്രീ. മോഹൻ ദാസ് IFS ആവശ്യപ്പെട്ടിട്ടും മാനേജിംഗ് ഡയറക്ടർ വഴങ്ങിയില്ല. അങ്ങനെ ആ കൊല്ലം ലക്നോവിൽ വച്ച് നടന്ന നാഷണൽ മീറ്റിൽ പങ്കെടുക്കാനുള്ള അവസരം അയാൾക്ക് നഷ്ടപ്പെട്ടു. അത് എല്ലാ വർക്കും ഒരു പാഠമായി. അതിരുവിട്ട് പെരുമാറിയാൽ പ്രശ്നമാണ് എന്ന് ടീം അംഗങ്ങളെ ബോധ്യപ്പെടുത്തേണ്ടത് ആവശ്യമായിരുന്നു. അതുകൊണ്ടാണ് ഞാൻ വിട്ടുവീഴ്ചയില്ലാത്ത നിലപാട് സ്വീകരിച്ചത്.

അടുത്ത വർഷം പാലക്കാട് വച്ച് നടന്ന സ്റ്റേറ്റ് മീറ്റിലും ഞാൻ തന്നെയായിരുന്നു ടീമിനെ നയിച്ചത്. എന്റെ അഭ്യർത്ഥനപ്രകാരം ആദ്യമായി ഒരു അസിസ്റ്റന്റ് സ്പോർട്സ് ഓഫീസറെ കൂടി അക്കൊല്ലം അനുവദിച്ചു കിട്ടി. സ്പോർട്സ്മാനും നല്ലൊരു ഫുട്ബോൾ കളിക്കാരനുമായ ശ്രീ. ടി.കെ. രാധാകൃഷ്ണനെയാണ് എനിക്ക് സഹായത്തിനായി കിട്ടിയത്. കഴിഞ്ഞ വർഷത്തെ ഒരു സസ്പെൻഷൻകൊണ്ട് വലിയ പ്രയോജനം ഉണ്ടായി. ടീമിന്റെ അച്ചടക്കം ഉറപ്പാക്കുന്നത് വളരെ എളുപ്പമായി. ഒരാളും അമിതമായ ആവേശം കാണിച്ചില്ല. ഒരാളും നിയന്ത്രണങ്ങൾക്കപ്പുറം പോകാൻ ശ്രമിച്ചില്ല.

സ്പോർട്സ് ഓഫീസർ എന്ന നിലയിൽ രണ്ട് കാര്യങ്ങളാണ് എനിക്ക് ചെയ്യാൻ കഴിഞ്ഞത്. ഒന്നാമത്തേത് മുകളിൽ പറഞ്ഞ സസ്പെൻഷൻ. ടീമിന്റെ അച്ചടക്കം അതെളുപ്പമാക്കി. അതിനേക്കാൾ എനിക്ക് സംതൃപ്തി തന്ന മറ്റൊന്നുണ്ട്. മുമ്പ് ഞങ്ങളുടെ സ്പോർട്സ് മീറ്റുകളിൽ കാഴ്ചക്കാരനായി പോയിരുന്ന സമയത്ത് കണ്ട ഒരു കാഴ്ച എന്നെ ഏറെ ആസ്വസ്ഥനാക്കിയിരുന്നു. നാൽപതോളം വരുന്ന KFDC ടീം അംഗങ്ങളിൽ മുപ്പത് പേർ മനോഹരമായ ജേഴ്സികൾ അണിഞ്ഞ് മാർച്ച്പാസ്റ്റിൽ ചുവടുവെക്കുമ്പോൾ, പല നിറത്തിലുള്ള ട്രൗസറും മുഷിഞ്ഞ സാധാ ടീ ഷർട്ടുകളും വള്ളിച്ചെരുപ്പുകളും ധരിച്ചുകൊണ്ട് വാലറ്റത്ത് പത്തുപന്ത്രണ്ട് പേർ. ആദ്യം പറഞ്ഞ കൂട്ടർ ഉദ്യോഗസ്ഥരും രണ്ടാമത് പറഞ്ഞവർ ഞങ്ങളുടെ ഏലത്തോട്ടങ്ങളിലെ തൊഴിലാളികളുമാണ്. ടീമിന് ധാരാളം മെഡലുകൾ കൊണ്ടുവരുന്നവരും നാഷണൽ മീറ്റുകളിൽപോലും മെഡൽ നേടുന്നവരും ആണ് അവരെന്നോർക്കണം.

ഹെഡ്ഓഫീസിൽ ജോലി ചെയ്യാൻ അവസരം ഉണ്ടാവുകയും ആദ്യമായി സ്പോർട്സ് ഓഫീസറുടെ ചുമതല ലഭിക്കുകയും ചെയ്തപ്പോൾ ഇതിനൊരു മാറ്റം വരുത്തണം എന്നാണ് ആദ്യമായി ഞാൻ തീരുമാനിച്ചത്. ടീമിലെ എല്ലാ അംഗങ്ങളും ഒരുപോലെയുള്ള ജേഴ്സികൾ ധരിക്കണം. ഓഫീസർമാർക്കു മാത്രം ജെഴ്സികളും

ഷൂവും തൊഴിലാളികൾക്ക് അവർ കൊണ്ടുവരുന്ന ട്രൗസറും ബനിയനും വള്ളിച്ചെരുപ്പും എന്ന വൃത്തികെട്ട രീതി മാറ്റിയേ പറ്റൂ. സ്പോർട്സിന് നീക്കിവെക്കുന്ന ബഡ്ജറ്റ് തുകയ്ക്കകത്തുതന്നെ ചെയ്യാവുന്ന നിസ്സാരകാര്യമാണെങ്കിലും അന്നുവരെ ആർക്കും അങ്ങനെ തോന്നിയിട്ടില്ല. KFDC ടീമിന്റെ വാലറ്റത്തു കുറച്ചുപേർ ഇങ്ങനെ മുഷിഞ്ഞ വേഷമിട്ട് കൂലിപ്പട്ടാളംപോലെ മാർച്ച് ചെയ്യുന്നതിൽ ആർക്കും അപാകം തോന്നിയില്ല.

ഞാൻ ഇക്കാര്യം മാനേജിംഗ് ഡയറക്ടറുടെ ശ്രദ്ധയിൽ കൊണ്ടുവന്നു. രണ്ടു കാര്യങ്ങളാണ് ഊന്നിപ്പറഞ്ഞത്. ഒന്ന്, മന്ത്രിയും മറ്റ് വിശിഷ്ടാതിഥികളും പങ്കെടുക്കുന്ന ഉദ്ഘാടനദിനത്തിലെ മുന്നൂറോ നാനൂറോ പേർ പങ്കെടുക്കുന്ന പ്രൗഢമായ മാർച്ച്പാസ്റ്റിൽ, നമ്മുടെ ടീമിൽ മാത്രം മുഷിഞ്ഞ വേഷവുമായി കുറച്ചുപേർ എന്നത് അരോചകവും അപഹാസ്യവും അശ്ലീലവും ആണ്. രണ്ടാമതായി അങ്ങനെയുള്ള ഒരു വേർതിരിവ് അവരുടെ ആത്മവീര്യം കെടുത്തും. അവരുടെ പ്രകടനങ്ങളെ അത് ബാധിക്കും. നിസ്സാര സാമ്പത്തിക ലാഭത്തിന്റെ പേരിൽ അപരിഷ്കൃതവും വിവേചനപരവുമായ ഈ രീതി തുടരാൻ പാടില്ല. ടീമിലെ എല്ലാ അംഗങ്ങളും ഒരേ വേഷം ധരിക്കണം, ഒരേ സൗകര്യങ്ങൾ അനുഭവിക്കണം. ഒരേ ടീമിൽ ഒരു തരം വേർതിരുവുകളും പാടില്ല. ആ നിർദ്ദേശം അപ്പോൾ തന്നെ അദ്ദേഹം അംഗീകരിച്ചു.

എത്രയോ വർഷത്തെ ചരിത്രത്തിൽ അക്കൊല്ലം മുതലാണ് ടീമിലെ തൊഴിലാളി അംഗങ്ങളും ഒരേ തരം ജഴ്സികൾ ധരിക്കാൻ തുടങ്ങിയത്. എനിക്ക് ഏറെ അഭിമാനവും ചാരിതാർത്ഥ്യവും തോന്നിയ ഒന്നാണത്. അതുവരെ ആർക്കും അതൊരു വിഷയമായി തോന്നിയില്ല എന്നത് ഒരത്ഭുതമാണ്. കയ്യിൽ കിട്ടുന്ന അധികാരം, ശിക്ഷിക്കാൻ വേണ്ടി മാത്രമല്ല ബന്ധപ്പെട്ടവരുടെ ക്ഷേമത്തിനുംകൂടി ഉപയോഗിക്കാനുള്ളതാണ് എന്ന തിരിച്ചറിവ് എനിക്കെന്നും ഉണ്ടായിരുന്നു. ഞാൻ മുമ്പൊരിടത്തു പറഞ്ഞപോലെ ഇടപെടാൻ സാധ്യതയുള്ളിടത്ത് ഇടപെടുകതന്നെ വേണം. എല്ലാം നടന്നുവരുന്നതുപോലെത്തന്നെ നടക്കട്ടെ എന്ന ഉദാസീനസമീപനം ഒരു ഗുണവും ചെയ്യില്ല.

തിടുക്കത്തിൽ ഒരു സ്ഥാനചലനം

ജോലിത്തിരക്കുണ്ടെങ്കിലും കാര്യമായ സമ്മർദ്ദങ്ങളില്ലാതെ സമാധാനമായി ഹെഡ് ഓഫീസിൽ ജോലി ചെയ്യുന്ന കാലത്ത് പത്രമാധ്യമങ്ങളിൽ വലിയ കോളിളക്കം സൃഷ്ടിച്ച ചില സംഭവവികാസങ്ങൾ പുനലൂർ ഡിവിഷനിൽ ഉണ്ടായി. അവിടെ തേക്ക് തോട്ടങ്ങളിൽ മരങ്ങൾ മുറിക്കുന്ന പ്രവർത്തികൾ നടന്നുകൊണ്ടിരിക്കുകയാണ് അന്ന്. അതിൽ ചില തിരിമറികളും ലക്ഷങ്ങളുടെ അഴിമതിയും നടന്നു എന്നാണ് വാർത്തകൾ. മുറിച്ചിട്ട തടികൾ കൃത്യമായി സ്റ്റോക്കിൽ എടുക്കാതെ പുറത്തേക്ക് കടത്തിക്കൊണ്ടുപോയി എന്നാണ് ആരോപണം. ചാർജ്ജിൽ ഉള്ള ഉദ്യോഗസ്ഥരാണ് പ്രതിസ്ഥാനത്ത്.

നൂറ് ഏക്കറോളം വരുന്ന ഒരു തേക്കുതോട്ടമാണത്. കോടിക്കണക്കിനു രൂപ വിലവരുന്ന ആയിരത്തിലേറെ തേക്ക് മരങ്ങളാണ് അവിടെ വെട്ടുന്നത്. മരങ്ങൾ മുറിക്കുന്നതിനും തടി സ്റ്റോക്കിൽ എടുക്കുന്നതിനും ഒക്കെ കർശനമായ നിയമങ്ങളും നടപടിക്രമങ്ങളും ഉണ്ട്. തോട്ടത്തെ ചെറിയ ബ്ലോക്കുകളായി തിരിച്ചാണ് മരങ്ങൾ വെട്ടുക. ഒരു ബ്ലോക്കിലെ മരങ്ങൾ പൂർണമായും മുറിച്ച് തടികൾ സ്റ്റോക്കിൽ എടുത്തതിനുശേഷം മാത്രമേ അടുത്ത ബ്ലോക്കിലെ പണികൾ ആരംഭിക്കാവൂ എന്നാണ്. ഇവിടെ നടപടിക്രമങ്ങൾ പാലിക്കാതെ കൃത്രിമങ്ങൾ കാണിച്ച് ലക്ഷങ്ങൾ വിലയുള്ള തേക്ക് തടികൾ അനധികൃതമായി കടത്തിക്കൊണ്ടുപോയി എന്ന വാർത്തയാണ് പത്രങ്ങളിൽ വന്നത്.

വിജിലൻസ് അന്വേഷണം വേണമെന്നും കുറ്റക്കാരായ ഉദ്യോഗസ്ഥരെ നിയമത്തിനു മുന്നിൽ കൊണ്ടുവരണം എന്നും ആവശ്യപ്പെട്ട് നാട്ടുകാരും രാഷ്ട്രീയക്കാരും മുറവിളി കൂട്ടി. വിവരങ്ങൾ ഹെഡ് ഓഫീസിൽ ലഭിച്ചുകൊണ്ടിരുന്നു. വൈകുന്നേരം തന്റെ മുറിയിലേക്ക് വിളിച്ച്, അടുത്ത ദിവസം ഉച്ചയ്ക്ക് മുമ്പായി പുനലൂർ ഡിവിഷന്റെ ചാർജ് ഏറ്റെടുക്കണം എന്ന് എംഡി, എന്നോട് ആവശ്യപ്പെട്ടു. അതിനകം അവിടത്തെ കാര്യങ്ങൾ അറിയാൻ കഴിഞ്ഞിരുന്ന

എനിക്ക് വല്ലാത്ത ഭയമാണ് തോന്നിയത്. ചെന്നു പെടാൻ പോകുന്നത് വലിയ പ്രശ്നങ്ങളുടെ നടുവിലേക്കാണ്. മറ്റേതെങ്കിലും ഡിവിഷണൽ മാനേജരെ പരിഗണിച്ചുകൂടെ എന്ന എന്റെ ദുർബലമായ ചോദ്യത്തിന് പ്രതികരണമൊന്നും ഉണ്ടായില്ല. സീറ്റിലേക്കു പൊയ്ക്കൊള്ളാൻ മാത്രം ആംഗ്യഭാഷയിൽ പറഞ്ഞു. അരമണിക്കൂറിനകം സ്ഥലംമാറ്റ ഉത്തരവ് കയ്യിൽ കിട്ടി. അടുത്ത ദിവസംതന്നെ പുനലൂരിൽ ചാർജ്ജ് എടുക്കണം. എസ്റ്റേറ്റ് ഓഫീസർക്ക് ചുമതല കൈമാറിയിട്ട് അന്ന് വൈകുന്നേരംതന്നെ ഞാൻ ഇറങ്ങി.

അടുത്ത ദിവസം രാവിലെ 10 മണിക്ക് പുനലൂരിലെ ഡിവിഷണൽ ഓഫീസിലെത്തി, ഡിവിഷണൽ മാനേജരെ കണ്ടു. എന്റെ അതേ ബാച്ചിൽപെട്ട ആളാണ്. ഞങ്ങളെ പരസ്പരം സ്ഥലം മാറ്റുകയായിരുന്നു. സ്ഥലംമാറ്റ ഉത്തരവിന്റെ കോപ്പി അദ്ദേഹത്തിന് കൈമാറി. വിവരം നേരത്തേ അദ്ദേഹത്തേ അറിയിച്ചിരുന്നു. സീറ്റൊഴിയാൻ കാത്തിരിക്കുകയാണ് അദ്ദേഹം. അവിടത്തെ സംഭവങ്ങളെപ്പറ്റി ചെറിയ ഒരു വിവരണം തന്നു. പത്രങ്ങളിൽ വാർത്ത വരാനുണ്ടായ സാഹചര്യങ്ങളും മറ്റും അദ്ദേഹത്തിന് അറിയാവുന്നത് പറഞ്ഞു. പത്രങ്ങളിൽ വന്നതുപോലെയുള്ള അഴിമതികളൊന്നും നടന്നിട്ടില്ല എന്നാണ് അദ്ദേഹത്തിന്റെ വിശ്വാസം. എന്നാലും സ്ഥലത്ത് നേരിട്ട് പോയി വിശദമായി അന്വേഷിച്ച് കാര്യങ്ങൾ ബോധ്യപ്പെടണം. കേട്ടറിവുകൾവച്ച് നിഗമനങ്ങളിൽ എത്താൻ കഴിയില്ല.

പുനലൂർ ടൗണിൽനിന്നും ഏകദേശം 30 കിലോമീറ്റർ ദൂരെ, കുമരംകുടി എന്ന സ്ഥലത്താണ് പ്രശ്നങ്ങൾ ഉണ്ടായ തേക്ക് തോട്ടം. അപ്പോൾത്തന്നെ ഞാൻ അങ്ങോട്ട് പുറപ്പെട്ടു. വാർത്തകൾ എഴുതിവിടുന്ന പത്രറിപ്പോർട്ടർമാർ മിക്കപ്പോഴും കേട്ടുകേൾവിയെ മാത്രമാണ് ആശ്രയിക്കുക. നേരിട്ട് സ്ഥലത്ത് പോയി അന്വേഷിക്കാനൊന്നും അവർ മെനക്കെടില്ല. പ്രത്യേകിച്ചും ദൂരെ ഒറ്റപ്പെട്ടുകിടക്കുന്ന വനപ്രദേശങ്ങൾ ആകുമ്പോൾ. മാത്രമല്ല നേരിട്ടുള്ള സ്ഥലപരിശോധനകൊണ്ടും ഇത്തരം കാര്യങ്ങൾ അതിലെ സാങ്കേതികത്വം കാരണം അവർക്ക് പൂർണമായും മനസ്സിലായിക്കൊള്ളണമെന്നില്ല. കേട്ടറിവുകൾ വെച്ച് അവർ വാർത്തകൾ തട്ടിവിടും.

ചാർജ്ജ് ഒഴിഞ്ഞ ഡിവിഷണൽ മാനേജരെ ഞാൻ കൂടെ കൂട്ടിയില്ല. ഡ്രൈവർക്ക് സ്ഥലം അറിയാം. ചാർജ്ജ് ഒഴിഞ്ഞവർ അന്വേഷണം നടക്കുന്ന സ്ഥലത്ത് പോകുന്നതും ശരിയല്ല. പ്രത്യേകിച്ചും ഒരു പ്രശ്നം ആളിക്കത്തി നിൽക്കുമ്പോൾ. മുക്കാൽ മണിക്കൂറിനകം ഞാൻ സ്ഥലത്തെത്തി. മരം മുറിക്കലും ലോഡിങ്ങും ആനപ്പണിയും എല്ലാം നിർത്തിവച്ചിരിക്കുകയാണ്. അന്വേഷണം കഴിഞ്ഞേ

പുനരാരംഭിക്കുവാൻ കഴിയൂ. തടി പിടിച്ചിരുന്ന രണ്ട് ആനകളും അതിന്റെ രണ്ടുമൂന്ന് പാപ്പാന്മാരും ചുമതലയുള്ള ഫീൽഡ് ഓഫീസറും മാനേജരും രണ്ട് വാച്ചർമാരും അഞ്ചാറ് നാട്ടുകാരും മാത്രമേ ഞാൻ എത്തുമ്പോൾ അവിടെയുള്ളൂ.

ഉദ്യോഗസ്ഥരോട് കാര്യങ്ങൾ ചോദിച്ചറിഞ്ഞു. രണ്ട് ബ്ലോക്കുകളുടെ അതിരുകൾ പരിശോധിച്ചു. പ്രഥമദൃഷ്ട്യാ മനസ്സിലാക്കാൻ കഴിഞ്ഞത് നടപടിക്രമങ്ങൾ പാലിക്കുന്നതിൽ ജാഗ്രതക്കുറവ് ഉണ്ടായിട്ടുണ്ട് എന്നാണ്. നൂറ് ഏക്കറോളം വരുന്ന തോട്ടം പല ബ്ലോക്കുകളായി തിരിച്ചാണ് വെട്ടുക. ഒരു ബ്ലോക്കിലെ മുഴുവൻ മരങ്ങളും മുറിച്ച്, തടികളുടെ രജിസ്ട്രേഷനും സ്റ്റോക്കെടുപ്പും പൂർത്തിയാക്കി, ഡിവിഷണൽ മാനേജരുടെ പരിശോധനകളും കഴിഞ്ഞിട്ടേ അടുത്ത ബ്ലോക്കിലെ മരങ്ങൾ മുറിക്കാൻ പാടുള്ളൂ എന്നാണ് ചട്ടം. എന്നാൽ ഇവിടെ ആ നടപടികൾ പൂർത്തിയാക്കുന്നതിനുമുമ്പ് അടുത്ത ബ്ലോക്കിലെ ഏതാനും മരങ്ങൾ മുറിച്ചിട്ടുണ്ട്. ആ തടികൾ അവിടെനിന്നും നീക്കം ചെയ്തിട്ടുമുണ്ട്. അത് ചട്ടങ്ങൾക്ക് വിരുദ്ധമാണ്. ആ തടികൾ സ്റ്റോക്കിൽ എടുക്കാതെ കടത്തിക്കൊണ്ട് പോകാനുള്ള സാധ്യത തള്ളിക്കളയാനാകില്ല. ആരെങ്കിലും അങ്ങനെ സംശയിച്ചാൽ തെറ്റു പറയാൻ കഴിയില്ല.

തുടർച്ചയായി പണികൾ നടക്കുന്നതിനിടെ ചെറിയ ഇടവേള വന്നാൽ ആനകളും ലോറിക്കാരും ചിലപ്പോൾ ഇറങ്ങി വേറെ പണിക്ക് പോകും. കൂപ്പ് പണിക്ക് ആനകളെ കിട്ടാൻ ക്ഷാമം ഉണ്ടായിരുന്നു. അപ്പോൾ പണികൾക്ക് തുടർച്ച കിട്ടാൻ വേണ്ടി നടപടിക്രമങ്ങളിൽ വെള്ളം ചേർക്കപ്പെടാം. ഒരു ബ്ലോക്കിലെ പണികൾ തീരും മുമ്പ് അടുത്ത ബ്ലോക്കിലെ പണികൾ തുടങ്ങിവെയ്ക്കും. അതൊരു സാധ്യതയാണ്. അങ്ങനെ വിശ്വസിച്ചാൽ, മുറിച്ചിട്ട മരങ്ങൾ എന്തിന് അവിടെനിന്നും നീക്കി എന്ന ചോദ്യം ബാക്കിവരും. അപ്പോൾ രണ്ട് സാധ്യതകളാണ് ഉള്ളത്. ഒന്നുകിൽ വെട്ടിയ മരങ്ങൾ കളവായി കടത്തിക്കൊണ്ട് പോയിട്ടുണ്ട്. അല്ലെങ്കിൽ മാനേജറും ഫീൽഡ് ഓഫീസറും പറഞ്ഞതുപോലെ ഒരുപോലെ കിടക്കുന്ന രണ്ടു ബ്ലോക്കുകളുടെ അതിരുകൾ സൂക്ഷ്മമായി ശ്രദ്ധിക്കുന്നതിൽ പിഴവു പറ്റി.

അടിക്കാടുകൾ മാത്രം വെട്ടിമാറ്റി വെറുതെ തെളിച്ചിടുന്ന വരകൾ മാത്രമാണ് അതിരുകൾ. ഒരുപാട് പേരെ ചോദ്യംചെയ്തും വിശദമായി അന്വേഷിച്ചും നിലവിലുള്ള സ്റ്റോക്ക് പരിശോധിച്ചും മാത്രമേ കൃത്യമായ ഒരു നിഗമനത്തിൽ എത്താൻ കഴിയൂ. അന്നത്തെ പ്രാഥമിക അന്വേഷണം അവസാനിപ്പിച്ച് ഞാൻ ഓഫീസിലേക്ക് മടങ്ങി. അപ്പോഴേക്കും എനിക്ക് താമസിക്കാൻ ഒരു ലോഡ്ജ് മുറി

ഓഫീസിലുള്ളവർ കണ്ടുവെച്ചിരുന്നു. ഒരു ഹോട്ടൽ മുറിയാണ്. ഓഫീസിൽനിന്നും കഷ്ടിച്ച് ഒരു കിലോമീറ്റർ ദൂരമേ ഉള്ളൂ.

അടുത്തദിവസം അതിരാവിലെ പ്രശ്നബാധിതമായ ഫീൽഡിലേക്ക് വീണ്ടും പോയി. മാനേജരും ഒരു ഫീൽഡ് ഓഫീസറും അവിടെയുണ്ട്. എന്റെ വരവറിഞ്ഞു പത്തു മുപ്പതോളം നാട്ടുകാരും തടിച്ചുകൂടിയിട്ടുണ്ട്. വലിയ രോഷത്തോടെയാണ് അവർ എന്നോട് സംസാരിച്ചത്. നാട്ടുകാരെ വിശ്വാസത്തിലെടുക്കാനും അവരെ കാര്യങ്ങൾ പറഞ്ഞു മനസ്സിലാക്കാനും അവിടത്തെ ഓഫീസർമാർക്ക് കഴിഞ്ഞിട്ടില്ല എന്നെനിക്ക് ബോധ്യമായി. നിയമം നടപ്പാക്കുന്ന ഉദ്യോഗസ്ഥരോട് നാട്ടുകാർക്ക് പൊതുവേ അത്ര മമതയുണ്ടാകില്ല. പൊലീസായാലും ഫോറസ്റ്റായാലും അത് അങ്ങനെയാണല്ലോ. അഴിമതിക്കാരും കൊള്ളരുതാത്തവരും ആണെന്നുള്ള ഒരു ധാരണ പൊതുജനങ്ങളിൽ ഉണ്ട്. കിട്ടുന്ന അവസരങ്ങളിലൊക്കെ നാട്ടുകാർ അവരുടെ മേൽ ആരോപണങ്ങളുമായി വരും.

മാനേജരോടാണ് കാര്യമായ വിരോധം എന്ന് അവരുടെ സംസാരത്തിൽനിന്നും മനസ്സിലായി. ഒരാഴ്ചക്കുള്ളിൽ അദ്ദേഹത്തെ ഇവിടെനിന്നും സ്ഥലം മാറ്റുമെന്നും അദ്ദേഹത്തെ മാറ്റിനിർത്തിക്കൊണ്ട് സമഗ്രമായ അന്വേഷണം നടത്തുമെന്നും പറഞ്ഞ് തൽക്കാലം നാട്ടുകാരെ ശാന്തരാക്കി. എന്നിട്ട് വാച്ചർമാരോട് മാത്രമായി സംസാരിച്ചു. ഏറ്റവും താഴെത്തട്ടിലുള്ള അവർ അറിയാതെ കാട്ടിൽ ഒന്നും നടക്കില്ല. ബ്ലോക്കിന്റെ അതിർത്തി മാറി ഏതാനും മരങ്ങൾ മുറിച്ചിട്ടുണ്ട് എന്ന് അവർ സമ്മതിച്ചു. അങ്ങനെ കിട്ടിയ തടികൾ നടപടികൾ മുഴുമിപ്പിച്ചിട്ടില്ലാത്ത ബ്ലോക്കിലെ തടികളുടെ കൂട്ടത്തിൽ വയ്ക്കാൻ ഇടവന്നിട്ടുണ്ട് എന്നും അവർ പറഞ്ഞു. അടിക്കാടുകൾ മൂടിക്കിടന്നതുമൂലം രണ്ട് ബ്ലോക്കുകളുടെ അതിർത്തികൾ കൃത്യമായി നിർണയിക്കുന്നതിൽ ഉണ്ടായ പിഴവ് മൂലമാണ് അങ്ങനെ സംഭവിച്ചത് എന്നാണ് അവരും പറഞ്ഞത്. അങ്ങനെ ഒരു സാധ്യത ഉണ്ടെങ്കിലും തീർച്ചയായും അത് നടപടിക്രമങ്ങളുടെ ലംഘനമാണ്. നടപടിക്രമങ്ങളിൽ വീഴ്ചയുണ്ടായിട്ടുണ്ടെങ്കിൽ അത് വേറെ വിഷയമാണ്.

മുറിച്ചെടുത്ത തടികൾ കളവായി കയറ്റിപ്പോയിട്ടുണ്ടോ, നഷ്ടപ്പെട്ടിട്ടുണ്ടോ എന്ന് കണ്ടുപിടിക്കലാണ് ഏറ്റവും പ്രധാനം. വെറും പത്തോ പതിനഞ്ചോ മരങ്ങളുടെ കാര്യമാണെങ്കിലും അതിന് ലക്ഷങ്ങളുടെ വില വരും. ഒന്നാംതരം തേക്ക് മരങ്ങളാണ്. നഷ്ടപ്പെട്ടിട്ടുണ്ടോ എന്ന് കണ്ടെത്തുന്നത് വളരെ ശ്രമകരമായ പണിയാണ്. ആദ്യം പരിശോധിക്കേണ്ടത് പ്രധാനപ്പെട്ട രണ്ട് രജിസ്റ്ററുകൾ ആണ്. മാർക്കിങ് രജിസ്റ്ററും ഫെല്ലിംഗ് രജിസ്റ്ററും. മരങ്ങൾ മുറിക്കുന്നതിന്

മുന്നോടിയായി ഓരോ മരത്തിനും നമ്പർ ഇട്ട് അവയുടെ അളവുകളും അതിൽനിന്ന് ലഭിക്കാവുന്ന തടികളുടെ എണ്ണവും മറ്റും രേഖപ്പെടുത്തുന്ന പ്രധാനപ്പെട്ട രജിസ്റ്റർ ആണ് മാർക്കിങ് രജിസ്റ്റർ. മരത്തിന്റെ പൊതുവായ അവസ്ഥ, പോടോ മറ്റ് കേടുപാടുകളോ ഉണ്ടോ എന്നൊക്കെ അതിൽ രേഖപ്പെടുത്തിയിട്ടുണ്ടാവും. മരം മുറിച്ചതിനു ശേഷം ലഭിക്കുന്ന തടികൾക്ക് പ്രത്യേകം പ്രത്യേകം നമ്പറുകൾ ഇട്ട് സ്റ്റോക്കിൽ എടുത്ത് എഴുതി സൂക്ഷിക്കുന്നതാണ് ഫെല്ലിങ് രജിസ്റ്റർ. ആ സമയത്ത് ബ്ലോക്കിൽ അവശേഷിക്കുന്ന തടികളും ഈ രണ്ട് രജിസ്റ്ററുകളും തമ്മിൽ ഒത്തുനോക്കിയാൽ മാറിവെട്ടിയ ബ്ലോക്കിലെ തടികൾ നഷ്ടപ്പെട്ടിട്ടുണ്ടോ എന്നറിയാൻ കഴിയും. ഒരു തടിയെങ്കിലും നഷ്ടപ്പെട്ടിട്ടുണ്ടെങ്കിൽ ഇവ മൂന്നും തമ്മിൽ പൊരുത്തപ്പെടാതെ വരും.

പറയുമ്പോൾ നിസ്സാരം എന്ന് തോന്നുമെങ്കിലും വളരെ ശ്രമകരമായ ഒരു പണിയാണിത്. ഒരു പ്രഥമവിവര റിപ്പോർട്ട് സമർപ്പിച്ചിട്ട് ഞാൻ ഈ ജോലി ആരംഭിച്ചു. അവസാന റിപ്പോർട്ടിന് ഒരാഴ്ചയെങ്കിലും സമയം വേണമെന്നും ആവശ്യപ്പെട്ടു. ബ്ലോക്കിൽ നിന്നുള്ള തടികളുടെ നീക്കവും പ്രവർത്തികളും ഒരാഴ്ചത്തേക്ക് നിർത്തിവച്ചു.

പത്രങ്ങളിൽ വാർത്തകൾ വന്ന് വലിയ ഒച്ചപ്പാടായതോടെ ഫോറസ്റ്റ് വിജിലൻസിന്റെ ഭാഗമായ പുനലൂർ ഫ്ളൈയിങ് സ്ക്വാഡും അന്വേഷണം ആരംഭിച്ചിരുന്നു. സംഭവസ്ഥലത്തെ നേരിട്ട പരിശോധനകൾക്ക് പുറമെ രഹസ്യമായ അന്വേഷണങ്ങൾ, വിവരശേഖരണം തുടങ്ങി അവർക്ക് അവരുടേതായ രീതികളുണ്ട്. ഞാൻ ഫ്ളൈയിങ് സ്ക്വാഡ് ഡിഎഫ്ഒ നെബു സാറിനെ പോയി കണ്ടു. എനിക്ക് അതിനോടകം ശേഖരിക്കാൻ കഴിഞ്ഞ വിവരങ്ങളും എന്റെ നിഗമനങ്ങളും ഞാൻ പിന്തുടരാൻ ഉദ്ദേശിക്കുന്ന അന്വേഷണരീതിയും അദ്ദേഹത്തെ ധരിപ്പിച്ചു. എന്നോട് എന്റേതായ രീതിയിൽ അന്വേഷിച്ചുകൊള്ളാനും അവർ അവരുടെതായ രീതിയിൽ അന്വേഷിച്ചുകൊള്ളാം എന്നുമാണ് അദ്ദേഹം പറഞ്ഞത്. അദ്ദേഹം ആവശ്യപ്പെട്ടതനുസരിച്ച് ഞാൻ കസ്റ്റഡിയിൽ എടുത്തിരുന്ന രണ്ടു രജിസ്റ്ററുകളും അദ്ദേഹത്തിന്റെ ഓഫീസിലേക്ക് കൊടുത്തുവിട്ടു.

ഏറ്റവും പ്രധാനപ്പെട്ട ആ രജിസ്റ്ററുകൾ ഇല്ലാതെ എന്റെ അന്വേഷണവും മുന്നോട്ടു കൊണ്ടുപോകാനാവില്ല. ഈ സാഹചര്യത്തിൽ ഞാൻ ഹെഡ് ഓഫീസിലേക്ക് ഒരു നിർദ്ദേശം സമർപ്പിച്ചു. അതായത് KFDC ഉദ്യോഗസ്ഥരുടെ പേരിൽ വന്ന ഒരു ആരോപണം KFDCയിലെതന്നെ ഉദ്യോഗസ്ഥനായ ഞാൻ അന്വേഷിക്കുന്നതിനേക്കാൾ, അന്വേഷണം പൂർണമായി ഫോറസ്റ്റ് വിജിലൻസിന്

വിടുന്നതാണ് ഉചിതം എന്ന് ശുപാർശ ചെയ്തു. അങ്ങനെ ആവശ്യപ്പെട്ടതിന് വേറെ ഒരു കാരണം കൂടിയുണ്ട്. അഥവാ തടികൾ കളവായി കടത്തിക്കൊണ്ടുപോയിട്ടുണ്ടെങ്കിൽ ഫോറസ്റ്റ് ഡിപ്പാർട്ട്മെന്റിന്റെ നിയന്ത്രണത്തിലുള്ള ചെക്ക്പോസ്റ്റുകൾ വഴി മാത്രമേ അത് സാധ്യമാകൂ. അന്വേഷണത്തിനിടയിൽ അങ്ങനെ ഒരു സാധ്യതയ്ക്ക് വഴിതെളിഞ്ഞാൽ അതിലേക്ക് കടന്നുചെല്ലാൻ KFDCക്ക് കഴിയില്ല. അതുകൂടി കണ്ടുകൊണ്ടാണ് ഞാൻ അങ്ങനെ പറഞ്ഞത്. മാത്രമല്ല എന്റെ അന്വേഷണത്തിലെ കണ്ടെത്തലുകളും വിജിലൻസിന്റെ കണ്ടെത്തലും തമ്മിൽ പൊരുത്തപ്പെടാതെ പോയാൽ അത് എന്റെ സത്യസന്ധതയുടെയും കാര്യപ്രാപ്തിയുടെയും നേർക്കുള്ള ചോദ്യമായി അവശേഷിക്കും എന്ന ഭയവും എനിക്കുണ്ടായിരുന്നു.

പക്ഷേ ആ നിർദ്ദേശം അംഗീകരിക്കപ്പെട്ടില്ല. എന്റെ അന്വേഷണവുമായി മുന്നോട്ടു പോകാനാണ് എനിക്ക് കിട്ടിയ നിർദേശം. ഇക്കാര്യത്തിൽ ഫ്ളൈയിങ് സ്ക്വാഡ് ഡിഎഫ്ഒ എനിക്ക് തന്ന ധാർമികമായ പിന്തുണ ഒരിക്കലും മറക്കാനാവില്ല. യാതൊരു മുൻവിധിയും ഇല്ലാതെയാണ് അദ്ദേഹം ഈ വിഷയത്തെ സമീപിച്ചത്. എന്റെ അന്വേഷണത്തിൽ അവർ ഒരിക്കലും ഇടപെട്ടില്ല. വേണമെങ്കിൽ KFDC ഉദ്യോഗസ്ഥരെ സമ്മർദ്ദത്തിലാക്കി നേട്ടമുണ്ടാക്കാമായിരുന്നു അദ്ദേഹത്തിന്.

വർഷങ്ങൾക്ക് മുമ്പുണ്ടായ ഒരു പൊലീസ് വിജിലൻസ് അന്വേഷണത്തിന്റ കഥ ഞാൻ പറഞ്ഞിട്ടുണ്ടല്ലോ. ചില വിജിലൻസ് അന്വേഷണങ്ങളൊക്കെ അങ്ങനെയാണ്. ബന്ധപ്പെട്ട ഉദ്യോഗസ്ഥരെ അനാവശ്യമായി സമ്മർദ്ദത്തിലാക്കി അന്വേഷണ ഉദ്യോഗസ്ഥർ സാമ്പത്തികനേട്ടമുണ്ടാക്കും. അങ്ങേയറ്റം സത്യസന്ധനും നല്ല വ്യക്തിത്വത്തിന് ഉടമയുമായ നെബുസാർ ഇന്നില്ല. അദ്ദേഹത്തിന്റെ ഓർമ്മയ്ക്ക് മുമ്പിൽ പ്രണാമം.

മുകളിൽ പറഞ്ഞതുപോലെ വെട്ടിയെടുക്കപ്പെട്ട മരങ്ങളുടെ കുറ്റികളുടെയും അവയിൽനിന്നും ലഭിച്ച തടികളുടെയും വിവരങ്ങളും അളവുകളും ശേഖരിക്കുക എന്ന ദുഷ്കരമായ പണിയിലേക്ക് ഞാൻ കടന്നു. ഇതിനായി ഒരുപാട് വെയിൽ കൊള്ളേണ്ടിവന്നു. തുറസ്സായ സ്ഥലമാണ്, നല്ല വെയിലുമാണ്. ഒരുപാട് സമയവും അദ്ധ്വാനവും വേണ്ടിവന്ന ഒരു പണിയാണത്. മറ്റൊരാളെ ഏൽപ്പിക്കാനും കഴിയില്ല. പുതിയ ബ്ലോക്കിലെ തടികൾ പണികൾ നടക്കുന്ന ബ്ലോക്കിലെ തടികളുമായി ഇടകലർന്നുപോയിട്ടുണ്ട്. മാത്രമല്ല ആ ബ്ലോക്കിലെ നമ്പറുകളാണ് അവയിൽ രേഖപ്പെടുത്തിയിരിക്കുന്നത്. അതുകൊണ്ട് ആ ബ്ലോക്കിലെ രജിസ്റ്ററുകളും പരിശോധിക്കേണ്ടി വന്നു. മൂന്ന് നാല് ദിവസം നീണ്ടുനിന്ന പരിശോധനകൾക്കൊടുവിൽ ഒരു വലിയ

തടി മാത്രം നഷ്ടപ്പെട്ടതായി കണ്ടെത്തി. കരിന്തകര ഇനത്തിൽപ്പെട്ട സാമാന്യം വലിയ ഒരു തടിയായിരുന്നു അത്. ബാക്കി തടികളെല്ലാം ഭദ്രമായി അടുത്ത ബ്ലോക്കിലെ തടികൾക്കിടയിൽ ഇടകലർന്ന വിധം കണ്ടെത്താനായി. ഒടുവിൽ നടപടിക്രമങ്ങൾ പാലിക്കുന്നതിൽ വന്ന വീഴ്ചയല്ലാതെ മറ്റു ക്രമക്കേടുകൾ ഒന്നുംതന്നെ നടന്നിട്ടില്ല എന്ന് ഞാൻ റിപ്പോർട്ട് നൽകി. കരിംതകര നഷ്ടപ്പെട്ട കാര്യവും പറഞ്ഞു. ആ റിപ്പോർട്ട് അംഗീകരിക്കപ്പെടുകയും ജോലികൾ പുനരാരംഭി ക്കാൻ അനുമതി ലഭിക്കുകയും ചെയ്തു.

ഫോറസ്റ്റ് വിജിലൻസിന്റ അന്വേഷണത്തിലും മറിച്ചൊന്നും കണ്ടെത്തിയില്ല. കരിന്തകര തടിയുടെ കാര്യത്തിൽ മാനേജരും ഫീൽഡ് ഓഫീസറും ഒരുപാട് ശ്രമങ്ങളും അന്വേഷണങ്ങളും നടത്തി യെങ്കിലും അതിന് തുമ്പുണ്ടാക്കാനായില്ല. അതിന്റെ വിലയായി കണക്കാക്കിയിരുന്ന തുക ചാർജ് ഉണ്ടായിരുന്ന ഉദ്യോഗസ്ഥരിൽ നിന്നും പിന്നീട് ഈടാക്കി. വനം വകുപ്പിൽ അങ്ങനെയാണ്. ഒരാളുടെ ചാർജ്ജിലുള്ള സ്ഥലത്തുനിന്നും മരങ്ങളോ മറ്റോ നഷ്ട പ്പെട്ടാൽ, അത് കണ്ടുപിടിക്കാനും കേസെടുക്കാനും കഴിഞ്ഞില്ലെ ങ്കിൽ മഹസ്സർ പ്രകാരമുള്ള നഷ്ടം ആ ഉദ്യോഗസ്ഥന്റെ വ്യക്തി പരമായ ബാധ്യതയായി കണക്കാക്കി അയാളിൽനിന്നും ഈടാക്കും.

ഈ സംഭവത്തെക്കുറിച്ച് ഒരു വകുപ്പ്തല അന്വേഷണത്തിനും (Domestic enquiry) പിന്നീട് ഉത്തരവുണ്ടായി. ഞാൻ തന്നെയായി രുന്നു പ്രിസൈഡിങ് ഓഫീസർ. മുൻ ഡിവിഷണൽ മാനേജർ ഉൾ പ്പടെ ബന്ധപ്പെട്ട എല്ലാവരിൽനിന്നും മൊഴികൾ എടുത്ത് ഒരു മാസ ത്തിനുള്ളിൽ ഞാൻ റിപ്പോർട്ട് സമർപ്പിച്ചു. മേൽപ്പറഞ്ഞത് തന്നെ യായിരുന്നു അതിലെയും നിഗമനങ്ങൾ. ഉദ്യോഗസ്ഥരുടെ ജാഗ്രത ക്കുറവ്കൊണ്ട് നടപടിക്രമങ്ങളിൽ വീഴ്ച ഉണ്ടായിട്ടുണ്ട്. സർക്കാ രിന് നഷ്ടം സംഭവിക്കുന്നവിധത്തിൽ കുറ്റകരമായ പ്രവർത്തികൾ ഒന്നും നടന്നിട്ടില്ല. ജാഗ്രതക്കുറവിന്റെ പേരിൽ ബന്ധപ്പെട്ട എല്ലാ ഉദ്യോഗസ്ഥരും സ്ഥലം മാറ്റപ്പെട്ടു. പുതിയ ഒരു സംഘം ഉദ്യോ ഗസ്ഥരുമായിട്ടാണ് ആ യൂണിറ്റ് പിന്നീട് പ്രവർത്തിച്ചത്.

തേക്ക് തോട്ടങ്ങളുടെ ക്ലിയർ ഫെല്ലിംഗ് എന്നത് വളരെ സങ്കീർ ണവും അങ്ങേയറ്റം ജാഗ്രത ആവശ്യപ്പെടുന്നതുമായ ജോലിയാണ്. കോടികൾ വിലയുള്ള സമ്പത്താണ് കൈകാര്യം ചെയ്യുന്നത്. തുറന്ന കാടാണ്. അനേകം തൊഴിലാളികളായിരിക്കും ഒരേസമയം പണി യെടുക്കുന്നത്. ഇടതടവില്ലാതെ ലോറികൾ വരികയും ലേലത്തിൽ വിറ്റ തടികൾ കയറ്റിപ്പോകുന്നുമുണ്ടാവും. മോഷണങ്ങൾക്കും അഴി മതിക്കും ധാരാളം സാധ്യതകളുണ്ട്. വളരെ കുറച്ച് ഓഫീസർമാരേ ഉണ്ടാകൂ എല്ലാം നിയന്ത്രിക്കാൻ. അറിയാതെ അബദ്ധങ്ങൾ സംഭവിക്കാനും മതി. പൊതുജനങ്ങളും വിജിലൻസ് പോലെയുള്ള

സംവിധാനങ്ങളും അവിടെ നടക്കുന്ന കാര്യങ്ങൾ സസൂക്ഷ്മം നിരീക്ഷിച്ചുകൊണ്ടിരിക്കുന്നുണ്ടാകും. ഉദ്യോഗസ്ഥർ അറിഞ്ഞുകൊണ്ട് തെറ്റ് ചെയ്തില്ലെങ്കിൽ പോലും ജാഗ്രതക്കുറവ് മതി പ്രശ്നങ്ങൾ ഉണ്ടാകാൻ. ആരോപണങ്ങൾ ഇല്ലാതെയും കാര്യക്ഷമമായും ഈ പണി ചെയ്ത് തീർക്കാൻ അങ്ങേയറ്റത്തെ ജാഗ്രതയും കുറച്ച് ഭാഗ്യവും കൂടെ വേണം.

ഒരാഴ്ചയ്ക്കകം എല്ലാ പണികളും സാധാരണഗതിയിലായി. ഫ്ളൈയിങ് സ്‌കോഡിന്റെയുംകൂടി നിരീക്ഷണത്തിലാണ് ലേലത്തിൽ പോയ തടികൾ പിന്നീട് കൂപ്പിൽനിന്നും നീക്കം ചെയ്തത്. നാട്ടുകാരെ വിശ്വാസത്തിലെടുത്ത് നടത്തിയ നീക്കങ്ങളായിരുന്നു അത്രയും വേഗം കാര്യങ്ങൾ സാധാരണഗതിയിലാക്കാൻ സഹായിച്ചത്. പെട്ടെന്ന് പ്രകോപിതനാകാത്ത, മറ്റുള്ളവരോട് സൗമ്യമായി ഇടപെടുന്ന നല്ല ക്ഷമയുള്ള ആളാണ് ഞാൻ. ആർക്ക് നേരെയും ആക്രോശിക്കില്ല. ശകാരിക്കേണ്ടിവന്നാൽ മോശം ഭാഷ ഉപയോഗിക്കില്ല. എടുത്തുചാട്ടം ഇല്ല. നന്നായി ആലോചിച്ചതിനുശേഷം മാത്രമേ തീരുമാനങ്ങൾ എടുക്കൂ.

ഒരു ഉദ്യോഗസ്ഥൻ ക്ഷമയോടെ, അവധാനതയോടെ ജോലി ചെയ്താൽ അതിന്റെ ഗുണം അനുഭവിക്കുക അയാളുടെ മേലധികാരിയാണ്. അല്ലെങ്കിൽ ദുരിതങ്ങൾ ഏറ്റുവാങ്ങുന്നതും മേലധികാരിതന്നെ ആകും. തൃശ്ശൂരിൽ ജോലി ചെയ്യുന്ന കാലത്ത് എന്റെ ഒരു കീഴുദ്യോഗസ്ഥന്റെ അധികാരഗർവ്വും എടുത്തുചാട്ടവും ഒരു വിജിലൻസ് കേസിലേക്ക് നയിച്ചതും തുടർന്ന് ഞാൻ അനുഭവിച്ച കഷ്ടപ്പാടുകളും മുമ്പ് ഒരിടത്ത് പറഞ്ഞിട്ടുണ്ട്. ഇവിടെ നയപരമായ ഇടപെടലുകൾകൊണ്ടാണ് പ്രശ്നങ്ങൾ ആളിപ്പടരാതെ നാട്ടുകാർക്കും മാധ്യമങ്ങൾക്കും ബോധ്യപ്പെടുന്ന രീതിയിൽ അവസാനിച്ചത് എന്ന് ഞാൻ വിശ്വസിക്കുന്നു. കേട്ടറിഞ്ഞ ആരോപണങ്ങളിൽ കഴമ്പില്ല എന്ന് അറിഞ്ഞതുകൊണ്ടാകാം മാധ്യമങ്ങളും പതുക്കെ പിന്മാറി.

ഡിവിഷനിലെ മറ്റു പ്രവർത്തനങ്ങൾ തടസ്സമില്ലാതെ നടക്കുന്നുണ്ടായിരുന്നു. അഞ്ചു യൂണിറ്റുകളാണ് ഡിവിഷന്റെ കീഴിലുള്ളത്. ഓരോന്നിലും ഓരോ മാനേജർമാരും കുറച്ച് ഫീൽഡ് ഓഫീസർമാരും ഉണ്ട്. അച്ചൻകോവിൽ-കുമരംകുടി യൂണിറ്റുകളിൽ ഏറെയും തേക്ക് തോട്ടങ്ങളാണ്. മറ്റിടങ്ങളിൽ യൂക്കാലി അൽബിസിയ അക്കേഷ്യ തുടങ്ങിയ സോഫ്റ്റ്‌വുഡ് തോട്ടങ്ങളും. ആകെ വിസ്തീർണ്ണം 3000 ഏക്കറോളം വരും. മൃഗവേട്ടയുടെ ശല്യം ഇല്ലെന്നുതന്നെ പറയാം. വല്ലപ്പോഴുമുള്ള മണൽവാരൽ മാത്രമാണ് കുറ്റകൃത്യങ്ങളായിട്ടുള്ളൂ. വളരെ അപൂർവ്വമാണ് തടി മോഷണം.

എന്റെ കാലത്ത് ഒന്നോ രണ്ടോ കേസുകൾ മാത്രമാണ് ഉണ്ടായത്. പ്രതികൾ അപ്പോൾത്തന്നെ അറസ്റ്റിലാവുകയും ചെയ്തു. വൻ കുംഭകോണങ്ങൾ അല്ലാതെ കാട്ടിൽനിന്നും ചില്ലറയായി ഒന്നും രണ്ടും തടി മോഷ്ടിക്കുന്നത് പൊതുവേ കുറഞ്ഞുവരുന്നതായിട്ടാണ് കാണുന്നത്. സർവീസിന്റ ആദ്യകാലങ്ങളിൽ അത് വലിയ തലവേദനയായിരുന്നെങ്കിലും പിന്നെ അത് കുറഞ്ഞു. അന്ന് ആളുകൾക്ക് വേറെ പണികൾ അധികം ഇല്ലാഞ്ഞതുകൊണ്ടാണെന്നു തോന്നുന്നു അങ്ങനെ. ഇന്ന് അതിനേക്കാൾ കാശുകിട്ടുന്ന ഒരുപാട് മറ്റു പണികൾ ഉണ്ട്. എടുക്കുന്ന റിസ്കിനനുസരിച്ചുള്ള ഗുണം ഇല്ലാത്തതുകൊണ്ടാവാം പൊതുവേ ചെറിയ കാട്ടുകള്ളന്മാർ പിന്മാറിയത്. മോഷണങ്ങൾക്ക് പകരം, മുട്ടിൽ മരം മുറി കേസുകൾ പോലെ ആസൂത്രിതമായ കൊള്ളകളാണ് നല്ലതെന്ന് ആളുകൾ തിരിച്ചറിഞ്ഞിരിക്കുന്നു.

ഡിവിഷനിൽ ഉള്ള മറ്റു സോഫ്റ്റ്‌വുഡ് തോട്ടങ്ങളുടെ വില്പന നടക്കുന്നുണ്ടായിരുന്നു. അക്വേഷ്യയും അൽബീസിയയും ആയിരുന്നു അധികവും. യൂക്കാലിപ്റ്റസ് മിക്കവാറും വാങ്ങിയത് തമിഴ് നാട്ടിലെ TNPL എന്ന പേപ്പർ കമ്പനിയാണ്. വെട്ടിയ തോട്ടങ്ങളിലെ പുനർനടീലുകൾ ചിലപ്പോഴൊക്കെ നാട്ടുകാരുമായി ചെറിയ സംഘർഷങ്ങൾക്ക് ഇടവരുത്തി. അക്വേഷ്യ, യൂക്കാലി തുടങ്ങിയ ചില ഇനങ്ങൾ നടുന്നതിനെതിരെ നാട്ടുകാർ സംഘടിച്ച് ബഹളമുണ്ടാക്കി. തോട്ടങ്ങൾക്ക് ചുറ്റും ജനവാസകേന്ദ്രങ്ങളാണ്.

ചിലപ്പോഴൊക്കെ നമ്മൾ നടുന്ന തൈകൾ നാട്ടുകാർ പിഴുതുമാറ്റുന്ന സംഭവങ്ങൾ ഉണ്ടായിട്ടുണ്ട്. ഇതിനെതിരെ എടുക്കുന്ന കേസുകളിൽ മാതൃകാപരമായ നിലപാടുകളാണ് കോടതികൾ എടുത്തത്. വെറും പത്ത് യൂക്കാലി തൈകൾ പിഴുതെടുത്തു എന്ന ഒരു കേസിൽപോലും പ്രതിക്ക് ജാമ്യത്തിനായി ഹൈക്കോടതിയെ സമീപിക്കേണ്ടിവന്നിട്ടുണ്ട്. മുൻകൂർ ജാമ്യത്തിനായി കോടതിയെ സമീപിച്ച പ്രതിയോട് അന്വേഷണ ഉദ്യോഗസ്ഥന്റെ മുന്നിൽ ഹാജരാക്കാനാണ് കോടതി പറഞ്ഞത്. ഒരടി മാത്രം നീളമുള്ള പത്തു യൂക്കാലി തൈകളായിരുന്നു തൊണ്ടിമുതൽ എന്നോർക്കണം.

അച്ചൻകോവിലും വിഷപ്പാമ്പുകളും

അച്ചൻകോവിലിലെ തേക്കുതോട്ടത്തിൽ അടിക്കാട് വെട്ടിക്കൊണ്ടിയിരുന്ന ഒരു സ്ത്രീക്ക് പാമ്പുകടിയേറ്റ ഒരു സംഭവം ഉണ്ടായി. അച്ചൻകോവിലിൽ സർപ്പദംശനമേറ്റ് ഇന്നുവരെ ഒരാൾപോലും മരിച്ചിട്ടില്ല എന്നതാണ് സംഭവത്തിലെ വിശേഷം. അവിടെ നടക്കുന്ന പണികൾ പരിശോധിക്കാനായി ഞാൻ ഒരു ദിവസം രാവിലെ അങ്ങോട്ട് പോയതാണ്. ഒരുപാട് മലമ്പാതകൾ പിന്നിട്ടിട്ട് വേണം പണികൾ നടക്കുന്ന സ്ഥലത്തെത്താൻ. രണ്ടു മണിക്കൂറോളം അവിടെ ചിലവിട്ട് ജോലിയുടെ പുരോഗതി പരിശോധിക്കുകയും അവിടെയുള്ള മറ്റ് ചില പ്ലാന്റേഷനുകളും പരിശോധിക്കുകയും ചെയ്തശേഷം ഞാൻ അവിടെനിന്നും മടങ്ങി.

മലയിറങ്ങി ഒരു മണിക്കൂർ കഴിയുമ്പോൾ മൊബൈലിൽ സന്ദേശം കിട്ടുന്നു. പ്ലാന്റേഷനിൽ ജോലി ചെയ്തിരുന്ന ഒരു സ്ത്രീയെ പാമ്പുകടിച്ചു. വാഹനസൗകര്യം ലഭിക്കാൻ യാതൊരു സാധ്യതയുമില്ലാത്ത മലയിലാണ് സംഭവം. തലയിലാണ് കടിയേറ്റത്. ഞാൻ വല്ലാതെ പരിഭ്രമിച്ചു. അപ്പോൾതന്നെ ജീപ്പ് തിരിച്ച് ആ മലയുടെ മുകളിലേക്ക് വിട്ടു. തമിഴ്നാടുമായി അതിർത്തി പങ്കിടുന്ന വലിയ മലനിരകളാണ്. ഞാൻ വെപ്രാളപ്പെട്ട് അവിടെ എത്തുമ്പോഴേക്കും ജോലികൾ ചെയ്യിപ്പിച്ചിരുന്ന കൺവീനറുടെ ഒരു പഴയ ജീപ്പിൽ ആ സ്ത്രീയെ മലയിൽനിന്നും താഴോട്ട് കൊണ്ടുപോയിരുന്നു. ആശുപത്രിയിൽ എത്തിക്കാനും വേണ്ടിവന്നാൽ വിദഗ്ധ ചികിത്സയ്ക്കായി ചെങ്കോട്ടയിൽ എത്തിക്കാനും ഞാൻ ധൃതി കൂട്ടി. അപ്പോഴാണ് അവിടെയുള്ളവർ പറഞ്ഞത് അച്ചൻകോവിൽ ക്ഷേത്രത്തിലേക്കാണ് അവരെ കൊണ്ടുപോയിട്ടുള്ളത് എന്ന്.

പാമ്പുകടിയേറ്റാൽ അവിടത്തുകാർ ആശുപത്രികളിൽ പോകാറില്ലത്രേ. ശ്രീധർമ്മശാസ്താവിന്റെ പ്രതിഷ്ഠയുള്ള അച്ചൻകോവിൽ ക്ഷേത്രത്തിലേക്കാണ് കൊണ്ടുപോവുക. അവിടുത്തെ പൂജാരി നൽകുന്ന തീർത്ഥവും പ്രസാദവുമാണ് ഔഷധം. എനിക്ക് യഥാർത്ഥത്തിൽ വല്ലാത്ത ആശങ്ക തോന്നി. ഞാൻ അതിവേഗം മലയിറങ്ങി

ക്ഷേത്രത്തിലെത്തി. ക്ഷേത്രത്തിന്റെ മുറ്റത്ത് ഒരു ബെഞ്ചിൽ കണ്ണുകൾ അടച്ച് കിടക്കുകയാണ് 45 വയസ്സ് തോന്നിക്കുന്ന ആ സ്ത്രീ. സാധാരണഗതിയിൽ ശ്വസിക്കുന്നുണ്ട്. മറ്റ് അസ്വസ്ഥതകൾ ഒന്നും കാണിക്കാതെ ശാന്തമായി ഉറങ്ങിക്കിടക്കുകയാണ്. ചില ബന്ധുക്കൾ ചുറ്റിനും കൂടി നിൽപ്പുണ്ട്.

വാഹനം ഉണ്ടെന്നും ചെങ്കോട്ടയിലെ ആശുപത്രിയിലേക്ക് കൊണ്ടുപോകാമെന്നും ഞാൻ അവരെ അറിയിച്ചു. അതിന്റെ ആവശ്യമില്ലെന്നും പൂജാരി തീർത്ഥവും പ്രസാദവും നൽകിയിട്ടുണ്ട് എന്നുമാണ് അപ്പോൾ അവർ പറഞ്ഞത്. എന്നോട് മടങ്ങിപ്പൊയ്ക്കൊള്ളാനും പറഞ്ഞു. ഞാൻ വല്ലാത്ത ആശയക്കുഴപ്പത്തിലായി. തലയിലാണ് കടിയേറ്റിട്ടുള്ളത്. മരണം സംഭവിക്കാനുള്ള സാധ്യത ഏറെയാണ്. അവർക്ക് എന്തെങ്കിലും സംഭവിച്ചാൽ അത് വലിയ പ്രശ്നമാകും. ഡിവിഷണൽ മാനേജരും വാഹനവും സ്ഥലത്തുണ്ടായിട്ടും ആവശ്യമായ ചികിത്സ നൽകിയില്ല എന്ന് വരും. ആശുപത്രിയിലേക്ക് മാറ്റാൻ ബന്ധുക്കൾ ഒരു തരത്തിലും സമ്മതിക്കുന്നുമില്ല. അവിടെനിന്നും പോകാൻ ധൈര്യമില്ലാതെ ഒരു മരത്തണലിൽ ഞാൻ വെറുതെ കുത്തിയിരുന്നു.

ഒരു മണിക്കൂർ കഴിഞ്ഞുകാണും, ആ സ്ത്രീ കണ്ണ് തുറന്നു. യാതൊന്നും സംഭവിക്കാത്തതുപോലെ, ഉറക്കത്തിൽനിന്നും ഉണർന്നതുപോലെ അവർ എഴുന്നേറ്റിരുന്നു. ചിരിക്കാനും ചുറ്റുമുള്ളവരോട് കുശലം പറയാനും തുടങ്ങി. അവർ പോയി പൂജാരിയോട് വിവരം പറഞ്ഞു. അദ്ദേഹം വന്നു നോക്കിയിട്ട് അവരോട് വീട്ടിലേക്ക് പൊയിക്കൊള്ളാൻ പറഞ്ഞു. അവരെ ബന്ധുക്കളോടൊപ്പം പറഞ്ഞയച്ചിട്ട് ഞാൻ മനസ്സമാധാനത്തോടെ എന്റെ ഓഫീസിലേക്ക് മടങ്ങി.

അച്ചൻകോവിലിൽ പാമ്പുകടിയേറ്റ് ഒരാൾപോലും മരിച്ചിട്ടില്ലത്രേ. പാമ്പ് കടിക്കുന്നത് അപൂർവ്വ സംഭവമൊന്നുമല്ലതാനും. പാമ്പ് കടിച്ചാൽ നേരെ ക്ഷേത്രസന്നിധിയിലേക്കാണ് ഓടുക. ഒന്നോ രണ്ടോ മണിക്കൂറിനുള്ളിൽ ഒരു പ്രശ്നവും ഇല്ലാതെ രോഗി വീടുകളിലേക്ക് പോകുന്നു. ചുറ്റിനും നിബിഡവനങ്ങളുള്ള സ്ഥലമാണ്. ധാരാളം വന്യമൃഗങ്ങളും ഇഴജന്തുക്കളും ഉള്ള മിതശീതോഷ്മള വനമേഖലയാണ്. ക്ഷേത്രത്തിലെ തീർത്ഥജലംകൊണ്ടുമാത്രം സർപ്പവിഷത്തെ പ്രതിരോധിക്കുന്നു അവിടത്തെ ജനങ്ങൾ. എന്തായിരിക്കും ഇതിന്റ രഹസ്യം? ഒരുപക്ഷേ ഉറച്ച വിശ്വാസത്തിന് സർപ്പവിഷത്തെപ്പോലും പ്രതിരോധിക്കാൻ കഴിയുന്നുണ്ടോ? അതോ ക്ഷേത്രത്തിലെ പ്രസാദത്തിന്റെയും തീർത്ഥജലത്തിന്റെയും ഔഷധവീര്യമാണോ? അതോ ശ്രീധർമ്മശാസ്താവിന്റെ ശക്തിയോ?

കുഴയ്ക്കുന്ന ചോദ്യങ്ങളാണ്.

ആനയെ പ്രതിരോധിക്കാൻ മന്ത്രം കുഴിച്ചിടുന്നവർ

അച്ചൻകോവിലിലെ പുതിയ തേക്ക് നഴ്സറി പരിശോധിക്കാൻ പോയതാണ് ഞാൻ ഒരു ദിവസം. കുറെ നഴ്സറി ബെഡ്ഡുകൾ ഉണ്ട്. ചുറ്റിനും ഇല്ലിമുളകൊണ്ട് ചെറിയ വേലിയുണ്ട്. ചെറിയ മൃഗങ്ങൾ അകത്ത് കടക്കാതിരിക്കാൻ അതുമതി. ഒരു മലമ്പാതയുടെ അടുത്തായിട്ടാണ് നഴ്സറി. വലിയ മലയാണ്. ധാരാളം ആനകൾ ഉള്ള സ്ഥലമാണ്. റോഡിന് വശത്ത് ചെറിയൊരു കെട്ടുമാടം ഉണ്ടാക്കി, ഒരു ആന വാച്ചറും കുടുംബവും അവിടെ താമസിക്കുന്നുണ്ട്. ആദിവാസികളാണ്. ഭാര്യയും രണ്ടും നാലും വയസ്സുള്ള രണ്ട് കുഞ്ഞുങ്ങളും. വൈകുന്നേരമായാൽ മറ്റു ജോലിക്കാരൊക്കെ പിരിഞ്ഞു പോകും. പിന്നെ അവർ മാത്രമാണ് ആ മലയിൽ ഉണ്ടാവുക. ആളൊഴിഞ്ഞാൽ പിന്നെ ആനകളുടെ ലോകമാണത്.

ഈ കുടുംബത്തിന്റെ സുരക്ഷയിൽ എനിക്ക് വല്ലാത്ത ആശങ്ക തോന്നി. ചുറ്റിനും നൂൽകമ്പി വലിച്ച് അവിടവിടെ പടക്കം വയ്ക്കുന്ന ഒരു രീതിയുണ്ട്. തറയൽ പരന്ന പാറക്കഷണങ്ങൾ വയ്ക്കും. അതിൽ പനയോലകൊണ്ട് കെട്ടി ഉണ്ടാക്കുന്ന പടക്കങ്ങൾ വയ്ക്കും. അതിന് മുകളിലായി മറ്റൊരു ഭാരമുള്ള കല്ല് കെട്ടിത്തൂക്കി ഇടും. നീളത്തിൽ വലിച്ചുകെട്ടിയ കമ്പിയിൽ മൃഗങ്ങളുടെ കാലുകൊണ്ടാൽ തൂക്കിയിട്ടിരിക്കുന്ന കല്ല് താഴെ പടക്കംവെച്ച കല്ലിലേക്ക് വീണു പടക്കം ഉച്ചത്തിൽ പൊട്ടും. മൃഗങ്ങളെ തടയാൻ ഇത് മതിയാകില്ല എങ്കിലും അവയുടെ സാന്നിധ്യം അറിയാൻ കഴിയും. കൂപ്പുകളിൽ സാധാരണ ചെയ്യുന്ന ഒരു വിദ്യയാണിത്. നഴ്സറി വാച്ചർ താമസിക്കുന്ന ഷെഡ്ഡിന് ചുറ്റുമായി ഈ സംവിധാനം ചെയ്യണമെന്ന് ഫീൽഡ് ഓഫീസർമാർക്ക് നിർദ്ദേശം കൊടുത്തിട്ട് ഞാൻ തിരിച്ചു പോന്നു.

സുരക്ഷിതമായി ഞാൻ എന്റെ മുറിയിൽ കിടന്നുറങ്ങുമ്പോഴും ഈ കുടുംബം എന്റെ മനസ്സിൽ ഒരു ആധിയായി അങ്ങനെ കിടന്നു.

അത്രയും ആനകൾ വിഹരിക്കുന്ന സ്ഥലത്ത് രണ്ട് പിഞ്ച് കുട്ടികളുമായി ഒരു കുടുംബം. അടുത്ത ആഴ്ച അവിടെ ചെന്നപ്പോൾ ഞാൻ ആദ്യം പോയത് നഴ്സറി സൈറ്റിലേക്കാണ്. ഞാൻ നിർദ്ദേശിച്ചിരുന്നതുപോലെ നൂൽകമ്പി കെട്ടി പടക്കംവയ്ക്കുന്ന സംവിധാനം അവിടെ ചെയ്തുകൊടുത്തിട്ടുണ്ട്. ആവശ്യത്തിന് പടക്കവും വാങ്ങി നൽകിയിട്ടുണ്ട്.

വാച്ചറെ വിളിച്ച് ക്ഷേമം അന്വേഷിച്ചു. പുതിയ സംവിധാനത്തിൽ സന്തോഷമായില്ലേ എന്ന് ചോദിച്ചു. പക്ഷേ അയാൾ പറഞ്ഞതു കേട്ട് എനിക്ക് നിരാശ തോന്നി. അവർക്ക് ആ സംവിധാനത്തിലൊന്നും വിശ്വാസമില്ലത്രേ. പടക്കം വെയ്ക്കുന്നതിനു പകരം ആനകൾ വരുന്ന വഴികളിൽ മന്ത്രം കുഴിച്ചിട്ടിരിക്കുകയാണ് അയാൾ. ചില മന്ത്രങ്ങൾ (എന്താണെന്ന് അയാൾ പറഞ്ഞില്ല) ചെറിയ മൺകുടങ്ങളിലാക്കി കുഴിച്ചിട്ടിരിക്കുകയാണ്. അതിനിപ്പുറം ആനകൾക്ക് കടക്കാനാവില്ലത്രേ.

എന്ത് അത്ഭുതമാണെന്ന് അറിയില്ല, മൂന്നോ നാലോ മാസത്തോളം ആ നഴ്സറിയും അയാളുടെ കുടുംബവും അവിടെ സുരക്ഷിതമായിരുന്നു. ആനകൾ അതുവഴി വന്നതേയില്ല. ഒരു പ്രശ്നവും ഉണ്ടായില്ല. നഴ്സറിയിലെ തൈകൾ വലുതായി, പണികളെല്ലാം കഴിഞ്ഞപ്പോൾ ചട്ടിയും കലവും പെറുക്കിയെടുത്ത് വേറെ ഏതോ കാട്ടിലേക്ക് പോയി ആ കുടുംബം. അവിടെയും മന്ത്രങ്ങൾ കുഴിച്ചിട്ട് അവർ സുരക്ഷിതമായി ജീവിക്കുന്നുണ്ടാവും. ഇങ്ങനെ നമ്മളുടെ ധാരണകളെ വെല്ലുവിളിക്കുന്ന എന്തൊക്കെയാണ് ഉള്ളത്.

കോടികൾ മുതലിറക്കി നമ്മൾ പരീക്ഷണശാലകളിൽ വിരിയിച്ചെടുക്കുന്ന അറിവുകളെ വെല്ലുന്ന ഒരുപാടുണ്ട് ആദിവാസി അറിവുകളിൽ. കൈയിലെ ഒടിഞ്ഞുതൂങ്ങിയ എല്ല് വെറും മൂളം കമ്പും പച്ചിലകളും വെച്ചുകെട്ടി അടിപ്പറമ്പിലെ കാണിമൂപ്പൻ സുഖപ്പെടുത്തുന്നത് ഞാൻ കണ്ടിട്ടുണ്ട്.

തേക്കുതടി ലേലം

പുനലൂർ ഡിവിഷനിൽ മിക്കവാറും എല്ലാ മാസവും നടന്നുകൊണ്ടിരുന്ന ഒന്നാണ് തേക്ക്തടിയുടെ ലേലവില്പന. അച്ചൻകോവിലിലോ അല്ലെങ്കിൽ കുമരംകുടിയിലോ ആയി എല്ലാ മാസവും മാറിമാറി ലേലം ഉണ്ടാകും. ഓരോ ലേലത്തിലും ഒരു കോടിയുടെ അടുത്തു കച്ചവടം നടക്കും. വനം വകുപ്പിൽ ഡിഎഫ്ഒയും KFDCയിൽ ഡിവിഷണൽ മാനേജരും ആണ് ലേലം നടത്തുക. കാട്ടിൽ തടികൾ ഒരുക്കിവച്ച് അവിടെത്തന്നെയാണ് ലേലം. ചെറിയ ലോട്ടുകളായിട്ടാണ് വയ്ക്കുക. ആവശ്യക്കാർക്ക് ലോട്ടുകളായി വിളിച്ചെടുക്കാം. നാട്ടിലെ കച്ചവടക്കാരും തടിമിൽ മുതലാളിമാരും തമിഴ്നാട്ടിൽ നിന്നുള്ളവരും ഒക്കെയായി മുപ്പതിനും നാൽപതിനും ഇടയിൽ ആളുകൾ ലേലത്തിൽ പങ്കെടുക്കാറുണ്ട്.

ഓരോ ലോട്ടിനും അടിസ്ഥാനവില നിശ്ചയിച്ചിട്ടുണ്ടെങ്കിലും എത്ര രൂപയ്ക്ക് ലേലം ഉറപ്പിക്കണം എന്നത് ലേലം ചെയ്യുന്ന ഓഫീസറുടെ വിവേചനാധികാരമാണ്. ഓരോ തടിയുടെയും ഗുണനിലവാരം വേറെ വേറെ ആകുന്നതുകൊണ്ടാണ് അങ്ങനെ അധികാരം കൊടുത്തിട്ടുള്ളത്. വേണ്ടിവന്നാൽ അടിസ്ഥാനവിലയേക്കാൾ കുറഞ്ഞ തുകയ്ക്ക് ലേലം ഉറപ്പിക്കാനും ഓഫീസർക്ക് അധികാരമുണ്ട്. അഴിമതിക്കുള്ള സാധ്യതയും തുറന്നിടുന്ന ഒന്നാണ് ഈ വിവേചനാധികാരം. അതുകൊണ്ട് നല്ല ജാഗ്രത വേണം.

ലേലത്തിന് എത്തുന്ന മുതലാളിമാർ ഓരോ ലോട്ടിന്റെയും ഗുണനിലവാരം വിലയിരുത്തിയിട്ടായിരിക്കും ലേലത്തിനിരിക്കുക. അടിസ്ഥാനവില പ്രഖ്യാപിക്കുമ്പോഴേക്കും അവർ മുറവിളി കൂട്ടും. നിലവാരം കുറഞ്ഞ തടികളാണ് എന്നു പറഞ്ഞ് വില താഴ്ത്താൻ ശ്രമിക്കും. അത്തരം സമ്മർദ്ദങ്ങളെയൊക്കെ അതിജീവിച്ച് വേണം ലേലം നടത്താൻ. അനേകലക്ഷങ്ങളുടെ കച്ചവടം ആയതുകൊണ്ട് വിജിലൻസ് പോലെയുള്ള രഹസ്യാന്വേഷണ ഏജൻസികൾ ചിലപ്പോഴൊക്കെ മുതലാളിമാരുടെ വേഷത്തിൽ ഉണ്ടായെന്നു വരും.

നൂറിനടുത്ത് ലോട്ടുകളാണ് ഓരോ ലേലത്തിനും ഉണ്ടാവുക. ഓരോ ലോട്ടും നേരിട്ട് പരിശോധിച്ച് അവയുടെ ഗുണനിലവാരം ബോധ്യപ്പെട്ടിട്ടുവേണം ലേലം ആരംഭിക്കാൻ. ഓരോ ലോട്ടിനെക്കുറിച്ചും വ്യക്തമായ ധാരണ വേണം. പല കോടികളുടെ ഒരുപാട് ലേലങ്ങൾ പരാതികളില്ലാതെ നടത്താൻ കഴിഞ്ഞു എന്നതിൽ എനിക്ക് സംതൃപ്തിയുണ്ട്.

തടിലേലത്തെപ്പറ്റി പറയുമ്പോൾ അവിടെ നിലനിന്നിരുന്ന അനാരോഗ്യകരമായ ഒരു പ്രവണതയെക്കുറിച്ചും എനിക്ക് അത് അവസാനിപ്പിക്കാൻ കഴിഞ്ഞതിനെപ്പറ്റിയും പറയണം എന്ന് തോന്നി. അച്ചൻകോവിലിലായിരുന്നു ഞാൻ ചാർജ്ജെടുത്ത ശേഷമുള്ള ആദ്യത്തെ ലേലം. എന്റെ ഓഫീസിൽനിന്നും നാല്പത് കിലോമീറ്റർ ദൂരമുണ്ട്. മുൻഗാമികൾ ചെയ്തിരുന്നതുപോലെ തലേന്നു തന്നെ അച്ചൻകോവിൽ ഫോറസ്റ്റ് ഗസ്റ്റ്ഹൗസിൽ എത്തി ക്യാമ്പ് ചെയ്തു. ലോട്ടുകൾ പരിശോധിക്കുന്നതിന് വേണ്ടിയാണ് തലേദിവസം പോയി ക്യാമ്പ് ചെയ്യുന്നത്. അന്ന് പരിശോധനകൾ പൂർത്തിയാക്കി ഗസ്റ്റ്ഹൗസിലേക്ക് തിരിച്ചുവന്നു.

രാത്രി ഏകദേശം എട്ടുമണിയോടുകൂടി മൂന്ന് യൂണിയൻ നേതാക്കൾ എന്നെ കാണാൻ വന്നു. പുതിയ ഡിവിഷണൽ മാനേജരെ പരിചയപ്പെടുക എന്ന രീതിയിലാണ് അവർ വന്നത്. പക്ഷേ ലേലത്തിന് വെച്ചിട്ടുള്ള ലോട്ടുകളിൽ ഒരു ലോട്ട് അവർക്ക് വിട്ടുനൽകണം എന്ന ആവശ്യമാണ് പ്രധാനം. അതായത് മത്സരമില്ലാതെ അവർ ആവശ്യപ്പെടുന്ന ഒരു ലോട്ട് ഏറ്റവും കുറഞ്ഞ വിലയ്ക്ക് അവർക്ക് കൊടുക്കണം. അതെങ്ങനെ എന്ന് ചോദിച്ചപ്പോൾ ഇയാൾ എവിടുന്നു വരുന്ന ആപ്പീസറാണ് എന്ന മട്ടിൽ അവർ എന്നെ നോക്കി. എല്ലാ ലേലത്തിലും ഒരു ലോട്ട് യൂണിയൻകാർക്ക് ഉള്ളതാണത്രേ. ഒരു തുണ്ട് കടലാസിൽ കുറിച്ചുകൊണ്ടുവന്ന ലോട്ട് നമ്പർ മാനേജരെ ഏൽപ്പിച്ചിട്ട് അവർ പോയി.

അദ്ദേഹത്തോട് ഇതേപ്പറ്റി ചോദിച്ചു. യൂണിയൻ നേതാക്കൾ പറഞ്ഞത് അദ്ദേഹം വിശദീകരിച്ചുതന്നു. കാലങ്ങളായി അവിടെ അങ്ങനെയാണത്രെ. എല്ലാ ലേലത്തിലും അവർ പറയുന്ന ഒരു ലോട്ട് ഏറ്റവും കുറഞ്ഞ വിലയ്ക്ക് അവർക്ക് വിട്ടുകൊടുക്കണം. അല്ലെങ്കിൽ അവർ പ്രശ്നങ്ങളുണ്ടാക്കും. നിസ്സാര കാരണങ്ങൾ പറഞ്ഞ് കൂപ്പിലെ പണികൾ തടസ്സപ്പെടുത്തും. ലോഡ് കയറ്റാൻ വരുന്ന ലോറികൾ തടസ്സങ്ങൾ പറഞ്ഞു തിരിച്ചയയ്ക്കും. കൂപ്പിലെ ജോലികൾ സുഗമമായി നടക്കാതെവരും. ഈ സാഹചര്യത്തിലാണ് യൂണിയനുകളുടെ ഈ സമ്മർദ്ദത്തിനു വഴങ്ങിക്കൊടുക്കുന്നത്.

കേട്ടുകഴിഞ്ഞപ്പോൾ, മറിച്ചൊരു നിലപാടെടുക്കുന്നത് ബുദ്ധിപരമാകില്ല എന്ന് എനിക്കും തോന്നി. യൂണിയൻകാർ ചെയ്യുന്നത്

ഇതാണ്. ഇവരുടെ ലോട്ടിന്റെ നമ്പർ ലേലത്തിനെത്തുന്ന മുതലാളി മാരോട് നേരത്തെ പറഞ്ഞുവെക്കും. അവരിൽ ആരെങ്കിലും ഒരാൾ ആ ലോട്ട് അടിസ്ഥാനവിലയേക്കാൾ അഞ്ഞൂറോ അറുനൂറോ രൂപ മാത്രം കയറ്റി വിളിക്കും. പിന്നെ ആരും കൂട്ടി വിളിക്കില്ല. യൂണി യൻകാർ അവരെ ഭീഷണിപ്പെടുത്തി വെച്ചിരിക്കുകയാണ്. അങ്ങനെ കുറഞ്ഞ വിലയ്ക്ക് ഒരാളുടെ പേരിൽ പിടിക്കുന്ന ആ ലോട്ടിന്റെ ഒരു ലേലംകൂടി അവർതന്നെ നടത്തും. അത് യഥാർത്ഥത്തിൽ കിട്ടേണ്ട കൂടിയ വിലയ്ക്ക് ആവശ്യക്കാരൻ പിടിക്കും. അങ്ങനെ കിട്ടുന്ന ചെറിയ ലാഭം യൂണിയന് ഉള്ളതാണ്. ഓരോ ലേലത്തിലും ഓരോ യൂണിയനുകൾക്കാണ് ഇതിന്റെ അവകാശം. മൂന്നു യൂണി യനുകൾ ഉണ്ട്. ചെറിയ തുകയാണെങ്കിലും അതൊരു അവകാശ മായി അവരുടെ മനസ്സിൽ ഉറച്ചുപോയിരിക്കുന്നു. അവഗണിച്ച് കള യാവുന്നതേ ഉള്ളൂ. എന്നാലും മനസ്സിൽ ഒരു പോറൽ. നിസ്സഹായ നായി അഴിമതിക്കോ, അനീതിക്കോ വഴങ്ങേണ്ടിവരുന്നു എന്ന തോന്നൽ. ചെറിയ തുകയാണെങ്കിലും അത് സർക്കാരിന് കിട്ടേണ്ട താണ്.

തിരിച്ച് പുനലൂരിലേക്കുള്ള ഒന്നരമണിക്കൂർ യാത്രയിലുടനീളം യൂണിയൻകാരുടെ ഈ കളിയെപ്പറ്റിയാണ് ഞാൻ ചിന്തിച്ചത്. ഉദ്യോഗസ്ഥരുടെ പ്രതിബദ്ധതയെ ചെറുതായെങ്കിലും ചോദ്യം ചെയ്യുന്നുണ്ട് ഇത്. ഇതിന് തടയിടാൻ മാർഗ്ഗമുണ്ടോ എന്ന് ഞാൻ തലപുകഞ്ഞാലോചിച്ചു. തലേദിവസം സ്ഥലത്തെത്തി ക്യാമ്പ് ചെയ്യുന്ന പരിപാടി ഒഴിവാക്കിയാൽ യൂണിയൻകാർ ഈ ആവശ്യ വുമായി വരില്ലല്ലോ. അങ്ങനെ തീരുമാനിച്ചു.

അടുത്ത ലേലത്തിന് ഗസ്റ്റ്ഹൗസിലുള്ള തലേ ദിവസത്തെ ക്യാമ്പിങ് ഒഴിവാക്കി. ലേലദിവസം അതിരാവിലെ മാത്രം പോയി ലോട്ടുകൾ പരിശോധിച്ചു. എന്നിട്ടും യൂണിയൻകാർ വിട്ടില്ല. ലോട്ട് നമ്പർ കുറിച്ച കടലാസുമായി അവർ പുറകെ കൂടി. അന്നും അവ രുടെ ആവശ്യത്തിന് വഴങ്ങേണ്ടി വന്നു. നല്ലൊരു ലോട്ട് അവർ കൈക്കലാക്കി. ലേലം കഴിഞ്ഞ് സൂപ്രണ്ട് കടലാസുകളൊക്കെ ശരി യാക്കിക്കൊണ്ടിരുന്നു. ഒരു കസേരയിൽ വിഷണ്ണനായിരുന്ന എന്റെ അടുത്തുവന്ന് ചെറുപ്പക്കാരനായ ഒരു മില്ലുടമ പരാതി പറഞ്ഞു. “എല്ലാ ലേലത്തിലും ഏറ്റവും നല്ല ലോട്ട് യൂണിയൻകാർ കൊണ്ടു പോകുന്നു. സാറ് പുതിയ ആളല്ലേ, ഇതിനൊരു മാറ്റം വരുത്താൻ കഴിയില്ലേ” എന്നാണ് അദ്ദേഹം ചോദിച്ചത്.

അയാൾക്ക് എല്ലാം അറിയാം. പക്ഷേ അയാളും നിസ്സഹായ നാണ്. യൂണിയൻകാരെ എതിർത്താൽ അയാളുടെ കച്ചവടം അവർ

പൂട്ടിക്കും. എനിക്ക് പെട്ടെന്നൊരു ബുദ്ധി തോന്നി. ഒരു പരാതിയെഴുതി ഹെഡ്ഓഫീസിലേക്ക് അയയ്ക്കാനാണ് ഞാൻ അയാളോട് ആവശ്യപ്പെട്ടത്. ഡിവിഷണൽ മാനേജരും യൂണിയൻകാരും ഒത്തുകളിച്ച് ഇന്ന നമ്പറിലുള്ള ലോട്ട് ചുളിവ് വിലയ്ക്ക് വിറ്റു എന്നൊരു പരാതി എഴുതി അയയ്ക്കണം. പകർപ്പ് എന്റെ ഓഫീസിലേക്കും. അങ്ങനെ ഒരു പണി അയാളെ ഏൽപ്പിച്ചിട്ട് ഞാൻ മടങ്ങി.

ലേലം ഉറപ്പിക്കുന്നത് ഡിവിഷണൽ മാനേജരാണെങ്കിലും അന്തിമ അനുമതി തരേണ്ടത് മാനേജിംഗ് ഡയറക്ടറാണ്. അതിനു ഡിവിഷണൽ മാനേജർ ഒരു റിപ്പോർട്ട് അയക്കണം. നല്ല മത്സരം ഉണ്ടായിരുന്നു എന്നും തടികൾക്ക് ന്യായമായ വില കിട്ടിയിട്ടുണ്ട് എന്നുമുള്ള സാക്ഷ്യപത്രമാണ്. അതനുസരിച്ചാണ് ഹെഡ് ഓഫീസിൽനിന്നും അന്തിമ അനുമതി തരുന്നത്. ലേലം കഴിഞ്ഞു ഞാൻ അയച്ച റിപ്പോർട്ടിൽ എനിക്ക് കിട്ടിയ പരാതിയെപ്പറ്റി പറഞ്ഞിട്ട് ആ ലോട്ടിന് അനുമതി നൽകേണ്ടതില്ല എന്നെഴുതി. ഹെഡ് ഓഫീസിലും ആ പരാതി കിട്ടിയിരുന്നു. സ്വാഭാവികമായും ആ ഒരു ലോട്ടിന് അനുമതി കിട്ടിയില്ല.

എന്തു സംഭവിക്കും എന്ന ആശങ്കയോടെയാണ് ഞാൻ അടുത്ത ലേലത്തിന് അവിടെ പോയത്. യൂണിയൻകാരുടെ ലോട്ടിന്റെ വിൽപ്പന മരവിപ്പിച്ചത് ആദ്യത്തെ സംഭവമാണ്. അവർ എങ്ങനെ പ്രതികരിക്കും എന്നറിയില്ല. എന്നെ കണ്ട ഉടനെ അവർ പരാതിയുമായി വന്നു. അവരുമായി ചേർന്ന് ഞാൻ അഴിമതി നടത്തി എന്ന ഒരു പരാതി ഹെഡ്ഓഫീസിൽ കിട്ടിയ കാര്യം ഞാൻ അവരോട് പറഞ്ഞു. ലോട്ടിന്റെ നമ്പർ സഹിതമുള്ള പരാതിയാണ്. അതുകൊണ്ടാണ് അവരുടെ ലോട്ട് പാസ്സാകാതിരുന്നത് എന്ന് അവരോട് വിശദമാക്കി.

എന്നോട് വലിയ സഹതാപമാണ് ഞാനപ്പോൾ ഞാനവരുടെ മുഖത്ത് കണ്ടത്. അവർ കാരണം എനിക്ക് ചീത്തപ്പേരുണ്ടായതിൽ അവർ സങ്കടപ്പെട്ടു. നല്ല പെരുമാറ്റം കൊണ്ട് നേരത്തേ ഞാനവരെ കയ്യിലെടുത്തിരുന്നു. അതാണവർക്ക് സങ്കടമുണ്ടായത്. എനിക്ക് ആ പാവങ്ങളോട് സഹതാപം തോന്നി. ഞാൻ തന്നെ നടത്തിയ ചാരപ്പണി കാരണം അവർക്ക് എന്നോട് സഹതാപം തോന്നുക.

ഹെഡ്ഓഫീസിൽ കിട്ടിയ പരാതിക്കത്തിനെപ്പറ്റി അറിഞ്ഞപ്പോൾ യൂണിയനുകൾ തമ്മിൽ തർക്കമായി. ഓരോ യൂണിയനും അങ്ങോട്ടും ഇങ്ങോട്ടും പരസ്പരം സംശയിച്ചു. അടിപിടിയുടെ വക്കോളമെത്തിയ അവരെ ഞാൻതന്നെ ഇടപെട്ട് സമാധാനിപ്പിക്കേണ്ടിവന്നു. ഒടുവിൽ അവർ കൂട്ടായി എടുത്ത തീരുമാനം എന്നോട് പറഞ്ഞു. “ഈ പരിപാടി ഇനി ഇവിടെ വേണ്ട സാറേ.

ഞങ്ങൾക്ക് ഇപ്പോൾ ഇഷ്ടംപോലെ പണിയുണ്ട്. ഈ നക്കാപ്പിച്ച ഞങ്ങൾക്ക് ഇനി വേണ്ട. ഏത് യൂണിയൻ ആവശ്യപ്പെട്ടാലും സാർ ഇനി വഴങ്ങരുത്. ഞങ്ങൾ സഹകരിക്കും."

കാലങ്ങളായി നിലനിന്ന തെറ്റായ ഒരു കീഴ്വഴക്കത്തിന് അങ്ങനെ ഒരവസാനമുണ്ടായി. സ്വയം അഴിമതിക്കാരനെന്നു പഴി കേട്ടിട്ടാണെങ്കിലും അത് സാധ്യമായി. ലക്ഷ്യം മാർഗ്ഗത്തെ സാധൂകരിക്കും എന്നാണല്ലോ. പിന്നൊരിക്കൽ മാനേജിങ് ഡയറക്ടറോട് ഞാൻ ഇതിന്റെ സത്യാവസ്ഥ പറഞ്ഞു. തെറ്റായ പ്രവണതയ്ക്ക് തടയിടാൻ ഞാൻതന്നെ ഉണ്ടാക്കിയതാണ് ആ അഴിമതിക്കഥ എന്ന് അദ്ദേഹത്തോട് പറഞ്ഞു. എനിക്കത് പറയാതിരിക്കാനാവില്ലായിരുന്നു. അല്ലെങ്കിൽ പരാതിയിൽ പറഞ്ഞത് നേരാണെന്ന് അദ്ദേഹം വിശ്വസിച്ചാലോ. എന്റെ പ്രതിച്ഛായ പ്രധാനമല്ലേ എനിക്ക്.

കള്ളനോട്ടിനും ചില ദൗത്യങ്ങൾ

ഒരു കാര്യം കൂടെ പറഞ്ഞിട്ട് ഞാൻ ഈ ലേലംവിളി അവസാനിപ്പിക്കാം. ഓഫീസിൽ നിലനിന്നിരുന്ന തെറ്റായ ഒരു രീതിക്ക് മാറ്റം വരുത്താൻ അഞ്ഞൂറു രൂപയുടെ ഒരു കള്ളനോട്ടിനു കഴിഞ്ഞു എന്നതാണ് കഥ. ഓഫീസിൽനിന്നും ബാങ്കിലടയ്ക്കാൻ പണം കൊണ്ടുപോയ ജീവനക്കാരൻ ഒരു ദിവസം ഒരു പരാതിയുമായി എന്റെയടുത്തു വന്നു. നാലര ലക്ഷം രൂപയിൽ അഞ്ഞൂറിന്റെ ഒരു കള്ളനോട്ട് ഉണ്ടായിരുന്നു. സ്വന്തം പോക്കറ്റിൽനിന്നും അഞ്ഞൂറു രൂപ എടുത്തുകൊടുത്ത് അയാൾ പ്രശ്നം പരിഹരിച്ചു.

നാലര ലക്ഷം രൂപയുമായി അയാൾ എന്തിനാണ് ബാങ്കിൽ പോയതെന്ന് അന്വേഷിച്ചപ്പോഴാണ് ലേലം ചെയ്ത തടിയുടെ വില ഓഫീസിൽ പണമായിട്ടാണ് സ്വീകരിക്കുന്നത് എന്ന കാര്യം ഞാൻ അറിയുന്നത്. പണമടച്ചതിന്റെ ബാങ്ക് റസീറ്റ് മാത്രമാണ് ഓഫീസ് നോട്ടോടുകൂടി എന്റെ മേശപ്പുറത്ത് വരുക. വിലയും നികുതികളും മറ്റും ഒത്തുനോക്കിയിട്ട് റിലീസ് ഓർഡർ ഒപ്പിട്ടു കൊടുക്കുകയാണ് ചെയ്യാറുള്ളത്. കള്ളനോട്ട് പ്രശ്നം വന്നപ്പോഴാണ് ഇതിനെപ്പറ്റി കൂടുതൽ അന്വേഷിച്ചത്.

ഓഫീസിൽനിന്നും എഴുതിക്കൊടുക്കുന്ന ചലാൻ പ്രകാരമുള്ള തുക ബാങ്കിൽ അടച്ച്, അതിന്റ രസീതി ഓഫീസിൽ ഹാജരാക്കുകയാണ് മുതലാളിമാർ ചെയ്യേണ്ടത്. സൂപ്രണ്ടിനെ വിളിച്ച് അന്വേഷിച്ചപ്പോൾ അങ്ങനെയല്ല അവിടെ നടക്കുന്നത് എന്ന് മനസ്സിലായി. പണം സഞ്ചിയിലാക്കി സൂപ്രണ്ടിനെ ഏൽപ്പിച്ചിട്ട് മുതലാളിമാർ സ്ഥലംവിടും. ഓൺലൈൻ സംവിധാനങ്ങളൊന്നും അന്നില്ലല്ലോ. ഇങ്ങനെ ഓഫീസിൽ വാങ്ങിവെക്കുന്ന പണമാണ് യാതൊരു സുരക്ഷയും ഇല്ലാതെ ഒരു ലാസ്റ്റ് ഗ്രേഡ് ജീവനക്കാരന്റെ കൈവശം ബാങ്കിലടയ്ക്കാൻ കൊടുത്തുവിടുന്നത്. സൈക്കിളിലാണ് ഒരു കിലോമീറ്റർ അപ്പുറമുള്ള ബാങ്കിലേക്ക് അയാൾ ലക്ഷക്കണക്കിന് പണവുമായി പോകുന്നത്. കാലങ്ങളായി അവിടെ അങ്ങനെയാണത്രേ.

ഞാൻ ശരിക്കും ഞെട്ടിപ്പോയി. അത്രയും വലിയ തുക വഴിയിൽ വച്ച് അപഹരിക്കപ്പെടുകയോ കൈമോശം വരുകയോ ചെയ്താൽ എന്താണ് സംഭവിക്കുക? ഡിവിഷണൽ മാനേജരായിരിക്കും ആദ്യം സമാധാനം പറയേണ്ടിവരുക. അത്രയും വലിയ തുകകൾ രസീതില്ലാതെ ഓഫീസിൽ വാങ്ങി സൂക്ഷിച്ചു, വാഹനം ഉണ്ടായിട്ടും വലിയ തുകയുമായി ഒരു ലാസ്റ്റ് ഗ്രേഡ് ജീവനക്കാരനെ സൈക്കിളിൽ പറഞ്ഞുവിട്ടു, ചട്ടങ്ങൾ പാലിച്ചില്ല, അങ്ങനെ എന്തിനൊക്കെ മറുപടി പറയേണ്ടിവരും. ഒരു പടികൂടി കടന്ന് ചിന്തിച്ചാൽ ആ ജീവനക്കാരനും ഓഫീസ് മേധാവിയും പൊലീസിന്റെ സംശയവലയത്തിൽ പെട്ടാലും അത്ഭുതപ്പെടാനില്ല.

എന്തിനാണ് ചട്ടവിരുദ്ധമായി ഇങ്ങനെ പണമായി വാങ്ങുന്നതെന്ന് സൂപ്രണ്ടിനോട് ചോദിച്ചു. കാലങ്ങളായി ഇവിടെ ഇങ്ങനെയാണ് എന്നാണ് വളരെ ലാഘവത്തോടെ അദ്ദേഹം പറഞ്ഞത്. ഈ രീതി തുടരാനാവില്ലെന്നും ലേലം കൊണ്ടവർക്ക് കൃത്യമായ തുകക്കുള്ള ചലാൻ പൂരിപ്പിച്ചു കൊടുക്കുന്ന ഉത്തരവാദിത്വമേ ഈ ഓഫീസിനുള്ളൂ എന്നും അവർ ബാങ്കിൽ പണം അടച്ച് ഹാജരാക്കുന്ന രസീത് മാത്രമേ സ്വീകരിക്കാവൂ എന്നും ഞാൻ പറഞ്ഞു. ഒരു കാരണവശാലും പണമായി ഓഫീസിൽ സ്വീകരിക്കരുത്.

അപ്പോൾ വളരെ ബാലിശമായ ഒരു വാദമാണ് അദ്ദേഹം ഉന്നയിച്ചത്. ബാങ്കിന്റെ കൃത്രിമസീൽ ഉണ്ടാക്കി, വ്യാജ രസീതി കൊണ്ടുവന്ന് മുതലാളിമാർ നമ്മളെ വഞ്ചിച്ചാലോ എന്നാണ് അദ്ദേഹത്തിന് ഭയം. പണമായി വാങ്ങിയാൽ ആ പ്രശ്നം ഇല്ലല്ലോ എന്നാണ്. എന്റെ അത്രയുംതന്നെ സർവീസ്സുള്ള ആ സീനിയർ സൂപ്രണ്ടിന് കാര്യത്തിന്റെ ഗൗരവം ബോധ്യമാകാഞ്ഞിട്ടല്ല എന്ന് മനസ്സിലായി. പണമായി സ്വീകരിക്കുന്ന രീതി തുടരാനാണ് അദ്ദേഹത്തിന് താല്പര്യം. അദ്ദേഹം അങ്ങനെ വാശിപിടിക്കുന്നത് എന്തുകൊണ്ടാണെന്നറിയാൻ എനിക്ക് കൗതുകം തോന്നി. അത്രയും പണം എണ്ണിതിട്ടപ്പെടുത്താനുള്ള ബുദ്ധിമുട്ടും കള്ളനോട്ടിന്റെ പ്രശ്നവും ഒക്കെ ഉണ്ടായിട്ടും പണമായിട്ട് തന്നെ വാങ്ങാനാണ് അദ്ദേഹത്തിന് താല്പര്യം.

അദ്ദേഹത്തെ പോകാൻ അനുവദിച്ചിട്ട് വിശ്വസ്തനായ മറ്റൊരു ജീവനക്കാരനെ വിളിച്ചു. സൂപ്രണ്ടിന്റെ പ്രത്യേക താൽപര്യത്തിന്റെ കാരണം അയാൾ പറഞ്ഞുതന്നു. മുതലാളിമാർ സഞ്ചികളിലും പൊതികളിലും മറ്റുമായി ഏൽപ്പിക്കുന്ന തുക അല്പം കൂടുതൽ ഉണ്ടാകും. റൗണ്ട് ഫിഗർ എന്നൊക്കെ പറയുന്നതുപോലെ. ഇങ്ങനെ പലരിൽ നിന്നുമാകുമ്പോൾ ചെറിയ ഒരു തുക മിച്ചം വരും. അവരത് അറിഞ്ഞുകൊണ്ട് വെയ്ക്കുന്നതാണ്. ബാങ്കിൽ ക്യൂ നിൽക്കാൻ അവർക്ക് സമയമില്ല. അതിനുള്ള അടവാണ്.

എന്നാൽ അതിലെ അപകടത്തെക്കുറിച്ച് സൂപ്രണ്ടിന് ലവലേശം ആശങ്കയില്ല. രസീതിയോ രേഖകളോ ഇല്ലാതെ അത്രയും വലിയ തുകകൾ ഓഫീസിൽ സൂക്ഷിക്കാൻ ചട്ടങ്ങൾ അനുവദിക്കുന്നില്ല. ഫിനാൻസ് ഇൻസ്പെക്ഷൻകാരുടെയോ മറ്റോ പരിശോധനയുണ്ടായാൽ ലക്ഷക്കണക്കിന് രൂപ അനധികൃതമായി സൂക്ഷിച്ചതിന് നടപടികൾ നേരിടേണ്ടിവരും. കൈക്കൂലിപ്പണം ആണെന്ന് പോലും വ്യാഖ്യാനിക്കപ്പെടും. ബാങ്കിൽ കൊണ്ടുപോകുന്ന വഴിക്ക് പണം നഷ്ടപ്പെട്ടാൽ ഭൂമിയോ സ്വർണ്ണമോ വിറ്റ് അത്രയും പണം ഉണ്ടാക്കേണ്ടി വരും.

സൂപ്രണ്ടിനെ വിളിച്ച് ഒന്നുകൂടി പറഞ്ഞു മനസ്സിലാക്കി. യാതൊരു സാഹചര്യത്തിലും തടിയുടെ വില പണമായി ഓഫീസിൽ സ്വീകരിക്കരുത് എന്ന് കർശനമായി നിർദ്ദേശം നൽകി. അപ്പോൾ തന്നെ ഒരു ഓഫീസ് ഓർഡറും ഇറക്കി. അങ്ങനെ കാലങ്ങളായി ഓഫീസ്മേധാവികൾ അറിഞ്ഞോ ശ്രദ്ധിക്കാതെയോ നടന്നുപോന്ന അപകടകരമായ ഒരു സമ്പ്രദായം അവസാനിപ്പിക്കാൻ കഴിഞ്ഞു. അഞ്ഞൂറ് രൂപയുടെ ആ കള്ളനോട്ടാണ് അതിന് വഴിയൊരുക്കിയത്. ഒരു കള്ളനോട്ടിനുപോലും അതിന്റെ യാത്രക്കിടയിൽ ചില ദൗത്യങ്ങൾ നിറവേറ്റാനുണ്ടാകും എന്നത് ഒരു അനുഭവപാഠമായി. അതില്ലായിരുന്നെങ്കിൽ ഞാൻ ഒന്നും അറിയുമായിരുന്നില്ല.

കാട്ടാനയുടെ ജഡം

ഓരോ ദിവസവും പുതിയ പുതിയ പ്രശ്നങ്ങൾ, വേറെ വേറെ ജോലികൾ, പുത്തൻ അനുഭവങ്ങൾ. അതാണ് ഇത്തരം സർവീസുകളുടെ സ്വഭാവം. എന്നും ഒരേ പണിതന്നെ ചെയ്തുകൊണ്ടിരിക്കുന്നതിന്റ വിരസത ഉണ്ടാകില്ല. പുതിയ പ്രശ്നങ്ങൾ ചിലപ്പോഴൊക്കെ ബുദ്ധിമുട്ടുകളും മനഃക്ലേശവും ഉണ്ടാക്കുമെങ്കിലും അതൊക്കെ മുന്നോട്ടുള്ള പ്രയാണത്തിന് മൂലധനമായി മാറും.

ഒരു ദിവസം ഉച്ചകഴിഞ്ഞ് യൂണിറ്റ് മൂന്നിലെ മാനേജർ ഗോവിന്ദൻ നമ്പൂതിരിയുടെ ഒരു ഫോൺകോൾ. അദ്ദേഹത്തിന്റെ ഫീൽഡിൽ ഒരു കാട്ടാന ചെരിഞ്ഞുകിടക്കുന്നു. രണ്ട് ദിവസത്തെ പഴക്കമുണ്ട് ജഡത്തിന്. എത്രയും പെട്ടെന്ന് തുടർനടപടികൾ വേണം. സമയം വൈകീട്ട് മൂന്നുമണി ആയിക്കാണും. പത്തുപന്ത്രണ്ടു കിലോമീറ്റർ ദൂരമേയുള്ളൂ. ഞാൻ അപ്പോൾതന്നെ സംഭവസ്ഥലത്തെത്തി. ഒരു കുന്നിൻചെരുവിന്റെ താഴെ ഭാഗത്തായി ഒരു നീർച്ചാലിനോട് ചേർന്നാണ് ജഡം കിടക്കുന്നത്.

ഉദ്ദേശം ഇരുപത് വയസ്സ് തോന്നിക്കുന്ന മോഴയാനയാണ്. അസഹനീയമായ ദുർഗന്ധം ആയിട്ടില്ല. സർവീസിൽ ഇത് രണ്ടാമത്തെ തവണയാണ് എന്റെ ഫീൽഡിൽ ആന ചാകുന്നത്. ആദ്യത്തേത് സർവീസിന്റെ തുടക്കകാലത്ത് അരിപ്പയിൽവച്ചാണ്. അന്ന് ജഡത്തിന് സമീപം വേറെ ആനകൾ മാറാതെ കൂട്ടമായി നിന്നതും മഹസർ തയ്യാറാക്കാൻ ബുദ്ധിമുട്ടായതും ഓർമ്മ വന്നു. ഇവിടെ ഭാഗ്യത്തിന് സമീപത്ത് നിലയുറപ്പിച്ച ആനക്കൂട്ടമില്ല. സാധാരണ ഇങ്ങനെ ആന ചെരിഞ്ഞാൽ ജഡത്തിന്റെ സമീപത്തായി ദിവസങ്ങളോളം നിലയുറപ്പിക്കും കൂട്ടത്തിലെ മറ്റാനകൾ. ആ പ്രശ്നം ഇല്ലാത്തതുകൊണ്ട് അടുത്തുപോയി വിശദമായി പരിശോധിച്ചു.

മോഴയാന ആയിരുന്നതുകൊണ്ട് കൊമ്പ് മുളച്ചിരുന്നില്ല. അതായിരുന്നു ഏറ്റവും വലിയ ആശ്വാസം. കൊമ്പ് നഷ്ടപ്പെട്ടിട്ടുണ്ടെങ്കിൽ ഒരു സർവീസ് കാലം മുഴുവൻ കൊണ്ടുനടക്കാനുള്ള വകുപ്പാകും

അത്. പ്രത്യക്ഷത്തിൽ വെടിയേറ്റ പാടുകളോ പടക്കം കടിച്ചതിന്റെ പരുക്കുകളോ ഇല്ല. കാട്ടുപന്നിയെ കൊല്ലാൻ ആളുകൾ ഇറച്ചിയിൽ പൊതിഞ്ഞുവെക്കുന്ന പടക്കം കടിച്ച് കാട്ടാനകൾ ചാകാറുണ്ട്. അങ്ങനെ ആയാൽ വായ്ഭാഗം പൊട്ടിച്ചിതറിയിട്ടുണ്ടാകും. മസ്തകത്തിന് താഴെ കാര്യമായ ഒരു മുറിവുണ്ട്. കാൽമുട്ടുകളിലും പാദങ്ങളിലും ഉരഞ്ഞ് പൊട്ടിയതുപോലെ ചതവുകൾ ഉണ്ട്. ഫീൽഡ് ഓഫീസറും ഗോവിന്ദൻനമ്പൂതിരിയും ചേർന്ന് മഹസ്സർ തയ്യാറാക്കി.

ശ്രമകരമായ പണിയാണ് ആനമഹസ്സർ തയ്യാറാക്കുന്നത്. കുറേ കാര്യങ്ങളുണ്ട് നിരീക്ഷിക്കാൻ. ജഡത്തിന്റ ഒരുപാട് അളവുകളെടുക്കണം. തുമ്പിക്കൈ മുതൽ വാലറ്റം വരെയുള്ള നീളം, ഉയരം, കാലുകളുടെ ചുറ്റളവ്, നഖങ്ങളുടെ എണ്ണം, ശരീരത്തിൽ മറ്റെന്തെങ്കിലും പാടുകൾ ഉണ്ടെങ്കിൽ അത്. അങ്ങനെ കുറേ ഉണ്ട്. ഗ്ലൗസുകൾ ധരിച്ച്, ജഡത്തിൽ സ്പർശിച്ചും അതിന് മുകളിൽ കയറി നിന്നും ഒക്കെ വേണം അളവെടുക്കലും പരിശോധനകളും.

മുഴുവൻ സമയവും ഞാൻ കൂടെതന്നെ ഉണ്ടായിരുന്നതുകൊണ്ട് സ്ഥലവും മഹസ്സറും സാക്ഷ്യപ്പെടുത്തുന്നത് എളുപ്പമായി. ഇനി വേണ്ടത് പോസ്റ്റ്മോർട്ടമാണ്. വനം വകുപ്പിന്റെ വെറ്റിനറി സർജനോ, അദ്ദേഹത്തെലഭ്യമായില്ലെങ്കിൽ ഏതെങ്കിലും ഒരു സർക്കാർ വെറ്റിനറി ഡോക്ടറോ വേണം പോസ്റ്റ്മോർട്ടം നടത്താൻ. അപ്പോഴേക്കും ഇരുട്ട് പരക്കാൻ തുടങ്ങി. പോസ്റ്റുമോർട്ടം നടപടികൾ ഇനി അടുത്ത ദിവസമേ സാധ്യമാകൂ. രണ്ടുമൂന്ന് ആദിവാസി യുവാക്കളെ കാവൽ ഏൽപ്പിച്ചിട്ട് ഞങ്ങൾ മടങ്ങി. അവർ തീ കത്തിച്ചും ചെണ്ടകൊട്ടിയുമൊക്കെ ജഡം സുരക്ഷിതമായി കാത്തുകൊള്ളും. അഴുകിത്തുടങ്ങിയ ജഡം കാട്ടുനായകളോ നരികളോ കടിച്ച് വികൃതമാക്കാതിരിക്കാനാണ് രാത്രി കാവൽ. മഹസറിലെ വിവരണങ്ങളുമായി പൊരുത്തപ്പെടാത്ത എന്തെങ്കിലും ജഡത്തിൽ കണ്ടാൽ പോസ്റ്റുമോർട്ടത്തിന് വരുന്ന ഡോക്ടർ സംശയങ്ങൾ പ്രകടിപ്പിക്കാൻ തുടങ്ങും.

അടുത്ത ദിവസം രാവിലെ സർക്കാർ വെറ്റിനറി ഡോക്ടറെ കൂട്ടിക്കൊണ്ടുവന്നു. അദ്ദേഹം ജഡവും പരിസരവും വിശദമായി പരിശോധിച്ചു. തുമ്പിക്കൈയിലെയും കാലിലെയും പരുക്കുകൾ കാര്യമായി നോക്കി. ബാഹ്യമായി കണ്ട ലക്ഷണങ്ങളിൽ നിന്നുതന്നെ മരണകാരണം അദ്ദേഹത്തിന് വ്യക്തമായിരുന്നു. കുന്നിന്റെ സാമാന്യം ചെരിവുള്ള സ്ഥലത്ത് വെച്ച് ഒരു കൊമ്പനുമായി കുത്തുകൂടിയപ്പോൾ ബാലൻസ് തെറ്റി കുന്നിൻചെരുവിലൂടെ താഴേക്ക് പതിച്ചതാണ്. അതിന്റ ആഘാതത്തിലാണ് മരണം സംഭവിച്ചത്. വലിയ ശരീരവും കരുത്തും ഉണ്ടെങ്കിലും നെഞ്ചടിച്ച് വീണാൽ ആനകൾക്ക് പെട്ടെന്ന് മരണം സംഭവിക്കും. അതാണ് മരണകാരണം

എന്ന് ഡോക്ടർ ഏകദേശം ഉറപ്പാക്കി. എന്നാലും വിശദമായ പോസ്റ്റുമോർട്ടം ആവശ്യമാണ്.

മൂന്നോ നാലോ ആളുകളുടെ സഹായത്തോടുകൂടി മാത്രം ചെയ്യാവുന്ന ബുദ്ധിമുട്ടുള്ള ഒരു പണിയാണ് ആനയുടെ പോസ്റ്റുമോർട്ടം. വലിയ വാളും കത്തിയും ഉളികളും മഴുവും കമ്പും കയറും ഒക്കെ വേണം. ഓരോ അവയവങ്ങളും ഗ്രന്ഥികളും പരിശോധിക്കേണ്ടതുണ്ട്. ആദ്യം കനമുള്ള തൊലി മാറ്റിയിട്ട് വയറുഭാഗം വെട്ടിപ്പൊളിക്കണം. ആമാശയം തുറന്ന് അതിനകത്ത് ആസ്വാഭാവികമായി എന്തെങ്കിലും ഉണ്ടോ എന്ന് നോക്കണം. വേനൽക്കാലത്ത് വെള്ളം കിട്ടാതായാൽ ചെറിയ ജലാംശത്തിനുവേണ്ടി ആനകൾ ചിലപ്പോൾ മണ്ണ് തിന്നും.

മൂന്നു മുതൽ അഞ്ച് അടി വരെ നീളവും ഒരു അടി മുതൽ ഒന്നര അടി വരെ ചുറ്റളവും ഉണ്ടാകും ആമാശയത്തിന്. കുടൽമാലയ്ക്ക് അമ്പത് അടിയോളം നീളം ഉണ്ടാകും. പാൻക്രിയാസ് ഗ്രന്ഥിക്കുതന്നെ ഒന്നര അടിയോളം നീളം കാണും. ലിവറിന് 60 കിലോ ഭാരവും. ആനകൾക്ക് പിത്തസഞ്ചി ഉണ്ടാകില്ല. എല്ലാം കീറിയും മുറിച്ചും പരിശോധിക്കണം. രണ്ട് ദിവസത്തെ പഴക്കമുള്ളതുകൊണ്ട് വയർ തുറക്കുമ്പോൾ അത്യാവശ്യം ദുർഗന്ധം വമിക്കും. എന്റെ ഓഫീസർമാരും നാലഞ്ച് ആദിവാസി യുവാക്കളും സഹായത്തിനുണ്ട്. വയറിനു പുറമേ നെഞ്ചിൻകൂടും തുറന്ന് പരിശോധിക്കണം. ഇരുപത്-ഇരുപത്തിയൊന്നു ജോഡി വാരിയെല്ലുകൾ ഉണ്ട്. ഇതിൽ കുറെയെണ്ണമെങ്കിലും വെട്ടിപ്പൊളിച്ചാലേ ഹൃദയവും ശ്വാസകോശങ്ങളും പരിശോധിക്കാൻ കഴിയൂ.

ഹൃദയത്തിന് തന്നെ 25 കിലോഗ്രാം ഭാരം വരും. ആറ് ജോഡി പാൽപല്ലുകളാണ് ആനയ്ക്ക് ഉണ്ടാവുക. ഇതിന്റെ എണ്ണം നോക്കിയാണ് ഏകദേശം പ്രായം നിർണയിക്കുന്നത്. പുറംകാഴ്ചയിൽ ഇരുപത് വയസ്സെന്ന് ഞങ്ങൾ നിർണയിച്ചപ്പോൾ, ഡോക്ടറുടെ പരിശോധനയിൽ ഇരുപത്തിയഞ്ച് വയസ്സെന്നാണ് കണ്ടത്. രാവിലെ പത്തര മണിക്ക് ആരംഭിച്ച പോസ്റ്റുമോർട്ടം കഴിയുമ്പോൾ വൈകുന്നേരം അഞ്ചുമണി കഴിഞ്ഞിരുന്നു. ആഹാരത്തിനുള്ള ഇടവേള ഉണ്ടായില്ല. ശരിക്കും വെള്ളം കുടിച്ചുപോയി ഡോക്ടറും ഞങ്ങളും. താഴ്ചയിലേക്ക് ഉരുണ്ടുവീണ് പതിച്ചപ്പോൾ ഉണ്ടായ ഹൃദയാഘാതം എന്നാണ് ഡോക്ടർ പോസ്റ്റുമോർട്ടം റിപ്പോർട്ട് സംഹരിച്ചത്.

ഡോക്ടറുടെ റിപ്പോർട്ട് ചെറുതല്ലാത്ത ആശ്വാസമാണ് ഞങ്ങൾക്ക് തന്നത്. വെടിയേറ്റിട്ടോ പടക്കം കടിച്ചിട്ടോ ആണ് മരണം സംഭവിച്ചതെങ്കിൽ ഉദ്യോഗസ്ഥർക്ക് നീണ്ടനാളത്തെ പീഡനങ്ങളാണ്. കേസ് അന്വേഷിക്കണം പ്രതികളെ കണ്ടെത്തണം, പിന്നെ അറസ്റ്റ്,

കോടതിയിൽ ഹാജരാക്കൽ, തുടർന്നുള്ള ദീർഘകാലത്തെ കോടതി നടപടികൾ, വകുപ്പ്തല അന്വേഷണങ്ങളും നടപടികളും വേറെ. അങ്ങനെ പോകും. അതൊന്നും ഇല്ലാതെ ഞങ്ങൾ രക്ഷപ്പെട്ടു.

മഹസ്സറിന്റ കോപ്പിയും പോസ്റ്റ്മോർട്ടം റിപ്പോർട്ടും തിരുവനന്ത പുരത്ത് ചീഫ് വൈൽഡ് ലൈഫ് വാർഡന് അയച്ചുകൊടുത്ത തോടെ എല്ലാം അവസാനിച്ചു. അന്ന് ഒരു പരിശീലനത്തിനായി അമേരിക്കയിൽ പോയിരുന്ന മേലുദ്യോഗസ്ഥനെ ഈ വിവരങ്ങൾ അറിയിച്ചില്ല എന്നുള്ളത് എന്റെ ഭാഗത്തു വന്ന വലിയ ഒരു വീഴ്ച യാണ്. അത്രയും ഗൗരവമുള്ള കാര്യമാണ് കാട്ടിൽ ആന ചെരിയു ന്നത്. അദ്ദേഹത്തെ അലോസരപ്പെടുത്താണ്ടാ എന്ന് കരുതിയാണ് അറിയിക്കാതിരുന്നത്. പക്ഷേ അമേരിക്കയിൽനിന്നും മടങ്ങി വന്ന ശേഷം ഇതിന് അദ്ദേഹം എന്നെ കുറ്റപ്പെടുത്തി.

പോസ്റ്റുമോർട്ടത്തോടെ പ്രശ്നം അവസാനിച്ചില്ല. ആനയുടെ ജഡം സംസ്കരിക്കണം. അധികം ദൂരെയല്ലാതെ ജനവാസകേന്ദ്ര ങ്ങളുണ്ട്. വെറുതെ കുഴിച്ചിടാൻ പറ്റില്ല. മുഴുവനായി കത്തിച്ചിട്ട് വേണം കുഴച്ചിടാൻ. അതൊരു വലിയ പണിയാണ്. ചെറിയ കഷണ ങ്ങളാക്കി വിറകും മണ്ണെണ്ണയും ഉപയോഗിച്ച് വേണം കത്തിക്കാൻ. ശരീരഭാഗങ്ങൾ തുറന്നതുകൊണ്ട് അപ്പോഴേക്കും നന്നായി ദുർ ഗന്ധം വമിക്കാൻ തുടങ്ങിയിരുന്നു. ഏതായാലും ഈ ദൗത്യം മാനേ ജർ ഗോവിന്ദൻനമ്പൂതിരിതന്നെ ഏറ്റെടുത്തു. അതിനു പറ്റിയ നാലഞ്ച് ആദിവാസി യുവാക്കളെ അദ്ദേഹം സംഘടിപ്പിച്ചു. നല്ല കായികബലവും മനക്കരുത്തും വേണ്ട പണിയാണ്. ഏതാനും കുപ്പി കളിൽ നിന്നും അതവർ ആവശ്യത്തിന് സംഭരിച്ചു. ഭംഗിയായി അ വർ കൃത്യം നിർവഹിച്ചു.

ജഡം കഷ്ണങ്ങളാക്കി വലിയൊരു കുഴിയെടുത്ത് അതിലിട്ട് കത്തിച്ചു. എല്ലാം ശുഭം എന്ന് എനിക്ക് റിപ്പോർട്ടും കിട്ടി. അങ്ങനെ സമാധാനമായി ഇരിക്കുമ്പോൾ ഒരു നേതാവിന്റെ ഫോൺ. ജഡ ത്തിന്റ ഒരു കാൽ പൂർണ്ണമായും കത്തിയിട്ടില്ലത്രെ. ഞാൻ പോയി നോക്കി. ശരിയാണ്, ഒരു കാലിന്റ കുറച്ച് ഭാഗം കൂടി കത്താനുണ്ട്. നാലായിരം കിലോ ഭാരമുള്ള ആനയുടെ 20 കിലോ പോലും ഇല്ലാത്ത ഒരു കഷ്ണം കത്തിയില്ല എന്നാണ് നേതാവിന്റെ പരാതി. നേതാവായി വളർന്നുവരാൻ ആഗ്രഹിക്കുന്നവർ ചിലപ്പോൾ ഇങ്ങനെ ചില പ്രശ്നങ്ങളുമായി വരും. നാട്ടിൽ ഒരു ചൊല്ലുണ്ട്. അത്താഴം മുടക്കാൻ നീർക്കോലി മതി. അത്യാവശ്യം പ്രശ്നങ്ങൾ ഉണ്ടാക്കാൻ ഛോട്ടാ നേതാക്കന്മാർക്കും കഴിയും. ഏതായാലും ആ കാലിന്റെ ഭാഗം കത്തിത്തീരുംവരെ ഞാൻ അവിടെത്തന്നെ നി ന്നിട്ടാണ് മടങ്ങിപ്പോന്നത്.

യൂക്കാലി, അക്കേഷ്യ ഗോ ബാക്ക്

ഓരോ ദിവസവും ഓരോന്നാണ് പ്രശ്നങ്ങൾ എന്ന് പറഞ്ഞല്ലോ. അടുത്ത ദിവസം കുറച്ചു നേതാക്കൾ എന്നെ കാണാൻ വന്നു. പ്ലാന്റേഷനുകളുടെ പരിസരങ്ങളിൽ താമസിക്കുന്നവരുടെ പ്രതിനിധികളാണ്. എല്ലാ പാർട്ടിക്കാരുമുണ്ട്. തോട്ടങ്ങളിൽ പുനർനടീലിനായി യൂക്കാലിയും അക്കേഷ്യയും ഉപയോഗിക്കാൻ പാടില്ല എന്നാണ് അവരുടെ ആവശ്യം. അങ്ങനെ ഉണ്ടായാൽ നാട്ടുകാർ എതിർക്കുമെന്നും സമരമുറകളിലേക്ക് പോകും എന്നുമാണ് അവർ പറഞ്ഞത്.

യൂക്കാലിയും അക്കേഷ്യയും വൻതോതിൽ ഭൂഗർഭജലം വലിച്ചെടുത്ത് വരൾച്ചയുണ്ടാക്കും എന്നാണ്. മാത്രമല്ല അവയുടെ പൂമ്പൊടി ശ്വസിച്ച് ആളുകൾക്ക് ശ്വാസകോശസംബന്ധമായ രോഗങ്ങൾ ഉണ്ടാകും എന്നുമാണ് അവരുടെ ഭയം. വ്യവസായിക ആവശ്യങ്ങൾക്കുള്ള മരങ്ങൾ വെച്ചുപിടിപ്പിക്കലാണ് KFDCയുടെ ലക്ഷ്യമെന്നും നടാനുള്ള യൂക്കാലിയുടെയും ആക്കേഷ്യയുടെയും ലക്ഷക്കണക്കിന് തൈകൾ നഴ്സറികളിൽ വളർന്നുകൊണ്ടിരിക്കുകയാണെന്നും ഞാൻ അവരോട് പറഞ്ഞു. ഇതിനുവേണ്ടി ഒരുപാട് പണം മുടക്കിക്കഴിഞ്ഞതാണെന്നും അടുത്തവർഷം മുതൽ അവർ പറയുന്നതുപോലെ ചെയ്യാമെന്നും പറഞ്ഞു.

നാട്ടുകാർ പറയുന്നതിൽ കഴമ്പുണ്ട് എന്ന് വ്യക്തിപരമായി എനിക്കറിയാം. എങ്കിലും സർക്കാരിന്റെ ഭാഗമായി നിൽക്കുന്ന ഒരു ഉദ്യോഗസ്ഥന് സർക്കാർ നയങ്ങൾ നടപ്പാക്കാനല്ലേ പറ്റൂ. ഒരു യൂക്കാലി മരം ഒരു ദിവസം 15 മുതൽ 20 ലിറ്റർവരെ ജലം സ്വേതീകരണത്തിലൂടെയും (Transpiration), പ്രകാശസംസ്ലേഷണത്തിലൂടെയും (Photsoynthesis) നഷ്ടപ്പെടുത്തുന്നുണ്ട് എന്നാണ് ഏകദേശ കണക്ക്. അപ്പോൾ വിസ്തൃതിയേറിയ തോട്ടങ്ങൾ വരൾച്ച ഉണ്ടാക്കും എന്ന ആശങ്കയിൽ കാര്യമുണ്ട്. ഇത് ശരിവെക്കുന്നതാണ് പിന്നീട് 2017 ഫെബ്രുവരി മാസം ഇരുപത്തിമൂന്നാം തീയതിയി ഉണ്ടായ കോടതി ഉത്തരവ്.

യൂക്കാലി ഒരു വരുത്തൻ മരമാണ്. ഓസ്ട്രേലിയ ആണ് ജന്മ നാട്. 600ൽപരം സ്പീഷീസുകൾ ഉണ്ട്. അതിവേഗവളർച്ച കാരണം ഒരുകാലത്ത് വിറകിനും പൾപ്പനും വേണ്ടി ഇന്ത്യയിൽ ഇതിന്റെ തോട്ടങ്ങൾ വ്യാപിപ്പിച്ചതാണ്. 1790-ൽ മൈസൂരിലെ നന്ദി കുന്നുകളിൽ ടിപ്പുസുൽത്താൻ പതിനാറിനം യൂക്കാലികൾ നട്ടു എന്ന് പറയപ്പെടുന്നു. ഹൈറേഞ്ചുകളിലെ പുൽമേടുകളിലും ചതിപ്പുകളിലും നടുന്നത് പ്രശ്നമല്ല എങ്കിലും, ജനവാസമേഖലകളിൽ വലിയ തോട്ടങ്ങൾ ഉണ്ടാക്കുന്നത് അഭികാമ്യമല്ല.

സമാനമല്ലെങ്കിലും അക്കേഷ്യയ്ക്കുമുണ്ട് ചില പാരിസ്ഥിതിക പ്രശ്നങ്ങൾ. ഇവയുടെ പരാഗരേണുക്കൾ (Pollen grains) കണ്ണിലോ വായിലോ സ്പർശിക്കുകയോ ശ്വസിക്കുകയോ ചെയ്താൽ ചിലർക്ക് അലർജി ഉണ്ടാവും. ദേഹത്ത് തടിപ്പും ചൊറിച്ചിലും അനുഭവപ്പെടാം. തുമ്മലും ചെറിയ ശ്വാസംമുട്ടലും ആയിരിക്കും ചിലർക്ക് അനുഭവപ്പെടുക. ഏതായാലും ജനവാസകേന്ദ്രങ്ങൾക്ക് സമീപം വെച്ചുപിടിപ്പിക്കാൻ അനുയോജ്യമല്ലാത്തതാണ് രണ്ടും. നാട്ടുകാരുടെ പ്രതിഷേധം ന്യായമാണ്.

ഞാൻ ധർമ്മസങ്കടത്തിലായി. സർക്കാരിന്റെ ഭാഗമായി നിൽക്കുമ്പോൾ വ്യക്തിപരമായ ബോധ്യങ്ങൾക്കും ഇഷ്ടങ്ങൾക്കും സ്ഥാനമില്ല. എന്ത് വിലകൊടുത്തും എതിർക്കും എന്നാണ് നാട്ടുകാരുടെ നിലപാട്. പല നേഴ്സറികളിലായി ലക്ഷക്കണക്കിന് തൈകളാണ് വളർന്നുകൊണ്ടിരിക്കുന്നത്. ഒരുപാട് പണം മുടക്കിക്കഴിഞ്ഞതുമാണ്. മറ്റേതെങ്കിലും വൃക്ഷത്തൈകൾ വളർത്തിയെടുക്കാൻ ഇനി സമയവുമില്ല. സമയത്ത് തൈകൾ നട്ടില്ലെങ്കിൽ ഏക്കർകണക്കിന് ഭൂമി തരിശിടേണ്ടി വരും. തൈ നടാൻ ഒരു വർഷത്തെ ഇടവേള വന്നാൽ അത് വലിയ സാമ്പത്തികനഷ്ടത്തിന് ഇടവരുത്തും. നഴ്സറിക്ക് മുടക്കിയ ലക്ഷങ്ങളും വെള്ളത്തിലാകും.

മാനേജിങ് ഡയറക്ടറെ ഫോണിൽ ബന്ധപ്പെട്ട് വിഷയം അവതരിപ്പിച്ചു. നാട്ടുകാരുമായി സംസാരിച്ച് ഒരു ഒത്തുതീർപ്പിൽ എത്താൻ കഴിയുമോ എന്ന് ശ്രമിക്കാനാണ് കിട്ടിയ നിർദ്ദേശം. നാട്ടുകാരുമായി സംസാരിക്കാമെന്നും അതിനുശേഷം തീരുമാനം എടുക്കാം എന്നും പറഞ്ഞ് നേതാക്കളെ തൽക്കാലം തിരിച്ചയച്ചു. രണ്ടു ദിവസം കഴിഞ്ഞ് പ്രദേശത്തെ അംഗൻവാടി പരിസരത്തുവെച്ച് ഞാൻ നാട്ടുകാരെ കണ്ടു. നേരത്തെ അറിയിച്ചിട്ടാണ് പോയത്. രോഷാകുലരായി നിൽക്കുകയാണവർ. സർക്കാർ നയമാണെന്നും വേണ്ടിവന്നാൽ പൊലീസ് സംരക്ഷണയിൽ മുന്നോട്ടുപോകും എന്നും പറഞ്ഞാൽ അവിടെ വിലപ്പോകില്ല എന്ന് മനസ്സിലായി.

ന്യായമായ ജനകീയ പ്രതിഷേധങ്ങളെ ഉരുക്കുമുഷ്ടികൊണ്ട് നേരിടാൻ തുനിഞ്ഞാൽ പ്രശ്നം കൂടുതൽ വഷളാവുകയേ ഉള്ളൂ

എന്ന് മുൻകാല അനുഭവങ്ങൾ എന്നെ പഠിപ്പിച്ചിട്ടുണ്ട്. ഞാനൊരു വിനീതവിധേയന്റെ റോളെടുത്തു. അവരുടെ വികാരത്തെ മാനിക്കുന്നു എന്നും അവരുടെ ആവശ്യത്തോട് വ്യക്തിപരമായി യോജിച്ച് നിൽക്കുന്ന ആളാണ് ഞാനെന്നും പറഞ്ഞു. അവരുടെ വിയോജിപ്പ് നേരത്തെ അറിഞ്ഞിരുന്നെങ്കിൽ ആവശ്യമായ എഴുത്തുകുത്തുകൾ നടത്തി വേണ്ടത് ചെയ്യാമായിരുന്നു എന്നുപറഞ്ഞ് അവരെത്തന്നെ ചെറുതായി കുറ്റപ്പെടുത്തി. ലക്ഷക്കണക്കിന് തൈകൾ വളർന്ന് നടാൻ പാകമായി നിൽക്കുകയാണെന്നും ഇനി മറ്റു വൃക്ഷത്തൈകൾ വളർത്തിയെടുക്കാൻ സമയമില്ലെന്നും അവരോട് പറഞ്ഞു. അതുകൊണ്ട് ഇപ്പോഴത്തെ സാഹചര്യത്തിൽ ഈ ഒരു തവണ സഹകരിക്കണമെന്ന് ഞാൻ അഭ്യർത്ഥിച്ചു. മേലിൽ ഈ ഇനത്തിൽപ്പെട്ട തൈകൾ ഉപയോഗിക്കാതിരിക്കാനുള്ള നടപടികൾ സ്വീകരിക്കുമെന്നു അവർക്ക് ഉറപ്പുകൊടുത്തു.

മണിക്കൂറുകൾ നീണ്ട സംവാദങ്ങൾക്കൊടുവിൽ അവർ വഴങ്ങി. അങ്ങനെ അക്കൊല്ലത്തെ പ്ലാന്റിംഗ് കാര്യമായ എതിർപ്പുകളില്ലാതെ സുഗമമായി നടന്നു. ജനവികാരം കണക്കിലെടുക്കാതെ സർക്കാരുകൾക്ക് മുന്നോട്ടുപോകാൻ കഴിയില്ല. ജനങ്ങളിൽ വർദ്ധിച്ചുവരുന്ന പാരിസ്ഥിതിക അവബോധം നാടിന്റെ ദീർഘകാലനന്മയ്ക്ക് നല്ലതാണ്. ഒന്നെനിക്ക് മനസ്സിലായി. ഏതൊരു കാര്യത്തിലും കൗശലപൂർവ്വം ഒളിപ്പിച്ചുവെച്ച നിഗൂഢലക്ഷ്യങ്ങൾ ഇല്ലെന്ന് ജനത്തെ ബോധ്യപ്പെടുത്തുകയും അവരെ വിശ്വാസത്തിലെടുക്കുകയും അവരോട് കാര്യങ്ങൾ തുറന്നുപറയുകയും ചെയ്താൽ ജനങ്ങൾ അനാവശ്യമായ പ്രക്ഷോഭങ്ങളിലേക്ക് പോകില്ല. അതേസമയം അധികാരത്തിന്റെ ബലത്തിൽ ഉരുക്കുമുഷ്ടിയുമായി ജനരോഷത്തെ നേരിടാൻ ശ്രമിക്കുമ്പോഴാണ് കാര്യങ്ങൾ കൈവിട്ടു പോകുന്നത്. ഇതിന് ഒരുപാട് ഉദാഹരണങ്ങൾ വർത്തമാനകാലത്ത് നമ്മൾ കണ്ടുകൊണ്ടിരിക്കുന്നതാണ്.

കാലം കരുതിവെച്ച കനൽ

സർവീസ്സ്റ്റോറിയിൽ കുടുംബകാര്യങ്ങൾക്ക് വലിയ പ്രസക്തിയില്ല എന്നറിയാം. ഭാര്യയും മക്കളുമൊക്കെ കടന്നുവരുന്നത് ഭംഗിയല്ല എന്നും അറിയാം. പക്ഷേ ഞാൻ ഞാനല്ലാതായിപ്പോയ ആ ഒരു ദിവസത്തെ അടയാളപ്പെടുത്താതെ എനിക്ക് മുന്നോട്ട് പോകാൻ കഴിയില്ല. ജീവിതംതന്നെ അനിശ്ചിതത്തിലാക്കിയ ആ ദിവസത്തിന്റെ ഓർമ്മകൾ കണ്ണുനീരായി എന്റെ കാഴ്ചയെ മറയ്ക്കുന്നു. അക്ഷരങ്ങളാക്കി അതൊഴുക്കിക്കളയാതെ എങ്ങനെയാണ് ഞാൻ ഈ എഴുത്ത് മുന്നോട്ടുകൊണ്ടുപോവുക. 2010 ഏപ്രിൽ 17. അന്ന് എനിക്കെന്റെ 'ഫ്ളോറിയെ' നഷ്ടമായി. അതാണവളുടെ പേര്. ഇരുപത്തിയെഴുവർഷം എന്റെ എല്ലാമായിരുന്ന ആ വിളക്ക് ഒരൊറ്റ നിമിഷത്തിൽ അണഞ്ഞുപോയി. നാൽപത്തിയേഴു വയസ്സിന്റെ ചെറുപ്പത്തിൽ, എന്നെ തനിച്ചാക്കിയിട്ട് അവൾ പോയി. FLORA എന്ന് ഓമനപ്പേരിട്ട എന്റെ വീട് ഇരുട്ടിലായി.

2010 ഏപ്രിൽ 15. വിഷുവാണ്. അവധി ദിവസത്തിലും പുനലൂരിലുള്ള എന്റെ ഓഫീസിൽ ഞാൻ ജോലിയിലാണ്. അടിയന്തര പ്രാധാന്യമുള്ള പത്തുപതിനഞ്ചു കേസ് ഫയലുകളുമായി മല്ലിടുകയാണ്. ഹെഡ് ഓഫീസിൽനിന്നും കോടതിയിൽനിന്നും നിരന്തരം റിപ്പോർട്ട് ചോദിച്ചുകൊണ്ടിരിക്കുന്നു. ഡിവിഷനിൽ എടുത്തിട്ടുള്ള ഫോറസ്റ്റ് കേസുകളെപ്പറ്റിയാണ്. ആകെ എടുത്ത കേസുകൾ, ചാർജ് ചെയ്തതെത്ര, കേസെടുത്ത ഉദ്യോഗസ്ഥർ ആരൊക്കെ, അന്വേഷണ പുരോഗതി, അങ്ങനെ കുറെ ചോദ്യങ്ങളാണ്. ഒരുപാട് സമയമെടുക്കുന്ന പണിയാണ്.

ഒഴിവുദിവസമായതുകൊണ്ട് സ്വസ്ഥമായിരുന്ന് ആ ഫയലുകൾ തീർക്കാം എന്ന് കരുതി. ഫയലുകൾ തലേന്നുതന്നെ എടുത്തു മേശപ്പുറത്തു വെപ്പിച്ചിരുന്നു. ഓഫീസിൽ ഞാൻ തനിച്ചേ ഉള്ളൂ. പത്തരമണിയോടെ ഒരു ഫോൺകോൾ വരുന്നു. നാട്ടിലെ ഒരു സുഹൃത്താണ്. എന്റെ രണ്ടു വീടുകൾക്കപ്പുറം 70 വയസ്സുള്ള ഒരാൾ

മരിച്ചു എന്ന വിവരമാണ്. വിഷുവായിട്ട് അടുത്തുള്ള അമ്പലത്തിൽ ദർശനത്തിന് പോയതാണയാൾ. ഹൃദയാഘാതം ഉണ്ടായി. കഷ്ട മായിപ്പോയി എന്നു മാത്രം പറഞ്ഞു ഞാൻ ഫോൺ വെച്ചു. പെട്ടെന്ന് എത്തിച്ചേരാനാകാത്ത അത്ര അകലെയാണ്. കുടുംബം അന്ന് കുട്ടി കളുടെ പഠനസൗകര്യത്തിനായി വീട്ടിൽനിന്നും മാറി തൃശ്ശൂർ പട്ടണ ത്തിൽ താമസിക്കുന്നുണ്ട്. ഞാൻ ഭാര്യയെ വിളിച്ച് പറ്റുമെങ്കിൽ മരണവീട്ടിൽ പോകണമെന്നും മരിച്ച ആളുടെ സഹധർമിണിയെ ദുഃഖം അറിയിക്കണമെന്നും പറഞ്ഞു. പിന്നെ ഞാൻ എന്റെ പണി യിൽ മുഴുകി. അവൾ ഉടനെ വസ്ത്രം മാറി പുറപ്പെടാൻ തയ്യാറായി. അടുത്തുള്ള ബസ്സ്റ്റോപ്പിൽ കൊണ്ടുവിടാൻ മകനോട് തിടുക്കം കൂട്ടി.

പത്ത് മിനിറ്റ് കഴിഞ്ഞ് എന്റെ ഫോൺ വീണ്ടും ശബ്ദിച്ചു. മക നാണ്. വിറയ്ക്കുന്ന ശബ്ദത്തിൽ അവൻ പറഞ്ഞു, "ബൈക്ക്, ഒരു ഓട്ടോയിൽ തട്ടി. മമ്മിക്ക് ബോധമില്ല. ആശുപത്രിയിലാണ്." നൂറാ യിരം ദുഷിച്ച സൂചനകൾ മനസ്സിലൂടെ കടന്നുപോയി. സൂപ്രണ്ടിനെ വിളിച്ചു പറഞ്ഞ് അപ്പോൾതന്നെ ടാക്സിയിൽ തൃശ്ശൂർക്ക് തിരിച്ചു. വൈകുന്നേരം അവിടെ മദർ ആശുപത്രിയിൽ എത്തുമ്പോൾ, ഐ. സി.യുവിൽ കണ്ണുകളടച്ച് കിടക്കുകയാണവൾ. ഞാൻ ഉറക്കെ വിളിച്ചു. കണ്ണുകൾ മെല്ലെയൊന്നു തുറക്കാൻപോലും വെന്റിലേറ്റർ നൽകുന്ന ഊർജ്ജം മതിയായില്ല. എപ്പോഴേ മരണം എന്റെ പ്രിയ പ്പെട്ടവളെ റാഞ്ചിക്കൊണ്ടുപോയിരുന്നു.

ഒരാഴ്ച മുമ്പ്, കിഴക്ക് വെള്ളകീറുംനേരം എന്നെ കൈവീശി യാത്രയാക്കിയ എന്റെ പ്രിയ സഖി. കാഴ്ചയിൽനിന്നും മറയും വരെ, തന്റെ പ്രിയന് ആപത്തൊന്നും വരുത്തരുതേ എന്ന് കൈ കൂപ്പി നിന്ന എന്റെ കൂട്ടുകാരി. അവൾ ഇനി ഉണരില്ല എന്ന് മനസ്സ് പറഞ്ഞു. ഐ.സി.യുവിനു മുന്നിലെ വരാന്തയിൽ ഞാൻ തളർന്ന് ഇരുന്നു. വെന്റിലേറ്ററിന്റെ ബീപ്... ബീപ്... ശബ്ദം മണി മുഴങ്ങും പോലെ ചെവിയിൽ വന്നലച്ചുകൊണ്ടിരുന്നു.

ഏപ്രിൽ 17 ശനിയാഴ്ച. രാവിലെ ഡോക്ടർ വിളിച്ചിട്ട് പറഞ്ഞു. "പ്രധാനപ്പെട്ട അവയവങ്ങളുടെയെല്ലാം പ്രവർത്തനം നിലച്ചിരി ക്കുന്നു. മരുന്നുകളോട് പ്രതികരിക്കുന്നില്ല. ഒരു ശതമാനംപോലും പ്രതീക്ഷയില്ല. മരിച്ചതായി രേഖപ്പെടുത്തുകയാണ്."

വെന്റിലേറ്റർ നീക്കം ചെയ്യുമ്പോൾ ഞാൻ ആ കട്ടിലിനരികെ യുണ്ട്. പൂർണ്ണശാന്തതയ്ക്ക് തടസ്സം നിന്ന ആ യന്ത്രം പിൻവാങ്ങിയ പ്പോൾ അവൾ ശാന്തമായി ഉറങ്ങി. ജീവൻ തിരിച്ചുപിടിക്കാൻ രണ്ട് ദിവസമായി നടത്തിയ ശ്രമങ്ങൾ വിഫലമായി. വിളറി വെളുത്ത ആ ഇത്തിരി ശരീരം അവസാനമായി വെള്ള പുതപ്പിക്കുംമുമ്പ്

നേഴ്സിനോട് ഞാൻ കെഞ്ചി. "എന്റെ പ്രിയപ്പെട്ടവളുടെ അഞ്ചാറ് മുടിയിഴകൾ എനിക്ക് മുറിച്ചുതരുമോ?"

അശാന്തി നിറയുന്ന രാത്രികളിൽ എന്നെ സ്വാന്തനിപ്പിച്ചുറക്കിയ അതിന്റെ സ്നിഗ്ധഗന്ധം. അതോർത്തപ്പോൾ മെഡിക്കൽ എത്തിക്സോ ആശുപത്രി മര്യാദകളോ ഞാൻ ഓർത്തില്ല. അവർ ഏതാനും മുടിയിഴകൾ മുറിച്ച് എന്റെ കൈയിൽ വെച്ചുതന്നു. പതിമ്മൂന്നു വർഷങ്ങൾക്കുശേഷം ഇതെഴുതുമ്പോഴും എന്റെ കൈവിരലിൽ അതുണ്ട്, ഒരു സ്വർണ്ണമോതിരത്തിൽ മനോഹരമായി ഒളിപ്പിച്ചുവെച്ച്. ഒരു കുഞ്ഞുചില്ലുജാലകത്തിലൂടെ കറുത്ത കല്ലുപോലെ അത് കാണാം. ചിലർ ചോദിച്ചിട്ടുണ്ട്, ഗോമേതകക്കല്ലാണോ എന്ന്. അതിലുമൊക്കെ എത്രയോ വിലയുള്ളത് എന്നുമാത്രം പറയും ഞാൻ.

വേളിപ്പുടവയുടുപ്പിച്ച അവളുടെ ശരീരം അന്ത്യയാത്രയ്ക്കൊരുങ്ങിയപ്പോൾ, മമ്മിയെ കൊണ്ടുപോകല്ലേ എന്ന് വാവിട്ടു കരഞ്ഞു കുട്ടികൾ. ഞാൻ കരഞ്ഞില്ല. അസാമാന്യമായ മനസ്സാന്നിധ്യമുണ്ടെനിക്ക് എന്നാളുകൾ പറഞ്ഞു. എനിക്ക് എന്റെ മക്കളെ തളരാതെ നോക്കണം. മൂത്ത മകൾ മാത്രമാണ് വിവാഹിത. രണ്ടാമത്തെ മകളും മകനും കുട്ടികളാണ്, പഠിക്കുന്നു. യൗവനത്തിൽ അമ്മയെ നഷ്ടപ്പെട്ട മകൾ. താനോടിച്ച ബൈക്കിൽനിന്നും വീണ് അമ്മ പോയി എന്ന് വിലപിക്കുന്ന മകൻ. ഞാൻ കരഞ്ഞാൽ അവർ തളരും. അവർക്ക് ഇനിയും ഒരുപാടുണ്ട് ജീവിതം. അവരുടെ മുന്നിൽ ഞാൻ കരഞ്ഞുകൂടാ. കാണാനും കേൾക്കാനും ആരുമില്ലാത്തപ്പോൾ ഒറ്റയ്ക്കിരുന്നു കരയും.

ഒരു പതിറ്റാണ്ടിന്നിപ്പുറം ഇന്നും തനിച്ച് കാറോടിച്ചു പോകുമ്പോഴൊക്കെ ആരും കാണാതെ, കേൾക്കാതെ കാറിലിരുന്ന് ഉറക്കെ വാവിട്ടു കരയും ഞാൻ. ഒറ്റപ്പെടലിന്റെ വേദനയെ അങ്ങനെ തോൽപ്പിക്കും. മനസ്സിനെ പൊതിഞ്ഞുവരുന്ന വിഷാദത്തിന്റെ അടരുകളെ അങ്ങനെയാണ് അടർത്തിക്കളയുക. ആഴ്ചയിൽ ഒരിക്കലെങ്കിലും രാവിലെ, ചാവക്കാട് കടപ്പുറത്തേക്കോ ചിലപ്പോൾ ലക്ഷ്യമില്ലാതേയോ തനിയെ കുറേ ദൂരം കാറോടിച്ച് പോകും. ഒറ്റയ്ക്കിരുന്ന് ഇനിയുമെത്ര കാറ്റേൽക്കേണ്ടിവരും എന്നറിയില്ല.

To Be Too Good is not Good

എല്ലാം ശാന്തമായപ്പോൾ ഞാൻ എന്റെ ഡയറിയിൽ കുറിച്ചിട്ടു, To be too good is not good. എന്റെ പിന്നീടുള്ള ജീവിതത്തിന്റെ ടാഗ് ലൈൻ ആയി മാറി അത്. മനസ്സിൽ ആവശ്യത്തിൽ കൂടുതൽ നന്മകൾ കൊണ്ടുനടക്കുന്നത് നന്നല്ല. ഭൂമിയിൽ നല്ല മനസ്സുള്ള വർക്ക് സമാധാനം എന്ന് ക്രിസ്തുദേവൻ പറഞ്ഞത് എന്തോർത്തിട്ടാ ണെന്ന് അറിയില്ല. നല്ല മനസ്സുള്ളവർക്ക് അശാന്തിയാണ് ഈ ലോകം നൽകുക.

സുഹൃത്തിന്റെ ആ ദിവസത്തെ ഫോൺസന്ദേശത്തിലേക്ക് ചിന്ത കൾ തിരിച്ചുപോയി. അന്ന് മരിച്ച ആളുടെ സഹധർമ്മിണിയോട് എനിക്ക് ആ നിമിഷം തോന്നിയ കടപ്പാടാണ് എല്ലാത്തിനും വഴി യൊരുക്കിയത്. ഒരു നേഴ്സാണവർ. വർഷങ്ങൾക്കുമുമ്പ് എന്റെ പിതാവ് രോഗശയ്യയിൽ കിടന്നപ്പോൾ അസമയങ്ങളിൽപോലും പ്രതിഫലം വാങ്ങാതെ വീട്ടിൽ വന്ന് അദ്ദേഹത്തിന് കുത്തിവെപ്പു കൾ എടുത്തിട്ടുണ്ട് അവർ. ആ ഓർമ്മകൊണ്ടാണ് അവരെ വീട്ടിൽ ചെന്ന് കണ്ട് ദുഃഖമറിയിക്കണം എന്ന വിചാരം ഉണ്ടാക്കിയതും ഭാര്യയെ ആ ദൗത്യം ഏൽപ്പിച്ചതും. എന്റെ മനസ്സിന്റെ ആ നന്മ തീരാദുഃഖത്തിനാണ് ഇടയാക്കിയത്. മനസ്സിൽ ഉപകാരസ്മരണ കൾ ഉണരാതിരുന്നെങ്കിൽ ഇന്ന് ഞാൻ തനിച്ചാകുമായിരുന്നില്ല. To be too good is not good.

ആ മെയ്മാസം മുഴുവനും എനിക്ക് ലീവ് അനുവദിച്ചു കിട്ടിയി രുന്നു. തൃശ്ശൂരിലെ പഠനം കഴിഞ്ഞു കുട്ടികളെയും കുടുംബത്തെയും തിരിച്ച് സ്വന്തം വീട്ടിലേക്ക് മാറ്റാനും അടഞ്ഞുകിടന്ന വീടിന്റെ ചില്ലറ അറ്റകുറ്റപ്പണികൾ തീർക്കാനുമായിട്ടാണ് അവധിക്ക് അപേക്ഷിച്ചതും അനുവദിച്ചു കിട്ടിയതും. അപ്പോൾ മറ്റൊരു കാര്യമാണ് ഞാൻ ഓർ ത്തത്. നേരത്തെ പറഞ്ഞ കേസ് ഫയലുകളിൽ റിപ്പോർട്ട് തയ്യാറാ ക്കാതെ ഞാൻ അവധിയിൽ പോയാൽ പകരം താൽക്കാലിക

ചാർജെടുക്കുന്ന പുതിയ ആൾക്ക് അത് വലിയ തലവേദനയാകും. ആ ഫയലുകളെപ്പറ്റി കുറച്ചെങ്കിലും അറിയുന്നത് എനിക്കാണ്. അതു കൊണ്ട് അതുകൂടി തീർക്കാം, പുതിയ ആൾക്ക് അതിന്റ സമ്മർദ്ദം കൊടുക്കാതിരിക്കാം എന്ന് ചിന്തിച്ചാണ് തുടർച്ചയായി രണ്ടുദിവസം അവധിയുണ്ടായിരുന്നിട്ടും അന്ന് ഞാൻ വീട്ടിൽ പോകാതിരുന്നത്. പകരം ചാർജ് എടുക്കുന്ന ആളുടെ ചുമലിൽ വെച്ചിട്ട് വീട്ടിൽ പോയിരുന്നെങ്കിൽ ഭാര്യ സുരക്ഷിതയായി വീട്ടിൽ ഇരുന്നേനേ. Too good ആയതാണ് പ്രശ്നമായത്. എന്നാലും ജീവിതത്തിൽ അങ്ങനെ too good ആകാതിരിക്കാൻ എനിക്ക് കഴിയുമോ? കഴി യില്ല എന്നുതന്നെയാണ് തോന്നുന്നത്.

അനിശ്ചിതത്വം നിറഞ്ഞ നാളുകൾ

കുട്ടികളുടെ തൃശ്ശൂരിലെ പഠനം കഴിഞ്ഞ് വാടകവീട്ടിൽനിന്നും സ്വന്തം വീട്ടിലേക്ക് മടങ്ങാൻ വെറും രണ്ടാഴ്ച മാത്രം ബാക്കിയുള്ളപ്പോഴാണ് ജീവിതത്തിന്റെ താളം തെറ്റിച്ച വിധിയുടെ അമ്പ് കൊണ്ടത്. സർവീസിൽ നിന്നും വിരമിക്കാൻ രണ്ടുവർഷം കൂടി ബാക്കിയുണ്ട്. ഈ ജോലി എനിക്കിനി തുടരാൻ ആകുമോ? മറ്റു സാധാരണ സർക്കാർജോലികളെ പോലെയല്ല. ജോലിസമയം എന്നൊന്നില്ല.

തുറന്നു കിടക്കുന്ന ഖജനാവിന്റെ കാവലാളുകളാണ് ഞങ്ങൾ. (Opent reasure of the state എന്നാണ് വനങ്ങളെ പറയുക). ഉറക്കത്തിൽപോലും സ്വന്തം ചാർജിലുള്ള കാടുകളാണ് മനസ്സിൽ ഉണ്ടാവുക. അവിടെ ഓരോ മരങ്ങളും ചെടികളും ജീവികളും സുരക്ഷിതരാണോ എന്ന ആധിയാണ്. താളം തെറ്റിയ മനസ്സുമായി ഇനിയും ജോലി ചെയ്താൽ ശരിയാകുമോ. ഭാരിച്ച ഉത്തരവാദിത്തങ്ങൾ ചുമക്കാൻ എനിക്കിനി ബലമുണ്ടോ. മുപ്പത്തിമൂന്ന് വർഷങ്ങൾ കൊണ്ട് ഞാൻ ഉണ്ടാക്കിയെടുത്ത എന്റെ പ്രതിച്ഛായ നഷ്ടമാവില്ലേ?

ജോലി രാജിവെക്കാൻതന്നെ ഞാൻ തീരുമാനിച്ചു. നാട്ടിലുള്ള ഏതെങ്കിലും സ്വകാര്യസംരംഭങ്ങളിൽ ചെറിയ പണി ചെയ്തു ജീവിതം മുന്നോട്ടു കൊണ്ടുപോകാം. അപ്പോഴും ആശങ്കകൾ വിട്ടൊഴിയുന്നില്ല. മകൾ എം.എസ്.സി. പൂർത്തിയാക്കി നിൽക്കുകയാണ്. അവളെ ബി.എഡ്ഡിന് വിടണം. പ്ലസ്ടു കഴിഞ്ഞ മകനെ ബി. ടെക്കിന് ചേർക്കണം. ജോലി ഉപേക്ഷിച്ചാൽ ഇതെല്ലാം നടക്കുമോ? അതേസമയം തകർന്ന മനസ്സുമായി ജോലിയിൽ തുടരാൻ ആകുമോ? ഒരു തീരുമാനമെടുക്കാൻ കഴിയാതെ. നിസ്സഹായനായി, പകച്ചു നിന്ന നാളുകൾ.

ഒരു മാസത്തെ ലീവ് കഴിയാൻ ഇനി ഏതാനും ദിവസങ്ങളേ ബാക്കിയുള്ളൂ. അങ്ങനെ ചാഞ്ചാടുന്ന മനസ്സുമായി കഴിയുമ്പോൾ ഒരു ദിവസം മാനേജിങ് ഡയറക്ടർ എന്നെ വിളിച്ചു. ഷെട്ടി സാറാണ്.

അന്ന് വീട്ടിൽ വന്ന് ആശ്വസിപ്പിച്ച് പോയതിനുശേഷം ആദ്യമായി അദ്ദേഹം വിളിക്കുകയാണ്. മുഖവുരയില്ലാതെ അദ്ദേഹം ചോദിച്ചത് ഇങ്ങനെയാണ്. "Jojo, when are you going to join back?"

ഞാൻ പറഞ്ഞു, "സാർ, ഞാൻ ജോലി രാജിവെക്കുകയാണ്. എന്നെ വിരമിക്കാൻ അനുവദിക്കുമോ?"

ശകാരരൂപേണയാണ് അദ്ദേഹം പ്രതികരിച്ചത്. ഇംഗ്ലീഷിൽ പറഞ്ഞതിന്റെ ചുരുക്കം ഇതാണ്. "ജീവിതം ഇനിയും മുന്നോട്ടു കൊണ്ടുപോകേണ്ടേ. താൽക്കാലിക മാനസികവിക്ഷോപങ്ങൾക്ക് അടിപ്പെട്ട് തെറ്റായ തീരുമാനങ്ങൾ എടുക്കരുത്. നിങ്ങൾ എത്രയും നേരത്തെ വന്ന് ചാർജെടുക്കണം." അത്യന്തം മനുഷ്യത്വപരവും പ്രായോഗികവുമായിരുന്നു ആ വാക്കുകൾ. എങ്കിൽ നിങ്ങളുടെ ഇഷ്ടംപോലെ ആയിക്കോളൂ എന്ന് പറയുന്നതിന് പകരം, വീണുപോയ എന്നെ കൈപിടിച്ച് എഴുന്നേൽപ്പിക്കാനാണ് അദ്ദേഹം ശ്രമിച്ചത്.

കുറച്ചുകഴിഞ്ഞ് വിളിക്കാം എന്ന് പറഞ്ഞു ഞാൻ ഫോൺ വെച്ചു. അദ്ദേഹത്തിന്റെ വാക്കുകൾ ഒരു പുനർചിന്തനത്തിന് എന്നെ പ്രേരിപ്പിച്ചു. എന്നെ മനസ്സിലാക്കുന്ന, എനിക്ക് ധൈര്യവും ആത്മവിശ്വാസവും തരുന്ന ഒരു മേലാധികാരിയുള്ളപ്പോൾ ഞാൻ എന്തിന് ഭയന്ന് മാറിനിൽക്കണം. ഒട്ടും സുരക്ഷിതമല്ലാത്ത എന്റെ സാമ്പത്തിക നിലയും പ്രശ്നമാണ്. ഏതാനും നിമിഷങ്ങളിലെ ആലോചനയ്ക്ക് ശേഷം ഞാൻ അദ്ദേഹത്തെ തിരിച്ചുവിളിച്ചു. എന്നിട്ട് ഒരു അഭ്യർത്ഥന നടത്തി. ഡിവിഷനിലെ ചാർജ്ജിൽ നിന്ന് മാറ്റി, ഹെഡ് ഓഫീസിലുള്ള ഡിവിഷണൽ മാനേജരുടെ, എന്റെ പഴയ സീറ്റിലേക്ക് എന്നെ പരിഗണിക്കാമോ എന്നായിരുന്നു അത്. അദ്ദേഹം എനിക്കത് ഉറപ്പു തന്നു.

തിരികെ പ്രവേശിക്കുമ്പോൾ ആ സീറ്റ് എനിക്കുള്ളതാണ്. വെല്ലുവിളികൾ കുറവുള്ളതും പൊതുജനങ്ങളുമായി ഇടപെടേണ്ടാത്തതും കേസും കോടതിയും യാത്രകളും ഒന്നും ഇല്ലാത്തതും ആയ ആ സീറ്റാണ് എന്റെ അപ്പോഴത്തെ അവസ്ഥയിൽ എനിക്ക് ചേരുക. എനിക്ക് എന്റെ കുട്ടികളെ കൂടെ കൂട്ടാം. കോട്ടയത്ത് ഒരുമിച്ച് താമസിക്കാം. അമ്മയില്ലാതെ അവരെ നാട്ടിലെ വീട്ടിൽ ആക്കാൻ പറ്റില്ല.

രാജിവെക്കാനുള്ള തീരുമാനം ഉപേക്ഷിച്ച് ഒന്നരമാസത്തെ അവധിക്കുശേഷം ഞാൻ കോട്ടയത്തുള്ള ഹെഡ് ഓഫീസിൽ ചാർജ്ജെടുത്തു. ആ കസേരയിൽ എന്റെ രണ്ടാമൂഴമാണ്. കോട്ടയത്ത് ഒരു വാടകവീടെടുത്ത് കുട്ടികളുമായി അങ്ങോട്ട് മാറി. എംഎസ്സി കഴിഞ്ഞിരുന്ന മകൾ ടിങ്കിളിനെ ഏറ്റുമാനൂർ മംഗളം ഇൻസ്റ്റിറ്റ്യൂട്ടിൽ ബി.എഡ്ഡിന് ചേർത്തു. പ്ലസ് ടു കഴിഞ്ഞ ജെയ്ക്കിനെ കാഞ്ഞിരപ്പള്ളി അമൽജ്യോതി എൻജിനീയറിങ് കോളേജിൽ ബി.ടെക്കിനും.

അവനെ ഹോസ്റ്റലിൽ ആക്കി. മകളും ഞാനും വാടകവീട്ടിലും താമസമാക്കി. അത്യാവശ്യം ചോറും കറികളും ഉണ്ടാക്കാൻ അവൾക്കറിയാം. ഉച്ചഭക്ഷണം പാത്രങ്ങളിലാക്കി മകൾ കോളേജിലേക്കും ഞാൻ ഓഫീസിലേക്കും പോകും. വിലപ്പെട്ടതൊക്കെ നഷ്ടമായാലും ജീവിതം തിരിച്ചുപിടിക്കാനുള്ള മനുഷ്യസഹജമായ ശ്രമം. അതിജീവനത്തിന്റെ ആ നാളുകളിൽ ഒരു ഇളയ സഹോദരനല്ലാതെ മറ്റു ബന്ധുക്കളാരും ഞങ്ങളെപ്പറ്റി അന്വേഷിച്ചില്ല. ഞങ്ങൾ എവിടെയാണെന്നോ കുട്ടികൾ എന്തു ചെയ്യുന്നുവെന്നോ ആരും തിരക്കിയില്ല. എന്റെ സഹപ്രവർത്തകരാണ് എനിക്ക് ആത്മബലം തന്നത്. ആരെയെങ്കിലും വിട്ടുപോയാലോ എന്ന ഭയംകൊണ്ട് ആരുടെയും പേരെടുത്ത് പറയുന്നില്ല. അവരോടൊക്കെ തീർത്താൽ തീരാത്ത നന്ദിയും കടപ്പാടും ഉണ്ട്.

ഹെഡ് ഓഫീസിലെ ആ കസേരയിൽ സമാധാനമായി ഇരുന്നു. സൗഹാർദ്ദപരമായ ഓഫീസ് അന്തരീക്ഷം. സഹകരണ മനോഭാവവും കാര്യശേഷിയും ഉള്ള ഓഫീസ് സ്റ്റാഫ്. കലവറയില്ലാതെ പിന്തുണ തന്ന കമ്പനി സെക്രട്ടറിയും മാനേജിംഗ് ഡയറക്ടറും. ചില വിഷയങ്ങളിൽ എനിക്കുള്ള അജ്ഞതകൊണ്ട് ചിലപ്പോഴെങ്കിലും ഫയലുകളിൽ മണ്ടത്തരങ്ങൾ എഴുതിവിട്ടിട്ടുണ്ട്. അപ്പോഴൊക്കെ ഇന്റർകോമിൽ എം.ഡി. വിളിപ്പിക്കുക ഇങ്ങനെയാണ്. “Jojo, will you please come here.”

അദ്ദേഹം അങ്ങനെയേ പറയൂ. എന്നിട്ട് ലളിതമായി പറഞ്ഞ് മനസ്സിലാക്കി തരും. ശകാരിക്കുകയോ കളിയാക്കുകയോ ചെയ്യില്ല. ഞാനിത് ഓർത്തെടുത്ത് എഴുതാൻ ഒരു കാരണമുണ്ട്. ചില ഫയലുകൾ പോവുക ജനറൽ മാനേജർ ശ്രീ. വാഷ്ണി IFSനാണ്. ഫയലുകളിൽ അപാകങ്ങളോ സംശയങ്ങളോ ഉണ്ടായാൽ പരുക്കൻ ശബ്ദത്തിൽ ഫോണിൽ അലറുകയാണ് അദ്ദേഹം ചെയ്യുക. “Jojo, come here.” പ്ലീസും മാർദ്ദവവും ഒന്നുമുണ്ടാവില്ല. മുതിർന്ന ഉദ്യോഗസ്ഥന്മാരുടെ ഓരോരോ രീതികളെപ്പറ്റി ഓർത്തുപോയതാണ്.

ഒരിക്കൽകൂടി പുനലൂർ

ആശ്വാസദിനങ്ങൾ പക്ഷേ അധികം നീണ്ടുനിന്നില്ല. ഹെഡ് ഓഫീസിലെ ആ കസേര എനിക്ക് വിട്ടൊഴിയേണ്ടിവന്നു. പുനലൂർ ഡിവിഷന്റെതന്നെ ചാർജ് എടുക്കാൻ ഞാൻ നിർബന്ധിതനായി. അവധിയെടുത്ത് ഞാൻ ആ അവിടെനിന്നും മാറിനിന്നപ്പോൾ പകരം ആളെ കണ്ടെത്താൻ കഴിഞ്ഞിരുന്നില്ല. അസിസ്റ്റന്റ് ജനറൽ മാനേജർക്ക് (AGM) ആ ഡിവിഷനിന്റെ അധികച്ചുമതല നൽകി മുന്നോട്ടു പോവുകയാണ് ചെയ്തത്. പക്ഷേ ആ താൽക്കാലിക സംവിധാനം പൂർണ്ണമായും തൃപ്തികരമായില്ല. ഹെഡ്ഓഫീസിലെ ജോലിത്തിരക്കുകളുടെ കൂട്ടത്തിൽ മറ്റൊരു വലിയ ഡിവിഷനിലെ ഓഫീസും ഫീൽഡുംകൂടി ഒരുമിച്ച് കൊണ്ടുപോവുക അദ്ദേഹത്തിന് പ്രയാസമായി. രണ്ടിടത്തും കാര്യങ്ങൾ വേണ്ടപോലെ നടക്കാതെയായി.

KFDCയുടെ ഏറ്റവും വലിയ രണ്ടു ഡിവിഷനുകളിൽ ഒന്നാണ് പുനലൂർ. നല്ല ജോലിത്തിരക്കുള്ള കസേരയാണ്. ഡിവിഷനിൽ സ്ഥിരം ഡിവിഷണൽ മാനേജർ വേണം എന്ന തോന്നൽ പ്രബലമാകാൻ തുടങ്ങി. മാനേജിങ് ഡയറക്ടർ ഒരു ദിവസം എന്നെ വിളിപ്പിച്ച് പുനലൂർ ഡിവിഷന്റെ ചാർജ് ഏറ്റെടുക്കണമെന്ന് ആവശ്യപ്പെടുകയായിരുന്നു. സാഹചര്യങ്ങൾ നന്നായി മനസ്സിലാക്കിയിരുന്ന ഞാൻ പ്രയാസങ്ങളൊന്നും പറയാതെ മൂന്ന് ദിവസത്തെ സാവകാശം മാത്രം ചോദിച്ചു.

സ്വകാര്യജീവിതത്തിൽ ഞാൻ ഉണ്ടാക്കിവെച്ച ക്രമീകരണങ്ങൾ തകിടംമറിക്കുന്ന സ്ഥലം മാറ്റമായിരുന്നു അത്. കൂടെ താമസിക്കുന്ന മകളെ കോളേജ് ഹോസ്റ്റലിലാക്കേണ്ടിവന്നു. എന്നിട്ട് ഞാൻ പുനലൂരിലേക്ക് കെട്ടുകെട്ടി. കോട്ടയത്തെ വാടകവീട് ഒഴിഞ്ഞു കൊടുത്തില്ല. കുറച്ചുകാലംകൂടി അത് ഞങ്ങളുടെ വീട് പോലെയാക്കി. അവധി ദിവസങ്ങളിൽ പുനലൂരിൽനിന്നും വരും. കുട്ടികൾ അവരുടെ ഹോസ്റ്റലുകളിൽനിന്നും. ഒന്നോ രണ്ടോ ദിവസം ആ വീട്ടിൽ ഒത്തുകൂടും. പിന്നെ മൂന്നു വഴിക്ക് പിരിയും. കുട്ടികളിൽ അരക്ഷിത

ബോധം ഉണ്ടാകാതിരിക്കാനും അവരിൽ ആത്മവിശ്വാസം വളർത്താനും ആ സംവിധാനം ആവശ്യമായിരുന്നു. ഇനി ഞാനല്ലേ അവർക്ക് അച്ഛനും അമ്മയും. അവരെ ചേർത്തുനിർത്തണം. ഒറ്റപ്പെട്ടുപോയി എന്ന തോന്നൽ ഉണ്ടാകരുത്.

പുനലൂർ ഡിവിഷനിൽതന്നെ വീണ്ടും ചാർജ്ജെടുത്തു. അവിടെ രണ്ടാമൂഴമാണ്. താരതമേന്യ ഹ്രസ്വമായ കാലം എങ്കിലും സംതൃപ്തിയും ചാരിതാർത്ഥ്യവും തോന്നിയ ചിലതൊക്കെ ചെയ്യാൻ കഴിഞ്ഞു ഇക്കാലത്ത്. ഒരു താൽക്കാലിക വാച്ചർക്ക് ഒരു ലക്ഷം രൂപ നഷ്ടപരിഹാരം വാങ്ങിക്കൊടുക്കാൻ കഴിഞ്ഞതാണ് അതിലൊന്ന്. അല്പം യാദൃച്ഛികതയുണ്ട് ഇതിന് പിന്നിൽ. അച്ചൻകോവിൽ നോർത്ത് സീരീസ് തേക്ക് തോട്ടത്തിലെ താൽക്കാലിക വാച്ചറാണ് ഇയാൾ. ഈ കൂപ്പിന് ചുറ്റും അച്ചൻകോവിൽ ആറ് ഒഴുകുകയാണ്. പുഴ അവിടെ ചെറുപ്പമായതുകൊണ്ട് കൃശഗാത്രിയാണ്. വലിയ പാറക്കല്ലുകൾ പാകിയ നിലംപതിയിലൂടെ വളരെ ശ്രദ്ധിച്ച് ഓടിച്ചാൽ ജീപ്പിന് പുഴ മുറിച്ച് അക്കരെ കടക്കാൻ കഴിയും. ഒന്നാം ഗിയറിൽ അരിച്ചരിച്ചു പോകുമ്പോൾ ജീപ്പിന്റ പ്ലാറ്റ്ഫോമിലൂടെ വെള്ളം കയറി ഇപ്പുറമൊഴുകും. കൂപ്പിലേക്ക് കയറാനും ഇറങ്ങാനും അങ്ങനെ ഒരു വഴിയേ ഉള്ളൂ.

സാധാരണപോലെ ഒരു ദിവസം പുഴ മുറിച്ച് ഞങ്ങൾ അക്കരെ കയറി. രണ്ടുമൂന്നു ചെറിയ മലകളാണ് ആ കൂപ്പ്. തേക്കു തോട്ടങ്ങളാണ്. ഓരോ ബ്ലോക്കുകളായി പരിശോധിച്ചുകൊണ്ടിരുന്നപ്പോൾ മഴ പെയ്തു. കാലം തെറ്റിയുള്ള മഴ. പരിശോധനകൾ കഴിഞ്ഞ് തിരിച്ച് പുഴവക്കിലെത്തിയപ്പോൾ പോകാൻ വരട്ടെ എന്ന് പുഴ. മുറിച്ച് കടക്കാൻ കഴിയാത്തവിധം കുത്തിയൊഴുകുകയാണ്. കുറച്ചു മുമ്പ് പെയ്ത മഴയാണ് കാരണം. രണ്ടോ മൂന്നോ മണിക്കൂർ കഴിഞ്ഞാലേ ഒഴുക്കിന് ശമനം ഉണ്ടാകൂ.

വെള്ളം കുറഞ്ഞാലും നല്ല വെളിച്ചത്തിൽ അല്ലാതെ അക്കരെയ്ക്ക് ജീപ്പോടിച്ച് കയറ്റാൻ പറ്റില്ല. ഒരു ലോറിക്ക് കഷ്ടിച്ച് കടന്നുപോകാൻ മാത്രം വീതിയിൽ അടിത്തട്ടിൽ വിരിച്ചിട്ട പാറകളിൽ നിന്നും അല്പം തെന്നിമാറിയാൽ ഒഴുക്കിൽപ്പെട്ട് ജീപ്പ് ഒലിച്ചുപോകും. മടങ്ങുംവഴി ചെങ്കോട്ടയിൽനിന്നും ഭക്ഷണം കഴിക്കാമെന്ന കണക്കുകൂട്ടലും തെറ്റി. മാനേജർ പീറ്റർ കരുതിയിരുന്ന രണ്ടു കുപ്പി വെള്ളവും ഒരു കുപ്പി മാങ്കോ ഫ്രൂട്ടിയും ഒരു പാക്കറ്റ് ബിസ്കറ്റും മാത്രമേ കയ്യിലുള്ളൂ. ആറ്റിലെ വെള്ളം ഇറങ്ങുംവരെ വാച്ചറുടെ ഷെഡ്ഡിൽ പോയിരിക്കാം എന്ന് തീരുമാനിച്ചു. നന്നായി വിശക്കുന്നുണ്ടായിരുന്നു. കുറച്ച് കപ്പ ചുട്ടു തരട്ടേ എന്ന വാച്ചറുടെ ഓഫർ സന്തോഷത്തോടെ ഞങ്ങൾ സ്വീകരിച്ചു. തീക്കനൽ കൂട്ടി പത്തു

മിനിറ്റുകൊണ്ട് കുറച്ച് കപ്പ ചുട്ടെടുത്തു അയാൾ. ചുട്ടെടുത്ത വറ്റൽ മുളകും പുളിയും വെളിച്ചെണ്ണയും ഉപ്പും ചേർത്ത് ചമ്മന്തി ഉണ്ടാക്കി. രുചിയോടെ ഞങ്ങൾ കപ്പ കഴിച്ചു. വിശപ്പ് ആണല്ലോ ഏറ്റവും വലിയ രുചി.

അന്നാണ് ആ വാച്ചറുടെ വ്യക്തിവിവരങ്ങൾ ഞാൻ വിശദമായി ചോദിച്ചറിയുന്നത്. പടക്കം പൊട്ടിയാണ് കൈ അറ്റുപോയത് എന്ന് അറിയാമായിരുന്നെങ്കിലും അയാളോട് നേരിട്ട് അതിനെപ്പറ്റി സംസാരിച്ചിരുന്നില്ല. പല കൂപ്പുകളിലുമായി ഒരുപാട് വാച്ചർമാർ ഉണ്ട്. കാട്ടിൽ തനിച്ചു കഴിയുന്ന അവരോട് സഹതാപമുണ്ടെങ്കിലും അവരുടെ കാര്യങ്ങൾ അറിയാൻ താല്പര്യവും ഉണ്ടെങ്കിലും അവരോടൊന്നും അധികം സംസാരിക്കില്ല. വ്യക്തിപരമായ കാര്യങ്ങൾ ചോദിക്കില്ല. അതൊരു നയമാണ്.

ഡിവിഷണൽ മാനേജർ ഏതോ ഭീകരനാണ് എന്ന് ഭയപ്പെടുത്തിയാണ് ഫീൽഡ് ഓഫീസർമാർ അവരെക്കൊണ്ട് കൃത്യമായി ജോലി ചെയ്യിക്കുന്നത്. അതുകൊണ്ട് മുതിർന്ന ഉദ്യോഗസ്ഥർ അവരോട് അധികം ലോഹ്യം കാണിക്കില്ല. അകലം പാലിക്കും. അനുസരണക്കേട് കാണിക്കുന്ന കുട്ടികളെ അമ്മമാർ കോക്കാച്ചി വരും എന്ന് പറഞ്ഞു പേടിപ്പിക്കുമ്പോലെ ഡിവിഷണൽ മാനേജർ വരും എന്ന് ഭയപ്പെടുത്തിയാണ് ഇവരെ മര്യാദയ്ക്ക് നിർത്തുന്നത്. ഇവിടെ വിശന്നിരുന്നപ്പോൾ ഈ വാച്ചർ സൽക്കരിച്ച കപ്പ അയാളോട് അല്പം സംസാരിക്കാനുള്ള ഒരു നിമിത്തമായി എന്ന് മാത്രം. ഇയാളുടെ കഥ മനസ്സിനെ വല്ലാതെ വ്യാകുലപ്പെടുത്തി.

ഏതാനും വർഷങ്ങൾക്കുമുമ്പ് കാട്ടിൽ വച്ച് നടന്ന ഒരപകടത്തിൽ അയാളുടെ വലതു കൈമുട്ടിനു താഴെവച്ച് അറ്റുപോയതാണ്. ആനയെ വിരട്ടി ഓടിക്കാൻ പടക്കം എറിഞ്ഞപ്പോൾ അത് കയ്യിലിരുന്ന് പൊട്ടി. വലതു കൈമുട്ടിനു താഴെ വച്ച് മുറിക്കേണ്ടി വന്നു. ഏതാനും ദിവസത്തെ ആശുപത്രിവാസം കഴിഞ്ഞ് അയാൾ വീണ്ടും ജോലിക്കെത്തി. വാച്ചറുടെ ജോലി തുടർന്നു. കുടുംബം പോറ്റാൻ വേറെ വഴിയില്ല. കൂപ്പു റോഡിൽനിന്നും അമ്പതടി മാറി ചെറിയ ഒരു ഷെഡ്ഡ് വെച്ച് ഒറ്റയ്ക്ക് താമസിക്കുകയാണയാൾ. മറ്റു പല വാച്ചർ ഷെഡ്ഡുകളും എപ്പോഴെങ്കിലുമൊക്കെ ഒഴിഞ്ഞുകിടക്കുന്നത് കണ്ടിട്ടുണ്ടെങ്കിലും ഒരിക്കൽപോലും ഇയാളുടെ അഭിവാദ്യം സ്വീകരിക്കാതെ ആ തോട്ടത്തിലേക്ക് കയറാൻ എനിക്ക് കഴിഞ്ഞിട്ടില്ല. അറ്റുപോയ കൈയുടെ ബാക്കി ഭാഗംകൂടി ചേർത്തുപിടിച്ച് തൊഴുകയോടെ നിൽക്കും അയാൾ.

നഷ്ടപരിഹാരത്തിനായി കൊടുത്ത കേസ് രണ്ടു മൂന്നു കൊല്ലമായി ഒന്നുമാകാതെ അങ്ങനെ കിടക്കുകയാണ്. നമ്മുടെ സമ്പ്രദായം

അനുസരിച്ച് വിധിയും അപ്പീലും ഒക്കെയായി അത് പിന്നെയും നീണ്ടുപോകും. ഞാൻ അയാളുടെ വക്കീലിനെ പോയി കണ്ടു. ഒരു ലക്ഷം രൂപ നഷ്ടപരിഹാരം എന്ന ധാരണയിൽ ഞങ്ങളെത്തി. ഞാൻ നല്ലൊരു റിപ്പോർട്ടുണ്ടാക്കി ഹെഡ് ഓഫീസിലേക്ക് അയച്ചു. ജോലിക്കിടയിൽ സംഭവിച്ച അത്യാഹിതമാണെന്നും കേസുകളുമായി ഇനിയും മുന്നോട്ടുപോയി ആ സാധുമനുഷ്യനെ കഷ്ടപ്പെടുത്തുന്നത് ശരിയല്ലെന്നും മനുഷ്യത്വപരമായ സമീപനം ഇക്കാര്യത്തിൽ സ്വീകരിക്കണമെന്നും ആവശ്യപ്പെട്ടു. ജോലിയിലുള്ള അദ്ദേഹത്തിന്റെ ആത്മാർത്ഥതയും ശുഷ്കാന്തിയും പ്രത്യേകം എടുത്തു പറഞ്ഞു.

വക്കീലുമായി നടത്തിയ അനുരഞ്ജനചർച്ചയുടെയും ഒരു ലക്ഷം രൂപയുടെ നഷ്ടപരിഹാരത്തിന്റെയും കാര്യം പറഞ്ഞു. സർക്കാർ കാര്യങ്ങളിൽ സാധാരണ കണ്ടുവരാത്ത അത്യന്തം അനുഭാവപൂർണമായ നിലപാടാണ് മാനേജിങ് ഡയറക്ടർ എടുത്തത്. എന്റെ നിർദ്ദേശം അതേപടി അംഗീകരിക്കുകയാണ് ഡയറക്ടർ ബോർഡ് ചെയ്തത്. ഒരു ലക്ഷം രൂപയുടെ ചെക്ക്, അയാളെ ഏൽപ്പിക്കുമ്പോൾ ആ പാവത്തിന്റെ മുഖത്തു ഞാൻ കണ്ട സന്തോഷം എത്രയെന്ന് പറയാൻ കഴിയില്ല. അനന്തമായി നീണ്ടുപോയ കേസ്സിന് അത്രയും പെട്ടെന്ന് ഒരു തീർപ്പുണ്ടാകുമെന്ന് അയാൾ പ്രതീക്ഷിച്ചതല്ല.

സർക്കാർ സംവിധാനങ്ങളെ നമ്മൾ വിമർശിച്ചുകൊണ്ടേയിരിക്കുമെങ്കിലും ഒരു സാധാരണ ഉദ്യോഗസ്ഥൻപോലും ആത്മാർത്ഥമായി വിചാരിച്ചാൽ ഒരുപാട് കാര്യങ്ങൾ ജനങ്ങൾക്കായി ചെയ്യാൻ കഴിയും എന്നതിന് ഒരു ഉദാഹരണമാണിത്. സർക്കാർ ഉദ്യോഗസ്ഥർ ആ വഴിക്ക് ചിന്തിക്കാൻ തയ്യാറല്ല എന്നതാണ് പ്രശ്നം. സർക്കാർ കാര്യം മുറപോലെ എന്ന മട്ടാണ് ഇഷ്ടം. വഴിമാറി സഞ്ചരിക്കാൻ മടിയും ഭയവുമാണ് അവർക്ക്.

ദയ അർഹിക്കുന്ന മറ്റൊരു കേസ് കൂടി ഉണ്ടായിരുന്നു അവിടെ. അരയ്ക്കു താഴെ ശരീരം തളർന്നു ജീവിതം നിത്യശയ്യയിൽ ആയിപ്പോയ ഒരു ചുമട്ടുതൊഴിലാളി. വർഷങ്ങളായി ആ പാവം അങ്ങനെ കിടക്കാൻ തുടങ്ങിയിട്ട്. കോൺട്രാക്ടർ ലേലത്തിൽ വാങ്ങിയ തടി ലോറിയിലേക്ക് കയറ്റുമ്പോഴുണ്ടായ അപകടത്തിലാണ് അയാൾക്കത് സംഭവിച്ചത്. വർഷങ്ങൾക്ക് മുമ്പ് സംഭവിച്ചതാണ്. ഞാൻ അയാളെ വീട്ടിൽ പോയി കണ്ടു. ദയനീയമായിരുന്നു ആ കാഴ്ച. അരയ്ക്ക് മീതെ പൂർണ്ണ ആരോഗ്യവാൻ. കൈയുടെ വണ്ണം മാത്രമുള്ള കാലുകൾ. തനിയെ ഒന്ന് തിരിഞ്ഞു കിടക്കാൻപോലും കഴിയില്ല. സ്വന്തം കയ്യിൽനിന്നും ചെറിയൊരു തുക കൊടുത്തതല്ലാതെ

നിയമപരമായി എനിക്കയാളെ സഹായിക്കാൻ സാധിച്ചില്ല. അയാളുടെ നഷ്ടപരിഹാരകേസ്സിൽ ഞാൻ കോടതിയിൽ ഹാജരായിരുന്നെങ്കിലും അയാൾക്കനുകൂലമായി മൊഴികൊടുക്കാൻ കഴിഞ്ഞില്ല. അതിന് യാതൊരു സാധ്യതയും ഇല്ലാത്തപോലെയാണ് കേസ് പൊയ്ക്കൊണ്ടിരുന്നത്.

KFDCയുടെ ഒരു രേഖയിൽപോലും അയാളുടെ പേര് ഇല്ലാത്തതുകൊണ്ട് ഒന്നും ചെയ്യാൻ കഴിഞ്ഞില്ല. തടി വാങ്ങിയ കോൺട്രാക്ടറുടെ പേരിൽ നഷ്ടപരിഹാരത്തിന് കേസ് കൊടുക്കേണ്ടതിനു പകരം KFDCയെ എതിർക്കക്ഷിയാക്കിയതാണ് അയാൾക്ക് വിനയായത്. ഇരു കാലുകളും ശോഷിച്ചു നാമാവശേഷമായിട്ടും അയാളുടെ പ്രസന്നമായ മുഖവും നിഷ്കളങ്കമായ ചിരിയും വർഷങ്ങൾക്കുശേഷവും മനസ്സിൽനിന്നും മായുന്നില്ല.

ഒരു വിധവയും മകന്റെ ജീപ്പും

ഒരു ദിവസം വൃദ്ധയായ ഒരു സ്ത്രീ എന്നെ കാണാനായി ഓഫീസിൽ വന്നു. അവരുടെ മകന്റെ പേരിൽ ഫോറസ്റ്റ് വിജിലൻസ് ഒരു കേസെടുത്തിട്ടുണ്ട്. KFDCയുടെ പ്ലാന്റേഷനിൽനിന്നും കയറ്റിയ വിറകുമായി പോയ പഴയൊരു ടാക്സി ജീപ്പ് ഫ്ളൈയിങ് സ്ക്വാഡ് പിടിച്ചെടുത്ത് കൊണ്ടുപോയി. കളവായി കയറ്റിയ വിറക് KFDCയുടെ സ്ഥലത്തുനിന്നും ആയതുകൊണ്ട് തുടർനടപടികൾക്കായി കേസിന്റെ മഹസ്സറും ഫയലും KFDCയുടെ പുനലൂർ ഡിവിഷണൽ മാനേജർക്ക് കൈമാറി. ആ കേസ് എങ്ങനെയെങ്കിലും അവസാനിപ്പിക്കണം എന്നാണ് ആ സ്ത്രീയുടെ ആവശ്യം.

ഫ്ളൈയിങ് സ്ക്വാഡ് പിടിച്ച കേസ്സായതുകൊണ്ട് എനിക്കൊന്നും ചെയ്യാൻ കഴിയില്ല എന്ന് പറഞ്ഞ് ആദ്യം ഞാൻ അവരെ ഒഴിവാക്കി. ജോലിത്തിരക്കിലും ആയിരുന്നു ഞാൻ. എന്നാൽ ഈ സ്ത്രീ വീണ്ടും വീണ്ടും പല ദിവസങ്ങളിൽ വന്ന് ഓഫീസ് വരാന്തയിൽ കുത്തിയിരിക്കാൻ തുടങ്ങി. ജീവനക്കാർ അവരെ എന്റെ മുറിയിലേക്ക് കടത്തിവിട്ടതുമില്ല. അവരുടെ ദയനീയ അവസ്ഥയറിഞ്ഞ് ഒരു ദിവസം ഞാനവരെ അകത്തേക്ക് വിളിപ്പിച്ച് കൂടുതൽ കാര്യങ്ങൾ ചോദിച്ചറിഞ്ഞു. അവർ ഒരു വിധവയാണ്. ഇരുപത്തിയെട്ട് വയസ്സുള്ള ഒരു ഒരു മകനേ ഉള്ളൂ. ആകെയുള്ള ആറ് സെന്റ് കിടപ്പാടം പണയപ്പെടുത്തി നാൽപ്പത്തി അയ്യായിരം രൂപയ്ക്ക് മകന് വാങ്ങിക്കൊടുത്ത ഒരു പഴയ ജീപ്പാണ് കേസിൽപെട്ടത്. കൂപ്പിലെ മരങ്ങൾ വെട്ടിയതിനുശേഷം അവശേഷിച്ച വെറും ചുള്ളിക്കമ്പുകളാണ് ജീപ്പിൽ ഉണ്ടായിരുന്നത്. സംഭവം നടന്നിട്ട് രണ്ട് വർഷത്തിലേറെ ആയിട്ടുണ്ട്. ഞാൻ ചാർജ്ജെടുക്കുന്നതിനും വളരെ മുമ്പാണ്.

അവരുടെ ദയനീയാവസ്ഥയും കേസിന്റെ വിവരങ്ങളും കേട്ടപ്പോൾ കൂടുതൽ അന്വേഷിക്കണം എന്ന് തോന്നി. ഫയൽ വരുത്തി പരിശോധിച്ചു. ഫ്ളൈയിങ് സ്ക്വാഡ് തയ്യാറാക്കിയ മഹസ്സർ

വിശദമായി വായിച്ചു. അതിലെ അവസാനവാചകം വളരെ വിചിത്ര മായിരുന്നു. അതായത് വാഹനത്തിൽ കളവായി കയറ്റിയിട്ടുള്ള വസ്തുവിന് സ്ഥലത്ത് വിലയൊന്നും കിട്ടാവുന്നതല്ല എന്നാണ്. മിക്കവാറും ഫോറസ്റ്റിന്റെ മോഷണക്കേസ് മഹസ്സറുകളുടെ അവ സാനഭാഗത്ത് സർക്കാരിനുണ്ടായ നഷ്ടം എത്ര എന്ന് എഴുതി യിട്ടുണ്ടാകും. എന്നാൽ നഷ്ടമൊന്നും ഇല്ല എന്നാണ് ഈ മഹ സ്സർ അവസാനിക്കുന്നത്. ഇങ്ങനെയുള്ള കേസിലാണ് വാഹനം പിടിച്ചെടുക്കുന്നതുപോലെ കടുത്ത നടപടിയുമായി ഫ്ളൈയിങ് സ്ക്വാഡ് മുന്നോട്ടു പോയത്.

വനത്തിൽനിന്നും അനധികൃതമായി എന്ത് വസ്തു കയറ്റിയാലും കേസ്സെടുക്കാനും വാഹനം പിടിച്ചെടുക്കാനും നിയമം ഉണ്ട്. എന്നാൽ നിയമം നടപ്പാക്കുന്നതിലും അധികാരം പ്രയോഗിക്കുന്നതിലും മനു ഷ്യത്വപരമായ സമീപനം ഉണ്ടായില്ല എന്നതാണ് ഈ കേസിനെ വ്യത്യസ്തമാക്കുന്നത്. ഏതായാലും ഇതിൽ ഇടപെടാൻതന്നെ ഞാൻ തീരുമാനിച്ചു. ജീപ്പിലുണ്ടായിരുന്ന വസ്തുവിന് വിലയൊന്നും കിട്ടാവുന്നതല്ല എന്ന വാചകത്തിന്റ അടിയിൽ ചുവന്ന മഷികൊണ്ട് വരച്ചിട്ട്, കേസ് ആയിരം രൂപ പിഴയിട്ട് കോമ്പൗണ്ട് (കേസുകൾ കോടതിയിൽ ചാർജ് ചെയ്യാതെ തീർപ്പാക്കാനുള്ള നടപടി) ചെയ്യാൻ ആ ഫയലിൽതന്നെ ഞാൻ ഉത്തരവ് എഴുതി.

DFO മാർക്കും, KFDCയിൽ ഡിവിഷണൽ മാനേജർമാർക്കും ചെറിയ കേസുകൾ അങ്ങനെ ഒത്തുതീർപ്പാക്കാൻ അധികാരമുണ്ട്. KFDCക്കോ സർക്കാരിനോ നഷ്ടമുണ്ടായിട്ടില്ലാത്ത ഒരു കേസു മായി മുന്നോട്ടു പോകേണ്ട കാര്യമില്ല. അതായിരുന്നു എന്റെ നില പാട്. പ്രതിയിൽനിന്നും അപേക്ഷ എഴുതി വാങ്ങി, ആയിരം രൂപ മാത്രം പിഴയടപ്പിച്ച് ആ കേസ് തീർപ്പാക്കി. നിസ്സാരമായ ചെറിയ ചെറിയ കുറേ കേസുകൾ കോടതിയിലേക്ക് വിടാതെ മുമ്പും ഇങ്ങനെ ഞാൻ തീർപ്പാക്കിയിട്ടുണ്ട്. ചെറിയ തുകകൾ മാത്രം നഷ്ടം കാണിച്ചിട്ടുള്ള കേസുകളാകും. കോടതിയിൽ ചാർജ് ചെയ്താൽ കാലങ്ങളെടുക്കും കേസ് തീരാൻ. വക്കീലിന് ഫീസ് കൊടുത്ത് ഒരു പരുവത്തിലാകും പ്രതികൾ. ചെറിയ കേസുകളിൽ പ്രതികൾ മാപ്പപേക്ഷയും ആയി സമീപിച്ചാൽ അതനുവദിച്ചു കൊടുക്കും.

സ്ഥലം DFO ശ്രീ. മോഹനൻപിള്ളയുടെ കസ്റ്റഡിയിലാണ് ആ സ്ത്രീയുടെ ജീപ്പുള്ളത്. എന്റെ സുഹൃത്താണ് അദ്ദേഹം. കേസ് തീർപ്പാക്കിയതിന്റെ കടലാസും വാഹനം വിട്ടുകിട്ടാനുള്ള അപേക്ഷ യുമായി ആ സ്ത്രീയും മകനും അദ്ദേഹത്തെ സമീപിച്ചു. അതു കണ്ട് അദ്ദേഹം എന്നെ വിളിച്ചു. ഞാൻ ചെയ്തത് വലിയ മണ്ടത്തരം

ആണെന്ന് പറഞ്ഞ് എന്നെ കുറ്റപ്പെടുത്തി. പ്രതിയിൽനിന്നും കൈക്കൂലി വാങ്ങി, വാഹനം വിട്ടുകൊടുക്കാൻ ഞാൻ വഴിയൊരുക്കി എന്ന് ആരോപണം ഉണ്ടാകുമെന്ന് എനിക്ക് മുന്നറിയിപ്പ് തന്നു. വാസ്തവത്തിൽ അദ്ദേഹം ചാർജ് എടുക്കുന്നതിനു മുമ്പുണ്ടായ ആ കേസിലെ വിവരങ്ങൾ അദ്ദേഹത്തിനും അറിയില്ലായിരുന്നു. മഹസ്സറിലെ അവസാനവാചകം (അതായത് വില കിട്ടാത്ത തൊണ്ടി മുതൽ) മാത്രം ഒന്ന് വായിച്ചു നോക്കിയിട്ട് ഞാൻ ചെയ്തതിൽ തെറ്റുണ്ടോ എന്ന് വിലയിരുത്താൻ ഞാൻ അദ്ദേഹത്തോട് പറഞ്ഞു. ഇതിന്റെ പേരിൽ ഉണ്ടാകുന്ന ഏതു ആരോപണവും അന്വേഷണവും നേരിടാൻ ഞാൻ തയ്യാറാണെന്നും പറഞ്ഞു. പിന്നെ അദ്ദേഹം എന്നെ വിളിച്ചില്ല ഒന്നും സംഭവിച്ചുമില്ല.

ഒരു വ്യക്തിക്ക് അധികാരങ്ങൾ നൽകുന്നത് അവ വിവേചനത്തോടെയും വിവേകത്തോടെയും ഉപയോഗിക്കാനാണ്. അതല്ലെങ്കിൽ ആവശ്യമായ സമയത്ത് ആവശ്യമുള്ള ആയുധം ഉപയോഗിക്കാൻ ഭയമുള്ള, അല്ലെങ്കിൽ ഉപയോഗിക്കാൻ അറിയാത്ത യോദ്ധാവിനെപ്പോലെയാണ് അയാൾ. സ്വാർത്ഥതാല്പര്യങ്ങളില്ലാതെ, ഉത്തമവിശ്വാസത്തോടെ പ്രയോഗിക്കപ്പെടുന്ന അധികാരത്തിന് കാവ്യനീതി എന്നൊക്കെ പറയുംപോലെ ഒരു സംരക്ഷണകവചം ഉണ്ടാകും എന്നാണ് എന്റെ വിശ്വാസവും അനുഭവവും. ഏട്ടിലെ നിയമങ്ങൾപോലെ ഭരിക്കാനാണെങ്കിൽ മനുഷ്യനും റോബോട്ടും തമ്മിൽ എന്താണ് വ്യത്യാസം. അധികാരങ്ങൾ പ്രയോഗിച്ചതിന്റെ പേരിൽ, യാതൊരു പീഡകളും ഔദ്യോഗിക ജീവിതത്തിൽ എനിക്ക് ഏൽക്കേണ്ടി വന്നിട്ടില്ല.

വീണ്ടും ചില സ്വന്തം പ്രശ്നങ്ങൾ

അതിനിടെ മകളുടെ ബി.എഡ് പഠനം പൂർത്തിയായി. അവളെ ഇനി എന്ത് ചെയ്യും എന്നത് ചോദ്യചിഹ്നമായി. ഏതെങ്കിലും വിമെൻസ് ഹോസ്റ്റലിൽ വെറുതെ കൊണ്ടുനിർത്താനാവില്ല. എന്തു ചെയ്യണം എന്നറിയാതെ വിഷമിച്ചിരിക്കേയാണ് തൃശ്ശൂർ ഡിവിഷനിൽ ഒരു ഒഴിവ് വരുന്നത്. അവിടത്തെ ഡിവിഷണൽ മാനേജർ ശ്രീ. സുരേന്ദ്രനാഥ് സർവീസിൽനിന്നും വിരമിക്കുകയാണ്. അങ്ങോട്ട് മാറ്റം കിട്ടിയാൽ മകളോടൊത്ത് സ്വന്തം വീട്ടിൽ താമസിക്കാം.

മാനേജിങ് ഡയറക്ടറോട് ആഗ്രഹം പറഞ്ഞു. അദ്ദേഹത്തിന് നിഷ്പ്രയാസം ചെയ്യാവുന്ന ഒന്നാണ് ആ നിയമനം. അപ്പോഴാണ് അതേ സീറ്റിലേക്ക് മറ്റൊരു പ്രതിയോഗി വരുന്നത്. മൂന്നാർ ഡിവിഷണൽ മാനേജർ ആയ മറ്റൊരു തൃശ്ശൂർക്കാരൻ. എന്റെ പ്രതീക്ഷയ്ക്ക് വലിയ മങ്ങലേൽക്കുന്നതായിരുന്നു അദ്ദേഹത്തിന്റെ രംഗപ്രവേശം. അന്നത്തെ വനംവകുപ്പ് മന്ത്രിയുടെ സതീർത്ഥ്യനാണദ്ദേഹം. എറണാകുളം മഹാരാജാസ് കോളേജിലെ കളിക്കൂട്ടുകാർ. മുമ്പൊരിക്കൽ മൂന്നാറിലെ ഒരു എക്സിബിഷൻ സ്റ്റാളിൽ വച്ച് ഇവർ തമ്മിൽ ഊഷ്മളമായ സൗഹൃദം പങ്കുവയ്ക്കുന്നത് ഞാൻ കണ്ടിട്ടുണ്ട്.

മത്സരരംഗത്തുണ്ട് എന്നറിഞ്ഞപ്പോൾ ഞാൻ അദ്ദേഹത്തിന് ഒരു ഉറപ്പു കൊടുത്തു. തൃശ്ശൂർ സീറ്റ് തല്ക്കാലം എനിക്ക് വിട്ടുതരികയാണെങ്കിൽ, വിരമിക്കലിനു മുന്നോടിയായി, അർഹമായ എല്ലാവിധ അവധികളും എടുത്ത് എത്രയും നേരത്തെ ആ സീറ്റ് അദ്ദേഹത്തിന് ഒഴിഞ്ഞുകൊടുക്കാം.

എന്നേക്കാൾ ഒരു വർഷം കൂടി അദ്ദേഹത്തിന് സർവീസ് അധികമുണ്ട്. എന്നിട്ടും തൃശ്ശൂർ സീറ്റിനായി അദ്ദേഹം സമ്മർദ്ദം തുടർന്നെങ്കിലും ആ സീറ്റ് എനിക്കുതന്നെ അനുവദിച്ചുതന്നു ഷെട്ടി സാർ. അദ്ദേഹം അങ്ങനെയാണ്. ന്യായമായത് ചെയ്യാൻ ഒരു സമ്മർദ്ദവും

അദ്ദേഹത്തിന് തടസ്സമല്ല. ഒരുപക്ഷേ രണ്ട് കാര്യങ്ങളായിരിക്കാം അദ്ദേഹം പരിഗണിച്ചത്. ഒന്ന് അനുകമ്പ അർഹിക്കുന്ന എന്റെ കുടുംബപശ്ചാത്തലം. രണ്ടാമത് എനിക്കുശേഷം ഒരു വർഷം കൂടി മറ്റേ ആൾക്ക് തൃശ്ശൂർ സീറ്റിൽ തുടരാൻ കഴിയും. അങ്ങനെ എന്റെ ജില്ലയായ തൃശ്ശൂരിലേക്ക് മാറ്റം കിട്ടി. വിരമിക്കാൻ കഷ്ടിച്ച് ഒരു വർഷം മാത്രം ബാക്കിയുള്ളപ്പോൾ തൃശ്ശൂർ ഡിവിഷണൽ മാനേജ രായി ഞാൻ ചാർജ്ജെടുത്തു.

അവസാന രംഗം

മുപ്പത്തിയഞ്ചു വർഷത്തെ പകർന്നാട്ടങ്ങൾക്കൊടുവിൽ അരങ്ങൊഴിയാൻ സമയമായി. പച്ചയും താടിയും കത്തിയും പിന്നെ ജഗതി ശ്രീകുമാർ സിനിമയിൽ പറഞ്ഞപോലെ സ്വന്തമായി വികസിപ്പിച്ചെടുത്ത ചില വേഷങ്ങളും കെട്ടിയാടി. അവസാനരംഗമാണ്. ചുവടുകൾ പിഴയ്ക്കാതെ ആട്ടം പൂർത്തിയാക്കാൻ കഴിയണേ എന്ന പ്രാർത്ഥനയോടെ ഞാനാ കസേരയിൽ ഇരുന്നു. വർഷങ്ങൾക്ക് മുമ്പ് സർവീസിൽ പിച്ചവെച്ച കാലത്ത് ഞാൻ നടന്നുതീർത്ത അതേ കാടുകൾ. മലമ്പുഴയും നെല്ലിയാമ്പതിയും പഴയന്നൂരും പുത്തൂരും. ഒരിക്കൽക്കൂടി ആ കാടുകൾ കാണാനും അതിലൂടെ നടക്കാനും എനിക്ക് ഭാഗ്യം കിട്ടിയിരിക്കുന്നു.

ഒരുകാലത്ത് ഡിവിഷണൽ മാനേജർ പരിശോധനയ്ക്ക് വരുന്നു എന്നറിയുമ്പോൾ മനസ്സിൽ ആധി കയറിയിരുന്ന പഴയ കാലം ഓർമ്മവന്നു. ഇന്ന് അതേ സ്ഥലത്ത് അധികാരമുള്ള ഡിവിഷണൽ മാനേജരാണ് ഞാൻ. ദുരിതദുഃഖങ്ങൾക്കിടയിൽ കാലം ഒളിപ്പിച്ചു വെക്കുന്ന ചില സന്തോഷങ്ങൾ. അഞ്ചു യൂണിറ്റുകളാണ് തൃശ്ശൂർ ഡിവിഷനിൽ ഉള്ളത്. രണ്ടെണ്ണം നെല്ലിയാമ്പതിയിൽ. പിന്നെ മലമ്പുഴ, ചേലക്കര, പുത്തൂർ. വിരമിക്കാൻ ഏതാനും ദിവസങ്ങൾ മാത്രം ബാക്കിയുള്ളപ്പോൾ നെല്ലിയാമ്പതിയിലെ മൂന്ന് വലിയ സ്വകാര്യ എസ്റ്റേറ്റുകൾകൂടി അധികമായി ഡിവിഷന്റെ ചാർജിൽ ഏറ്റെടുക്കേണ്ടിവന്നു. എന്റെ ഓഫീസ് തൃശ്ശൂർ പട്ടണത്തിലും യൂണിറ്റുകൾ കുറേ ദൂരങ്ങളിലും ആയതുകൊണ്ട് ധാരാളം യാത്രകൾ വേണ്ടിവന്നിരുന്നു എന്നല്ലാതെ ഗുരുതരമായ പ്രശ്നങ്ങളൊന്നും എവിടെയും തലപൊക്കിയില്ല. പൊതുവേ സമാധാനപരമായിരുന്നു അവസാന രംഗം എന്ന് പറയാം.

ഇതിനിടെ മാനേജിങ് ഡയറക്ടർ, അമർനാഥ് ഷെട്ടി സാർ KFDC വിട്ട് പോയിരുന്നു. ഞാൻ നേരത്തെ ഒരിടത്ത് പറഞ്ഞതുപോലെ

ഒരു വനിതാ ക്ലാർക്കിന്റ സ്ഥലംമാറ്റവുമായി മന്ത്രിയോട് കലഹിച്ച തിനാണ് അദ്ദേഹത്തെ KFDCയിൽനിന്നും മാറ്റിയത്. കെ.ജെ. വർ ഗ്ഗീസ് എന്ന മറ്റൊരു മുതിർന്ന IFS ഉദ്യോഗസ്ഥനാണ് പിന്നെ വന്നത്.

തൃശ്ശൂരിലെ ഹ്രസ്വമായ അവസാനകാലയളവിൽ ഏറെ സംതൃപ്തി നൽകിയ രണ്ടു കാര്യങ്ങളാണ് എടുത്തുപറയാനുള്ളത്. പാതിവഴിയിൽ നിന്നുപോയ നെല്ലിയാമ്പതിയിലെ ഇക്കോ ടൂറിസം പദ്ധതി പുണരുജ്ജീവിപ്പിക്കാൻ കഴിഞ്ഞു എന്നുള്ളതാണ് ഒന്ന്. ചാർജ്ജെടുത്ത ആദ്യത്തെ ആഴ്ചയിൽതന്നെ നെല്ലിയാമ്പതിയിലെ രണ്ട് യൂണിറ്റുകളിലും ഞാൻ പരിശോധനകൾക്ക് പോയി. പകുതി പ്പാലം എന്ന് പേരുള്ള യൂണിറ്റിൽ പാതിവഴിയിൽ പണികൾ നിർ ത്തിവച്ച ഒരു കെട്ടിടം കണ്ടു. അവിടുത്തെ സ്റ്റാഫിനോട് അതിന്റ വിവരങ്ങൾ തിരക്കി. ഇക്കോ ടൂറിസം തുടങ്ങാനായി പഴയ ഒരു കെട്ടിടം നവീകരിച്ചതാണ്. കരാറുകാരൻ ഒരു വർഷം മുമ്പ് മരിച്ചു. അതോടെ അതിന്റ പണികൾ പാതിവഴിയിൽ നിലച്ചു. പിന്നെ ആരും തിരിഞ്ഞു നോക്കിയില്ല.

വളരെ വിചിത്രമായി തോന്നി. കരാറുകാരന്റെ മരണത്തെ തുടർന്ന് ഒരു സർക്കാർ സംരംഭം നിലച്ചുപോവുക. യൂണിറ്റിലെ മറ്റ് പരിശോ ധനകൾ പൂർത്തിയാക്കി ഞാൻ മടങ്ങി. അല്പദൂരം പോന്നതേ ഉള്ളൂ ഇടത്തരം വലുപ്പമുള്ള ആന ജീപ്പിന് കുറുകെ ചാടി. ഞങ്ങളെ ഒന്ന് തിരിഞ്ഞുനോക്കിയിട്ട് അത് കാട്ടിലേക്കു ഓടിമറഞ്ഞു. 35 വർഷങ്ങൾക്കു മുമ്പ് ഞാൻ അവിടെ മാനേജരായി രണ്ടുവർഷം ജോലി ചെയ്തതാണ്. ആഴ്ചയിൽ ഒന്നുവീതം ബൈക്കുമായി അനേക തവണ ആ വഴികളിലൂടെ സഞ്ചാരിച്ചതാണ്. ആനയെ കണ്ടിട്ടേയില്ല. അവിടത്തെ പരിസ്ഥിതി ഒരുപാട് മാറിയിരിക്കുന്നു. വന്യമൃഗങ്ങളുടെ എണ്ണം ഒരുപാട് കൂടിയിട്ടുണ്ടാകണം.

അടുത്തദിവസം ഓഫീസിലെത്തി ആദ്യം അന്വേഷിച്ചത് നെല്ലി യാമ്പതിയിലെ ആ കെട്ടിടം പണിയുടെ ഫയലാണ്. ഓഫീസ് സൂപ്രണ്ട് ആയിഷ മാഡം വിശദമായി കാര്യങ്ങൾ പറഞ്ഞുതന്നു. (ജോലിയിൽ അസാധാരണ മികവു കാണിച്ച അവർ ഇന്നില്ല. അവ രുടെ ഓർമകൾക്ക് മുമ്പിൽ പ്രണാമം.) തൃശ്ശൂരിൽ തന്നെയുള്ള ഒരാളാണ് 7 ലക്ഷം രൂപ അടങ്കൽ തുകവരുന്ന ആ കെട്ടിടനവീക രണം കരാർ എടുത്തത്. ഏകദേശം 70 ശതമാനം പണികൾ പൂർത്തീ കരിച്ചുകഴിഞ്ഞ സമയത്ത് ചെറുപ്പക്കാരനായ ആ കോൺട്രാക്ടർ പെട്ടെന്ന് മരണമടഞ്ഞു. അയാളുടെ ആൾക്കാരാരും പിന്നീട് അന്വേ ഷിച്ചു വന്നില്ല. പണികൾ മുന്നോട്ടുകൊണ്ടുപോകാൻ നമ്മുടെ ഭാഗ ത്തുനിന്നും ശ്രമങ്ങളൊന്നും ഉണ്ടായതുമില്ല. ഒരു വർഷത്തിലധിക മായി ആരും തിരിഞ്ഞുനോക്കാതെ അതങ്ങനെ കിടക്കുകയാണ്.

ഇതിനിടെ മാനേജിംഗ് ഡയറക്ടറും മാറിപ്പോയതുകൊണ്ട് ഈ സംരംഭംതന്നെ ഏറെക്കുറെ വിസ്മൃതിയിലാണ്ടു.

ഇക്കോട്ടൂറിസത്തിന് ഏറെ സാധ്യതയുള്ള നെല്ലിയാമ്പതിയിൽ വിഭാവനം ചെയ്ത ഒരു പദ്ധതിയാണ് അങ്ങനെ നിലച്ചുപോയത്. ഇത് ഏതുവിധേനയും പുനരുജ്ജീവിപ്പിക്കണം എന്ന് തോന്നി. ഇതിന്റെ പുറകെ കൂടാൻ തീരുമാനിച്ചു. കരാറുകാരന്റെ ബന്ധുക്കളാരും പിന്നീട് ഓഫീസുമായി ബന്ധപ്പെടാൻ ശ്രമിച്ചില്ല എന്നത് ഒരു പ്രശ്നമാണ്. എഴുപതു ശതമാനം പണികൾ പൂർത്തിയാക്കുകയും നാലു ലക്ഷത്തോളം രൂപയെങ്കിലും ചെലവാക്കുകയും ചെയ്തിട്ടും പിന്നെ ആരും അന്വേഷിച്ചുവന്നില്ല.

ഫയലിൽനിന്നും കരാറുകാരന്റെ മേൽവിലാസം കണ്ടെത്തി. തൃശ്ശൂരിലെ വിയ്യൂർ എന്ന പ്രദേശത്താണ്. ഒരു മാനേജർ അവിടെപ്പോയി മേൽവിലാസക്കാരനെ കണ്ടെത്തി. കരാറുകാരന്റെ ഭാര്യയെ കണ്ടു സംസാരിച്ചു. അവരുടെ ഫോൺ നമ്പറും വാങ്ങിയാണ് അദ്ദേഹം തിരിച്ചുവന്നത്. ഞാൻ അവരുമായി ഫോണിൽ സംസാരിച്ചു. ഭർത്താവിന്റെ പെട്ടെന്നുള്ള മരണശേഷം പണി തുടർന്നുകൊണ്ടുപോകാനുള്ള മാനസികനിലയിൽ ആയിരുന്നില്ല അവരെന്ന് മനസ്സിലായി. വിരോധമില്ലെങ്കിൽ ഓഫീസിൽ വന്ന് എന്നെ കാണാൻ പറഞ്ഞു.

അടുത്ത ദിവസം അവർ വന്നു. പണികൾ നടത്തിയിരുന്ന സൂപ്പർവൈസറും കൂടെയുണ്ട്. അവശേഷിക്കുന്ന ജോലികൾകൂടി ചെയ്തുതീർത്താൽ ഇതിനകം മുടക്കിയ പണം നഷ്ടമാകില്ല എന്നും ആവശ്യമായ സഹായം ചെയ്തുതരാം എന്നും പറഞ്ഞപ്പോൾ അവർക്ക് താല്പര്യമായി. മരിച്ചുപോയ ഭർത്താവിനുവേണ്ടി പണികൾ തുടർന്നുകൊണ്ടുപോകാൻ തയ്യാറാണെന്നും അവർക്കത് അനുവദിച്ചുനൽകണമെന്നും കാണിച്ച് ഒരു അപേക്ഷ അവരിൽനിന്നും എഴുതിവാങ്ങി. എന്നിട്ട് വിശദമായ ഒരു കത്ത് ഹെഡ് ഓഫീസിലേക്കെഴുതി.

കെട്ടിടത്തിന്റെ നവീകരണജോലികൾ നീണ്ടുപോയാൽ അവിടെ വിഭാവനം ചെയ്ത എക്കോ ടൂറിസം പദ്ധതി അടുത്ത കാലത്തൊന്നും നടപ്പാക്കാൻ കഴിയില്ലെന്നും പദ്ധതിയിലൂടെ ലഭിക്കാവുന്ന വരുമാനം നഷ്ടമാകുമെന്നും പറഞ്ഞു. അവശേഷിക്കുന്ന പണികൾക്കുള്ള കരാർ റീടെൻഡർ ചെയ്യാതെ മാനുഷികപരിഗണനവെച്ച് മരിച്ച ആളുടെ ഭാര്യയുടെ പേരിൽ പുതുക്കിനൽകുന്നതാണ് ഉചിതം എന്നും പറഞ്ഞു.

എന്തിനോടും ക്രിയാത്മകമായി പ്രതികരിക്കുന്ന മാനേജിങ് ഡയറക്ടർ വർഗ്ഗീസ് സാർ റിപ്പോർട്ട് അപ്പാടെ അംഗീകരിച്ച് പച്ചക്കൊടി

കാട്ടി. പിന്നെ കാര്യങ്ങൾ വളരെ വേഗത്തിൽ നടന്നു. മുഴുവൻ പണികളും ഉദ്ദേശിച്ചതുപോലെ അവർ പൂർത്തിയാക്കി. ഫൈനൽ ബില്ലും ഒപ്പിട്ട്, ചെക്കെഴുതാൻ ഫണ്ടിന് കാത്തിരിക്കുന്ന ഇടവേള യിലാണ് ഞാൻ സർവീസിൽനിന്നും വിരമിക്കുന്നത്. ആരും തിരിഞ്ഞുനോക്കാതെ പാതിവഴിയിൽ നിലച്ചുപോയ ഒന്നിനെ പുന രുജ്ജീവിപ്പിക്കാനും പൂർത്തീകരിക്കാനും കഴിഞ്ഞതിൽ എനിക്ക് വലിയ സംതൃപ്തി തോന്നി. എല്ലാം നഷ്ടപ്പെട്ടു എന്ന് കരുതി കഴിഞ്ഞിരുന്ന ഒരു പാവം വിധവയെ അല്പമെങ്കിലും സഹായി ക്കാൻ കഴിഞ്ഞതിൽ കൃതാർത്ഥത തോന്നി. ഇന്ന് അവിടെ നല്ല രീതിയിൽ ഇക്കോ ടൂറിസം നടക്കുന്നു. പല യു ട്യൂബ് ചാനലുക ളിലും KFDCയുടെ ആ കെട്ടിടവും അവിടത്തെ സംവിധാനങ്ങളും കാണാൻ കഴിയും.

ഇതുമായി കൂട്ടി വായിക്കാൻ ഒരു തമാശകൂടി പറയാം. ജോലി യിൽ നിന്നും വിരമിച്ചു കഴിഞ്ഞ് രണ്ടാഴ്ചയായിക്കാണും. ഒരു ദിവസം വീട്ടിലേക്ക് ഒരു ഫോൺകോൾ വരുന്നു. മേൽപ്പറഞ്ഞ കഥയിലെ കോൺട്രാക്ടർ സ്ത്രീയാണ്. സ്വയം പരിചയപ്പെടുത്തി യിട്ട് അവർ പറഞ്ഞു. "സാർ, ചെക്ക് കിട്ടി. വളരെ നന്ദിയുണ്ട്. സാറിന് എന്താണ് ചെയ്യേണ്ടത്?"

ഇനി ഒരിക്കലും കാണാൻ സാധ്യതയില്ലാത്ത എന്നോട് നന്ദി പറയാനും എന്താണ് വേണ്ടത് എന്ന് ചോദിക്കാനും അവർ കാണിച്ച മനസ്സാണ് ഞാൻ വലുതായി കണ്ടത്. എനിക്കൊന്നും വേണ്ട, നിങ്ങൾക്ക് നല്ലത് വരട്ടെ എന്ന് മാത്രം പറഞ്ഞു ഞാൻ ആ കോൾ കട്ട് ചെയ്തു. ഞാൻ അങ്ങനെ പറഞ്ഞപ്പോൾ ഒരു സർക്കാർ കോൺ ട്രാക്ടറായ അവർക്ക് എന്നോട് മതിപ്പു തോന്നിയോ അതോ ഇയാൾ ഒരു വിഡ്ഢിയാണല്ലോ എന്ന് ചിന്തിച്ചുകാണുമോ എന്നറിയില്ല. നാട്ടുനടപ്പുകൾക്ക് നിന്നുകൊടുക്കാതെ വഴിമാറി നടക്കുന്നവരെ മണ്ടന്മാർ എന്ന് വിളിക്കുന്ന ഒരു കാലത്തല്ലേ നമ്മൾ ജീവിക്കു ന്നത്.

അവസാനത്തെ ലേലം

കുറേ കോടികളുടെ ലേലങ്ങൾ നടത്തിയിട്ടുള്ള എനിക്ക് എന്റെ അവസാനനാളുകളിൽ വ്യത്യസ്തമായ ഒരു ലേലം കൂടി നടത്താൻ യോഗമുണ്ടായി. എന്നെ അത്രനാൾ അന്നമൂട്ടിയ KFDCക്ക് ഒമ്പത് ലക്ഷം രൂപയുടെ അധികലാഭം ഉണ്ടാക്കിക്കൊടുത്തു എന്നതാണ് അതിനെ വ്യത്യസ്തമാക്കുന്നത്. മാത്രമല്ല എന്റെ അറിവിൽ KFDCയിൽ അന്നുവരെ ആരും കാണിച്ചിട്ടില്ലാത്ത ഒരു ധൈര്യത്തിന്റെ കഥ കൂടിയാണത്. 25 ഏക്കറോളം വരുന്ന ഒരു അൽബിസിയ തോട്ടത്തിന്റെ ലേലവിൽപ്പനയാണ് വിഷയം. ബ്ലോക്കിലെ മരങ്ങൾ മൊത്തമായി വെട്ടിക്കൊണ്ടുപോകാനുള്ള അവകാശമാണ് ലേലത്തിൽ വിൽക്കുന്നത്. അടിസ്ഥാനവില പത്തു ലക്ഷം രൂപ എന്ന് കണക്കുകൂട്ടി ആവശ്യമായ അംഗീകാരം വാങ്ങി.

പതിവ് നടപടികൾക്കുശേഷം ലേലം നടന്നു. ഡിവിഷൻ ഓഫീസിൽ വെച്ച് ഞാനാണ് ലേലം നടത്തിയത്. മുപ്പതോളം ആളുകൾ പങ്കെടുത്തു എന്നാണ് ഓർമ്മ. ലേലം സാധാരണപോലെ പുരോഗമിച്ചു. എന്നാൽ തുക പതിനൊന്നു ലക്ഷത്തിൽ എത്തിയപ്പോൾ സ്വിച്ച്ഓഫ് ചെയ്തപോലെ വിളി നിന്നു. ആരും ഒരക്ഷരം മിണ്ടുന്നില്ല. ആരും കയറ്റി വിളിക്കുന്നില്ല. മരങ്ങളുടെ ഗുണത്തെപ്പറ്റിയും അൽബസിയയുടെ അപ്പോഴത്തെ ഡിമാന്റിനെപ്പറ്റിയും വാചാലമായി പറഞ്ഞ് ഞാൻ പരമാവധി ശ്രമിച്ചിട്ടും വിളി പിന്നെ മുന്നോട്ട് പോയില്ല. പതിനൊന്നു ലക്ഷത്തിൽ തറച്ചു നിന്നു.

രഹസ്യമായി വെക്കേണ്ട പത്തു ലക്ഷം എന്ന അടിസ്ഥാനവില ചോർന്നിരിക്കുന്നു. അടിസ്ഥാനവിലയേക്കാൾ ഒരു ലക്ഷം രൂപ അധികം എത്തിയതുകൊണ്ട് ഞാൻ ലേലം പതിനൊന്നു ലക്ഷത്തിന് ഉറപ്പിച്ചു. ലേലം ഉറപ്പിക്കാനുള്ള അധികാരം എനിക്കുണ്ടെങ്കിലും അന്തിമ അനുമതി (Confirmation) നൽകേണ്ടത് മാനേജിംഗ് ഡയറക്ടറാണ്. തേക്ക് ലേലത്തിന്റ കാര്യം പറഞ്ഞപ്പോൾ ഇത് ഞാൻ പറഞ്ഞിട്ടുണ്ട്.

ലേലം നടന്ന് ഒരാഴ്ചയ്ക്കുള്ളിൽ അംഗീകാരത്തിനായി ഒരു റിപ്പോർട്ട് സമർപ്പിക്കണം. നല്ല മത്സരം ഉണ്ടായിരുന്നുവെന്നും പങ്കെടുത്തവർ ഒത്തുകളിച്ചിട്ടില്ലെന്നും കിട്ടാവുന്നതിൽ ഏറ്റവും കൂടിയ വിലയാണ് കിട്ടിയിട്ടുള്ളത് എന്നുമൊക്കെയാണ് റിപ്പോർട്ടിൽ സാക്ഷ്യപ്പെടുത്തേണ്ടത്. അടിസ്ഥാനവിലയേക്കാൾ ഉയർന്ന വില കിട്ടിയിട്ടുണ്ടെങ്കിൽ അങ്ങനെ ഒരു റിപ്പോർട്ട് കൊടുക്കുകയാണ് എല്ലാ ഡിഎഫ്ഓമാരും ഡിവിഷണൽ മാനേജർമാരും ചെയ്യുക.

യഥാർത്ഥത്തിൽ ഒത്തുകളി നടന്നിട്ടുണ്ടോ, കിട്ടിയ വില ന്യായമാണോ എന്നതിലേക്കൊന്നും ആരും പോകില്ല. അതിനൊരു കാരണമുണ്ട്. ഒത്തുകളി നടന്നിട്ടുണ്ടെന്നും ന്യായമായ വില കിട്ടിയിട്ടില്ല എന്നും പറഞ്ഞ് പുനർലേലത്തിനു ശുപാർശ ചെയ്താൽ വീണ്ടും ലേലം നടത്താൻ ഉത്തരവുണ്ടാകും. ആ പുനർലേലത്തിൽ കിട്ടുന്ന തുക ആദ്യലേലത്തേക്കാൾ കുറഞ്ഞുപോയാൽ ആ വ്യത്യാസം പുനർലേലത്തിനു ശുപാർശ ചെയ്ത ഓഫീസറുടെ വ്യക്തിപരമായ ബാധ്യതയായി കണക്കാക്കും. ആ തുക അയാളിൽ നിന്നും വസൂലാക്കും അതാണ് ചട്ടം. പത്രപ്പരസ്യങ്ങൾക്കും മറ്റും വീണ്ടും ചെലവാകുന്ന തുകയും അയാളുടെ ബാധ്യതയാകും. ഇത് ഭയന്നാണ് ആരും പുനർലേലത്തിന് ശുപാർശ ചെയ്യാൻ ധൈര്യപ്പെടാത്തത്.

ലേലത്തിൽ പങ്കെടുക്കുന്നവർ തമ്മിൽ ഒത്തുകളിച്ച് (റിംഗ് ആകുക എന്നാണ് ഇതിന് പറയുക. അതായത് തമ്മിൽ ധാരണയുണ്ടാക്കി കുറഞ്ഞ വിലയ്ക്ക് ലേലം പിടിക്കുകയും വീണ്ടും സ്വന്തമായി ലേലം നടത്തി കിട്ടുന്ന ലാഭം പങ്കിടുകയും ചെയ്യുന്ന പരിപാടി. മിക്ക സർക്കാർ ലേലങ്ങളിലും ഇതിനുവേണ്ടി കെട്ടിവെക്കാനുള്ള കാശ് മാത്രമായി വരുന്ന കുറച്ച് സ്ഥിരം ഭാഗ്യാന്വേഷികളെ കാണാം) റിങ് ഉണ്ടാക്കി സർക്കാരിന് നഷ്ടമുണ്ടായിട്ടുണ്ട് എന്ന് പൂർണ്ണബോധ്യമുണ്ടെങ്കിൽപോലും അത് പറയാതെ സ്വന്തം തടി രക്ഷിക്കുകയാണ് മിക്ക ഓഫീസർമാരും ചെയ്യുക. ഗംഭീരമായ ലേലം നടന്നു എന്നും വാശിയേറിയ മത്സരമായിരുന്നു എന്നും എഴുതി സ്വന്തം കാര്യം സുരക്ഷിതമാക്കും.

ഒരു പടികൂടി കടന്ന് റിങ്ങിൽ പങ്കാളിയായി പങ്കു കൈപ്പറ്റുന്ന ഉദ്യോഗസ്ഥന്മാരും ഉണ്ടെന്ന് കേട്ടിട്ടുണ്ട്. ഇവിടെ ലേലക്കാർ റിങ് ഉണ്ടാക്കി ഒത്തുകളിച്ചിട്ടുണ്ട് എന്നെനിക്ക് ഉറപ്പുണ്ടായിരുന്നു. പരിചയസമ്പന്നനായ ഏതൊരു ഉദ്യോഗസ്ഥനും അപ്പോൾത്തന്നെ മനസ്സിലാക്കാവുന്നതേയുള്ളൂ അത്. ലേലത്തുകയായ 11 ലക്ഷം തീരെ കുറവാണ് എന്ന പൂർണ്ണബോധ്യം ഉള്ളതുകൊണ്ട് റിസ്ക്

എടുക്കാൻ ഞാൻ തീരുമാനിച്ചു. അൽബിസിയ മരത്തിന് നല്ല ഡിമാൻഡും മാർക്കറ്റിൽ ഉയർന്ന വിലയും ഉള്ള സമയമായിരുന്നു അത്.

ഏതാനും മാസങ്ങൾക്ക് മുമ്പ് പുനലൂർ ഡിവിഷനിലെ അൽ ബിസിയാ തോട്ടങ്ങൾ വളരെ ഉയർന്ന വിലയ്ക്ക് ലേലത്തിൽ പോയിട്ടുണ്ട്. വേണമെങ്കിൽ 11 ലക്ഷത്തിന് ശുപാർശ ചെയ്തു സുരക്ഷിതനായി ഇരിക്കാം. ആരും ചോദിക്കില്ല. അല്ലെങ്കിൽ പുനർലേലത്തിന് ശുപാർശ ചെയ്ത് അത് കഴിയുംവരെ ഉത്കണ്ഠ യോടെ കഴിയണം. മുപ്പത്തിയഞ്ചു വർഷം എന്നെയും എന്റെ കുടും ബത്തെയും തീറ്റിപ്പോറ്റിയ KFDCയോടുള്ള പ്രതിബദ്ധത എന്റെ മനസ്സാക്ഷിയെ പിടിച്ചുവലിച്ചുകൊണ്ടിരുന്നു. ഞാൻ വിളിച്ച് ചോദിച്ച ചില സഹപ്രവർത്തകരും റിസ്ക് എടുക്കരുത് എന്നാണ് ഉപദേശി ച്ചത്.

ഒടുവിൽ മനസ്സാക്ഷിയുടെ കൂടെ പോകാൻതന്നെ ഞാൻ തീരു മാനിച്ചു. ലേലത്തിൽ ഒത്തുകളി നടന്നിട്ടുണ്ടെന്ന് ബോധ്യമുള്ള തായും വീണ്ടും ലേലം ചെയ്താൽ കൂടുതൽ തുക ലഭിക്കുമെന്നു മാണ് റിപ്പോർട്ടയച്ചത്. അതു കണ്ട മാനേജിങ് ഡയറക്ടർ എന്നെ ഫോണിൽ വിളിച്ചു. ഞാൻ എഴുതിയ കാര്യത്തിൽ ഒന്നുകൂടി വ്യക്തത വരുത്താനാണ് അദ്ദേഹം വിളിച്ചത്. ഒരുപക്ഷേ അതിലട ങ്ങിയിരിക്കുന്ന റിസ്കിനെപ്പറ്റി ഓർമ്മിപ്പിച്ചതാകം. ആലോചിച്ചെ ടുത്ത തീരുമാനമാണെന്നും തീരുമാനത്തിൽ നിന്നും പിന്മാറുന്നില്ല എന്നും ഞാൻ അദ്ദേഹത്തെ നന്ദിപൂർവ്വം അറിയിച്ചു. അങ്ങനെ പുനർലേലത്തിന് ഉത്തരവായി.

ലേലംകൊണ്ട ആൾ അന്വേഷിച്ചപ്പോൾ ഹെഡ്ഓഫീസിൽ നിന്നും അന്തിമ അനുമതി കിട്ടിയില്ല എന്നുമാത്രം അയാളോട് പറഞ്ഞു. തന്റെ ആദ്യത്തെ അനുഭവമാണ് ഇതെന്ന് പറഞ്ഞ് വല്ലാതെ ദ്വേഷ്യപ്പെട്ടാണ് അയാൾ പോയത്. ഗൂഢാലോചന പൊളിഞ്ഞതിലുള്ള രോഷമാണ് അയാൾക്ക്. ഞാൻ ശുപാർശ ചെയ്യാത്തതുകൊണ്ടാണ് എന്നറിഞ്ഞാൽ പുനർലേലത്തിൽ വീണ്ടും ഒത്തുകളിച്ച് തുക വീണ്ടും താഴ്ത്തി എന്നോട് പക തീർക്കും അവർ. അതുകൊണ്ട് എന്റെ റിപ്പോർട്ടിലെ വിവരങ്ങൾ രഹസ്യമായി സൂക്ഷിച്ചു. ഓഫീസ് സൂപ്രണ്ടിന് മാത്രമേ അത് അറിയുമായിരു ന്നുള്ളൂ. ആ ഫയൽ എന്റെ കസ്റ്റഡിയിൽ ഭദ്രമായി വച്ചു.

അങ്ങനെ മൂന്നാഴ്ച കഴിഞ്ഞ് പുനർലേലം നടന്നു. പതിനൊന്നു ലക്ഷത്തിന്റെ സ്ഥാനത്ത് 20 ലക്ഷം രൂപയാണ് അന്നത്തെ ലേല ത്തിൽ ലഭിച്ചത്. അതായത് ഒമ്പതുലക്ഷം രൂപ അധികം. ഞാൻ എടുത്ത വലിയ റിസ്കിന് ഫലമുണ്ടായി. അപ്പോൾത്തന്നെ മാനേ ജിംഗ് ഡയറക്ടറെ വിളിച്ച് എന്റെ വിജയകഥ അറിയിച്ചു. എന്നെ

അഭിനന്ദിക്കാൻ അദ്ദേഹം ഒട്ടും പിശുക്ക് കാണിച്ചില്ല. KFDCയുടെ ചരിത്രത്തിൽ വേറെ ഏതെങ്കിലും DFOമാരോ ഡിവിഷണൽ മാനേജർമാരോ ഇങ്ങനെ ഒരു റിസ്ക് എടുത്തിട്ടുള്ളതായി എനിക്കറിയില്ല. മുമ്പൊരിക്കൽ കോട്ടയത്തെ മജിസ്ട്രേറ്റ്, ഉണ്ണുന്ന ചോറിനു നന്ദിയില്ലാത്തവൻ എന്ന് എന്നെ അതിക്ഷേപിച്ചതിനു പകരം വെക്കാൻ എനിക്ക് കിട്ടിയ അവസരമായി ഞാൻ ഇതിനെ കണ്ടു. വേണമെങ്കിൽ പതിനൊന്നു ലക്ഷത്തിന് ശുപാർശ ചെയ്ത് മിണ്ടാതിരിക്കാമായിരുന്നു.

റിങ്ങിൽ ചേർന്ന് ചെറിയ നേട്ടമുണ്ടാക്കിയാലും ആരും അറിയില്ല. അതിന് പകരമാണ് ഞാൻ അത്രയും വലിയൊരു റിസ്ക് എടുത്തത്. KFDCക്ക് ഒമ്പതുലക്ഷം രൂപയുടെ അധികവരുമാനവും സർക്കാറിന് അധികനികുതികളും നേടിക്കൊടുക്കാൻ കഴിഞ്ഞു. കുറച്ചുകൂടി സർവീസ് ബാക്കിയുണ്ടായിരുന്നെങ്കിൽ ഇതിന്റെ പേരിൽ ഒരു ഗുഡ് സർവീസ് എൻട്രികൂടി ഞാൻ ചോദിച്ചുവാങ്ങിയേനെ.

നമ്മുടെ പല സർക്കാർ ലേലങ്ങളും ഇങ്ങനെയൊക്കെത്തന്നെയായിരിക്കും നടക്കുക. ഒന്നുകിൽ ഉദ്യോഗസ്ഥർകൂടി കളിയിൽ ചേരും. അതിഷ്ടമില്ലാത്തവർ കിട്ടിയ വിലയ്ക്ക് ശുപാർശ ചെയ്ത് മിണ്ടാതിരിക്കും. ആത്മാർത്ഥതയും ഇച്ഛാശക്തിയും ഉണ്ടെങ്കിൽ ഇത്തരം കള്ളക്കളികളെ അതിജീവിക്കാൻ കഴിയും എന്നുതന്നെയാണ് എന്റെ വിശ്വാസം. പുനർലേലത്തിൽ നഷ്ടമുണ്ടായാൽ അതിന് ശുപാർശ ചെയ്ത ഉദ്യോഗസ്ഥനിൽനിന്നും ആ നഷ്ടം വസൂലാക്കും എന്ന നിബന്ധന മാറ്റിയാൽ ഈ സ്ഥിതിക്ക് ഒരുപക്ഷേ മാറ്റമുണ്ടാകും എന്ന് തോന്നുന്നു.

അരങ്ങൊഴിയുന്നു

തൃശ്ശൂരിലെ കസേരയ്ക്കുവേണ്ടി എനിക്കൊപ്പം മത്സരിച്ച എന്റെ സുഹൃത്തിന്റെ കാര്യം ഞാൻ പറഞ്ഞിരുന്നല്ലോ. അദ്ദേഹത്തിന് കൊടുത്തിരുന്ന വാക്കിനെപ്പറ്റിയും പറഞ്ഞിരുന്നു. യഥാർത്ഥ വിരമിക്കലിന് കാക്കാതെ അതുവരെ ആർജ്ജിച്ച എല്ലാ അവധികളും എടുത്ത് എത്രയും നേരത്തെ എന്റെ കസേര അദ്ദേഹത്തിനായി ഒഴിഞ്ഞുകൊടുക്കണം. അതായിരുന്നു എന്റെ വാഗ്ദാനം. ഓഗസ്റ്റ് അവസാനമാണ് യഥാർത്ഥത്തിൽ ഞാൻ വിരമിക്കേണ്ടത്. എന്നാൽ എനിക്കെന്റെ വാക്ക് പാലിക്കണമായിരുന്നു. എല്ലാ അവധികളും കൂട്ടിച്ചേർത്ത് മെയ് മാസം അവസാനത്തോടെ എന്റെ ഔദ്യോഗിക ജീവിതം അവസാനിപ്പിക്കാൻ തീരുമാനിച്ചു. അതിനുള്ള അപേക്ഷ സമർപ്പിച്ചു.

സാധാരണ ആരും അങ്ങനെ നേരത്തെ ലീവെടുത്ത് ഇറങ്ങിപ്പോകില്ല. പ്രത്യേകിച്ചും എല്ലാ സൗകര്യങ്ങളും ഒരുപാട് അധികാരങ്ങളും ഉള്ള പദവികളിൽനിന്ന്. അല്ലെങ്കിൽ വിരമിച്ചശേഷം മറ്റെന്തെങ്കിലും സംരംഭങ്ങൾ കണ്ടുവെച്ചിട്ടുണ്ടാകണം. ഞാനാകട്ടെ, വെറുതെ വീട്ടിലിരിക്കാനാണ്. പ്രത്യേകിച്ചൊന്നും ചെയ്യാനില്ല.

ആലങ്കാരികമായി പറയാറുണ്ട്, ജീവിതത്തിലെ ആദ്യത്തെ മരണമാണ് ജോലിയിയിൽനിന്നുള്ള വിരമിക്കൽ എന്ന്. തീർച്ചയായും സങ്കടസ്മൃതികൾ ഉണർത്തുന്നതായിരുന്നു എന്റെ വിരമിക്കൽ. എത്രയോ കാലം എനിക്ക് അഭയം തന്ന കാടുകളിൽനിന്നും ഞാൻ പുറത്താക്കപ്പെടും. അതുവരെ എന്നോട് സഹകരിച്ച, എന്നെ സ്നേഹിച്ച എന്റെ സഹപ്രവർത്തകർക്ക് അടുത്ത ദിവസം മുതൽ ഞാൻ ആരുമല്ലാതാകും. ഔദ്യോഗികജീവിതത്തിൽനിന്നും വിരമിക്കുന്ന ഏതൊരാൾക്കും ഉണ്ടാകാവുന്ന എല്ലാ വികാരവിക്ഷോഭങ്ങളും എന്നെ കീഴ്പ്പെടുത്തി. എന്നാലും എന്റെ തീരുമാനം ഉറച്ചതായിരുന്നു. എനിക്ക് വാക്ക് പാലിക്കണമായിരുന്നു.

വിരമിക്കാനുള്ള അപേക്ഷയും കൊടുത്ത് അവസാന നാളുകൾ എണ്ണിക്കഴിയുമ്പോൾ വളരെ പ്രധാനപ്പെട്ട ഒരു പണികൂടി എന്റെ ചുമലിൽ വന്നു വീണു. നെല്ലിയാമ്പതിയിലെ മൂന്നു വലിയ സ്വകാര്യ തോട്ടങ്ങൾ സർക്കാരിനുവേണ്ടി ഏറ്റെടുക്കുക എന്ന ദൗത്യം. പാട്ട കാലാവധി (Lease period) കഴിഞ്ഞും സ്വകാര്യ വ്യക്തികൾ കൈവശം വെച്ചിരുന്ന എസ്റ്റേറ്റുകൾ സർക്കാർ പിടിച്ചെടുത്തതാണ്. അവ KFDCയെ ഏൽപ്പിച്ചപ്പോൾ തൃശ്ശൂർ ഡിവിഷന്റെ കീഴിലാണ് കൂട്ടിച്ചേർത്തത്. വളരെ വലിയ എസ്റ്റേറ്റുകളാണ്. നൂറുകണക്കിന് സ്ഥിരം തൊഴിലാളികൾ, ഓഫീസ്, ഗസ്റ്റ്ഹൗസുകൾ, സ്റ്റാഫ് കോർട്ടേഴ്സുകൾ തുടങ്ങി എല്ലാ സംവിധാനങ്ങളും ഉള്ള വലിയ എസ്റ്റേറ്റുകളാണ്.

വനംവകുപ്പ് മന്ത്രിയുടേയും ഉയർന്ന ഉദ്യോഗസ്ഥന്മാരുടെ വലിയ ഒരു സംഘത്തിന്റെയും സാന്നിധ്യത്തിലായിരുന്നു ഏറ്റെടുക്കൽ നടന്നത്. വിരമിക്കാൻ എനിക്കിനി കുറച്ചു ദിവസങ്ങളേ ഉള്ളൂ. ചുരുങ്ങിയ ദിവസംകൊണ്ട് വലിയ ആ മൂന്ന് എസ്റ്റേറ്റുകളുടെ ഭരണം ഏറ്റവും മികച്ച ഒരു ട്രാക്കിൽ ആക്കുക എന്നതാണ് എന്റെ അവസാനദൗത്യം. അവിടുത്തെ തൊഴിലാളികൾക്ക് ജോലിയും ശമ്പളവും ഉറപ്പുവരുത്തണം.

ഭാവിയിൽ ഒരുപാട് നിയമപ്രശ്നങ്ങൾ ഉണ്ടാകാൻ സാധ്യതകൾ ഉള്ളതുകൊണ്ട് അങ്ങേയറ്റം ശ്രദ്ധിച്ചു വേണമായിരുന്നു ഓരോ തീരുമാനങ്ങളും എടുക്കാൻ. നെല്ലിയാമ്പതിയിൽ നിലവിലുള്ള രണ്ട് എസ്റ്റേറ്റുകളിലെ ഞങ്ങളുടെ ഓഫീസർമാരെ മാത്രം വെച്ചുകൊണ്ട് വേണം എല്ലാം ചിട്ടപ്പെടുത്താൻ. തുടക്കത്തിൽ പാളിപ്പോകുന്ന ചെറിയ ഒരു ചുവടുവെപ്പ് പോലും ഭാവിയിൽ വലിയ തലവേദനയാകും. മുപ്പത്തിയഞ്ച് വർഷത്തെ എല്ലാ അനുഭവസമ്പത്തും സ്വരുക്കൂട്ടി ആ ദൗത്യവും എനിക്കാവുംവിധം നിർവഹിച്ചു. അതിലെ വിജയപരാജയങ്ങൾ കാലമാണ് തെളിയിക്കേണ്ടത്. പിന്നീടാരും ആ സംവിധാനങ്ങളെക്കുറിച്ച് പരാതി പറഞ്ഞുകേട്ടില്ല. ഞാൻ കയറ്റിവിട്ട പാളത്തിലൂടെ അത് നന്നായി ഓടുന്നുണ്ടാകും എന്ന് വിചാരിക്കുന്നു.

നേരത്തെ വിരമിക്കാനുള്ള അപേക്ഷ അനുവദിക്കപ്പെട്ടു. ഓഗസ്റ്റ് 31ന് വിരമിക്കേണ്ട ഞാൻ മെയ് 31നുതന്നെ ഔദ്യോഗികക്കുപ്പായം അഴിച്ചുവച്ചു. എല്ലായിടത്തും സംഭവിക്കുന്നതുപോലെ യാത്രയയപ്പുണ്ടായി. ചായസൽക്കാരവും മനംകുളിപ്പിക്കുന്ന പ്രശംസാവാക്കുകളും ഉണ്ടായി. പതിവുപോലെ എല്ലാവരും നല്ലത് മാത്രം പറഞ്ഞു. അപ്രിയസത്യങ്ങൾ ഉപചാരപൂർവം മറച്ചുപിടിച്ചു.

സൽക്കാരങ്ങളിൽ പങ്കെടുക്കാനും ഫോട്ടോയ്ക്ക് പോസ് ചെയ്യാനും ഭാര്യ കൂടെ ഇല്ലാതിരുന്നത് സഹപ്രവർത്തകർക്കും

എനിക്കും ഒരുപോലെ ദുഃഖമായി. അവരിൽ പലർക്കും അവൾ പരിചിതയായിരുന്നു. മിക്കവാറും മംഗളമുഹൂർത്തങ്ങളിലും ഒത്തുചേരലുകളിലും ഞാനവളെ കൂടെ കൂട്ടാറുണ്ട്. അവരിൽ പലരുടെയും കുടുംബസുഹൃത്ത് കൂടിയാണവൾ.

സൽക്കാരത്തിനും നല്ല വാക്കുകൾക്കും നന്ദി പറഞ്ഞ് ഞാനിറങ്ങി. അഞ്ചുമണിക്ക് ഞാൻ കാടിനു പുറത്തായി. ഒരുപാട് മോഹിച്ച് അകത്തു കയറുകയും മുപ്പത്തിയഞ്ച് വർഷം അഭയമരുളി എന്നെ കാക്കുകയും ചെയ്ത കാട് എനിക്കിനി അന്യമാകും. വനംവകുപ്പ് ഉദ്യോഗസ്ഥൻ എന്ന ഐഡന്റിറ്റി ഇനിയില്ല. നാളെ നെല്ലിയാമ്പതിയിലോ ഗവിയിലോ വയനാടോ കാട് കയറിയാൽ അനധികൃത പ്രവേശനത്തിന് ഞാൻ അറസ്റ്റ് ചെയ്യപ്പെടും. പടിയിറങ്ങിയ സ്വന്തം ഓഫീസിനുപോലും അന്യനാണ് ഞാനിനി. മുപ്പത്തിയഞ്ച് വർഷം മുമ്പ് കയ്യിൽ വെച്ചുതരുകയും പിന്നെപ്പിന്നെ കൂടുതൽ കൂടുതൽ അണിയിക്കപ്പെടുകയും ചെയ്ത അധികാരത്തിന്റെ ആടയാഭരണങ്ങൾ ഒറ്റ നിമിഷത്തിൽ ഊർന്നുപോയിരിക്കുന്നു. അവസാന ദിവസം സഹപ്രവർത്തകർ വീട്ടിൽ കൊണ്ടുവന്നാക്കുക എന്ന പതിവ് ചടങ്ങും ഉണ്ടായി.

വീട്ടിൽ വെറുതെ ഇരിക്കുന്നത് തീർച്ചയായും അസ്വസ്ഥതയുണ്ടാക്കുന്നതാണ്. പ്രത്യേകിച്ചും ഒരിടത്ത് കുത്തിയിരിക്കാതെ ഓടിച്ചാടി ജോലികൾ ചെയ്യേണ്ടുന്ന ഒരു വകുപ്പിൽനിന്നും വിരമിച്ചവർക്ക്. അതേസമയം ഇനി ഒരു സ്വകാര്യസംരംഭത്തിലെ ചെറിയ ജോലിയെപ്പറ്റി ചിന്തിക്കാനും വയ്യ. മുപ്പത്തിയഞ്ചു കൊല്ലം മേലധികാരികൾക്ക് മുന്നിൽ അടിയറവച്ച സ്വാതന്ത്ര്യം ഇനിയും പണയപ്പെടുത്തുക വയ്യ. ഒരു ദിവസത്തെ ലീവിനുവേണ്ടി ആരുടെ മുന്നിലും യാചിച്ച് നിൽക്കാൻ ഇനി കഴിയില്ല. പൂർണ്ണസ്വാതന്ത്ര്യത്തിന്റെ ശുദ്ധമായ വായു ശ്വസിക്കണം. വായിക്കാൻ കൊതിച്ച ഒരുപാട് പുസ്തകങ്ങൾ വായിക്കാനുണ്ട്. കാണാൻ ആഗ്രഹിച്ച ഒരുപാട് സ്ഥലങ്ങൾ കാണാനുണ്ട്. കാട്ടിലൊതുങ്ങിപ്പോയ ജീവിതത്തെ ഇനിയൊന്ന് തുറന്നുവിടണം. അങ്ങനെയുള്ള ചെറിയ സ്വപ്നങ്ങളും വായനയും സ്വയം പാചകവും ഒക്കെയായി വീട്ടിൽ കഴിയവേ ഒരു ദിവസം മാനേജിങ് ഡയറക്ടർ വർഗീസ് സാറിന്റെ ഒരു ഫോൺകോൾ വന്നു. ഇനിയും രണ്ടു മാസം കൂടി സർവീസ് ഉണ്ടല്ലോ, അവധി റദ്ദാക്കി തൃശ്ശൂർ ഡിവിഷനിൽതന്നെ ചാർജ് എടുത്തുകൂടെ, എന്നാണ് അദ്ദേഹം ചോദിച്ചത്. ഒരളവിൽ എന്നെ നിർബന്ധിക്കുകകൂടി ചെയ്തു അദ്ദേഹം.

പകരം ഡിവിഷണൽ മാനേജരെ നിയമിക്കാതെ ഒരു സീനിയർ മാനേജർക്കു താൽക്കാലിക ചാർജ് കൊടുത്ത് ആ സീറ്റ് ഒഴിച്ചിട്ടിരിക്കുകയാണ്. വലിയൊരു അംഗീകാരമായിട്ടാണ് അതെനിക്ക്

തോന്നിയത്. ആ സീസണിലേക്ക് ആവശ്യമുള്ള നഴ്സറികളും പ്ലാന്റി ങ്ങിന് വേണ്ട പ്രാരംഭപ്രവർത്തികളും ചെയ്തുവെച്ചിട്ടാണ് ഞാൻ ഇറങ്ങിപ്പോന്നത്. കുറേ സ്ഥലത്ത് റീ പ്ലാന്റിങ് നടക്കാനിരിക്കുക യാണ്. പുതിയ ഒരാൾ വന്ന് പ്രവർത്തനങ്ങളുടെ ഒഴുക്ക് നഷ്ട പ്പെട്ടാലോ എന്ന് ഒരുപക്ഷേ അദ്ദേഹം സന്ദേഹിച്ചിട്ടുണ്ടാകാം.

അധികനാൾ അദ്ദേഹത്തോടൊപ്പം ജോലി ചെയ്യാൻ കഴിഞ്ഞി രുന്നില്ലെങ്കിലും ചുരുങ്ങിയ കാലംകൊണ്ട് ഞാൻ ആർജ്ജിച്ചെടുത്ത വിശ്വാസംകൊണ്ടാവാം കഴിയുന്നത്ര എന്നെ പിടിച്ചുനിർത്താൻ അദ്ദേഹം ശ്രമിച്ചത്. ചുരുങ്ങിയ കാലത്തിനുള്ളിൽ അദ്ദേഹത്തിൽ മതിപ്പുളവാക്കാൻ എനിക്ക് കഴിഞ്ഞിട്ടുണ്ടാകണം. അല്ലെങ്കിൽ ഒരി ക്കൽ മരണവാറുണ്ട് തന്നുവിട്ട എന്നെ അങ്ങനെ തിരിച്ചുവിളിക്കേണ്ട തില്ലല്ലോ. ക്ഷമാപൂർവ്വം അദ്ദേഹത്തിന്റെ ക്ഷണം നിരസിക്കുകയാണ് ചെയ്തത്. അപ്പോഴേക്കും മറ്റൊരു മാനസികാവസ്ഥയിൽ എത്തി ക്കഴിഞ്ഞിരുന്നു. ഉത്തരവാദിത്തങ്ങളുടേയും അധികാരത്തിന്റെയും ഭാരം ഒഴിഞ്ഞുള്ള സ്വാസ്ഥ്യം അനുഭവിക്കാൻ തുടങ്ങിയിരുന്നു.

പറയാനുണ്ട് ചിലതുകൂടി

അവസാനദിവസത്തെ പടിയിറങ്ങൽ വിശേഷങ്ങളോടെ ശുഭം എന്ന് സർവീസ് സ്റ്റോറികൾ അവസാനിക്കുന്നതാണ് സാധാരണ നടപ്പ്. എന്നാൽ മഴ കഴിഞ്ഞു മരം പെയ്യുമ്പോഴും നമ്മൾ നനയാറില്ലേ. അതുപോലെ ഒന്ന് പറയണം എന്ന് തോന്നി. മനസ്സിനെ വല്ലാതെ വേദനിപ്പിച്ച കാര്യമാണ്. ഒരിക്കൽ വിരമിച്ച് കഴിഞ്ഞാൽ പിന്നെ ആ പരിസരത്ത് നമ്മൾ അന്യരാണ് എന്ന സത്യം എന്നെ ഓർമിപ്പിച്ച സംഭവങ്ങളാണ്. വിരമിച്ചവർക്കും വിരമിക്കാൻ കാത്തിരിക്കുന്നവർക്കും ഒരുപക്ഷേ ഒരു മുന്നറിയിപ്പ് കൂടിയാകും ഇനി പറയാൻ പോകുന്ന ഈ അനുഭവങ്ങൾ.

വിരമിച്ച ശേഷം മകളോടൊത്തു സ്വസ്ഥമായി വീട്ടിൽ കഴിഞ്ഞിരുന്ന നാളുകൾ. വായിക്കാൻ കൊതിച്ച് മനസ്സിൽ കൊണ്ടുനടന്നിരുന്ന പുസ്തകങ്ങൾ തേടിപ്പിടിച്ച് വായിക്കലാണ് പ്രധാന പണി. പിന്നെ ചെറിയൊരു പൂന്തോട്ടവും പാചകവും. അങ്ങനെയിരിക്കെ ഒരു ദിവസം തൃശ്ശൂർ ഡിവിഷണൽ മാനേജർ വിളിക്കുന്നു. ഏതാനും മാസങ്ങൾക്കുമുമ്പ് ഞാൻ കസേര ഒഴിഞ്ഞുകൊടുത്ത എന്റെ പ്രിയപ്പെട്ട സുഹൃത്താണ്. “ഓഫീസ്‌വരെ ഒന്ന് വരാമോ, ഒരു ചെറിയ സഹായം വേണം.” അദ്ദേഹം ആവശ്യപ്പെട്ടു.

തേക്കുതടികളുടെ ലേലവുമായി ബന്ധപ്പെട്ട ചില സംശയങ്ങളാണ്. ലേലങ്ങൾ കുറേ നടത്തി പരിചയമുള്ള എനിക്ക് അദ്ദേഹത്തെ സഹായിക്കാൻ കഴിയും. അടുത്ത ദിവസം രാവിലെ അദ്ദേഹത്തിന്റെ ഓഫീസിലെത്തി. അവിടെനിന്നും ഇറങ്ങിപ്പോന്നിട്ട് അധികമായിട്ടില്ല. അപ്പോഴും അതെന്റെ ഓഫീസ് തന്നെയാണ് എന്ന് തോന്നി. എല്ലാം പരിചയമുള്ള മുഖങ്ങൾ. പുതിയ ഡിവിഷണൽ മാനേജരും മാനേജരും അവിടെയുണ്ട്. രണ്ടുപേരും എന്റെ ബാച്ച് മേറ്റുകളാണ്. തേക്കുലേലത്തേപ്പറ്റി എനിക്കറിയാവുന്നതൊക്കെ പറഞ്ഞുകൊടുത്തു. ലേലം എളുപ്പമാക്കാനും സമയം ലാഭിക്കാനുമായി സ്വന്തമായി വരച്ചുണ്ടാക്കിയ ചില ഫോമുകൾ അവരെ

പരിചയപ്പെടുത്തി. സംശയങ്ങളെല്ലാം തീർത്തു കഴിഞ്ഞപ്പോൾ സമയം ഒരു മണിയോട് അടുപ്പിച്ചായിരുന്നു.

ദോഷം പറയരുതല്ലോ, ഇതിനിടയിൽ ഓഫീസിൽതന്നെ തയ്യാറാക്കിയ ഒരു ഗ്ലാസ് കട്ടൻചായ തന്ന് എന്നെ അവർ സൽക്കരിച്ചിരുന്നു. ഞാൻ ഇറങ്ങാനൊരുങ്ങി. അവസാനമായി ഞാനിരുന്ന ഓഫീസാണ്. അവിടെ ചിലവിട്ട കുറച്ചുസമയം അല്പം വൈകാരികതയും അതേ അളവിൽ അന്യതാബോധവും എന്നിൽ ഉണർത്തിയിരുന്നു. ഉച്ചഭക്ഷണത്തിനുള്ള സമയമല്ലേ, ഡിവിഷണൽ മാനേജർ എന്നെ ഭക്ഷണത്തിന് ക്ഷണിക്കും എന്ന് കരുതി. അദ്ദേഹം ആവശ്യപ്പെട്ടിട്ട്, അദ്ദേഹത്തെ സഹായിക്കാനാണല്ലോ അവിടെ പോയത്. പക്ഷേ നന്ദി, എന്ന ഒരു ഉപചാരവാക്ക് മാത്രം പറഞ്ഞ് അദ്ദേഹം എന്നെ യാത്രയാക്കുകയാണ് ചെയ്തത്.

കുടുംബവിശേഷങ്ങളൊക്കെ പറഞ്ഞ് ഒന്നിച്ചിരുന്നുകൊണ്ട് ഒരു ഉച്ചഭക്ഷണം ആഗ്രഹിച്ചിരുന്നു. ആ സാമാന്യമര്യാദ പോലും കാണിക്കാതെ അദ്ദേഹം എന്നെ ഇറക്കിവിട്ടു. അടുത്തുള്ള എലൈറ്റ് ആശുപത്രി കാന്റീനിൽനിന്നും ഭക്ഷണം കഴിച്ച് ആ നട്ടുച്ച വെയിലത്ത് മുപ്പത് കിലോമീറ്റർ ബൈക്കോടിച്ചു വീട്ടിലേക്ക് തിരിച്ചു പോന്നു. വല്ലാതെ അപമാനിക്കപ്പെട്ടതുപോലെ തോന്നി. പിന്നെ എന്നെത്തന്നെ ആശ്വസിപ്പിക്കാൻ ഒരു കാരണം കണ്ടെത്തി. ഔദ്യോഗികമായ ഏതെങ്കിലും സമ്മർദ്ദം കാരണം, അദ്ദേഹത്തിന് സ്ഥലകാലബോധം നഷ്ടപ്പെട്ടതാകാം എന്ന് സമാധാനിച്ചു. വീട്ടിൽ വന്നുകയറിയപ്പോൾ മകൾ ഡിവിഷണൽ മാനേജർ അങ്കിളിനെപ്പറ്റി അന്വേഷിച്ചു. അദ്ദേഹത്തെയും കുടുംബത്തേയും അത്രയ്ക്ക് പരിചയമാണവൾക്ക്. ഉണ്ടായ ജാള്യത മറച്ചുവെച്ച്, ബിരിയാണിയും മറ്റെന്തൊക്കെയോ വിഭവങ്ങളും ഹോട്ടലിൽനിന്നും വരുത്തി എന്നെ സൽക്കരിച്ചു എന്ന് അവളോട് നുണ പറഞ്ഞു. പിന്നെ ഞാനത് മറന്നു.

ഏതാനും ആഴ്ചകൾ കഴിഞ്ഞ് ഒരിക്കൽകൂടി അതേ സഹായാഭ്യർത്ഥന വന്നു. ഓഫീസ്‌വരെ ചെല്ലാമോ, സഹായിക്കാമോ. ചില സംശയങ്ങൾ ഇനിയും ബാക്കി. ആദ്യം ഉണ്ടായ നിർഭാഗ്യകരവും വേദനിപ്പിച്ചതും ആയ അനുഭവത്തെ മറവിയുടെ ആഴങ്ങളിൽ ഒളിപ്പിച്ച് വീണ്ടും പോയി. അങ്ങനെയാണ് ഞാൻ. ഒരൊറ്റ അനുഭവം കൊണ്ട് മാത്രം ഒരാളേയും വിലയിരുത്തില്ല. അന്നും സംശയങ്ങൾ എല്ലാം തീർത്തുകഴിഞ്ഞപ്പോൾ കൃത്യം ഒരു മണി. വലിയ നന്ദി മാത്രം പറഞ്ഞുകൊണ്ട് അന്നും അദ്ദേഹം എന്നെ യാത്രയാക്കി. ആദ്യത്തെ അനുഭവത്തിന്റെ തനിയാവർത്തനം.

ഗേറ്റിന് പുറത്തേക്ക് ഇറങ്ങാൻനേരം പ്യൂൺ മുഹമ്മദ് ബാങ്കിൽ പോയിട്ട് തിരിച്ചു വരുന്നു.

“സാറ് പോവുകയാണോ, ഭക്ഷണം കഴിച്ചിട്ട് പോകാം സാറേ, അഞ്ചു മിനിറ്റുകൊണ്ട് ഞാൻ ഒരു പാഴ്സൽ വാങ്ങിയിട്ട് വരാം” എന്നയാൾ പറഞ്ഞപ്പോൾ എനിക്ക് കരച്ചിലാണ് വന്നത്. ഓഫീസ് മേധാവിക്ക് ഇല്ലാതെപോയ ഉപചാരബോധം കാണിച്ച പ്യൂൺ മുഹമ്മദിനോട് എന്തെന്നില്ലാത്ത ബഹുമാനം തോന്നി. ഡിവിഷണൽ മാനേജർ ഒന്ന് വിളിച്ചിരുന്നെങ്കിൽ എനിക്കായി ഒരു പൊതിച്ചോറുമായി വന്നേനേ മുഹമ്മദ്.

വീട്ടിൽ വന്നിട്ട് ആ ഡിവിഷണൽ മാനേജരുമായുള്ള എന്റെ വ്യക്തിബന്ധം ഞാനൊന്ന് റീവൈൻഡ് ചെയ്തുനോക്കി. തൃശ്ശൂർക്കാരനായതുകൊണ്ടാകാം ഞങ്ങൾ കുടുംബസുഹൃത്തുക്കൾകൂടി ആയിരുന്നു. ഞങ്ങളുടെ ഭാര്യമാരും മക്കളും പരസ്പരം അറിയുന്നവരും സുഹൃത്തുക്കളും ആയിരുന്നു. ഒരു ദിവസം മൂന്നാറിൽ നിന്നും മടങ്ങുന്നവഴി അദ്ദേഹം വെറുതെ എന്റെ തൃശ്ശൂർ ഓഫീസിലേക്ക് കയറിവന്നു. അന്ന് ഞാൻ വീട്ടിൽനിന്നും കൊണ്ടുപോയ പൊതിച്ചോറ് മാറ്റിവെച്ചിട്ട് വിലകൂടിയ ഹോട്ടലിൽ കൂട്ടിക്കൊണ്ടുപോയി അദ്ദേഹത്തിന് ഭക്ഷണം വാങ്ങിക്കൊടുത്തിട്ട് അധികമായിട്ടില്ല. വാക്ക് പാലിക്കാനായി യഥാർത്ഥ സമയത്തേക്കാൾ മൂന്ന് മാസംമുമ്പേ എന്റെ കസേര അദ്ദേഹത്തിന് ഒഴിഞ്ഞുകൊടുത്തതാണു ഞാൻ.

മീറ്റിങ്ങുകൾ കഴിഞ്ഞ് കോട്ടയത്തുനിന്നും ഒരുമിച്ച് ഓഫീസ് വാഹനത്തിൽ മടങ്ങുംവഴി എത്രയോ തവണ ഞാൻ അദ്ദേഹത്തെ അത്താഴം നൽകി സൽക്കരിച്ചിട്ടുണ്ട്. കോട്ടയത്തു ഞാൻ മകളുമായി താമസിക്കുന്ന കാലത്ത്, ഹെഡ് ഓഫീസിലെ മീറ്റിംഗ് ഒരു ദിവസംകൊണ്ട് കഴിയാതെ കോട്ടയത്തു രാത്രി തങ്ങേണ്ടിവന്ന ചില ദിവസങ്ങളിൽ എന്റെ അതിഥിയായി, ഞങ്ങളുട വാടകവീട്ടിൽ താമസിച്ചിട്ടുണ്ട് അദ്ദേഹം. ഞങ്ങൾ ഒന്നിച്ചിരുന്ന് എന്റെ മകൾ ഉണ്ടാക്കിയ അത്താഴമുണ്ണുകയും ഒന്നിച്ച് ദോശ ചുട്ടു പ്രാതൽ കഴിക്കുകയും ചെയ്തിട്ടുണ്ട്. എന്നിട്ടും എന്തേ നന്ദിയോ ഉപചാരമര്യാദകൾപോലുമോ ഇല്ലാതെ ഒരാൾക്ക് ഇങ്ങനെ പെരുമാറാൻ കഴിയുന്നു? എന്റെ പരിഭവവും നിരാശയും പ്രതിഷേധവും ഹ്രസ്വമായ ഒരു കത്തിൽ ഒരുക്കി എന്റെ സങ്കടത്തെ കുഴിച്ചുമൂടി. ‘മാപ്പ്’ എന്ന രണ്ടക്ഷരത്തിൽ ഒതുക്കി അദ്ദേഹത്തിന്റെ ക്ഷമാപണം.

എന്നാലും എന്തുകൊണ്ടായിരിക്കാം ഒട്ടും പരിഗണനയില്ലാതെ, നന്ദിസ്മരണകൾ ഇല്ലാതെ, സാമാന്യമര്യാദകൾപോലും ഇല്ലാതെ അദ്ദേഹം പെരുമാറിയത് എന്ന ചിന്ത എന്നിൽനിന്നും വിട്ടുപോയില്ല. അങ്ങനെ ചിന്തിച്ചുകൊണ്ടേ ഇരിക്കാതിരിക്കാൻ എനിക്ക് കഴിഞ്ഞില്ല എന്നതാണ് നേര്. അത്രമേൽ നന്ദികേടും അപമാനവും നിരാസവും മറ്റൊരാളിൽനിന്നും എനിക്ക് അനുഭവിക്കേണ്ടി

വന്നിട്ടില്ല. അതും ഞാൻ ഉറ്റ സുഹൃത്തെന്നു കരുതി ചേർത്തു പിടിച്ച ഒരാളിൽനിന്ന്.

എല്ലാ സാധ്യതകളും വിലയിരുത്തിയിട്ട് ഞാൻ അവസാന നിഗമനത്തിലെത്തി. എന്റേതു മാത്രമായ ഒരു നിരീക്ഷണമാണ്. സമൂഹത്തിലെ ജാതീയമായ ഉച്ചനീചത്വങ്ങൾ കാലാന്തരത്തിൽ കാലഹരണപ്പെട്ടുപോയി എന്ന് നമ്മൾ വിചാരിക്കുമ്പോഴും ചില രുടെ ബോധമണ്ഡലത്തിലും ചിലരുടെ ഉപബോധമനസ്സിലും ഇന്നും ആ മേധാബോധം ഉറങ്ങിക്കിടക്കുന്നുണ്ട്. മറ്റുള്ളവർ സ്നേഹം കൊണ്ടും സൗഹൃദംകൊണ്ടും തങ്ങൾക്ക് ചെയ്യുന്ന നന്മകളെ നന്ദി യുള്ള മനസ്സോടെ കാണാൻ അവർക്ക് കഴിയില്ല. അതൊക്കെ തങ്ങൾക്ക് അവകാശപ്പെട്ടതാണെന്നും മറ്റുള്ളവർ അങ്ങനെയൊക്കെ ചെയ്യാൻ കടപ്പെട്ടവരാണെന്നും മാത്രം ഉൾക്കൊള്ളാനേ അവർക്ക് കഴിയൂ. ഇതിന് അവരെ മാത്രം കുറ്റം പറഞ്ഞിട്ട് കാര്യമില്ല. കാണ പ്പെട്ട ദൈവങ്ങളെന്ന് വിശ്വസിച്ച് അവർക്ക് മുൻപിൽ തൊഴുതു നിൽക്കുന്നവർ തന്നെയാണ് ഈ ബോധം അവരിൽ ഊട്ടി ഉറപ്പി ക്കുന്നത്. ആ ബോധം വെടിഞ്ഞ് പുതുലോകത്തിലേക്ക് കണ്ണ് തുറ ക്കാൻ അവർ അവരെ സമ്മതിക്കില്ല. വ്യക്തിജീവിതത്തിലും ഈ വകുപ്പിൽപെട്ട ചില വ്യക്തികളിൽനിന്നും എനിക്കുണ്ടായ നന്ദി കേടിന്റെ അനുഭവങ്ങൾ കൂടി ഓർത്തെടുത്ത് ചേർത്തുവെക്കുമ്പോൾ എന്റെ ഈ നിരീക്ഷണവുമായി നന്നായി പൊരുത്തപ്പെട്ട് പോകു ന്നുണ്ട്.

വിരമിച്ചശേഷം എനിക്കുണ്ടായ കയ്പ്പു രുചിക്കുന്ന അനുഭവ ങ്ങൾ ഇവിടെ കുറിച്ചുവെച്ചതിന് ഒരു ഉദ്ദേശ്യമുണ്ട്. ഒരിക്കൽ വിരമി ച്ചവർ കഴിയുമെങ്കിൽ പഴയ ലാവണങ്ങളിൽ കയറിച്ചെല്ലാതിരിക്കുന്ന താണ് നല്ലത്. എത്രയൊക്കെ ആത്മാർത്ഥതയോടെയും കർമ്മധീരത യോടെയും ജോലി ചെയ്തവരാണെങ്കിലും ഒരിക്കൽ വിരമിച്ചു കഴി ഞ്ഞാൽ, പല്ല് മാത്രമല്ല പൂടയും കൊഴിഞ്ഞ സിംഹങ്ങളാണ് നമ്മൾ. അധികാരം മാത്രമാണ് ശക്തി. വ്യക്തിപ്രഭാവത്തിനും മറ്റു നന്മ കൾക്കും മാർക്കൊന്നും കിട്ടില്ല. പ്രതിസന്ധികളിൽ നമ്മൾ തുണച്ച വരിൽനിന്നുപോലും ഉപകാരസ്മരണകളൊന്നും പ്രതീക്ഷിക്കരുത്. അടക്കിഭരിച്ച സാമ്രാജ്യവും നമ്മൾ ഇരുന്ന സിംഹാസനവും നമുക്ക് അന്യമായത് നമ്മൾ അറിയില്ല. ഇന്നലെ കണ്ട പഴയ പ്രജകൾ നമ്മളെ തിരിച്ചറിയില്ല. ബഹുമാനം കിട്ടില്ല എന്നു മാത്രമല്ല അപ മാനിക്കപ്പെട്ടതുപോലെ തോന്നും. അതുകൊണ്ട് ഒരിക്കൽ വീണു കഴിഞ്ഞ തിരശ്ശീല പുറത്തുനിന്ന് പൊക്കി വീണ്ടും അകത്തു കയറാൻ ശ്രമിക്കരുത്. തിരശ്ശീല വീണുകഴിഞ്ഞാൽ, വേഷം അഴിച്ചു കഴി ഞ്ഞാൽ, പിന്നെ നമ്മൾ വെറും കാണികളാണ്. അധികാരമാണ് ശക്തി. അധികാരം മാത്രമാണ് ശക്തി. ■

www.ingramcontent.com/pod-product-compliance
Lightning Source LLC
LaVergne TN
LVHW090302051026
849518LV00005B/1618
* 9 7 8 8 1 9 7 3 3 4 2 6 9 *